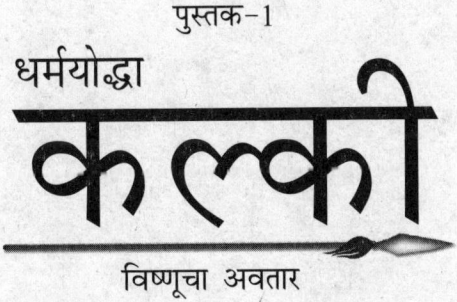

पुस्तक-1

धर्मयोद्धा कल्की

विष्णूचा अवतार

Marathi translation of the national bestseller
Dharmayoddha Kalki

केविन मिस्सल

अनुवाद
प्रमोद शेजवलकर

FiNGERPRINT!

Published 2024

FiNGERPRINT! **MARATHI**

Prakash Books

Fingerprint Publishing
@FingerprintP
@fingerprintpublishingbooks
www.fingerprintpublishing.com

ISBN: 978 93 8971 785 3

मला प्रेरणा देणाऱ्या प्रत्येक लेखकाला...

माझे मनोगत

हे माझे सातवे भाषांतरित पुस्तक आहे. आतापर्यंत मी व्यवस्थापन या विषयावरील पुस्तकांची भाषांतरे केली आहेत. या वेळी हा जरा वेगळा प्रयोग मी करत आहे. रामायणातील आदर्श आणि महाभारतातील सर्वसमावेशकता, सर्व भारतीयांप्रमाणेच माझ्याही मनाला लहानपणापासूनच भुरळ घालत आली आहे. महाभारतात जे आहे तेच सर्वत्र आहे आणि त्यात जे नाही ते कुठेच नाही असे साक्षात महर्षी व्यासांनीच म्हटले आहे.

सदर पुस्तक पौराणिक गोष्टींवर आधारित आहे. त्यातील काही नावे परिचित आहेत, पण त्यातील कथानक मात्र पूर्णपणे कपोलकल्पित आहे. त्यातील काही शब्द, अस्त्रे आपल्या कल्पनेपेक्षा वेगळी आहेत. प्रसंग व परिस्थितीही खूप वेगळी आहे. त्यामुळे मूळ कथा आणि यातील कथा यात खूपच तफावत आढळेल.

या वेळी साडे चारशेहून अधिक पानांचे पुस्तक साधारण तीन महिन्यात भाषांतरित करायचे होते. तसेच ते टंकलिखित स्वरूपात हवे होते, त्यामुळे माझ्यासाठी ती एक परीक्षाच होती. पण डॉ. सौ. भानु, सौ. स्मिता आपटे, सौ. सविता कुलकर्णी, यांच्या सहकार्याने मी ते वेळेत करू शकलो. माझे जवळचे नातेवाईक श्री. व सौ. कानिटकर यांनी नेहमीप्रमाणेच प्रोत्साहन, सूचना आणि योग्य असा पाठिंबा दिला. या सर्वांचे मनापासून आभार व धन्यवाद.

माझा पुतण्या व प्रसिद्ध रहस्यकथाकार श्री. सलील देसाई याचे मला विशेष आभार मानायचे आहेत. त्यानेच माझी फिंगरप्रिंटशी ओळख करून दिली व एका नव्या विषयावरील पुस्तक मी करू शकलो.

त्यालाही धन्यवाद.

हे पुस्तकही तुम्हाला आवडेल अशी आशा करतो.

प्रमोद शेजवलकर

वाचकांना सूचना

पहिली आणि महत्त्वाची सूचना ही की हे पुस्तक वाचायला सुरुवात करण्यापूर्वी माझी तुम्हाला कळकळीची विनंती आहे की ही सूचना प्रथम वाचा. यासाठी पाच मिनीटाहून कमी वेळ लागेल आणि मी हे पुस्तक कुठल्या भूमिकेतून लिहिले आहे याची तुम्हाला कल्पना येईल.

हे काही इतिहासाचे किंवा कल्की पुराणाचे आधुनिक भाषेत केलेले निरूपण नाही. कल्कीच्या जीवनातून, तसेच कलियुगाची कल्पना आणि महाभारत व रामायणाच्या आधारावरून व त्यातून स्फुर्ती घेऊन हे चमत्कृतीपूर्ण पुस्तक लिहिलेले आहे. पण हे संपूर्णपणे कपोलकल्पित आहे.

स्टार वॉर्स, लॉर्ड ऑफ द रिंग्स, आणि गेम ऑफ थॉर्न्स बुघून आणि वाचून, त्या गोष्टीना वाहिलेली ही भावांजली आहे. त्या गोष्टींनी मला हे लिहिण्याची प्रेरणा दिली, आणि पुस्तक किती महान आहे, याचीच फक्त मला जाणीव करून दिली नाही तर त्यातील व्यक्तिरेखा किती उदात्त असायला हव्यात याची समज दिली.

धन्यवाद! आता तुम्ही पुढचे पान उलटायला हरकत नाही.

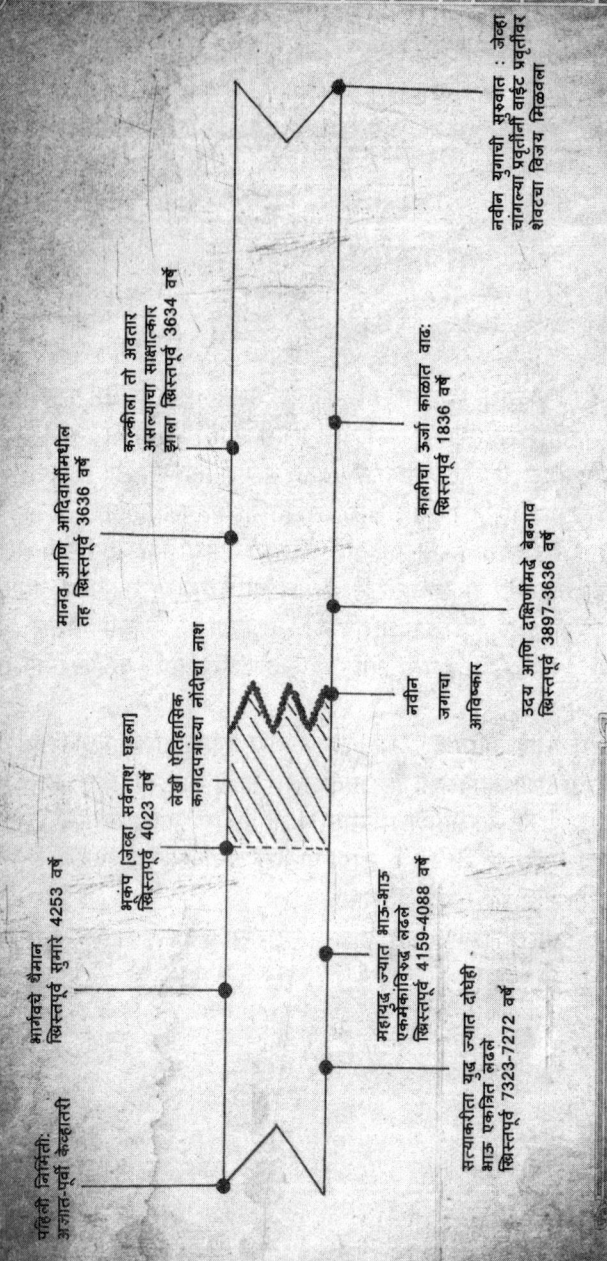

पहिली निर्मिती:
अज्ञात-पूर्वी केव्हातरी
भार्गवचे थैमान
ख्रिस्तपूर्व सुमारे 4253 वर्षे
भूकंप [जेव्हा सर्वनाश घडला]
ख्रिस्तपूर्व 4023 वर्षे
लेखी ऐतिहासिक
कागदपत्रांच्या नोंदीचा नाश
मानव आणि आदिवासींमधील
तह ख्रिस्तपूर्व 3636 वर्षे
कल्कीला तो अवतार
असल्याचा साक्षात्कार
झाला ख्रिस्तपूर्व 3634 वर्षे
सत्याकरीता युद्ध ज्यात दोघेही
भाऊ एकत्रित लढले
ख्रिस्तपूर्व 7323-7272 वर्षे
महायुद्ध ज्यात भाऊ-भाऊ
एकमेकांविरुद्ध लढले
ख्रिस्तपूर्व 4159-4088 वर्षे
नवीन
जगाचा
आविष्कार
उदय आणि दक्षिणींमद्धे बेबनाव
ख्रिस्तपूर्व 3897-3636 वर्षे
कालीचा ऊर्जा काळात वाढ:
ख्रिस्तपूर्व 1836 वर्षे
नवीन युगाची सुरुवात : जेव्हा
चांगल्या प्रवृतींनी वाईट प्रवृतींवर
शेवटचा विजय मिळवला

या पुस्तकातील कालानुरूप घटनांची जंत्री

प्रस्तावना

सम्राट विष्णूच्या मूर्तीची प्रार्थना करत असताना, कल्की हरी उत्तरेकडून येणाऱ्या थंड वाऱ्यात पाय दुमडून बसला होता. ते वारे इतके जोरात वाहत होते की, त्याचे कुरळे केस त्याच्या व्रणपूर्ण चेहऱ्यावर येत होते.

दगडात कोरलेल्या वीस फूट उंचीच्या त्या सौष्ठवपूर्ण मूर्तीकडे तो पाहत होता:तिला चार हात होते, एका हातात शंख होता, दुसऱ्यात चक्र होते, इतर हातात गदा व कमळ होते. पुतळ्याच्या चेहऱ्यावर प्रसन्नता दिसत होती आणि त्यात वैशिष्ट्यपूर्ण आश्वासक भाव होता.

कल्की त्या मूर्तिपूढे अगदी खुजा दिसत होता, पण त्याला त्याची पर्वा नव्हती. सम्राट विष्णूपुढे तो नेहमीच नम्र असे. त्याने डोळे बंद करून आरती म्हटली. त्याच्या अंगात थंडी घुसलेली नव्हती किंवा तो गारठलाही नव्हता, जे इतर कुणाही माणसाला त्या तसल्या थंडीत झाले असते. त्याच्यात हवी तेवढी सहनशक्ति होती, आणि त्याला पूरक चेतनाही होती. सम्राट विष्णुची शक्ति त्याच्यात वास करत होती.

"मला नेहमी साथ द्या."

आणि मग त्याने डोळे उघडले.

आपल्या पायावर तो उभा राहिला. पायावरील हिम त्याने झटकले. तेवढयात कुठूनतरी एक पोपट येऊन त्याच्या मुका मार लागलेल्या खांद्यावर येऊन बसला. त्याने पोपटाला थोपटले. नाजूकपणे त्याची मान खाजवली. मग त्याने बर्फात खुपसलेली 'रत्ना मारू' ही तलवार उपसून काढली. त्यावरील कोरलेले शब्द बारकाईने पाहिले. साहजिकच त्यावर काही चमत्कारिक चिन्हे होती आणि त्यात काहीतरी जादूही होती. त्याने ती तलवार म्यानात घातली, आणि मग तो घोड्याजवळ गेला व त्यावर

स्वार झाला. त्याचा लगाम घट्टपणे पकडून त्याने घोड्याची आयाळ हळुवारपणे खाजवली. तो घोडा दुसरा तिसरा कोणी नव्हे तर साक्षात देवदत्त होता. त्याला एके काळी माहीत असलेल्या एका माणसाच्या नावावरून त्याचे नाव ठेवलेले होते.

घोड्याने पुढचे पाय उचलले, क्षणभर उगवत्या सूर्याला त्याने झाकोळले.

आता तो तयार होता.

सावधान! आता तो येत होता.

इलावर्ती
स्वर्ग
मेरु पर्वत
शिव मंदिर
महेंद्रगिरि
कल्केश
दंडक पर्वत
सूर्यगढ़
दंडकवन
किष्किंधा
उदैया
सत्यकोश नदी
काला सागर
इंद्रवन
शम्भल
इंद्रगढ़
चामुंडी नदी
अग्निगढ़
वलवल
विष्णु मंदिर
कीकतपुर
वरुणगढ़
पुष्पवती
रविकेश नदी
किछ्यान
पाताल भैरवी नदी
शिव मंदिर
नागपुरी
नागमंडल
शेषनद नदी
शेष मंदिर
अलक
अलकपुर
मेरु कटक नदी
दक्षिणी
वसंतिका
अलेयम
भानमती
सुपर्ण
सुर्वनश
सुवर्ण भूमि
लंका
ईलम
इलावर्ती नक्शा
पर्वत व पहाड़ियां
वन
मंदिर
राज्य

भाग एक

शांबलाचे युद्ध

1

तलखी होत असलेल्या तळपत्या वाळवंटातून रोरावत जवळ येणारे सैन्यदल कलीच्या दृष्टिक्षेपात येत होते.

त्या टोळधाडीप्रमाणे सरकणाऱ्या सैन्याची रचना वर्तुळाकार होती. ती रचना अगदी शिस्तबद्ध दिसत होती. एखाद्या सैन्याने पद्धतशीरपणे आखलेल्या एखाद्या योजनेनुसार त्यांची प्रत्येक हालचाल होता होती. त्याच्याकडे असलेल्या लहानशा दुर्बिणीतून अगदी थोड्या प्रमाणात त्याला त्या सैन्याची वाटचाल दिसत होती. त्या सैन्याच्या बाहेरील बाजूस भाले व ढाली घेतलेले सैनिक दिसत होते. त्यांच्या डोक्यावर जडशीळ शिरस्त्राणे व अंगावर जाडजूड चिलखते होती. त्यामुळे त्यांचे सर्वांग झाकून गेले होते.

मी यावर कशी काय मात करणार आहे?

त्या एकाच क्षणात त्याच्या डोक्यात शत्रुसैन्याचा नाश करण्याजोग्या असंख्य योजना येऊन गेल्या. परंतु त्याने फक्त डोळ्यावरील दुर्बीण हातात घेऊन ती आपला सेनापती कोकोच्या हाती दिली. तो आपल्या तंबूकडे जाऊ लागला. उत्तरेकडून मदतीसाठी आणलेले शेकडो बैल त्याच्या आसपास दिसत होते. त्याजवळून जाताना त्या बैलांचा कसा उपयोग करावा याची मात्र त्याच्या मनात निश्चिती होत नव्हती.

त्याच्या तंबूत एक लालसर काळ्या लाकडाचे महोगनी टेबल होते. त्यावर असंख्य नकाशे व आकडेमोड केलेले कागद अस्ताव्यस्त पसरले होते. त्यावर ते टेबल उजळून टाकणारा एक भगभगीत दिवा होता. तो ओणवा होऊन गुडघ्यावर बसला. आता तो नकाशा त्याने बारकाईने पाहायला सुरुवात केली. तेवढयात त्याला त्याच्या सेनापतीचा आवाज ऐकू आला.

"महाराज, शत्रुसैन्य अगदी जवळ येऊन ठेपले आहे."

कलीने तुच्छतापुर्वक हुंकार दिला आणि विचारले.

"विकोको परतली का?"

"अजून तरी नाही," कोकोने शांतपणे उत्तर दिले.

शत्रुसैन्याच्या पुढील योजना व चढाईचे स्वरूप जाणून घेण्यासाठी, आपल्या बहिणीला त्या धोकादायक व जोखीमयुक्त कामगिरीवर धाडले आहे, हे माहीत असूनही कोकोने कुठलीही अनिश्चिततेची भावना दर्शवली नव्हती, याबद्दल कलीला अजिबात आश्चर्य वाटले नव्हते. ते दोघेही कलीशी वचनबद्ध होते. कलीने केलेली कोणतीही आज्ञा, ती अगदी जिवावर बेतणारी असली तरीही, ती कामगिरी विनाहरकत व बिनबोभाटपणे फत्ते करणे, हेच जणू त्यांचे कर्तव्य होते; त्यातच त्यांच्या जीवनाची इतिकर्तव्यता होती.

तंबूचे दार उघडले आणि त्याने तिघांना आत येताना पाहिले. त्यातील एक होता निळ्या डोळ्यांचा व भटक्या जमातीतला राजपुत्र वासुकी, त्याच्या बरोबर एक केसाळ मुंगूस गळ्याभोवती गुंडाळलेला व खूप जाडजूड असा कुवेरा आणि तिसरा अक्राळविक्राळ, भीतीदायक शरीरयष्टीचा व वेडेवाकडे दात असलेला रक्तपा होता.

"तुम्हा तिघांचीही पार्श्वभूमी एकमेकांशी गुण्यागोविंदाने राहण्याची नसली तरीही, तुम्हा तिघांना माझ्या गरीबखान्यात एकत्र प्रवेश करताना पाहून मी आश्चर्यचकित झालो आहे."

रक्तपा बोलाला, "कली, आमच्या वाटेला जाऊ नकोस. तू आम्हाला इंद्रगड राज्याचे आमिष दाखवले होतेस. परंतु आम्हाला दूरान्वयानेही त्याची शाश्वती वाटेनाशी झाली आहे."

फळांच्या टोपलीपाशी ठेवलेल्या दारूच्या रिकाम्या पेल्यांपाशी कुवेरा गेला व त्याने स्वतःसाठी एका पेल्यात दारू ओतून घेतली. "आपल्या प्रिय दोस्ताने आपल्याला आतापर्यंत दिलेली सर्व वचने पाळली असल्याने, या वेळीदेखील तो आपली निराशा करणार नाही याबद्दल मला खात्री वाटते. परंतु मला या वेळी अशीही धास्ती वाटते की या खेपेला आपण ही संधी गमावली तर...तर तुला 'मी व माझ्या रयतेने मदतीचा हात का दिला?' असे म्हणण्याची पाळी येईल की काय?"

कली घुष्यात गुरगुरला, "मी कधीही हरत नाही."

वासुकीच्या निळ्या डोळ्यांप्रमाणेच त्याची वेशभूषाही निळीच होती.

"वेदांतचे सैन्य आपल्या वेशीपर्यंत येऊन थडकले आहे आणि तुझे घोडदळ अद्याप घोड्यावर स्वारही झालेली नाही. मी माझ्या सैन्याला इथून ताबडतोब निघून जायला सांगितले आहे."

"महणजेच तू इथे माझा फक्त निरोप घ्यायला आला आहेस तर? जर तू असा मध्येच निघून गेलास तर तू एक उत्तम, नयनमनोहर सोहळा पाहायला मुकणार आहेस"

"सदगृहस्था, मी चेष्टा करत नाहीय. ते वेशीवर येऊन पोहोचलेत आणि आपला अंत अगदी समीप आला आहे."

"आपल्यापर्यंत पोहोचायला त्यांना अद्याप एक तास अवकाश आहे." कलीने त्यांना आश्वस्त केले.

"एक तास अगदीच अपुरा वेळ आहे. आपल्यापाशी वेदांतशी लढण्याइतके सैन्यबळही नाही."

कलीने ते मान्यही केले. "हो. ते खरेच आहे, पण..."

त्याच क्षणी विकोकोने तंबूत प्रवेश केला. तिचा सोनेरी केशसंभार तिच्या मुखाभोवती एखाद्या प्रभामंडळाप्रमाणे शोभत होता. तिच्या सर्वांगावर अनेक अस्त्रांचा भार होता. आत येताच ती कलीच्या कानात काही कुजबुजली.

"चक्रव्यूह?"

विकोकोने मान डोलवली.

रक्तपा गुरगुरला, "काय? काय झालंय काय, सदगृहस्था? आम्हालाही कळू दे ना."

कलीने तिघाही टोळीनायकांकडे भेदक नजरेने पाहिले. ते तिघेही प्रथितयश होते परंतु एकमेकांचे हाडवैरी होते. पण केवळ कलीमुळे ते एकत्र आले होते. कली पुन्हा ओणवा बसला.

एका पिसापासून बनवलेल्या लेखणीने त्याने नकाशावर एक वर्तुळाकार आकृती काढली. "माझी सेनाधिकारी विकोको हिच्या माहितीनुसार वेदांतच्या सैन्याने चक्रव्यूहाच्या स्वरूपाची रचना केलेली आहे."

"चक्रव्यूह?" वासुकीने डोळे बारीक करून संशय व्यक्त केला.

"हा एक समकेन्द्रित वर्तुळाकार व्यूह असतो." "चक्रव्यूह ही अशी पद्धत आहे जी प्रतिस्पर्ध्याला गोंधळात टाकण्यासाठी आणि नंतर त्यांच्यावर हल्ला करण्यासाठी वापरली जाते त्यामुळे तो प्रभावशाली ठरतो."

"ते किती प्रभावी आहे?" कुवेराने विचारले.

"तो आपला पूर्णपणे धुव्वा उडवू शकतो."

"परमेश्वरा," वासुकी जवळजवळ किंचाळलाच. "हे कसे काय शक्य आहे?"

"चक्रव्यूह," कलीने आधी काढलेल्या मोठ्या वर्तुळाच्या आत बरीच वर्तुळे काढायला सुरुवात केली. "या चक्रव्यूहामध्ये सैन्याची विशिष्ट रचना केलेली असते. त्यात सैनिकांच्या अनेक फळ्या उभ्या केलेल्या असतात. सैनिकांची बाहेरची फळी सहजगत्या दिसणारी असते. ह्या सैनिकांच्याकडे भाले व ढाली असतात. थोडक्यात ते पायदळ असते. ही फळी जिवावर उदार झालेलीच असते. त्यामुळे त्यांच्यासाठी कुणालाच काही दुःख होत नसते. ते आत्मघातकी पथक असल्यासारखेच असते. दुसरी फळी घोडदळाची असते. त्यांच्याकडे तलवारी असतात. तिसऱ्या फळीतील सैनिकांकडे धनुष्यबाण असतात व चवथी फळी...यात स्वतः वेदान्त व त्याचा सेनापति असतो."

हातातील लेखणीने त्या आकृतीवर शेवटचे वर्तुळ काढत कली म्हणाला. "म्हणजेच त्यांच्यापर्यंत पोचण्यासाठी आपल्याला त्या तीन प्रशिक्षित, नृशंस आणि रक्तपिपासु फळ्यांचा प्रथम बिमोड करायला हवा." हे म्हणताना कुवेराचा आवाज शेवटी शेवटी भयकंपित झाला होता.

"होय. ते खरे आहे. परंतु ते गोलाकार पद्धतीने पुढे येत आहेत आणि तसेच येत राहतील. आपण चुकून जरी त्या फळीच्या एका बाजूवर हल्ला केला तरी ते तसेच मार्गक्रमणा करीत राहतील आणि इतर जे कमी जखमी सैनिक असतील ते तुमच्यावर प्रतिहल्ला करतील." त्या कागदावर जोरजोराने वर्तुळाकार रेघा मारत तो म्हणाला.

"तो चक्रव्यूह म्हणजे मृत्युचा सापळाच आहे तऱ" कुवेराचे नेत्र विस्फारले होते.

"तुझी सेनापति एक स्त्री असूनही तिने ह्या सर्वांचा छडा कसा काय लावला?" रक्तपाने विचारणा केली.

विकोको गुरगुरली. कलीही हसू लागला.

"तिच्याकडे एक विशिष्ट नजर आहे, दिव्यदृष्टीच म्हणना. ती नजर तुमच्याकडे असेल तऱ शात्रुचे मनसुबे कळणे सहज शक्य असते."

"हे सगळे संपवण्याचा काही मार्ग आहे? की आपण सरळ माघार घ्यायची?" वासुकी अविचाराने बरळला.

"हे सगळे असेच अर्धवट सोडून द्यायचे म्हणजे मग आपण सारे

युद्धातून पळ काढणारे पळपुटे ठरू." कली त्याच्याजवळ गेला व त्याच्या डोळ्यात डोळे घालून म्हणाला.

"आपण 'नादान हुतात्मे' म्हणवले जाण्याऐवजी 'भित्रे पळपुटे' म्हणवले गेलो तरी चालेल." वासुकी म्हणाला. त्याच्या तोंडातून विड्याच्या पानाचा उग्र भपकारा कलीच्या नाकाशी दरवळला.

कुवेराने उ:श्वास सोडला.

"माझ्याकडून किती सैन्यबळाची तुला अपेक्षा आहे?" रक्तपाने पुढे येत विचारले.

कली हसला व उद्गारला, "सैन्य? मला अधिक सैन्याची गरज आहे असे कोण म्हणतंय?"

2

दोन मोठ्या समशेरी घेतलेले सैनिक दोन्ही बाजूला घेऊन राजा वेदान्त रथावर आरूढ झाला. त्याच्या संरक्षणासाठी त्यांची काही आवश्यकता होती असे नाही, परंतु तुमच्याच सैनिकांची संरक्षणव्यवस्था तुमच्यासाठी असलेली केव्हाही चांगलेच की!

जुन्या पवित्र धर्मग्रंथात वर्णिलेले डावपेच कसे उपयोगी पडतात हे तो बघत आलाच होता. जुन्या जाणत्या, युद्धशास्त्रकलानिपुण व्यक्तींनी त्यातील योजना वापरल्या होत्या आणि आता तोही त्यांचाच उपयोग करत होता. अन्यायाविरुद्ध लढून, विजयी होऊन, आपल्या साम्राज्यात परतायचे व आपल्या शौर्याच्या गाथा लिहायच्या असे त्याने मनोमन ठरवले होते. गृहहीन आणि जातीतून बहिष्कृत झालेल्या लोकांच्या मदतीने इलावर्ती राज्यावर हल्ले करून त्याला नष्ट करायला, त्याचा नायनाट करायला तो कली उभा ठाकला आहे.

"साक्षात इंद्रपुत्राचा आपण पराभव करू" असे त्याला वाटते आहे. त्याने अहंमन्यतेने साऱ्या सैनिकांसमोर फुशारकी मारली.

"साक्षात इंद्रपुत्र?" एका सैनिकाने लीनपणे विचारले. "महाराज! आम्ही एका देवपुत्राचे रक्षण करत आहोत का?"

"होय!" त्याने किंचित कृतक कोपाने म्हटले.

"कुठाय मग तो?"

"हा तुमच्यासमोर कोण आहे तर मग?"

"महाराज, तुम्ही देवपुत्र आहात?" शिपायाने अविश्वासदर्शक नजरेने विचारले.

"अगदी तसेच नाही, पण ज्या इंद्रदेवाचे पूजन-अर्चन मी करतो ते

पारमार्थिक दृष्टीने माझे पिताच ठरतात."

"ओह, ते बरोबरच आहे." शिपाई थोडा हिरमुसलाच.

"तुझी ती बाष्कळ वटवट बंद कर आणि युद्धासाठी तयार रहा." तो पुटपुटला.

"तुमच्याराारख्या अज्ञानी, अशिक्षित सैनिकांशी बोलून काहीच फायदा नाही, ते बोलणे निरर्थकच ठरेल."

सैनिक गप्प बसला.

वेदांतच्या लक्षात येण्यापूर्वीच त्याचा रथ कशाला तरी अडखळला आणि थांबला. सारथ्याला अपशब्द उच्चारत त्याने काय झाले, हे बघण्यासाठी मान रथाबाहेर काढली.

"काय झालंय तरी काय?"

"महाराज, आपल्या सैन्याची आगेकूच थांबलीय!"

"का थांबलीय?" वेदांतने रथातून खाली उडी मारली, तशी सैनिकांनीही घाईघाइने त्याचे अनुकरण केले.

सैनिकांच्या विशिष्ट रचनेमुळे त्याला पुढील काहीच दिसत नव्हते. तो सेनापतीकडे गेला, "आपली आगेकूच का थांबली आहे? अं?"

सेनापति घोड्यावरून जमिनीवर उतरला आणि वेदांतच्या हाती त्याने आपली छोटीशी दुर्बीण सोपवली. वेदांतने त्यातून बघण्याअगोदर मोठा आवंढा गिळला व म्हणाला, "हे पूर्णतया अयोग्य आहे, कली रडीचा डाव खेळत आहे."

वेदांतला पुढे काय वाढून ठेवले आहे ते दिसावे म्हणून त्याने आपल्या सैनिकांना वाटेतून बाजुला होण्याची आज्ञा दिली. वेदान्त पुढचे दृश्य पाहण्यासाठी पुढे सरसावला. त्याने दुर्बीण डोळ्याला लावली.

"नुसते अयोग्य? नुसता राडीचा डाव? हा तर शुद्ध हरामखोरपणा आहे. नादानी आहे. म्लेंछ! अर्थात त्याच्याकडून कोणत्या चांगल्या डावपेचांची आपण अपेक्षा करणार म्हणा!आपले सैन्य त्याच्याकडे असलेल्या सैन्यापेक्षा संख्येने खूप मोठे आहे. त्याचे सैन्य..." तो असे म्हणत असतानाच त्याचे पुढील शब्द त्याच्या घशातच अडकले. पुढील दृश्य बघून त्याचे अंग शहारले. तो दुर्बिणीतून बघू लागला आणि समोरचे भयावह दृश्य बघून त्याची पाचावर धारण बसली. "परमेश्वरा! मी हे काय बघतोय? हे कल्पनातीत आहे, जणू कल्पांतच." त्याचे पाय जमिनीला खिळले.

"महाराज, ते उधळत येणारे बैल आहेत."

"हो, ते तर मलाही दिसतंच आहे." त्याने दुर्बीण डोळ्यापासून दूर केली व तो सेनापतीला म्हणाला, "पण...पण...त्यांच्या शिंगांना ते जळते पलिते, मशाली का लावल्यात?"

3

घोड्याच्या दोन्ही बाजूला पाय सोडून आनंदाने पुढे होत कलीने बघितले की त्या बैलांनी धडक मारून प्रतिपक्षाच्या फळीचा पार धुव्वा उडवून दिला होता. बहुतेकांच्या ढाली तुटून पडल्या होत्या. बरेच सैनिक भीतीने पळून गेले तर काहींनी पुन्हा हल्ला करायचा प्रयत्न केला, परंतु बैलांनी त्यांचा डाव पुरता उधळून लावला. त्यांची पूर्णपणे पांगापाग झाली आणि ते आपला जीव वाचवण्यासाठी पळत सुटले.

तेलात बुडवलेले पलिते आणि मशाली त्या बैलांच्या शिंगांना बांधल्यामुळे काम झाले होते. जेव्हा ते पलिते व मशाली पेटवल्या गेल्या तेव्हा बैलांना सर्व लाल लाल दिसू लागले होते.

कलीने मजेत शिटी वाजवली तेवढया त्याला त्याच्या दोन्ही बाजूला कोको आणि विकोको आल्याचे लक्षात आले. त्यांच्या मागे पिवळ्या दातांचे आणि तेलकट केसांचे कुवेराचे लोक उभे होते.

“त्या यक्षांना बरोबर घे आणि ते समोरच्या सैन्यावर, लांबवर आणि उंचावरून, पण बरोबर त्यांच्या मधोमध हल्ला करतील असे बघ. त्यांची प्राथमिक फळी कोलमडल्यामुळे आपल्याला त्यांची अवस्था, थोडीशीच पण चांगल्यापैकी दिसू लागली आहे.” तो म्हणाला.

त्या दोघांनीही होकारार्थी मान डोलवली. ते जिथून अधिक चांगले दिसेल अशा थोड्या वरच्या ठिकाणी पोहोचले. घाणेरडे व किळसवाणे दिसणारे यक्ष त्यांच्या मागोमाग जाऊ लागले. ते यक्ष बुटकेसे आणि प्रचंड जाडजूड होते, पण ते उत्तम तिरंदाज होते. आणि म्हणूनच कलीला त्यांची आता गरज होती.

वासुकी व रक्तपा यांजबरोबर कुवेरा तंबूतून ते दृश्य पाहत होता.

तो कलीच्या दिशेने चालू लागला. त्याच्या मागोमाग त्याचा पायघोळ अंगरखा जमीनीवरील वाळूत लोळत होता.

"माझे सैनिक लढाईसाठी सर्वोत्कृष्ट म्हणता येणार नाहीत, त्यामुळेच ते समोरचे सैन्य रक्तपाचे आहे हे तुमच्या लक्षात आले असेलच."

"हो! पण त्यांना चांगली नजर आहे. त्यांना चांगला अंदाज आहे आणि त्यामुळेच त्यांची मला आत्ता गरज आहे. मात्र राक्षस समोरासमोरील युद्धात जास्त प्रवीण आहेत. पण मी तुम्हाला शब्द दिला होता की या युद्धात मी फार सैनिक बळी पडू देणार नाही आणि आता मी तेच करणार आहे. माझी तेच करण्याची योजना आहे."

"ती अशी नेमकी काय योजना आहे?"

कलीने कुवेराकडे पाहून डोळे मिचकावले.

"त्याची तू मुळीच काळजी करू नकोस. फक्त तुझे घोडदळ तयारीत ठेवशील ना."

"तुझी ती योजना कार्यान्वित तरी होईल की नाही हेच माझ्या लक्षात येत नाहीय."

"माझ्यावर पूर्ण विश्वास ठेव."

त्याचा सेनापति यक्षांबरोबर थोडा दूरवर उभा होता. बैलांनी वेदांतच्या सैन्यामध्ये पुरेशी दाणादाण उडवून दिली होती. एवढेच नव्हे तर त्याच्या तिरंदाजानाही पुढे काय वाढून ठेवले आहे याची कल्पना आली नव्हती. कोकोने मागे बघितले तर त्याचे तिरंदाज आपापल्या धनुष्याच्या प्रत्यंचा आकाशाकडे रोखून उभे होते. कोकोने कलीला इशारा केला.

कलीनेही उलट खूण केली.

कोकोने तत्क्षणी आज्ञा दिली. सर्वांच्या धंनुष्यातून अणकुचीदार सुईप्रमाणे आकाशात बाण सुटले, सुई सुई करत हवा कापत निघाले, आणि वेदांतच्या सैन्यावर बरसाले. त्यामुळे त्यांना पळता भुई थोडी झाली.

4

मस्तवाल बैलांच्यापासून दूर जाण्यासाठी वेदान्त पळत होता. तो त्याच्या
रथात उडी मारून लपून बसला. त्याच्या तिरंदाजांनी काही बैलांना ठार
मारले होते, परंतु ते बैल इतके बेभान झाले होते की त्यांच्यावर नेम
साधणे अशक्यप्राय झाले होते. त्यांच्या शरीरावरील चामडे इतके टणक
झाले होते की त्यांच्यावर ना तलवारीचा वार परिणाम करत होता ना
भाल्याचा.

आता जेव्हा त्या भीतीदायक बैलांचा हल्ला कमी होतोय असे दिसू
लागले तेव्हा त्याच्यासमोर आणखी दुसरे संकट दत्त म्हणून उभे राहिले
होते. आकाशातून असंख्य बाणांचा वर्षाव त्यांच्यावर होऊ लागला.
अकस्मातपणे त्याच्या त्या अशिक्षित, नादान इ. शिपायाने त्याला
आत ओढले, कारण आतल्या बाजूला असलेल्या अनेक शिपायांना त्या
बाणांच्या वर्षावाने जखमी केले होते. त्याच्या सेनापतीचे शरीर त्या
अकस्मात हल्ल्याने विदीर्ण झालेले त्याला दिसले.

त्याने जोरजोराने हुकूम सोडले, परंतु कोणीही ऐकण्याच्या मन:स्थितीत
नव्हते. बाणांची सरबत्ती थांबत नव्हती, त्यामुळे त्याने स्वत:चे डोळे बंद
केले, आणि तो रथात लपून बसला. आपला जीव वाचवण्यासाठी देवाची
करुणा भाकू लागला. अर्थात बाहेर त्याच्या सैनिकांचा नाश होत होता,
त्याच्या नावाने सारे जण शंख करत होते. सैनिकांचे देह धारातीर्थी
पडत होते, त्यांच्या रक्ताचे शिंतोडे त्याच्या आजूबाजूला उडत होते.
आग, धूर आणि गंधक त्याच्या नाकातोंडात जाऊन त्याचा श्वास कोंडू
लागला. ते मृत्युचे भयानक तांडव बघून त्याला तो लहानपणी जो
खेळ खेळायचा त्याची आठवण आली. त्यात तो नादानपणे देवाचे सोंग

घेई आणि जे दिसेल त्याचा नाश करीत रणकंदन उडवून देई. आज त्याला त्या हिंसाचाराचा मनस्वी तिटकारा वाटला, त्याची किळस आली. आता बाणांचा भडिमार संपला होता. काही क्षणापूर्वी जिथे जीवन आणि मरणाचा हलकल्लोळ माजला होता तिथे आता स्मशान-शांतता पसरली होती.

वेदान्त रथातून उतरून बाहेर आला. त्याला सर्वदूर रक्तमांसाचा चिखल दिसत होता, जिकडे पाहावे तिथे मृत शरीरांचा खच पडला होता.

ह्या अशा स्वरूपाचा हिंसाचार करणाऱ्या सैतानाला काय म्हणायचे तरी काय?

चक्रव्यूहाच्या आतील बाजूचा एक अधिकारी बाहेर आला. "महाराज, आपण आता पुढे काय करायचं? आपल्या सैन्याची खूपच हानी झाली आहे. आपले बरेच सैनिक मृत्युमुखी पडले आहेत. आपण आता काही हालचालही करू शकणार नाही कारण..."

"मला माहीत आहे, मलाही ते दिसतंय. आता काही काळ आपण स्वस्थ राहू आणि त्यांची पुढची काय योजना आहे त्याचा अंदाज घेऊ."

"जशी आपली आज्ञा, महाराज."

वेदान्त आपल्या रथात चढू लागला तसे त्याच्या लक्षात आले की त्याच्या रथाच्या घोड्याला एवढया मोठ्या हल्ल्यानंतरही काहीही जखमा झालेल्या नाहीत. घोड्यावर चिलखत घालण्याची सेनापतीची सूचना खूपच हूशारीची ठरली होती.

5

आपले सैन्य आता पुढे सरकायचे थांबले आहे हे कलीने पाहिले. ते आता एकाच जागी स्थिर उभे होते. हीच वेळ विजय मिकवण्याची करण्याची आहे हे त्याच्या ध्यानात होते. यक्षांच्या जवळ पुढील बाजुस कोको आणि विकोको उभे होते. त्यांचे त्याने अभिनंदन केले.

हत्तींना जसे सजवतात तसे घोड्यांना सजवून घेऊन कुवेरा पुढे आला.

“माझ्या घोड्यांना हे सर्व करण्यासाठी तुला ते हवे होते का? खरेतर मग आपण दुसरे मोठे घोडेच घेऊन आलो असतो, म्हणजे यांना एवढे सजवण्याचे कष्ट तुला पडले नसते.”

“तू इथे माझ्या नेतृत्वाखाली उभा आहेस म्हणूनच तू असा विचार करतोयस ही वस्तुस्थिती आहे.”

कुवेरा आ वासून बघत बसला. तेवढया रक्तपा आणि वासुकी तिथे पोचले. त्यांच्या तंबूतून त्यांनी सारा प्रकार बघितला होताच.

“आता पुढे काय करायचा तुझा विचार आहे, सदगृहस्था? आपला शत्रु तर पार हतबल झालेला दिसतोय. माझी माणसे पाठवून त्यांचा पुरा खातमा करून टाकू का?” रक्तपाने उपहासाने विचारले.

“छे, छे. त्याची आता काहीच आवश्यकता नाही.” कली म्हणाला. “मी आता त्यांच्यापुढे युद्धबंदीचा प्रस्ताव मांडणार आहे.”

वासुकी गुरगुरला, “काय युद्धबंदीचा प्रस्ताव? तू काय चेष्टा/बिष्टा तर करत नाहीस ना?”

“राजपुत्र वासुकी, मी असले काहीही करत नाहीय.” कलीच्या आवाजाला धार आली होती. “मी त्यांच्यापुढे खरोखरच युद्धबंदीचा प्रस्ताव मांडणार आहे.”

हे ऐकताच रक्तपा, वासुकी आणि कुवेरा तिघेही हसायला लागले.

"तुला आधीच सावध करतोय मित्रा. तू तसे कसे काय करू शकशील? त्या आधीच वेदांतचे सैनिक तुला ठार करणार नाहीत का?"

"ओह, नाही, नाही." तो मला निश्चित ठार मारणार नाही. कली हत्तीसदृश घोड्यावर बसला त्याच्या आजूबाजूला कोको आणि विकोको बसले.

"आपल्याला त्याबद्दल एवढी खात्री आहे का?" कुवेरा कुजबुजत्या स्वरात म्हणाला.

"या आत्मघातकी मोहिमेवर मी माझे सैन्य अजिबात धाडणार नाही." रक्तपाने जाहीर केले.

"त्यांची काहीही आवश्यकता नाही." कली म्हणाला. "माझ्याबरोबर मी फक्त माझ्या अधिकाऱ्यांनाच घेऊन जाणार आहे."

"तुझ्या घोड्यांचा तो चित्रविचित्र पेहराव आणि तुझी ही विचित्र योजना पाहून मला असे वाटतंय की आम्हाला आता मानवावरील पुढील मोहिमांच्या मदतीसाठी नवीन सरदार हुडकला पाहिजे." वासुकी म्हणाला. "कारण की तू आता तुझ्या मूळ उद्देशापासून, कर्तव्यापासून खूप दूर चालला आहेस."

कली गालातल्या गालात हसला. हे सर्व त्यांना समजावून देण्याचा काहीच उपयोग नव्हता. त्याने त्याच्या घोड्याचे तोंड वळवले आणि तो वेदांतकडे जायला लागला तेवढया कुवेराचा आवाज त्याला ऐकू आला.

"तू आता मृत्युच्या खाईत चाललाच आहेस तर त्यापूर्वी, त्या चक्रव्यूहाचा भेद कसा केलास हे आम्हाला सविस्तर सांगितलेस तर बरे होईल म्हणजे भविष्यात पुन्हा जर तशी वेळ आली तर लढाईत आम्हाला त्याचा उपयोग होईल."

"तुम्ही त्यांच्या हृदयाचा भेद घेतला पाहिजे." असे म्हणत त्याने मरून पडलेल्या रणभेरी वादकांच्या पथकाकडे इशारा केला. "त्या वादकांच्या इशाऱ्यानुसार सैनिक चालत होते. त्यामुळे ते रणभेरीचे आवाज बंद पडल्यानंतर सैनिकांना काय करायचे हेच कळेनासे झाले व ते गोंधळून गेले. ते वादक एक विशिष्ट पद्धतीच्या कवायतीने संचालन करीत होते. परंतु जेव्हा बैलांचा त्यांच्यावर हल्ला झाला तेव्हा त्या कवायतीची रचना उध्वस्त झाली. ती तशी उध्वस्त करण्याचे काम फक्त मी केले. आता त्यांच्या शिबिरात कसेबसे एकत्र आलेले जेवढेणू म्हणुन सैनिक असतील

ते पूर्णपणे गोंधळलेल्या अवस्थेत, भीतीने त्रस्त झालेले असणार आणि त्यातील बहुतेक जण पूर्णपणे कोलमडून गेलेले असणार. त्यांच्यात काहीही दम शिल्लक राहिलेला नसणार, ते दिशाहीन झालेले असणार म्हणून आताच त्यांच्यावर शेवटचा घाला घालणे योग्य ठरणार आहे."

आणि तो पुढे कूच करू लागला. तेव्हा पाठीमागून रक्तपाचे कावेबाज शब्द त्याच्या कानावर पडले. "जेवढे वाटले तेवढे भयानक नाहीय तर," तो म्हणत होता.

6

त्याच्या उर्वरित सैन्यामध्ये अगदीच कमी ऊर्जा शिल्लक असलेली वेदांतला जाणवत होते. त्यांच्या हातात त्यांची शस्त्रे व चिलखते अगदी व्यवस्थित होती, पण ते अचल आणि शांतपणे उभे होते. त्यांच्यात पूर्वी असलेला आत्मविश्वास मात्र अजिबात जाणवत नव्हता. त्यांच्यातीलच काहीजण जखमी सैनिकांना बाहेर काढत होते आणि त्यांच्या जवळच उभ्या असलेल्या गाड्यावरून वैद्यकीय मदत देत होते, तर काहीजण जवळच्या खेचरांवर लादलेल्या पाण्याच्या पिंपातून पाणी घेऊन पीत होते.

हे बहिष्कृत आणि विस्कळीत असलेले लोक, त्यांच्यातील अंतर्गत दुफळीमुळे आधीच जर्जर आहेत त्यामुळे आपण हे युद्ध अगदी सहज, कुठल्याही कष्टाशिवाय जिंकू असे त्याला वाटले होते. त्यामुळेच त्याने अगदी थोडे सैन्य या युद्धासाठी तैनात केले होते, नाहीतर त्याच्या राज्यात बरेच मोठे सैन्य तयार होते. त्याच्या मस्तवाल आणि गर्विष्ठ स्वभावामुळे त्याचे हे अध:पतन झाले होते, कारण त्या बहिष्कृत लोकांनी एकजिनसीपणा दाखवला होता. वेदांतने स्वतःलाच दोष दिला, कारण सूर्यगड व वरुणगडला या नीच बहिष्कृत लोकांनी ओलीस ठेवलेल्या त्याच्या मित्रांनी पाठवलेल्या निरोपांकडे त्याने नीट लक्ष दिले असते, त्यांचे थोडे ऐकले असते तर किती बरे झाले असते, असे त्याला वाटू लागले होते. आतापर्यंत बाकीची शहरे त्यांनी बरोबर आपल्या काबूत आणली होती. आता शेवटची इलावर्ती राज्याची राजधानी इंद्रगड फक्त जिंकायची राहिली होती आणि आता मात्र आपल्या अनाठायी गर्वाची ही शिक्षा भोगायची पाळी त्याच्यावर आली होती.

या अशा चिंतनात व्यग्र असतानाच त्याच्या कानावर त्याच्या अधिकाऱ्याचे ओरडणे का पडले.

"आपल्या शत्रुचे दूत येताना दिसत आहेत!"

"ते दूरवर दिसताहेत तोवरच त्यांना ठार मारून टाका," वेदांत किंचाळला.

"जशी आज्ञा महाराज..." असे म्हणून अधिकारी थोडा थांबला. "अं अं..."

वेदान्त पुढे येत होता तेवढया त्याला तीन सैनिक येताना दिसले, परंतु ते लहानशा हत्तींवर आरुढ झालेले होते. ते त्यांच्यापासून साधारण दहा पावलांवर येऊन थांबले.

"मी तुम्हाला त्यांना मारून टाकायची आज्ञा दिली होती ना?"

"महाराज, आपण तसे करू शकत नाही."

"का नाही?" वेदान्तने गुरकावून विचारले.

"ते....ते...लहान हत्तींवर बसून आले आहेत. ते वाहन इंद्र महाराजांचे आहे आणि आपण तर इंद्र देवाचे उपासक आहोत. आपण त्यांचीच पूजा करतो."

वेदांतला नाइलाजाने त्याच्या म्हणण्यात तथ्य असल्याचे मान्य करणे भाग पडले. तो त्याच्या अधिकाऱ्याबरोबर पुढे झाला. आपण मदतीसाठी इंद्रगडच्या आपल्या राजवाड्यावर, राजगडला कसा काय निरोप देऊ शकू, यासाठी त्याने शेजारी चोरून नजर टाकली. परंतु तिथून या रणभूमीवर रसद पोचायला कमीत कमी पाच सहा तास तरी लागतील याची त्याला जाणीव होती.

वेदान्त स्वसंरक्षणासाठी, थांबत थांबत, आणि त्या दूतांकडे नजर रोखत पुढे येत होता. समोरचे दूत सकाळच्या संधीप्रकाशात घूसर दिसत होते. "तुम्हाला काय हवे आहे?" वेदांतने विचारले. त्याच्या आवाजात गांभीर्य होते.

हत्तीवर बसलेला दूत खाली उतरला आणि चालू लागला. ती व्यक्ति देवदूतासारखी दिसत होती. त्याचे भरदार केस काळे कुळकुळीत होते, तो उंच होता, त्याचे हास्य आश्वासित करत होते तर डोळे सोनेरी दिसत होते. तो निःसंशय एक देखणा, उत्तम पुरुष होता, पण ज्या पद्धतीने तो वेदांतकडे खुनशी नजरेने पाहत होता त्यावरून तो एखाद्या खलपुरुषाप्रमाणे वाटत होता.

"माझे नाव कली आहे हे मी नम्रतेने आपल्याला सांगू इच्छितो."

"त्या बहिष्कृत विश्वासघातकी लोकांना एकत्र करून, माझ्या सैन्याचा नाश करणारा आणि मानवांशी युद्ध पुकारणारा तो तूच आहेस तर!"

"मित्रा, ते आदिवासी हे बहिष्कृत नाहीत. त्यांनाही समान हक्क आहेत आणि ते त्यांना मिळावेत यासाठीच मी आणि ते झगडत आहोत." सर्व सैनिकांना ऐकू जाईल एवढया मोठ्या आवाजात तो म्हणाला. "यानंतर आम्हाला हे युद्ध अजिबात नको आहे. कारण आपल्या दोघांचेही प्रचंड प्रमाणात नुकसान झाले आहे व दोघांनीही खूप सोसले आहे. आम्ही शांततेचा प्रस्ताव घेऊन आलो आहोत."

"आणि आम्हाला शांतता नको असेल तर? हे बघ, याच क्षणी मी तुझा शिरच्छेद केला आणि ते शीर तुझ्या सैन्याकडे परत पाठवून दिले तर? त्या बहिष्कृत भूमिहीनाना नेतृत्व देणाराच शिल्लक राहणार नाही आणि त्यांनाही काही दिशाच राहणार नाही."

"तू तसा प्रयत्न करून बघू शकतोस." तो उपहासाने म्हणाला.

वेदांतने आपले दातओठ आवळले आणि आपली तलवार कलीच्या मानेवर ठेवली तेव्हाच त्याच्या अधिकाऱ्याने त्याचे मनगट धरले.

"नाही, महाराज, असे करू नका."

"मला माझ्या इरादयापासून परावृत्त करण्याचे धैर्यच तुला कसे झाले?"

"मी जर हे पाहिले नसते तर मी खचितच तसे केले नसते महाराज," असे म्हणत त्याने त्याचे लक्ष मागे वेधले. तिथे कलीबरोबर आलेल्या दोन दूतांनी आपल्या समशेरी हत्तीच्या मानेवर वार करण्यासाठी तयार ठेवल्या होत्या.

"तू माझ्याच श्रद्धास्थानाची मलाच धमकी देतोयस का? माझी श्रद्धा माझ्याच प्रगतीमध्ये अडथळा होऊन राहील असे मला कधीच वाटले नव्हते."

कली वेदांतभोवती एखाद्या हिंसक श्वापदासारखा घिरटया घालत होता.

"मी फक्त जरा अदमास घेत होतो. आम्ही तुझ्या हितसंबंधांचे रक्षण करतो, तुम्ही आमच्या हितसंबंधांची काळजी घ्या. आपण दोघेही न्यायाने वागू. आमच्याकडे तुझ्याहूनही मोठी सेना आहे." तो वेदांतच्या अगदी डोळ्याला डोळा भिडवून त्याच्याजवळ उभा राहत बोलायचे

थांबला. "आमच्याकडे राक्षस, नागलोक आणि यक्ष आहेत, आणि उलट तुझ्याकडील सैन्य कमी कमी होता चालले आहे, ते तहानलेले आहे, भुकेले आहे, आणि त्यांना तातडीने वैद्यकीय साहाय्याची गरज आहे. आमच्याविरुद्ध एक रात्रसुध्द्वा लढा चालू ठेवण्याच्या परिस्थितीत तू नाहीस. तुझा किल्लादेखील इथून खूप दुर आहे. इथून परत जाण्यासाठी देखील तुला जास्त कष्ट पडणार आहेत आणि तेही आम्ही जर तुला सुखरूप जाऊ दिले तर..."

वेदांतने त्याच्या सैनिकांकडे पाहिले. कली जे काही सांगत होता त्याच्याशी ते सहमत असल्याचे दिसत होते. कलीचा आवाज सौम्य आणि आकर्षित करून टाकणारा होता. त्यामुळे वेदांतदेखील भारून गेला होता.

"आमच्याबरोबर आमच्या तंबूत चला. आम्ही तुम्हाला जेवूखाऊ घालू, पाणी पुरवठा करू, जर तू आमच्याशी मिळूनमिसळून राहिलास तर मला तुला काहीही इजा करायची इच्छा नाही किंवा तुझ्या माणसांना मारायची अजिबात इच्छा नाही. इंद्रगडसाठी एखादा सुवर्णमध्य काढण्याची माझी इच्छा आहे, जेणेकरून आदिवासी आणि मानव यांच्यात एक सामंजस्याचा करार व्हावा, याहून माझी दुसरी काहीही इच्छा नाही आपूण हे सामोपचाराने, शांततेत करू शकू, अन्यथा..." त्याने त्याचे डोळे हेतुपुरःसर बारीक केले. "आम्ही ते कधीही तुमच्याकडून हिरावून घेऊ शकतो. पण माझी तसे करण्याची इच्छा नाही. मला तुला ठार करायची इच्छा नाही. मला सामोपचाराने तुझ्याबरोबर काम करायचे आहे."

"म्हणजे एखाद्या हुकुमशहाप्रमाणे माझ्याकडून ते हिसकावून घ्यायचे आहे तर? माझी राजधानी लुटण्याची तुझी मनीषा आहे का?"

"मी तुला आत्ताच एक वचन देतो. तूच राजा असशील, अगदी कायमचा. आम्ही फक्त तुझ्या मदतीला असू." कलीने स्पष्ट केले.

"त्या बहिष्कृत लोकांचे काय? ते याच्याशी सहमत होतील का?"

"ते आधीच या गोष्टीशी सहमत आहेत. आम्हा सगळ्यांना फक्त शांतता हवी आहे. तुला आठवत असेल तर आठवून बघ, आमच्या सुरक्षित ठिकाणावर तूच प्रथम हल्ला केलायस. आम्ही तर केवळ तडजोडीने भांडण मिटवायला तुझ्या गावात आलो होतो."

वेदान्त एकाग्रपणे पाहत होता. तो एक हट्टी, दुराग्रही व्यक्ति होता, परंतु या बहिष्कृत मंडळींपुढे त्याचे संपूर्ण सैन्य नगण्यच होते हे

त्याला मान्य करणे भागच होते. त्याच्या मृत्युने इलावर्ती मुक्त झाली असती. परंतु मानाने परत न जाणे एक गंभीर गोष्ट होती, तरीही आता जिवंतपणे परतणे हीसुद्धा शहाणपणाचीच बाब ठरली असती.

"मला सर्व अटी, नियम, मार्गदर्शक तत्त्वे हे समजायला हवे..."

"त्यासाठी आपण एक सल्लागार समिति नेमू या ना!"

"परंतु त्यामुळे लोकात घबराट निर्माण होईल की..."

कलीच्या अंगावर कुठलेही शस्त्र नव्हते हे वेदांतच्या लक्षात आले होते. त्याने भडक रंगाचे कपडे घातले होते आणि त्याच्या पाठीवर बुरखावजा कापड होते. त्याचे ओबडधोबड बूट चमकत होते त्याच्या अंगावरील कातडी रापलेली दिसत होती आणि त्यावर युद्धात झालेल्या जखमांचे व्रण दिसत होते. "बदल हे नेहमीच भीतीदायक असतात पण ते चांगले असतात. ते नेहमी चांगल्यासाठीच होत असतात. त्यांना त्याची सवय व्हायला थोडा वेळ लागेल पण ते माझ्यावर विश्वास ठेवतील."

वेदांतने सुस्कारा सोडला.

"मला वाटते की भविष्यात मला याचा पश्चात्ताप करावा लागणार नाही."

"ही तडजोड एखाद्या सैतानाबरोबर होत नाहीय." कली हसून म्हणाला.

वेदांतने मान डोलवली. त्याला कलीच्या तावडीतून सुटण्यासाठी पुढे कुणा मित्राबरोबर करारमदार करावा लागेल याची त्याच्या मनाने नोंद केली. परंतु आत्ता तरी कली जिंकला होता.

7

इंद्रगडच्या आसपासच्या परिसरात अनेक सुसज्ज शहरे, गावे होती. ती शेती, खाणकाम व गुरांची देखभाल इ. मुळे समृद्ध वाटत होती. तिथे बरीच हिरवीगार राने दूरवर पसरली होती. तिथे शहरांप्रमाणे सुयोग्य रस्ते नव्हते. त्या जागी रथ किंवा घोडे नव्हते पण बैलगाड्या, होत्या आणि काहीजण तर पायीच चालत होते. घरे मातीची होती. त्यांच्याकडे स्वतःच्या पंचायती होत्या. तसेच शहरातून मिळणाऱ्या सूचनांनुसार कारभार पाळला जात होता पण सरपंचाने पारित केलेले स्वतःचे कायदेही होते.

या सर्व गावात एक शांबला नावाची बंदिस्त वस्ती होती जिथे साधारण पाचशे लोक राहत होते. ते सर्वजण एकमेकाला नावानिशीवार व्यक्तिशः ओळखत होते. ते लोक गायींचा सांभाळ करत असत, ते शहरात दूधदुभत्याचा व्यापार करण्यासाठी प्रसिद्ध होते. अर्थातच त्यामुळे ते सधन व समृद्ध झाले होते. शांबलामध्ये लष्करीदृष्ट्या अनेक मोक्याच्या जागा व गुहा असल्यामुळे निसर्गानेही कृपा केलेली दिसत होती. त्या गुहात गेल्यास अवकृपा होईल ह्या भीतीने तिथे कोणी प्रवेश करत नसत. वीस फुटाहून उंच अशा कोरीव कलाकृती व झाडे होती. त्यातील सर्वात मोठ्या जागी सरपंच देवदत्त त्याच्या सहकाऱ्यांबरोबर बसत असे व फैसले सुनावत असे.

"इंद्रगडवर कुणीतरी ताबा मिळवला." ही भयंकर बातमी सर्वप्रथम अर्जन हरीला समजली. ही बातमी सर्व गावात पसरत असतानाच सरपंच देवदत्तने गावकऱ्यांना हा बदल खुलेपणाने स्वीकारायची सूचना केली.

"वेदान्त महाराजांचा बहिष्कृत आदिवासींनी पराभव केला अशी वदंता आहे..."

"ते आदिवासी खूप भीतीदायक आहेत...आता ते आपल्यावर हल्ला करतील का?"

गावकऱ्यात कुजबूज सुरू झाली. कर्णोपकर्णी भराभर अफवा पसरू लागल्या.

जर का कुठलाही तह झाला असेल तर अशी कुठलीही विपरीत घटना घडणार नाही याची ग्वाही देवदत्तने दिली. "आपल्याला कधीतरी नवीन कुणीतरी नेता बघावा लागेल याचा अंदाज आपल्याला आला होताच. त्या लोकांना इंद्रगडचा नाश करायचा नाही अशी बातमी सर्वप्रथम मला आली होतीच. एवढेच नाही तर सर्वजण शांततेत आणि एकोप्याने कसे राहतील अशा प्रकारचा तोडगा निघावा अशीच त्यांची इच्छा आहे." त्याने सोनेरी रंगाचे एक चर्मपत्र काढले आणि तो म्हणाला, "आपल्याला मान्य होईल आणि आपल्याला शोभेल असे कलम यात आहे. शहराच्या कारभाऱ्यात जरी बदल झाला असला तरी त्याचा गावाला काहीही फरक पडणार नाही आणि आपल्यातील परस्परसंबंध पूर्णपणे अगदी पूर्वीसारखेच राहतील. आणि आपण जर बंड केले तर आणि तरच आपल्याला शिक्षा होईल. आपण ती वेळ येणार नाही अशी आशा करू या. काय मंडळी? जरा अधिक शिस्तशीर, पण सर्व काही पूर्वीप्रमाणेच राहणार आहे."

काहीजण हेटाईने म्हणू लागले की, **"वा! काय पण तोडगा!"**

तर इतर म्हणत होते, "इलावर्तीच्या उन्नतीसाठी हे कदाचित चांगलेच आहे की."

अर्जनने इतर शहरांबाबतीत जे काही थोडेफार उडत उडत ऐकले होते त्यावरून यातील तथ्य, खरेपणा त्यालाही जाणवला होता. सूर्यगडमध्ये काय घडले त्यासंबंधी इतर लोकांप्रमाणे त्यानेही काही अफवा ऐकल्या होत्या. तिथली तिजोरी लुटली गेली होती, तिथले सैन्य दुसरीकडे हलवले गेले होते आणि तिथल्या राजाची एखाद्या बुजगावण्यासारखी अवस्था झाली होती. पण त्याहून भयानक गोष्ट म्हणजे सर्व गावांची जाळपोळ करून त्या जागी शहरांची उभारणी करण्यात आली होती. त्यांनी सुधारणेची कास तर धरली होती पण ती चुकीच्या मार्गाने होत होती. एकोप्याच्या बाता केल्या जात होत्या पण आदिवासींना त्याचा काहीच फायदा होत नव्हता.

तो त्या बैठकीतून निघाला आणि त्याच्या झोपडीकडे भराभर चालू

लागला. तिथे त्याची आई सुमतीअम्मा होती. तिथे त्याने थोडासा पाव आणि पालेभाजीचे सूप ठेवले होते.

"तुझा भाऊ कुठे आहे?"

"त्याची मला काहीच कल्पना नाही"

"त्या गावभवानी बरोबर उंडारत असेल..."

"लक्ष्मी?"

"हो."

"तीच ती. मला वाटते की आज तो तिच्याबरोबर आहे म्हणून तू त्याला दोष देऊ नकोस, कारण ती खूप वर्षांनी शहरातून परतली आहे." अर्जन हसला. "तू वेदान्त महाराजांबद्दल ऐकलेस का?"

"हो. ऐकले ना. पण मला वाटते की त्यामुळे आपल्यावर काहीच परिणाम होणार नाही."

अर्जनला आपण आईशी खोटे बोलत आहोत हे माहीत असूनही त्याने आईच्या म्हणण्याला दुजोरा दिला.

"आपण आपले कामकाज तसेच टिकवू शकू अशी मला आशा आहे कारण आपण त्यावर खूपच कष्ट घेतलेले आहेत. आपण त्या आदिवासींवर विश्वास ठेवूच शकत नाही. ते फक्त दुसऱ्यांची नासधूस आणि दुसऱ्याला ठार मारणे एवढेच करू शकतात."

"आपली कोणतीही वस्तु ते आपल्यापासून हिरावून घेऊ शकत नाहीत."

तिने थोडी उसंत घेतली आणि नेमक्या शब्दात म्हणाली, "माझ्या घरात एवढा धडाडीचा योद्धा असताना तर ते कधीच शक्य नाही."

"तुझा इशारा कल्कीकडे आहे का?"

"छे, छे. मी तुझ्या बाबत ते म्हणत आहे."

अर्जन गालातल्या गालात हसला.

"तुझ्या ह्या भावनेबद्दल मी अत्यंत आभारी आहे." अर्जन आपले लाकडी भांडे घेऊन चालत, भांडी धुवायच्या हौदानजीक आला. आणि त्याने थोडे पाणी घेऊन आपले भांडे धुतले.

कल्की नेहाच अत्यंत उत्साही, आनंदी आणि साधासुधा मुलगा होता, तर अर्जन कायम दुसऱ्यावर अवलंबून असलेला मुलगा होता. अर्जन कल्कीहून आठ वर्षांनी लहान असूनही तो फारच लवकर समजूतदार आणि विचारी बनला होता हे आश्चर्यकारकच होते.

"तू कामावर जायला निघाला आहेस का?" सुमतीअम्माने विचारले.

"हो." असे म्हणून त्याने हातातले धुतलेले भांडे बाजूला ठेवून दिले.

संध्याकालीन संधीप्रकाश संपूर्ण कुरणावर पडला होता त्यामुळे सगळीकडे नारिंगी प्रकाश जाणवत होता. तिथे त्याचे वडील विष्णुयथ कुरणात काम करत होते. त्याने त्यांच्याकडे पाहून हात हलवला. त्याच्या वडिलांनी त्याच्याकडे हळूच पाहिले व दीर्घ श्वास सोडला.

"तुला पोचायला उशीर झाला."

इतर गवळ्यांना तिथले दूध परत गोदामात जमा करायला सांलगून त्याचे वडील त्याच्याजवळ आले.

ते तसेच गबाळेपणाने जाडजूड अर्जनच्याजवळ उभे राहिले. अर्जनला माहीत होते की त्याचे वडील देखण्या व्यक्तीत गणले गेले नसते. परंतु ते एक दयाळू व्यक्ति होते आणि त्यांच्या पाहण्यात एक उबदार भावना त्याला जाणवत होती.

"पण त्याच्यापेक्षा मी लवकरच आलोय."

"तो गेले दोन दिवस इकडे कामावर फिरकलाच नाहीय," विष्णुयथ अर्जनकडे वैतागून येत म्हणाले.

तो गवळीवाडा अर्जनच्या कुटुंबात वंशपरंपरागत चालत आला होता. विष्णुयथच्या आजोबा-पणजोबांपासून ते तिथे हे काम करत होते त्यामुळे गुरांची पैदास, गोपालन, दूध काढणे, गुरांना चारा घालणे इ. कामे त्याला त्याच्या वयाच्या तेरा-चौदाव्या वर्षापासूनच येत होती. इतर ठिकाणी जसे गायींना मारझोड करून त्यांचे दूध बळजबरीने काढले जाई तसे अत्याचार इथे होता नसत. दुभत्या गायींना इथे खूपच आदरभावनेने वागवले जात असे. त्यांच्या दुधाची व दुग्धजन्य पदार्थांची सर्वदूर वाखाणणी होत असे. त्यामुळे शांबलामध्ये सुखसमृद्धि व संपन्नता नांदत होती.

हे सर्व जरी खूप कष्टाचे, कंटाळवाणे आणि दमवणारे काम असले तरी अर्जनला त्याचा अभिमान होता. गायींची निगा राखणे, त्यांचे दूध काढणे हे काही खायचे काम नव्हते. त्याच्यासाख्या तरुणासाठी हे काही खूप रुचीदायक, रुचीप्रधान काम नव्हते.

त्याने त्याचे दैनंदिन काम सुरू केले, त्याच वेळी त्याचा निष्काळजी,

बेफिकीर मोठा भाऊ आता काय करत असेल यासंबंधीचे विचार त्याच्या डोक्यात घोळत होते. आणि त्या चवेळी शेताच्या दुसऱ्या बाजूला दूरवर त्याला भाले आणि तलवारी उभारून घोडेस्वारांच्या घूसर प्रतिमा येताना दिसल्या.

ते घोडेस्वार शेताकडेच येताना दिरात होते.

8

लक्ष्मी तिच्या पालकांचे कपडे नदीजवळच धुवत होती. इंद्रगडहून परत आल्याचे तिला अजिबात आवडले नव्हते. कारण तिथे तिला तिच्या आत्याच्या पालकत्वाखाली गणित, खगोलशास्त्र इ. विषयाबाबत खूप शिकायला मिळाले होते. परंतु इथल्या सध्याच्या बदललेल्या परिस्थितीमुळे तिला परतायला लागले होते. आदिवासी लोक तिथं घुसून जमीन बळकवायला टपले होते. तिची आत्या शहरातील न्याय व वाचनालय विभागात काम करत होती. त्या क्षणी तिथून निघून जाणे हीच शहाणपणाची गोष्ट ठरेल असे तिच्या आत्याने लक्ष्मीला सांगितले.

ती तिथून निघताना तिला थोड्याफार बदलाची जाणीव झाली पण ह्यात काहीच आश्चर्य नव्हते की प्रत्यक्षात फार काही फरक पडलाच नव्हता. कदाचित त्यासाठी काही काळ जावा लागेल हे नक्कीच पण वेदांतचा पराभव आणि आदिवासींचा कारभारात सहभाग यांचा लोकांवर काहीच परिणाम झाला नव्हता. पत्रकारितेचा त्रास झाला होता, काही अफवाही पसरल्या होत्या, पण ठोस असे काही घडले नव्हते. उठाव किंवा बंडाची कुठलीही चिन्हे दिसली नव्हती आणि सर्वजण आपआपल्या कामात व्यग्र झाली होती. काही जणांनी स्थलांतर केले असे दिसले कारण काही तांडे, काफिले व काही वाहने गावाबाहेर जाताना तिने पाहिले होते. काहीतरी भयंकर घडेल अशा भीतीने कदाचित त्यांनी तसे केले असेल, पण आदिवासींचा सहभाग ही चांगली घटना आहे. त्यांना समान हक्क व जबाबदाऱ्या मिळाल्याच पाहिजेत.

आता ती या आळसावलेल्या आणि मागासलेल्या खेड्यात परत आली होती त्यामुळे तिला परिस्थितीच्या हातातील बाहुली झाल्यासारखे

वाटत होते. इथे ह्या पाण्यात हे कपडे धुवत बसण्यापेक्षा आपण काहीतरी वेगळे, चांगले केले पाहिजे असे तिला तीव्रपणे वाटत होते. या वेळी ही नदी मागल्या वेळेपेक्षा जास्त खोल वाटत होती, पण तरीही ती स्थिर दिसत नव्हती, उलट ती जास्तच खळखळाट करत होती.

तिने बारीक नजरेने इकडे तिकडे पाहिले आणि आईने सांगितलेली नदी ती हीच आहे ना? असा संभ्रम तिला पडला.

का ती टेकडीजवळची होती, ती तर तिने सांगितली नव्हती ना?

तेवढया अचानक एक मगर पात्रावर आली आणि नदीचे पात्र एकदम डहुळले. त्या मगरीने ती धुवत असलेल्या कपड्यांवर झडप घातली. एकदम लटपटत "चल हट, चल हट" असे ओरडत ती मागे सरकली.

चुकीचे! चुकीचे!

मगरीने तिच्या हातातील कपडे जोरजोराने ओढत फाडले आणि तिला पकडण्यासाठी ती नदीमधून बाहेर येऊ लागली. तिने कुर्तीचे एक टोक आपल्या हातात धरले होते तर दुसरे टोक मगरीने तोंडात धरले. त्या दोघीही ओढाताण करू लागल्या.

"सोड, सोड, किळसवाण्या आणि ओंगळ मगरी सोड ते!"

मगर ताकदवान होती, तिने लक्ष्मीला झटका देऊन पुढे ढकलले. ती मगरीकडे ढकलली गेली आणि तिच्या पायाखालचा आधार निसटला.

तेवढया कुठल्यातरी मजबूत हातांनी तिचे खांदे धरले व तिला मागे ढकलले. कुठलीतरी अस्पष्ट आकृती पुढे आली आणि तिने मगरीच्या पोटात कचकचून लाथ घातली. मगर जोरात पाण्यात पडली आणि पाण्याचा मोठा फवारा उडाला. मग ती आकृती आणि मगर नदीच्या पाण्यात झटापट करू लागले.

"तू ठीक आहेस ना? तू कोण आहेस तरी कोण? तू सुखरूप आहेस ना?"

पाण्यावर मोठे तरंग उठले. आणि तिथे हात व मगरीचे शेपूट पुढे येताना दिसू लागले. आपल्याला वाचवता वाचवता वाचवणाराच मृत्यूमुखी पडला नाही ना या विचाराने तिच्या जिवाचे पाणी पाणी झाले. तिने एकवार नदीकडे पाहिले पण आता पाणी निश्चल झाले होते. आणि मग पाण्यातून मोठी लाट आली आणि तिच्या कपड्यांवर पाणी उडून तिचे कपडे भिजले. त्या पाण्यातून ती आकृती बाहेर आली. आणि ती आकृती दुसरी तिसरी कोणी नव्हती तर तिचा लहानपणीचा सवंगडी कल्की होता.

तो आता मोठा झाला होता, पूर्वीपेक्षा तगडा दिसत होता, त्याचे केस कुरळे आणि लांब, भरघोस होते, त्याच्या भरदार दंडावर भगवान शंकराच्या प्रार्थनेने भारित झालेल्या रुद्राक्षांच्या माळा रुतत होत्या.

त्याच्या शरीरावरील नसा मगरीशी झालेल्या मारामारीमुळे व रक्ताच्या प्रवाहामुळे फुगीर झाल्या होत्या, व चकाकत होत्या पण त्याच्या चेहऱ्यावरील बालिश व निरागस हास्य ह्या कशाचाच पत्ता लागू देत नव्हते.

लक्ष्मी त्याच्या मनात काय चालले आहे याचा विचार करत पुढे आली, पण कल्कीने सहजपणे तिला आपल्या कवेत घेतले आणि हृदयाशी घट्ट धरले. त्याने तिला मिठीतून दूर केले व तो तिच्याकडे पाहुन फक्त हसला.

"वेडे, तू तर कायम स्वत:च जीव धोक्यात घालत असतेस." कृतक कोपाने त्याने तिच्या डोक्यावर टप्पल मारली.

"आणि तू सतत माझा जीव वाचवण्यासाठी धडपडत असतोस." लक्ष्मी म्हणाली. "आणि आता तर तू चक्क मगरीला ठार मारलेस?"

"नाही. पूर्ण मारले नाही पण तिला घाबरवून पळवून लावले एवढे." बोलता बोलता तो थांबला आणि त्याने तिच्याकडे प्रेमभरल्या नजरेने पाहिले. "तू इथे येणार आहेस हे मला आधी का नाही कळवलेस?"

"कारण एकतर ते अचानक ठरले आणि तू मला इतर काही विचारण्या अगोदरच सांगते की मी कालच तर शांबलाला परतले आणि आईने मला लागलीच ह्या फालतू कामाला जुंपले," तिने नापसंती दर्शवत म्हटले.

कल्की हसला आणि त्याने झाडावर टांगलेला आपला कुडता ओढून घेतला. त्याने तो अंगात घातला. आणि तो म्हणाला, "तुला काय वाटते? तू शहरात राहतेस म्हणुन तूही त्यांच्यातील एक होऊन गेलीस का?"

लक्ष्मीने पुन्हा नापसंती दर्शवली. "मला तिकडे जाऊन फक्त दोन वर्षे झालीत. आणि तू तुझ्या स्वत:कडे पाहा...तू किती बदललायस ते."

"दोन वर्षे हा खूप मोठा कालावधी आहे. आणि माझी जिवलग मैत्रीण मात्र दोन दोन महिन्यात एक पत्र पाठवत असते. काहीवेळा तर तेही नाही."

"मी माझ्या अभ्यासात मग्न होते आणि तू इकडे स्वत:चे शरीर कमवत बसला होतास."

"अग, मी गावातील काहीतरी थातूरमातूर कामे हुडकण्यापेक्षा शरीर कमवत होतो. वजने उचलत होतो आणि थोडेफार पैसे कमावत होतो. पण ह्यातले माझ्या आई-वडिलांना काहीही सांगू नकोस." त्याने बाहुंचे स्नायु वाकवले. "मत्प्रिये, मी छान दिसतो हे मला माहीत आहे. आता माझ्याकडे टक लावून पाहू नकोस, ते बरे नाही दिसत."

"ओह, जाऊ दे, जाऊ दे, इन्द्रगडमध्ये असे अनेक सुंदर पुरुष जागोजागी आहेत...मुख्यत:...ते बघ..." ती पुढे बोलू लागली. तिच्या चेहऱ्यावर त्या हल्ल्यामुळे रागाची छटा पसरली होता तसेच तिचे कपडेही खराब झाले होते. "ते सैनिक. तेसुद्धा किती देखणे दिसत आहेत."

"ओह, देखणे, हं?"

ती तिथून वळून जायला निघाली. तेवढया कल्की तिच्या वाटेत येऊन उभा राहिला आणि तेही अगदी तिला खेटून. त्याने तिच्या कमरेभोवती हात घातला आणि तिला कवेत घट्ट धरले. तिचे सर्वांग अनामिक भीतीने थरथरू लागले.

"ते देखणे आहेत, हं?"

"हो आहेतच."

"तू त्या शहरात आणखी काय शिकलीस? आणि काय काय पाहिलेस?" तो आता तिच्या इतक्या जवळ आला होता की त्याच्या श्वासाला येणारा सुवासिक वास तिच्या नाकापाशी रुंजी घालू लागला होता.

त्याने तसे धरलेले तिला जरी आवडत होते, तरी तिने त्याला गमतीने दूर ढकलले आणि ती म्हणाली, "आणि मी हेही शिकल्येय की माझ्या परवानगीशिवाय तू मला स्पर्शही करू शकत नाहीस."

"परवानगी?"

"हो, माझी या गोष्टीला मान्यता घ्यायला हवी." ती एकदम घाईघाईने म्हणाली, आणि ती मागे वळून गावाच्या दिशेने जाऊ लागली.

"मला माफ कर. पुढच्या वेळेपासून मी नक्की तुझी परवानगी घेईन."

"आता मी तुला माफ करतेय. माझे प्राण व मुख्यत: कपडे खराब होण्यापासून वाचवलेस म्हणून."

कल्की हसला आणि स्वत:ची पाठ खिन्नपणे खाजवू लागला.

"आता तू माझ्या घरी चल. तुझ्या जखमांमधून रक्त येतंय. त्याला

मलमपट्टी करू या." त्याच्या पांढऱ्या कुडत्यामधून लाल डाग दिसत होते, त्यावर नजर टाकून ती म्हणाली.

कल्कीने नि:श्वास सोडला आणि तो तिच्यामागून चालू लागला.

9

“दादा...दादा...”

त्याला अस्पष्ट अशा हाका ऐकू आल्या, तेव्हा तो डोळे उघडतच होता. त्याच्या डोळ्यांपुढे एकदम अंधारी आली त्यामुळे क्षणभर त्याला काही दिसेनासे झाले. मग हळूहळू त्याला दिसू लागले. दुरुक्ती त्याच्या चेहऱ्यावर ओणवी होऊन बघत होती. त्याची ही अवस्था पाहून तिचा चेहरा पिळवटून गेला होता.

“दादा?”

“अं, काय ग?” कली हळूहळू उठत म्हणाला. तो उभासुद्धा राहू शकत नव्हता. तो एकाच जागी खिळून होता. “ओह, मला माफ कर...”

दुरुक्ती त्याला मदत करत होती तेव्हाच त्याचे लक्ष त्याच्याच मदतीसाठी उभ्या असलेल्या खोलीतील दोन सैनिकांवर गेले. त्याने खूण करताच ते दोघे ताबडतोब बाहेर निघून गेले. तो लटपटत पलंगापाशी आला व त्यावर बसला.

“तुला कशामुळे चक्कर आली असे वाटतेय?”

कलीने नकारार्थी मान हलवली. त्याला चक्कर का आली याचे कारण त्यालाही माहीत नव्हते. त्याच्या डोळ्यापुढे अंधारी येईस्तोवर त्याला खोकल्याची ढास लागली.

“तुझ्या न जाण्यामुळे सल्लागार समितीची बैठक अजून सुरू झालेली नाही.”

कलीने दुरुक्तीकडे पाहिले. त्या जळत असलेल्या गावातून तिला वाचवले तेव्हा ती किती लहान होती असे त्याच्या मनात आले. तान्हं मूल हातात कवटाळलेल्या पोराचे हइय आजतागायत त्याच्या नजरेसमोरून

हलत नाही. त्याने बघितलेल्या त्या भयंकर दृष्याबद्दल तो बोलायला धजत नव्हता. आता ती एखाद्या उत्फुल्ल फुलाप्रमाणे सुंदर आणि मोहक दिसत तर होतीच पण त्याचबरोबर तिला एक सुंदर मनही मिळाले होते. तिच्या गुडघ्यापर्यंतच्या केसाची, आकर्षक मोहमयी वेणी तिने घातली होती. फक्त त्यांच्याच जमातीत असे केस जन्मजात असत. तिचे डोळे मात्र थेट कलीसारखेच होते. सोनेरी.

"छान, बरे झाले."

"तू आजारी दिसतोयस"

"कदाचित तू म्हणतेस ते बरोबर असेल. मी भविष्यकाळाकडे नजर ठेवून आहे आणि...माझी फुफ्फुसे मात्र त्रास देताहेत."

दुरुक्ती त्याच्या बाजूला बसली आणि तिने तिच्या हाताचा तळवा त्याच्या छातीवर ठेवला. ती त्याच्या हृदयाचे ठोके तपासून पाहू लागली.

"हृदयाचे ठोके तर खूपच जलद चालले आहेत."

"हो, मलाही निघाले पाहिजे."

दुरुक्तीने दुजोरा दिला. "काळजी घे, दादा. मी तुला बैठकीच्या ठिकाणी भेटतेच." तिने त्याच्या गालाचे चुंबन घेतले आणि तीही बाहेर पडली.

तो चमकत्या पितळी पाटीजवळ गेला आणि त्यात तो स्वत:ला निरखू लागला. आणि मग त्याने कपडे घालायला सुरूवात केली. त्याला अस्त्रांची घृणा असल्याने तो स्वत:जवळ कुठलेही हत्यार बाळगत नसे. ते वापरणे फारच हिंस्रपणाचे आहे असे त्याचे मत होते.

कपडे घालून तो बाहेर पडला आणि बैठकीच्या खोलीकडे जाऊ लागला. तो राजगडच्या जंगलातील भूलभुलैयात पोचला. पोलीस ठाण्याहून पुढे गेल्यावर पुतळ्याकडे जाणाऱ्या मोकळ्या जागेत तो पोचला. साऱ्या भिंती चकचकीत दगडापासून बनवल्या होत्या. त्यामुळे त्या मजबूत आणि गडद होत्या. त्यांची ऊंची गगनाला भिडत होती. तिथे असलेल्या सैनिकांची नजर बहिरी ससाण्याप्रमाणे प्रत्येकावर रोखलेली होती. भीती वाटावी अशा पद्धतीने ते आपआपल्या शस्त्रानिशी उभे होते. इलावर्तीच्या इतर शहरांप्रमाणे इंद्रगडच्या इमारती उंच नव्हत्या, उलट त्या बहुतांशी खुल्या आणि आकाशाची मजा अनुभवायला मिळतील अशा होत्या.

त्याने त्या खोलीत प्रवेश केला. खरंतर ती खोली चार वृक्षांच्या मध्ये खुल्या पटांगणात होती. तीमध्ये एक मोठे गोल टेबल होते. त्याभवताली मिश्र धातूंची सिंहासने होती.

वेदान्त आपल्या दोन सैनिकांसोबत होता, तर कुवेरा, रक्तपा आणि वासुकी कलीची वाट बघत बसले होते हे कलीने पाहिले.

"मित्रांनो, मला उशीर झाला याबद्दल मला माफ करा."

"आजच्या ह्या महत्त्वाच्या दिवशी तरी तू उशीर करायला नको होतास." वासुकी तक्रारदर्शक स्वरात म्हणाला.

"माझ्या तब्येतीने मला जरा त्रास दिलाय." त्याची नजर त्याच्या सिंहासनाकडे जाणाऱ्या दुरुक्तीवर स्थिर झाली. ती कोको आणि विकोकोच्या बाजूला उभी राहिली. त्या दोघांच्या अंगावर नेहमीची रक्ताने माखलेली हत्यारे होती.

कली खुर्चीवर बसला आणि त्याने प्रत्येकाकडे पाहिले. "मग आपण बैठक सुरू करू या नं?"

"ते तूच ठरव. नाहीतरी प्रत्येक गोष्ट तुझ्या मर्जीनेच होतीय." वेदान्त खरेतर मुद्दा सोडून बोलला.

"चला, कुणालातरी हे खटकतंय तर." कुवेरा गमतीने पण उपरोधाने म्हणाला.

"अर्थात. हे मला खट्कतंय. माझी माणसे माझा तिरस्कार करताहेत. ते मला पळपुटा म्हणतात."

"आणि ते लवकरच तुला एक द्रष्टा म्हणून ओळखायला लागतील." कली म्हणाला. "तुझ्या मंत्रिमंडळात वासुकीला समाविष्ट केल्यामुळे तुझ्या राज्यकारभारात चांगल्या मंत्र्यांची वाढ होणार आहे. मुख्यत: पूर्वेकडून व पश्चिमेकडून होणाऱ्या हल्ल्यांविरुद्ध त्यांचा चांगला उपयोग होईल. रक्तपामुळे तुझी सेना आणखी मजबूत होईल, आणि कुवेरामुळे तुझा व्यापार उदीम दसपट वाढेल. आज तुला ही एक आपत्ती वाटत असेल पण उद्या ते तुझ्या राज्याच्या दृष्टीने चांगलेच ठरणार आहे."

कुवेराने मान डोलवली. "होय महाराज. तुम्हाला माझा पूर्ण पाठिंबा असेल."

वेदान्त आतल्या आत गुरगुरत राहिला.

कोको करारमदाराचे कागदपत्र घेऊन आला व त्याने ते टेबलवर सरळ पसरले तसे कलीने कोकोकडे पाहिले. "हा तहनामा इंद्रगडमधील आमच्या कायदेतज्ज्ञांनी तयार केला आहे. आता आपण त्यावर सह्या करण्याची वेळ आली आहे जेणेकरून त्याला वैधता प्राप्त होईल."

"दक्षिणी लोक माझ्यावर हसत असतील." वेदान्त दातओठ म्हणाला.

दक्षिणी दक्षिणेकडचे राजे होते जसे उदयाज इलावर्तीच्या उत्तरेकडील राजे होते. उदयाज इन्द्रगडसारख्या शहरांवर नियंत्रण ठेवून होते आणि आता, कलीने ते सर्व जिंकले होते आणि त्यासाठीच त्याने उत्तरेत तह घडवून आणला होता.

"दक्षिणी लोक हा माझा अडथळा नाहीच आहे. त्यांच्याकडे त्यांची स्वत:ची नौदल व्यवस्था आहे. आणि ईलमबरोबर त्यांचे वेगळे संबंधही आहेत." तो भरभराट पावलेल्या राक्षस लोकांनी भरलेल्या बेटासंबंधी बोलत होता. राक्षस हे काळ्या कातडीचे आणि चांगले शिकले सवरलेले योद्धे होते. "आपल्यापुढे त्यांचा प्रश्न नाहीय."

"अगदी बरोबर." रक्तपा म्हणाला.

"या शहरातील लोकांना आणि इतरांनाही आधी या नवीन जगाची ओळख होऊ द्या. ते कुठल्याही जातीचे किंवा वर्गाचे का असेनात, इथे प्रत्येक जण समान व एक आदरणीय नागरिक असणार आहे." कली एकनिष्ठपणे वदला. "तसेच सम्राट रक्तपा, मला तुझी अग्निगडमध्ये गरज भासणार आहे. तिथे एक छोटीशी बंडाळी झाली आहे, ती वेळीच शमवली पाहिजे. तू तोपर्यंत तिथेच आहेस तिथेच राहा आणि सम्राट राजाच्या साहाय्याने तिथली परिस्थिति सांभाळ."

"सम्राट कली, आपण जसे म्हणाल तसेच होईल." रक्तपा त्याच्या टोकदार आणि लहानशा सुळ्यातून हसला.

"मग आता आपण पुढे जाऊ या?"

वेदान्त सोडून सर्वांनी होकार दिला. त्याने नाइलाजाने मान डोलवली. कली सहजपणे टेबलपाशी आला व त्याने आपली लेखणी शाईत बुडवली आणि त्या कागदावर सही केली. मग कुवेराने, त्यानंतर रक्तपाने, मग वासुकीने आणि सरते शेवटी वेदान्तने निरुपायाने सही केली. तो सोपस्कार झाल्यावर कलीने तो कागद कोकोकडे देऊन तो सुरक्षित ठिकाणी ठेवायला सांगितले.

"आता पहिले काम म्हणजे आपण आता नवीन किल्ले बांधूया. म्हणजेच आपल्याला सम्राट वेदांतची माणसे त्या कामाकरिता लागतील. कुवेरा रस्त्यावरील बाजाराची देखभाल करेल." कुवेराने या प्रस्तावाला नम्रपणे मान डोलवली. "वासुकीची माणसे नाट्यगृह, इतर सटरफटर कामे व शस्त्रागार सांभाळतील. राज्याचे खाजगी सैन्यदलाकडे तक्षकाला लक्ष्य द्यायला सांग."

"माझ्या अधिकाऱ्यांचे कसे काय?" मानवांच्या राजाने आश्चर्याने विचारले.

"खरे सांगायचे तर, राजा वेदान्त, मला ते तितकेसे पात्र वाटत नाहीत."

तेदांतचे डोळे गरगरा फिरले.

"आपण त्या गावांचे काय ठरवले आहे? त्यांच्यावरील करांचा बोजा आपण नष्ट करणार आहोत का?"

"आपला खजिना जवळ जवळ रिकामा झालेला आहे आणि वाहतुकीच्या समस्यांमुळे तो पुन्हा भरण्याचे वचन कुवेरा पाळू शकलेला नाही. त्यामुळे अजून काही काळ तरी आपल्याला करांचा भार कमी करता येणार नाही. तो चालूच ठेवावा लागेल."

"शेतकरी हा इंद्रगडचा कणा आहे, मुख्य आधार आहे,. त्यांच्यावर जर आणखी करांचा भार लादला तर ते योग्य होणार नाही. तो एक प्रकारचा अन्यायच होईल." वेदांतने निषेध नोंदवला.

कलीने त्याच्याकडे धारदार नजरेने बघितले. "राजे, मला त्याची अजिबात पर्वा नाही. या शहराचा कारभार, इथली व्यवस्था पाहण्यासाठी, आणि विशेषत: आपल्याला जे नवीन शस्त्रसज्ज किल्ले बांधायचे आहेत त्यासाठी आपल्याला आणखी पैशांची गरज लागणार आहे."

"तो म्हणतो ते अगदी खरे आहे, योग्य आहे." कुवेरा बोलू लागला. "पण ते सर्व बघण्याचा, करण्याचा बहुमान मिळणारी नशीबवान व्यक्ति कोण आहे?"

"ती व्यक्ति तू नक्कीच नाहीस." वासुकी हसून म्हणाला.

कुवेराच्या कपाळाला आठ्या पडल्या. त्या दोघातील विळया-भोपळ्याचे नाते कली जाणून होता. पण त्याने वेळीच त्या दोघांना आपल्या धोरणात्मक घोषणेने शांत केले.

"माझी बहीण, दुरुक्ती हे असे प्रश्न हाताळायला समर्थ आहे. तिला योग्य वाटेल त्या वेळी ती याचा समाचार घेईल."

"मग *मी* काय करायचे आहे?" वेदान्तने प्रश्न फेकला.

टेबलवर पाडलेल्या कागदांवर कलीने नजर फिरवली. त्यातील एक कागद त्याने काढला.

"तुझ्यावर सगळ्यात महत्त्वाची कामगिरी सोपवायची आहे. तुझा रथ घेऊन तू आणि तुझी माणसे सर्व शहरभर फिरा आणि तू आमच्याशी

केलेला हा तह शहरासाठी किती महत्त्वाचा आहे आणि भविष्यात त्यामुळे आपल्या इंद्रगड या अविकसित शहराची कशी भरभराट होणार आहे हे लोकांच्या मनावर बिंबवायचे आहे."

"म्हणजे तुझे असे म्हणणे आहे का, की मी त्यांना चक्क खोटे सांगू?"

"या सर्वांकडे बघण्याचा हाही एक दृष्टिकोन आहे आणि याला एक दुसराही पैलू आहे ज्यायोगे तू लोकांना हे पटवून देऊ शकशील की तुझा आम्ही पराभव केलेला नाही,...खरे तर तो आम्ही केला आहेच...तर तो पुढे दिसत असतानादेखील तू स्वतःचा विचार बाजूला ठेवून सर्वप्रथम इतर सर्व लोकांचा विचार आधी केलास हे तुला त्यांना दाखवता येईल. तू अजूनही त्यांचा पालनकर्ता राजा आहेस हेही तुला त्यांना पटवता येईल. तू भविष्याचा विचार केलास. ते तुझा तिरस्कार करणार नाहीत यासाठी मी काहीतरी केले पाहिजे असे तुला वाटत होतेच. तू त्यांच्यासमोर जाऊन त्यांना ह्या चांगल्या गोष्टींचे वचन देणे हीच माझी तुझ्याकडून अपेक्षा आहे."

वेदान्त रागाने फणफणत होता आणि त्याचे डोळे रक्ताळले होते. पण तो काहीही बोलला नाही. त्याने फक्त स्वतःच्या हाताच्या मुठी वळल्या आणि कली हसत त्याकडे बघत राहिला. *मी याहून आणखी काय काय सहन करायचे आहे?*

कलीच्या छातीत जळजळ होत होती पण त्याने तिकडे दुर्लक्ष केले. त्याने हसण्याचा प्रयत्न केला आणि ती बैठक संपवताना तो म्हणाला, "मी आता राजवाड्यामध्ये व शहराच्या इतर नागरिकांसाठी एक जंगी मेजवानी देऊ इच्छितोय, तीसुद्ध अगदी कमी पैशात, प्रत्येकासाठी फक्त एक चांदीचे नाणे एवढेच मुल्य आकारून. ते छान होईल." तो बोलायचे थांबला. त्याच्या छातीत पुन्हा आग होऊ लागली, "आपल्या सगळ्यांपुढे असलेल्या उज्ज्वल भवितव्यासाठी."

"हुरेरे!" एका व्यक्तिशिवाय सर्वांनी पुकारा केला.

10

शाम्बलाच्या सोमा गुहेतून आणलेल्या औषधी पानांच्या साहाय्याने कल्कीच्या जखमा व व्रण भरत आले होते. या गुप्त पर्वतांवरील गुप्त जागेत आणि गावापासून सहसा न दिसणाऱ्या बाजूलाच होत्या. कल्कीने असे ऐकले होते की त्यांच्या आत सोमरसाचे गुप्त साठे होते. त्यांना गावकरी 'देवाचे देणे' असे म्हणत. एका दंतकथेनुसार वरुण देव, म्हणजे देवांचा देव सम्राट इंद्र हा या इंद्रगडाच्या परिसरात राहत होता. आणि त्यानेच त्याचे स्वर्गातील दास - गंधर्व, यांना इलावर्तीतील मानवांना मदत व्हावी म्हणून हया औषधी वनस्पतीचा प्रसार करायला लावला होता. आतापावेतो हा एवढाच एकमेव संग्रह आढळला होता.

मात्र जे लोक फक्त विज्ञानावर विश्वास ठेवत त्यांच्या मते सोम गुहा म्हणजे चमकणारे निळे दगड होते जे प्रचंड तापमान व दबावामुळे तसे झाले होते, दुसरे काहीही नाही. त्यात जादू/रहस्य काहीही नव्हते.

बऱ्याच लोकांनी त्या दगडातून रस तयार करण्याचा प्रयत्न केला होता, पण बरेचसे लोक अयशस्वीच झाले होते. जे थोडे जण यशस्वी झाले ते एकतर अमर झाले किंवा त्यांना वेड तरी लागले अशाच स्वरुपाच्या कथा होत्या. परंतु सध्या मात्र, भूकंपामुळे त्या गुहांवर मोठमोठे खडक पडल्यामुळे त्या बंदच झाल्या होत्या. परंतु गावकरी त्याच्या आसपास मिळणाऱ्या जडी-बुटी गोळा करुन त्या वापरत असत. सोमगुहा किंवा ज्यांना इंद्रवन नावाने लौकिक प्राप्त झालेला होता त्या जागेला पवित्र मानले जायचे, त्यांची पूजा व्हायची कारण लोकांची अशी समजूत होती की इथेच सम्राट इंद्राचे शेवटपर्यंत वास्तव्य होते व इथूनच शेवटी त्यांनी स्वर्गारोहण केले. या गुहांना मोठे पावित्र्य प्राप्त झाले होते.

त्याबद्दल भीतीही वाटायची आणि त्याच वेळी जेव्हा सणासुदीचे दिवस असत तेव्हा त्यांना भव्य स्वरुप प्राप्त होई.

"या सर्व प्राण्यांशी तू हातात कोणतेही शस्त्र न घेता लढत होतास. यावर माझा अजूनही विश्वास बसत नाहीये." लक्ष्मी स्वत:शी बोलत होती. त्याच वेळी ती त्याच्या जखमांवर त्या वनस्पतीच्या मलमाने मसाजही करत होती.

कल्कीला त्याच्या आत वसलेल्या शक्तीचा अंदाज वयाच्या नवव्या वर्षीच आला होता. तेव्हा तो विषारी साप सहज पकडत असे व त्या सापाचा जीव जाईस्तोवर त्याला घट्ट दाबत असे. आपण इतर मुलांसारखे नाही हे त्याने केव्हाच जाणले होते. त्याच्यात अविश्वसनीय वाटावी अशी शक्ती होती. त्याची त्वचा जखमांना रोखू शकत नव्हती पण त्याची मजबुती तसे करू शकत होती. शहरातल्या कुठल्याही शिपायापेक्षा त्याची शक्ती जास्त होती. ती जवळजवळ राक्षसाप्रमाणेच होती अशी त्याची कल्पना होती. मुख्यत: त्याचे वडील विष्णुयथ यांनी त्याला एकदा जवळ बसवले आणि तो तसा का होता हे समजावून सांगितले तेव्हापासून तो खूप नम्र-विनयशील झाला.

"काही लोक जन्मत:च महान असतात आणि काहीजण नंतर मोठे होतात. तुझ्यात त्या दोन्ही गोष्टी आहेत. म्हणून त्यांचा शहाणपणाने उपयोग कर. पण हे गुपित कोणालाही सांगू नकोस. कारण बऱ्याच जणांना तुझी पात्रता/तुझी ताकद कळणारच नाही आणि त्यामुळे तुझ्यातील अव्यक्त सामर्थ्याला घाबरतील."

"परंतु मी असा का आहे?"

आता काय सांगावे, कुठल्या शब्दात सांगावे या विचाराने त्याने जमिनीकडे नजर रोखली. "मला जर या प्रश्नाचे उत्तर माहीत असते तर मी तुला सांगितले असते. पण तुला सगळ्यात काळजी घ्यायचीय, ती ही की, तुझी सारी शक्ती चांगल्या कामासाठीच वापर, बाळ, ही एवढी शक्ती मिळण्यासाठी त्याची तेवढीच किंमत मोजावी लागते. तुला ती कधीकाळी मोजावी लागेल पण तोपर्यंत ह्या शक्तीचा वापर दुसऱ्याला मदत करण्यासाठीच कर."

कल्कीला त्या प्रश्नाचे उत्तर त्या वेळी मिळाले नाही. ही वस्तुस्थिती त्याने आपली आई व भावापासून लपवून ठेवली होती. पण लक्ष्मीने त्याला मोठा खडक सहजगत्या उचललेला पाहिल्यामुळे तिच्यापासून मात्र

ही गोष्ट लपून राहिली नाही. त्याने तिला हे सांगितले त्यावर ती त्याला म्हणाली की, “तू कदाचित देवपुत्र असशील.”

कल्कीने तिचे म्हणणे ताडकन उडवून लावले. “मला हे माहीत आहे की माझे वडील कोणी देव नाहीत. ते साधे गवळी आहेत. कदाचित ते गायींचे देव असतील.”

“दुधाचे देव?”

मग ते दोघेही त्यावर हसले होते. परंतु दोघेही गोंधळून गेले होते. कल्कीला जाणीव झाली होती की त्याला एक मैत्रीण मिळाली होती, आणि ती मैत्रीण तो कोण आहे यावरून त्याला पारखणार नव्हती, त्यावरून त्याच्याशी मैत्री करणार नव्हती.

“माझ्यात एवढी शक्ती कुठून आली आहे याचे उत्तर अद्याप तुला मिळालेले नाही, बरोबर ना?” त्याने विचारले.

“जुन्या इतिहासाच्या पुस्तकात तू मला त्याचे उत्तर शोधायला सांगितले होतेस...”

“किंवा शास्त्राच्या पुस्तकात..”

“हो, पण मला अद्याप कुठ्लेही ठोस उत्तर सापडलेले नाही. कदाचित काही गोष्टी अशा असतात की ज्यांची उत्तरे आवश्यक वाटत नाहीत किंवा ती मिळायला वेळही लागू शकतो. तुझ्याकडे जी शक्ती आहे त्याबद्दल लवकरच कळेलही. तुला त्यासाठी वाट बघायला हवी.” ती बोलायची थांबली. “तुला इथे काही शोध लागला का?”

“छे. इतर सगळ्या जागा सोडून इथे? इथे तशी कोणतीच शक्यता नाही. माझ्या वडिलांना यातून सोडवायचे आहे. मी माझ्या पालकांचे खूप ऋण फेडणे बाकी आहे आणि म्हणूनच मी या शेतांवर अडकून पडलो आहे.”

“ठीक आहे.”

“मला ते जाणून घ्यायचे आहे.” त्याने स्वत:चेच दात आवळून घेतले.

“तुला ते नक्की कळेल, मला खात्री आहे.”

कल्की त्याच्या दिवाणखान्यात लटकविलेल्या चकचकीत पितळी पाटीपाशी आला. त्याने त्याच्या उजव्या बाहूवरील भाजल्याची खूण पाहिली. “हो कदाचित.” त्याला ती भाजल्याची जखम तो लहान असताना झाली होती. “एवढे खंडीभर प्रश्न आहेत पण अगदी कमी उत्तरे आपल्याला मिळतात.”

"तू अजिबात काळजी करू नकोस, आपण ती उत्तरे मिळवू या. मात्र आता फक्त आपण परत कसे जायचे याचा विचार कर."

कल्की हसला. त्याने तिला मिठी मारली आणि तो बाहेर जाऊ लागला. त्याला लक्ष्मीची आई दिसली. तिला त्याने तिथून जाताना हात हलवून निरोप दिला.

तो खूप उशिराच घरी चालला होता. तो आज कामावरही गेला नव्हता. खरंतर अजून सूर्यास्ताला वेळ होता तोपर्यंत शेतावर काही शिल्लक कामे तो करू शकला असता. तो शेताकडे जात असताना त्याने एक खानावळ ओलांडली. तिथे म्हातारा हरमित बसला होता. दारू पिऊन स्वत:शीच अगम्य बडबडत होता. तेवढयात तो झोकांड्या खात जमिनीवरच पडला.

कल्कीने त्याला उठायला मदत केली, तेव्हा त्याने हरमितच्या विलक्षण डोळ्यात बघितले. त्यात त्याला त्याच्या वयाच्या मानाने अधिक बुद्धिमत्तेचे तेज जाणवले.

"मी...मला माफ कर...मित्रा."

"ठीक आहे, ठीक आहे गृहस्था. तू ठीक आहेस ना?"

"मी नेहमीच असतो," तो वेड्यासारखा हसला तेव्हा त्याचे पिवळे दात दिसत होते.

"मग मी जातो तर."

"मित्रा, मी...तुला...तुला मी कुठेतरी पाहिले आहे."

कल्की हसला. "मला तसे वाटत नाही. उलट तुझ्या डोळ्यावरून तू इथला वाटत नाहीस. कदाचित आदिवासींबरोबर आलास का?"

"भविष्याचा जयजयकार असो! बरोबर ना!" तो हसला आणि पुन्हा खाली पडला.

या वेळी कल्कीने त्याला उठवले नाही. तो शेताकडे जाऊ लागला. शेताचे प्रवेशद्वार लाकडी होते. गायी बाहेर पडू नयेत म्हणून उंच कुंपणही घातले होते. शेतावर गाईंच्यासाठी गवताचे भारे होते, त्यामागे गोठे होते. गोठ्यात गाईंना बांधून ठेवले होते. पण आता जमिनीवर रक्ताचे डाग दिसत होते व कुठेही गाई दिसत नव्हत्या. त्यांच्यात जणू काही जीवच नाही अशा अवस्थेत वडिलांच्या हाताखालील लोक तिथेच अस्ताव्यस्त अवस्थेत पडले होते.

नंतर त्याच्या नजरेला तबेल्याजवळ मुसमुसत आणि थरथरपत

बसलेला अर्जन पडला. त्याचे नाक व इतर अवयवही मोडलेले दिसत होते.

"बाबा कुठे आहेत?" त्याने त्याच्या धाकट्या भावाला विचारले.

"त्यांनी...त्यांनी...त्यांना...धरून नेले."

"ते...कोण?"

"म्लेंछ आदिवासी."

"नाही, लुटारू," अर्जनने त्याच्याकडे पाहिले.

11

दुरुक्तीने तिच्या भावाला पलंगावर झोपवले. त्याच्या डोक्याखाली मऊ उशा काळजीपूर्वक ठेवल्या आणि एक मोठे (ब्लँकेट) धाबळी त्याच्या अंगावर पांघरली. मेजवानीचा बेत झाल्यावर काही काळच लोटला होता. किल्ल्याच्या बाहेर अनेक लोकांनी मेजवानीचा आस्वाद घेतला होता.

"तुझी तब्येत आता कशी आहे?"

"ठीक आहे."

"वैद्यांनी तुझ्या घशासाठी माझ्याकडे मध दिला आहे."

"त्याने थंडावा मिळत नाही." तो दुःखदर्शक स्वरात म्हणाला, "तो उपाय अगदी वाईट आहे. मला जेव्हा खोकला येतो तेव्हा माझे सर्वांग दुखते आणि माझ्या सर्व धमन्यातून जळजळ होत राहते,"

कल्की धोरणी, हुषार आणि स्वार्थी अशा गुणांनी बनला आहे हे दुरुक्तीला माहीत होते. परंतु कधीही तक्रारखोर नव्हता. आत्यंतिक बिकट परिस्थितीतही तो धैर्यशील आणि खंबीर राहत असे. आतासारखा वागत नसे. तिने अनेक प्रकारची औषधे, जडीबुटींचा वापर करुन बघितला होता पण कशाकशाचा उपयोग झाला नव्हता.

"वैद्य म्हणत होते की हा रोग युध्दकालीन व पाश्चिमात्यांकडून आला आहे."

"मला त्या वाळूचा उपसर्ग झाला आहे कां? तर मग कोको आणि विकोकोलाही तो रोग का झाला नाही?"

दुरुक्तीने आपल्या हाताखालच्या नोकराणीकडे, सिमरनकडे पाहिले. ती तिच्या मागेच चिंतातूरपणे उभी होती. सिमरन फक्त तिच्या वैयक्तिक बाबींकडेच बघत नसे तर कायम तिच्या बरोबरच राहत असे. तसेच ती

किल्ल्याची व्यवस्थाही पाहत असे. सिमरनकडेही कलीसंबंधात काहीही उत्तर नसल्याने तिने फक्त मान हलवली.

"कदाचित, त्यांच्यात तुझ्याहून जास्त प्रतिकारशक्ती असेल दादा."

"ओह, तसे काही नाही हं. मीसुध्दा त्यांच्याइतकाच तगडा आहे."

"तू तगडा आहेस म्हणून प्रकृतीने धडधाकट असशीलच असे काही नाही."

त्याने स्वत:च्या छातीला थोडा मसाज केला.

"हे राज्य चालवण्यासाठी तुझी तब्येत ठणठणीत असलीच पाहिजे. नाहीतर हे आदिवासी ते बळकावतील आणि तुला जी शांतता प्रस्थापित करायची आहे तिचाही तुझ्याबरोबरच अंत होईल."

"ते काय मला माहीत नाही कां?" तो खोकला आणि थरथरत्या आवाजात म्हणाला. त्याने सिमरनकडे पाहिले आणि मग दुरुक्तीकडे पाहिले. "तुझ्यासाठी तू एक सहचरी हुडकलीस वाटते."

"होना." दुरुक्ती हसली. "खरंतर एक मैत्रीण."

"हो," त्याने सिमरनकडे पुन्हा दृष्टीक्षेप टाकला. "मुली, तुला माहितेय कां, तुझ्या या मालकिणीला मी एका जळत्या गावातून वाचवले आहे. आम्ही एका मोडकळीस आलेल्या झोपडीत होतो आणि मोठ्या मुष्कीलीने आम्ही त्यातून वाचलो आणि बाहेर आलो. ती त्यावेळी अगदी तीन वर्षांची कोवळी पोर होती."

"आणि तू स्वत:ही त्यातून वाचलास," दुरुक्तीने अभिमानाने त्याच्या म्हणण्याला दुजोरा दिला.

सिमरन तिच्या नाजूक आवाजात म्हणाली, "होय महाराज, तुमच्या शौर्याच्या कथा दूरदूरवर पसरल्या आहेत. पण मी एक विचारायचे धारिष्ट्य करू का? ती आग कशाने लागली होती?"

कलीच्या चेहऱ्यावरील हास्य लोपले. दुरूक्ती सिमरनकडे वळली. "ते फारसे महत्त्वाचे नाही. आम्ही भूतकाळाकडे लक्ष देत नाही. फक्त भविष्याकडे पाहतो."

"अगदी खरे आहे," कली मवाळपणे हसला व म्हणाला.

सिमरनने मूकपणे मान डोलावली.

दुरूक्तीने तिच्या भावाच्या कपोलाचे चुंबन घेतले आणि ती बाहेर पडली. तिच्या खोलीत येईपर्यंत ती सिमरनशी काहीच बोलली नाही.

"बाईसाहेब, तुमचे रात्री घालायचे कपडे आणू का?"

"नको आत्ताच नको" खिडकीशेजारी बसत असतानाच तिने आपल्या कानातले दागिने काढले आणि तिने सुस्कारा सोडला. "तू कधीही तो विषय छेडत जाऊ नकोस, सिमरन. महाराज कलींना त्या आगीविषयी बोलायची वेळ आणू नकोस."

"तसे का बरे बाईसाहेब."

"ती बाब कदाचित अगदी निरर्थकही असू शकेल. पण तो असा इतिहास आहे ज्याबद्दल कुणालाही काही माहिती नसावी." दुरूक्ती उच्छवास सोडत म्हणाली "ते असो. आता आपले काही काम शिल्लक आहे का?"

सिमरन त्या पिंगट-तांबुस टेबलजवळ गेली. त्याच्यावर एक जळता दिवा होता. नंतर ज्या वहीत इंद्रगडच्या परिसरातील गावांची नावे लिहीली होती ती घेऊन आली. त्यातून दुरूक्तीला महत्त्वाची वाटत नसलेली नावे सोडत गेली. "जवळजवळ पन्नास गावे इंद्रगडजवळ आहेत. या सर्व गावात नवीन करांची माहिती देणारा शाही फतवा घेऊन आपल्या निरोप्यांना पाठविले पाहिजे. त्यांच्याबरोबर वासुकीच्या पथकातील काही सैनिक पाठवले पाहिजेत म्हणजे जर कुणी बंड केले तर त्यांना काबूत आणता येईल."

"अगदी बरोबर बोललात बाईसाहेब." ती तरुण मदतनीस म्हणाली.

दुरूक्तीने निवडलेली गावांची नावे सिमरनने एका कागदावर लिहिली. त्या गावांपासूनच सुरुवात करायची होती. शांबला हे नाव येताच सिमरन लिहायची थांबली. तिने वर पाहिले व म्हटले, "बाईसाहेब, आपण शांबला म्हणालात का?"

"हो मला वाटतं, मी चुकत नसेन तर तेच मला म्हणायचंय?"

"मला त्या गावाबद्दल काही तरी आठवते आहे; अर्थात ते कितपत सत्य आहे याची मला माहिती नाही."

"असं म्हणतात की, त्या गावावर देवाचा वरदहस्त आहे. तिथे काहीतरी स्वर्गीय असे त्यांनी ठेवले आहे..."

दुरूक्ती वसकन म्हणाली, "मी सोडून गावातल्या सगळ्याच लोकांचा त्यावर विश्वास आहे."

"पण ह्या गोष्टीचा कदाचित तुम्हाला उपयोगच होईल. कारण शांबलातील खडकांमध्ये वैद्यकीय गुण आहेत असे म्हणतात." ती बोलायची थांबली. "माझ्या वडिलांनी मला त्याबाबत सांगितले होते. ते वैद्य होते. त्यांच्या शेवटच्या काळात ते शांबलात राहणाऱ्या एका गरीब गावकऱ्याला

भेटले होते. त्याने वडिलांना सांगितले की, त्याची बायको गरोदरपणाने आजारी झाली आहे. तो आजार इतका दुर्धर आहे की ती कदाचित मरेलही. माझ्या वडिलांकडेही त्या आजारावर कोणताही उपचार नव्हता. तो गावकरी त्या सोमा नावाच्या जादूई खडकांबद्दल काहीतरी पुटपुटला आणि त्याने त्याचा काही उपयोग होईल का असे वडिलांना विचारले. या सगळ्या गावगप्पा आणि दंतकथा आहेत असे सांगून त्यांनी तसे काही नसते असे सांगितले. तो गावकरी निराश होऊन परतला. एका वर्षाने माझ्या वडिलांचे शांबलामध्ये काही काम निघाले म्हणून ते तिथे पोचले आणि योगायोगाने ते त्याच गावकऱ्याला भेटले. त्याच्याबरोबर त्याची बायकोही होती आणि ती आजारी-बिजारी काही नव्हती. प्रत्यक्षात तिला एक मुलगाही होता. वडिलांनी ती कशी काय बरी झाली असे विचारले. तो म्हणाला, त्या गावगप्पा व दंतकथा नव्हत्या." ती बोलायची थांबली.

दुरूक्तीने हे सर्व ऐकले पण तिला ती सर्व एक लहान मुलांची कथित गोष्ट वाटली.

"त्यामुळे सर्व रोग बरे होतात." सिमरनने पुढे म्हटले.

"तो गावकरी कदाचित थापा मारत असेल."

"कदाचित असेल किंवा नसेलही."

"म्हणजे तुमचं असं म्हणणं आहे का की त्या सोम खडकांचा उपयोग कोणीही केलेला नाही कारण ते कुणीही त्यावर विश्वास ठेवत नाहीत?"

"आता तिथे जाताच येत नाहीय. असं माझे वडील तरी म्हणाले कारण तेही तिथे ते खरे की खोटे बघायला गेले होते. पण त्या गुहा बंद केलेल्या आढळल्या. त्यांचा उपयोग केला जाऊ नये असेच कुणाला तरी खचित वाटत असावे."

"मग सखे मला सांग, आपण तरी तिथे कसे पोचणार?"

"आपल्याकडे फौजफाटा आहे. आपण त्यात जाण्यासाठी त्यांचा उपयोग करू शकतो. गावकऱ्यांकडे शिक्षणही नाही आणि तशी तजवीजही नाही, सामर्थ्य नाही. ते खूप वेडगळ समजुती बाळगणारे आहेत." ती बोलायाची थांबली. "सोमा कुठलीही व्याधी किंवा आजार बरा करू शकतो, असे ते समजतात. महाराज कलींसाठी ते योग्य ठरेल का अशी आपली माझी शंका आहे."

"मलाही तसेच वाटतेय." दुरूक्ती त्या चिंतनात गुंग झाली. "ही सर्वच जर गावगप किंवा अफवा ठरली तर?"

"बाईसाहेब, तशा स्वरूपाचा प्रयत्न करून बघायला तर काही हरकत नाही! कारण महाराज कलींची तब्येत दिवसेंदिवस खालावत चालली आहे त्यामुळे आपल्यापुढे दुसरा कुठला उपायही दिसत नाहीय!"

दुरूक्तीने दुजोरा दिला. "हे योग्य आहे, सिमरन. मी त्यावर विचार करते. तो मला आयुष्यभर वाचवत आला आहे." ती थांबली. तिच्या सुंदर पारदर्शी त्वचेवर चंद्राचे कवडसे पडत होते. सुवासिक फुलांचा वास दरवळत होता, घुबडांचा घुत्कार त्या रात्रीचा धुंदपणा वाढवत होता. त्या सर्वांमुळे तिचा निश्चय आणखी दृढ झाला.

"आता मी त्याचा जीव वाचवायची वेळ आली आहे."

12

कल्की जेव्हा जंगलात घुसला तेव्हा त्याने एक लांब बुरखा घातला होता.

पावसाच्या पाण्याचे ओघळ आणि त्यातच मोसंब्यासारख्या फळाच्या येणाऱ्या वासावरूनच कल्कीला आपण एखाद्या अज्ञात जागी आल्याचे जाणवले. वाऱ्याचा स्रोत जोरात अंगावर जाणवत होता. आवाजही खूप रोरावत होता अन गारवाही झोंबत होता. लक्ष्मी, बाला आणि अर्जन बरोबर शेकोटीच्या बाजूला तो बसला होता. त्याने अंगावर भरपूर कपडे घातले होते.

बाला हा कल्कीचा मित्र होता. गदा चालवण्यामध्ये जे पटाईत माहीर होते त्यांच्यापैकीच तो एक होता. म्लेंछांचा पाडाव करण्यात मदत मागण्यासाठी तो जेव्हा बालाकडे आला तेव्हा बाला, त्याच्या खाणावळीत गोंधळ माजवणाऱ्या काही दारूड्यांना ठोकून काढत होता. तो सहा फूट नऊ इंच उंचीचा आणि अर्जन व कल्की या दोघांच्या एकत्रित वजनाहून जास्त आडमाप होता. त्याचा चेहरा काळ्या व घनदाट दाढीने भरलेला होता आणि त्याच्या काळ्या चमकत्या डोळ्यात विलक्षण थंडपणा व भावनाशून्यता होती.

अर्जनकडे बघून कल्कीने विचारले, "ते लोक कसे होते ते सांग बरे."

अर्जनने सांगितले, "ते सर्वजण घोड्यावर आरूढ होते आणि त्यांनी अंगावर काळे कपडे परिधान केले होते. त्यांनी चेहऱ्यावर मुखवटे घातले होते आणि त्यांनी हिंसक हल्ला केला व ज्यांनी त्यांना विरोध केला त्यांना त्यांनी ठार मारले. मी ऐन क्षणी तिथून सुटलो. तसेच माझ्याकडून त्यांना काही धोकाही नव्हता. त्यांच्याकडे शस्त्रेही होती. तरीही आपण

पाहतो तशा साधीसुध्या तलवारी नव्हत्या. त्यांची मूठ नेहमीसारखी होती पण त्याचा पुढील भाग वाकडा होता."

"वाकडी तलवार," लक्ष्मीने उत्तर दिले.

"वाकडी काय?" बालाने डोके खाजवत म्हणाला.

"दक्षिणी लोक वापरतात तसे उलट्या बाजूने वार करता येईल अशी तलवार. एक घाव आणि हाडाचा खातमा."

"हाडांचा...तू म्हणालास? मला त्यात थोडे तथ्य वाटते आहे, मी सांगतो."

"आपल्याला अगदी सावधपणाने सर्व करायला हवे." लक्ष्मी पुढे म्हणाली, "गफीळ राहून चालणार नाही. कल्की आणि अर्जनचे वडील त्यांच्या ताब्यात आहेत. आपल्याला अगदी बेमालूमपणे व काळजीपूर्वक सर्व हालचाल केली पाहिजे. त्यातून आपल्याकडे शस्त्रेही नाहीत."

"हॅ!" बाला रेकल्यासारखा आवाज काढत म्हणाला. सावधपणा, बेमालुमपणा हे शब्द त्याच्या गावीही नाहीत असे कल्कीच्या मनात येऊन गेले.

"ते गायी चोरणारे असणार. ते अन्नाच्या शोधात असतील." कल्की म्हणाला. "आदिवासींना आपण थारा दिल्यापासून ते जास्त मुजोर झालेले दिसताहेत."

"नतद्रष्ट बहिष्कृत! ते कुजून-सडून मेले पाहिजेत." बाला उपहासगर्भ शब्दात म्हणाला.

"पण त्यांनी तुझ्या वडिलांना का पळवले असेल? त्यांच्याकडून त्यांना काय हवे आहे?" लक्ष्मीने विचारले.

"त्यांना गायी-गुरांचा सांभाळ करणारा हवा असणार म्हणजे ते मौजमजा करायला मोकळे." अर्जनने उत्तर दिले. "अर्थात असा माझा अंदाज आहे. कारण त्यांचे अपहरण करायला दुसरे कोणतेच 'कारण' मला दिसत नाही."

कल्कीने अर्जनकडे पाहिले, "किती गायींचे ते अपहरण करू शकले?"

"ते मोठ्या तीन गायी घेऊन जाऊ शकले. कारण बाकीच्या सर्व गोठ्यात बंदिस्त होत्या."

कल्कीने मान डोलावली. "आता आपल्याकडे थोडाही वेळच काय तास किंवा दिवसही नाहीत. म्लेंछाचा काही भरवसा नाही."

"त्यांचा शोध कसा करायचा याची पुसटती कल्पनाही आपल्याला नाही." बाला म्हणाला.

“आपण कामांची विभागणी करूया.” कल्कीने सुचविले. “लक्ष्मी आणि मी इंद्रगडच्या बाजूला जातो. घोड्यावरून गेलो तर तो एक दिवसाचा प्रवास आहे. आम्ही तिथून शस्त्रास्त्रे घेऊन येतो. तू आणि अर्जन त्या लुटारूंचा शोध घ्या. पण तुम्ही त्यांना शोधून काढलेत तरी अविचाराने एकदम त्यांच्यावर हल्ला करू नका. नाहीतर तुम्ही काही जिवंत राहत नाही.”

अर्जनने आज्ञाधारकपणे मान डोलावली. “आम्हाला त्यांचा सुगावा लागला तर आम्ही तुम्हाला इशारा करू. त्यावरून तुम्ही समजा की त्याच्या आसपासच ते आहेत.”

कल्कीने आपल्या हुशार भावाची पाठ थोपटली.

“शहरातून आपल्याला शस्त्रांची व्यवस्था कशी काय करता येईल?” लक्ष्मीने वस्तुस्थितीची जाणीव दिली.

“अं!” कल्की खाकरत म्हणाला. “तुझी मावशी तिथे आहे असे तू म्हणाली होतीस, बरोबर? ती सरकारी कार्यालयात काम करते. मग शस्त्रे मिळवण्यात तिची मदत होईल की.”

“बेकायदेशीरपणे तुला तिने शस्त्रे द्यावीत असे तुझे म्हणणे आहे का? छे छे. हे अगदी अशक्यप्राय आहे.”

“अग उधार उसनवार असं म्हणनां. प्लिज.” त्याने आपली बाजू मांडली. “आमच्या वडिलांच्यासाठी गं. अन्यथा मी तशी मागणी अजिबात केली नसती.”

“शस्त्रांचा वापर करण्याऐवजी दुसरा काहीतरी उपाय नक्की असेल.”

“रक्तपाताशिवाय दुसरा उपाय? अजिबात नाही” बाला खदाखदा हसत म्हणाला.

“तुला तुझी ही एवढी मोठी गदा कशी काय व कुठे मिळाली?”

त्याने त्या गदेला आपल्या मुलाप्रमाणे प्रेमाने जवळ घेतले व प्रेमभराने तिचे चुंबन घेत म्हट्ले, “बाबा”.

“त्याचे वडील आणि बाला, हे शस्त्रे बाळगणाऱ्या या गावातील लोकांपैकी एक आहेत. नाहीतर इथे राहणे अशक्य, अतर्क्य आहे.” अर्जन म्हणाला. “लक्ष्मी, मी त्या लोकांना पाहिलंय. शस्त्रविरही तलं अवस्थेत आम्हाला त्यांनी बघितलं तर पापणी लवायच्या आत ते आम्हाला ठार मारतील. आपल्या माणसांना ठार मारताना ते अजिबात दयामाया दाखवत नाहीत. या सर्वात सरपंच काय निर्णय घेतील असा विचार करत

बसलो तर खूप उशीर झालेला असेल. आपल्याला आपली आपण आणि तेही अगदी जलद गतीने कृती केली पाहिजे."

लक्ष्मीने सुस्कारा सोडला व नाईलाजाने रुकार दिला.

13

सेनापती तक्षकाने वासुकी महाराजांच्या खोलीचा दरवाजा ठोठावला. तो संपूर्ण दिवस व रात्र बाहेरच होता पण तरीही आता या अवेळी त्याला बोलावणे पाठवले गेले होते. तो दाराबाहेर ताटकळत उभा असताना त्याला आतून कण्हण्याचा आवाज ऐकू येत होता. वासुकी तीन मुलांचा बाप होता पण त्याला वैवाहिक निष्ठा, विवाहातील निष्ठा इ. शी काहीही देणेघेणे नव्हते. त्यावर त्याचा विश्वासच नव्हता.

विषयसुखापुढे वय-रंगरूप या कशाचाही मुलाहिजा त्याला नव्हता. तह-करारमदार झाल्यापासून उत्तरेकडील सामर्थ्यशाली राज्यात वासुकी एक प्रभावी व बलशाली व्यक्ती म्हणून ओळखला जात होता. सुरुवातीला मानव या शहरांचा कारभारी होता तेव्हा आदिवासी लोकांना बदनाम केले जायचे, त्यांच्यात भेदभाव केला जायचा, त्यांचा उपहास केला जाई, त्यांना भलेबुरे बोल लावले जात. परंतु आता त्यांना खूप आदरपूर्वक वागवले जाते. तक्षक खाणीच्या गावात रस्त्यातून कमल बागेपर्यंत चालत जात असतांना सर्वजण त्याच्याकडे आदरयुक्त दराऱ्याच्या भावनेने बघत होते. आदिवासी आणि एखाद्या राज्याचा संरक्षण प्रमुख? मानवाच्या स्वप्नातही त्याने ही कल्पना केली नव्हती.

त्यांच्यातील बऱ्याच जणांना त्याचा स्वतःचा इतिहास माहीत नव्हता. सर्वनाश झाल्यावर सर्व जगाचेच व्यवहार थांबले, मग प्लेगने सर्व देशात आणि आदिवासींमध्ये हाहाकार उडवून दिला होता. अशावेळी मानव व आदिवासींना एकत्र येऊन काम करणे भाग पडले. प्रत्यक्षात ते दोघेही एकाच नाण्याच्या दोन बाजू होत्या. अंतर्गत राजकारणाच्या दबावामुळे दोघांत वितुष्ट आले व त्यामुळे आदिवासींना स्वतंत्र ओळख

द्यावी लागली. सर्वनाश झाल्यावर शंकर, विष्णु भगवान आणि ब्रम्हदेव ही मानवांची दैवते झाली होती. त्यांनी उच्चवर्णीयांना पाठिंबा दिला तर इतरांनी तसे केले नाही. त्रिमुर्तीला त्यांची काळजी होती म्हणून त्यांनी त्यांना दूर ठेवण्याचे ठरवले. त्यांनी स्वत:ला आदिवासी म्हणायला सुरुवात केली व त्यांनी स्वत:ची वसतिस्थानेदेखील दुसऱ्या भागात नेली. लवकरच त्यांना युद्धाचे दुष्परिणाम लक्षात आले. अशांततेमुळे स्वास्थ्य नाहीसे झाले आणि सततच्या युद्धामुळे आदिवासींचे प्रचंड नुकसानही झाले. स्वार्थीपणा कमी होता गेला. त्यांनी पडीक जागा, थंडगार पर्वतराशी किंवा जंगला आसरा घेतला. बरेचजण भांडतच राहिले तर काहींनी प्रायश्चित्ताचा मार्ग स्विकारला. माकडांची पूजा करणाऱ्या वानरांनी तसे केले तर पिशाचांनी नरमांसभक्षण करायला सुरूवात केली.

आणि आता अनेक वर्षांनी परिस्थिती बदलू लागली होती.

दार उघडले आणि विशीतल्या एका युवतीने प्रवेश केला. ती नग्न अवस्थेत होती. तक्षकाने तिकडे दुर्लक्ष केले. त्याची दृष्टी पांघरूण घेतलेल्या राजा वासुकीवर स्थिर झाली.

"मला माफ करा. मी नंतर येतो."

"कृपया आत या. ती मुलगी निघालीच आहे."

मुलीने होकारार्थी मान डोलावली. तिने आपले कपडे परिधान केले व ती झरकन बाहेर पडली.

"काय सुंदर पार्श्वभाग आहे हिचा." वासुकी हसला व त्याने शेजारच्या टेबलवर ठेवलेली दारू एका ग्लासात ओतून घेतली. तिथेच दारूची बाटली व दारूचे ग्लास ठेवले होते. "ह्या गावातील मानवांच्या मुलिंमध्ये काहीतरी 'खास' आहे. त्या बेबंद/स्वैर आहेत."

"होय महाराज, ते खरेच असणार." तक्षकचा चेहरा निर्विकार होता. त्यांना अशा फालतु गोष्टींमध्ये अजिबात रस नसतो. कारण या नागा योध्यांना संस्कृतीची माहिती, ज्ञान आणि शौर्य यांच्या व्यतिरिक्त दुसरे काही आकर्षण नसते. करारीपणा आणि स्वत्वाला त्यांच्यात जास्त महत्त्व असते.

"ओह! तुम्ही जरा भूतकाळात डोकावून पाहा आणि त्यांच्याकडे पाहा. पण तुम्ही तसे करू शकणार नाही कारण माझ्यासाठी तुम्ही खूप मोठी किंमत दिली आहे." त्याने तक्षकाच्या 'खाली' पाहिले. "तसे करताना काही पश्चाताप झाला नाही ना?"

"नाही, अजिबात नाही, महाराज. आपल्या राजासाठी काही करायला मिळणे यातच माझ्या जीवनाची इतिकर्तव्यता आहे."

"छान." तो हसत म्हणाला.

राजा वासुकी मोठा चाणाक्ष आहे हे तक्षकाच्या केव्हाच लक्षात आले होते.

"आपला जाड्या मित्र काय म्हणतोय?"

"त्याला कसलीही शंका आलेली नाही महाराज," कुवेराबद्दल तो बोलत होता. तो अत्यंत नीच माणूस व यक्षांचा राजा होता. हे यक्ष म्हणजे अत्यंत तापदायक आणि घाणेरडे व्यापारी होते. ते स्वभावाने खूप भयंकर होते. तक्षकाला मानवांपेक्षा यांचा जास्त दु:स्वास, वाटत असे.

"हे छानच झाले. त्याने आपल्याकडून तो मणी चोरला त्या वेळेप्रमाणे त्याची सोबत मला गमवायची नाहीय" तो हसला. "कलीने त्याच्याकडून तो दगड काढून घेतला ते दृश्य किती विलोभनीय होते आणि मी त्याचा द्वेष करत असूनही त्याला कलीने आपल्याशी सख्य करायला लावले. हो, पण हे सर्व आपल्यालाही परिस्थिती बदलण्यासाठी करण्याची गरज होतीच ना! काय?"

"होय महाराज!"

"म्हणून तर मला आता मुख्य विषयाकडे येऊ दे" राजा वासुकी एका विशिष्ट अवस्थेत बसला. नागपुरीमध्ये असलेल्या त्याच्या पुतळ्याप्रमाणे तो बसला होता. "तू आता वेदांतवर लक्ष ठेवून अस. व त्याचा पुढील पवित्रा काय आहे ह्यावर लक्ष ठेव. आपल्या जाड्या मित्राकडे आता नाही बघितलेस तरी चालेल. आपला मुख्य काळजीचा विषय तो नाहीय कारण तो आपल्या विजयाचा आनंद साजरा करण्यात मश्गुल आहे. मानव आता खूप वैतागला आहे, वैफल्यग्रस्त झाला आहे आणि त्याचा फार वाईट परिणाम होऊ शकतो. म्हणून तू फक्त त्याच्या मागावर राहावंस असं मला वाटतेय. तू दोनापेक्षा जास्त लोक बरोबर ठेवू नकोस आणि त्याच्यापासून पन्नास यार्डांवर रहा. तो त्याचा निरुपयोगी असलेला दौरा काढेल. सर्वकाही आलबेल आहे आणि तो स्वत: त्यांना त्यांच्या कुठल्याही अडचणीत त्यांना मदत करायला तयार आहे असे सांगत शहरभर हिंडेल. पण मला खात्री आहे की तो कुणाशी तरी संगनमत करून आपली सत्ता उलथवून देण्यासाठी प्रयत्न करत असणार. परंतु तो त्यात यशस्वी होण्याअगोदरच तू त्या लोकांना विषप्रयोग करून मारून टाकातेस असे

मला वाटते. एकदा का तो आपल्याशी बेईमानी करतोय अशी चिन्हे दिसली की कली त्याचा नक्की खातमा करेल."

"पण महाराज, तो असे का करेल?"

"कारण वेदांत आता उपयुक्त आहे हे कलीला माहीत आहे. शहरात शांतता प्रस्थापित करण्यासाठी अशाच माणसाची आता आवश्यकता आहे. एखादे युद्ध झाल्यानंतर लोकांकडून क्रांतीसदृश हालचाली होणे कोणालाच नको असते. काय? मी बरोबर म्हणतोय ना?"

"होय महाराज."

"छान, छान." वासुकी हसला. "आता तूच माझा घात करू नकोस माझ्या मित्रा. आताच्या घटकेला माझा फक्त तुझ्यावर भरवसा आहे."

तक्षक हसला. खरंतर वासुकीच्या सैन्यातील तो एक साधा सैनिक होता परंतु त्याने एकट्याने वासुकीच्या बायका-मुलांना त्यांच्या देशात वाचविले होते. त्यामुळे तक्षकाला पदोन्नती मिळाली होती आणि लवकरच सेनापतीच्या पदाचे रूपांतर आणखी जवकिकीत झाले कारण राजा वासुकी त्याच्यासाठी नुसता नेता न राहता आणखी विशेष व्यक्ती झाला.

तक्षकाने मुजरा केला आणि नवीन कामगिरी स्वीकारून तो खोलीच्या बाहेर पडला.

14

सरपंचाच्या घराकडे जाताना कल्कीच्या हनुवटीवरून घामाच्या धारा वाहू लागल्या होत्या. तबेल्याच्या बाहेर त्याला रात्रीच्या वेळी डुलक्या घेत असलेली दोन दणकट माणसे दिसली. कल्कीने दोन घोड्यांना हेरले. अनोळखी माणसांना पाहून घोडी खिंकाळली. कल्कीने त्यांना गप्प केले आणि लक्ष्मीच्या मदतीने त्यांना बाजूला काढण्यात त्याला यश आले. गावचा सरपंचच फक्त घोडे बाळगू शकण्याइतका श्रीमंत होता. घोडे हे बैलांच्या तुलनेत जलद प्रवास करण्यासाठी फायदेशीर होते, आणि त्यांच्या सध्याच्या परिस्थितीत तर नक्कीच.

कल्की एका घोड्यावर चढला तसेच लक्ष्मीही दोन्ही बाजूला पाय सोडून दुसऱ्या घोड्यावर आरूढ झाली. त्याला लक्ष्मीच्या मानाने घोड्यांसंबंधी अगदी कमी माहिती होती. त्यामुळे त्याच्या घोड्यावर ताबा मिळवायला त्याला थोडा वेळ लागला.

"लगामाचा उपयोग कर. त्याच्यावर काबू मिळवण्यासाठी लगाम ओढायला हवा आणि मग ज्या बाजूला जायचंय त्या बाजूकडे त्याला वळव." ती कुजबुजली.

कल्कीने मान डोलावली. त्याला सरपंचाकडील घोडे चोरण्याची कल्पना तितकीशी पसंत नव्हती जो आपल्या खबऱ्यांबरोबर अपरिचित म्लेंच्छाशी कसा काय सामना करायचा याबाबतच्या बैठकीत मश्गुल होता.

त्या बळकट माणसांना ओलांडून त्याने लक्ष्मीला म्हटले की, आपण त्या बैठकीच्या जागेजवळून जाऊ जेणेकरून आपल्याला तिथे काय बोलताहेत ते ऐकू येईल. खूप लोकांचा घोळका ज्यात मुख्यतः पुरुष होते,

ते सर्वजण सरपंच्चाभोवती आपापसात भांडत, हुज्जत घालत पुटपुटत होते असे त्याला थोड्या दूरवरून दिसले.

कल्कीने वेषपालट केल्यामुळे तो जंगलात आहे हे दिसत नव्हते, नाहीतर गवळ्याचा मुलगा आपले घोडे पळवून नेत आहे हे त्याला दिसले असते.

"आपण आता निघाले पाहिजे." लक्ष्मीचा मागून आवाज आला.

"श्श," कल्कीने आपल्या ओठावर बोट ठेवून खूण केली.

कल्कीने मोठा गोंगाट ऐकला.

"आपला जीव आपण धोक्यात टाकायला नको. आपण जवळच्या गावात पत्र पाठवून तेथील सैनिकांना बोलावून घेऊ."

"आता आपल्याला कोणीही सैन्य पाठवून मदत करणार नाही. मी तर ऐकलंय की येथील जीवन दिवसेंदिवस आणखी खडतर होता जाणार आहे."

"आपणच त्याचा शोध घेऊ या."

"कोणालाही आपली काळजी नाहीय."

गोंगाट वाढतच होता. कुणीतरी तर असेही ऐकले की "ते म्लेंच्छ नव्हते तर दस्तुरखुद्द विष्णूच असेल." "तो केव्हाच स्वतःचा जीव वाचवायला इथे परत आला असावा."

"त्याचे रक्षण करण्याचा काहीच उपयोग नाहीय. कदाचित तो केव्हाच मरणही पावला असेल."

नाही, नाही. कल्कीने स्वतःलाच समजावले. त्याला लुटारूंच्या बाबत सर्व माहिती मिळाली होती. जोपर्यंत एखादा माणूस त्याच्या उपयोगाचा आहे तोपर्यंत ते त्याला ठेवतात, किंबहुना त्याच्या युद्धकलेच्या अभ्यास वर्गात तरी त्याला तसे शिकवण्यात आले होते. तंदुरूस्ती, पाककला आणि शेतीची माहिती देणाऱ्या अभ्यासवर्गापेक्षा युद्धकलेचे वर्ग कमी असत. पण ते सर्वांत आवडते व रोचक असत. तो, अर्जन व इतर अनेक विद्यार्थ्यांबरोबर गावापासून दूरवर अगदी एकाकी असलेल्या मंदिरात गुरूकुलात राहत असे. त्यांचे खाणेपिणे, राहणे सर्व तिथेच असे. कल्की सुरूवातीला मारून मुटकून तिथे जात असे पण नंतर विष्णूने त्याला तिथे शिकायला का पाठवले होते ते कळले. कितीही प्रतिकूलता आली तरी त्यातून कसे तगून जायचे हे कळण्यासाठी माणसाने खूप शिकले पाहिजे. त्या शिकवणुकीतूनच त्याला त्याचे शत्रू कसे आहेत याची आता माहिती मिळाली होती.

कल्कीन घोड्याला बरोबर काबूत आणून त्या टेकडीवर गेला. त्याचा बुरखेवजा अंगरखा जंगलाच्या जमिनीवरील झुडूपांना घासला जात होता. तो जसा उघड्यावर आला तसा घोड्याच्या टापांचा आवाज ठरावीक ठेक्यात येऊ लागला. पाचोळ्याच्या आवाजाने तो विचलित झाला नाही. विविध फुलांच्या सुवासाने रात्रीचा माहोल अधिकच धुंद झाला होता.

"तुला शस्त्रांची काय गरज आहे. तू तर एक त्यांना मारायला समर्थ आहेस."

"माझ्या शक्तीबद्दल तुझ्या कल्पना काहीशा अतिशयोक्त आहेत. एखादाच शत्रू पुढे आला तर तू म्हणतेस तसा मी एकटा पुरेसा आहे. परंतु हे अनेक जण आहेत. जेव्हा हिंसेचा प्रश्न येतो तेव्हा माणसे ही सैतानापेक्षाही खतरनाक असतात."

"ठीक. किती जणांना तू 'उसने' घेणार *आहेस?*"

"बाला म्हणाला की तो त्याच्याकडील पाचजण तरी आपल्याला मदतीला देईल. त्यामुळे आपल्या आवश्यकतेपेक्षा अधिक जण आपल्याकडे होतील. तुझ्या बाबत म्हणायचे..."

"मी? मी यायचंय?"

"का, तुला यायचं नाही का?"

"नाही तसं नाही. मुलींनी युद्धात भाग घेतलेला तुला चालत असेल असे मला अजिबात वाटले नव्हते"

कल्कीने डोळे बारीक केले. "का बरं! जर पुरुष लढत असतील तर स्त्रियांनी का नाही लढायचे?" तिच्या ते पचनी पडेस्तोवर तो गप्प बसला.

"म्हणजे तिथून खूप मोठी लूट लुटून आणायचा तुझा बेत दिसतोय?"

"कदाचित!" कल्कीने मान डोलावली. पण या झटापटीत शस्त्रे चालवण्याबाबत तो जरा साशंक होता.

"एखाद्या अकस्मात लढाईत, कोण कसा वाचेल असे मला वाटते कारण हे गाव संरक्षणाबाबत अगदीच तयार नाहीय याचे मला वाईट वाटते." ती बोलायची थांबली. आणि स्वत:च्या प्रश्नाला उत्तर देऊ लागली. "ते स्वसंरक्षण करू शकणार नाहीत. बाहेरच्या जगापासून ते खूपच वंचित आहेत. खूप साधे. भोळे आहेत. आपण किती अनिश्चित आणि कठीण प्रसंगातून जातोय, याची त्यांना अजिबात कल्पना नाहीय."

कल्कीला तिचे म्हणणे पटले.

तो पुढे जात होता पण त्याचे मन शांततेत आणि त्या कंटाळवाण्या

प्रवासातही विचारात मग्न होते. त्याच्या मनात कितीतरी वेगवेगळ्या शक्यतांचा कल्लोळ उठला होता. त्याचे मन भरून गेले होते. त्याला त्या खेड्यात डांबून ठेवल्यामुळे त्याने आपल्या वडिलांना अनेक वेळा दोष दिला होता. पण आज ते धोकादायक परिस्थितीत होते आणि म्हणून त्याला आपण दोषी आहोत असे वाटू लागले. त्याचे वडील खूप हुशार होते त्यामुळे त्याला भीती वाटत नव्हती पण आपण त्यांना नेहमी नाही नाही ते बोललो म्हणून अपराधी वाटत होते. ह्या अपराधीपणामुळे तो दुःखाच्या गर्तेत अडकला होता. गेल्या वेळेस अर्जनने विषारी फळं खाल्ली आणि तो आजारी पडला होता, त्यावेळी जसे वाटले होते तसे त्याला वाटत होते. त्या वेळी कल्कीने त्याची जिवापाड काळजी घेतली होती. अर्जनला रोज दवाखान्यात नेऊन औषध पाजणे व विविध मसाज करणे हे सर्व त्याने केले होते, अगदी मनापासून.

त्याच्या ह्या अमानुष शक्तीच्या मागील सत्य आपल्या वडिलांना माहीत नाही या गोष्टीचा त्याला भयंकर संताप येत असे आणि त्याचा भाऊ अर्जन हा अभ्यासू, विवेकी आणि त्याच्याहून चांगला आहे हे कळले तेव्हाही त्याला संताप आला होता. त्याच्यावर मात्र सगळे हसत असत. विष्णूवर राग असण्याची अशी सारी कारणे होती पण त्याला आता दुःख होत होते. त्याचा वियोग आता त्याच्या सहन करण्यापलीकडे गेला होता. तो सुखरूपपणे परत येणे हीच एकमेव गोष्ट आता त्याला हवी होती.

"काय? तू ठीक आहेस ना?" लक्ष्मीने सौम्यपणे विचारले.

त्याने पुढील रस्त्याकडे पाहिले. तो पूर्ण निर्मनुष्य होता. खूप दूरपर्यंत, जिथे जमीन क्षितिजाला टेकत होती, दोन्ही बाजूंना घनदाट जंगले होती आणि ते सर्व एका ठिकाणी एकत्र आल्यासारखे वाटत होते. "नाही, नाही. मला अजिबात बरे वाटत नाहीय."

15

“आपण कुठे चाललो आहोत, मित्रा?” बालाने विचारले.

अर्जनने त्याकडे दुर्लक्ष केले. तो जिथे रहात होता त्या झोपडीपर्यंत आला होता. काजळीने धुरकटलेल्या खिडकीमधून त्याच्ला, विचारात गुंग झालेली स्वयंपाकघरात बसलेली त्याची आई दिसली.

“आपण त्या अपहरणकर्त्यांना शोधायची अपेक्षा आहे,” बाला रागीट आवाजात म्हणाला.

“मला माझ्या आईला भेटून येऊ दे,” तो म्हणाला. “तू इथेच थांब.”

ते जड दार उघडून अर्जन आत गेला. त्याची आई एकदम उठून उभी राहिली. तिची चिंता कमी झाल्यासारखी वाटत होती. तिने त्याला जवळ घेतले आणि विचारले, “तुझ्या वडिलांची काही खबरबात समजली का? त्यांच्या सुटकेसाठी एखादी तुकडी पाठवली जातीय का?”

ते लोक मदत करणार आहेत आणि गावकऱ्यांना शोधमोहीम काढण्याकरता पटवून देण्यात येत आहे. विष्णु समाजाच्या दृष्टीने फार महत्वाची व्यक्ती आहे, त्यामुळे ते हे सर्व करणार आहेत असे खोटेच सांगायला कल्कीने सांगितले होते.

“होय आम्ही प्रयत्न करत आहोत. आणि अजूनही प्रयत्न करतोय.”

“कल्की अजून तिकडेच आहे का?”

“हो.” त्याने पुन्हा खोटे सांगितले. आपल्या साध्याभोळ्या आईशी खोटे बोलणे त्याला मनापासून आवडत नव्हते. पण एक पूर्ण दिवसाचा प्रवास करून कल्की शहरात गेला आहे हे कळले तर तिला प्रचंड दु:ख होईल हे त्याला माहीत होते. “आम्ही त्याचीच वाट बाहेर बघत आहोत हेच तुला सांगायचे होते.”

तिने स्वत:चे दात आवळून घेतले.

"आई, आम्हाला अडवू नकोस. काय जे करता येते ते आम्हाला करू दे" त्याच्या हाताची बोटे हे सांगताना कापत होती. आतापर्यंत कधीही भ्यायला नव्हता एवढा तो आता घाबरला होता.

"जरा थांब," ती म्हणाली आणि आतल्या खोलीत परतली.

अर्जनने पिण्यासाठी पाणी ओतले व तो थांबला. त्याचे पाणी पिऊन होईस्तवर आई आतून बाहेर आली. पण या वेळी तिच्या हातात एक कोयता होता.

"याचा वापर कर."

"काय? नाही, नाही."

"तुला स्वसंरक्षणासाठी याची गरज आहे कारण तू तिथे बाहेर असशील."

अर्जनने नाखुशीने मान डोलावली. त्याने तो शेतीकरता वापरण्यात येणारा कोयता हाती घेतला तेव्हा त्याला त्याचा जडपणा ध्यानात आला. कारण तो शेतातले पीक काढण्याऐवजी एखाद्याचा खून करण्याकरता वापरायला योग्य होता.

"मी शेतावर काम करायचे तेव्हा तो मला मिळाला होता. तो अगदी उपयुक्त आहे. शेताच्या मालकाने जेव्हा मला त्रास दिला होता तेव्हा त्याचा चेहरा विद्रुप करायला मी याचा वापर केला होता." तिने विकटपणे हसत म्हटले. ती यापूर्वी अशी कधीच वागली नव्हती. परंतु भीती व्यक्तीला त्याच्या वाईट प्रसंगात असे वागायला लावते, असे बोलायला शिकवते.

"तू अगदी योग्य तेच केलेस आई."

तिने त्याच्या गालाला हात लावला आणि ती जवळ आली. तिचे डोळे आग ओकत होते, पण त्यात विजयी छटाही होती. "मला यांचा शोध तू घ्यायला हवा आहेस पण वाहवत जाऊ नकोस. अजून मोठा वीर तू काही नाहीस. तू अजून लहान मुलगाच आहेस. त्यांच्यावर मुर्खासारखा हल्ला करण्यापेक्षा तुला जास्त चाणाक्षपणे वागायला हवे."

"होय, आई."

तिने त्याच्या गालाचा मुका घेतला. "मी देवाची - इंद्रदेवाची करुणा भाकते की त्याने तुला त्याचे वज्र बहाल करावे."

अर्जनचा देवा-बिवावर विश्वास नव्हता पण तरीही त्याने मान

डोलावली, आईचा आशीर्वाद घेऊन तो बाहेर शस्त्रे घेऊन वाट पाहणाऱ्या बालाकडे परतला.

"तू आत काय करत होतास."

"काहीच नाही. चल आपण त्या बैठकीला जाऊ या."

"मला वाटलं की आपण लुटारूंचा माग काढणार आहोत."

"सर्वप्रथम आपल्या गावकऱ्यांचा कल पाहिला पाहिजे."

बालाने होकार दिला.

एवढे बोलून ते गावातील सर्वात मोठ्या झाडाखाली पायीच जाऊ लागले. तिथेच सर्वजण जमत असत. पण आश्चर्याची गोष्ट म्हणजे तिथे चिटपाखरूही नव्हते. एवढेच नाही तर तिथले दिवेही विझलेले होते आणि तिथे अगदी शांत शांत होते.

अर्जनला आश्चर्य वाटले आणि तो वेडापिसा होऊन सरपंचाच्या घराकडे गेला. तिथेच जवळ अनेक घरे बांधलेली होती. आतमध्ये जाण्याचा एकमेव मार्ग मागून होता. तिथे तबेले होते आणि पुढल्या बाजूला एक मुख्य दरवाजा होता. त्याने दारावर ठोठावले.

थोड्याच क्षणात सरपंचानेच दार उघडले. त्याच्याबरोबर ती दणकट माणसेही आली.

"अर्जन, माझ्या मुला, मला किती चांगले वाटले म्हणून सांगू!" तो घामेजला होता आणि त्याचे डोळे काहीतरी हुडकत होते.

"शोध मोहीमेसाठी कुणीच कसे काय तयार नाही." अर्जनने भेटीचे कोणतेही सोपस्कार न करता विचारले.

"मला माफ कर पण माझे घोडे चोरीला गेल्यामुळे मी पुरता गोंधळून गेलो आहे."

"तिकडे एकही माणूस कसा काय नाही?"

सरपंच देवदत्तच्या मिशा आकडेदार होत्या तर त्याची चर्या दमलेली व विस्कटलेली होती. "आपण उद्या सकाळी शोधमोहीमेची सुरुवात करणार आहोत. आता रात्री त्याचा काहीच उपयोग नाही."

"उपयोग नाही? तिथे माझ्या वडिलांचा जीव जायची वेळ आलीय आणि तू, याचा काही उपयोग नाही असं म्हणतोयस."

"हो उपयोग आहे...मी तसं कधीच म्हटलेलं नाही..."

अर्जन पुढे काहीच न ऐकता तिथून परतला. त्याने सरपंचाची विनवणी ऐकली पण काहीही पर्वा न करता तो तिथून निघाला.

"मी त्याचं मुंडकं उडवू का?" बालाने विचारले.

अर्जनला एकदम गळून गेल्यासारखे वाटले. त्याच्या मदतीला तेथे कोणीही आले नव्हते आणि सकाळपर्यंत थांबायचा काहीच उपयोग नव्हता. तोवर उशीर झाला असता. अर्जनने बालाकडे पाहिले. कल्कीची आणि बालाची पहिली मैत्री कशी झाली हे त्याला आठवले. त्यांची भेट दारू पिण्याच्या निमित्ताने झाली होती. "तू त्या गावातील खानावळीत काम करतोस ना?"

"हो, मी तिथे रखवालदार आहे. पण मी एक दिवसाची सुटी घेतली आहे त्यामुळे तू काळजी करू नकोस..."

"नाही, मला तसं म्हणायचं नाहीय." अर्जन बोलता बोलता थांबला. "खानावळीत सर्वसाधारणपणे गर्दी असते आणि त्या लोकांना खूप माहिती असते. इतर कोणकोण कायकाय करताहेत ह्या माहितीची देवाण घेवाण तिथे होता असते."

"हो खूपच वेगवेगळे लोक तिथे येतात. जीवनाच्या विविध क्षेत्रातील लोक तिथे चांगली दारू प्यायला येतात."

"आणि रखवालदार असल्यामुळे तू त्यांना वेळोवेळी भेटत असशील, होय ना?" अर्जनी विचारले. त्याने बोटे ओठावर आपटत असतानाच एकदम आखडली, "सर्व क्षेत्रातील लोक ना?"

"हो."

"तू बऱ्याच वेळा त्यांना त्यांच्या टोपणनावानेही ओळखत असशील ना? त्यांच्याशी तू व्यवहारही करत असशील ना?"

"बरेचजण व्यवहार करायला टाळाटाळ करतात पण मित्रा हो," त्याने त्याची गदा त्याच्या खांद्यावर ठेवली. "तुझ्या मनात तरी काय आहे?"

त्याने त्याची नजर गावातील झोपड्यांपलीकडे असलेल्या जंगलावर स्थिरावली. त्या भागात ते लुटारू, अपहरणकर्ते लपून बसले असण्याची दाट शक्यता होती.

"त्या जंगलाची इत्यंभूत माहिती असलेल्या माणसाकडे तू मला घेऊन चल."

16

अर्जनचा रात्रभर डोळ्याला डोळा लागला नव्हता. तो जंगलाच्या या टोकापासून त्या टोकापर्यंत भटकला होता. शून्य नजरेने त्या सर्व दृष्याकडे तो बघत होता. वारे पाचोळ्याला इतस्तत: पसरवत होते. त्याने तेवढ्यात घरी जाऊन तो आई झोपलेली आहे हेही बघून आला होता. आईच्या डोळ्याखाली अश्रुपाताची वाळलेली चिन्हे दिसत होती. त्याने डोळे मिटायचा प्रयत्न केला. तेवढ्यात त्याला धक्का बसला. त्याला जाग आली. त्याला पहाट झाल्याची जाणीव झाली. आकाश निळे निळे दिसत होते आणि एक नवीन दिवस उजाडला होता. त्याच्या शेजारी अगडबंब बाला त्याच्या आवडत्या गदेसह उभा होता. त्याने कुठून तरी मिळवलेल्या मोठ्या बुरख्याच्या आड आपले शरीर झाकले होते.

तिरस्कारयुक्त शब्दात तो म्हणाला, "तुला हवा असलेला माणूस मला सापडला आहे."

अर्जनने होकार देत म्हटले, "कुठाय तो?"

"तो 'मदिराचषक' मध्ये आहे."

अर्जनने मान डोलावली. 'मदिराचषक' हे शांबलामधील एकमेव ठिकाण होते जिथे राहण्याची सोयही होती. ती एक गुत्तावजा खानावळ होती. गावातील धार्मिक लोक तिच्याकडे पाहून नाक मुरडत असत. मुख्यत: कुचकामी सरपंच. त्याने या गुत्त्याच्या विरोधात कार्य सुरू केले होते. व्यक्तीश: तो ह्या गुत्त्यात कधीच गेला नव्हता. तो वैधतापूर्वक तिथे जाऊ शकेल या वयाचा होता. आणि त्याला त्याचा नाद होता असेही नाही. तिथे दारूकाम, हुक्कापाणी चालत असे. तिथले ते अतिमद्यपानाने येणाऱ्या ओकाऱ्या वगैरेमुळे तो वैतागत असे. त्या सर्वांपेक्षा रात्ररात्र

गणित आणि इतिहासाचे वाचन करण्यात त्याला जास्त रस वाटत असे. पण त्या प्रकारची पुस्तके शांबलात मिळणे दुरापास्त होते कारण तिथे एकही वाचनालय नव्हते. त्याला पुस्तके मिळण्याचे अगदी जवळचे ठिकाण म्हणजे गुरुकुल आणि तिथे पोचण्यासाठी 4/5 तासा गाढवाच्या गाडीवरून प्रवास करत जाणे अनिवार्य होते. किंवा दुसरे ठिकाण म्हणजे 'बोधीसत्व'. हीसुद्धा एक खानावळ होती जिथे प्रवासी विसावा घेऊ शकत असत. तिथे दारू वगैरे मिळत नसे. पण तिथे विविध विषयांवरची पुस्तके /ग्रंथ मिळत असत. कारण बोधीसत्वचा मालक पूर्वी गुरुकुलमध्ये शिक्षक होता. त्याला तिथून का हाकलून दिले त्याची कारणे लक्षात ठेवण्याचेही कष्ट अर्जनने घेतले नव्हते.

स्वत:च्या विचारात गर्क असतानाच तो खानावळीजवळ पोचलाच हे त्याच्या लक्षात आले पण इथे तर पूर्ण शुकशुकाट होता. तिथे कुणीही वादक गाणी छेडत नव्हते आणि नेहमीचा लोकांचा राबताही दिसत नव्हता. दारुड्यांच्या हातात अर्धवट भरलेले दारूचे पेले होते पण ते घोरत पडले होते. अर्जन मागच्या बाजूला जाऊ लागला. बालाने त्याला अंधाऱ्या खोलीचा रस्ता दाखवला. तेथे ते गेले. तिथून जिन्याने ते पहिल्या मजल्यावर पोचले. कुठल्याही आच्छादित खानावळीत किंवा पथिकाश्रमात असते तसे एकूण वातावरण होते.

"या अशा जागेत चांगला वाटाड्या कुठून मिळणार."

"मग दुसरीकडे कुठे मिळणार?" बालाने शांतपणे विचारले.

अर्जन सज्जात पोहोचला. दगडी स्तंभ आणि लाकडी चकाकती फरशी यांनी ती जागा शोभीत होती.

"एवढी सजावट करण्यासाठी इतका पैसा कुणीही कसा काय उभा करतो याचे मला नेहमीच कोडे पडते."

"याचा मालक एक उच्चकुलीन सज्जन होता." बालाने उत्तर दिले. "श्रीमंतीत जन्मलेल्या माणसाने ही जागा विकत घेतली होती. या गावचा प्रमुख काहीही करू शकला नाही कारण त्याच्या मागे राजकीय बळ होते."

"त्यामुळेच सरपंचाने आपसुक जागा रिकामी केलेली दिसते."

"अर्थात."

बाला एका पेताडाजवळ पोचला जो अजूनही आनंदाने पिण्याचा आस्वाद घेत होता. बालाने त्याला एक ठेवून दिली. "कृपा, कृपा."

"अं! अं!" त्याने डोळे पूर्ण उघडले. जांभई दिली आणि बरळला, "हा काय वेडेपणा आहे!"

"अरे, मी आहे."

"ओह, मित्रा." तो हसला. "ही उठवण्याची काय अगम्य पध्दत आहे."

त्याला काळी कुळकुळीत दाढी होती आणि त्याच्या चेहऱ्यावर खूप सुरकुत्या होत्या. त्याच्या अंगावरील कपडे जळलेले व फाटलेले दिसत होते परंतु त्यांच्या अंगावर दिसण्याजोग्या जखमा मात्र नव्हत्या. अर्जनने आपली बोटे ओठावर विचारपूर्वक आपटत ह्या सर्वांचे निरीक्षण केले.

"बाला, आपला वाटाड्या एक लढवय्या आहे हे तू मला सांगितले नव्हतेस."

"लढवय्या? हा पेताड?" बालाने त्याच्या डोक्यावर पुन्हा एक टपली मारली.

"नमस्कार!" कृपा गुरगुरला. पण त्याने आपला पुढे केलेला हात माघारी घेतला. "तुला ते कसे काय माहीत?"

"येथील लोकांमध्ये फार कमी लोकांच्या अंगावर जखमांच्या खुणा आहेत."

"मला तू बरोबर पकडलेस." कृपा हसला. त्याचे अर्धे अधिक दात पडलेले होते. "मी उत्तरेकडील काही युद्धात पराक्रम गाजवला आहे."

"मला त्याच्याशी काही देणेघेणे नाही. बाला म्हणत होता की शांबलाच्या जंगलाविषयी तुला भरपूर माहिती आहे."

"आता त्याबद्दल मीच काय सांगू? हे गाव माझे घरच आहे मित्रा." तो हसला "आणि तुमच्या घराचीच नीट माहिती/ओळख तुम्हाला नसेल तर तुम्ही तुम्हालाच ओळखत नाही असे होईल."

बालाने त्याचे खांदे घुसळत त्याला गुरकावले.

"तू आम्हाला त्या अपहरणकर्त्यांना शोधून काढण्यासाठी काही मदत करशील का?"

"अपहरणकर्ते? कोण लुटारू?" कृपा बालाकडे वळला. "तू तर म्हणालास की या मुलाला फक्त जंगलाची माहिती हवी आहे. म्हणून मी तुला म्हणालो, की हो मला ही माहिती आहे. तू म्हणालास ठीक आहे एवढेच. त्या लुटारूबद्दल काहीच बोलला नाहीस."

"ठीक आहे. हे सर्व त्या लुटारूबद्दलच आहे." अर्जनने तडकाफडकी

सांगितले. "ज्या व्यक्तीला जंगलाची माहिती आहे त्याला त्यात राहणाऱ्या पशुंची माहितीही असणारच ना."

"मित्रा मला तिथल्या ससे आणि उंदरांची माहिती आहे. त्याहून अधिक काही नाही."

"खोटं बोलू नकोस!" बालाने त्याची महाकाय गदा टेबलवर आपटली. त्यामुळे केवळ कृपाच नव्हे तर अर्जनही घाबरला, आणि तो मागे सरकला. टेबलाचे दोन तुकडे झाले. "अरे बापरे, मला माफ कर." त्याने म्हटले. "असं व्हायला नको होते."

अर्जनने सुस्कारा सोडला. "ते जाऊ दे. गृहस्था, तू त्या लुटारूंशी लढायला तयार आहेस का या माणसाकडून तुझे भरीत करून घ्यायचे आहे?"

कृपाचे मंद झालेले डोळे संतापजनक दिसू लागले. "हे लुटारू म्लेंछांच्या जातीचे आहेत. मित्रा, तुला म्लेंच्छ कोण आहेत याची माहिती आहे का?"

"मी त्याच्याबद्दल वाचले आहे."

"ओह. त्यांची माहिती वाचणे आणि त्यांना प्रत्यक्ष भेटणे यात जमीन-अस्मानाचा फरक आहे." तो गुरकावला. "हे बघ, म्लेंच्छ हे जंगलात राहणारे तथाकथित मांसभक्षक नाहीत. ते अत्यंत हिंस्र आहेत. त्यांच्याकडे सर्व प्रकारची शस्त्रास्त्रे आहेत."

"माझा भाऊ त्यांच्याशी लढण्यासाठी शस्त्रे घेऊन येत आहे."

"लढा?" कृपा हसू दाबत म्हणाला. "हे बघ, प्रथम मला तुला काही गोष्टी सांगू दे. म्लेंछ हे असंघटित, अव्यवस्थित आहेत. त्यांचा कोणी नेता नाही आणि ते गावकऱ्यांच्या जिवावर जगतात. कारण त्यांना माहितीय की गावकरी उलट हल्ला करू शकत नाहीत. त्यांच्यात शहरातील उच्चकुलीनांपासून सैनिकांपर्यंत सर्व लोक आहेत. पण ते अनैतिक गोष्टी करतात, ते स्वतःच्या मर्जीने राहतात आणि काही वेळा ते गुन्हा करतात, खून खराबा करतात, अत्याचार-बलात्कार करतात तसेच अपहरण करतात. सगळेजण एककलमी कार्यक्रमात गुंग असतात. तो म्हणजे हत्या करा आणि जगा. आणि माझ्या आजपर्यंतच्या अनुभवातून मी सांगतो की असे असंघटित लोक सर्वात वाईट असतात."

अर्जन पुढे वाकून बसला. त्याला परिस्थितीतील तणावाची जाणीव झाली आणि त्याच्या परिणामांचीही त्याला कल्पना आली. पण आपल्या

वडिलांना वाचवणे हे एकच ध्येय आता त्याच्यापुढे होते. दुसऱ्या कशाचीही त्याला पर्वा नव्हती. "हे लोक त्या जंगलात लपतात यावरूनच ते अत्यंत भित्रे आहेत हे सिद्ध होते." तो थांबला व त्याने दोन चांदीची नाणी काढली आणि ती टेबलवर उडवली. "मी तुला हे काम करण्यासाठी साद घातलीय ती तू मला घाबरवण्यासाठी नाही तर तू माझ्याबरोबर काम करावेस म्हणून. एकदा का तू मला ते कुठे आहेत हे दाखवलेस की तू मुक्त व स्वतंत्र आहेस. मान्य आहे?"

"ठीक आहे, मी फक्त त्यांना हुडकायचे एवढेच ना?" कृपाने चांदीकडे पाहिले आणि ती नाणी उचलली. "तुझा भाऊ शस्त्रे आणण्यासाठी शहरात गेला आहे ना?"

"होय," तो मागे टेकून बसला. कृपाने वस्तुस्थिती समजून घेतली होती याचे त्याला आश्चर्य वाटत होते. "तुला त्याची काळजी का वाटत आहे?"

"खरंतर तसं काही नाही. परंतु तो शहरातून परतेस्तोवर तो जिवंत राहील का याची काळजी वाटतेय कारण आता सारी परिस्थिती तशीच राहिलेली नाही." कृपाच्या दंतहीन चेहऱ्यावर हास्य विलसले.

17

कल्कीने डोळे उघडले आणि त्याच्या लक्षात आले की तो उजळत्या आकाशाकडे पाहत आहे. त्याच्या बाहूत काहीतरी होते आणि त्याच्या लक्षात आले की त्याच्या बाजूला कोणीतरी पहुडले आहे. त्याने लक्ष्मी कुठे आहे हे बघण्यासाठी मान वळवली तर लक्ष्मी त्याच्या मिठीत होती आणि तिचे तोंड त्याच्या बाहुत तिने लपविले होते.

हे असे कसे काय झालें?

त्याने त्याची मान वळवली. ती उठणार नाही याची काळजी घेत आजूबाजूची परिस्थिती समजेल एवढीच. त्यांचे घोडे एका झाडाला बांधलेले होते. त्यांना अजून बराच पल्ला गाठायचा होता.

आपण घोडदौडीमुळे खूप दमलो असू आणि थोडीशी विश्रांती घेण्यासाठी इथे थांबलो असू.

कल्कीने लक्ष्मीला हळुवारपणे उठवण्याचा थोडा प्रयत्न केला कारण त्यांच्याकडे फार वेळ नव्हता. एकदाची ती गांगरून जागी झाली आणि म्हणाली, “मी गस्त घालणे अपेक्षित होते. झोपणे नाही.”

“गस्त? का काय झाले?”

“अरे, तू घोड्यावर असतांनाच डुलक्या खायला लागलास म्हणून मी तुझा घोडा माझ्या घोड्याला बांधला. नंतर माझ्याही लक्षात आले की मीसुद्धा खूप दमत चाललीय. मी सकाळ व्हायची वाट पाहत होते पण कदाचित मीसुध्दा झोपी गेले असेन.” तिने स्वत:चे डोके खाजवले.

“मला हे आवडलेय.”

लक्ष्मी काही बोलली नाही पण तिने तिचा चेहरा त्याच्यापासून दूर केला. कल्की उठला व घोड्याकडे गेला.

"मला पाईन वृक्ष दिसताहेत", ती खोकत म्हणाली. "आपण जवळजवळ पोहोचलोच आहोत."

"वा! खूपच छान."

घोडे काढून मुख्य रस्त्यावर येऊन शहराकडे जाण्यापूर्वी त्याने एकदा तिच्याकडे दृष्टीक्षेप टाकला. त्या दोघांत शांतता पसरली. त्यांच्या मार्गात गाड्या, बैल तसेच इतर गावातून आलेले लोक शहरात जाताना कल्कीला दिसले. पण त्या लांब पुलाशेजारी शहराचे दरवाजे दिसत होते व तिथे दणकट सैनिक, कोणालाही शहरात प्रवेश देताना काही कागदपत्रे तपासत होते.

"ते काय करताहेत?"

"ते जकात घेताहेत. एकूण संरक्षण सिध्दताही वाढवलेली दिसते. पण कां बरे?"

"आदिवासींमुळे." तो म्हणाला.

दुरून शहर फारच सुंदर दिसत होते. खूपच मोठे, एखाद्या उत्कृष्ट चित्रकाराने सुंदर चित्र रेखाटावे असे दिसत होते. दाट तपकिरी लाल रंगापासून जांभळे, मोठ्या इमारती, किल्ले, एकमेकांना छेदणारे विलोभनीय रस्ते, ते एवढे मोठे होते की त्याची नजरही ठरत नव्हती. इन्द्रगडचे ते स्वरूप क्षितिजापर्यंत पोहोचलेले दिसत होते.

इंद्रगडाला यापूर्वी कल्की जेव्हा लहान होता तेव्हा आला होता. परंतु हे शहरी जीवन आपल्यासाठी नाहीय या कल्पनेने त्याने इकडे येणे टाळले होते. या गल्लीबोळातील जीवनापेक्षा सैन्याच्या धामधुमीपेक्षा आणि इलावर्तीच्या लोकांच्या आयुष्यापेक्षा काहीतरी महान कार्य करण्यासाठी त्याचा जन्म झाला होता. एवढा संपूर्ण एक दिवसाचा प्रवास करून येण्याइतके महत्त्व त्याला वाटत नव्हते आणि आळसही. अर्जनला मात्र शिक्षणाचे शहरात किती महत्त्व आहे याची जाणीव असल्याने त्याने भरपूर शिक्षण घेतले होते. तसे कल्कीला वाटत नसे.

"अरे देवा." ती मुसमुसत म्हणाली.

"काय झाले?"

"माझ्या आत्याकडून आपल्याला मदत घ्यायची आहे त्याचे मला दडपण आले आहे. आपण खरोखरीच ती मागायला आलो आहोत. आपण अगदी मूर्ख आहोत." तिने खोल श्वास घेतला. "ती हो म्हणेल की नाही ह्याचीही मला कल्पना नाही."

"काळजी करू नकोस. एकदा का तू तिला सारी परिस्थिती समजावून दिलीस, की ती होच म्हणेल."

"तिने मदत करायचे नाकारले तर?"

कल्कीने त्याचा विचारच केला नव्हता. काय करायचे? हा खूपच मोठा प्रश्न होता पण त्याने तो विचार झटकून टाकला. "आत्ता फक्त आपण शहरात प्रवेश कसा करायचा याचाच विचार करू."

इतर पादचाऱ्यांच्या हळू हळू जाण्यामुळे त्यांच्या घोड्यांची चालही मंद झाली. त्यांच्या आजूबाजूच्या लोकांकडे व प्राण्यांकडे त्यांनी पाहिले. कल्कीला हे सर्व विचित्र वाटत होते. त्याने आदिवासींबद्दल ऐकले होते पण त्यांना कधी पाहिले नव्हते. ते खूप धोकादायक, धट्टेकट्टे आणि काळे दिसतात असे त्याने ऐकले होते पण ते त्याहून खूपच वेगळे दिसत होते. त्यांच्यातील काही खूप सुसंस्कृत आणि चांगले दिसत होते; पण खरंतर ते *माणसासारखेच* वाटत होते. मानवांहून त्यांचे फक्त अभिधान वेगळे होते. एखाद्या माणसाची प्रतिष्ठा केवळ अफवांमुळे किती नकारार्थी होऊ शकते.

ते दरवाजाजवळ आले. तिथे गणवेशधारी नाग लोक उभे होते. त्यांच्या कमरेला तलवारी लटकवलेल्या होत्या. कल्कीच्या मनात अनेक अविश्वसनीय सबबी गर्दी करत होत्या.

त्याची जेव्हा आत जायची वेळ आली तेव्हा एका लांब व गुंतागुंतीचे केस असलेल्या नाग माणसाने कल्कीला विचारले, "तुझे शहरात काय काम आहे?"

"ओह, आमच्याकडील काही मौल्यवान खडे आमच्या काकांकडे द्यायला आम्ही आलोत." कल्कीने तोंडातल्या तोंडात बोलत चक्क खोटेच सांगितले.

त्या नाग शिपायाने इतर शिपायांकडे पाहिले. "तुझे उच्चार खूपच वेगळे वाटताहेत. तू कुठून आला आहेस?"

"डोणज्याहून. तुम्ही ते नाव ऐकले असेलच."

"अं, नाही." नागाला थोडे गोंधळात पडल्यासारखे झाले.

खरंच त्याने कसे ऐकले असेल? कल्कीने आताच ते नाव तयार केले होते.

"तू आम्हाला आमच्या कामासाठी आत सोडावेस असे आम्हाला वाटते कारण आम्हाला सूर्यास्तापूर्वी परत पोचायचेय."

त्या नाग शिपायाने त्याला तेथून हाकलले. "तू तुमच्या गावच्या

प्रमुखाने दिलेला परवाना दाखवत नाहीस तोवर तुला आत सोडता येणार नाही." त्या शिपायाचा आवाज कसा फुत्कार टाकल्यासारखा होता हे कल्कीच्या लक्षात आले.

"परवानगी पत्र? अगं, तुझ्याकडे परवाना पत्र आहे का गं?" कल्कीने लक्ष्मीकडे पाहिले.

"अं, नाही."

"मला वाटतं आमच्याकडे ते नाहीय."

"आम्ही इंद्रगडच्या सर्व इलाख्यातील प्रत्येक गावाला पत्र पाठविले आहे की, शहरात प्रवेश करण्यासाठी गाव प्रमुखाने त्याच्या सही शिक्क्यानिशी प्रत्येकाला परवानापत्र दिले पाहिजे."

"आमच्याकडे तसले फालतू पत्र आहे असे मला वाटत नाही"

"मग मला माफ कर. मी तुला प्रवेश देऊ शकत नाही. आता वाटेतून दूर हो, आणि इतरांना पुढे येऊ दे."

कल्कीने मूठ घट्ट आवळली. रांग मोडून घुसण्यासाठी आणि इतका वेळ हुज्जत घालण्यासाठी दवडल्यामुळे रांगेतील मागील लोकांनी केलेला आरडाओरडा व कुरबुर त्याला ऐकू येत होती. त्याने गंभीरपणे लक्ष्मीकडे पाहिले. "मी जे काही करतोय ते करेस्तोवर तू तुझ्या आत्याकडे जा." तो कुजबुजत्या स्वरात म्हणाला.

"तू काय करणार आहेस?"

"त्यांचे लक्ष विचलित करण्यासाठी जे आवश्यक आहे ते."

तो त्या शिपायाकडे वळला. "मला यासाठी माफ कर", त्याने घोड्याच्या मागील बाजूस असलेले कापड काढून त्याने त्याचा चेहरा झाकला.

"काय चाललेय?" शिपायाने विचारले.

कल्कीने त्याच्या चेहऱ्यावर ठोसा लगावला. तो कोलमडला. त्याच्या मागील गर्दी अवाक झाली. घोड्यावर बसल्या बसल्याच, तलवार घेऊन, येणाऱ्या दुसऱ्या शिपायाला त्याने लाथ मारली. घोड्याने खिंकाळत आपले खूर हवेत उडवले. आता दरवाजाजवळील इतर नाग शिपाई आपापल्या घोड्यावर बसून, त्या गोंधळून गेलेल्या गर्दीतून त्याच्याकडे येताना कल्कीने बघितले. कल्कीने त्या निराशाजनक क्षणाला लक्ष्मीला ओरडून सांगितले की, "जा निघ!"

18

कल्की आता घोड्यावर उभा होता.

त्याने अनेक रस्ते ओलांडले, बाजार पार केले. नाग सैनिक त्याचा सर्व बाजूंनी पाठलाग करत होते. अशा रितीने घोड्यावरून शहरभर हिंडण्यामुळे तो लवकरच पकडला जाईल आणि त्याचे शिरकाण केले जाईल याची त्याला कल्पना होती. आणि हे त्याला घडायला नको होते. तिथून सुटका करून घेण्यासाठी त्याला बाजूच्या इमारतीच्या पहिल्या मजल्यावर उडी घेण्याची इच्छा होती.

पण ते अजिबात सोपे नव्हते.

घोड्यावर स्वतःचा तोल सावरण्याचा तो प्रयत्न करत होता. तेवढ्यात एक नाग सैनिक बरोबर त्याच्या समोरच आला. कल्कीकडे रोखलेली लांब पात्याची नंगी तलवार त्याच्या हातात होती. भरधाव वेगात जाणाऱ्या घोड्यावर तोल सावरत कल्की जात होता परंतु त्या लांब पात्याच्या तलवारीने लांबवर वार करता येणे शक्य होते.

“खेडूत मुला, तू आता मेलास असं समज!”

आपले पाय लवकरच घोड्याच्या रिकीबीतून निघणार असे कल्कीला जाणवले. योग्य संधी मिळताच त्यावरून उडी मारायची असे त्याने ठरविले होते. त्याच्या समोरच एक लहान पूल होता. त्यावरून खाली जाण्यासाठी...एका लहान बोगद्याकडे जाण्यासाठी एक रस्ता होता.

म्हणून त्याने उडी मारली. आपली योग्य ठिकाणी बरोबर उडी पडेल असा अंदाज त्याने केला होता.

असहाय्यपणे तो जमिनीवर फेकला गेला आणि गडाबडा लोळत पडला. रस्त्यावरचे अणकुचीदार दगड त्याच्या बुरख्यातूनही टोचत होते.

त्यामुळे त्याचे कपडेही फाटले. तेवढ्या वेळात नाग सैनिकाचे डोके पुलाच्या कठड्याला आपटले आणि क्षणमात्र तो स्वतःवरच ताबा ठेऊ शकला नाही.

"हे घे," कल्की हसून म्हणाला.

परंतु अजून बरेच घोडेस्वार त्याच्या मागावर आले होते हे त्याच्या लक्षात आले. तो बाजारापासून दूर असलेल्या लोकांच्या गर्दीकडे पळू लागला. ज्या भागात कपडे टांगलेले होते त्या बाजूच्या गल्लीत तो जाऊ लागला. त्याच्या मागे असलेले घोडेस्वारही थांबले आणि ते सैनिक पायीच त्याचा पाठलाग करू लागले.

कल्कीने भिंतीचा आधार घेतला. खिडकीतून, दारातून उड्या मारत तो वरवर जाऊ लागला. तो जेव्हा सर्वात वर पोचला तरीही ते नाग सैनिक त्याच्या मागे येत होते हे त्याच्या लक्षात आले. अर्थात ते खूपच मागे राहिले होते.

तीन मजली इमारतीच्या टोकावर तो पोचला तेव्हा ते सैनिक सर्व बाजूंनीच त्याच्याकडे येत होते हे त्याला आढळून आले. तो कैचीत पकडला गेलाय हे त्याला समजले. कपडे वाळत टाकलेला एक दोर त्याला दिसला. त्याने तो घट्ट धरला, त्याचा एक फास तयार केला. ते सैनिक त्याच्या जवळ पोचण्याचा प्रयत्न करत होतेच. तो सज्जावरून शेवटच्या टोकापर्यंत गेला व तिथून त्याने तो फास दुसऱ्या इमारतीवर टाकला. खाली उभे राहिलेले लोक खालून त्याच्याकडे पाहत होते. तो फास कुठल्याही घट्ट जागी पडला नाही. त्याने पुन्हा प्रयत्न केला तोपर्यंत ते सैनिक त्याच्याजवळ पोचले होते. त्यांनी आपल्या तलवारी त्याच्यावर रोखल्या होत्या. त्याने तो फास पुन्हा टाकला पण योग्य ठिकाणी न पोचता तो खाली रस्त्यावर पडला.

"हॅ!"

"अरे चोरा, तू आता आमच्या हातातून सुटत नाहीस!"

त्याच वेळी त्याला जाणवले की तो फास कशाला तरी अडकला होता. त्याच्या बरोबर खाली एक रथ उभा होता.

"आता हे बघ." कल्की हसला. त्याने तिसऱ्या मजल्यावरून रथावर उडी मारली. ती बरोबर रथाच्या आतमध्ये पोचली.

लाकूड आणि धुळीच्या लोळात त्याला एक उत्तम पोशाख व चांगले प्रसाधन केलेली स्त्री दिसली. ती बहुधा खानदानी स्त्री होती.

"नमस्कार. तुम्हाला जरा तसदी दिली."

"तू आहेस तरी कोण?"

"मी कुणी चोर-उचक्का नाही. अजिबात भिऊ नका." तिने तेवढ्यात मागून सैनिकांचा आक्रोश ऐकला.

"जर तुम्हाला वाईट वाटणार नसेल तर आत्ता मात्र मला हा रथ चोरणे भाग आहे."

ती स्त्री अजूनही भयचकीत झाली होती. तिने कसेबसे स्वत:ला आवरले आणि ती किंचाळायला लागली. कल्की रथाच्या पुढील बाजूला आला. रथाच्या तिन्ही घोड्यांचे लगाम त्याने हातात घेतले. तो काही फार मोठा नव्हता पण तो जलद गतीने पळाला असता. त्याने घोड्यांवर चाबकाचा फटकारा मारला आणि तो रथ जोरात हाकारला.

"है!" तो हसला. घोडे एखाद्या शर्यतीत पळावे तसे पळू लागले. बाजाराच्या मध्यातून सर्व वस्तु उधळत, दुकानांना ओलांडत तसेच सैनिकांना बाजूला सारत रथ निघाला.

त्याला पकडण्यासाठी नाग सैनिक सर्व बाजूंनी व सर्वतोपरी प्रयत्न करत होते. ते आपल्या घोड्यावरून उतरून त्याच्या रथावर उड्या घेऊ लागले. घोड्यांसाठीच्या चाबकाचा त्याने त्यांना मारण्यासाठी वापर केला. एका सैनिकाने तर त्याच्या शेजारी येऊन बसण्यात यश संपादिले व घोड्यांच्या लगामाचा ताबा घेण्याचा प्रयत्न केला. पण कल्कीने त्याला तसे करू दिले नाही. त्याने सैनिकाच्या एका बाजूवर वार केला. त्याची तलवार उडवून लावली व त्याला रथावरून खाली जमिनीवर ढकलून दिले. तो दूर जमिनीवर जाऊन लोळत पडला. कल्कीने लगाम सोडून दिले त्यामुळे रथ एका इमारतीवर जाऊन आदळला. तेथून त्याने उडी मारली आणि शहराकडे जाणाऱ्या नदीकडे धाव घेतली. रथ अजून तसाच पळत होता आणि त्यात कल्की नाही हे लक्षात न आल्याने सैनिक तसेच त्या रथाचा पाठलाग करत राहिले.

कल्कीला या विजयाने स्वत:चाच अभिमान वाटला आणि तो गल्लीबोळातून चालू लागला. त्याच्या तेव्हाच लक्षात आले की आता कुठे जायचे याची त्याला काहीच कल्पना नाहीय. त्याने स्वत:च्या तोंडावरचा मुखवटा काढला आणि बुरखाही फेकून दिला. तो मुख्य रस्त्यावर आला तोच त्याने पाहिले की त्याचा रथ सैनिकांनी थांबवला होता आणि तो कुठे गेला याचा ते शोध घेत होते. तिथे तमाशा बघत जमलेल्या लोकांच्या गर्दीत कल्की थांबला.

नाग सैनिक प्रत्येकाजवळ येऊन त्यांनी मुखवटाधारी व्यक्ती कुणी पाहिली आहे का याची चौकशी करत होते. एक नागा सैनिक कल्कीजवळ आला. त्याच्या चेहऱ्यावर वेडापिसा झाल्याचे भाव होते आणि त्याचे निळे डोळे लकालक करत होते. "तू काळा बुरखा व पागोट्याने चेहरा झाकलेली व्यक्ती पाहिलीरा का?"

"बुरखा?" कल्कीने निष्पापणे डोके हलवले. "मला माफ करा! मी अशी कोणतीच व्यक्ती पाहिली नाही."

19

अर्जन त्या तथाकथित वाटाड्याच्या मागे जंगलातून जात होता. बाला त्यांच्या मागेच त्याच्यावर नजर ठेवून येत होता. कृपा हा जरा निराशाजनक वृत्तीचा होता ही बाब अर्जनला या परिस्थितीत आवडली नव्हती. तो सारखा आपण आता कसे मरणार आहोत याबद्दलच कुरकुर करत होता.

बालाने त्याला एक दोनदा गप्प बसवले होते पण त्याचा काहीच उपयोग झाला नव्हता. ते जंगलात जसजसे आत जाऊ लागले तसे वृक्ष अधिक घनदाट होत होते. त्यामुळे त्यांच्या मार्गावर सूर्यप्रकाशसुध्दा पोचत नव्हता व वाट दिसत नव्हती.

तेवढ्यात कृपाने त्यांना थांबवले. तो खाली उतरला आणि तो पेताड माणूस वेगळेच वागू लागला. आता तो विचारपूर्वक, आडाखे बांधत जलदीने काम करू लागला. त्याने गवताला स्पर्श केला. त्यावरील चिखलाची माती हाताने घासली. आजूबाजूच्या हवेचा वास घेतला आणि बोट ओले करून हवेचा झोत कुठून कुणीकडे जातोय याची चाचपणी केली.

"मित्रांनो, ते इथेच किंवा जवळपासच कुठेतरी आहेत."

अर्जन सावधपणे उभा राहिला. त्याचे पाय व बाहु ताठरले. "किती दूर?"

कृपाने उत्तर दिले नाही. उलट त्याने मंदपणे सावकाश पावले टाकत तो पुढे सरकला आणि त्याने एक मोठे झुडूप स्वत:च्या हाताने उपटले. ते झुडूप बांबूच्या दोन मोठ्या झाडांमध्ये होते.

"इकडे या."

बाला आणि अर्जन पुढे सरकले. त्या जंगलाच्या मधल्या भागात झाडे तोडून जागा साफसूफ केलेली दिसत होती. तिथे झाडेही कमी होती व सूर्यप्रकाशही जास्त पडला होता. त्या जागेच्या आसपास सर्व प्रकारची फुले होती. आणि तिथे एक शेकोटीही होती ती फारशी लक्षवेधी नव्हती. तिथे बेण्याचे उगदे घोडे होते. सरपंचाच्या घरी किंवा गुरुकुलात पाहिल्यासारखे नव्हते. त्या घोड्यांना उत्तम खाद्य पुरवले गेले होते. तसेच तिथे जांभळ्या रंगाचे तीन तंबू जमिनीवर उभारलेले होते. आणि आता त्यांना ते म्लेंछही अगदी स्पष्ट आणि चांगल्या पध्दतीने दिसत होते. सुरुवातीला ते सिल्कच्या बुरख्यांखाली आणि मुखवटे घातलेले दिसत होते पण इथे ते आता अगदी सामान्य माणसांप्रमाणे दिसत होते. काही जणांच्या चेहऱ्यावर जखमांचे वण आणि अंगावर काळेनिळे डागही होते. त्यांच्या अंगावर फाटके कपडे होते पण सर्वसामान्य गावकऱ्यांपेक्षा तब्येतीने धष्टपुष्ट होते. बालासुध्दा एकावेळी फारतर दोघांना लोळवेल अशी परिस्थिती होती.

त्याला त्याचे वडील कुठेच दिसत नव्हते. काही वेळ तर त्याला असे वाटले की कदाचित त्यांना मारून टाकून जाळूनही टाकले असावे. पण तेवढ्यात त्याला साखळीने बांधलेले, कालचेच कपडे अंगावर असलेले वडील एका तंबूतून बाहेर येतांना दिसले. त्यांच्या बरोबर काटेरी उभे केस असलेला माणूस होता. विष्णु आणि लुटारू एकमेकांशी बोलत होते. तो काटेरी केसांचा माणूसच जास्त वेळ बोलत होता. बाकीच्या गायी जिथे होत्या तिथे त्यांना तो घेऊन आला.

"एखाद्या ब्राह्मणाने आपल्या स्वहस्ते जर गाईला ठार मारले तर ती ब्रह्महत्याच ठरवली जाते. ते सैतानी कृत्य समजले जाते." अर्जनने सुरुवात केली.

"मित्रा, आता तो खूप जुना इतिहास झाला." कृपा म्हणाला. "आता सर्वजणच गोमांस खातात."

अर्जनने नाखुशीनंच होकार भरला आणि ते पकडले जाऊ नयेत म्हणून ते मागे सरले.

"ठीक तर मग मी तुला त्यांना दाखवले आहे. मी आता जातो."

कृपा जायला लागला. तेव्हा अर्जनने त्याला हाताने अडवले.

"एवढ्यात नाही."

"आता काय झाले?" कृपाने वैतागाने विचारले. "तू मला जे विचारत

होतास ते मी केलेय. तुझ्या वडिलांचे ज्यांनी अपहरण केले आहे त्यांच्यापर्यंत मी तुला पोहोचवले आहे. आता जर तू माझे म्हणणे ऐकणार नसशील तर त्यांना तसेच राहू देत. मित्रा, तू त्यालांना वाचवू शकत नाहीस हे तुला चांगले माहित आहे."

"मला तुझ्या मताशी काहीही देणे घेणे नाहीय. तेव्हाही नव्हते आणि आताही नाही." अर्जनने भुवई उंचावली. "मला कल्की केव्हा येईल हेही माहीत नाही." तो पुटपुटत स्वतःशीच म्हणाला. "बाला, आपण आता काय करायचे?"

"त्यांना नष्ट कर." बालाने सुचविले.

अर्जनला हसू फुटले. त्याचे वडील जिवंत आहेत हे बघून त्याने खरोखरीच सुटकेचा श्वास सोडला होता. परंतु गायी तर वाढत नव्हत्या आणि त्यांच्याकडे पुरेसा वेळही नव्हता.

"तू आपण त्या सर्वांशी लढायचे असे तर सुचवत नाहीस? ती कल्पना आपल्या मृत्यूपेक्षाही भयानक आहे मित्रा, ती एक प्रकारे छळणूक असेल." तो म्हणाला. "मुख्यतः त्या कपटी नेत्याला."

"नेता?"

"ती काटेरी केसांची व्यक्ती. तू त्याला बघितले नाहीस का?"

"हो हो, मी त्याला बघितले आहे." अर्जन म्हणाला. "पण त्याचे काय?"

"ओह. त्याचे नाव आहे केशव नंद. मी जेव्हा शहरात राहत होतो माझा-माझा उद्योगधंदा करत होतो आणि एक साधासुधा दारूडा होतो तेव्हा भिंतीवर हुकुमनामा लावलेला पाहिला होता. मी जेव्हा ते जवळून पाहिले तेव्हा त्यावर ह्याच माणसाचे चित्र होते." कृपाने मागे खूण करत सांगितले. "तो तुरूंगातून पळालेला पोलिसांना हवा असलेला माणूस आहे, तुला म्हणून सांगतो."

"त्याला कशाबद्दल शिक्षा झाली होती?"

निराशापूर्ण आवंढा गिळत कृपा म्हणाला, "मुख्यतः खुनासाठी होय. आणि तेही महिला व मुलांचे. हे सर्वात वाईट. त्या हुकुमनाम्यानुसार तो एक वेडा माणूस आहे. त्याच्याकडे वाकड्या धारेची कट्यार आहे. त्या वाकड्या धारेमुळे त्याला माणसांचे मांस चांगल्या व हळुवार पध्दतीने कापता येते असे मी ऐकले आहे."

तो थांबला.

"म्हणूनच तुझ्या वडिलांना त्याने का ओलीस ठेवले असेल हा प्रश्न

मला पडला आहे." कृपाने विचारपूर्वक म्हटले. "त्याच्याशी पंगा घेण्यासारखी ती व्यक्ती नाही हे तुला मला सांगायचे आहे. या पध्दतीच्या मारेकऱ्यांना कुठलीही सद्सद्विवेकबुध्दीची टोचणी नसते आणि त्यांच्या कृतीमागे काहीही भूमिका नसते. त्यांच्यासाठी हा सर्व गमतीचा भाग असतो."

अर्जनने आकाशाकडे पाहिले. ते आता काळवंडले होते. आता कुठल्याही क्षणी सायंकाळ होणार होती आणि त्याच्याकडे पुरेसा वेळही नव्हता.

"माझ्या मनात एक योजना आहे," तो म्हणाला.

"योजना? छान, मित्रा अरे प्रत्येकाकडे योजना असते जोपर्यंत तलवारीला तलवार भिडत नाही तोवर." तो म्हणाला. "तुझ्या बाबतीत बोलायचे म्हटले तर तुझ्याकडे ना तलवार आहे ना स्वसंरक्षाणासाठी ढाल. तुला स्वसंरक्षण कसे करायचे याची माहिती असली तरी, आणि मला खात्री आहे की तुला तेही माहिती नाहीय. म्हणून सगळ्यात योग्य पर्याय हा आहे तू तुझ्या मार्गाला लाग." अर्जनने बालाकडे पाहिले. "त्याच्यासारखे तिघेच जरी असते तरी आपण त्यांच्यावर मात केली असती. पण ते दहा लुटारू आहेत. सर्वच्यासर्व महादुष्ट आणि प्रशिक्षित आहेत. तू तर एक कोवळा मुलगा आहेस ज्याच्याबरोबर एक टग्या मुलगा आहे जो त्या कोवळ्या लहान खेळण्यावर खूप प्रेम करतो. आता मला स्पष्टच म्हणायचंय की तुला कोण जिंकेल असे वाटतेय?"

अर्जन ते लांबलचक आणि उत्स्फुर्त भाषण ऐकल्यावर हसला. त्यातले बरेचसे त्याने कानाआडच केले होते.

"आपल्याला जिंकण्यासाठी शस्त्रे हवीत असं कोणी सांगितले?"

"शस्त्रे नकोत? हं, काहीतरीच हं!" बाला एकदम म्हणाला.

"हो."

"मग आपण त्यांना कशा पध्दतीने मारावे असे तू सुचवतोयस! लाठ्याकाठ्या आणि दगडधोंड्याने?"

अर्जनने झाडांकडे पाहिले. "तसंच काही नाही. पण दोऱ्या आणि झाडांच्या फांद्यांनी." तो हसत म्हणाला.

20

एका बुरखाधारी व्यक्तीने संपूर्ण शहरभर हाहाकार उडवून, तोडफोड करून बराचसा भाग नष्ट केला होता. त्याच्या सैनिकांची फजिती करण्यात आली होती, हे समजल्यावर तक्षकाने, इंद्रगड ज्या राज्याची राजधानी होती त्या किमतपूर राज्याचा नकाशा काढला व आदळला. तो त्यावर वेगवेगळे भाग बघू लागला. पूर्व, पश्चिम आणि दक्षिणेकडील भाग त्याने जास्त बारकाईने पाहिला. उत्तरेकडील थंड प्रदेशात गावांचे अस्तित्व कठीण होते.

जेव्हा त्याने डोणजे गाव बघायचा प्रयत्न केला तेव्हा त्याला काहीही शोध लागला नाही.

अर्थात तो लागणे शक्यच नव्हते कारण त्याने खोटेच नाव सांगितले होते.

"कोणा नागरिकाची काही तक्रार आली आहे का?" तक्षकाने आपला साहाय्यक ले. उलुपीला विचारले. "कुठे काही चोरी चपाटी?"

"तसे काहीही झालेले नाही." उलुपीने सांगितले.

तक्षकाचे लांब केस, त्याने डोक्यावर एक मोठी गाठ मारून बांधले होते तर उलुपीचे केस गवताच्या पात्यासारखे लहान होते. त्याचे डोळेही त्यांच्या वंशात चालत आल्याप्रमाणे निळेच होते. परंतु बाहेरून सौम्य होते. उलुपीचे डोके चांगले चालत होते त्यामुळे तक्षकाला त्याच्या बाह्यरूपाबाबत फार आक्षेप नव्हता. बाकीची मंडळी मात्र पूर्णपणे निर्लज्ज आणि बलदंड होती.

"दरवाजावरील तपासणी दोन दोनदा करा आणि राजवाड्यावर काम करणाऱ्या लोकांशिवाय कुणाचेही रथ आत सोडू नका." तक्षक म्हणाले. "मला या व्यक्तीला शोधून त्याला ठार करायचे आहे."

"होय महाशय."

तेवढ्यात एक रखवालदाराने त्या खोलीत प्रवेश केला.

"महाशय, पक्षी घरटे सोडून पळून गेला."

तक्षकाने मान डोलावली.

आपल्याला काही वैयक्तिक काम असल्याने आपण बाहेर जात आहोत असे सांगून तक्षक बाहेर पडला. त्याच्यावर कोणाचे खास लक्ष जाऊ नये म्हणून त्याने ज्यांच्याकडे कमी शस्त्रे आहेत असे दोन सामान्य सैनिक बरोबर घेतले. आता रात्र पडली होती. आकाशात तारे तारका दिसू लागले होते. कालच्या रात्रीपेक्षा आज ते जास्त दिसत होते. तक्षकाला त्यांचेबद्दल खास आकर्षण होते.

तक्षकाच्या डोक्यात त्या घुसखोराचाच विचार सुरू होता. पण त्याला वासुकीने सोपवलेल्या कामाचीही काळजी होती. तो आता रस्त्यावर आला होता. इन्द्रगडच्या पूर्वेला पिंपळ रस्त्याजवळ तो आला. प्रत्यक्षात सर्व गदारोळ दक्षिणेला होत होता. त्यामुळे त्याला त्याबाबतीत फारशी माहिती नव्हती. पण त्याला एका गोष्टीचे बरे वाटत होते ते म्हणजे त्या घुसखोराने यक्षांच्या व्यापारी क्षेत्रावर हल्ला करून मुख्य बाजारपेठेत धमाल उडवून दिली होती. तिथल्या सर्व गोष्टींचा नायनाट झाला होता त्यामुळे ही बातमी जेव्हा त्याने ऐकली तेव्हा त्याच्या चेहऱ्यावर एक विकट हास्य फुलले होते.

त्याने वेदान्तला पाहिले होते. तो त्याच्या राज्यात कसा विहार करतो, लोकांच्या इच्छा कशा मानतो, त्यांना धर्मादाय मदत कशी करतो आणि त्यांचे भवितव्य उज्ज्वल होण्याचे आश्वासन कसे देतो हे सर्व पाहिले होते. त्याच्या मागावर असण्याचा हा तिसरा दिवस होता. त्यानंतर तो त्या गुत्त्यात गेला आणि अजूनपावेतो तो तिथून बाहेर पडला नव्हता.

तो एक पक्षी होता आणि त्याचे घरटे म्हणजे तो गुत्ता होता.

तक्षक त्याच्या घोड्यावरून उतरला आणि बाजूच्या गल्लीत त्याला बांधले. त्याच्याजवळच ती भली मोठी अनेक मजली खानावळ होती. तक्षक रस्ता ओलांडून पलीकडे गेला व त्या गुत्ता कम खानावळीत शिरला.

त्याने आत प्रवेश करताच, लाकडी गल्ल्यावर बसलेल्या व्यवस्थापकापासून त्या मार्गावरील सर्वचजण उठून उभे राहिले. तक्षक आपल्या दोन सैनिकांसह हळूहळू चालत पुढे झाला. त्याच्या गणवेशातील शर्ट मागून बाहेर आला होता. त्याने आपला हात तलवारीच्या म्यानाभोवती धरला होता.

"सेनापती तक्षक, मी आपली काय मदत करू शकतो?" मोठ्या मिशावाल्या व्यवस्थापकाने विचारले.

म्हणजे त्याला त्याच्याबद्दल माहिती होती तर.

"तुझ्याकडे नुकत्याच आलेल्या अतिथीबद्दल मला जाणून घ्यायची उत्सुकता आहे."

"कोण, राजा वेदान्त?"

"हो." त्याने गल्ल्यावरील लाकडावर टकटक करून आपल्या माणसांना इशारा केला.

रखवालदाराने चांदीची काही नाणी गल्ल्यावर ठेवली. तो व्यवस्थापक त्याकडे टक लावून पाहू लागला.

"मला माफ करा महाशय. मला हे असले काही स्वीकारायची परवानगी नाही." तक्षक हसला नाही.

त्याने नजर रोखली. "ठीक आहे." त्याने आजूबाजूला पाहत मान डोलावली. काही प्रवासी त्या ओवरीत पुस्तक वाचत होते आणि गप्पा मारत होते. "मला माझ्या खबऱ्यांकडून इथे काही गैरव्यवहार चालतात असे समजले आहे."

व्यवस्थापकाचा श्वास कोंडला. "नाही नाही महोदय. ते धादांत खोटे आहे."

"ठीक आहे, तर मग." व्यवस्थापकाने रखवालदाराकडे पाहिले, त्याकडे तक्षकाने लक्षही दिले नाही. "सर्व किल्ल्या घ्या रे."

ते रखवालदार त्या गल्ल्याच्यामागे आले, त्यांनी त्या किरकोळ व्यवस्थापकाला भिंतीवर ढकलले आणि त्या मोठ्या पंचधातुच्या किल्ल्या ताब्यात घेतल्या.

"आता इथेच थांब आणि तो पळून जात नाही ना यावर लक्ष ठेव कारण त्याला आज अंधारकोठडीत टाकायचे आहे."

व्यवस्थापकाने खूप अजीजी केली पण तक्षकाने त्याकडे दुर्लक्ष करून तो वरच्या मजल्यावर जाऊ लागला. पहिल्या मजल्यावरील खोल्यांचे दरवाजे उघडायला त्याने सुरुवात केली. काही प्रवासी एकएकटे होते तर काहीजण त्यांच्या प्रेमिकांबरोबर होते. कुणाच्या एकांतावर आपण घाला घालत आहोत का याचा विचार न करता त्याने प्रत्येक खोली उघडली. सरतेशेवटी वरच्या मजल्यावरची एक खोली उघडायची राहिली होते तिथपर्यंत तो आला. त्या खोलीला दोन दरवाजे होते, त्यातला एक बहुधा

सौधावर उघडत होता जिथून पूर्ण शहराचा देखावा दिसत होता.

तक्षकाने तोही दरवाजा उघडला. एक व्यक्ती त्याच्याकडे पाठ करून उभी असलेली दिसली.

"चल, तुझे नाव आणि इथे या शहरात कशासाठी आला आहेस ते सांग. हे सांगणे कायद्याने आवश्यक आहे..." हे म्हणतानाच समोर गळ्याभोवताली मुंगूस गुंडाळलेला चिरपरिचित चेहरा दिसताच त्याचा आवाज आतल्या आत गोठून गेला.

"नाही, नाही..."

"माझ्यावर पाळत ठेवायला काही वेगळे म्हणतात का?" तो बारीक आणि नाजूक आवाज त्याच्या खूपच ओळखीचा होता.

"कुवेरा." त्याचा उच्छ्वास काहीसा अवरोधित झाला.

तक्षकाकडे वळत तो आडदांड माणूस म्हणजेच यक्षांचा प्रमुख त्याच्याकडे बघत हसला. त्याच्या जाडजूड, केसाळ भुवया अगदी कुरूप दिसत होत्या. त्याला दाढीही नव्हती आणि उर्वरित अंगावरही अजिबात केस नव्हते.

"माझ्या प्रिय मित्रा, तू कसा आहेस?"

"तू अजिबात माझा मित्र नाहीस." तक्षक पुढे आला. "तुझे राजाबरोबर काय काम आहे?"

"आत्ता तू नाही. तुझ्या तोंडून वासुकी बोलतोय" तो हसला. "परंतु तुला ते जाणण्याची तेवढीच उत्सुकता असेल तर ते तू त्यालाच विचार ना." त्याने मानेने इशारा केला.

तक्षकाने आपले जाडजूड शरीर वेदान्तकडे पाहण्यासाठी वळवले आणि त्याने एक प्रचंड जाड व दाढीवाला माणूस खोलीत शिरताना पाहिला. त्याने एक शब्दही न काढता आपल्या हातातील करवतीच्या पात्यांसारखी कट्यार त्याच्या छातीत खुपसली आणि त्याची मुख्य रक्तवाहिनी तोडून टाकली.

"ओह, हे दुष्कृत्य आहे." कुवेरा म्हणाला.

तक्षक जमिनीवर पडला.

"अं...अं..."

"हा सर्प बोलायचा प्रयत्न करतोय."

कुवेरा सहजपणाने पुढे चालत गेला आणि दबक्या आवाजात म्हणाला, "बोल, बोल लाडक्या."

"का...का..?"

कुवेरा त्याला वाकुल्या दाखवत म्हणाला, “का? हं. ठीक आहे. मी कुठून सांगायला सुरुवात करू? पण जरी मी सांगायला लागलो तरी मला खात्री आहे की तू ते ऐकायला जिवंत राहणार नाहीस. मग सांगून काय उपयोग? तुला एवढेच सांगतो की वेदान्त आणि मी आमच्या दोघांचे हितसंबंध एकमेकात गुंतलेले आहेत.”

21

रात्र पडेस्तोवर कल्की त्या इमारतीच्या भिंतीजवळच वाकून उभा होता. तो सरकारी निवासस्थानाच्या बाहेरच लक्ष्मीची वाट बघत होता. ती बाहेर येईल या अपेक्षेने तो थांबला होता पण तासनतास झाले तरी तो आत प्रवेश करू शकला नव्हता. त्याने एकूण परिस्थितीचा आढावा घेतला आणि एक डुलकी काढायचा विचार केला. तेवढ्यात लाकूड तुटल्याचा आवाज त्याने ऐकला.

त्याने वर पाहिले. त्याला एक आकृती दिसली. ते सारे स्वप्नवत होते. कारण ती आकृती हवेत उडली आणि त्याच्या लक्षात आले की ती उडत नव्हती तर ती आकृती त्याच्या पायाशीच येऊन पडली.

ह्याला देवांनी नक्कीच माझ्यासाठी पाठवले नसावे.

कल्कीला स्वत:च्या मनात आलेल्या या विनोदी कल्पनेसाठी दोषी वाटले. पण तो त्या आकृतीजवळ गेला. बाहुवरील आकृतीवरून व डोळ्यांच्या रचनेमुळे ती एक नाग व्यक्ती आहे हे त्याच्या लक्षात आले. पण त्या आकृतीवरून त्याच्या हेही लक्षात आले की ती आकृती साधीसुधी नव्हती तर सर्पाकृती होती.

ही कोणीतरी अधिकारी व्यक्ती असावी; पण ती इथे कशी?

कल्कीने पुन्हा वर बघितले पण तिथे कोणीच नव्हते.

त्याने त्या आकृतीची नाडी पाहिली पण ती काही लागली नाही. त्याच्या बाहुवर खोल मोठी जखम होती. त्या व्यक्तीचे, तेवढाच भाग, सोडून सर्वांग लोखंडी चिलखताने व्यापले होते.

या शहरात हे काय चालले आहे, छे?

"ऐ तू!" त्याने कुणापेतरी बोलणे ऐकले.

त्याने मान वर उचलली तर त्याला त्याच्यासमोर दोन नाग सैनिक उभे असलेले दिसले.

"तू काय..." त्यातला एकजण ते प्रेत बघून गप्प झाला.

"मी शपथेवर सांगतो, हे मला इथे सापडले, ते वरून पडले..."

त्यातील एका सैनिकाने आपले हात भीतीने तोंडावर ठेवून दुसऱ्याला घाबरून हळुवारपणे कुजबुजत्या स्वरात म्हटले, "हे तर सेनापती आहेत."

"पडले...?" दुसऱ्याने सावधानतेने तलवार उपसून म्हटले, "खुन्या, अजिबात हलू नकोस. इन्द्रगडच्या सेनापतीला ठार मारल्याबद्दल तुला फाशीच दिली जाईल."

"काय? नाही, नाही. मी हे केलेले नाही..."

सैनिकाने तलवारीने त्याला टोचले.

"एक शब्दही बोलण्याचे धाडस पुन्हा करू नकोस" तक्षकाची नाडी बघणारा दुसरा सैनिक म्हणाला. "या मुलाच्या कपड्यांवर रक्ताचे शिंतोडेही दिसताहेत. याला लांडग्यांच्या तोंडीच दिले पाहिजे. त्याला वासुकी महाराजांकडे घेऊन चल."

"महाराज वासुकी, नको नको."

"हात मागे कर."

नाईलाजाने कल्कीने त्याच्या आज्ञेनुसार केले. त्याचे हात मागे बांधले गेले.

"तू मुख्यालयातून बोलवेस्तोवर मी इथे थांबतो." एक सैनिक दुसऱ्याला म्हणाला. "खातरजमा होईपर्यंत या संशयिताला कोठडीत टाक."

"तुम्हाला या सर्वांचा पश्चात्ताप होईल." कल्की म्हणाला.

परंतु त्याला शासकीय निवासालयाच्या मागे ढकलत नेले गेले. त्याला खरंतर उशीर होत होता. त्याला सूर्योदयापर्यंत पोचणे आवश्यक होते नाहीतर त्याच्या वडिलांच्या जिवावर बेतले असते. त्याने दीर्घ श्वास घेतला आणि शिपायाशी हुज्जत घालायचा प्रयत्न केला. पण त्याचा काहीही उपयोग झाला नाही.

"मी तुला पैसे देतो."

"शिपायाला लाच देणे हा गंभीर गुन्हा आहे."

"मी तुला पुढील सर्व टाळले जाईल इतके पैसे देईन."

"जगातली सर्व संपत्तीसुध्दा तुला वाचवू शकणार नाही. तू मृत

अधिकाऱ्याच्या प्रेतावर वाकून उभा होतास. यासाठी काय शिक्षा आहे माहीत आहे का तुला. मृत्युदंड. अगदी सोपे आहे."

"हे अगदी घाईघाईने दिलेले निकालपत्र आहे. तू न्याय यंत्रणेत नाहीस याचा मला आनंद आहे."

"तुला कोणी सांगितले की मी त्यात नाही म्हणून?"

"अरे बापरे, तू तिथे प्रयत्न केलायस? कठीणच आहे मग."

शासकीय निवासस्थानामधून त्याच वेळी एक रथ बाहेर पडताना त्याने पाहिले. आणि त्यात दुसरे तिसरे कोणी नाहीतर लक्ष्मीच होती. तिचे डोळे व रेखीव चेहरा एवढ्या लांबूनही दृग्गोचर होत होता.

"दोस्ता, मला आता जायला हवे."

"दोस्ता...अं..."

कल्कीने खूप सोसले होते. तो थांबला आणि त्याने मुठी आवळून घेतल्या. जेवढी शक्ती लावता येईल तेवढी लावून त्याने ते दोर तोडले. शिपाई ताबडतोब सावध झाला होता. पण कल्कीने त्याच्या थरथरत्या अशक्त हातातील तलवारीकडे लक्षही दिले नाही. त्याच्या शर्टच्या कॉलरला धरून त्याने ओढले.

"मी तुला पूर्वीच सांगितले होते की तू वाईट चूक करत आहेस. आता माफ कर." आणि त्याने त्या शिपायाला ढकलले. तो जवळजवळ दहा यार्ड दूर जाऊन पडला.

कल्की त्या रिकाम्या रस्त्याच्या पलीकडे रथापाशी गेला. रथाचे लगाम लक्ष्मीने पकडून ठेवले होते.

"तुला वाहन मिळाले?"

"माझ्या आत्येने ते दिले."

"तिने तुला शस्त्रेही दिली असावीत असे मला वाटते"

लक्ष्मीने मागील बाजूस इशारा केला. कल्कीने रत्नखचित पडदा दूर केला आणि तिथे होत्या तलवारी, ढाली, कट्यारी, भाले आणि धनुष्यबाण. "तू तिला कसे काय पटवलेस?"

"ओह. ते माझे खास गुपित आहे. एवढेच नाहीतर तिने मला शहराबाहेर जाण्याचा सोपा मार्गही सांगितला आहे. तिथे अशीही फारशी सुरक्षाव्यवस्था नसते. तेथून आपण पसार होऊ शकू."

कल्की बसला. "मी तयार आहे."

"हे बरे झाले. तू स्वतःला त्या धोक्यात घातलेस ते दिव्य तू

समाधानपूर्वक पार केले असशीलच, त्याबद्दल मला सांग. अरे...बघू मला जरा...ते रक्त आहे का?"

कल्कीने खाली पाहिले, "ऊं हो."

"तू कोणाला तरी ठार मारलेस असे सांगू नकोस."

"नाही नाही." "मग काय झाले?"

"आपल्याला अजून खूप लांबचा प्रवास करायचा आहे." कल्कीने त्याच्या कपाळावरील घामाचे थेंब टिपले. "आपण ह्यावर नंतर बोलले तर चालेल असे मला वाटतंय."

22

विष्णुयथ खूप दमला होता. त्याला रात्रीही चरबी काढावी लागेल (गायींची) कंबरतोड करावी लागेल. आणि उरले सुरले मांस वेगळे कापावे लागेल इ. ची कल्पना नव्हती. कापलेले मांस दोन आठवडे बाजूला ठेवावे, तेही बर्फात ठेवावे अशी शिफारस विष्णुयथने केली होती म्हणजे मग त्यातील मऊपणा कमी झाला असता, त्यातील कच्चेपणा संपला असता पण केशवने ते मानले नव्हते.

गाईंची काळजी कशी घ्यावी या गोंधळातून कसा काय मार्ग काढायचा याचे प्रशिक्षण आपण घेतले आहे हे विष्णुयथने सांगितले होते. परंतु केशवने अर्जनला त्याच्या मुलाची मागणी केली होती.

"आम्हाला फक्त एकजण हवा आहे." केशवने वडील आणि मुलाकडे पाहत म्हटले.

विष्णुयथ ह्या मागणीने गोंधळात पडला आणि तो पुढे काही म्हणायच्या आतच केशवची माणसे अर्जनला मारायला धावली होती पण त्याने त्या हल्ल्याला गुंगारा दिला व तो पळून गेला. आता रात्र पडू लागली होती आणि केशवने त्याच्या लोकांना ती जागा सोडायला सांगितले व अर्जनला तो विसरून गेला. ज्याच्या लोकांनी हल्ला झालेला पाहिला होता त्या सर्वांना गाईंसारखेच त्याने कापून टाकले. त्याच परिस्थितीतून विष्णुयथ आता चालला होता.

आणि आता विष्णुयथला धाकदपटशाने त्यांना मदत करणे भाग पाडले गेले होते, त्यांचा खानसामा होणे प्राप्त झाले होते. त्याचे कारण फक्त केशवलाच माहीत होते. आता तर तो इतका थकला होता की हे गायीं कापण्याचे पापकृत्य सोडून पळून जाण्याचाही प्रयत्न त्याने केला

होता, पण त्याचा काही उपयोग झाला नव्हता. कारण केशवचे शिपाई सर्वत्र पहारा देत होते. म्लेंच्छ मंडळी अशा हल्ल्यातून बचावलेल्या लोकांना ठेवत नाहीत असे त्याने ऐकले होते पण इथे अगदी उलट चालले होते.

विष्णुयथला हे सर्व अजिबात आवडत नव्हते. गायीवर केलेल्या प्रत्येक घावाच्या वेळी तो डोळे बंद करत असे आणि कामधेनू देवतेला, त्याला माफ करायची प्रार्थना करत असे. परंतु त्याला हे त्याच्या आणि त्याच्या मुलाच्या जिवंत राहण्यासाठी करणे क्रमप्राप्त होते. हे फार भयानक होते हे त्यालाही माहीत होते. प्रत्येक घावागणिक विष्णुयथला त्याच्या कपड्यावर उडणारा तो रक्ताचा ओघळ थांबवावा लागत असे. नशिबाने, त्याचे अंग झाकण्यासाठी केशवने त्याला कापडाचा मोठा भाग काढून दिला होता. केशव तेवढा कृपाळू होता.

"तू ती जीभ बाहेर का ठेवली आहेस." केशवने विचारले.

तो मागेच उभा आहे हे विष्णुयथला समजले. केशव त्याच्या कानात कुजबुजला, "ती जीभ माझ्यासाठी काप."

अत्यंत नाईलाजाने विष्णुयथने गायीचे मुंडके बाजूला केले. नंतर त्याने स्नायुबंधाचे तुकडे केले आणि मग तिची जीभ ओढून काढून, त्याला दिलेल्या जाड चाकूने तिचे तुकडे केले.

"ते माझ्याकडे दे."

मृत गायीच्या दुर्गंधाने विष्णुयथ भंजाळून गेला होता. त्या जंगलातील साफ केलेल्या जागेवर मृत प्राण्यांच्या रक्तामांसाचा चिखल झाला होता.

"मी तुम्हाला ती शिजवून देऊ का?"

केशवने प्रत्युत्तर द्यायचीही काळजी घेतली नाही. उलट ती संपूर्ण कच्ची जीभ त्याने आपल्या तोंडात घातली आणि ती घाईघाईने चावून टाकली. त्याच्या चावण्याच्या आवाजाने विष्णुयथला पोटात ढवळून आले.

"तू छान काम करतोस, गावंढळ माणसा." केशवने त्याच्या खांद्यावर शाबासकी दिली. "तुला काहीही त्रास द्यायची आमची इच्छा नाही. आम्ही फक्त वाट पाहत आहोत."

"पण कशाची?"

"मालक!" त्याच्या साथीदारांपैकी एकाने हाक मारली.

"काय?" केशवने उलट ओरडून विचारले.

"त्याच्यासारख्या धार्मिक वृत्तीच्या माणसाला प्राणी कापण्याची

परवानगी कशी काय मिळाली? म्हणजे मला असं म्हणायचंय की त्यांचे कायदेकानून आहेत ठीक आहे? पण त्यांच्याकडे सर्व प्रकारचे देव व देवता नाहीत काय?"

"हो मलाही ते गूढच आहे."

"मला त्याचे काही विशेष वाटत नाही," विष्णुयथ शांतपणे म्हणाला.

"नास्तिकतेचा विस्तार करणारा, माझ्या मित्रांनो." केशवने टाळ्या वाजवल्या. "तू देव नाही असं समजणारा आहेस, मी म्हणतो ते बरोबर ना?"

विष्णुयथने उत्तर दिले नाही. केशवने थोडे गूढतेने त्याच्याकडे पाहिले आणि त्याच्या पाठीवर गुणग्राहकतेने थोपटत म्हटले, "तो छानच आहे."

केशव त्याच्या तंबूकडे गेला. त्याच्या तंबूबाहेर एक पिंजरा टांगलेला होता जो विष्णुयथने पाहिला होता. त्या पिंजऱ्यात एक बोलणारा पोपट होता आणि विष्णुयथने जे काही अनुभवले होते त्यानुसार तो पोपट खूप हुशार होता. केशवला जर एखाद्या संकटाची चाहूल लागली तर तो त्या पोपटाला मोकळे सोडत असे व मग तो परत येत असे. तो पोपट जर कर्कश आवाजात बाहेरच ओरडत राहिला तर त्याचा अर्थ संकट येण्याची शक्यता आहे त्यामुळे काळजी घ्यायला हवी. परंतु केशव त्या पोपटाला नीट वागवत नसे. त्याला पुरेसे अन्न देत नसे तसेच त्याच्या पायात साखळी घालून ठेवत असे. त्या पोपटाला जेव्हा केव्हा तो बाहेर सोडत असे त्याच्या पायाला तो दगड बांधीत असे जेणेकरून तो फार दूर जाऊ नये. तो पोपटाला धमक्याही देत असे. जसं काही त्याला त्या कळत असत. विष्णुयथला हे माहीत होते की पोपटाला खरंच सर्व कळत होते. हा हुशार पोपट चुकीच्या माणसाच्या हाती पडला होता.

केशव त्या पोपटाचे आयुष्य कमी करण्यासाठी त्याला दाबत असे, त्रास देत असे म्हणून तो पोपट त्याच्या हातावर चोचीने टोचून जखमा करी पण केशवला त्याचे काहीच वाटत नसे. त्या जखमांतून येणाऱ्या रक्ताकडे पाहत तो वेडगळपणाने हसत राही.

"माझ्या लाडक्या, तू तसे करत रहा नेहमी करत रहा. मला ते आवडतेय." तो पोपटाला आणखी आवळत असे. आणि पिंजऱ्यात टाकून देत असे. पोपट सहन होणार नाही अशा आवाजात किंचाळत असे, जोपर्यंत केशव विजयी मुद्रेने हासून पिंजऱ्याचा दरवाजा बंद करीत नसे तोपर्यंत.

"आपली दृष्टी," त्याने विष्णुयथला इशारा केला. तो केशवकडे सातत्याने पाहत होता हे त्याच्या लक्षात आले होते. "फारच सुंदर पक्षी."

हे इंद्रदेवा, तुझ्या वज्राने मला या भीतीदायक प्रसंगातून वाचव.

"कुणाला जुगार खेळायचाय?" त्याने त्याच्या मित्रांना विचारले. त्यांच्यात कुठलीही अधिकारी परंपरा असा प्रकार नव्हता. कारण त्यांच्या एकमेकांत कुणाबद्दलही आदर किंवा अनादर एकाच पातळीवर होता. त्यातली केशव ही एकमेव व्यक्ती अत्यंत पिसाट होती. त्याच्यात नेतृत्व गुण होते. आणि तो जरी शरीराने महाकाय नसला तरीही त्याला हवे ते तो बोलू शकत असे.

विष्णुयथ शांतपणे पिंजऱ्याजवळ गेला तेव्हा म्लेंच्छाची पाठ त्याच्याकडे होती. तो पिंजऱ्याच्या पुढे खाली वाकून बसला आणि त्या पोपटाला चुचकारू लागला. पण तो पोपट कर्णकर्कश आवाजात ओरडू लागला.

"शांत हो, शांत हो. मी चांगली व्यक्ती आहे," तो म्हणाला. पण पोपट शांत होईना. "ठीक आहे. ठीक. मला तुला जरा भरवू दे," तो आनंदी वृत्तीने पुढे आला. त्याने आपला हात त्याच्या घट्ट पॅन्टच्या खिशात घातला आणि त्यातून पावाचा एक तुकडा काढला. "माझ्या मित्रा, हे तुला हवे का? हे घे..." त्याने त्या पोपटाच्या चोचीत घास भरवला. पोपट शांत झाला. "छान. हे आता मी इथेच ठेवतोय. म्हणजे तुला मी काही भीती दाखवतोय असे वाटणार नाही." त्याने तो पावाचा तुकडा पिंजऱ्यात टाकला. तो पोपट त्या पावाकडे थोडा वेळ बघत राहिला. केवळ तसे बघितल्याने त्या पक्ष्या भीती वाटली. कोणीतरी आपल्याला प्रेमाने विचारतोय या कल्पनेने त्याला नवल वाटले. नंतर मात्र त्याने आपली मान बगळ्याप्रमाणे वाकडी केली आणि तो पावाचा तुकडा ओढून घेतला.

"अरे वा, छान छान माझ्या मित्रा." विष्णुयथने शांतपणे टाळ्या वाजवल्या. त्याचा तो एक क्षण खरोखरीच आनंदात गेला. "आता आपण मित्र झालो. सांग बरं तुझं नाव काय आहे?"

पोपटाने तो पावाचा तुकडा समोरच ठेवला व तो चोचीने त्यावर टोचे मारू लागला. ते खाऊन झाल्यावर पोपट आपल्या छोट्या पायांनी पिंजऱ्याच्या दुसऱ्या बाजूला गेला व आपले डोके बाहेर काढले.

"तुला काय पाहिजे बरं? तुला मी शाबासकी द्यायला हवी का?"

त्या पोपटाच्या डोक्यावर प्रेमाने हात फिरवल्यावर त्याला आनंद

झाला. नंतर त्याने त्याच्या पंखावरूनही हात फिरवला. तेव्हा ते किती मऊ मुलायम आहेत याची त्याला जाणीव झाली.

"मित्रा, तुझे नाव काय आहे?"

तो पक्षी काहीच बोलला नाही.

"त्या लोकांनी तुला नावसुध्दा दिले नाही का? हं, तू तर खरंच फार सुंदर व मित्रत्वाची भावना जपणारा आहेस. मी तुला शुको म्हणू का?"

तो पक्षी आनंदाने फडफडला. "माझे नाव विष्णुयथ हरी आहे. पण मित्रा, तू मला विष्णु म्हणू शकतोस. माझे नाव या विश्वाच्या निर्मात्याच्या नावावरून ठेवण्यात आले आहे. सम्राट विष्णु हा एक शूर योध्दा होता त्याने आपल्या समाजात शिस्त आणली, तो धर्माचा पुरस्कर्ता होता."

"विष्णु, विष्णु!" पोपट आनंदाने ओरडू लागला.

"काय चाललेय काय इथे!" एक म्लेंच्छ ओरडला.

"अं, काही नाही."

विष्णुयथ उभा राहिला आणि पिंजऱ्यापासून जरा दूर गेला. "मी तुला पावाचा तुकडा देतो हं!"

एका कापडावर ज्यावर चौकोन काढले होते त्यावर हातातील फासे फेकून प्रत्येकजण खेळू लागला. तो घरातच खेळला जाणारा एक जुगाराचा प्रकार होता. त्या कापडावर चौकोनी घरे काढली होती आणि कोणाच्या फाशांचा जास्त आकडा येईल हे पाहत होते. त्या खडकाच्या दुसऱ्या बाजूला विष्णुयथ आला. खडकांचे उंचसखल थर तिथे होते. त्यावरून वाकून पहा असताना त्याच्या हाताला कापलेल्या गाईच्या रक्ताचा स्पर्श झाला आणि त्याच्यात एक सुखाची लहर निर्माण झाली.

मी इथे या अशा अवस्थेत असता कामा नये.

मागच्या खेपेत जेव्हा तो पाखंडी लोकांच्या देशात होता, त्या गावाचे नावही त्याला आठवत नव्हते. तो त्याच्या खिल्लारासह सूर्यगडमधील आगी उध्वस्त झालेल्या जागेतून प्रवास करत होता. तो घाईघाईने त्या नष्ट झालेल्या जागेतून बाहेर पडायचा प्रयत्न करत होता. त्याच वेळी त्याचे लक्ष, एका गोधडीत गुंडाळून ठेवलेल्या अर्भकाकडे गेले. ते मूल आगीच्या मध्यावरच होते. धूर व फुफाटा अजून. शांत झालेला नव्हता. आता त्याच्यापुढे चांगुलपणा की स्वत:चा व्यवसाय अशी व्दिधा परिस्थिती उभी राहिली. तेव्हा त्याने पहिल्या पर्यायाची निवड केली.

गायींना मागे ठेवून त्या पूर्णपणे अपरिचित असलेल्या मुलाला कवेत घेतले. सरतेशेवटी गावातील निम्मे लोक आगीतून सुखरूपपणे दुसऱ्या गावी निघून गेले तर निम्मे आगीच्या भक्ष्यस्थानी पडले आणि तो त्या मुलाला घेऊन राख आणि काजळीने माखलेल्या अवस्थेत तिथे धुरात उभा ठाकला. तो जवळच्या एका झाडाखाली उभा राहिला. त्या मुलाला छातीशी घेऊन उभा असतानाच त्याचे त्या मुलाच्या डोळ्यांकडे लक्ष गेले.

कोण आहेस तु?

पण त्या गोष्टीमुळे काहीच फरक पडणार नव्हता. त्या क्षणी आपण काय करायचे हे विष्णुयथला माहीत होते. एखाद्या अनाथालयात किंवा दुसऱ्या कोणा कुटुंबीयांकडे त्याला सोपवणे एक गुन्हा ठरला असता. म्हणून त्याला त्या अर्भकाला आपल्या घरी घेऊन जाणे भाग होते. त्याने विचार केला की कदाचित देवाने त्याला ही अमूल्य भेट दिली असावी आणि त्याला ते अमूल्य मूल देण्यात परमेश्वराचे काही संकेत असावेत. त्याने त्या मुलाला कवटाळले आणि तो शांबलामध्ये पोचला. तोपर्यंत त्याने त्या मुलाचे नाव, महान योध्दा राजा अर्जुनाच्या नावावरून, अर्जन ठेवायचे ठरवून टाकले होते.

पण आता तो ज्या अवस्थेत होता ती अवस्था, त्या गावाला लागलेल्या आगीपेक्षा फारच वाईट होती हे त्याच्या लक्षात आले. त्या दोन गोष्टींची तुलना होऊच शकत नव्हती. केशवसारख्या माणसाबरोबर या पिंजऱ्यात तो पक्षी किती काळ बंदिवान होता हा विचार, त्याचे लक्ष जेव्हा त्या पोपटाकडे गेले तेव्हा त्याच्या मनात घोळू लागला. त्याला त्या पक्ष्याची दया आली. त्याच्याकडे बघत असतानाच त्याच्या मनात त्या प्रसंगातील दोघांच्चीही समान अवस्था लक्षात आली. त्या पक्ष्याप्रमाणे त्याचीही अवस्था होती. आणि ही किती काळ असेल याची काहीही कल्पना त्याला नव्हती.

23

अर्जनने झाडाच्या जेवढ्या फांद्या कापल्या होत्या, त्या एकत्र करून जिथे बाला जमीन साफसूफ करत होता त्या खड्ड्यात आणून टाकल्या. बालाने त्याच्या झोपडीतून एक फावडे आणले होते. आता सकाळ झाली.

त्या तिघांचाही रात्रभरात डोळ्याला डोळा लागला नव्हता. अर्जन दमला नव्हता कारण त्याने ठरवलेली योजना प्रत्यक्षात येत होती. अर्जनने त्या फांद्या खड्यात टाकल्या.

“मित्रा! तू हे जे काही करतो आहेस ते नेमके काय आहे? तू आता तिथे होळी पेटवणार आहेस का? ती अत्यंत चुकीची कल्पना आहे कारण केशवला त्याचा ताबडतोब सुगावा लागेल. आगीचा वास हा इतर कुठल्याही वासापेक्षा जास्त तीव्र असतो...अगदी कशापेक्षाही...” तो श्वास गुदमरेस्तो हसला.

कृपाच्या टोमण्यांची आणि अपमानकारक बोलण्याची अर्जनला आता चांगलीच सवय झाली होती त्यामुळे त्याने तिकडे दुर्लक्ष केले. त्याने दोन दगड घेतले आणि ते एकमेकांवर घासून आग निर्माण करायला सुरूवात केली. कारण त्यांनी आपल्याबरोबर आगीचे दिवे आणले नव्हते. आणि गावात जाऊन ते घेऊन येण्यात निष्कारण वेळ गेला असता व सर्व बेत सिध्दीस नेण्यास उशीर झाला असता. त्याने पुन्हा ते दगड जोरात घासायला सुरूवात केली. एखाद दुसरी ठिणगी उडत होती पण खाली पडेस्तोवर ती विझत होती. हातातील फांदी खडकावर घासून ऊर्जा तयार करण्याचा प्रयत्न त्याने केला. गुरुकुलमध्ये ही पध्दत तो शिकला होता. तेवढ्यात काही ठिणग्या उडलेल्या त्याने पाहिल्या. त्याने जोरात घासणे चालू ठेवले आणि आग निर्माण केली. अतीव आनंदाने त्याने जळकी पाने

त्या खड्यात टाकली आणि त्या आगीला फुंकर घालून ती वाढवायचा प्रयत्न करू लागला.

"तू विस्तव लावलास तर, आता आपण परतूया का?" कृपाने विचारले.

अर्जन मागे सरकला. 'आता आपण जरा मजा करू या.' तो नऊ फुटी लाकडी ओंडक्याजवळ गेला. त्याच्या मागोमाग बालाही गेला. एका झाडाच्या खोडाला एका बाजूने ओंडके बांधलेले होते. ज्या दोराने ते बांधले होते तो दोर खूप लांब आणि जाड होता. आणि तो जर योग्य दिशेने फेकला तर खूप लांबवर जाऊ शकला असता.

"तू आता दुसऱ्या शेवटाला जा आणि माझ्या आदेशाकडे लक्ष ठेव."

बालाने मान डोलावली आणि तो त्या बाजूला जाऊ लागला. त्याचा जाडजूड देह तिथला ओला चिखल चुकवत जाऊ लागला. दोन झाडांमधील अंतर हे थोड्याशाया नागमोडी वळणाचे होते.

"याच्या साहाय्याने काय करायचा तुझा इरादा आहे?"

"आता काही करायची तुझी पाळी आहे."

"माझी पाळी? माझी कसली पाळी?"

"खालच्या बाजूला जा आणि केशवच्या नावाने पुकारा कर."

"मित्रा, तू काय माझी चेष्टा करतोयस का?"

"नाही, मी तुझी चेष्टा करत नाहीय."

"आणि मलाच का हे सांगतोयस?"

"कारण माझे हात अडकलेत हे पाहतोयस ना."

"तू जर पराभूत झालास तर बालाला जिवंत राहण्याची जास्त संधी आहे. मी हे ओंडके ढकलू शकतो आणि मी त्यात माहीर आहे, खूपच माहीर हे लक्षात घे. कृपया मला ते ओंडके ढकलू दे."

"अच्छा, ते म्हणतोयस हो, नाही नाही," अर्जनने मान हालवली. तो या सगळ्याची खूप मजा घेत होता, खूप निराशाजनक शेरे मारत तो मजा अनुभवत होता. "तूही सुरक्षित राहशील. फक्त हे ओंडके नीट ढकल म्हणजे झालं."

"ओंडके ढकल म्हणजे..."

"आता जा पळ. ही परिस्थिती आणखी बिकट होण्याआधी पळ."

"मी नेमके काय करायचे आहे?"

अर्जनने क्षणभर विचार केला. "तुला जे सांगितले ते कर." अत्यंत थोडक्यात पण निःसंदिग्धपणे त्याने सांगितले.

कृपा हळूच चालू लागला. जाताना तो माती खाली ढकलत जात होता. हे सर्व नजरेच्या टप्प्यात होते हे अर्जनच्या लक्षात आले. अर्जनचा नेम जर योग्य ठिकाणी लागला असता तर म्लेंछाच्या एखाद्या जथ्याला तो मारू शकला असता.

"हॅलो! इथे कोणी आहे का? कोणीही? मला असे समजले आहे की इथे मी केशवला भेटू शकेन. कुणी आहे तिकडे?" कृपाने नेहमीच्या नशेने धुत अशा आवाजात हाक दिली.

आता अर्जनचे शरीर, त्याने ते ओंडके मागे खेचताना आक्रसले. त्याने बालाला इशारा केला. त्यांनी ते खूप खेचले, कोणीतरी येईल या अपेक्षेने त्यांनी तसे केले.

परंतु कोणाचाही मागमूस नव्हता.

कृपाने वर अर्जनकडे पाहिले. त्याच्यासमोर कुणीही प्रकटले नाही याचा त्याला आनंदच झाला. अर्जनने त्याला चूप राहण्याचा इशारा केला आणि एक शब्दही न बोलता तसेच राहायला सांगितले.

त्याच क्षणी सारे जंगल हादरले. कृपा अर्जनपुढून वळून पुढे आला. आणि केशव त्याच्या तीन साथीदारांसह त्याला जंगलाच्या बाहेर दिसला. त्या जंगलाच्या मधल्या मोकळ्या जागी अर्जनने जेव्हा केशवला पाहिले, तेव्हा इतरांच्या तुलनेत बुटका असूनही किती बलवान आहे हे त्याच्या लक्षात आले. त्याचे धारदार नाक आणि व्रण असलेल्या हनुवटी मुळे तो भयानक दिसत होता.

"तुला काय हवे आहे?"

"ओह. नमस्कार. तुम्हीच ते केशव नंद आहात काय?"

केशवने त्याच्याकडे थोडा वेळ पाहिले. त्याचा मूर्खपणा जाणून घेतला. "याला ठार मारा," त्याने त्याच्या माणसांना सांगितले. हातात करवतीसारख्या वाकड्या तलवारी घेऊन दोन माणसे पुढे आली.

"आपण आता गुण्यागोविंदाने आणि सुसंस्कृतपणे हा प्रश्न सोडवू या."

तरीही ती माणसे पुढे झाली.

दोन माणसे म्हणजे अगदीच कमी होती असे अर्जनला वाटले. परंतु त्याला ते करावेच लागणार होते. ती दोन माणसे त्याच्या टप्प्यात येत आहेत हे बघून त्याने बालाकडे पाहिले. कृपा सहजपणाने मागे सरकला आणि त्याने अर्जनला सूचकपणे इशारा केला. अर्जनने बालाला रुकार

दर्शविला आता त्याच्या हाताची बोटे शिवशिवू लागली आणि त्याला कळले की आता आपण एकाला तरी मारणार. त्या कल्पनेने तो शहारला परंतु त्याला तसे वागणे क्रमप्राप्त होते. *मला हे केलेच पाहिजे, माझ्या वडिलांसाठी केलेच पाहिजे.*

आणि त्याच क्षणी त्याच्या बाहुतून एक तीव्र वेदना चमकत गेली. त्या दु:खाच्या जागी त्याची नजर वळली आणि एक बाण आपल्या बाहूत रुतून त्यातून खूप मोठ्या प्रमाणात रक्तस्राव होत आहे हे त्याच्या लक्षात आले. त्याला मागच्या बाजूने दोन म्लेंछ येताना दिसले. अर्जनने बघितले तर बालाच्या पाठीतही दोन बाण घुसलेले दिसत होते.

नाही!

त्यांनी आपल्याला शोधून काढले तर!

"ढकल!"

अर्जनने प्रचंड ताकद लावली आणि ते ओंडके जमिनी समांतर ढकलले त्यामुळे दोर खूप घट्ट बसले. त्या दोन शिपायांनी बाजूला बघितले तर ते त्या ओंडक्यांच्यामध्ये दबले गेले होते. त्यामुळे त्यांची हाडेही मोडली.

अर्जनने त्याच्या अंगातील बाण उपसून काढला तेव्हा ते म्लेंछ हसत होते. त्याने बाण काढल्यावर तर दु:ख आणखीच वाढले कारण बाण त्याच्या स्नायूत खोलवर रुतला होता आणि आता त्याचे शरीर त्याला कसा प्रतिसाद देते हे तो बघत होता. त्याने त्याची ती मोठी जखम हाताने झाकली.

त्या दोन माणसांना ठार मारल्याने तो जिंकला असे त्याला वाटले पण ते चुकीचे होते. अर्जन व बालाचे लक्ष फक्त दुसरीकडे वेधण्यासाठी बांधलेला तो एक सापळा होता. *ते सापळा बांधण्यासाठी असे स्वत:चेच सैनिक बळी देत होते. म्हणजे ते किती नृशंस असतील?*

त्यातील एकजण म्हणाला, "मुला, आता तुझ्या वडिलांना भेटण्याची वेळ आली आहे." आणि तो कपटीपणाने हसला.

24

कल्की आता शांबलामध्ये पोहोचतच होता, तेव्हा लक्ष्मीने त्याला एक प्रश्न गंभीरपणे केला. तो प्रश्न तिला सतत डाचत होता.

"बाला आपल्याला का मदत करीत आहे?"

"तू असा प्रश्न का विचारते आहेस?"

कल्कीने ढगांकडे पाहिले. तसेच जे जंगल ते सोडून आले होते त्याकडेही नजर टाकली. कारण ते आता गावात प्रवेश करत होते. साऱ्या गावावर धुराचे साम्राज्य होते. तोफखान्यातील औद्योगिक काजळीने, खाणीने, घाणीने आणि बाजाराने सर्व गल्ली/बोळ भरून गेले होते. त्याने लांबूनच शहराच्यापासून दूरचा राजाचा किल्लाही बघितला.

"तो खानावळीतला रखवालदार तुझे काय देणं लागतो आहे हे बघून मी बुचकळ्यात पडले आहे. कारण अन्यथा तो तुला एवढे साह्य का करीत आहे?"

"तो माझा ऋणी आहे असे म्हणणे योग्य होणार नाही." कल्की म्हणाला. "लोकांकडून कुठलेही उपकार मी घेत नसतो. त्यांच्याकडून कुठलीही अपेक्षा न ठेवता मी त्यांना मदत करीत असतो."

"ते मला माहीत आहे. आणि त्यामुळेच तो तुला का साह्य करत आहे हा प्रश्न मला पडतोय." लक्ष्मीने लागलीच विचारले.

"त्याला आवश्यकता असेल तेव्हा मी त्याला त्याच्या खानावळीत कुठलाही मोबदला न घेता मदत करत असतो."

लक्ष्मीने त्याचा चेहरा अभ्यासपूर्वक न्याहाळला. तिने आ वासला होता. तिच्या भुवया उंचावल्या होत्या. आणि तिचे पिंगट डोळे त्याच्याकडे अनिमिष नेत्रांनी पाहत होते. "तू निखालस खोटे बोलतोयस." ती म्हणाली

आणि हसली. "हे अगदी स्वाभाविक आहे. तुला जर का मला काही सांगायचे नसेल तर तसे स्पष्टपणे सांग. परंतु मला याचेच आश्चर्य वाटतंय की तू प्रत्येक गोष्ट - अगदी बारीकसारीकही - मला सांगतोस आणि ही गोष्ट सांगण्यासाठी एवढी का टाळाटाळ करतोयस."

कल्कीने निश्वास सोडला. त्याला छातीत जडजड वाटू लागले. "आपण पोचलोय." जंगलातून अचानक धुराचा लोट येताना बघून त्याने विषय बदलला. त्याच्या गवळीवाड्यापासून ती जागा काही यार्डावरच होती. "कदाचित काही तरी जळतंय."

"हो."

"बाकीचे लोक कुठे आहेत?"

कल्कीने आजूबाजूला फिरून पाहिले पण त्याला गावात कोणीच आढळले नाही. तिथे फक्त काही गाढवे आणि बैलगाड्या दिसल्या. त्याने मित्रांचे घर पार केले, मग त्रिपाठींची झोपडीही पार केली आणि शेवटी तो त्याच्याच घराजवळ पोचला. पण तेथे त्याची आई सुमतीही नजरेस पडली नाही.

"हे सर्वजण गेलेत तरी कुठे?" त्याने लक्ष्मीला विचारले.

"हे सर्वजण एकत्रितपणे कुठे गेलेत कुणास ठाऊक?"

कल्कीच्या ताबडतोब लक्षात आले. *ते जातील अशी एकच जागा आहे.*

उतरत्या पर्वतराजीवरील वेडेवाकडे रस्ते पार करून कल्की सोमा गुहांच्या जवळ पोहोचला. त्याने त्याच्याबरोबर रथ आणला होता. सर्व लोक सोमा गुहांच्याजवळ प्रदक्षिणा घालत होते असे त्याला दिसले. त्याला बघताच लोकांना आश्चर्य व आनंदाने धक्का बसला. रथ बघताच मुले हुरळून गेली आणि मोठे लोक अवाक झाले. सोमा गुहांच्या पुढे सुमती हातात तबक घेऊन प्रार्थना करीत होती. ते जेव्हा केव्हा कुठल्या संकटात सापडत असत तेव्हा तेव्हा इंद्रदेवाच्या पुढे येऊन देवाची करुणा भाकत असत. कल्कीनेदेखील इथेच पश्चातापाचे प्रकटन केले होते आणि शांबलाला जादुई खडे दिले होते.

सुमती पुढे झाली, मात्र तिच्यामागील बाकी सर्व लोक देवदत्ताच्या आधिपत्याखाली तिथेच उभे राहिले. त्याने आपल्या मिशांवरून हात

फिरवला. आणि आता आई व मुलगा यांच्यात काय संभाषण होतेय याची वाट पाहू लागला.

"तू कुठे गेला होतास?"

"मी शहरात गेलो होतो."

तिच्या चेहऱ्यावरील भाव बदलले नाहीत. पण तिने लक्ष्मीकडे पाहिले. लक्ष्मी शांतपणे उभी होती. तेवढ्यात कल्की त्या दोघींच्या मध्ये आल्यामुळे त्या एकमेकींना दिसेनाशा झाल्या. सुमतीने फक्त आपल्या भुवया उंचावल्या.

"हे सर्व माझ्यामुळे झालेय. यात तिचा काही दोष नाहीय." लक्ष्मीच्या भडकलेल्या पालकांना ऐकू जाईल इतक्या मोठ्या आवाजात त्याने म्हटले. "माझ्या वडिलांना आपण संरक्षण का दिले नाही? आपण येथे काय करतोय?"

"आम्ही तेच करतोय. मी माझ्या नवऱ्याचे संरक्षण करण्याचे काम करतेय."

"या अशा पध्दतीने?" त्याने तबकाकडे पाहिले. यामुळे त्यांचे संरक्षण होणार नाहीय."

"आम्ही देवाची प्रार्थना करतोय आणि राजा इंद्र व राजा विष्णु आपल्या सर्वांवर कृपा करतील आणि आपले संरक्षण करतील याची आम्ही खात्री करून घेत आहोत."

कल्कीने आईकडे दुर्लक्ष केले.

"या जागेचे माहात्म्य मलाही माहीत आहे. पण त्या बहिष्कृत लोकांशी लढायला याचा काहीच उपयोग होणार नाहीय."

कल्कीचा चेहरा निर्विकार होता. त्याने सुमतीला क्षणभर अत्यंत प्रेमाने जवळ घेतले आणि मग त्याने तिला आपल्या मागे उभे केले. सुमती संतापाने फणफण करत होती परंतु आता जेव्हा तिने कल्कीचा हात हातात घेतला तेव्हा ती थोडी शांत झाली. त्याचे कारण कल्कीला माहीत होते. कल्की पुढे झाला. त्याच्यात नेतृत्वगुण होते, त्याची मान ताठ झाली. आणि डोळे बारीक झाले. ज्या शांतपणे आणि थंड नजरेने कल्कीने देवदत्तकडे पाहिले त्यानंतर देवदत्ताला एक शब्दही बोलण्याचे धारिष्ट्य झाले नाही.

"मी इलावर्तीची राजधानी इन्द्रगडला गेलो होतो. त्या म्लेंछांशी लढण्याकरिता आपल्याला शस्त्रे हवीत म्हणून. आपण इथे बसून

देवाची करुणा भाकू शकू किंवा त्या पर्वतावर जाऊन मार्गही काढू शकू. त्या म्लेंछांनी माझ्या फक्त वडिलांचे अपहरण केलेले नाही तर आपली शांतता, प्रेम, आपल्या आशा, आकांक्षा सर्वांचे अपहरण केले आहे. आपण अत्यंत कमजोर आणि दुबळे आहोत, गांवढळ आहोत आणि सर्वसामान्य आहोत याची जाणीव त्यांनी आपल्याला करून दिलीय. आणि आपण त्यांचे हे मत सिध्द करून दाखवत आहोत. इथे खडकांसमोर विनवणी करत, देवाची करुणा भाकत उभे आहोत. तो परमेश्वर कदाचित एखाद दिवशी प्रत्यक्ष येईलही पण तो दिवस 'आज' चा नाही. आज आपला दिवस आहे. त्या बहिष्कृतांना आणि देवांनाही आपण गांवढळ नाही हे सिध्द करून दाखवून देऊ. आपण योध्दे आहोत हे दाखवू. आपल्याला फक्त आपला पराक्रम आणि योध्देपण आपल्याकडे आहे हे दाखवून द्यायचे आहे." त्याने खोलवर श्वास घेतला आणि तो बोलायचे थांबला.

देवदत्तने खोलवर श्वास घेतला. "आपण वादासाठी का होईना, पण मान्य करू की जर आपल्याला शस्त्रे मिळाली तर ती कुठे वापरायची?" तो पुढे म्हणाला, "इथे सर्वदूर तपास करत बसण्यापेक्षा आपण शहरातून मदतीसाठी कुमक मागवू या."

त्या जथ्यातील काही जणांनी माना डोलावल्या तर बाकीचे अजून गोंधळलेल्या परिस्थितीतच होते. आपण पटवून देऊ शकलो तर त्यातील काहीजण त्या जंगलवासीयांना जिंकण्यासाठी त्याची साथ द्यायला तयार होतील, हे कल्कीला माहीत होते.

"शहरातून कुणीही येणार नाहीत कारण ते त्यांच्याच अंतर्गत दुफळीमुळे भ्रष्टाचाराच्या गर्तेत गुंतले आहेत. तिथली परिस्थिती अधिकच भयानक आहे. तिथे आदिवासींच्या कारवायांमुळे सगळा गोंधळच आहे." कल्की म्हणाला.

"एवढेच नाही तर आम्ही तिथे त्या गर्द अरण्यात जाण्यात आपला वेळ घालवणे मूर्खपणाचे ठरेल..." तो पुढे बोलू लागला पण कल्कीने पुढील बोलण्याकडे दुर्लक्ष केले.

त्याचक्षणी त्याला एका गोष्टीची आठवण झाली. कल्कीने वर जंगलाकडे बघितले. त्याच्यासमोर हिरवेगार चमकते वृक्ष पसरले होते आणि त्यातच त्याला धुराचा मोठा लोट दिसला.

आम्ही जेव्हा त्यांचा मागमूस लागेल तेव्हा तुला इशारा देऊ.

इशारा? खरंय की.

"तर तुझे म्हणणे काय की आपण त्यांचा कुठे शोध घ्यायचा हे आपल्याला माहीत नाही, होय ना?"

"बरोबर." देवदत्तने होकार दिला. "आपल्याला जर कुठे जायचे हे माहीत असते तर मी स्वत: कुऱ्हाड घेऊन गेलो असतो हे मी तुला खात्रीपूर्वक सांगतो. सरपंच असो वा नसो मी एक योध्दा आहे. पण दुर्दैवाने ते कुठे आहेत हेच आपल्याला माहीत नाहीय."

कल्कीने हाताची घडी घातली आणि त्याचे हास्य लपवित म्हटले, "अच्छा. पण मग मी जर म्हणालो की ते कुठे आहेत हे मला ठाऊक आहे तर?" देवदत्तचा चेहरा पडला. त्याने आपल्या शर्टची कॉलर सैल केली. "मला वाटते की तू जे म्हणत होतास ती कुऱ्हाड तुझ्या बरोबर घेच."

25

संध्याकाळ झाली आणि तेव्हाच विष्णुयथने आपला मुलगा अर्जनला पाहिले. तो जरासा जखमी झाला होता. त्याला पिंपळाच्या झाडाला बांधले होते. त्याच्या बरोबरच्या व्यक्तीलाही, जो महाकाय आणि आडमाप होता आणि आणखी एक जण ज्याचा चेहरा केसांमुळे झाकला गेला होता त्यालाही बांधलेले होते. त्याच्या अंगावर सुरकुत्या होत्या व तो खूप म्हाताराही होता. त्याचवेळी तो कोण तेही त्याच्या लक्षात आले. त्या माणसाला बारकाईने पाहिले तेव्हाच ते कळले. विष्णुयथ आणि तो म्हातारा यांच्यात एका शब्दाचीही देवाणघेवाण न होता काही समझोता झाला.

हा माणूस माझ्या मुलाबरोबर कसा काय?

विष्णुयथ त्या प्रश्नासंबंधी फार वेळ विचार करत बसला नाही कारण तेवढ्यात केशव त्याच्यासमोरून गेला आणि आपल्या मित्राबरोबर पुढे आला आणि झाडाभोवती फेरी मारत राहिला. केशव काही बोलला नाही पण त्याच्याबरोबरचा माणूस बोलला.

“तू इथे स्वत:च्या बागेत फिरत असल्यासारखा फिरत होतास. तू आमच्या दोन माणसांना ठार मारलेस. त्यासाठी तुला शिक्षा म्हणजे देहदंड आहे.”

विष्णुयथचे पायच गळाले. त्याच्या मुलाच्या देहदंडाच्या विचाराने त्याला स्वत:चा शाक्तिपात झाल्यासारखे वाटले. कल्की अर्जनपेक्षा नेहमीच जास्त धाडसी आणि श्रेष्ठ होता पण तो नेहमी प्रत्येक पाऊल खूप विचारपूर्वक टाकत असे. या दोघांना येथे पाठविण्यात त्याने त्याच्या मनात कोणता विचार केला असावा?

“मी त्याच्याशी बोलू का, महाराज, कृपा करून मी त्याच्याशी बोलू का?”

केशव रेकल्यासारख्या आवाजात म्हणाला, "मलाही एक वडील होते. तेही माझ्यावर इतकेच प्रेम करत असत. जा बोल."

विष्णुयथ आपल्या पायाने लटपटत झाडाजवळ पोचताच त्याने अर्जनला घट्ट कवेत घेतले.

अर्जन कुजबुजला, "तुम्ही ठीक आहात ना? तुम्हाला काही ईजा झाली आहे का? तुमच्या अंगावर रक्ताचे डाग दिसताहेत."

"बाळा, मी छान आहे. तू हे सर्व करायला नको होतेस."

"मी जर काही करू शकलो नसतो तर मी मस्वत:ला कधीच माफ करू शकलो नसतो."

विष्णुयथने हाताच्या ओंजळीत अर्जनचा चेहरा धरला. "तू एक नादान मूल आहेस. तुला समजतंय का की तू मुर्ख आहेस." असे म्हणून त्याने त्याला पुन्हा कवेत घेतले.

"मी तुमचा मुलगा शोभावा असेच करायचा मी प्रयत्न केला पण मी त्यात कमी पडलो. मी पकडलो गेलो."

विष्णुयथने त्याला सोडले आणि त्याच्यावर नजर रोखत तो म्हणाला, "असं काहीही बोलू नकोस. तसे म्हणण्याची हिंमत करू नकोस. तुझ्याबद्दल मला काय वाटते आहे हे तुला कळणार नाही."

"ते तसे होते हे मला ठाऊक होते. तुम्ही आणि आई जरी मी कायम तुमचा जास्त परावलंबी मुलगा आहे हे म्हणत असलात तरी पण तुम्ही मला कायम सुखात ठेवण्याचा प्रयत्न करत होतात. हे मला दिसत होते. तसे केल्याने मी एक अनाथ मुलगा आहे हे विसरून जावे असे तुम्हाला वाटत होते. मी खरंतर एक अनोळखी मुलगा होतो तुमच्यासाठी. मी एक अशक्त, आगीतून वाचलेले अर्भक होतो, ज्याला पालक नाहीत असे अनाथ मूल होतो."

हे सर्व त्याला सांगितल्याबद्दल विष्णुयथला वाईट वाटले. त्याला अर्जनला हे सर्व बोलल्याबद्दल तिरस्कार वाटला. पण त्याला खरेखरे सांगण्याच्या प्रकारामुळे त्याला स्वत:चाच जास्त संताप आला. त्याने सांगायला नको होते. तो हे सर्व गुप्त ठेवू शकला असता. अगदी सर्व. परंतु स्वत:च्या सत्यप्रियतेमुळे त्या वेडगळ कल्पनेपायी सर्व काही त्याच्या तोंडून बोलले गेले होते. सर्व काही खरे बोलण्यापेक्षा थोडेसे खोटे सांगितले असते तर बरे झाले असते असे त्याच्या लक्षात आले.

आपला जखमी मुलगा त्याला दिसला होता. त्याच्या बाहुतून रक्त

वाहत होते पण तो सांगायला कचरत होता. तो निराश झाला होता. तेव्हाच विष्णुयथ अर्जनला म्हणाला, "कुठल्याही वडिलांना अभिमान वाटावा, कुणी कल्पनेतही बघितला नसता अशा मुलाहून तू चांगला आहेस."

केशवच्या माणसांनी त्याच क्षणी त्याला धरला व त्याला मागे ओढला. विष्णुयथ केशवकडे वळला. त्याची सर्व गात्रे गळून गेली होती. त्याने केशवचे पाय घट्ट धरले. त्याचे डोळे अश्रुपात करीत होते आणि त्याने त्याच्या जिवाची भीक मागायला सुरुवात केली. केशवने गोंधळून विष्णुयथकडे पाहिले. विष्णुने त्याच्या डोळ्यात माफीसाठी काही फरक पडतोय का हे पाहिले पण तसे काहीही दिसले नाही.

"सोड मला." त्याने विष्णुयथच्या तोंडावर लाथ मारली. विष्णुयथ दुसऱ्या बाजूला जाऊन पडला. "मी फक्त तुझी इच्छा पूर्ण केली. आता तुझ्या मुलाला काय सहन करायला लागेल तेही पहा."

अर्जन ओरडला, "तुला काय वाटतेय की तू असाच सुटशील! तुला अजून कल्पना नाहीय."

केशवच्या एका माणसाने विचारले, "तू काय बोलतोस काय? कोण येणार आहे?"

"तुमचा मृत्यु...तोही माझ्या हातून."

"आमचा मृत्यु?" केशवचा बरळल्यासारखा आवाज आला. "आमचा मृत्यु आमच्याच हाताने होणार आहे." त्याने त्याचे तळवे पसरले.

"माझा यावर अजिबात विश्वास नाही."

केशवने डोळे बारीक केले. त्याने त्याची कट्यार बाहेर काढली अन तो अर्जनजवळ गेला. अर्जन अविचल दृष्टीने त्याच्याकडे पाहत राहिला.

विष्णुयथने त्याची विनवणी केली. *"कृपा करून काही करू नकोस. कृपा करून काहीही बोलू नकोस. तो काय करू शकतो याची तुला कल्पना नाहीय."*

"तूही विश्वास ठेव."

केशवने कट्यारीने हळूहळू त्याच्या कातडीवर ओरखडा काढला. अर्जनची कातडी सोलवटली. त्याच्या तोंडावर वेदनेची चमक उमटली कारण त्याच्या चेहऱ्यावरची कातडीही फाटली. अगदी डोळ्याखाली, नाकाजवळ त्याचा चेहरा त्याच्याच रक्तात न्हाऊन निघाला.

विष्णुयथ किंचाळला. त्याचे हातपाय गारठून गेले.

"मला एक गोष्ट आठवली," केशव हसला. "मरणाऱ्यावर असा वार करा जेणेकरून तो कुणी केलाय हे इतरांना कळले पाहिजे."

"मी तुला आव्हान देतो. तू म्हणतोयस..." अर्जन थरथरू लागला. त्याला त्याच्या दु:खातून मुक्तता हवी आहे हे विष्णुयथला लक्षात आले. "तू म्हणतोस की आमचा मृत्यु तुझ्या हातात आहे. मग...मग...आपण... एखादा..." त्याचा श्वास कोंडला. "खेळ खेळू या."

"खेळ?"

"मी बघत होतो की तुम्ही 'गंजिफा' खेळत होतात." त्याने त्या जुगाराच्या पटाकडे इशारा केला. "तू जर जिंकलास तर आम्हाला ठार कर आणि तू हरलास तर आम्हाला सोडून द्यायचं. तू तुझ्या शब्दांना पक्का राहशील...अं...बरोबर? अं. तुझ्या लोकांना तू एक शब्द मोडणारा माणूस आहेस असं वाटायला नको ना. तसं झालं तर ते खूपच वाईट होईल कारण ते तुझ्या शब्दावर भरवसा ठेवून असतात..."

केशवने त्याच्या माणसांकडे पाहिले. एकच क्षण त्यांच्या डोळ्यात अविश्वासाची झलक दिसून गेली.

"ओह! ठीक आहे." केशवने होकार भरला. "आपल्या अटींमध्ये थोडा बदल आहे. जर मी जिंकलो तर प्रथम मी तुझ्या वडिलांना ठार मारणार." त्याने विष्णुयथकडे इशारा केला. "त्यांची प्रथम सुरीने कातडी सोलीन आणि तुमच्यादेखत त्यांना छळून छळून मारेन म्हणजे तुमच्या कृत्याचा परिणाम काय झाला हे तुम्हाला कळेल. ठीक आहे?"

आता आपले आयुष्य, आपला जीव अर्जनच्या हातात आहे हे विष्णुयथला कळून चुकले.

"ठीक आहे तर मग," अर्जनने होकार दिला.

26

तिथे एक अडचण होती. गंजिफा कसा खेळतात हे त्याला माहीत नव्हते.

त्याच्या गुरुकूलमधील वास्तव्यात त्याने तो खेळ खूप दुरून पाहिला होता. तरीही आत्मविश्वासाने आणि घाईघाईने त्याने तो खेळ खेळायला संमती दिली. खेळणारी मुले त्या पटाभोवती बसत असत. त्या कापडी *पटावर* बरेच चौकोन आणि फासे असत. त्यावर सोंगट्या सरकवल्या जात. दोन रंगाच्या सोंगट्या असत. त्याला या खेळाविषयी कधीच आवड निर्माण झाली नव्हती. तो जुनी कागदपत्रे, इतिहास, ऐतिहासिक पुस्तके व नोंदी यांच्यात रममाण होता असे. त्या भयानक नाशानंतर जीवनाचा विकास कसा होता गेला, याचा अभ्यास त्याला आवडत असे. अर्जनने ते कापड (पट) औत्सुक्याने पाहिले आणि त्या खेळात जुगाराचा समावेश आहे हे त्याच्या लक्षात आले. त्याने विचार केला की तेवढे कळले तरी खूपच आहे. तो त्या वेड्या केशव समोर बसला. त्याच्या वडिलांचे आयुष्य त्याच्या हातात होते.

कल्की कुठे राहिलाय? त्याला आपण इशारा तर दिला आहे.

आता त्याला वेळ काढायचा होता. विष्णुयथला अर्जनपासून दूर स्वतंत्रपणे ठेवले होते. बाला आणि कृपा यांना आत्तापावेतो झाडांनाच बांधून ठेवलेले होते. त्यांचे चेहरे आजूबाजूचे अस्वस्थ जग पाहत होते व त्यामुळे ते गोंधळून गेले होते. अर्जनने त्याच्या चेहऱ्यावर रक्त थांबण्यासाठी कापड बांधले होते. गुरुकुलमध्ये घोड्यावर बसणे शिकत असताना तो एकदा पडला होता त्या वेळेपेक्षाही आता झालेल्या जखमा खोल होत्या. त्याच्या पायात प्रचंड वेदना होता होत्या. आणि परत

गुरुकुलात येईस्तोवर तो रडतभेकत होता. आता त्याहून वाईट परिस्थिती होती. त्याच्या अश्रुपाताने डोळे जळत होते पण त्याला हे सहन केलेच पाहिजे याची जाणीव होती.

"चल तर मग." केशवचे रुपेरी डोळे चमकले. "करायची सुरूवात?"

अर्जनने होकार दिला. सर्व सोंगट्या मध्ये ठेवल्या होत्या. त्या दोन रंगांच्या होत्या. लाल अर्जनसाठी तर दुसऱ्या काळ्या केशवसाठी. पटाच्या मध्यावर गोल आकृतीबंध होता. केशवचे बहुतेक सर्व सहकारी खेळाभोवती गोल करून उभे राहिले होते तर काहीजण त्या कैद्यांच्यावर लक्ष ठेवून होते.

"त्याला पराभूत करा महाराज. त्याला चारी मुंड्या चीत करा." सर्वजण त्याला प्रोत्साहन देत होते.

अर्जनला जरा चमकत्या सोंगट्या मिळाल्या होत्या. "चल तू पहिल्यांदा खेळ." त्याला तो कसा खेळतो हे बघायचे होते.

"ठीक, ठीक," केशवने फासे परत घेतले आणि हातातल्या हातात ते खुळखुळु लागले. त्याने ते फासे हळुवारपणे जमिनीवर टाकले. तसे करताना त्याच्या हनुवटीला खरचटले. फाश्यांवर दोनचे दान पडले. "दोन घरे जायचंय" त्याने एक सोंगटी घेऊन पुढे चाल केली.

किती फासे उलटे पडले आणि किती सुलटे यावर खेळ अवलंबून असतो तर.

आता अर्जन फासे खुळखुळू लागला. त्याने ते फेकले. त्याला पाचचे दान पडले. सर्वांचा श्वास कोंडला.

"माझ्यापेक्षा जास्त हं!" केशव करवादला.

विजयी मुद्रेने अर्जनने सोंगटी सरकवली. त्याला हसू आले. त्यामुळे त्याला जखमांमुळे होणारे दुःख थोडे कमी झाले.

अशा पध्दतीने खेळ सुरू झाला. अर्जन जेव्हा ते फासे करंगळीने हातात फिरवून टाकत असे तेव्हा त्याला हवे तसे दान पडत असे. काही काळापर्यंत केशवला त्यात काही गैर वाटले नव्हते, जोपर्यंत केशवला एकदम सर्वांत जास्त दान पडले तोपर्यंत. सर्वांनी टाळ्या वाजवल्या. अगदी वैताग येईपर्यंत वाजवल्या. अर्जनला हा प्रकार माहीतच नव्हता. पण त्यामुळे केशवने त्याच्या सोंगट्या पंचवीस घरे पुढे नेल्या. अर्जनच्या लक्षात आले की त्याच्या फाशांनी खेळण्यामुळे तो खेळाच्या मध्यावर पोचेल. जिथून त्यांनी खेळ सुरू केला तेथेच परत यायचे असतो तेही

प्रतिस्पर्ध्याला पुढे जाऊ न देता. हाच खेळ होता. अर्जनच्या सध्याच्या अवस्थेप्रमाणेच एकूण तो खेळ होता तर.

केशव स्वाभाविकपणे जिंकतच होता. अर्जनला तीनचे दान पडले त्यामुळे त्याची एक सोंगटी केशवच्याच घरात येऊ शकली. केशव गुरगुरला. त्याने स्वत:ची सोंगटी घेऊन ती पुन्हा मधल्या भागात ठेवली. अर्जनला थोडासा आनंद झाला.

असाच तो खेळ तासभर चालू होता. अर्जनच्या प्रत्येक खेळीनंतर केशवच्या सोंगट्या मरत होत्या. केशवची माणसे अर्जनला शिव्याशाप देत होती. अर्जनने फासे हलवले व फेकले. केशवला त्याची आधीची सोंगटी सुरुवातीपासून पुन्हा पुढे आणावी लागत होती. आता त्याची फक्त एक सोंगटी राहिली होती. अर्जनच्या दोन सोंगट्या शिल्लक होत्या. पण तो जवळजवळ वीस घरे मागे पडला होता आणि केशवच्या मात्र फक्त तीन घरे मागे. त्याच्या हृदयाची धडधड वाढली होती आणि त्याला दमल्या सारखे वाटत होते. जुगार खेळण्याच्या त्याच्या निर्णयाचा त्याला आता पश्चात्ताप वाटू लागला. तो एक मूर्खपणाच झाला होता.

नाही.

त्याच वेळी त्याला घशातून खरवडल्यासारखा खोकल्याचा मोठा आवाज ऐकु आला. कृपाला खोकल्याची उबळ आली होती आणि ती थांबतच नव्हती.

"मला माफ करा."

सर्वजण त्या दारुड्याकडे पाहू लागले.

केशव हातात फासे खुळखुळवत होता तेव्हा कृपा पुन: खोकू लागला. "गप्प बस न." केशव ओरडला. "मी एकाग्र होऊन खेळाचा प्रयत्न करतोय ना?" तो करवादल्यासारखा म्हणाला. आणि त्याच वेळी अर्जनला एक कल्पना सुचली. त्याने एका डोळ्याने मागे बघितले. त्याचा दुसरा डोळा कापडाने घट्ट बांधलेला होता. त्याने कृपाकडे पाहिले. आणि तो काही त्याला एक प्रचंड पिणारा म्हातारा वाटला नाही.

त्याला खेळ कसा खेळायचा याचे ज्ञान होते.

तुम्ही जेव्हा फासे खुळखुळवता तेव्हाच तुम्ही दुसऱ्याचे लक्ष विचलित करायचे असते. म्हणूनच अर्जन जेव्हा तसे करायचा तेव्हा केशवची माणसे गलबला, गोंधळ करायची, बडबड सुरू करायची, जेणेकरून तो आपल्या खेळावर लक्ष केन्द्रित करू शकत नसे आणि तो त्याचे फासे कसेही फेकत असे.

अर्जनने कृपाला ती युक्ति ओळखल्याची खूण केली.

केशव फासे जोरात खुळखुळवू लागला, त्याचे डोळे वेड्यासारखे खेळाकडे पाहत होते आणि तो फासे फेकण्यासाठी योजना आखत होता, आणि तो खेळ-पाचीसी जिंकण्याचा मनसुबा आखत होता. आता तो त्या टाकणार एवढया अर्जन शिंकला. ते खरेतर एक क्षणात घडले पण त्यामुळे खूप फरक पडला. त्याला फक्त दोनचे दान पडले.

"दुग्गा," अर्जन हसून म्हणाला. केशवने आपली सोंगटी दोन घरे पुढे सरकवली.

आता अर्जनकडे फासे आले. आता त्याला पंचवीस घरे जायचे होते म्हणजे सर्व फासे सुलट पडणे आवश्यक होते. तो सम्राट विष्णूचा धावा करू लागला, कारण त्याची खेळावरील पकड निसटत चालली होती.

"काय सरकार, काय म्हणताय?" एक म्लेंछाने विचारले.

तंबुतून आकाशाचा एक तुकडा दिसत होता, त्यातून धुके सारे आकाश व्यापताना दिसत होते.

"आग लागलीय का?"

"धूर?" दुसरा घाबरून म्हणाला. "हा काही सापळा आहे का?"

केशवने अर्जनकडे पाहिले. अर्जनच्या हृदयात प्रचंड भीतीने गलबलले. त्याचे शरीर थंड पडले, बोटे गारठली आणि तो पांढराफटक पडला.

कल्की. अरे तु कुठे आहेस?

"त्याला मारा," केशव म्हणाला.

त्याच्या सर्व माणसांनी आपआपल्या तलवारी बाहेर काढल्या. म्यानातून तलवारी काढताना झालेल्या आवाजाने अर्जन हादरला.

"त्याच्या वडिलांपासून सुरुवात करा." तो थांबला. "आपण हे शिरकाण झाल्यावर ताबडतोब निघू या."

सर्वांनी होकार दिला. झाडाजवळ उभा असलेला शिपाई विष्णुयथ जवळ आला. तो एका फांदीजवळ उभा होता.

तलवार परजली गेली. अर्जन जीवाच्या आकांताने ओरडला.

आणि नंतर फक्त टापांचा आवाज आला...अनेक टापांचा.

27

साऱ्यांनी चमकून आवाजाच्या दिशेने पाहिले. तिथली झाडेझुडपे व वेडीवाकडी वाढलेली झाडे कापली गेली, तेव्हा फांद्याही तुटल्या होत्या. रथ तिथल्या मोकळ्या केलेल्या जागेत दिसला. कल्की त्यावर आरूढ होता. त्याच्या हातात धनुष्य व बाण होता, तर लक्ष्मी लगाम धरून त्याच्या शेजारी होती.

त्याचबरोबर केशवचा आठ जणांचा कुरूप जथ्था पुढे आला, आणि कल्की व लक्ष्मीबरोबर लोकांचा लोंढाही आला. तो त्या आठ जणांपेक्षा कितीतरी मोठा होता. केशव हातातील कट्यार घेऊन ताबडतोब उभा राहिला, परंतु तो कोणावर वार करण्याअगोदर अर्जन त्याच्यावर तुटून पडला. त्याच काळात तिकडे कल्की रथावरून खाली उतरला आणि त्याने धनुष्यावर बाण लावून त्याचा नेम कुशलपणे व नेमकेपणाने लावला.

आपल्या आसपास काय चालले आहे, याचा क्षणार्धही विचार न करता अर्जनने केशवचा कट्यारीचा हात धरून ठेवला होता, जेणेकरून त्याच्या कट्यारीचा वार नेमका कुणालाही लागू नये. केशवने झटका दिला आणि तो हवेतल्या हवेत ठोसे मारू लागला, पण त्याचा काहीही उपयोग होता नव्हता. तेवढ्यात अर्जनने अनाकलनीय अशी गोष्ट केली. त्याने त्याच्या (केशवचा) बाहुला जोरदार चावा घेतला. केशव दुःखातिरेकाने किंचाळला. त्याने त्याच्या हातातील कट्यार जमिनीवर सोडून दिली. केशवने अर्जनला ढकलले आणि त्याच्या पायांनी त्याने त्याला आवळले आणि खाली जमिनीवर आदळले. केशवने अर्जनला अनेक ठोसे मारले. परिणामतः अर्जनला त्याच्या नाकाचे अस्तित्वच जाणवेनासे झाले. अर्जनने उलट त्याच्या पायांमध्ये लाथ घातली, त्यामुळे केशव तळमळत

मागे जाऊन कोसळला. अर्जनने आपल्या नाकातील रक्त पुसले. तो केशवला पकडायला गेला, पण तो गडबडा लोळत गेला व पळून जाऊ लागला.

कल्की बाण सोडत होता, तर बाला त्याच्या गदेने मारहाण करत होता. लक्ष्मी भाल्याने प्रतिकार करत होती आणि बाकीच्या लोकांना, त्यांना खरंतर युद्धाचे कुठलेली शास्त्रशुद्ध शिक्षण मिळालेले नव्हते, पण तेही आपापल्या परीने युद्ध करत होते. अनेकजण जखमी झाले. ते लटपटत चालत होते, विजयासाठी झगडत होते, पण त्यांना विजय दुस्तर होता. कृपा आणि त्याचे वडील त्याला कुठेच दिसत नव्हते. त्याचे डोळे त्यांना बारकाईने हुडकत होते. त्याने त्याच्या वडिलांच्या नावाने हाका घातल्या. तेवढ्यात त्याला कल्की दिसला.

“तू फारच लवकर आलास.” अर्जनने तक्रारयुक्त शब्द उच्चारले.

“तू माझ्यावर आरोप करूच शकत नाहीस. तुला हे लोक पकडतील, असं मला कधी वाटलंच नव्हतं. तू माझा भाऊ शोभतोस.” हे म्हणतानाच त्याचे डोळे बारीक झाले. “तू ठीक आहेस ना?”

अर्जनला हसू आवरेना, “माझ्यावरील अरिष्टांविषयी व माझ्या जखमांविषयी आपण पुन्हा कधीतरी बोलू या.”

“हे घे.” असे म्हणुन कल्कीने त्याला कट्यार दिली. “आता हिचा उपयोग कर.” त्याने धापा टाकत म्हटले, “कुणालाही सोडू नकोस. हा आपल्या आयुष्याचा शेवटचा दिवस आहे असे समजून लढ.”

“तुला तर कसे लढायचे असते, हे माहीतही नसून (जगायचे कसे असते) हे तू मला सांगतोयस?”

“मग त्याच्यासाठी जुगार खेळणार आहेस का?”

अर्जनचे डोळे चमकले. “भावा, मी आज पुरेसा जुगार खेळलो आहे.”

आणि त्याच वेळी त्याची आणि विष्णुयथची नजरानजर झाली. त्या साऱ्या लढाईच्या वेळेस तो इतरांपेक्षा एकुलता एक म्हातारा माणूस होता, अशक्त आणि कमकुवत. अर्जनने कल्कीला, त्याला आधार देण्यासाठी व्यक्तीला इशारा केला आणि ते पुढे सरकले.

आपल्या दोन्ही मुलांना पाहून विष्णुयथचा चेहरा उजळला, पण त्याचक्षणी त्याच्या पाठीत एक बाण येऊन घुसला. कल्की शत्रुंवर बाण फेकत असल्यामुळे अर्जनच्या हे प्रथम लक्षात आले. ते दृश्य बघताच अर्जन जोरात ओरडला. एवढेच नव्हे तर, त्याला त्याचे सारे शरीर बधिर

झाल्याचे जाणवले. अर्जन विष्णुयथाच्या पुढेच गुडघ्यावर बसला. काय झालेय हे कल्कीला कळले आणि तो असह्य वेदनेने किंचाळला.

अर्जनने विष्णुयथला धरले आणि त्याचे डोके आपल्या मांडीवर घेतले. अर्जन जेव्हा गुरुकुल संस्थेत शिक्षणासाठी गेला होता, तेव्हा ज्या धीरगंभीर व सहनशील दृष्टीने त्या वेळी विष्णुयथने अर्जनकडे पाहिले होते, तसेच आताही तो अर्जनकडे पाहत होता. त्या दृष्टीनेच त्याला त्याच्या अडचणीच्या किंवा प्रतिकूलतेमध्ये समतोल वृत्तीने व सकारात्मकतेने कसे राहायचे हेच शिकवले होते.

अर्जनने त्यांना घट्ट कवटाळले. कल्कीने दुसऱ्या बाजूने येऊन त्याच्या डोक्याला मसाज केला. कल्कीने तो बाण तत्परतेने काढून टाकला.

"तुम्ही...दोघे...मला मिळालेला- जगातला सर्वोत्तम नजराणा आहात." तो म्हणाला. "अर्जन, हे कायम लक्षात ठेव की तू हरी कुटुंबाचाच घटक आहेस. दुसऱ्या कुणाचाही नाही..."

अर्जन आनंदला.

"आणि कल्की?"

"खरंच बाळा?" कल्कीने त्याचे डोके खाली वाकवले.

विष्णुयथचा हात दुसऱ्या बाजूकडे गेला आणि त्याने कृपाला खूण केली. तो त्या मारामारीच्या प्रसंगापासून दूर बसला होता.

"कृपाचे काय?" कल्कीने विचारले.

"कृपा?" अर्जनने विचारले.

विष्णुयथने मान हलवली. "कृपा...कृपा...च..."

अर्जनने वर पाहिले आणि त्याच क्षणी कृपाने त्याच्याकडे व कल्कीकडे एक विशिष्ट नजर टाकली. त्याच वेळी त्याच्या हातातले वजन एकदम हलके झाले आणि विष्णुयथाची नजर एकाच जागी स्थिरावली.

अर्जनने त्याचे डोके वडलांच्या छातीवर ठेवले, तर कल्कीने त्याच्या पाठीवर थोपटले. अर्जन त्याच्याकडे एकटक पाहत राहिला. "मला ते खरंच वाटत नाहीये...आणि माझा विश्वास बसत नाहीये...त्याने आता मरणे हे संभवतच नाही."

त्याच वेळी एक बाण अर्जनच्या दिशेने आला. कल्कीने तो मध्येच पकडला. कल्कीने आता जे केले ते बघून अर्जनचे डोळे विस्फारले आणि त्याला धक्काच बसला. कल्कीने तो बाण धरला व त्याचे दोन तुकडे केले.

कल्की उभा राहिला. तो जसा पुढे जाऊ लागला तसा तो घोड्याच्या बाजूला जात राहिला. त्याचवेळी म्लेच्छाने दुसरा बाण फेकला. कल्कीच्या अंगावरील कातडीमध्ये बाण घुसताना अर्जनने पाहिले, पण तो अर्जनसारखा ओरडला नाही. त्याने ते दु:ख सहन केले. एका पाठोपाठ पाच बाण कल्कीच्या छातीत त्याचे कपडे फाडून घुसले. कल्कीने ते बाण काढून मोडून टाकले आणि त्याने म्लेंच्छाचा गळा धरला.

अर्जन ते दृश्य बघत राहिला. त्यावेळी विष्णुयथ त्याच्या मांडीवरच होता. कल्कीने त्या अशक्त म्लेंच्छाचा गळा अगदी सहजपणे घोटला. असा तो अचाट शक्तीचा आविष्कार यापूर्वी अर्जनने कधीच बघितला नव्हता. कल्कीने त्याचा गळा दाबण्याचे काम चालूच ठेवले. सरतेशवेटी ती मान लुळी पडली. अर्जन मागे वळला. अर्थात त्याला त्या म्लेंच्छाचे शव खाली पडल्याचा आवाज आला.

आता युद्धाची समाप्ती झाली होती. गावकरी जिंकले होते. पण कल्की आणि तो मात्र ती लढाई हरले होते.

कल्की म्लेंच्छाच्या प्रेताजवळ उभा राहिला. जाण्यापूर्वी त्या गोष्टीचा आणि आपला काही संबंध आहे, हेही त्याला जाणवले नाही. ती सर्व माया होती, एक मोहजाल होते.

अर्जन म्लेंच्छाचे काय झाले, हे बघण्यासाठी तिथे चालत गेला. त्याच्या ओठांवर हास्य विलसत होते. एका विकृत आनंदाचा तो प्रकार होता, कारण ते शव दुसऱ्या-तिसऱ्या कोणाचे नव्हते, तर साक्षात केशवनंदचे होते.

28

जाळपोळ...मृत्युचे तांडव...भयंकर...

एक मुलगा जळत पडलेल्या आणि जळून कोळसा झालेल्या ढिगाऱ्यातून उसकापासकी करत होता. अनेक लोक आगीच्या भक्ष्यस्थानी पडत होते. त्याची बहीण त्या फुफाट्यात असेल, या आशेने तो हुडकत चालला होता. शोध घेता घेता, अनेक अडथळे पार करत, वेगवेगळ्या तंबूत शिरत सरतेशेवटी त्याला त्याची बहीण दिसली...पण ते भयानक दृश्य त्याला दिसले. या सगळ्याला जबाबदार असणारा...ज्याने हे सगळे आरंभले होते...त्याला त्याने क्षणभरच पाहिले होते...पण तो चेहरा तो कधीच विसरू शकणार नव्हता. तो उंच होता...सर्वसाधारण उंचीपेक्षा त्याची उंची खूपच अधिक होती...आणि त्याच्या कपाळभर एका जखमेचा व्रण होता. तो घाव इतका जबरदस्त व खोल होता की त्यातून अजूनही पू आणि रक्त ओघळत होते.

त्या मुलाच्या हातात एक अर्भक होते आणि त्याचवेळी तो इतरांच्या किंचाळ्याही ऐकत होता. *इतर...इतर अनेकजण...*

त्याच्या पाठोपाठच्या भावंडांच्या किंचाळ्याही तो ऐकत होता.

कल्लीला जाग आली. त्याच्या शरीरातील पेशी अन् पेशी जळत होती आणि दुखत होती. त्याने हळूच स्वतःच्या डोक्याला हात लावला. त्याला जाणवले की आपल्याला खूप ताप आलेला आहे. त्याच क्षणी दार उघडले. कदाचित त्यांच्यातील अंतरज्ञानाने तिला कळाले असावे, पण दुरुक्तीने घाईघाईने आत प्रवेश केला. त्याच्या शेजारी ती काळजीयुक्त आस्थेने गुडघ्यावर बसली.

"मी त्यांना वाचवू शकलो नाही...माझ्या भावा-बहिणींना मी वाचवू शकलो नाही..."

"असू दे, असू दे, ते ठीक आहे, ठीक आहे." दुरुक्तीने त्याला थोपटत म्हटले. त्याच्या कोमट कपाळावरील घाम पुसला व त्याच्या केसांतून ती त्याला शांत करण्यासाठी, हात फिरवू लागली.

"कोको, विकोको!"

ते दोनही सेनापती आत प्रकटले

"मला ताबडतोब गार पाणी दे आणि शमनला (वैद्य) बोलवा."

त्यांनी रुकार दिला व दोघेही बाहेर धावले.

"तू ठीक होशील दादा." तिने त्याच्या कपाळावर ओठ टेकले.

"तू नक्कीच बरा होशील. तुला थोडी विश्रांती हवी आहे..."

"माझ्या कृत्याचे फळ त्यांना भोगावे लागत आहे...ते...ते माझ्या जवळ येत आहेत...ते मला नक्की ठार मारणार आहेत..." तो बरळला. त्याचे डोळे पांढरेफटक पडले होते आणि त्याचे प्राण त्याच्यापासून हिरावले जात आहेत असे त्याला वाटले.

"नाही, नाही. तुला कोणीही मारत नाहीये. मला खात्री आहे, की माझ्या दादाला कोणीही ठार मारणार नाहीय." तिने त्याला होता होईल तितकी घट्ट मिठी मारली, त्याचे डोके तिच्या छातीशी तिने घट्ट धरून ठेवले.

कली आपल्या बिछान्यावर उताणा झोपला होता. त्याच्या डोक्याभोवती गार पाण्याने भिजवलेले कापड तिने गुंडाळले होते व दुरुक्तीने त्याचे हात हातात धरले होते. आता त्याचा घाम कोरडा झाला होता आणि त्याला बरे वाटत होते. परंतु त्याच्या छातीतील जळजळ कमी झाली नव्हती, उलट आधीपेक्षा वाढलीच होती. शमन आता गेला होता. कोको व विकोको मात्र त्याच्या काळजीमुळे जवळच उभे होते. त्या दोघांना असे जवळजवळ असलेले पाहणे हे नेहमीच आनंददायक दृश्य असे, कारण ते एकाच वेळी सारखे वाटत आणि त्याच वेळी त्यांच्यातील वेगळेपणाही जाणवत असे. विकोकोने सोनेरी केस वेणीत बांधले होते, तर कोकोचे केस अगदी बारीक होते, परंतु दोघांचीही शरीरयष्टी सारखीच दणकट होती आणि एकमेकाला पूरक होती.

कली अगदी पहिल्यांदा त्या दोघांना भेटला, तेव्हा तो अगदी तरुण होता, तर ते दोघेही कोवळे होते.

आपण सारेजण एकत्रच मोठे झालोय.

दुरुक्तीने त्या दोघांना जायला सांगितले.

"आता तू ठीक आहेस का?"

कल्लीने मान डोलवली. पण ते खोटे होते, कारण त्याच्या छातीत खूप जडपणा आला होता.

"तू काळजी करू नकोस. मी नक्की बरा होईन."

"*तू तापाच्या गुंगीत होतास, तेव्हा काहीतरी म्हणत होतास.*"

"काय?"

"एखाद्या व्रण असलेल्या माणसाला पाहिल्याबद्दल." ती म्हणाली. कलीने डोळे बारीक केले. त्याला आठवत नव्हते.

"मी?"

"*तू तुझ्या भावंडांना मागे सोडून जाण्यासंबंधी बोलत होतास.*"

"मी जेव्हा जेव्हा घाबरलेला असतो तेव्हा तेव्हा तसे म्हणत असतो." कलीने आपले दात आवळले. ज्यावर त्याचा ताबा नाही, अशा स्थितीच्या भोवऱ्यात तो होता. "ते तुला माहीतच आहे."

"जे काही घडले त्यात तुझा काहीच दोष नव्हता."

"पण मला त्याची जाणीव व्हायला हवी होती." कलीने तिच्यावरील नजर दूर करीत म्हटले. "पण किमान मला तरी तू वाचवलंस."

"हो."

कली नाराज झाला नव्हता. तो किमान एवढे तरी करू शकला, याचे त्याला समाधान होते. पण तरीही त्या सगळ्याचा त्याच्यावर विपरीत परिणाम झाला होता. त्याला भीती वाटत असे. त्याला आतल्या आत खूप लागत असे, त्याचे पोट ढवळून निघे आणि मन अस्थिर होई. जे काही घडले त्याबाबत उलटसुलट विचार धुमाकूळ घालत असत.

"मला त्याला बघायचे आहे." बाहेरून ओरडा ऐकू येऊ लागला.

त्याला ते विरोधी नारे ऐकू येत होते. कोको व विकोको त्या ओरडा करणाऱ्यांना शांत करण्याचा प्रयत्न करत होते.

"हो, पण ते आराम करत आहे."

"विश्रांती घेतोय? तो त्याशिवाय इतर काहीही करू शकतो, पण आराम नाही. माझ्या पाठीत सुरा खुपसला गेलाय आणि माझी मानखंडना झाली आहे."

कलीने दुरुक्तीला त्याला आत सोडण्याची परवानगी दिली. ती दरवाजाजवळ गेली व तिने तो उघडला.

"त्याला आत येऊ दे."

कोको व विकोको बाजूला झाले आणि वासुकी त्या खोलीत प्रवेशला. तो उद्विग्न झाला होता. पूर्णपणे क्षुब्ध झाला होता

"महाराज, काय? तुमची तब्येत कशी आहे महाराज? तुम्हाला आता कसे वाटत आहे? माझ्या लोकांच्या मृत्युचा आकडा वाढत आहे, तर त्याव्यतिरिक्त अधिक काही आपल्याला आणून देऊ का?" वासुकीने उपहासाने म्हटले.

"तुझे अशा पद्धतीने बोलण्याचे धाडस तरी कसे झाले..."

कलीने तिचा हात घट्ट धरला व दुरुक्तीला शांत केले. त्याचीच सर्व चूक होती याची त्याला जाणीव होती. आपण बिछान्यावर पडून आहोत याचीही त्याला जाण होती. पण त्यामुळे असा काय पहाड कोसळलाय हे त्याला कळेना. "वासुकी महाराज, काय झालंय काय?"

"तक्षकाला कुणीतरी भोसकलंय आणि त्याला तीनमजली खानावळीवरून कुणीतरी खाली फेकलेय." वासुकी पुढे म्हणाला, "एवढा उद्धटपणा, एवढे भयानक कृत्य करण्याचे कोणाचे धाडस असेल? याची कल्पना करा."

वासुकी काय ध्वनीत करत होता हे कलीला माहीत होते.

"तुझ्याकडे काही पुरावा आहे काय?"

"मी त्याचा शोध घेत आहेच. पण तुला माहीतच आहे की, किंचितही कल्पना आली तरी युद्ध अटळ आहे. मी माझी सेना त्या आडमाप जंतूचा सर्वनाश करायला पाठवून देईन. त्याच्या त्या अमाप संपत्तीचा घास घेईन."

"मी कुवेराला चांगला ओळखून आहे. तो शब्दाचा पक्का आहे. युद्ध छेडण्यासाठी किंवा चिघळवण्यासाठी तो कुणालाही मारणार नाही, असं वचन त्यानं मला दिलं आहे."

"ठीक. पण त्याच्या शब्दापासून त्याने फारकत घेतलीय, कारण केवळ शब्दाला आता काही किंमत राहिलेली नाहीय." वासुकीने खोलीत येरझारा घालणे थांबवले. "कली, तुला माहीतच आहे, की आपल्यात एक समझोता झाला होता आणि माझ्याकडून मी त्याचं पूर्ण पालन केलं आहे. आपल्या सगळ्यात शांतता राखण्याची जबाबदारी मी तुझ्यावर टाकली होती. पण तू जर त्यासाठी योग्य नसशील तर मला काहीतरी दुसरी तजवीज करावी लागेल आणि ते तुला अजिबात आवडणार नाही."

"महाराज वासुकी, तुम्ही मला धमकी देत आहात का?" अत्यंत हलाखीची तब्येत असूनही कल्लीच्या आवाजाने वासुकीच्या शरीरातून थंड भीतीची लाट लहरत गेली.

वासुकीने त्याच्याकडे क्षणभर सुन्न होऊन पाहिले. "मी स्वत: जातीने याचा शोध घेत आहे. मला वेळ मिळाला तर मला काय शोध लागला हे मी स्वत: तुला सांगेन. तोपर्यंत मला परवानगी दे. सेनापती तक्षकाचे शेवटचे दर्शन घ्यायला माझी बहीण राजकन्या मनसा येत आहे. तक्षक तिचा अगदी जवळचा मित्र होता. त्याच्या अंत्यसंस्कारासाठी तूही येशील अशी मला आशा आहे."

एवढे बोलून तो बाहेर पडला.

आपले दोन्ही हाताचे तळवे त्याने घट्ट धरले व आपल्या डोक्याकडे नेऊन कली गुरगुरू लागला आणि खोलवर विचार करू लागला. *हा काय करेल बरे?*

"काय झाले?" दुरुक्तीने विचारले.

"काय झालंय हे तुला कळलेच आहे." कलीने डोके हलवले. कलीने त्याच्या सेनापतींना हाक मारली. ते बाहेर उभे राहून त्या खोलीचे संरक्षण करत होते. ते आत आले.

"तो 'साप' काय म्हणाला हे तुम्ही ऐकले असेलच." कलीने सुरुवात केली. "हे सर्व कुणी केले याचा तुम्ही दोघांनी शोध घ्यावा असे मला वाटते आणि त्या सर्वांपेक्षा आधी ते शोधून काढा. मी एवढ्या परिश्रमपूर्वक कशीबशी ही शांतता स्थापित केली आहे, त्यात याने कुठलीही बाधा आणता कामा नये अशी माझी इच्छा आहे."

त्या जुळ्या भावंडांनी होकार दिला व आता मात्र ते किल्ल्याबाहेर जाण्यासाठी तिथून निघाले.

"तुम्ही एवढे श्रम करता, कष्ट घेता व काही कमवता आणि तुमच्या हातून ती गोष्ट गमावली जाते हे फारच दु:खदायक असते."

"दादा, तुला काय म्हणायचेय ते मला कळालेय."

त्याने झोपायला जाण्यापूर्वी तिच्या गालावर प्रेमाने थोपटले. आता आपला ताप उतरेल व शरीरात होणाऱ्या वेदनाही कमी होतील या आशेने तो झोपायला गेला. पण त्याचे मन मात्र त्या आग लागलेल्या गावातच पुन्हा घुटमळू लागले. आदिवासी आणि मानव यांच्यात शांतता नांदत राहणे त्याला का आवश्यक वाटत होते याचे कारण त्याला माहीत होते.

त्यांच्यातील कटु वितुष्टामुळेच त्याला त्याच्या कुटुंबाची मृत्युयात्रा बघावी लागली होती आणि त्या गावाच्या आगीतील वाताहात अनुभवावी लागली होती.

तो चेहऱ्यावर व्रण असलेला कोण होता?

त्या गोष्टीमुळे सर्वकाही बदलले होते. ती लढाई शांततेसाठी नव्हतीच मुळी. ती होती गुप्ततेसाठी. ती गुप्त गोष्ट त्याच्या मनात रुजी घालत होती. त्या गुप्ततेची उकल होणे आणि ती समजून घेणे, यासाठीही खरं तर तो खूप घाबरत होता.

29

कल्की त्याच्या वडिलांच्या *अंत्येष्टीच्या* विधीला जाऊ शकला नाही. तो खूप अशक्त झाला होता त्यामुळे अर्जननेच सर्व विधी पार पाडले होते. त्याच्यात खूप बदल झाला होता. त्याच्या चेहऱ्यावरील व्रणामुळे लोकांना ताबडतोब त्या जुन्या घटनेची याद येत असे. त्याच्या जीवनात येणाऱ्या प्रत्येक दिवसागणीक त्याच्या चेहऱ्यावरील व्रणामुळे त्याच्या दु:खाची वारंवार आठवण जागी होता असे व तो शोक करीत असे आणि ते तर मरणाहूनही खडतर होते. त्याने अंत्यविधी करत असतान दुरूनच आपल्या दु:खी आईकडे पाहिले. मनातल्या मनात तो खजील झाला होता. आणि आपल्या दु:खी आईची सांत्वनाही करू शकत नव्हता. तिच्या नवऱ्याचे काही म्लेंच्छानी अपहरण करणे, या दु:खद घटनेपेक्षा खूप चांगल्या घटना तिच्या नशिबात असायला हव्या होत्या. ती एक चांगली व उच्चकुलीन स्त्री असल्यामुळे तिला आणखी खूप चांगले आयुष्य व्यतीत करायला मिळायला हवे होते.

तो जिथे सर्व मारामारी व रणकंदन झाले, त्या जागी प्रवास करत आला. कल्कीच्या होऊन गेलेल्या घटनांची आठवण व त्या कटु गोष्टींचा पुन्हा प्रत्यय हवा होता म्हणून तो आला नव्हता, तर आपल्या वडिलांची काही चीजवस्तू तिथे पडलेली नाही ना, हे बघायला तो आला होता. म्लेंच्छाचे तंबू उद्ध्वस्त होऊन तिथेच पडले होते अणि ते आगीचे स्थान त्या म्लेंच्छाच्या अचेतन शरीरांनी भरून गेले होते.

कुठल्याही युद्धात साध्यासुध्या व अश्राप लोकांचेच बळी पडत असतात.

त्याच वेळी त्याला एक आवाज ऐकू आला. तो कर्कंकूश होता. त्या

आवाजाने कान किटले आणि त्याच्या कानावर स्वच्छ आवाज ऐकू आला.

"विष्णु, विष्णु."

कल्की वाकून बसला. त्या मोडक्या-तोडक्या तंबूत एक पिंजरा होता. त्यात एक केस पिंजारलेला पण सुंदर पोपट होता. तो कल्कीकडे पाहत होता. "हॅलो! विष्णु!"

"तुला माझ्या वडिलांचं नाव कसं काय माहीत आहे?"

"शुको! शुको!" कल्कीला काहीच कळले नाही. त्याने पिंजऱ्याचे दार उघडले आणि पोपटाला मोकळे सोडले.

"विष्णु!" या नावामुळे त्याला दुःख होता होते. त्या पोपटाची व वडिलांची कुठल्या तरी पद्धतीने ओळख होती तर. कल्कीकडे त्याला खायला घालायला काहीच नव्हते म्हणून त्याने त्याला नुसतेच थोपटले. पोपट त्याच्या हातावर चढला व तिथून तो त्याच्या खांद्यावर पोचला.

"शुको!"

"तुझं नाव शुको आहे तर?"

पोपटाने त्याच्या शर्टवर, ओळखीच्या नात्याने चोचीने टोचले.

"तुला आम्ही शुको या नावानं हाक मारावी असं आम्हाला वाटतं."

तो गावाकडे चालू लागला. "तुझी आणि माझ्या वडिलांची ओळखदेख कशी झाली याची सविस्तर हकीकत तू मला सांगशील अशी आशा आहे."

तो नदीजवळ बसला होता. त्या जखमा अजूनही ठसठसत होत्या. त्याला श्वास घ्यायलाही त्रास होता होता. त्याने एक चपटा दगड उचलला आणि नदीच्या पाण्यात समांतर फेकला त्यामुळे तो पाण्यावर उड्या मारत गेला. (भाकऱ्या तयार होता गेल्या) शुको त्याचे भक्ष्य शोधायला गेला होता तो अजूनही परतला नव्हता. क्रियाकर्म उरकले होते आणि लक्ष्मी त्याला शोधत तिथे आली.

ती त्याच्याजवळच शांतपणे बसली आणि सुमारे अर्धा तास ते अबोलपणे बसून होते. कल्कीलाही बोलायची इच्छा होत नव्हती. ते तसेच शांत बसून राहिले आणि ते त्याला आवडत होते. दुसरा कोणी मित्र असता तर त्याला बोलावेसे वाटले असते, तो काहीतरी गजेशीर बोलला

असता आणि निघून गेला असता. लक्ष्मी तशी नव्हती. ती कल्कीला इतर कुणापेक्षाही चांगले ओळखत होती आणि तिला हेही माहीत होते की कुणाचेही दु:ख बोलल्याने संपत नाही. कल्कीची बोटे तिच्या बोटात गुंतली होती. त्या वेळी ते निळेभोर आकाश हळूहळू नारिंगी रंगात न्हाऊन निघत होते आणि ढग पिंजून टाकलेल्या कापसासारखे दिसत होते.

"त्यानं चूक केली होती आणि त्याला मदत हवी होती. ती मी केली." कल्की बोलू लागला.

"तुला नेमकं काय म्हणायचं आहे."

"बाला," तिच्याकडे वळून तो म्हणाला, "तू त्याच्याबद्दलच मला विचारलंस ना? तो माझं काय देणं लागतोय? एका खानावळीचा रखवालदार माझं काय देणं लागतोय? त्यानं एका लहान मुलीला आतमध्ये जाण्याची परवानगी दिली. 'परवानगी दिली' हे म्हणणं योग्य होणार नाही, कारण ती मुलगी कुणाच्याही परवानगीशिवाय आत घुसली होती. त्यानं तिला थांबवलं नव्हतं, पण ती मात्र त्याचीच चूक होती कारण तिला बाहेर काढण्यासाठी तो परत आला नाही. ती जागा मुलांनी जाण्यासाठी योग्य नाही हे त्यानं तिला समजावून सांगायला हवं होतं. ती फक्त तेरा वर्षांची होती."

कल्कीने पाहिले तर लक्ष्मीचा चेहरा सर्व जाणून घेण्यासाठी उत्सुक दिसत होता.

"जेव्हा माणसं दारूच्या अधीन होतात, तेव्हा ती मुलांकडे मुलं म्हणून पाहू शकत नाहीत, हे तिला समजत नव्हते. ते स्त्रीकडे पाहतात आणि त्यांना मर्यादा राहत नाही. त्यांना कुठल्याही नियमांचा धरबंध राहत नाही."

"ती कोण होती?"

"ते मलाही माहीत नाही. आम्ही जवळपास चौकशी केली."

"पण नेमकं काय घडलं?" तिने त्याचा तळहात घट्ट धरला.

कल्की सांगू लागला. ती गोष्ट वर्षभरापूर्वीची होती. त्या खानावळीत केवळ दारू मिळत नव्हती. तिथे अनेक खोल्या होत्या. आणि तिथे अनेक स्त्रिया देहविक्रय करत असत. त्या आत गेलेल्या मुलीसंबंधी बाला पूर्णपणे विसरून गेला. सकाळी तो सर्व खोल्यात, पाण्याने भरलेली बादली व पोछा घेऊन गेला. शेवटच्या खोलीजवळ आला तेव्हा त्याला

तिथे कुलूप दिसले. त्याने खानावळीचा मालक, अरिंदमला बोलावले. त्यालाही आश्चर्य वाटले. तिथे कुणीही खोलीला कुलूप लावायची हिंमत करत नसे.

बालाने दरवाजावर लाथ घातली. दरवाजाच्या बिजागरीसकट दार सताड उघडले. आत दारू व इतर पदार्थांचा घाण वास दरवळत होता आणि एका कोपऱ्यात ती मुलगी होती. ती लपून बसली होती. तिचे कपडे तिच्या अंगावरील धाबळीप्रमाणेच फाटले होते.

"काही वेळा काही प्रश्नांना काहीच उत्तर नसते." कल्की पुढे म्हणाला, "तो माणूस कोण होता याची आम्हाला कधीच काहीच माहिती मिळाली नाही. बाला माझ्याकडे आला आणि त्यानं मढा एक विनंती केली. तिचं घर शोधून देण्यासाठी तिला मदत करण्याचं वचन त्यानं घेतलं."

"तू त्याबाबत काही केलंस का?"

"हो. जवळच्या गावात आम्ही ते शोधले." तो थांबला. "तो माझ्या खांद्यावर डोकं ठेवून खूप रडला आणि ते अगदीच चमत्कारिक होतं. तो डोळ्यांतील आसवं संपेस्तोवर रडला. त्यानं त्या मुलीच्या बाबतीत जे काही घडलं त्याबद्दल स्वतःलाच खूप दोष दिला."

लक्ष्मीने खाली मान घातली.

"मी तुला हे सांगायला नको होतं, कारण तू त्यावरून बालासंबंधी काही ग्रह करून घेशील. खरंतर मी जे काही केलं ते त्याच्यासाठी नाही, तर त्या मुलीसाठी केलं, पण तरीही तो माझे ऋण कायमच मानत असे. मग त्यानं कशाचीही पर्वा केली नाही. माझं आणि माझ्या धाकट्या भावाचं रक्षण तो कायम करेल, त्याच्या जिवात जीव असेतोपर्यंत तो आम्हाला संरक्षण देईल, असं वचन त्यानं दिलं होतं."

लक्ष्मीने मान हलवली. "मी त्याच्याबद्दल कुठलाही ग्रह करून घेणार नाही. त्याबाबत तुझं मत चुकीचं आहे हे तुला माहितीये?"

"कदाचित मी चुकलो असेन. आपण कोण होतो आणि आपण सारखे एकमेकांबरोबर कसे असायचो, याचा आपल्याला विसर पडला आहे. आपण एकमेकांना शेवटचं पाहिलं होतं त्याला आता दोन वर्षं झाली आहेत."

तिची बोटे त्याच्या केसांमधून फिरत होती.

"तुझी उणीव मला खूप जाणवत होती. होय माझ्यात खूप बदल झाला आहे, पण मला कधीही विसरू नकोस. मी पूर्वीसारखाच आहे. फक्त माझ्या विचारात काही बदल झालेत, इतकंच."

कल्की हसला. तिच्या बोटांच्या स्पर्शाने त्याच्या अंगावर रोमांच उठले होते. ही भावना त्याच्यासाठी अगदी वेगळी होती. तिचा स्पर्श त्याला प्रमुदीत करत होता. त्यामुळे त्याला खूप आनंद मिळत होता आणि तो क्षण संपूच नये असे त्याला वाटत होते.

"माझ्याकडे एक खबर आहे."

"काय झालं?"

तिने खोलवर श्वास घेतला. कदाचित माफी मागण्यासाठीची ती पूर्ण तयारीच होती.

"मला माहितीये की आपण खूप दु:ख भोगलंय. पण शेवटच्या वेळी जेव्हा मी आत्याकडे भेटायला गेले होते, तेव्हा तिनं मला परत शहरात येण्यासंबंधी विचारलं होतं. इन्द्रगडमधील सर्व काही स्थिरस्थावर झालं आहे आणि आता सगळं काही ठीक आहे हेही सांगितलं होतं."

"हे तू मला यापूर्वीच का सांगितलं नाहीस."

"ते सांगायची ती योग्य जागा व योग्य वेळही नव्हती."

"हो, पण कधीपर्यंत?" कल्कीचा आवाज थरकापत होता. आता पुन्हा नाही. तो खूप एकटा पडेल.

"ते कधीपर्यंत ते मलाही माहीत नाही. पण ते काही काळच असेल हे नक्की."

"तू पुन्हा शहरात जायला मला नको आहे."

"मला माहितीय."

"मग तरीही जाणार आहेस?"

तिने डोळे मिचकावले. कदाचित गंभीर विचारानेही असेल.

"मी जाणारच हे तुला माहितीये. मी नक्कीच जाणार. मला माझ्या आत्यासारखी अधिकारी, समर्थ सुशिक्षित आणि व्यक्ति व्हायचंय. शांबलामध्ये मला सर्व मिळेल, पण हे नाही."

कल्की निराश झाला नाही. उलट त्याने त्याच उत्तराची अपेक्षा केली होती.

"हे बरोबर आहे. त्याबाबतीत तू अजिबात कधीही बदलणार नाहीस." तो थांबला.

"त्या वेळी मात्र मी तुला नक्की भेटायला येईन. अगदी शपथपूर्वक सांगतो."

"हे तर तुला करायलाच हवं. माझ्या आत्यानं मला कबूल केलं आहे,

ती मला वाचनालयात काम मिळवून देईल म्हणून. तसं झालं तर किती छान होईल नाही का?"

कल्कीने मान डोलवली.

"ग्रंथ हेच गुरू असतात. मग मी कदाचित अर्जनलाही तिकडे आणीन."

"अर्थात."

ते एकमेकांकडे पाहून हसले. कल्कीला तिच्या डोळ्यांत आनंदाची झाक दिसली. लक्ष्मीमुळे सर्वच गोष्टीं छान वाटतील. ती ज्या बारीकसारीक तक्रारी (कृतककोपाने) करते, ती नाराज असेल, तेव्हा ती कशा भुवया वर खेचते, अशा प्रत्येक बारीकसारीक गोष्टींमुळे ती कितीतरी वेगळीच वाटते. त्यामुळे त्याला ती खरोखरीच खूप आवडते व जवळची वाटते.

ती आणि तोही थोडे पुढे सरकले. त्याचे हृदय एखाद्या भात्यासारखे धकधक करू लागले, त्याचे ओठ कोरडे पडले आणि त्याच्या डोळ्यांवर झापड येऊ लागली. तेव्हाच...

शुको कर्णकर्कशपणे ओरडत सामोरा आला.

"कल्की, कल्की."

कल्की आणि लक्ष्मी दोघेही पटकन भानावर आले. आजच्या दु:खाच्या दिवशीही ते काय करणार होते हे त्यांच्या ध्यानात आले. लक्ष्मी लाजेने चूर झाली आणि कल्कीलाही आपले सर्वांग गरम झाल्याचे जाणवले. त्याच्या हृदयाचे ठोके जलद पडत होते. त्याला आजपर्यंतच्या आयुष्यात एवढे अस्वस्थ कधीच वाटले नव्हते.

"हा कोण आहे?"

"शुको." पोपट त्याच्या खांद्यावर शांतपणे बसला होता.

"माझा हा आजच झालेला नवा मित्र आहे."

"वा! छानच." ती हसत म्हणाली.

नंतर ते सूर्यास्त होताना बघत बसले. त्यांचे एकमेकांचे हात एकत्रच गुंफलेले होते.

दुसऱ्या दिवशी सकाळी कल्की बालाबरोबर हळूहळू पावले टाकीत त्या खानावळीकडे जात होता. अर्जन आईची काळजी घेण्यासाठी मागेच राहिला होता.

"दादा, तो तोच होता याची तुला खात्री वाटतेय का?"

"हो नक्कीच. मला तशी खात्री आहे."

"तो, तो नाहीय पण..."

"नाही, तो तोच आहे. याबद्दल मी तुझ्याशी पैज लावायला तयार आहे."

ते टेकडीवर पोचले तेव्हा कृपा कड्यावरून खाली वाकून पाहत होता. त्याच्या आसपास अनेक पेले पडले होते व तो अर्धवट ग्लानीतच होता. लक्ष्मी इन्द्रगडहून परतली व त्याला भेटली त्या दिवशी तो लक्ष्मीला धरून येताना कसा चालत होता, हे त्याला आठवले.

तो एक योगायोग नव्हता.

"मी काल त्याचा पाठलाग करीत येथेच आलो होतो. दादा, तुझ्या वडिलांच्या अंत्यसंस्काराच्यावेळी तो तिथे होता. सगळ्या लोकांपासून दूर उभा होता. तो घाबरट व डरपोक आहे. ज्या दिवशी झटापट झाली, तेव्हा तो लपून बसला होता."

"*त्याला काहीतरी विशेष माहिती आहे, त्यासाठी मी त्याच्याशी बोलले पाहिजे, असं माझ्या वडिलांना वाटत होतं.*" कल्की बालाला म्हणाला, "*माझ्या वडिलांनी त्याची निवड उगीचच केली नसावी, याची मला खात्री आहे.*"

"त्यांनी कृपाला काहीतरी सांगितले होते." तो बोलायचे थांबला.

"त्याला त्याच्या बचावार्थ काय म्हणायचं आहे हे बघू या."

30

त्याने डोळे उघडून बघितल्यावर त्याच्या लक्षात आले की जे काही घडत आहे ते अत्यंत धूसर आहे, अस्पष्ट दिसत आहे. तिथे खूपच गार होते. भयंकर आणि भीतिदायक अशी थंडी होती. कसेबसे त्याने हात आपल्या छातीवर आवळून घेतले होते. कृपा आपल्या पायावर उभा राहिला. त्याच्या पायाखाली काहीतरी तुटल्याचा आवाज आला अन् तो बर्फावर उभा आहे हे त्याला उमगले.

हे काही योग्य नाही.

थंडगार वारे त्याला सहन होत नव्हते व त्यामुळे त्याचे सारे लक्ष विचलित झाले होते. तो काळजीपूर्वक पायाच्या तळव्यावर चालत काठावर आला.

हे असे काही होईल अशी कल्पना नव्हती.

"ठीक आहे. हे सारे बघून तुला मजा वाटत आहे ना." तो आकाशाकडे पाहत ओरडला. तो अजूनही अलगदपणे बर्फाच्या एका बारीक पापुद्र्यावर उभा होता.

"मित्रा, आता तूच मला मदत कर आणि मला यातून सोडव नाहीतर मी या गार वातावरणात थंडीने मरूनच जाईन."

तेवढ्यात बर्फाचा तो पापुद्रा मोडला आणि बर्फासारख्या गार पाण्याचा फवारा उडला. कृपा बाजूला झाला आणि तो बर्फाच्या घट्ट व जाड पापुद्र्याकडे गेला. तिथे त्याला एक माणसाच्या आकाराची आकृती दिसली. महाकाय आणि भव्य. त्या आकृतीने स्वतःचे शरीर वाघाच्या कातडीने गुंडाळून घेतले होते. त्याच्या पाठीवर एक कुऱ्हा लटकलेली होती. त्याचे लांब केस चटईच्या काडयांनी बांधले होते.

"मित्रा, तू तुझ्या मर्जीनेच सारे करत असतोस." कृपाने टिप्पणी केली. "पण मला त्यात ओढू नकोस. ठीक? हे सर्व सहन करण्यापलीकडचे आहे..."

ती आकृती नाक फेदारून शांतपणे उभी होती.

"भार्गव तुला काय हवं आहे. तुला लढाईला मी प्रवृत्त केलं, खरंय ना? त्यानं काय केलं हे आपण पाहिलंच. तो एक असामी आहे." कृपाचा आवाज बदलला होता. तो करारी व गंभीर झाला होता.

"तू नेहमीसारखा बोल." कृपाने उच्छ्वास सोडला.

"तुझ्या डोक्यात एखादी गोष्ट भरवणं किती अवघड आहे आणि ते करायला किती शक्ती पणाला लावावी लागते, याची तुला कल्पना नाहीये आणि तसं करणं हे काही सुखासुखी करण्याइतकं सोपे नाही." भार्गवराम चालू लागला. कृपाही त्याकडे कण्हतकुथत जाऊ लागला. त्याच्यापुढे कृपा खूपच वयस्कर आणि घाणेरडा दिसत होता. भार्गवमध्ये एक भव्यता अणि राजेपणाची लक्षणे होती.

"मी ते कधीच चालून दिले नव्हते."

"मलाही काही दुसरा पर्याय होता, असं तुला वाटतंय का? तुझा पुतण्या जेव्हापासून परागंदा झालाय, त्याच्या भाग्यापासून दूर गेलाय, तेव्हापासून तुझ्या एकट्यावरच मी भरवसा टाकू शकतोय." भार्गव त्या बर्फाच्या सपाट भागावर बसला. सोमरसाच्या प्राशनामुळे त्याच्यात ते सामर्थ्य आले होते.

"त्याला मिळालेल्या शापामुळे व इतर गोष्टींमुळे तो त्याच्या संरक्षणासाठी नशीबाचा कौल घेईल असं वाटलं नव्हतं...अरेरे...बिच्चारा..."

भार्गवने आपल्या हाताचे तळवे सरळ उघडले.

"नाही, नाही तो करू शकला असता. त्यानं परमेश्वराला साकडं घातलं होतं की तो त्याचं म्हणणं मान्य करेल आणि तसाच वागेल. पण तो तसे वागला नाही आणि आता तो लपून बसला आहे. अधर्मापेक्षाही मोठी समस्या तो ठरू शकतो. त्याला शिवमंदिरापाशी शेवटचे पाहिले होते..." कृपाचे रक्तच गोठले.

"मी त्या जागेचा पक्का बंदोबस्त केला आहे, असं मला वाटलं होतं."

"पण तसं झालेलं दिसत नाही. त्यानं ती जागा शोधून काढली तर." भार्गवने खाली पाय ठेवला आणि त्या बर्फाच्या लादीला खोलवर तडा गेला. कृपाच्या हृदयाचा ठोका क्षणभर थांबला.

"त्याला जर का शिवाचे खड्ग मिळाले, तर आपणावर मोठे संकट ओढवेल. आपण त्या वीरपुरुषामुळे-जर तू त्याला तसं समजत असशील तर- अडचणीत आलो आहोत."

कृपाने त्याचे डोके हलविले. "तो तर वीरपुरुष आहेच आणि मला ते जाणवतेही आहे अन् तूही ते स्वतःच्या डोळ्यांनी पाहिले आहेस. मी बरोबर होतोच. तुला ते सर्व दाखवले आहे."

"त्यानं काय केलं ते मी पाहिलंच आहे. पण तो कमजोर, दुबळा आहे." भार्गव उदासीन स्वरात म्हणाला, "परंतु तो त्या प्रेषितासमान दुर्दैवी जिवाला कसं काय पराभूत करू शकेल? एवढ्या भावनाप्रधान व्यक्तीला कुणीही 'धर्म' म्हणून मान्यता देणार नाही. परमेश्वरानं त्याच्याबाबतीत काय योजलं आहे हेच मला कळत नाही."

कृपाने मान हलवली.

"नाही, नाही मित्रा. मला त्याच्यात काही वेगळेच गुण असलेले दिसताहेत. तू त्याला भावनाप्रधान म्हणतोस पण मी त्याला सामर्थ्य म्हणतोय. केवळ अंदाज बांधून त्यातून काहीतरी चांगलं होण्याची अपेक्षा करणं व्यर्थ असतं."

राजा भार्गवराम वळला. तो कृपाकडे गेला. "हे सर्व कोण म्हणतंय ते बघा. ज्यानं हे सर्व घडवून आणलं आहे तो हे बोलतोय. त्या मुलाच्या वडिलांचं अपहरण करण्यासाठी तूच त्या म्लेंच्छांना पैसा चारलास ना? जेणेकरून तो काय आहे, काय करू शकतो हे दिसावे म्हणून तूच ते केलेस ना? मग त्या म्लेंच्छाच्या पाठीत सुरा खुपसलास, त्या बिचाऱ्यांना आपल्यापुढे काय वाढून ठेवले आहे हेही माहीत नव्हते. तुझ्या टोपणनावाने हे केलेस, सातत्याने केलेस आणि तुझ्या दुसऱ्या नावाने बाकी काम करत राहिलास ना?"

कृपाच्या हृदयाचे पाणीपाणी झाले. "मी तुझ्याच आज्ञेनं हे केलं. आता मला दोष देऊ नकोस. मी तुझ्यासाठी काम करत होतो. यात चांगलं हे बघ, की ते सर्व ठरवल्याप्रमाणे घडलं. आपण उगाचच वेळ दवडला नाहीये, काय? बरोबर ना मित्रा."

"मी तुझा दोस्त नाहीये." भार्गवने भुवया वक्र करून म्हटले.

"मला आता अधर्माचा जन्म होणार असे वाटू लागलेय, तोही भयंकर अधर्म. आपल्याला विरोधाचा सामना करावा लागणार आहे. आपले नशीब आपली परीक्षा घेत आहे, कसोटी पाहत आहे की काय असा मला

141

भास होतो आहे. आपण भविष्याचा वेध घेण्याचे होता होईतो टाळले, पण विधिलिखितानं आपल्याला गुंगारा दिला आणि आपल्याला त्याच्या हातातील खेळणं बनवलं. मला अधर्माचं युग यायला नको आहे, पण ते अगदी जवळ आलं आहे असं मला वाटतंय."

"मला एकच दिवस उशीर झाला हे मला माहीत आहे." कृपाने मान डोलवली. "नाहीतर आता जसं धर्माचं अस्तित्व आहे तसं राहिलं नसतं." कृपा म्हणाला. पण त्याला माहीत होतं की या दरम्यान नशीब बलवत्तर झालेच असते आणि जे काही धर्मग्रंथात लिहिले आहे तसेच घडले असते. शब्द अन शब्द.

"गेली काही वर्षं आपल्यासाठी भयंकर गेलीत. आपण सर्वच भक्ष्यस्थानी पडलो." भार्गव थांबला. आपण आपल्या भावना जरा जास्तच प्रकट केल्या असे त्याला वाटले.

"आता योग्य ती तयारी करावीस. त्यालाही तयार कर आणि त्याला माझ्यापुढं घेऊन ये. दुसऱ्या कुणाहीपेक्षा आधी ती तलवार त्याला मिळाली पाहिजे. तसंच ती चालवण्यात त्याला वाकबगार कर. अन्यथा आपल्याला पराभूत व्हावे लागेल...पुन्हा."

कृपाने मान डोलवली, "मी तुला माझा शब्द देतो."

आणि तेवढ्यात त्याच्या छातीला हिसका बसला आणि त्याला कुणीतरी खेचतंय असे वाटले, त्याच्या सभोवती काळोख पसरत चाललाय असे त्याला वाटले. पक्ष्यांचा चिवचिवाट आणि दारूच्या वासाने त्याला गुंगी आली. त्याच्या मांडीवर जोरदार प्रहार झाले होते. त्याचे डोळे लवकरच उघडले आणि त्याच्यासमोर दोघेजण उभे असलेले त्याला दिसले. ते त्याच्या माहितीचे होते. तो बर्फाच्यापासून आणि थंडगारपणापासून दूर होता. पण हीम आणि उत्तर दिशेला असलेल्या, विशेषत:एका बाजूला झुकलेल्या, अणकुचीदार टेकडयांमध्ये असं काहीतरी होतं ज्यामुळे त्याला धडकीच भरली. बाबत काहीतरी होते त्यामुळे तो भयंकर घाबरला. विशेषत: विषम आणि टोकदार पर्वतासंबंधी होते.

कल्कीच्या खांद्यावर पोपट बसला होता. ते जरा विचित्र वाटत होते, पण अर्थवाही वाटत होते. किमान उच्चारलेल्या शब्दाप्रमाणेच ते होते. *हेच हवे होते परमेश्वरा, आभार. आता त्या वीरपुरुषाचा शोध तरी घ्यायला लागणार नव्हता.*

त्याच्या चेहऱ्यावर हास्य विलसत असतानाच त्याने नि:श्वास सोडला.

हा गुप्तपणे हेराफेरी करणाऱ्या कृपाचार्याचा विजयी पुनराविष्कार होता. त्याला स्वत:चे अभिनंदन करावेसे वाटले.

"ए पेताड्या, तुला एवढा कसला आनंद झाला आहे म्हणून तू हसतोयस? जागा हो आणि माझ्या मित्राशी बोल. तू आज पुरेशी झोप काढली आहेस."

कल्की गुडघ्यावर बसला. त्याच्या कातडीवर- अंगावर अनेक व्रण उमटले होते आणि ते त्याच्या कपड्यांमधूनही दिसत होते. शांबलामधील लोकांपेक्षा त्याची कातडी जास्त तपकिरी होती.

"आपल्याला बोललं पाहिजे." तो म्हणाला आणि त्याने ओठ मिटून घेतले.

माझा तसा अंदाज होताच.

कृपाने आपले बाहु ताणले आणि कल्कीकडे वळून बघत तो म्हणाला, "मी आता तुझाच विचार करत होतो असं सांगितलं तर तुला विचित्र वाटणार नाही ना?"

त्या दोघांनी गोंधळून एकमेकांकडे पाहिले.

31

“आता तू परत नीघ.” कल्कीनं बालाला म्हटलं तेव्हा ते सोमागुहेपाशी आले होते. “इथपर्यंत येण्यासाठी मी तुझा आभारी आहे.”

“नक्की?” त्याच्या खर्जातला घोगरा आवाज अचानक फुटला.

“हो. नक्की. आता यापुढचं सगळं मला एकट्यालाच निस्तरायला हवं. आता तू परत जा आणि माझ्या आईला काही मदत हवी आहे का हे बघ.”

बालानं समजूतदारपणे मान डोलवली आणि त्याच्या खांद्यावर लटकत असलेल्या गदेसकट तो तिथून निघाला. कल्की हसला. तो त्याच्या इथल्या अगदी मोजक्या मित्रांपैकी एक होता याची त्याला जाणीव झाली.

कल्की कृपाला भेटण्यासाठी वळला. कृपा सोमागुहेच्या वर सुंदर ऑर्कीड्सच्या फुलांकडे पाहत होता. गुहेच्या बाहेरील बाजूस उत्तम पद्धतीचे कोरीव खांब होते. त्यावरही ऑर्कीड्स फुलल्या होत्या.

“तू मला इथे का घेऊन आला आहेस?”

“तू तुझे वडील मला कसे काय माहीत आहेत, असं विचारलं होतंस. तर आम्ही सर्वप्रथम इथेच भेटलो होतो.” तो थांबला. “त्यावेळेपर्यंत तुझा जन्म झाला नव्हता किंवा कदाचित तुझा जन्म लवकरच होणार होता.”

“तुझं वय काय आहे?” कल्कीनं विचारले.

“शंभर वर्षांहून अधिक. पण आता मी ते मोजत नाही.”

“ते कसं शक्य आहे? तू तर उद्याच मरशील अशा पद्धतीनं दारू पीत असतोस.”

कृपा आनंदाने हसला. “कारण की मला ती देणगी आहे किंवा खरं सांगायचं तर ते एक वरदान आहे.”

"वरदान?"

"हो" तो म्हणाला. "तुला वाटतं की आताचं युग हेच एकमेव आहे, ज्यात शांतता आणि गोंधळ आहे. नाही, आपल्याकडे खूप युगं होऊन गेलीत किंवा खरं सांगायचं तर पिढ्या म्हण. मीही त्यातीलच एक आहे, त्यातील शेवटच्या पिढीतला. मी खूप जणांना वाचवलं आहे त्यामुळे मला शेवटच्या अवतारानं हे वरदान दिलं आहे. अमरत्वाचं वरदान."

कल्कीचा त्याच्या कानावर विश्वास बसत नव्हता. त्याने अमर लोकांसंबंधी वाचले होते. अशी माणसे कायमच जिवंत असतात.

"असं वरदान मिळालेल्या लोकांना चिरंजीवही म्हणतात."

"हे अगदी अशक्य आहे."

"तुझं सामर्थ्यही तसंच आहे मित्रा." कृपा उद्धटपणे हसला. "माझ्या लक्षात ती बाब आली नाही असं समजू नकोस. तुझा भाऊ अर्जनला या प्रश्नानं नक्कीच छळलं असेल, की आपल्या भावाला एवढे बाण लागूनसुद्धा तो जिवंत कसा काय राहिला?"

कल्कीला अवघडल्यासारखे झाले. अर्जनलाच नव्हे, तर इतर गावकऱ्यांनाही या जादुई घटनेचे आश्चर्य वाटल्याशिवाय राहिले नव्हते. अर्जनच्या डोळ्यांतही त्या शंकेचे चित्र उमटले होते.

"आपण एखाद्या सामान्य जगात/काळात राहत नाहियोत मित्रा. जेव्हा ती प्रलयकारी घटना घडली तेव्हापासून त्या वेळी पुरातन जे जे काही होते ते ते नष्ट झाले." ते सर्व शब्द जात होते. त्याच्या डोक्यावरून (कानात काहीच शिरत नव्हते.)

"माझे वडील तुला कसे काय माहीत होते?"

"मला तुला सुरुवातीपासूनच सगळे सांगू देत." तो जमिनीवर पायावर पाय टाकून बसला. "प्रत्येक युगात धर्म व नायक आणि अधर्म व खलनायक असतातच. मागच्या पिढीत ज्यात मी वैशिष्ट्यपूर्ण कार्य केलं त्यात महाभयानक महायुद्ध झालं होतं. त्या पिढीचा नायक होता सम्राट गोविंद."

कल्की हे ऐकून भारावून गेला, कारण त्याला ते नाव आठवत होते. सम्राट गोविंदच्या शौर्याच्या कथा त्याने इतिहासाच्या वर्गात ऐकल्या होत्या, तो आर्यावर्ताच्या राजांचा चाणाक्ष सल्लागार होता व महायुद्ध जिंकण्याच्या कामी त्याने खूप मदत केली होती. आता तो सर्व इतिहास होऊन गेला होता.

"तो भगवान नारायणाचाच अवतार होता. थोडक्यात सांगायचं तर तो भगवान विष्णु होता. सर्व देवांचा देव होता." कृपा हसला. "किंवा किमान त्याला तरी तसे वाटत होतं. मी त्याच्यावर कधीच विश्वास ठेवला नाही. ते सर्व अगदी बनावट, खोटे होते. तू बघ, पुरातन ग्रंथात लिहिले आहे की, जेव्हा जेव्हा काही अभद्र किंवा वाईट गोष्टींचा प्रादुर्भाव होईल तेव्हा तेव्हा तो त्या त्या युगात कोणत्या ना कोणत्या स्वरूपात परत येईल, असे त्याने इलावर्तीमधून जाताना वचन दिलं होतं. तो पुन्हा अवतार घेईल. ते कितपत सत्य आहे याची मला कल्पना नाही. मी यावर विश्वास ठेवायला तयार नाही, कारण गोविंद त्याचा स्वत:चा वेगळा मार्ग शोधेल. तो नारायणाच्याच मार्गाने येणार नाही. माझ्याकडे या म्हणण्याला आधार आहे." तो बोलायचे थांबला. "सम्राट गोविंदनं मला व माझ्या मित्राला...नाही मित्र नाही...तर माझ्या गुन्ह्यात मला मदत करणाऱ्यावर एक महत्त्वाची जबाबदारी टाकली होती. ती म्हणजे हे युग पुन्हा येऊ नये. हे ते पवित्र कर्तव्य होय. त्याचा भविष्यावर किंवा प्रेषितांवर विश्वास नव्हता. तो एक मूर्खपणा आहे असं त्याचं मत होतं. सर्व वाईट गोष्टींच्या मुळाचा म्हणजेच सोमाचा नायनाट करण्याची त्याची इच्छा होती. सोमांनी हे नायक व वेडसर लोक तयार केलेत आणि त्या युगाच्या नायकाचा बळी द्यावा लागला तरी चालेल, पण ही वेडगळ लोकांची पैदास होणे थांबले पाहिजे."

त्याने सोम गुहांकडे इशारा केला.

"मी आणि माझा पुतण्या आणि माझा वरील सहकारी यांची मदत घेऊन ते सर्व थांबवावं, अशी त्याची मनीषा होती. माझ्या या सहकाऱ्याला, त्यानं केलेल्या महापातकासाठी, खूप कठीण अशा पश्चात्तापाच्या कसोटीतून जावे लागणार होतं. आणि त्याची भरपाई होण्यासाठी, देशातील सोमाचा शोध घेण्यासाठी व ते नष्ट करण्यासाठी, कुठेही एकट्यानं जाण्याची जबाबदारी त्यानं माझ्यावर टाकली होती."

"तुझ्या पुतण्याचं काय?"

कृपाचा चेहरा पडला. "तो दुसऱ्याच मार्गानं गेला. त्याच्या मनात काय होतं कुणास ठाऊक, तो कशावर विश्वास ठेवून होता कोण जाणे, पण तो निघून गेला. त्यामुळे मी अगदी एकटा पडलो आणि मी ते पार पाडले. सततच्या प्रवासानं मी खूप थकायचो आणि त्यामुळे माझं दु:साध्य कर्तव्य पार पाडण्यासाठी मी दारू पिऊ लागलो. सम्राट इन्द्रानं

सोमाचं सामर्थ्य सर्वदूर देशभर पसरलं होतं आणि म्हणून ते काम खूप अवघड होतं."

"पण मला एका गोष्टीचा उलगडा होता नाहीये. सोम जर का देवाची भेट/देणगी होते तरी ते वाईटच आहे, असे सम्राट गोविंदला का वाटत होते?"

"अगदी तसंच काही नाही." तो म्हणाला. "जेव्हा इंद्रदेवाने ते सोमखडे सर्वदूर पसरवले तेव्हा त्याचा हेतू चांगलाच होता, पण ते मानवांसाठी नाहीत, हे त्याच्या लक्षात आलं नाही. मानव त्या खड्यांचे माहात्म्य जपण्यासाठी अपात्र आहेत, कारण ते खूपच पापी आहेत. ते खूपच बहकत जातील आणि इतर लोकांनाही वेडं करतील, म्हणूनच तर गेल्या युगात महायुद्ध घडलं. बऱ्याच लोकांनी त्या खड्यांचा आस्वाद घेतला. म्हणूनच गोविंदाचं मत होतं की लोकांना ते देऊ नये."

"त्याच्याकडे ते होते का?"

"हो."

"मग तो वेडा कसा झाला नाही?"

कृपानं विचारपूर्वक गंभीरतेने म्हटले, "ते मला काही सांगता येणार नाही. आम्ही नाही सांगू शकणार. आध्यात्मिक लोक सांगतात की प्रत्येक युगात धर्म आणि अधर्म अशा फक्त दोन धारा असतात. ते सोमाची शक्ती प्राप्त करतात आणि ते अनुक्रमे चांगल्या आणि वाईट गोष्टींसाठी उपयोग करतात आणि शास्त्र (विज्ञान) म्हणते की काहीजणांच्यात रोगप्रतिकारकशक्ती जन्मतःच असते. आनुवांशिकतेमुळे किंवा त्यांच्या उत्तम तब्येतीमुळे ते कुठल्याही प्रतिकूलतेला सामोरे जाऊ शकतात. त्यांची मानसिक पातळी उच्च प्रतीची असते. या समस्येचे चपखल उत्तर आपल्याला समजलेलंच नाहीये."

"म्हणजे अधर्मही सोमाचे सामर्थ्य पेलू शकेल तर!"

"हो."

"तू त्याला कधी पाहयलंस का?"

"नाही. अजूनपर्यंत तरी नाही, पण माझ्या सहकाऱ्यानं सांगितलं की तो त्याच्या अगदी जवळ पोचला आहे."

"धर्माबद्दल तुला काय वाटतं? तुला तो तरी भेटला आहे का? ...थांब, थांब..." कल्कीने डोळे बारीक केले, कारण कृपा त्याच्याकडे पाहून हसत होता. "मी धर्म आहे असं तर तुला वाटत नाहीये ना?"

कृपाने मान डोलावली, "इथे तुझ्या वडिलांचा संबंध येतो. मी देशात

सगळीकडे प्रवास करत होतो तेव्हा मी इथे या अद्भुत जागी आलो. मी इथे पोचलो अणि इथे सोमगुहा आहेत याची माहिती मला मिळाली. आता मी इथे काहीतरी करणे जरूरीचं आहे हे मला जाणवलं म्हणून मी त्या गुहा बंदच करून टाकायचं ठरवलं."

कल्कीनं त्या खडकांच्या ढिगाऱ्याकडे पाहिलं. "तू हे कसं काय केलंस?"

"त्या माझ्या काही खास पद्धती आहेत." कृपा हसला. "अशी काही रासायनिक मिश्रणे आहेत, ज्यांच्या उपयोगानं मोठा स्फोट घडवता येतो. ते तुला मी कधीतरी शिकवेन." तो थांबला. "माझ्यावर एका व्यक्तीनं हल्ला केला तेव्हाच मी माझं कर्तव्य बजावलं. त्या व्यक्तीनं मला मारलं व मी हे करत असल्याबद्दल मला खूप भोसडलं. पण मी त्याचीच क्लृप्ती वापरून त्याला स्थानबद्ध केलं. तो खरंतर योद्धा नव्हता, लढवय्या नव्हता, पण मी तुला एक सांगतो की त्याच्या बाहुत प्रचंड शक्ती होती. ते तुझे वडीलच होते."

एका माशीलाही मारू न शकणारी व्यक्ती म्हणजे विष्णु, माणसाला मारू शकेल ही गोष्ट कल्कीच्या कल्पनेपलीकडची होती, पण कृपा हा तुम्हाला असे तसे सोडून देणारा माणूस नव्हता.

सोमाचे खडे ही देवानं दिलेली देणगी आहे. "हे चुकीचं म्हणणं आहे," असं मी त्याला सांगितले. "त्याच्यामुळे लोक वेडे होतात. हा मार्ग योग्य नाही." तो पुढे म्हणाला. "मग त्यानं, तुझी आई गरोदरपणात किती आजारी होती आणि त्यानं सर्व यमनियम तोडून, त्या खड्यातून अमृत कसं तयार केलं व ते तिला दिलं हेही सांगितलं होतं. त्यायोगे देव त्याला मदत करणार आहे, अशी आशा त्याला होती. आणि ती खरंच पूर्ण बरी झाली. पुढे तू जेव्हा मोठा झालास तेव्हा तुझ्यातील सामर्थ्याची त्याला चिन्हं दिसू लागली. त्याला ते समजून धक्का बसला. पण त्याला असंही वाटलं की आपण हे अमृत इतरांना देऊन त्यांनाही तुझ्यासारखं सामर्थ्यवान बनवू या. त्याची समजूत खोटी होती, खूपच भाबडेपणाची होती."

तो वैशिष्ट्यपूर्ण आहे आणि त्याची देवानेच कुठल्यातरी चांगल्या कामासाठी निवड केलेली आहे, असे त्याचे त्याचे वडील त्याला नेहमी म्हणत, याची कल्कीला आठवण झाली.

"आणि त्या क्षणी माझं कुतूहल जागं झालं. आजपर्यंत कधीही सोम

खड्यातील सामर्थ्य अशा प्रकारे दुसऱ्या व्यक्तीत दृग्गोचर झालं नव्हतं. तुझ्या आईला अशी कोणतीच देणगी मिळालेली नव्हती. तो तूच होतास, ज्याला ती शक्ती मिळाली होती. तुला वेडही लागले नव्हते की तू मरणही पावला नव्हतास. तू उत्तम होतास, खरेतर तू नायकच झालास. तू सम्राट गोविंदाची प्रतिकृती होतास. तोच उमदेपणा, तेच नीतिपूर्ण व्यक्तित्व, तीच वीरवृत्ती पण फाजील आत्मविश्वासू. तुझ्याकडे पाहून माझा धर्मावर विश्वास बसला. मी हे सर्व विष्णुला सांगितलं, समजावून दिलं. मग तुला एक उत्तम माणूस म्हणून वाढवायचं, अशी कल्पना त्यानं मनाशी ठरवली आणि तेच बरोबर होतं."

"पण मला माहीत होतं," तो पुढे म्हणाला, "की तुझ्या वाढीकडे नीट लक्ष देणं गरजेचं होतं. तुला जो अमृताचा डोस दिला होता, तो थोडा पातळ करून दिला होता. कदाचित तू थोडासा नशिबवान असशील म्हणून. पण म्लेंच्छाच्याबरोबर झालेल्या झटापटीत तू मला खोटं पाडलंस. तू खरंच एक सामर्थ्यशाली व्यक्ती आहेस, मित्रा."

कल्कीने त्याचे दात चावले, "मला तसं वाटत नाही...मला माहीतही नाही..."

"कल्की, आता अधर्मही जवळच पोचलाय." तो पुढे झाला. "आणि आता तुला निर्णयही घ्यायचाय. जे जे होईल ते नुसतं त्रयस्थ नजरेनं पाहणार आहेस का ते थांबण्याचा तू प्रयत्न करणार? या जगाच्या अंती अधर्माचे काळेकुट्ट ढग जमा झाले आहेत आणि आपल्याला आता ते रणकंदन नकोय, जसं महायुद्धात घडलं तसं व्हायला नको आहे."

"ते घडलं नाही तर काय? तुला काही कल्पना आहे का? तू त्या सर्व सोमगुहा बंद करून टाकल्या आहेस. मी नशीबवान होतो एवढंच म्हणता येईल." कल्की बोलायचे थांबला. "त्या गुहा बंद करण्याऐवजी तू त्या नष्ट का नाही केल्यास?"

कल्कीने गुहांच्या जागी बनवलेल्या मंदिराकडे पाहिले. "कारण की एखाद दिवशी...आणि तो दिवस नक्की उजाडेल...जेव्हा ही काळरात्र संपेल, आपण प्रगल्भ झालेलो असू, त्या दिवशी पापाचा क्षय झालेला असेल, हे देवांचे पेय, सोमरस सर्व लोकांना प्यायला मिळेल, सर्वजण त्याचा उपयोग करू शकतील. म्हणून त्या दिवसापर्यंत मी त्या गुहा बंद करून ठेवल्यात."

सर्वत्र शांतता होती. कृपानेच त्या शांततेचा भंग केला.

"आणि आता तुझ्या सुरुवातीच्या प्रश्नाचं उत्तर." कृपा स्वत:शीच हसला. "माझा सहकारी आणि मी आम्ही याबद्दल खूपच हसतो. आम्ही दोघांनी ती काळरात्र येण्यापासून, अधर्म एवढेच नव्हे तर धर्माचेही पुनरुत्थापन होऊ नये यासाठी खूप प्रयत्न केले, पण विधिलिखितापुढे कुणाचंच काही चाललं नाही. त्यानं आमचे प्रयत्न हाणून पाडले. कधीकधी तुम्ही त्याला फसवू शकत नाही. तुमचे पूर्वकर्मांचे फळ भोगावंच लागतं. दैवानं जे योजलं आहे तसंच होतं. त्यामुळे सोमगुहा बंद केल्यात आणि कुणीही पुढचा अधर्म बनण्याचा प्रयत्न करण्यासाठी सोमरसाचा उपयोग करायचं ठरवलं, तरी तुमच्यापुढे काहीतरी अतर्क्य असं वाढून ठेवलेलं तुम्हाला आढळेल. तुमच्यासाठी काही वेगळंच नवल उभं असेल. अशा तऱ्हेने जग तुमच्यावर रुसेल आणि तुमचं हसं करेल."

कृपा हा एक पेंताड असेल, असे कुणालाही वाटले नसते. उलट आता तो एक शहाणा व ज्ञानी व्यक्ती भासत होता. कल्कीच्या आयुष्यात अशाच एखाद्या व्यक्तीची गरज होती.

"ते कसं काय?" त्यानं शांतपणे विचारले.

"आता आपल्याला जेवढ्या लवकर शक्य असेल तेवढ्या लवकर शांबलाचा निरोप घेतला पाहिजे व महेन्द्रगिरी पर्वतावर जायला हवं. तिथे माझा सहकारी तुला अवतारायोग्य व वाईट गोष्टी जेव्हा वाढतील तेव्हा त्यांच्याशी लढा देण्याच्या योग्यतेचा बनवेल."

कल्कीने मान डोलावली. "माझ्या मनात असंख्य प्रश्न उभे आहेत आणि अगदी थोडी उत्तरं मिळताहेत. माझ्या वडिलांना सर्व गोष्टींची माहिती होती, पण त्यांनी मला ती काहीच दिली नाही."

"कारण की त्यांचा स्वत:चाच त्यावर विश्वास नव्हता. तुझ्या खांद्यावर माहितीचा डोंगर घेतल्याविना, तुझी योग्य अशी वाढ व्हावी असं त्यांना वाटत होतं. परंतु आता तू मोठा झालायस, बलशाली झाला आहेस आणि तू कुठल्याही परिस्थितीला तोंड देण्यासाठी तयार झाला आहेस."

"तू कोण आहेस?" कल्की वळून म्हणाला, "मला तुझ्या व्यतिरिक्त आणि तुझ्या सहकारी किंवा गूढ पुतण्याव्यतिरिक्त प्रत्येकाची माहिती आहे. तूच अधर्म नाहीस, हे तरी मला कसं कळेल?"

"मित्रा, मी तो असण्याचा प्रश्नच नाही आणि माझ्या पुतण्याविषयीही मी काहीही सांगणार नाही." तो गालातल्या गालात हसला. "मुख्य गोष्ट ही आहे की माझं नाव कृपा आचार्य आहे."

"आचार्य? हे नाव तर गुरुकुल चालविणाऱ्या गुरूंना दिलं जातं, हे खरं आहे ना?"

"हो तो मीच आहे."

कल्की गुहेजवळ चालत गेला. त्याने आतील खडकांना हात लावला. त्याची अभेद्यता त्याला जाणवली. ते इथे चांगल्यासाठीच आले होते.

"तू हे पुन्हा उघडणार नाहीस ना?"

"आता तरी नक्कीच नाही."

"मला जर आणिक हवे असतील तर?"

"पण ते चांगले नाहीये. ते लोकांच्या मानसशक्तीला नष्ट करतात." कृपा म्हणाला. "तू जेव्हा पूर्ण शिक्षित व तयार होशील, तेव्हा तू तसं कर. परंतु आता तुझ्या वडिलांनी तुला जेवढं अमृत दिलं आहे त्याचा परिणाम होत आहे. सोमरस एकदा घेतला, तर ठीक असते. धर्मासाठी कदाचित ते आरोग्याला पोषक ठरेल, पण त्याचे जास्त प्रमाणातील सेवन आरोग्याला घातक ठरू शकेल, म्हणूनच आम्ही तसा प्रयत्न केलेला नाही."

"परंतु मी जर धर्म असेन तर मी सोमरसाचं जास्त सेवन केलं तरी माझ्यावर वाईट परिणाम होणार नाही ना?"

"मित्रा, ते आम्हाला माहीत नाही आणि स्पष्टच सांगायचं तर आम्हाला तसा प्रयत्नही करायचा नाहीये." त्याने डोके हलवले. "तू चांगल्यासाठी तसं करणार असशील तरीही तुझ्यावर त्याचा काय परिणाम होतो, हे बघण्याची आमची इच्छा नाही. याची दुसरी बाजू बघण्याची आमची इच्छा नाही. मित्रा, ते भीतिदायक आहे. तसे करण्यापूर्वी तुला खूप काळजी घ्यावी लागेल."

"सम्राट गोविंदबद्दल कसं काय?"

कृपाने होकार दिला. "महायुद्ध होण्यापूर्वी त्यानं तो जास्त प्रमाणात घेतला होता. त्याची ऊर्जा त्याला वाढवायची होती. पण ते फारसे योग्य झाले नाही. त्याला ऊर्जा मिळाली, पण अं...त्याचा दुष्परिणामही झाला. त्याचे शरीर काळे-निळे पडले. तो दुष्परिणाम सहन करू शकला नाही. ते खरंच भीतिदायक आहे. मी तुला सांगितलंच आहे. अत्यंत आवश्यकता असल्याशिवाय सोमरसाचं जास्त सेवन करू नकोस...ते सम्राट गोविंदाचं सांगणं होतं."

मग तिथे पूर्ण शांतता पसरली. कल्कीला त्यानं पाहिलेल्या सम्राट गोविंदच्या अनेक चित्रांची आठवण झाली. त्याते तो काळा व निळा

दाखवला होता. तो वीरयोद्धा असल्यामुळे, आणि त्यानं अनेक लढाया केल्या होत्या व निळा रंग हा शौर्याचं प्रतीक असल्यामुळे सम्राट गोविंद निळा दाखवला आहे, असे त्याच्या गुरूंनी सांगितले होते. आता त्या स्पष्टीकरणाचा फुगा फुटला होता.

कल्कीने त्याचे डोके हलवले. "माझ्या मनात खूप काही आहे. मी तुझ्याशी उद्‌या बोलतो." असे म्हणून तो चालू लागला. त्याच्या मनातील अनेक प्रतिमा त्याच्यापुढे पिंगा घालू लागल्या.

32

रात्रीने इलावर्तीच्या सर्व विभागांमधून पुस्तके गोळा केली होती. काही तिने स्वत: तर काही तिच्या मित्र-मैत्रिणींमार्फत. ती सर्व पुस्तके तिला इन्द्रगडच्या वाचनालयात ठेवायची होती. इन्द्रगड हे किकतपूर राज्यातील एक प्रमुख व प्रतिष्ठित शहर होते. तिचा जन्म इन्द्रगडमधलाच होता. इन्द्रगडच्या संस्कृतीला उच्चस्थानी न्यायचे असे तिने ठरवले होते. पण तिच्या आकांक्षेच्चा धुमारा, बहुतेक लोकांनी हिंसाचाराचा आसरा घेतल्याने, मध्येच नष्ट झाला. तिला हेच आवडत नव्हते.

रात्रीने हा व्यवसाय निवडला होता आणि त्यासाठी कमालीचे परिश्रम घेऊनले हळूहळू वाटचाल केली होती. आणि तिच्या परिश्रमाचे फळ म्हणून हे वाचनालय तयार झाले होते. ती त्याबाबत प्रचंड उत्साही होती. 'पुस्तकांच्या जगात राहायचे आणि त्यांच्याच सहवासात श्वास घ्यायचा' हे तिचे आदर्श असे स्वप्न होते. पण तिला त्यासाठी किंमतही मोजावी लागली होती. वेदान्तने तिची सांस्कृतिक कार्यक्रम व मदत करण्याची तिची शक्तीच हिरावून घेतली होती. आदिवासींकडून होणाऱ्या अन्यायाविरोधात कुठलेही मुक्त भाषण, जाहिराती व नाट्यप्रयोग करायला तिला बंदी होती. आदिवासींच्या समावेशाला तिचा कधीच विरोध नव्हता, सत्य सांगायलाच हवे होते. मानवजातीच्या तुलनेत, ते आदिवासी खूपच मागासलेले होते ही बाब अगदी स्पष्ट होती. परंतु तिच्या पदावरून त्याने तिला दूर केल्यामुळे तिची सगळी शक्तीच हरपली होती, तिची त्याबाबतीतील सर्व ताकदच संपली होती.

"सत्यपरिस्थितीत होणाऱ्या घटनांबाबत आम्हाला कुठलाही धोका पत्करायचा नाहीये. त्याबाबत कुठलाही प्रश्न निर्माण व्हायला नको

आहे. तुला लोकांचा कैवार घेऊन त्यांचा आवाज तुला व्हायचे आहे, पण सरकारला सध्या तरी असले काम हाती घ्यायचं नाहीये." आणि तिला त्याने एकाकी करून टाकले. "सध्या तरी तू तुझं सर्व लक्ष वाचनालयाची उभारणी करण्यावर केन्द्रित करावंस यातच शहाणपणा आहे. सर्व स्थिरस्थावर होऊ देत, मग तू बाकीच्या गोष्टी पुन्हा करण्यास मोकळी आहेस."

अर्थात हे सर्व लक्ष्मी येण्याच्या क्षणापूर्वीपर्यंत होऊन गेले होते. आता लक्ष्मी तिच्या मदतीला आली होती. अशी ज्ञानलालसा असलेल्या. आपल्या भाचीचा तिला खूप अभिमान वाटत होता. तिला ती दिसायला तर सुंदर होतीच. केवळ तिच्या बाह्यरूपात नव्हे, तर ती स्वभावानेही खूपच छान होती. ती एक उत्तम व्यक्ती होती आणि अशी व्यक्तिमत्त्वे सध्याच्या काळात दुर्मीळ होऊ लागली होती. चांगला माणूस असणे म्हणजे काय, हेही बरेच लोक विसरून गेले होते.

रात्रीने आपल्या अधिकाराचा वापर करून शस्त्रागारातून शिल्लक राहिलेली शस्त्रे, थिएटरच्या बनावट साहित्यासाठी म्हणून पैदा करून वेदान्तवर सूड उगवला होता.

पण आता वाचनालयाव्यतिरिक्त लक्ष्मीची गरज तिला पूर्वी कधी नव्हती, एवढी आता निर्माण झाली होती. शिष्टाचार मंत्री म्हणून तिच्या अधिकारात तात्पुरता बदल केला गेला होता पण तो खूप कष्टसाध्य/ जिकिरीया होता. वाचनालयात सर्व प्रकारची प्रचंड पुस्तके/ग्रंथ होते, परंतु त्याची अकारविल्हे किंवा व्यवस्थित यादी नव्हती. तिचा जात्याच असलेला नीटनेटकेपणा पुन्हा एकदा उफाळून वर आला. ती कुमार नावाच्या यक्षाबरोबर ते काम करत होती. तो एका वेगळ्या विचित्र भाषेत बोलत असे. त्यातील निम्मे शब्द त्याच्या स्थानिक भाषेतले असत.

आतापर्यंत कुमारच्या बोलण्याव्यतिरिक्त बरेचसे काम आता पुढे सरकले होते. ती आता वाचनालयाच्या पहिल्या मजल्यावर कातडी बांधणी केलेल्या पुस्तकांच्या गराड्यात होती. रात्रीने स्वतःच्या केसांचा बुचडा कानामागे बांधला होता आणि ती खाली बघत होती. "कुमार, तू कुठं आहेस?"

"बाईसाहेब?" त्याचा लांबून आवाज आला.

तो धडपडत तिच्या नजरेस पडेल, अशा रीतीने उत्साहित होत पुढे आला. "काय झालं कुमार?"

"केवळ तुम्हाला भेटण्यासाठी एक व्यक्ती आली आहे."

"ती किंवा तो जो कोणी असेल त्यांना मी खूप कामात आहे असं सांग. तुला समजत नाही का, की मी कामात मग्न आहे म्हणून? मी प्रचंड कामात आहे."

"पण...पण बाईसाहेब, ती व्यक्ती म्हणजे सम्राट कली यांची बहीण आहे...राजकन्या दुरुक्ती."

"म्हणजे तुला दुरुक्तीजी म्हणायचंय का?"

"हो हो त्याच." तो त्याच्या अगम्य भाषेत पुटपुटला. "त्यांना तुमच्याशी काही बोलायचं आहे." त्याच्या आवाजापाठोपाठ एका स्त्रीचा धीरगंभीर आवाज आला.

"मी इथूनच बोलते, कुमार."

"ओह, युवर हायनेस." कुमारने वाकून, पुढे होत जमिनीवर गुडघे टेकत आदर व्यक्त केला. दुरुक्तीने त्याला उठून उभे राहण्याची आज्ञा दिली. तिच्या रक्षकांनी त्याला बाजूला नेले.

रात्रीने दुरुक्तीकडे पाहिले. अत्यंत घाईघाईने एका अवचित क्षणी आपण तिला जी शस्त्रे दिली त्यासंबंधात तर ती भेटायला आली नाही ना, असे तिच्या मनात आले. *लक्ष्मीने त्यांचे काय केले असेल?* दुरुक्तीने स्पष्टीकरण देताना तिला सांगितले होते की तिने लक्ष्मीवर पूर्ण विश्वास ठेवला.

आणि आता दुरुक्तीजी तिच्या वाचनालयात येऊन उभी होती. ती एक सुंदर स्त्री होती. तिच्या वयाच्या मानाने राजस वाटत होती, परंतु त्याच वेळी तिच्यातला खानदानीपणा तिला शोभत होता. तिने जो काही पेहराव- पोशाख घातला होता त्यात रात्रीला काही वेगळे वाटले नव्हते कारण तिनेही तिच्यापरीने उत्तमच कपडे घातले होते. अर्थात हा शारीरिक पेहराव- देखणेपणा हा समाजातील रीतिरिवाजांनुसार होता हे रात्रीला पटले होते.

"हे सांग? मी तुला कशी काय मदत करू?" रात्री सरळ मुद्द्यावर आली. नेहमीच्या नमनात फार वेळ न दवडता किंवा नम्रतेत हास्यविनोदात वेळ न घालवता तिने विचारले.

"तू या शहरातील सर्वांत सुशिक्षित स्त्री आहेस असं मी ऐकलं आहे." तिच्या आवाजात मार्दव होते.

रात्री भारावून गेली, कारण दुरुक्तीने तिची आदरयुक्त प्रशंसा केली होती आणि ती स्तुती तिला आवडली होती.

"यक्षिणी' ही एक गुंतागुंतीची भाषा आहे." दुरुक्ती अजूनही खालच्याच मजल्यावर होती. "ही भाषा शिकायला मला थोडा वेळ लागला, पण आदिवासींच्या सर्व भाषा शिकायचा मी 'पण' केला आहे आणि मगच मी त्यांचा एकत्र आविष्कार माझ्या भावापुढे करणार आहे."

"दुरुक्तीजी, तुम्ही तर खूपच छान काम तिथे करत आहात. पण आत्ता मी तुम्हाला काय मदत करू शकते? मी आता खूपच कामात आहे, म्हणूनच तुम्ही लगेचच मूळ मुद्द्यावर आलात तर खूप बरं होईल..."

"तू शांबलासंबंधी काही ऐकलं आहेस का?"

रात्रीने पुस्तकातली नजर वर केली आणि पहिल्या मजल्याला आधारभूत असलेल्या लोखंडी गजांमधून तिच्याकडे पाहिले.

"शांबला?"

"हो."

मीही तिथलीच आहे, रात्रीच्या मनात येऊन गेले.

"मी तिथल्या सोमगुहांसंबंधी ऐकले आहे. त्यांच्यात औषधी गुण आहेत आणि त्यांचा उपयोग आजारी, अशक्त व मरणोन्मुख लोकांवर उपचार करण्याकरता होतो हे खरं आहे का?"

"तिथली फुले, हो. त्या फुलातील अर्क काढण्यासाठी प्रशिक्षित वनस्पतीशास्त्रज्ञ तुम्हाला आवश्यक आहे. मलाही गारठ्याचा त्रास होई, पण तो या औषधामुळे बरा झालाय."

"मी त्या फुलांसंबंधी बोलत नाहीये, मी त्या गुहांसंबंधी विचारते आहे."

तिने भुवया उंचावल्या. "तुम्ही ह्या काहीतरी बकवास गोष्टी ऐकल्या आहेत ना? दुरुक्तीजी, मी अत्यंत व्यवहारी पद्धतीनं तुमच्याशी वागणार आहे. मी विज्ञानाची आणि ग्रंथप्रेमी व्यक्ती आहे. मी याबाबतीत असंही ऐकलं आहे आणि माझा विश्वास आहे की तिथले काही दगड तुम्हाला हवेत उडायला आणि तुमचे आजार बरे करायलाही उपयुक्त आहेत."

"उडण्याची शक्ती? मला हे माहीत नव्हतं."

"हं! आपण असेही म्हणू शकतो की, ज्यांना सोमाचे दगड मिळतात त्यांच्यात अतिंद्रिय शक्ती संचार करते, पण हे कोणीही कधीही सिद्ध करू शकलेले नाही, म्हणून माझा त्याच्यावर अजिबात विश्वास नाही."

"ते दगड आजवर कुणी घेतले आहेत का? आणि त्याचे काय परिणाम झाले आहेत?"

"सध्या तरी नाहीच. तिथल्या गुहा एका भूकंपात बंद झाल्या आहेत.

त्यात कोणीच जाऊ शकत नाही. त्या सोमरसाचा आस्वाद घेतल्याच्या काही घटना घडल्याचा पुरावा आहे, पण त्या सर्व इतिहासाच्या पुस्तकातल्या कथा आहेत. त्या केवळ दंतकथा आहेत. त्यात काही तथ्य नाही, कारण ते काहीही सिद्ध झालेलं नाही. मी जर खोटं बोलतेय असं तुम्हाला वाटत असेल तर मला खुशाल फाशीवर चढवा. मी आनंदानं फासावर जायला तयार आहे."

दुरुक्तीचा चेहरा चिंताक्रांत झाला. "म्हणजे त्या सगळ्या नुसत्या कपोलकल्पीत कथाच आहेत तर." ती निराश होत म्हणाली.

"होय. त्या फक्त दंतकथाच आहेत, दुरुक्तीजी."

"तुझ्याकडं शांबलाचा नकाशा आहे का?"

रात्रीने मान डोलवली. "'ग'च्या ओळीत बघा. तिथे तुम्हाला कीकतपूरचा नकाशा मिळेल. त्यात बरीचशी गावं दिसत नाहीत, पण शांबलाबद्दल पुरेशी माहिती त्यावर कदाचित मिळेल."

दुरुक्तीने तिच्या रक्षकाला ती ओळ बघायला सांगितली. ती तो नकाशा बाराकाईनं पाहत होती, तेव्हा रात्री कावेबाजीनं तिच्या खांद्यावरून ती काय पाहते आहे ते बघत होती.

"तुला काय हवं ते मिळालं का?"

"हो." दुरुक्तीने शांतपणे म्हटले. "मी हे पुस्तक घरी वाचायला घेऊन गेले तर चालेल का?"

"नक्कीच." रात्रीला हसू दाबणे अवघड गेले. "खरंतर आम्ही अजून सभासद-नोंदणी सुरू केलेली नाही. पण तुम्ही आमच्या पहिल्याच सभासद आहात, म्हणून ते घरी घेऊन जायला काहीच हरकत नाही. फक्त ते परत करायला विसरू नका. मला पुस्तकं उशिरा परत केलेली आवडत नाही."

"त्याची तुम्ही अजिबात काळजी करू नका." दुरुक्ती सौम्यपणे हसली.

"मी नक्की वेळेत परत करेन."

रात्रीने तिला हात केला आणि ती वाचनालयातून बाहेर पडली. रात्री घाईघाईने खाली गेली आणि तिने कुमारला दरवाजा लावून यायची आज्ञा दिली. त्याने तसे केले आणि तो रात्री जिथे बसली होती तिथे आला. ती तिच्या अभ्यासाच्या टेबलपाशी बसली होती. तिने एक कागद ओढला. पिसाची लेखणी शाईत बुडवून ती कागदावर काही लिहू लागली.

"काय झालं बाईसाहेब?"

"काही नाही." ती लक्ष्मीला पत्र लिहू लागली. "आपल्याकडे अजूनही गरुडरूपी निरोप्या आहे का?"

"हो, आहे ना."

तिने पत्राची घडी घातली व ते सीलबंद केले. जेणेकरून दुसऱ्या कुणी वाचू नये. "हे पत्र शांबलाच्या पत्रपेटीत नेऊन टाक."

कुमारने त्या पत्राकडे पाहिले. "काय झालं, बाहेसाहेब?"

रात्रीने ओठ चावून म्हटले, "माझ्या कुटुंबीयांना धोका आहे."

33

कल्की त्याच्या घराशी पोचला. अजूनही ते तसेच होते. इतर काही घडले असले तरीही त्याच्यात काहीच फरक पडला नव्हता. बाला रक्षकासारखा बाहेरच उभा राहिला. त्याच्या पाठीवर झालेल्या जखमांमुळे तो थोडा थकला होता, म्हणून तो वाकून उभा राहिला. पण त्याच्या चेहऱ्यावर एक स्मिहास्या होते. तो दिवाणखान्यातून आत आला, पण त्याला त्याच्या वडिलांची उणीव भासत होती. कल्कीला वाटत होते की, आता त्यांनी त्याच्याबरोबर थोडा जास्त वेळ व्यतीत करावा. पण त्याच्या मनात दुःखाची भावना उमटली. मग त्याला, त्याने त्यांच्याबरोबर केलेल्या उपदेशात्मक संभाषणाची आठवण झाली. आईचा शोध घेण्यासाठी त्याने खोलीची तपासणी केली.

ती विष्णुच्या कपड्यांच्या घड्या करत होती व एका गाठोड्यात बांधत होती, हे कल्कीच्या लक्षात आले.

"अर्जन कुठे आहे?" कल्कीने विचारले. "मला वाटलं की तो तुझ्याबरोबर आहे."

"तो थोड्या वेळापूर्वीच बाहेर गेलाय." त्याच्याकडे न पाहताच ती म्हणाली.

कल्कीच्या कपाळावर आठ्या उमटल्या. हा आता कुठे गेला? आपली आई आता ठीक आहे, असे बघून तो कदाचित शेतावर पाहणी करायला गेला असेल.

"आई, तू छान आहेस ना?"

तिने मान वर करून पाहिले. ती थकलेली आणि कंटाळलेली वाटत होती. तिच्या डोळ्यांखाली काळे डाग व कातडी लोंबल्याच्या खुणा दिसत होत्या.

"तू ठीक आहेस?"

कल्कीने आपले तोंड आवळून धरले. "अगदी मूर्खपणाचा हा प्रश्न आहे, हे मला समजतेय."

"नाही, ठीक आहे कल्की. तुम्हाला नको असते तेव्हाच दुःख तुमच्यावर घाला घालत असते." ती क्षीणपणे हसली. "पण तुम्ही त्या दुःखाला तुमच्यावर स्वार होऊ द्यायचं नसतं."

"का बरं?"

"कारण ते क्षणिक असतं."

"त्यांची उणीव मला जाणवते आहे."

तिने मान डोलवली पण ती बोलली मात्र काहीच नाही.

"तू त्यांचे कपडे गुंडाळून का ठेवते आहेस?"

"मी ते भिकाऱ्यांना देणार आहे. त्यांनाही, आपल्यापेक्षा गरीब लोकांना ते द्यायला आवडले असते."

त्याचे वडील असे होते. कल्की स्वतःशीच हसला. "मी त्यांचे रक्षण करू शकलो नाही, याबद्दल तू मला माफ कर. मी जर आधीच तयार असतो तर त्यांना वाचवू शकलो असतो, पण मी..."

"ते आता जीवित नाहीत याची मला जाणीव आहे, पण म्हणून त्याचा अर्थ असा नाही की ते 'इथे' नाहीत."

कल्कीच्या नेमके लक्षात आले नाही. पण तिच्या बोलण्यात खरंच किती सत्य होते.

"तू क्षमा मागायचं काही कारण नाही. परमेश्वरानं जेव्हा तुला ती शक्ती/ऊर्जा दिली तेव्हाच तू प्रत्येकाचेच संरक्षण करू शकणार नाहीस, हे त्याला माहीत होतं."

आईने जरी हे वाक्य अलंकारिक पद्धतीने म्हटले असले तरी ते किती सत्य आहे याची तिलाही कल्पना नव्हती. कारण सोमरसाच्या रूपात परमेश्वराने ती शक्ती त्याला प्रदान केली होती, हे खरेच होते. कल्कीने तिच्या देखत त्या देणगीचा आविष्कार केला होता, तेव्हाच तिला तसे वाटले होते. लक्ष्मी आणि तिच्या पालकांना हे गुपित माहीत होते, पण त्यामुळेच कल्कीने हे गुपित अर्जनला अजून सांगितलेले नाही, याबद्दल त्याला आपण दोषी आहोत असे वाटत होते.

खरंच त्याने ते अजून का सांगितले नव्हते? तो कसा प्रतिसाद देईल याची खात्री न वाटल्याने त्याने तसे केले होते का?

"पण साक्षात माझ्या वडिलांना मी वाचवू शकलो नाही." तो थांबला. "खरंतर त्यांना मी वाचवायलाच हवं होतं, कारण माझ्या दृष्टीनं ती खूप महत्त्वाची व्यक्ती होती."

सुमतीने मान डोलवली. "कदाचित!...परंतु प्रत्येकाची एकेक वेळ असते." ती पुढे झाली आणि तिने त्याचे बाहू घट्ट पकडले. "अशा गोष्टींमुळे तू स्वत:ला दोष देत राहू नकोस, तर याचमुळे तू एक समृद्ध माणूस होणार आहेस आणि कोणीतरी असामान्य व्यक्ती होणार आहेस. जेव्हा काही दु:खद घटना घडते तेव्हा ती शोकान्तिका असते असे आपण समजतो, पण मी त्याच्याकडे वेगळ्या दृष्टीनं बघते. दु:खद घटना ही वाईट असतेच पण ती तुम्हाला आणखी मोठे करत असते, कारण त्यातूनच तुम्हाला धैर्य मिळते आणि वस्तुस्थितीची जाणीव होत असते. एखादा राजा असण्याच्या ह्याच खुणा आहेत."

कल्कीने आलेले हसू आवरले. "मी कधीही राजा होणार नाही. मला ते मुकुट घालून बसणे अगदी हास्यास्पद वाटते. मला त्या गोष्टीचा तिटकाराच आहे."

"केवळ मुकुट एखाद्याला राजा बनवत नसतो."

तिने तिचे तोंड त्याच्या छातीवर टेकले. कल्कीला तिच्या कोमट अश्रूंची जाणीव त्याच्या छातीवर झाली आणि त्यालाही त्याचे अश्रु थांबवता आले नाहीत.

"मला जर राजा बनण्यासाठी ही जागा सोडावी लागली तर? राजा होण्यासाठी विविध मार्ग शिकावे, चोखाळावे लागले तर?" कल्कीला कृपाशी झालेले संभाषण आठवले आणि अवतार म्हणून त्याला शांबला सोडावे लागले होते, हेही आठवले.

ती काहीच बोलली नाही.

"मी जाऊ का?"

"तू असं का विचारतो आहेस?"

"मला ते कारण द्यायलाच हवं का?"

मग शांतता पसरली.

"विष्णुयथने मला काहीतरी सांगितलं होतं ते मी तुला सांगणे गरजेचं आहे."

"हो का?" त्याचे हृदय उत्सुकतेने लकलकले.

"एखाद्या व्यक्तीतील सामर्थ्यच फक्त त्याला नायक बनवत नसते,

तर तो ती शक्ती कुठे वापरतो ही गोष्ट महत्त्वाची असते. नायक हा जन्मत:च नायक नसतो. तो हळूहळू घडतो. लोकांमुळे, प्रवासामुळे आणि सगळ्यात महत्त्वाचे म्हणजे दु:खद घटनांमुळे, तो तसा बनतो." ती मागे वळली. "कल्की, तुला जिथे हवे तिथे तू जाऊ शकतोस, पण तू कुठून आला आहेस हे तू विसरू नकोस आणि तू आता जो काही आहेस त्यासाठी तुला काय काय करावं लागलं हेही विसरू नकोस, कारण त्या लोकांना व जागांना आपण बहुधा विसरून जातो, जेव्हा आपण 'कोणीतरी' बनतो. म्हणून तू कायम प्रेम आणि दयेचे पालन करशील याची खातरजमा कर, कारण असं करणारे या जगात फारच कमी लोक आहेत."

कल्कीने तिचे अश्रु पुसले.

"मी दयाबुद्धीची पसरण कशी करू?"

"परस्पर सहकार्यानं वागून." ती म्हणाली.

"म्लेंच्छांकडे ती भावना अगदी कमी होती म्हणून त्यांच्या उद्देशापासून ते दूर गेले. आपण जर या द्वेषभावनेचा त्याग केला तर आपलं हे जग खूप चांगलं, खूप महान होईल."

कल्कीने मान डोलवली. "आई, मी ही गोष्ट सदैव लक्षात ठेवीन. खूप खूप आभार."

आणि त्यांनी एकमेकांना कवटाळले.

कल्की शेतावर पोचला. अर्जन जेवढ्या गाई शिल्लक राहिल्या होत्या त्यांच्यावर देखरेख करत होता. त्याने धान्याची अनेक पोती भरून ती बैलगाड्यांवर ठेवली होती. ते संपूर्ण शेत अगदी रिकामे होते, सूर्य अस्तास जात होता आणि संध्याकाळ होता होती, चमचमते तारे आकाश उजळून काढत होते.

पण अर्जन एकटाच ते पाहत उभा होता. तो काहीच हालचाल करीत नव्हता याचे कल्कीला आश्चर्य वाटले. कल्की ते दृश्य लांबून पाहत होता.

"आपण या सर्वांचे काय करणार आहोत, कल्की मला खरंच कळत नाहीये." अर्जनने कल्कीकडे न बघता तसे म्हटले. त्याची पाठ कल्कीकडे होती. अर्जन त्याची बोटे ओठाशी घेऊन विचारात पडला होता. तो नेहमीच अशावेळी असेच करत असे.

कल्कीने काही धान्याचे दाणे खांद्यावर बसलेल्या शुकोला भरवले आणि तो आपल्या भावाकडे जाऊ लागला. कल्की हिंडत होता तेवढ्यात सूर्य पूर्णपणे अस्तास गेला होता.

"या जागेबाबत म्हणतोयस का?" "हो." अर्जनच्या चेहऱ्यावरील व्रण महाभयंकर होते, पण त्याने ते काहीच नव्हते अशा पद्धतीने स्वीकारले होते.

"आपण ते तसेच कुणाला देऊ नये असं मला वाटतं."

"मग आपण ते नको द्यायला."

"आपल्या वडिलांचे सर्व कामगार मरून गेलेत आणि ते स्वत:ही." अर्जनने हे सहजपणे म्हटलेले असले तरी त्याच्या आतमध्ये भावनांचा किती कल्लोळ उठलेला असेल, हे त्याला माहीत होते. "त्यांची काळजी/निगा कोण ठेवेल?"

"कदाचित आपणच घेऊ."

अर्जन उपहासाने हसला. "हो. आपण ते करू शकू हा विश्वास मलाही आहे. पण मला सांग, तुला एक गवळी होण्याचं स्वप्न कधी पडलं होतं का?"

"आपली स्वप्नं नेहमीच पूर्ण होता नसतात." कल्की म्हणाला.

"हे त्यांच्यासाठी खरं आहे जे मोठी स्वप्नंच बघत नाहीत."

"मग तुझं काय होण्याचं स्वप्नं होतं सांग की!"

"प्रवास...बहुतांशी सफरी करणे, इतिहासाचा अभ्यास करणे, सर्व प्रकारच्या आदिवासींना- जातीजमातींना भेटणे, विविध संस्कृतींना भेटी देणे, आपल्याला ज्या माहीतही नाहीत, अशा लोकांना भेटणे. फक्त इन्द्रगडच्या तहाने ज्या आपल्यात सामावल्या आहेत त्यांनाच नाही, तर वरील सर्वांना." तो बोलायचा थांबला. "मी पाश्चिमात्य इतिहासात वाचले होते. तिकडे एक अशी जमात आहे, ज्यांना केसांच्या एका विशिष्ट रोगाने पछाडले आहे...ते लोक अगदी माकडासारखे दिसतात. त्यांना बघणे हा एक अनोखा अनुभव ठरेल. ते फक्त तसे दिसतात म्हणून त्यांना बहिष्कृत करण्यात आले आणि त्यांना जंगलात हाकलून दिले गेले."

"माकडासारख्या लोकांना भेटायचं?" कल्कीने हसू दाबले. "पण ही कल्पना छान वाटतेय." अर्जनही त्या विचित्र कल्पनेने हसला.

"तू काय स्वप्नं पाहिलं होतंस?"

खरंतर हा प्रश्न कल्कीनं स्वतःलाच विचारायला हवा होता, कारण स्वतःबद्दल काही विचार करणे ही गोष्ट तो विसरूनच गेला होता. तो जीवनात एवढा पुढे गेला होता, की आता त्याला कुठल्याही गोष्टीची आवड, ते करण्याची इच्छा आणि आशा-आकांक्षा शिल्लकच राहिली नव्हती. तो ते सर्व विसरून गेला होता. पण आताच्या या प्रश्नानं त्याच्या डोक्याला ताण पडला व विचारांना चालना मिळाली.

मला आयुष्यात काय व्हायचे आहे?

"हे असं वाटणं म्हणजे खरंच विचित्र आहे..." या विचाराने तो गालातल्या गालात हसत म्हणाला. "पण मला आयुष्यात फक्त सुखी आणि समाधानी व्हायचं आहे."

"तुझ्यापुढे एखादं भव्य-दिव्य स्वप्न, इच्छा नाही का? तुला खूप सफरी/प्रवास करायचा नाही का?"

कल्कीने आपल्या भावाला दोन्ही हातांनी कवटाळले. "कदाचित मी याबाबत विचारच केलेला नाही. कदाचित भव्य-दिव्य असं काही नसतंच. ते कदाचित अगदी क्षुल्लकही असू शकेल. सुखाचा एकच क्षण असू शकेल, त्या क्षणाची दिवसभरात आपण वाट बघत असतो. दुःखामुळे तुमच्या जीवनातील लहान लहान क्षणांकडे तुम्ही दुर्लक्ष करता, ते क्षण तुमच्या हातून निसटून जातात."

"आणि ते काय आहे?"

कल्कीने त्याच्या मानेभोवती विळखा घातला आणि त्याचे केस प्रेमाने कुस्करत म्हणाला, "या माझ्या छोट्या पण मूर्ख भावासारखे ते आहे."

अर्जनने त्याला हसत-हसत दूर ढकलले. "तुला माझी मस्करी तर करायची नाहीये ना. माझ्या चेहऱ्यावरील व्रणापासून माझ्यात खूप ऊर्जा, शक्ती आली आहे...पण जरा थांब, हा पोपट तुझ्या खांद्यावर कसा काय?"

"तो माझा दोस्त आहे."

अर्जन प्रचंड हसू लागला, एवढा की तो जमिनीवर पडला व त्याने हाताने पोट दाबून धरले. "तू...तू...एक धमाल माणूस आहेस."

"गप्प बस." कल्कीला ते चांगले वाटले. तो इतर काही नाही, पण त्याबद्दल हसू लागला.

अर्जन हसायचा थांबला, पण जमिनीवरच बसून राहिला. कल्की त्याबद्दलची हकीकत सांगायला लागला, तेव्हा लक्ष्मीच्या आगमनाने

त्याला थापवले. ती वेगळ्याच कपड्यात होती. ती धापा टाकत होती आणि घामेजलेल्या अवस्थेत दिसत होती. तिने एक कागद हातात घट्ट धरला होता. अर्जन तसेच कल्कीच्या चेहऱ्यावरील भावनेत फरक पडला.

"काय झालं?"

"तुझी आई...अं..." तिने खोलवर श्वास घेतला. पुन्हा श्वास स्थिरस्थावर करण्याचा प्रयत्न केला. "तिन...मला...तू...इथं...आहेस... असं सांगितलं." तिनं कपाळावरचा घाम पुसला. तिचे केस अस्ताव्यस्त झाले होते.

"काय झालंय काय?" कल्कीने विचारले. "काय घडलंय?"

"घडलंय? दुरुक्तीजी आपल्या गावात येताहेत...आणि ती काही आपली दोस्त म्हणून येत नाहीये." तिने हातातला कागद त्या दोन्ही भावांना दाखवला.

34

गावातल्या प्रतिष्ठित लोकांच्या समितीची बैठक भरली होती. सर्व ज्येष्ठ व्यक्ती पिंपळाच्या झाडाखाली बसले होते, तर बाकी गावकरी जमिनीवर बसले होते. अशा या बैठकीला एवढ्या प्रमाणात लोकांची उपस्थिती कल्की प्रथमच बघत होता. परमेश्वर कृपेने या अशा कंटाळवाण्या बैठकींना तो कधीच उपस्थित नसे, परंतु आज सरपंच देवदत्ताने या बैठकीला हजर राहण्यासाठी फतवाच काढला होता. आणि ते आवश्यकच होते कारण त्यांच्या जीवन-मरणाचा प्रश्न निर्माण झाला होता.

देवदत्तच्या घरापाशी कल्की पोचला तेव्हा ते घाईघाईने बैठकीला निघाल्याचे पाहून कल्कीला आश्चर्यच वाटले.

"मला तुझ्याशी एक क्षणाचं काम आहे. आम्हाला तुला काहीतरी महत्त्वाचं सांगायचं आहे..." कल्कीने सुरुवात केली. लक्ष्मी आणि अर्जनही पटकन पुढे झाले. ते त्याच्या मागेच उभे होते आणि तितकेच आश्चर्यचकित झालेले होते.

"तुझे जे काही म्हणणे असेल ते आपण नंतर पाहू. मुला, आता आपल्याला एका फारच तातडीच्या विषयासंबंधी बोलायचं आहे." देवदत्त खांदे उडवून बाहेर पडला.

कल्की त्या लोकांच्यामध्ये उभा होता. अर्जन त्याच्याशेजारीच होता. सुमती कल्कीच्या बाजूला होती. तिने साडी परिधान केली होती तिचा पदर धरून ती उभी होती. कल्कीने इतर गावकऱ्यांचे निरीक्षण केले. तिथे रोशन मित्रा व त्याचे पालक हजर होते. लैला सर्वेश व तिचे जुळे भाऊ होते...अगस्त्य आणि अंधक. सागर आणि त्याची बहीण माया होती. बरेच जण त्याच्याच वयाचे होते. त्यातील बऱ्याच जणांबरोबरच तो वाढला होता. खेळला होता. सर्वजण पुतळ्यासारखे उभे होते आणि आता कोणती महत्त्वाची बातमी कानावर पडत्येय याची वाटत पाहत होते.

"ती बातमी काय असेल, याचा मी विचार करतोय." अर्जन सौम्यपणे म्हणाला.

"आदिवासींचे सैन्य आपल्या या प्रिय गावावर हल्ला करणार आहे, याहून महत्त्वाची बातमी काय असू शकते."

कल्कीने लक्ष्मीकडे कटाक्ष टाकला. "मला वाटलं की तू शांबलाचा तिरस्कार करतेस. तू काय शब्द वापरला होतास? अत्यंत मागासलेलं गाव...हं?" तो हसला.

लक्ष्मी गुरगुरली. तिचा चेहरा तिटकाऱ्याने पिळवटला. "पण...पण मला अगदी तसंच म्हणायचं नव्हतं. मला शांबला आवडते, फक्त काही वेळा मला त्याचा वैताग येतो."

"आता तुम्ही दोघंही भांडण्यापेक्षा गप्प बसता का. ती बैठक आता सुरूच होतीये..."

"श...श...अर्जन." सुमतीचा त्वेषाने आवाज आला.

अर्जनने तिच्याकडे आश्चर्याने पाहिले. खरंतर तो बोललाही नव्हता. कल्की एवढ्या गंभीर वातावरणात गालातल्या गालात हसला आणि लक्ष्मीही आपले स्मित लपवू शकली नाही.

"तुम्हांला काय झालंय काय, एवढे हसता आहात ते? आणि तुझा तो पोपट कुठाय?" अर्जनने नाकपुड्या त्वेषाने फुगवल्या.

चौथऱ्यावर उभा राहून देवदत्ताने आपले भाषण सुरू केले. त्याच्या हातात राजचिन्हांनी मंडीत काही गुंडाळलेले कागद होते. "मित्रहो, नमस्ते. मी या कागदावर काय लिहिलं आहे ते वाचण्यापूर्वी मला सांगायचंय की, गेले काही दिवस आपल्यासाठी खूप कठीण गेले आहेत आणि आपल्या गावातील- समाजातील एक महत्त्वाची व्यक्ती- विष्णुयथ हरीला

आपण गमावले आहे. आपले गाव वाचवण्यासाठी आपण एकत्र आलो, ही फारच प्रशंसनीय बाब आहे. आणि त्यांना योग्य तो धडा शिकवलाय तरीही आपण विष्णुला वाचवण्यात मात्र अपयशी ठरलो. त्याचे जाणे हा आपल्यासाठी एक फार मोठा धक्का आणि नुकसान आहे. आपण सर्वजण त्यांच्या कुटुंबाच्या दु:खात सामील आहोत." सर्वांनी कल्की व त्याच्या आईपुढे वाकून त्यांच्या प्रति आदर व्यक्त केला.

कल्कीने याची अपेक्षा केली नव्हती आणि त्याच्या वडिलांनी किती लोक जोडले होते, हे बघून तो व्यथित झाला. त्याच वेळी त्याला याही गोष्टीने आश्चर्याचा धक्का बसला की देवदत्ताने, विष्णुच्या सुटकेसाठी केलेल्या सर्व प्रयत्नांचे श्रेय, स्वत: लाटले होते, तर प्रत्यक्षात कल्कीने सर्वांना उद्युक्त केले होते.

"आपल्या एका बंधूला वाचवण्यासाठी आपण एकत्र आलो होतो आणि आज त्याचसाठी मी सर्वांना इथे पाचारण केले आहे. हा आदेश इन्द्रगडचे सर्वेसर्वा, सम्राट कलींकडून आला आहे. त्यांनी सर्वांना इन्द्रगडमध्ये आनंदाने येण्याचे आवाहन केले आहे. परंतु त्यासाठी आपल्याला खूप मोठी किंमत मोजावी लागणार आहे. आपले देऊळ-इंद्रदेवाचे विश्रांतीस्थान-इन्द्रवन त्यांना उत्खननासाठी द्यायचे आहे."

"उत्खनन?" तो शब्द ऐकून प्रत्येकाचा श्वास अवरोधीत झाला.

या सगळ्याचा अर्थ असा होता की, ती संपूर्ण जागा नष्ट करण्यात येऊन सर्व सोमाचे दगड ते स्वत:साठी घेऊन जाणार होते, हे कल्कीच्या ताबडतोब लक्षात आले. पण या दगडांचे महत्त्व या बाहेरच्या लोकांना कळलेच कसे? कल्कीने कृपा कुठे आहे हे बघण्यासाठी नजर फिरवली. त्याला तो दिसला. तो नेहमीसारखाच हातात सुरेचा पेला घेऊन ढिम्म चेहऱ्याने उभा होता.

"आपण जर त्यांच्या म्हणण्याला दुजोरा दिला नाही तर आपल्याला 'बंडखोर' ठरवले जाईल आणि आपल्यावर आक्रमण केले जाईल." मग त्याने तो आदेश वाचून दाखवला. सर्वांच्या अंगावर शहारे उठले, ह्या कल्पनेने की त्या आदिवासींनी खरंच हल्ला केला तर कसे होईल.

"या आदेशाला जे लोक प्रेमाने पाठिंबा देतील त्यांना योग्य ते बक्षीस दिले जाईल." गर्दीतील कुणीतरी म्हटले, "मला एक गोष्ट कळत नाहीये, हे आपलं मंदिर आहे. त्यांना उत्खनन करून काय मिळणार आहे?"

"कदाचित सोमाचे दगड मिळतील."

"ते खरोखरीच अस्तित्वात आहेत का?" कोणीतरी ओरडून म्हटले. "ते कुणी पाहिले तरी आहेत का?"

"होय, खूप जणांनी." देवदत्त म्हणाला. "परंतु ते फार पवित्र असल्याने त्यांना कुणीही स्पर्शही केलेला नाही. ते सम्राट इन्द्राचे शेवटचे अवशेष असल्याने त्यांना दुरूनच पाहिले जाते व त्यांची पूजाही केली जावी, अशी अपेक्षा आहे." तो बोलायचे थांबला. "आपल्या पूर्वजांनी त्याबाबतचे कायदे अगदी स्पष्टपणे लिहून ठेवले आहेत. त्या गुहांना जे स्पर्श करतील त्यांना जबर शिक्षा होईल." आणि तरीही विष्णुयथने ते नियम/कायदे तोडले आणि तो गुहेत गेला. केवळ बायकोवरच्या प्रेमामुळे. आणि तिला वाचवण्यासाठी तो आत गेला. तिचं दुःख कमी करण्यासाठीच तो तिथे गेला. "दुर्दैवानं भूकंपात ते देऊळ नष्ट झाले. तरीही त्याचं वैशिष्ट्य नष्ट झालं नाही. ते तसंच आहे."

सर्वजण शांतपणे उभे होते.

"मी स्वत: खूप दुग्ध्यात पडलो आहे. आपण काय करावं हेच मला समजत नाहीये. एक ज्येष्ठ व्यक्ती म्हणून आपल्या गावाच्या पद्धती, परंपरा टिकवून ठेवणे हे माझं कर्तव्य आहे, त्याच वेळी ते नष्ट होतानाही बघायचं का?"

याचे उत्तर कोणालाही माहीत नव्हते. सर्व गावाला एकत्र बांधून ठेवणारा एकमेव ठेवा नाहीसा होणार होता. हा अधर्माचा उदय आहे, हे कल्कीला समजत होते. कारण जर सोमाचे खडे लोकांपर्यंत पोचले, तर कदाचित ते वाईट आदिवासींच्या हातालाही लागतील. मग सगळ्याच गोष्टी हाताबाहेर जातील, पण त्याने जर जाऊ दिला काहीही करून हा डाव सिद्धीस नाही तर मात्र त्याला शांबला सोडावे लागणार नव्हते आणि पुढच्या सगळ्या समस्याच संपल्या असत्या. अधर्माची पिढीही इथे येणार नाही आणि अंधार-युगाचा उदय होणार नाही.

कल्की मोठ्या आवाजात म्हणाला, "मलाही काही सांगायचंय!" शांततेचा भंग झाला होता.

सर्वच ज्येष्ठ लोकांबरोबर देवदत्त कल्कीकडे आश्चर्याने पाहत राहिला. या म्हाताऱ्या माणसाच्या मंद बुद्धीत काय विचार चालले असतील, याबाबत कल्की कल्पना करू लागला. पण देवदत्ताने फक्त मान डोलवली. कल्की पुढे झाला. आता त्याच्यात एकदम बदल झाला होता. आता तो वक्ता झाला होता, फक्त श्रोता राहिला नव्हता.

"सरपंचजी म्हणतात त्याप्रमाणे आपणच आपलं संरक्षण केलं पाहिजे आणि ते खरंही आहे. शांबला हे एक लहान गाव आहे, पण आपल्या संस्कृतीमुळे, परंपरेमुळे आपल्या गावाला आदरणीय बनवलं आहे, पवित्र केलं आहे. आपण योद्धे नाही, हे बरोबर आहे पण आपण आपले हे गाव टिकवण्यासाठी आपल्या जिवाच्या अंतापर्यंत लढू, अशी आपली तयारी आहे. आपण युद्धाला घाबरल्यामुळे, आपल्याला जी पवित्र गोष्ट वाटते तिचा नायनाट होताना, बाजूला उभे राहून पाहणे हे मला सहनच होणार नाही, मला तसं चालणार नाही. म्हणूनच मी लढेन. आता बरेच लोक कदाचित या गोष्टीला घाबरतील, त्यात काही चूकही नाही, पण आपण सर्व एकत्र झालो, तर एकीच्या बळावर आपण त्या आक्रमणांना थोपवू शकू. आपण आपली इच्छाशक्ती बुलंद केली तर आपण काहीही करू शकू."

काही जणांनी मान डोलवली, काहींनी नाही.

"आपण शस्त्राविना त्यांना कसं थोपवून धरू शकू?" रोशन मित्राने विचारले. कल्कीच्या शब्दांमुळे हा वाहवत चालला का, असे वाटून त्याचे पालक तो प्रश्न ऐकून हादरले.

कल्कीकडे त्याचे समर्पक उत्तर नव्हते. त्याने लक्ष्मीकडे पाहिले. तिने पेच निर्माण झाल्यामुळे मान खाली घातली.

"आपल्याकडे थोडीशी शस्त्रं आहेत."

"ती म्लेंच्छांसाठी पुरेशी होतील." लैला सर्वेश मध्येच म्हणाली. ती भावांसारखी किरकोळ नव्हती, तर धिप्पाड शरीरयष्टीची एक स्त्री होती.

"पण राजधानीच्या ठिकाणाहून येणाऱ्या सैनिकांना ती पुरेशी नाहीत."

"मी काही बोलू का?" जमावातून एक बारीक किरटा आवाज आला.

कल्कीने कृपाला पाहिल्यावर आपल्या भुवया आक्रसल्या. "मुली, जरूर असेल तर आम्ही शस्त्रं तयार करू. आम्ही जंगलामध्ये राहतो तिथे हरतऱ्हेचे वृक्ष आहेत."

"तू कोण आहेस?" लैलाचा भाऊ अगस्त्यने विचारले.

"हो खरंच, तू कोण आहेस?" अंधकाने तोच प्रश्न विचारला.

"माझं नाव कृपा आहे."

"ठीक आहे?" कल्की हसला. कृपाचार्यांनी दबकत सांगितले.

"बेटा, पण शांबलाचे लोक योद्धे नाहीत," आणखी एका ज्येष्ठाने ताबडतोब म्हटले. देवदत्ताला हे पटले होते पण त्याने ते शब्दात सांगितले

नाही. "आपण शांततेचे पाईक आहोत आपले पूर्वजही शांततेचे पाईक होते आणि आपले पुढील वंशजही तसेच शांततेचे पुजारी असतील."

"स्पष्टच सांगायचे तर आपण आता शांततेच्या परिस्थितीत राहत नाही आहोत." कल्कीचे नेत्र चमकले. त्याच्या तोंडून विखारी शब्द बाहेर पडत होते. जे जे लोक सद्य परिस्थितीपासून पळ काढू इच्छित होते त्यांना उद्देशून तो बोलत होता. "आपले पूर्वज कसे वागले त्यामुळे फारसा काही फरक पडेल असे नाही. तर आपण कसे वागणार आहोत त्याची इतिहासात नोंद होणार आहे." त्याने कृपाकडे पाहिले. "तुला काय जे म्हणायचे आहे ते खुशाल म्हण. त्याच्याकडे काही योजना तरी आहे. आपल्याला नायकांची आणि काहीतरी नवीन करणाऱ्याची गरज आहे. आपल्याला भेकड, भ्याड लोक नको आहेत." त्याने देवदत्तकडे हेतुपुरस्सर पाहिले.

आणि त्यानंतर इतर ज्येष्ठ मंडळी पुन: काय म्हणताहेत त्याचा विचार न करता आपले म्हणणे पुढे मांडले. "गावातल्या ज्येष्ठांची काय योजना आहे ते मला माहीत नाही. पण मी माझ्या मित्रांच्या साहाय्याने माझ्या योजनेसाठी लोकांना गोळा करणार आहे आणि आम्ही पूर्ण तयारीनिशी सतर्क राहणार आहोत. म्हणून माझी सर्व ज्येष्ठांना विनंती आहे की हा आदेश झुगारून द्या. आम्ही बंड करत आहोत असे त्यांना ठणकावून सांगा आणि त्यांना आपल्यावर चाल करून येऊ द्या. ज्या ज्या लोकांना माझ्या म्हणण्यानुसार काम करायचंय त्यांनी पुढील योजना ठरवण्यासाठी माझ्या घरापाशी दुपारी जमावे व मला भेटावे. आपण कुठल्याही इतर गावांप्रमाणे घाबरून जाणारे नाही हे आपण त्यांना दाखवून देऊ."

एवढे बोलून तो त्या चौथऱ्यावरून खाली उतरला. त्याने काही लोकांनी टाळ्या वाजवलेल्या ऐकल्या.

35

वासुकी त्याच्या बहिणीची किल्ल्यावर वाट बघत होता. तो बांधून पूर्ण होत आला होता. त्याची खोली तयार झाली होती. त्याचे रक्षण करण्यासाठी पन्नास नाग सैनिक दिवस व रात्रीसाठी दोन ळयांमध्ये तैनात होते. त्यांच्यापैकी कोणालाही त्याला सोडून जाता येणार नाही, असे त्याने पक्के ठरवले होते. कोणी जर दमलाबिमला तर त्याला कामावरून ताबडतोब काढले जाईल असेही ठरले होते. उलुपि आता सेनापतीच्या पदापर्यंत पदोन्नत झाला होता. गस्त घालणे व रस्त्यावर कवायती करत करत तक्षकाला कुणी मारले असावे याचा शोध लावणे हे त्याचे काम होते. तक्षकाला ज्या पद्धतीने मारले होते त्यावरून शमनने (वैदयाने) सांगितले होते की त्याची जखम नाग लोकांपाशी असते, तशा पातळ आणि वाकड्या धारेच्या वैशिष्ठयपूर्ण तलवारीने झाली होती.

हे कुवेराचेच कृत्य होते हे त्याला माहीत होते. त्याचा त्या कृत्यात सहभाग होता. कुवेरा नेहमीच वासुकीचा द्वेष करीत, असे मुख्यत: जेव्हापासून त्याची नजर मण्यावर पडली होती. नागलोक दक्षिणींमध्ये चांगलेच प्रसिद्ध होते. कारण त्यांना फक्त तेच लोक त्यांच्या स्वच्छतेसाठी आणि मध्यमवर्गीय ऐषारामी राहणीसाठी आदरणीय वाटत होते.

पण हे सर्व जेव्हा कुवेराने एक मौल्यवान मणी चोरल्याचा प्रयत्न केला तोपर्यंतच, त्यानंतर सर्व काही बदलून गेले. तो मणी हा त्यांच्या ताकदीचे प्रतीक होता. त्याला 'नागमणी' म्हटले जायचे. त्या मण्याने शेषाची पूजा केली जायची. शेष हा राजा विष्णुच्या गळ्याभोवती गुंडाळलेला असे व तो विष्णुचा रक्षणकर्ताही होता. शेष हा नाग लोकांसाठी सर्वोच्च देव होता. वासुकीच्या शहराजवळ-नागपुरीजवळ-त्याचे देऊळ होते. तिथे

एक ब्रॉन्झ आणि पितळेची मोठी मूर्ती ठेवली होती. त्याच्या कपाळावर दंतकथेतला मणी होता. आणि त्याची चोरी झाली होती. यक्षानेच तो चोरला आहे हे त्यांनी पाहिले होते. कारण तिथे उमटलेले पायाचे ठसे तिरस्करणीय कुवेराच्या पायासारखेच लहानखुरे होते. वाळूच्या डोंगरात दुर्मीळ अशा जागेत यक्षांचे अलकापूर हे वसतीस्थान होते त्याच्यातर वासुकीने तक्षकाच्या बरोबर हल्ला केला होता.

त्यात वासुकी हरला होता. पण पुढे जेव्हा कल्लीबरोबर आदिवासींच्या बरोबर तह झाला, करारमदार झाला तेव्हा त्याने आपले सैन्य आणि रसद द्यायचे एकाच अटीवर मान्य केले. ती अट होती की कुवेराने तो मणी त्याला परत दिला पाहिजे. कुवेराने अत्यंत नाईलाजाने ती अट मान्य केली कारण कल्लीने भविष्यातील भव्य दिव्य असे चित्र त्याच्या पुढे उभे केले होते.

हा इतिहास या सर्वांच्या मागे होता. कुवेराशी कायम भांडण व लढाई, कुठेही प्रेम नव्हते, होता तो केवळ द्वेष. एवढेच काय पण जेव्हा वासुकी त्या तहाला तयार झाला, तेव्हाही त्याला कुवेराबरोबर काम करताना मनात सतत शंका होत्या पण कल्लीच्या समानता पाळली जाईल व कोणताही अडथळा त्याच्याकडून होणार नाही या हमीमुळे तो तयार झाला होता. आता ती सर्व दंतकथाच ठरली होती. आता तो नागपुरीपासून अनेक योजने दूर होता, त्याला परत जावे असे वाटत होते पण तो जाऊ शकत नव्हता. त्याच्या लोकांनी त्याला पळपुटा म्हटले असते. त्याच्या स्वत:च्या मतानुसार तो भित्राच होता, पण फक्त प्रतिकूल परिस्थितीत.

त्याने मनसाला आणायला खूप मोठ्या प्रमाणात नाग रक्षकांना, तिला शहरात तटबंदी असलेल्या घरात पोचवण्यासाठी पाठवले होते. त्यात कुठलीही गडबड होऊ नये यासाठी त्याने तसे केले होते. नाग येत आहेत हे कळू नये अशी ही त्याने काळजी घेतली होती. त्या किल्ल्याचे दरवाजे लोखंडी होते, दोराच्या साहाय्याने ते उघडत असत. घोडदळ व सैनिकांच्या गराड्यात तीन घोड्यांच्या एका घोडागाडीत त्याने किल्ल्याच्या वरच्या सज्जातून, त्याच्या बहिणीला प्रवेश करताना त्याने बघितले. तो घाईघाईने चालू लागला. रक्षक त्याच्या मागून जात होते. त्याने कामगारांना ओलांडले. कामगार जन्मत:च नाग होते. तो हलकी कामे करणाऱ्या कामगारांवर काम सोपवून कुठलाही धोका पत्करायला

तयार नव्हता. त्या लोकांत 'उदय' लोक असताच कामा नयेत हे तो निक्षून बघे, कारण त्याच्या वडिलांचा खून झालेला त्याने पाहिला होता.

त्याच्या वडिलांच्या खुनाचा विचार त्याच्या मनात येताच त्याचा चालण्याचा वेग कमी झाला. तो वळल्यानंतर त्याचा वेग वाढला तो पुढे मोठ्यात खोलीत पोचला तिथे चारही दिशांनी पाणी वाहत होते. रक्षकांनी चिलखते घातली होती त्या चिलखतावर सापाचे चिन्ह काढलेले होते आणि त्यांच्या तलवारीच्या मुठीवर शेषाच्या तोंडाचे चिन्ह होते.

मनसा त्या गाडीतून बाहेर आली. तिचा हात दुसऱ्या हातापेक्षा लहान होता. वासुकीने तिकडे दुर्लक्ष करायचा प्रयत्न केला. ते व्यंग तिच्यात जन्मत:च होते. लोक त्यामुळे तिची टर उडवत, तिला उपहासाने हसत आणि वासुकी त्या गोष्टीने खूप अस्वस्थ होत असे. खरंतर ही काही हसून टर उडवण्याची बाब नव्हती. तो काही तिचा दोष नव्हता पण आता जांभळया रेशमी हातमोज्यातील, निर्जीवपणे लोंबकळणाऱ्या त्या हाताची ती फिकीर करत नसे. तिने एक उंची, घेर असलेला लांब झगा घातला होता. तिचे केस लांब आणि मोकळे सोडलेले होते. पण तिने त्याची शेवटी वेणी घातली होती. तिचे डोळे तिच्या भावासारखेच निळे होते. तिने वासुकीची गळाभेट घेतली आणि त्याच्या स्वत:मध्ये उत्साहाची एक लहर उसळली. तिच्यासारखी कोणीतरी आपल्याबरोबर या शहरात आहे ही गोष्ट त्याला आवडली.

"तू आलीस हे छान झाले."

"मलाही छान वाटले." मनसा म्हणाली. तिचा आवाज इतर नाग स्रियांप्रमाणे घोगरा होता. "तुझ्या लोकांना चांगला पोशाख करायला का सांगत नाहीस? त्यांचे बंद ढिले झालेत. त्यांचे म्यान तुटलेले आहे आणि त्यांची पायताणे कुरकुर करताहेत. त्यांना जर युद्ध करायची वेळ आली तर त्यांच्या जुनाट अन् निकृष्ट कारागिरीमुळे ते तासभरदेखील टिकणार नाहीत."

वासुकीने शिस्तबद्ध मनसाकडे पाहिले. ती त्याच्याहून मोठी आणि उंचही होती. ती त्याला टाकून बोलत होती. "बरं, बरं! असो. मला तुला काय सांगायचंय हे कळले, पण तू आता शांत हो ताई." वासुकीने तिला थोपटले आणि एका हाताने तिच्या कमरेभोवती हात घालून तिला तिथून बाहेर काढले.

तिला विविध रचना, रंग, कापडांचे प्रकार, चमत्कारीक वनसपति

व फळेची वापरण आवडत पण या वायफळ गोष्टीं बरोबरच तिला हेरगिरीबद्दल खूप बारीकसारीक माहिती होती आणि एखादी व्यक्ती रणांगणात जास्तीतजास्त वेळ कशी तगून राहू शकते तसेच सैनिकांच्या अंगरख्यांची लांबी, त्यांचे गुडध्यांचे संरक्षक आवरण आणि त्यांच्या तलवारींची बनावट कशा पध्दतीची आहे या सगळयावरून ते रणांगणान किती काळा तग धरूशकतील हे ठरन असते हेही तिला ज्ञात होते.

ते दोघे त्याच्या खोलीत पोचले. खोलीच्या भिंती पांढऱ्या रंगाच्या होत्या व तिथल्या लांब टेबलावर ब्रॉन्झची ताटे, कप, भांडी नीटपणे रचून ठेवली होती. त्याने तिला सौम्य दारू दिली व स्वत:ही घेतली. त्याला दारूची इतर कुणाहीपेक्षा जास्त गरज होती. नंतर तो खुर्चीवर बसला.

“काय झाले सांग बरं? तुझ्या आजूबाजूला सर्व विश्वासघातकी, देशद्रोही लोकांचा सुळसुळाट झाला आहे असे तू तुझ्या पत्रात म्हटले आहे.”

“हो, ते खरं आहे. मी तसाच घेरला गेलो आहे म्हणूनच मला मी ज्याच्यावर पूर्ण विश्वास टाकू शकेन अशी व्यक्ती माझ्या जवळ हवी आहे.”

“तर मग बंधो, मी आता तुझ्याकडे आले आहे.” ती हसली.

“तुझी मोठी बहीण सदैव, जेव्हा जेव्हा तुला गरज पडेल तेव्हा तेव्हा तुझ्याबरोबर असेल.”

वासुकीने नि:श्वास सोडला. दारूचे घोट घेता घेता, त्याने ओठाशी लावलेल्या पेल्याचा काठ धरला. त्याने तिला तक्षकासंबंधी निवेदन केले आणि त्याने त्याला वेदान्तवर नजर ठेवायला पाठवल्याचेही सांगितले.

“माझ्या प्रिय बंधो तक्षकासारख्या मंदबुद्धीच्या माणसाला कुणावर नजर ठेवायला कधीही पाठवायचे नसते. त्याला हेरगिरीसंबंधी काहीही माहिती नाही. त्याला फक्त एखाद्याला गाठायचे, त्याला मारायचे आणि त्याच्याकडून बातमी काढून घ्यायची म्हणजे हेरगिरी असे वाटते. पण हेरगिरी ही एक कला आहे. तुम्ही कसे बोलता, कसा पेहराव करता, तुम्ही इतरांशी कसे वागता, अशा सर्व गोष्टींचे खूप महत्त्व आहे.”

“हे मला माहितीये. मी मूर्खासारखाच वागलोय.”

“जाऊ दे आता झालं ते झालं.” तिने तिचे आवडते शब्द उच्चारले. वासुकीने ते त्याच्या आयुष्यात तिच्याकडून बरेच वेळा ऐकले होते. “आता आपल्याला तुझ्या शत्रुंचा पराभव करण्यासाठी नवीन योजना

तयार करायला हवी. पण तत्पूर्वी तुझे नेमके शत्रू कोण आहेत, हे आपल्याला शोधायला हवे."

"मला त्यातले दोन जण माहीत आहेत."

"हे छानच झाले. आता त्या देखण्या पण विकृत कल्लीच काय?"

"ओह. हो हो. तोच तर याच्या मुळाशी आहे. पण तो त्याचे स्वतःचेच लहानसे कामही धड करू शकत नाही." वासुकीने वेडावून दाखवत तोंडातली उरली सुरली दारू थुंकत म्हटले.

"हं?" ती सावधपणे म्हणाली. "तो आणि त्याची बहीण एकमेकाला अगदी पूरक शक्तीशाली वाटतात. पण आश्चर्य आहे, ताई, की ते म्हणावे तेवढे कर्तृत्वशाली नाहीत."

"तो कमजोर व फसवा आहे." वासुकीने पेला महागोनी टेबलावर ठेवला. कालचीच गोष्ट, "मला आठवतंय आपल्या माणसांच्या विश्वासघातामुळे आणि तोही त्यांच्याच मालकाविरुद्ध केलेल्या सापळ्यामधून आम्ही कसे सुटलो हे आम्हालाच माहिती."

"आणि आपण कसे विजयी ठरलो, त्यांच्यावर कसा विजय मिळवला हे, मलाही समजलंय." मनसा हसली. "यादवी युद्ध ही आदिवासींमधील सामान्य गोष्ट आहे. त्याचे तुला नवल वाटायला नको. सरतेशेवटी आपण सर्वजण आपल्या वैयक्तिक आयुष्यात असभ्यच असतो."

"आपण यातही विजय मिळवू या." वासुकी उभा राहिला. तो पुढे येत असताना त्याचा पायघोळ अंगरखा जमिनीवर लोळत होता. तो एक राजा म्हणून योग्य व्यक्ती होता. बाकीच्या लोकांच्या अंगावर युद्धातील जखमांच्या खुणा होत्या पण त्याच्या अंगावर अजिबात नव्हत्या. कारण तो पुढच्या फळीत कधीच जाऊन लढत नसे, मात्र आता इन्द्रगडच्या बाहेर त्यांच्यावर हल्ला झाला होता आणि कल्लीने अचानकपणे त्यांना थांबवले होते. खरंतर तो एक बुद्धीमान व्यक्ती होता... पण ते घरी. आता मात्र त्याचे माकड झाले होते. "आता तुझ्याकडे कुणी गुप्तहेर आहेत का नाहीत?"

"शांत हो, ताई" ती पुढे आली. तिने त्याचा अंगरखा उलट करून त्याची दुसरी सोनेरी बाजू दिसेल असा व्यवस्थित केला. "राजाने त्याचे कपडे, पेहराव नेहमी काळजीपूर्वक केला पाहिजे."

वासुकीने मान डोलवली, ओठ पुसले. "हो हो, मला ते हित्येय. मला माफ कर. तीच चक पुन्हा पुन्हा करू नये यासाठी तू मला नेहमीच, वारंवार शिकवले आहेस."

"आपण जर ठरवले तर आपल्याला असा एक छुपा मारेकरी हुडकायला हवा, जो चपळ आहे, पटकन कुणाच्याही नजरेत तो भरणार नाही, तो आपल्या शत्रुच्यात गोटात जाऊन त्याला कळायच्या आत पटकन नेस्तनाबूत करेल असा हवा." तिने एक गाल वाकडा करत गालातल्या गालात हास्य केले. "आणि आपल्याला नशिबाच्या कृपेने सम्राट शेषाच्या मार्गदर्शनाखाली असा मारेकरी नक्की मिळेल. पण त्यासाठी जरा धीर धर!"

वासुकीने मान डोलवली. "तू म्हणशील तसे. पण आपण कल्लीचे काय करायचे?"

ती काहीच बोलली नाही. पण ती वासुकीकडे पाहत राहिली. "त्याने सर्व आदिवासीत शांतता प्रस्थापित करण्याचे वचन दिले होते त्याचा आपल्याला उपयोग होता. पण जर तशी शांतता नसेल तर त्याचा आपल्याला काय उपयोग?"

36

ते वाट बघत होते.

कल्की त्याच्या घराच्या बाहेर अस्वस्थपणे झोपेचा प्रयत्न करत होता. तो खूप थकला होता. अर्जन झाडाशी बसला होता. झाडाच्या सावलीने त्याच्या घरावर पाखर धरली होती. तो एक नाणे हवेत उडवत, खेळत होता. सहज गंमत म्हणून. लक्ष्मी एक पुस्तक वाचत होती. अर्जन त्यात अधूनमधून डोकावत होता. बाला त्याची गदा साफ करत होता.

सुमती कल्कीला ज्येष्ठांप्रती आदराची भावना ठेवण्यासाठी बोलली होती. गावकऱ्यांच्या बैठकीत, केवळ त्यांना त्याचे म्हणणे पटवून देता येते म्हणून फार बडबड करू नये असेही बजावले होते. या युगातील अवतार सर्व करतो आहे ही कल्पना कल्कीला आवडली होती. सम्राट गोविंदने तर हे सर्व करायला सांगितले नसेल? पण त्याला तर दही/लोणी चोरायला आवडत असे. त्याला त्याच्या आवडी व दोष होते अगदी कल्की प्रमाणेच. त्याची एक वाईट खोड म्हणजे पाल्हाळिकपणा। त्यामुळे तो आजूबाजूचे सर्व काही विसरून जात असे.

शुको त्याच्या खांद्यावर बसला होता व त्याने त्याला पावाचा तुकडा खायला दिला होता. शुको चोखंदळपणे त्याच्या खाण्यात गुंगला होता तेव्हाच अजून कृपा आलेला नाही हे कल्कीच्या लक्षात आले. जंगलातील वस्तु वापरून शस्रे तयार करू या हे त्यानेच सुचविले होते. तरीही तो आलेला नव्हता. तो एक आचार्य होता. हा असा वेळेच्या बाबतीतला गहाळपणा त्याला शोभणारा नव्हता.

म्लेंच्छाबाबत हीच वावडी होती की तो महायुद्धाच्या काळापासून एक सज्जन म्हणून माहीत होता. त्याला एक तरबेज धनुर्धारी व्हायचे होते.

त्यात त्याला छान गती होती. आदरणीय आचार्यांना त्याच्या रूपाने, त्याच्या काळातल्या एका उत्तम धनुर्धाऱ्याला धोका आहे याची कल्पना होती म्हणुन म्लेंच्छाकडून त्यांनी त्याचा हाताचा अंगठा मागून घेतला होता. अंगठ्याशिवाय म्लेंच्छ उत्तम धनुर्धारी होऊ शकत नव्हता आणि त्याला त्याच्या आवडीला त्यामुळे मुरड घालणे क्रमप्राप्त झाले होते. कल्कीला याची कल्पना होती की ही आचार्य मंडळी सज्जन गणले जाणाऱ्यात नव्हते, जरी त्यांनी चांगल्या गोष्टींचा पाठपुरावा केला होता. जगात खरंतर चांगले आणि वाईट असे काही नसतेच. तिकडे फक्त लोक असतात आणि त्यांच्या निवडीमुळेच महाभयानक परिणाम घडत असतात. ही गोष्ट अगदी योग्य होती आणि त्याच्या गुरूकुलातील दिवसांपासून तेवढीच फक्त त्याला आठवत होती. त्यामुळेच कृपा हा चांगला माणूस आहे का? या प्रश्नाचे त्याला नवल वाटत होते. कारण त्याच्या कृती या बहुतेक वेळा त्याच्या इच्छाशक्तीशी निगडित होत असत.

कृपाने अद्यापी त्याच्या पुतण्याचे व सहचऱ्याचे नाव का सांगितले नाही याचे कल्कीला थोडेसे आश्चर्य वाटत होते. कदाचित आताची ही वेळ त्यासाठी योग्य नसेल असा त्याने विचार केला आणि कालांतराने त्याला त्याची उत्तरे नक्की मिळतीलच (एकदा का त्याने योग्य ती वाट चोखाळली की).

"दादा, मला वाटत नाही की आता कोणी येईल म्हणून?" अर्जनने गमतीशीर टिपण्णी केली. "मला वाटते की तुझे भाषण हवे तेवढे प्रभावी झाले नसावे. तू स्वतः तरी प्रभावित झालास का?" त्याने बालाला डिवचले.

बाला त्याची गदा साफ करत होता. त्यामुळे त्याला ते बोलणे कानाआड झाले होते. "अं...काय? अं..." कल्कीने नाराजी दर्शवली.

"माझ्याच लोकांनी माझ्या म्हणण्यावर विश्वास टाकला नाही याचे मला आश्चर्य वाटत नाही." लक्ष्मीचे लक्ष पुस्तकावरून स्वतःकडे वेधण्यासाठी तो खाकरला. पण तिने हालचाल केली नाही. ती पानातून बघत राहिली. "छान छान माझा उत्साह वाढवण्यासाठी धन्यवाद!"

तरीही ती काहीही बोलली नाही.

"ती काही ऐकत्येय असं मला वाटत नाही."

लक्ष्मीने न बघताच प्रतिक्रिया दिली. "ऐकत्येय मी. मी फक्त त्यावर काही उत्तर दिले नाही एवढेच."

"वा मस्त, मला छान वाटले. मी प्रत्येकाचा आभारी आहे." कल्कीने तिरकसपणे मान डोलावली आणि तो जंगलाकडे पाहत राहिला.

त्याच्याकडे एक माणूस चालत येत होता हे त्याने पाहिले. तो उंच नव्हता सर्वसाधारण उंचीचा व वजनानेही सामान्यच होता. रोशन मित्रा त्याच्या बरोबर मंदपणे येत होता. बऱ्याच लोकांनी त्याला अशक्त म्हणून नाकारले होते पण कल्कीने सुगीच्या दिवसात, त्याच्या वडिलांच्या शेतावर त्याला पोती उचलताना व उतरवताना पाहिले होते. त्या लहानशा चणीच्या माणसामध्ये आश्चर्य वाटावे इतकी शक्ती होती.

"ही तीच जागा आहे ना...जिथे तुम्ही स्वयंसेवकांना बोलावले होते?"

"हो हो इथेच." कल्की उभा राहिला.

"मी तुमची काय मदत करू शकतो?"

"मी तुम्हाला शस्त्रे तयार करायच्या कामी येईन."

"शस्त्रे कशी करायची हे तुला माहीत आहे का?"

रोशनने मान डोलवली. "मला ती कशी करायची हे शिकवले तर मी अवश्य करू शकेन. आणि हो, मी पटकन ते आत्मसात करू शकतो."

"वा वा हे छान झाले." कल्की त्याच्या मित्राकडे वळला, त्यांना हसू आवरत नव्हते. "आणि तू लढणार नाहीस का?"

"नाही मी ज्यात मरू शकेन असे कृत्य करायचे नाही असे मला माझ्या आईने बजावले आहे."

"ओह, ठीक ठीक." कल्की हसला. "छान इथे आल्याबद्दल आभार. रोशन..."

"थांब." एक आवाज जोरात ऐकू आला.

कल्कीने वळून पाहिले त्याला जाणवले की सर्वचजण तिकडे पाहताहेत. तिथे लैला तिच्या दोन भावांबरोबर आली होती. त्याच्या बरोबर सागर, माया आणि इतर दहाजण आले होते. पण ते दहाजण नव्हते तर ते शेकडो लोक आहेत असे कल्कीला वाटले. ते मोठ्या संख्येने येत होते, जथ्या जथ्याने येत होते. पंचायतीच्या आदेशाविरुद्ध आणि आदिवासींच्या दंडेलशाही विरोधात देवळाचे उत्खनन करण्याविरुद्ध त्यांना मिळालेल्या लढण्याच्या संधीच्या शोधात उत्सुकतेने ते तिथे जमत होते.

लक्ष्मीने पुस्तक बंद केले. बालाही ताठ बसला. अर्जन आता नाण्याने खेळत नव्हता.

"कल्की, मला वाटतं एवढे पुरेसे आहे." लैला खुशीत येऊन हसत

म्हणाली. तिचे केस काळे, लांब, जाड होते. तिच्या भुवया वक्राकार होत्या आणि जिवणी छोटी होती. तिचे भाऊ तिच्यासारखे नव्हते पण उंच आणि बळकट दिसत होते आणि कल्कीला तेच हवे होते.

"होय. एवढे लोक गरजेपेक्षा जास्तच आहेत. आणि तुम्ही सर्व इथे आल्याबद्दल मन:पूर्वक आभार." कल्कीने त्याच्या भुवया आक्रसल्या आणि त्यांच्या उपस्थितीची नोंद घेतली. "पण तू सर्वांना इकडे येण्यासाठी राजी कसे काय केलेस?" त्याने लैलाला विचारले.

"मी? छे छे मी यात काही केले नाही. मी माझ्या भावांना घेऊन इकडे येत होते तेव्हा मला हा जमाव दिसला. तेही सर्व इकडेच येत होते."

"मग त्यांना एकत्र कुणी आणले?"

"अं..." लैलाने आपल्या अंगठ्याने मागे खूण केली. तिथे जमावात त्याला एक ओळखीचा चेहरा दिसला. तो माणुस पांढऱ्या शुभ्र कपड्यात होता. देवदत्तने कल्कीकडे ओळखीचे हास्य केले. त्यानेही ओळख दाखवत मान डोलवली.

"सरपंचजी?" त्याने आवंढा गिळला. ज्या ज्येष्ठ व्यक्तीला त्याने अप्रत्यक्षपणे भित्रा, भ्याड असे संबोधले होते, ती व्यक्ती पुढे होईल व आपल्या बरोबर इतक्या लोकांना घेऊन येईल यावर कल्कीने स्वत:च विश्वास ठेवला नव्हता. "मला वाटतंय की तुझा माझ्यावर विश्वास नव्हता."

देवदत्तने नि:श्वास सोडला. "आता यापुढे कशावर विश्वास ठेवावा हेच कळेनासे झालेय. पण मला एक गोष्ट कळतेय, मी जर त्या आदिवासींना आपले देऊळ नष्ट करू दिले असते तर मला आयुष्यभर मनाला लागून राहिले असते. मला पश्चात्ताप करावेसे वाटणारे फार नाहीय म्हणून मी जास्तीत जास्त चांगले करण्याचा प्रयत्न केलाय."

कल्की हसला. अर्जनही हसला. त्याने कल्कीची पाठ आदराने थोपटली. लक्ष्मीनेही त्याचे तळवे पकडले आणि ते एकमेकांवर चोळीत राहिली. कल्कीचे अंग पुन्हा शहारले. त्याला त्या दिवसाची आठवण झाली जेव्हा त्याच्या वडिलांच्या अंत्यविधीसाठी ते एकत्र जमले होते व तेव्हा त्याने जवळजवळ तिचे चुंबन घेतले होते, तेव्हाही असेच त्याला वाटले होते. कल्कीला सुमती कशीबशी दिसली. गोंधळ ऐकून ती बाहेर आली होती. तिला अनेक लोकांनी अभिवादन केले. ती शांत होती पण ती आनंदाने व सुखाने हसत होती

देवदत्तने तो आदेश काढला. कल्कीसमोर उंच धरला आणि फाडून

टाकला, व हवेत उधळून दिला त्यामुळे तिथे जमलेल्या सर्वांना (आपण काय निवडले आहे त्याचा) स्पष्ट संदेश मिळाला की आता त्यांना चांगल्या भवितव्याकडे नेण्यासाठी कल्कीच्या हातात सुकाणू देण्यात आले.

37

कल्कीला युद्धशास्त्रातले काहीही माहीत नसल्यामुळे एवढ्या लोकांना नीट पद्धतीने हाताळणे कठीण जाईल हे सत्य अर्जनने बोलून दाखवले. शंभराहुन अधिक स्वंयसेवक त्यांच्या सर्व कार्यात सहभाग असेल, असे सांगून गेल्यावर बाकी लोक कल्कीच्या घरात बसले होते तेव्हा सर्वांना आस्वाद घेण्यासाठी सुमतीने दही व दूध आणून दिले.

"मी त्यांना गदेचे शिक्षण देऊ शकेन." बाला दह्याचा घास घेण्यासाठी पुढे सरसावला. त्यातील मोठा भाग त्याने तोंडात कोंबला. "ते उत्तम योद्धे होतील."

"गदा ही सर्वसामान्य माणसासाठी खूप जड होईल." कल्की म्हणाला. "त्या सर्वांना एकच शस्त्र शिकवणे योग्य नाही."

"आपण त्यांच्या कौशल्यानुसार त्यांची विभागणी करू." लक्ष्मी म्हणाली. "प्रत्येक माणसाला काय झेपेल/आवडेल त्याप्रमाणे त्या प्रत्येकाला लढाईत सहभागी करून घेता येईल."

"ते शांबलीयन आहेत. त्यातील बहुतेक जण शांततेचा मार्गच निवडतील." कल्की दमून उभा राहिला. सकाळ झाली. कुणीही नीट शांत झोप घेऊ शकला नव्हता कारण आता वेळ ही फार महत्त्वाची बाब होती. "आपण त्यावेळी म्लेंच्छावर हल्ला करू शकलो कारण आमच्या स्वयंसेवकांच्या मानाने त्यांचे लोक फारच कमी होते. आपले शंभर लोक आदिवासींच्या सैन्याला पुरे पडणार नाहीत. यातून वाईट गोष्ट ही आहे की त्यांचे सैन्य कसे युद्ध करते हेही आपणास अगम्य आहे. आपल्या लोकांना सर्वंकष प्रशिक्षण देण्याची गरज आहे आणि त्यांच्याकडून थोडीशी तयारीही करून घेतली पाहिजे."

अर्जनने मान डोलवली. अर्जनची बोटे नेहमीपमाणे त्याच्या ओठावर ताल धरत होती. त्याच्या कमरेला तो वाकडा धारदार कोयता लटकत होता. त्याच्या आईकडुन त्याला ते शस्त्र मिळाल्याचे त्याने सांगितले होते त्यामुळे कल्कीला मात्र आईकडून काही न मिळाल्याने थोडी मत्सर भावना निर्माण झाली होती. त्याला खरेतर तसं वाटायला नको होतं पण मत्सर ही एक बालिश भावना असते. तसेच सोमाकडून मिळालेल्या शक्तीविना अर्जनला कल्कीपेक्षा त्या शस्त्राची जास्त गरज होती. एवढ्या लोकांनी त्याच्यावर विश्वास कसा टाकला होता, तो काय घडवून आणेल ही गोष्ट अर्जनच्या डोक्यातच शिरत नव्हती. त्याच्या वयाच्या मुलाच्या दृष्टीने हे सर्व अविश्वसनीय होते. तो मोठा झालेला नव्हता, अजून स्वत:ची जबाबदारी घेण्याइतकाही नव्हता तर तो साऱ्या गावाची जबाबदारी कशी काय घेणार? त्याचे असीम दुर्दम्य धैर्य व त्याच्या शब्दांनी सर्व गावकऱ्याची आशा जागवली गेली होती, हे खरंच, पण त्यामुळे हे सिद्ध होत नव्हते की विजय त्यांच्या पदरातच पडेल.

त्यांचा विजय होईल का? कसा?

निराशेची एक लाट त्याच्या मनात येऊन गेली. तेही त्याला झोप न लागण्याचे मोठे कारण होते. एवढेच नाही तर जोपर्यंत तो प्रत्येकाला तो खरा/बरोबर आहे हे पटवून देणार नाही आणि शांबलाचा नायक होत नाही तोपर्यंत झोप येणार नव्हती. त्याने दुधाचा पेला रिकामा केला.

"आपल्याला एखादा गुरु हवा." अर्जन म्हणाला. "एक आचार्य. मी गुरू वशिष्ठांची मदत मागू शकतो. पण ते आपली विनंती कदाचित अव्हेरतील कारण त्यांनी भटक्या लोकांसाठी त्यांची दारे उघडून दिलीत आणि जरी त्यांनी विनंती मानली तरी एवढ्या लांबून येथे येणे ही एक समस्याच आहे. तसेच वेळखाऊही आहे. आणि सद्यस्थितीत वेळ ही अत्यंत अल्प आहे."

"गुरू?"

लक्ष्मीच्या कपाळावर आठ्या होत्या. ती जेव्हा जेव्हा विचारात गुंगून गेलेली असते, तेव्हा तिला ती सवयच होती. "हो, मला मान्य आहे. डोंबकावळा कल्लीच्या ऑफीसमध्ये पत्र टाकेल आणि माझ्या अंदाजाप्रमाणे व हिशोबाप्रमाणे ते सैन्याची तयारी करतील म्हणजे त्यांना सर्व तयारी करून, एकत्र येऊन आणि प्रवास करून इथे पोचायला जास्तीतजास्त दहा दिवस लागतील."

"मुली, एवढा वेळ का लागेल?" बालाने घाईघाईने विचारले.

लक्ष्मीने मोठे डोळे करून त्याच्याकडे पाहिले. तिने तसे का केले हे कल्कीला समजले. तिला 'मुली' असं संबोधलेले, ती मोठी असल्यामुळे आवडले नव्हते. लक्ष्मीला लहान असणे अजिबात आवडत नसे. कल्कीला मात्र पूर्वीचे ते सगळे बाल्य संपल्यामुळे बरे वाटत नसे. "अं, हं, कारण... कल्की आणि मी दोघेच असल्याने आम्हाला दीड दिवस लागला, पण सैन्याला मात्र विश्रांती व थांब्यांची गरज असल्याने त्यांना जास्त दिवस लागतीलच. कमीतकमी तीन दिवस तर प्रवासाला लागणारच."

अर्जनने विचारले, "ते केव्हा येतील/दिसतील हे आपल्याला कळण्याचा मार्ग काय?"

"पोपटांना उंचावरून उडता येते तसेच त्यांना इकडे येणारेही दिसतीलच." बालाने उघड केले. "पोपटांचा योग्य वापर केला तर यांच्या हुशारीचा खूप उपयोग होतो."

कल्कीशिवाय सर्वजण शुकोकडे बघत होते. त्याच्या चोचीला दही लागले होते. त्याने पंख मिटून घेतले होते व कर्णकर्कशय आवाजात तो ओरडत होता.

कल्कीचे सर्वांग ताठरले. "आपल्याला मदत करतील असे कोणीतरी मला माहीत आहे. पण तो म्हणावा तेवढा विश्वासू नाही. खरंतर तुम्हाला दोघांना तो कदाचित माहितही असेल." त्याने बाला व अर्जनकडे इशारा केला.

"अशी एकच व्यक्ती आम्हाला ठाऊक आहे." अर्जनने बोलणे सुरू केले, त्याचे डोळे बारीक झाले व पुन: भयाने विस्फारले. "ओह, नको नको. कृपया असं म्हणू नकोस की तो तोच आहे."

"दुर्दैवाने मी त्याच्या बद्‌दलच बोलतोय." कल्की निराशापूर्ण हसला.

अर्जनने कपाळाला हात लावला आणि बाला चिंतनात मग्न झाला.

तो साधूसारखाच दिसत होता. सर्वसाधारणपणे साधू ही जमात एका जागी राहत नाही, सारखे भटकत असतात. तसेच त्यांचा एकाच विशिष्ट धर्मावर विश्वास नसतो. तसेच ते भौतिक जगापासूनही दूरच असतात. ते अगदी घाणेरडे राहतात. कुठलीही एकच गोष्ट लक्षात ठेवत नाहीत,

त्यांच्या भटक्या जीवनात ते मश्गुल असतात. एखाद्या साधू सारखीच वेशभूषा करून कृपा खडकावर वाकून उभा होता. त्याच्या ओठावर शांत स्मित झळकत होते आणि तो हाताची घडी करून उभा होता.

त्याचवेळी कल्की आणि त्याचे मित्र तिथे आले. ते त्या दमलेल्या बेवड्याजवळ आले. भिंतीजवळ त्याचे डोके टेकून तो बसला होता. आणि त्याच्या आसपास दारूचे अनेक रिकामे पेले पडले होते. कल्कीला माहीत होते की त्याचे मित्र या साधूवर विश्वास ठेवणे अवघड आहे पण आता 'कृपा' हा एकमेव पर्याय त्यांच्यापुढे होता. कारण की तो काही साधासुधा आचार्य नव्हता. तो 'चिरंजीव' होता, त्याने महायुद्धात खूप मोठी भूमिका बजावली होती आणि मुख्य म्हणजे शस्त्रास्त्रांविषयी त्याला इत्थंभूत ज्ञान होते. हे सर्व त्याच्या मित्रांना माहीत नव्हते आणि त्याची अशी इच्छा होती की देवांनाही हे माहीत नसू दे.

"कल्की, मला खरं खरं सांग. हा गुरू आहे असं कोणी म्हणेल यावर तुझा विश्वास आहे का?" अर्जन म्हणाला, "कृपाला त्या जंगलातील प्रत्येक गोष्टीची विस्तृत माहिती आहे व ती दाखवण्यासाठी योग्य ते मार्गदर्शन तो करेल अशी माझी खात्री आहे. पण तो आदिवासीच्या सेनेशी लढण्यासाठी आपल्याला मदत करेल या बाबतीत मी खात्री देऊ शकत नाही."

लक्ष्मी गुरगुरली, "हो ना! त्याच्याकडे बघना. त्या मूर्ख माणसाकडे पहा ना...तो..."

"वाह? मी आपल्या लोकांना उत्तम प्रशिक्षण देईन, कल्की. मला फक्त एक संधी दे!" बलाने एवढ्या मोठ्याने म्हटले की त्यामुळे कृपासुद्धा त्याच्या खोलीत आवाजाने गडबडून जागा झाला.

"मी दिवसाढवळ्या स्वप्न पाहतोय का?" कृपाने आजूबाजूला पाहिले. त्याचे डोळे अगदी निस्तेज दिसत होते त्याखाली मोठी काळी वर्तुळे आली होती, चेहरा उग्र व किळसवाणा दिसत होता आणि केस अस्ताव्यस्त आणि तेलकट झाले होते.

"मी हे एवढे मूर्ख लोक हसत आलेले पाहतोय ते कशासाठी?"

कल्कीने डोके हलवले. त्याने आता काहीही वाईट साईट बोलूनो परिस्थिती आणखी वाईट करता कामा नये.

"वृद्ध गृहस्था, तू आचार्य आहेस?" बालाने कृपाला धरले व वर उचलले आणि त्याला भीतीदायक पद्धतीने गदगदा हलवले. "तो तूच आहेस का? वृद्ध माणसा, तू आम्हाला शिकवू शकशील का?"

कल्की पुढे झाला आणि त्याने त्या चिरंजीवाला सोडण्यासाठी बालाला आग्रह केला. कारण तो झगडत होता आणि घाबरून गेला होता.

"होय. मी मला जे माहीत आहे ते तुम्हाला सांगणार आहे. तो एकेकाळी गुरू होता. पण त्याला दारूचा नाद लागला त्यामुळे त्याला योग्य काय अयोग्य काय हे समजेनासे झाले. आता तो एक भटकंती करणारा योगी आहे."

"पण दारूडाच ना?" लक्ष्मीने तिरस्काराने म्हटले.

कृपाने चोरट्या नजरेने कल्कीकडे पाहिले आणि नंतर एकेकाकडे असे सर्वांकडे पाहिले. "तुम्ही असे पोरकटपणाने काय बोलताय मित्रांनो? देवाशपथ, माझी सकाळची साखर झोप का नासवताय मी तुमच्यासाठी काही कमी करतोय का?"

"आम्हाला तुझी मदत हवी आहे." कल्की पुढे झाला. त्याच्या डोळ्यात खोलवर पाहत म्हणाला. "जंगलातील वस्तूंपासुन तू शस्त्रे बनवू शकतोस असे तू मला त्या बैठकीत सांगितले होतेस. आम्हाला तुझी शस्त्राचे प्रशिक्षण देण्यासाठी व शस्त्रे तयार करण्यासाठी मदत हवी आहे. कारण आता युद्ध अगदी दहा दिवसांवर येऊन ठेपले आहे."

"हे तू खरे सांगतोयस?" कृपाने घाबऱ्या घाबऱ्या कल्कीच्या मित्राला विचारले. "दहा दिवसात तुम्ही फक्त अर्धे कच्चे योद्धे व्हाल आणि तेही अर्धवटच. मी जर प्रामाणिकपणे तुम्हाला सांगायचे तर एवढेच सांगू शकेन."

"मला त्याची पर्वा नाही. आता माझ्यासाठी तेवढे पुरेसे आहे."

कृपाने गोंधळून त्याच्याकडे पाहिले. "मित्रा, तू त्या बाबतीत खरंच गंभीर आहेस का? मग ठीक आहे. आपण आपल्या नायकाबद्दल आनंदी आहोत आणि मला आशा आहे की तो आपल्याला विजय मिळवून देईल. पण मग तुला मी जे करायला हवे आहे ते का करू?"

"कारण सद्यस्थितीत तेच करणे योग्य होईल." लक्ष्मीने निश्चयपूर्वक प्रतिसाद दिला.

"योग्य? हो हो ठीक आहे पण मग मी या गोष्टीचा सभ्यपणे प्रतिसाद देऊ का? हे, ज्यांना काही नीतीतत्त्वे आहेत त्यांच्यासाठी ते योग्य आहे. दुर्दैवाने माझ्यातील नीती मागेच संपली आहे."

"तू मला त्या बैठकीत पाठींबा दिला होतास. मला वाटलं की माझ्या त्या निर्णयाला पाठींबा दिला आहेस."

"मला मी आता काय स्वप्न बघत आहे ते माहीत नाही तर त्या बैठकीच्या वेळी मी काय म्हणालो हे कुठून आठवणार. मी म्हणताना बऱ्याच गोष्टी बोलत असतो पण त्यातले अगदी थोडे बोल खरे असतात. मी काय म्हणतोय ते तुझ्या लक्षात येतंय का मी तुला वेगळ्या शब्दात समजावून देऊ?"

कल्की त्याच्या मित्रांना टाळून पुढे आला. त्याने त्या मूर्ख ज्येष्ठ माणसाला बखोटीला धरले व थोडेसे उचलून घेतले. "सध्या आपल्याला एका आचार्याची जरूरी आहे. आता जर तू हे केलेस तर मी तुझ्या बरोबर तू म्हणशील त्या तुझ्या गूढ सहचऱ्याला भेटायला तू म्हणशील त्या डोंगरावर येण्यास तयार आहे." कल्कीने त्याच्याकडे टक लावून पाहत म्हटले.

"महेन्द्रगिरी" त्याचा आवाज घोगरा झाला होता.

"काय?"

"तू म्हणालास त्या पर्वतावर येईन ठीक आहे."

कल्कीने त्याला सोडून दिले आणि निःश्वास सोडत म्हणाला, "होय, तू म्हणशील तिथे"

"छान." कृपाने कपडे झटकत म्हटले. "मी तुला मदत करायला तयार आहे."

कल्कीच्या मित्रांना तेवढे सुटल्यासारखे वाटले नाही पण तरीही ते आनंदीत झाले. त्यांची मदत आता योग्य वाटेवरून येत होती फक्त आता ती मदत नशेत धुत झालेली होती.

"सगळ्यात पहिल्यांदा आपल्याला जंगलात गेले पाहिजे आणि तिथल्या वस्तु गोळा केल्या पाहिजेत. जेवढ्या मिळतील तेवढ्या. आपल्याला दुधाचीही गरज आहे."

"दूध? युद्धासाठी?" अर्जनने विचारले.

"ऊर्जेसाठी, मित्रा दूध ही शक्ती प्रदान करणारी वस्तू आहे. तुला माहितीय का?"

लक्ष्मी मध्येच म्हणाली, "आतापर्यंत असे कुणीच सांगितले नव्हते."

"कुणीतरी नक्की म्हणाले होते."

"कुणीही नाही. एकानेही तसे सांगितले नव्हते."

"मला नक्की असं वाटतंय कुणीतरी तसं सांगितलंय असे." तो पुटपुटला. "मला खात्री आहे, ठीक आहे."

कल्की मध्येच म्हणाला, "कोणी ते म्हटलंय याला आता काहीच महत्त्व नाहीय. तू म्हणशील तसे आपण करू. तू आता आमच्या सर्व स्वयंसेवकांना भेट आणि त्यातल्या प्रत्येकाला विशिष्ट कामासाठी निवडून घे."

"ठीक आहे, जशी तुझी आज्ञा." कृपाने त्याला खोटाखोटा सलाम केला.

कल्की त्याच्याबरोबर चालू लागला त्याच्या मित्रांनीही त्याचे अनुकरण केले. तेव्हाच कृपाने अत्यंत मृदू आवाजात म्हटले, "तू आणि तुझा भाऊ यांचे दुसऱ्याला पटवून देण्याचे मार्ग पूर्णपणे भिन्न आहेत. मित्रा तुमच्याशी वागताना मला खूप काळजी घ्यायला हवी. ते चांगले आहे. तुझे मित्रही तुझ्याबरोबर असताना मजेत असतात. पण तू एक गोष्ट लक्षात घे की 'अवतार' होण्यासाठी तुला बरेच वेळा त्यागमूर्ती व्हावे लागेल म्हणूनच आता येणारा प्रत्येक क्षण उपभोगून घे." आणि तो चालू लागला. कल्की त्याच्या मागोमाग जात राहिला. त्याचा चेहरा अगदी बधिर झाल्यासारखा दिसत होता.

38

आपल्या बिछान्यावर शांतपणे पडल्या पडल्या कलीला आयुष्यात आपण अगदी निरुपयोगी असळ्यासारखे आतापर्यंत कधी वाटले नव्हते. त्याने मनोमन ठरवले होते की जेव्हा मरण नजीक येईल तेव्हाच आपण विश्रांती घ्यायची. त्यापूर्वी नाही. अर्थात विश्रांती म्हणजे कुठल्यातरी हेतुविरहित आनंदासाठी वेळ काढणे. कल्लीला आपला श्वास कोंडल्यासारखा वाटला. त्याच्या छातीत धूर कोंडल्यामुळे नव्हे तर तो त्या खोलीच्या आत अडकल्यामुळे तसे होत होते. तसेच त्याच्या बहिणीलाही त्याच्या काळजीमुळे होत होते. ती कुठे होती त्याने मनालाच विचारले. कारण आज सकाळपासून त्याला ती दिसत नसल्यामुळे त्याला तिची काळजी वाटत होती.

अर्थात तेही एका परीने बरेच होते.

कल्ली उठून बसला जमिनीवर पाय घासून त्याने पाठ ताणली फार काळ बिछान्यावर पडून राहिलो तर आपण मरूनच जाऊ हे त्याला माहीत होते. त्याच्या दोन्ही सेनापतींना बघायला तो दरवाज्जापर्यंत चालत गेला. बाहेर आपली चिलखते घालून एकमेकांच्या विरुद्ध बाजूस ते उभे होते. कल्लीला पाहिल्याबरोबर ते ताठ उभे राहिले.

“विश्राम.” कल्कीने उच्छवास सोडत म्हटले. एवढे बोलल्यानेसुद्धा त्याच्या घशावर खूप ताण आला.

कोको हळुवारपणे म्हणाला. “महाराज, तुम्ही विश्रांतीच घ्यायला हवी.”

“होय मला विश्रांती घेतली पाहिजे पण मी ती घ्यायची नाही असे ठरवले आहे.”

“दुरुक्तीजींनी आम्हाला आज्ञा केली आहे की...”

कल्लीने विकोकोकडे विखारी नजरेने पाहिले. ती तिच्या धन्याच्या नजरेला नजर मिळवू शकली नाही. त्या जुळ्या भावंडांपेक्षा आपण किती सामान्य आहोत याची जाणीव कल्लीला झाली. ते दोघेही सहा फुटाहून जास्त उंच होते, दणकट आणि चपळ होते, तर तो त्या दोघांपुढे निश्चितपणे अगदीच कमी आत्मविश्वास असलेला होता.

"मला बाहेर जायचे आहे. शहरात एकूण हालहवाल काय आहे हे मला पाहायचेय."

"ठीक आहे. महाराज."

कल्लीला त्या दोघांनी बाहेर नेले. किल्ल्याच्या बाहेर त्याने पाहिले की सूर्याचे किरण सारा आसमंत भाजून काढत होते. त्याच्या अंगावरूनही गरम झळा, बऱ्याच काळानंतर वाहत गेल्या. त्या जुळ्यांनी दोन पांढरे घोडे जुंपलेल्या रथाचे दार उघडले. ते पाहून कल्लीने मान हलवली.

"मला घोडा हवा आहे आणि एकट्यासाठी फक्त."

तटावरच्या रक्षकांना आश्चर्याचा धक्का बसला. जुळे अविश्वासाने पुढे झाले. कोको म्हणाला, "महाराज, रथातून जाणे तुमच्या पाठीसाठी योग्य राहील."

"यापुढे माझे रक्षण करण्याची गरज नाही." कल्लीने छानसे हसतहसत सेनापतीची पाठ थोपटली जेणेकरून त्यांना त्याची स्थिती समजेल. "मला छान मोकळ्या हवेत श्वास घ्यायचा आहे. मी शहरातील रस्त्यांवरून फिरून आलो की मला तो घेता येईल."

जुळ्यांनी फारसा आक्षेप घेतला नाही. त्यांनी त्याच्यासाठी घोड्याची तजवीज केली, त्यावेळेत त्याने त्या रक्षकांची पाहणी केली. फक्त त्याच्याच किल्ल्यावर मानव, राक्षस, यक्ष, नाग सैनिक एकत्रपणे काम करीत असत. त्यासाठी त्याने प्रत्येक सक्षम योद्धाची नेमणूक करण्याची परवानगी दिली होती. ते ज्या कार्यात गुंतले होते त्यावर दूषित पूर्वग्रहांचा जराही परिणाम होऊ न देण्याची त्यांन पुरेपुर काळजी घेतली होती. तिथे एक लहानशी बाग होती त्याच्यामध्ये कल्ली व दुरुक्तीचे पुतळे होते. त्या भोवती झाडे होती. त्याच्या सरकारमधील विविध अधिकारी आपापल्या कामावर निघाले होते. त्यांनी जेव्हा कल्लीला पाहिले तेव्हा त्यांनी त्याला मुजरा केला, त्यानेही हसून त्याचा स्वीकार केला. घोडा समोर आलेला त्याने पाहिला. तो त्यावर स्वार झाला त्यामुळे त्याला आपण पुन्हा शक्तीशाली झाल्यासारखे वाटले. त्याने काळे कपडे घातले

आणि पोलादी शस्त्रे परिधान केली होती. त्याने लाल रंगाचा रुमाल गळ्याभोवती गुंडाळला होता. त्याने तो रूमाल तोंडावर ओढून घेतला त्यामुळे त्याचे अर्धा चेहरा झाकला गेला. हे संरक्षणासाठी तर होतेच पण त्याच्या फुफुसांच्या रक्षणाकरता पण होते. घोडा पुढे निघाला, लोखंडी दारे मागे टाकून तो शहराकडे कूच करू लागला.

जुळे सेनापती पुढे व दोन रक्षक मागून चालले होते. काहीच काम न करण्याच्या भरात बऱ्याच काळानंतर तो फेरफटका मारत होता. त्यामुळे अनेक नव्या वासांचा व नव्या दृश्यांचा तो अनुभव घेत होता. सर्व बाजार पूर्ण भरत आला होता. व्यापारी व ग्राहक घासाघीस करष्यात मशगूल होते. प्रत्येक ठिकाणी लोक बाजूला होत व सम्राट कल्लीला शांतपणे मार्ग करून देत होते. ते सर्वजण कुजबुजत होते, थरथरत बोलत होते. काहीजण घाबरून तर काहींना आनंद झाला होता. हा बाजार हा त्याच्या कल्पनेचा आविष्कार होता. खुल्या घाऊक बाजाराची कल्पना त्याच्या मनात होती, तिथे व्यापारी, किरकोळ विक्रेते साऱ्या इतर भागातून यावेत आणि त्यांच्या वस्तुंची देवाणघेवाण येथे व्हावी. त्यांना जो फायदा मिळेल त्यावर चाळीस टक्के कर होता, पण तो योग्यच होता. पुस्तके, खाद्यपदार्थ, भांडीकुंडी विकणारी दुकाने वेगवेगळ्या गल्ल्यातून दिसत होती. दुकाने लहान जागेत सामावली होती. त्यांच्यावर चकचकीत रंगांची छपरे घातलेली होती.

कल्ली घोड्यावरून उतरला, त्याचे रक्षकही मागोमाग उतरले. कल्लीने त्यांना त्याच्या मागून न येण्याची खूण केली. त्याने फक्त कोको व विकोकोला बरोबर घेतले. तो जिथे जाई तिथे ते बरोबर असतच. तो बाजारात शिरला व पुढे झाला. काहीजण किंमतीची घासाघीस करण्यात इतके मग्न होते की शहराचा नवा नगररक्षक त्याच्याजवळून पुढे गेला याकडेही त्यांचे लक्ष नव्हते. आणि कल्लीनेही तसे काही मुद्दामहून दाखवण्याची घाई केली नाही. आपण एक सामान्य व्यक्ती आहोत असेच त्याने दर्शविले. त्याचवेळी त्याचे लक्ष एका टेबलापाशी बसलेल्या एका वृद्ध स्त्रीकडे गेले आणि त्याने बाहु पसरले. तिच्या पुढ्यात टेबलावर तिने बरेच पत्ते ठेवले होते आणि त्या प्रत्येक जोडीवर अनेक रंगीत खडे मांडलेले होते.

कल्लीला त्यात खूप रस होता. त्याचा नशीब व भविष्य या गोष्टींवर खूप विश्वास होता. तो प्रचंड अंधश्रद्धाळू होता. फलज्योतिषाचाच एक भाग म्हणजे भविष्य कथन, त्याचा कल्लीने अभ्यास केला होता, कल्ली

पुढे झाला आणि तो तिच्यापुढ्यात बसला. तिचे डोळे निळे होते म्हणजे ती कदाचित नाग जातीची असावी. तिचे डोळे चमकत नव्हते तर उलट निस्तेज व गढुळ रंगाचे दिसत होते हे कल्लीने निरखून बघितले. तेव्हा त्याच्या लक्षात आले की ती आंधळी होती. "कल्याण सेठ" कल्ली म्हणाला बऱ्याच जणांना कल्पना नसेल पण शेतटचे नाव हे त्याचे आडनाव होते, आज कित्येक महिन्यांनी त्याने ते नाव उच्चारले होते. खरंतर तो स्वत:च ते विसरला होता.

"तुझा हुद्दा?" ती स्त्री ते पत्ते वरखाली करू लागली.

"मध्यमवर्गीय," कल्ली म्हणाला.

"हं!" तिने ते पत्ते त्याच्यापुढे पसरले. "यातील एक उचल."

"पण मी अजून तुला प्रश्न कुठे विचारलाय?" त्याला त्या विद्येबाबत थोडीशी माहिती होती. तो लहान असताना अशा वेगवेगळ्या व्यक्ती तिथेच आसपास असायच्या. त्यातील काही चेहरा बघायचे, काहीजण हात बघायचे, काहीजण व्यक्तीला स्पर्श करून, त्यांची नाडी बघून भविष्य सांगायचे, त्याच्या मते हे सगळे भोंदू होते. पण तो एका भविष्यवेत्त्याला भेटला होता, जेव्हा मानव आणि आदिवासी त्यांच्या एकजुटीचा तो प्रयत्न करीत होता. त्याने ही एकजूट नक्की होईल असे सांगितले होते, फक्त त्यासाठी मोठी किंमत द्यावी लागेल असेही त्याने म्हटले होते. कदाचित त्याची खालावत जाणारी तब्येत ही ती किंमत असावी किंवा कदाचित दुसरीच काही असू शकेल.

"यातील एक पत्ता उचल." ती स्त्री अत्यंत थंडपणे म्हणाली. तिच्या चेहऱ्यावर सुरकुत्या नव्हत्या पण ती म्हातारी दिसत होती. हे खरे तर थोडे विचित्र होते कारण तिच्या डोळ्यात शहाणपणाचे तेज होते आणि तिचा आवाज तरूण स्त्रीचा वाटत होता. तिची कातडी धुरकट दिसत होती, खरंतर नागलोकांची कातडी तशी नसते आणि तिच्या इतर शरीराच्या मानाने तिचे हात खूप लहान वाटत होते.

कल्लीने तिने सांगितल्याप्रमाणे केले. त्या स्त्रीने त्या पत्त्याला हळुवारपणे स्पर्श केला, जसं काही ती त्यातून काहीतरी जाणून घेत होती. नंतर तिने तो पत्ता खालच्या पांढऱ्या कापडावर जोरात आपटला. त्या कापडावर तिच्या सर्व वस्तू होत्या.

"तू खोटं बोलतोयस," ती म्हणाली. "तुझे नाव व हुद्दा तू खोटे सांगत आहेस."

कल्ली हसला. त्या स्त्रीने त्याचा खोटेपणा पकडला होता यावर त्याचा विश्वास बसेना. त्याच्या सांगण्यातच काहीतरी अनिश्चितता होती का तिला ते तिच्या अतिंद्रीय शक्तीमुळे कळले होते?

"ठीक आहे. ते न कळण्यासाठीच मी तसे सांगितले होते."

"प्रश्न तो नाहीय. तो पत्ता पुन्हा पकड."

कल्लीने तसे केले. "तुझ्या शरीरातील ऊर्जा त्या पत्त्यात आली आहे." तिने ते पत्ते पुन्हा पिसले आणि ते पसरले. "मी किती पत्ते उचलावेत असे तुला वाटते?"

कल्लीच्या मनात नक्की आकडा नव्हता. "तीन" त्याने तो आकडा ओठातल्या ओठात पुन्हा म्हटला. "मी कुठलाही प्रश्न विचारायचा नाही का?"

"जे लोक प्रश्न विचारतात ते एका विशिष्ट उत्तराची अपेक्षा प्रत्येक उत्तरात शोधतात आणि त्याचाच फायदा भोंदू तांत्रिक घेतात. त्या उत्तरा भोवतीच घुटमळत राहतात, जोपर्यंत त्यांचा अंदाज खरा वाटत नाही तोपर्यंत. याला दुसऱ्या व्यक्तीला वाचणे, आस्था, दृढनिश्चय आणि त्या व्यक्तीच्या इतर शारीरिक हालचलींवरून आपले उत्तर निश्चित करणे असे म्हणतात. अशा प्रकारे इतर भविष्यवेत्ते भरपूर पैसा लाटतात." इतर भोंदू लोकांच्या ढोंगाचे स्पष्टीकरण देत ती बोलायची थांबली. त्यामुळे कल्लीवर चांगलाच प्रभाव पडला. "माझ्याकडे भविष्य काळातील घडणाऱ्या गोष्टींचे विश्लेषण करण्याची शक्ती आहे." ती किंचितही मानभावीपणा करत नव्हती. "मी इतरांसारखी नाही हे सिद्ध करण्यासाठी मी माझे डोळे फोडून घेतले त्यामुळे मी समोरच्या व्यक्तीला पाहूच शकत नाही. मी फक्त त्यांच्यातील ऊर्जेचा अनुभव घेऊ शकते."

कल्लीने ओठ मुडपले. तो एकूणच उत्तेजित झाला होता. त्याने त्या पसरलेल्या पत्त्यांमधून तीन पत्ते काढायला सुरुवात केली. निराशेच्या अवस्थेतून त्याच्या पोटात गोळा आला आणि त्याचे हात गोठले. तिने तीन पत्ते घेतले त्यावर स्वतःचा तळहात घासला ज्यामुळे तिला त्यातील ऊर्जेचा अनुभव आला. या पूर्वी कधीही कल्ली एवढा बेचैन झाला नव्हता. दुरुक्तीप्रमाणेच त्याला यावर विश्वास ठेवू नये असे वाटत होते पण ही जादू आणि यातील कुतूहल त्याला आवडत होते त्यात त्याला रुची वाटत होती.

"हं," ती म्हणाली. "मला एक भागीदारी दिसत आहे, तीही खूप जबरदस्त." कल्लीने मान डोलवली.

"हो, मी यापूर्वीच..."

"नाही. आता काही सांगू नकोस. मी आताचे म्हणत नाहीच, यापुर्वीबाबत म्हणतेय. तू आणि असंभवनीय व्यक्ती किंवा ज्यांच्या बरेबर भागिदारी करणे योग्य नाही असे वाटतेय अशा लोकांबरोबरच्या भागिदारी विषयी मी म्हणतेय. त्यामुळे काळाचा ओघ बदलेल आणि तू जर त्यांचा योग्य त्या पद्धतीने उपयोग करून घेतलास तर तू तुझे खूप मोठे साम्राज्य तयार करशील." ती स्त्री बोलत होती आणि कल्ली त्या पत्त्यांकडे पाहत होता. हे म्हणजे दोन व्यक्ती एकमेकांचा हात हातात घेऊन एखादा करारच करत होते. "हे सर्व विश्वासू लोकांबरोबर होईल."

"जर मी तसे केले नाही तर?"

"ते तुझ्या अध:पाताचे एक कारण असेल."

कल्लीला ताण आला. अध:पतन? तो आतापर्यंत त्याच्याच हिमतीवर इथवर आला होता. एखाद्या भागिदारीच्या अपयशामुळे त्याचे मरण ओढवेल या गोष्टीवर त्याचा विश्वासच बसेना. त्याने दुसरा पत्ता ओढला. तो उलटल्यावर त्याला त्यावर एक व्यक्ती पांढऱ्या घोड्यावर बसून येत असताना दिसली तिच्या हातात पेटती तलवार होती व तिचे केस लांब होते. तिने पुन्हा हाताची तीच हालचाल केली.

"तुझ्याच सारख्या हुशार आणि बलशाली माणसाशी तुझे शत्रुत्व होणार आहे. त्याच्याशी तुझे युद्ध होईल आणि तो तुझा नायनाट करण्याचा प्रयत्न करेल."

"ठीक आहे." कल्कीने खांदे उडवले. तो अशा जोखीमयुक्त अधिकाराच्या जागी होता की त्याच्या जिवाला कायमच धोका असणार होता.

"तो तुझा सगळ्यात मोठा शत्रु असेल. पण तुझ्या अध:पतनाचा तो कारण असणार नाही."

त्या शब्दांनी त्याच्या छातीत जळजळ होऊ लागली अर्थात ती आधीपासून होत होती.

"तो?"

"हो. तो एक पुरुष असेल." ती थांबली. तिला शिंक आली.

"हं. पण त्यात एक समस्या आहे. त्याची अद्याप तयारी झालेली नाही. पण तो ती जोरात करतोय."

कल्लीने डोके हलवले तिने तिसरा पत्ता उलटला.

"तुझ्या विश्वासातीलच कुणी व्यक्ती तुझा विश्वासघात करणार आहे." ती विकट हास्य करत म्हणाली.

कल्लीला हे सहन होईना तो उभा राहिला त्याची खुर्ची त्याने अचानक केलेल्या हालचालीने उडाली.

"हा सगळा मूर्खपणा आहे. त्यात कुठेही माझ्यासाठी काहीही चांगले लिहीलेलेच नाही का?"

"तुझ्याकडे खूप मोठी सत्ता चालत येताना मला दिसतेय, सम्राट कल्ली." ती फिदीफिदी हसताना तिचा आवाज घोगरा झाला होता.

तिला माझे नाव कसे काय माहिती आहे?

"त्या सत्तेचा योग्य व शहाणपणाने वापर कर नाहीतर तीच तुझा सर्वनाश करेल." ती लबाडीने हसली.

आणि त्याचक्षणी त्याच्या पाठीत तलवारीचा वार झाल्याचे त्याला जाणवले व एक कट्यार त्याच्या अंगात घुसली. त्याचा हात मागे गेला व ती पाठीत घुसलेली धारदार कट्यार त्याच्या हाताला लागली. त्याने ती कट्यार, मागे कोण आहे हे बघण्यासाठी वळताना ओढून काढली. ती व्यक्ती पूर्ण बुरख्यात होती. कल्लीने दोन्ही सेनापतींना हाक मारली ते तो खुनी कोण होता हे बघत होते. जेव्हा त्यांनी हाक ऐकली ते घाईघाईने आले तेवढ्यात त्या मारेकऱ्याने तिथल्या गोंधळाचा फायदा घेऊन पळ काढण्याचे ठरवले.

कल्ली कोसळला पण त्याने तेवढ्यात त्या मारेकऱ्याचा पाय धरण्याचा प्रयत्न केला. तो अडखळला, कल्कीने तो बुरखा ओढून काढला तोपर्यंत ते जुळे तिथे पोचले. त्यांनी तत्परतेने त्या मारेकऱ्याच्या मानेत त्यांच्या तलवारी खुपसल्या, त्याचा गळा चिरला त्यातून रक्ताचे शिंतोडे इतर बघ्यांच्या अंगावर उडाले. संपूर्ण बाजार तिथल्या तिथे स्तब्ध झाला होता. कोको व विकोको तोवर कल्लीजवळ पोचले आणि त्यांनी त्याला उचलले. त्याच्या मज्जारज्जूतून एक जीवघेणी कळ सणाणत गेली. त्याने हळूहळू डोके वळवले आणि पाहिले तो ती म्हातारी बाई दिसेनाशी झाली होती.

"महाराज, आपण येथून निघू या."

"मला त्याचे अचेतन शरीर पाहू दे."

कल्लीला त्याच्या सेनापतींनी पुढे ओढले. आतापर्यंत बाजाराच्या

बाहेर वाट पाहणारे शिपाई तिथे पोचले होते आणि त्यांनी जवळ जाणाऱ्या लोकांना दूर हाकलले. कल्ली वाकून बसला. त्याचा हात त्या माणसाच्या बुरख्यापर्यंत गेला त्या बुरख्यामुळे त्याचा देह झाकला होता. त्याने तो बुरखा त्याच्या उरल्यासुरल्या बळाने फाडून काढला.

आणि त्या क्षणी तिथे तो चिलखत घातलेला निळ्या डोळ्यांचा माणूस होता...त्या चिलखतावर सापाचे चिन्ह होते.

39

उपायापेक्षा अपाय जास्त होता. पद्धतीपेक्षाही वस्तुस्थिती भयानक होती.

कृपाबरोबर काम करणे एवढे अवघड असेल अशी अर्जनची कल्पना नव्हती. हे त्याला लवकरच कळले. तो एखाद्या आडमुठ्या माणसासारखा दिसत होता. पण अर्जनचा अंदाज चुकला होता. त्याने जेव्हा सर्व स्वयंसेवकांना बघितले तेव्हाच त्याने सांगितले:

"आपल्याला याहून मोठी जागा लागणार आहे."

बालाने 'मदिरा चषक' ही जागा सर्वप्रथम सुचवली. बऱ्याच जणांनी तिथे घडणाऱ्या वाईट गोष्टींसाठी ती जागा नाकारली "त्या पापी माणसाच्या जागेच्या छपराखाली आपण आपले हे पवित्र कार्य व त्याची तयारी करणार नाही." देवदत्त नंतर तक्रारयुक्त स्वरात म्हणाला.

अरिंदम, मदिराचषकचा मालक या जमावापासून थोडा दूर उभा होता. तोही त्याच्या काही कारणांमुळे स्वयंसेवक झाला होता. त्याची खानावळ या सर्व गदारोळात नष्ट होऊ नये व ती सुरक्षित राहावी म्हणून तो उपक्रमात सामील झाला होता असे अर्जनला कळले होते. सैन्याने जर गावात विजय मिळवला तर यशस्वी व्यवसायिकांकडून भरपूर कर वसूल केला जाईल. पण त्याचबरोबर अरिंदमचा दुसराही एक हेतु होता जो त्याने गुप्त ठेवला होता. किंवा असेही असेल की इतर लोकांप्रमाणे त्यालाही शांबलाची काळजी होती. संकटाच्या वेळी लोक कसे बदलतात हे सांगणे कठीण असते. कठीण समय येता कोण कामास येतो!

"एवढ्या लोकांना सामावून घेणारी 'मदिराचषक' ही एकमेव जागा आहे." कल्कीने दुजोरा देत म्हटल. "मी तिथे काही जात नाही पण आपल्याला जे काही साध्य करायचंय त्यासाठी तीच योग्य जागा आहे."

"आणखी चांगले म्हणजे तिथे आपल्याला दारूही मिळेल." कृपाने उत्साहाने म्हटले. पण कल्कीच्या थंड नजरेने त्याला परस्पर शांत केले. मग ठरलं तर! मदिराचषकची जागा त्यांच्या सरावासाठी ठरली. पण अर्जनच्या पुढे ती एकच समस्या नव्हती. अनेकांपैकी ती एक समस्या होती. त्यानंतर जे घडले ते जास्त अवघड होते. आपण शारीरिक दृष्ट्या खूप दणकट आहोत असे अर्जनला कधीच वाटले नव्हते. म्लेंच्छाबरोबर झालेला आपत्तीजनक सामना सोडला आणि तसा व्रण पडण्याचा प्रकार सोडला तर आतापर्यंत त्याने तसा प्रसंग अनुभवला नव्हता. त्याला स्वत:चे व लोकांचे संरक्षण करायचे होते. कुठल्यातरी देवाच्या नावाने असलेल्या गुहा वाचवण्यासाठी लोकांनी आपले अमूल्य आयुष्य पणाला लावणे ही कल्पना त्याला वेडेपणाची वाटत होती. इंद्रवनचे काही का होईना त्याला त्याची काही किंमत नव्हती. खरंतर कल्कीलाही अर्जनप्रमाणेच वाटत होते लोकांचे जीव त्या प्रतिमांपेक्षा जास्त मौल्यवान होते, परंतु त्याच्या विचारांमध्ये कशामुळे तरी काहीतरी परिवर्तन झाले होते.

अर्जनने जे काही पाहिले होते ते तो कधीच विसरू शकला नसता. ती फक्त मानवी सामर्थ्याची बाब नव्हती. अशा भयानक हल्ल्यानंतर कुणीही वाचला नसता. त्याच्या चेहऱ्यावरील आवरण जोपर्यंत त्याने औषधी वनस्पतीचे मलम वापरले नसते तर ते दु:ख कमी झालेच नसते. ते मलम त्या कधीही न भरून निघणाऱ्या जखमेत एकरूप झाले होते. लोक त्याच्याकडे जेव्हा वेगळ्या नजरेने पाहत तेव्हा त्याला वाईट वाटत असे. तो पूर्वी सारखा गोंडस मुलगा राहिला नव्हता.

आणि कल्कीच्या छातीवरही जखमा होत्या, सर्व साधारण माणसापेक्षा त्या लवकर भरून येत होत्या. अशा प्रकारच्या पुनरुत्पादीत शरीरविज्ञानाचे वाचन त्याने केले नव्हते. त्याने लक्ष्मीलाही या त्वरित भरून येणाऱ्या जखमांबाबत कदाचित तिने शहरात असताना वाचले असेल म्हणून विचारले होते.

"तू ते का विचारतोयस?" तिने विचारले होते.

अर्जनने उत्तर दिले नाही.

"हो, तशा काही घटना घडल्या आहेत पण त्या सर्व अंधश्रद्धा आहेत." लक्ष्मी म्हणाली होती. ते उत्तर काही समाधानकारक नव्हते.

त्याने ते कल्कीलाही विचारले असते कारण त्या दोघांचेही संबंध तसे होते. पण आपल्याला काहीतरी आकलन न होण्याजोगे ऐकायला

मिळेल या विचाराने त्याने कल्कीला ते विचारले नव्हते. ते विचारायला तो घाबरतही होता. अर्जनच्या मनाने ते सर्व सोडून दिले होते. कृपाने स्वत:ला दारूपासून दूर ठेवले होते आणि तो इतर लोकांना घेऊन जंगलात गेला होता. अर्जनही तिकडेच होता. कल्की नव्हता. ते जेव्हा जंगलात पोचले तेव्हा कृपाने सांगितले की याचा उपयोग करून आपल्याला आयुधे बनवायची आहेत.

अर्जन शस्त्रास्त्रांची कारागिरीतील महत्त्वाच्या बाबी नैसर्गिकरीत्याच शिकला होता. लक्ष्मीच्या आत्याकडून मिळालेली धातूंची आणि पोलादाची शस्त्रे जे मुळात योद्धे होते त्यांच्याकडून वापरली जातील कारण त्यांना ती कशी धरायची आणि ती जड शस्त्रे कशी वापरायची याची माहिती असेल. नैसर्गिकरीत्या तयार केलेली शस्त्रे वजनाला कमी असतील. अर्जनने जे शस्त्र निवडले होते ते लांबून वापरण्यायोग्य होते कारण प्रत्यक्ष युध्दात भाग न घेताही त्याला काहीतरी भरीव कामगिरी करण्याची इच्छा होती. केशवनंद बरोबर त्याला व्दंदयुद्ध करायला आवडले असते पण त्याने तसे केले नाही. नेहमीच निव्वळ शक्तीचा उपयोग न करता युक्तीचा वापर करणे त्याला आवडत असे.

त्याने धनुष्य वापरायचे ठरवले, एका चाकूने त्याने बांबूचा एक भाग कापला. त्याची दोन टोके वाकवून एक वक्र आकार तयार केला लांन इहाळ्यांची एका बाजूची टोके तासून अणकुचीदार, धारदार टोकाचे बाण बनवले.

लैलाने तिच्यासाठी एक लांब भाला बनवला होता. त्याच्या दोन्ही बाजूंना पाती जोडली होती. त्याला झाडाच्या सालीनेच बांधले होते. अरिंदम आणि अगस्त्यने त्यांच्यासाठी गोफणीसारखे दोराने तयार केलेले आयुध बनवले होते व त्याला दगड लावून ते गरगर फिरवायचा प्रयत्न करू लागले. पण त्यांनाच जखमा झाल्या. रोशन मित्रा हा उत्तम कारागीर होता. त्याने चाकूच्या साहाय्याने उत्तम सोटे तयार केले व लोकांना वापरासाठी दिले.

कृपा म्हणाला की प्रत्येकाजवळ शस्त्र असलेच पाहिजे असे नाही पण प्रत्येकाकडे लढाईत आपण नेमके काय करणार याची योजना मात्र असायला हवी. “शस्त्र जवळ असणे ही उत्तेजन देणारी वस्तु असेल आणि त्याचा उपयोग अत्यंत आवश्यकता असेल तेव्हाच करायचा. शक्यतो आपल्याला हे युद्ध शस्त्राविना जिंकायचे आहे.”

सागर आणि माया हे भाऊबहीण होते त्यांनी दुधारी तलवारी तयार केल्या. कृपाकडे शस्त्र नव्हते पण त्याने झाडाची साल, जस्त आणि कोळसा यांच्यापासून बॉम्बसदृश वस्तु तयार केल्या होत्या. त्याच बरोबर लहान चेंडूसारख्या वस्तुही त्याने तयार केल्या होत्या. अर्जन त्याच्याकडे गेला तेव्हा त्याच्याकडे धनुष्य व ज्यूटपासून तयार केलेला भाता होता त्यात अनेक बाणही होते. तो भयंकर कष्ट घेत होता. त्याची कातडी जळत होती, त्याचे डोळे थकले होते आणि त्याच्यातली शक्तीही संपली होती.

"हे काय आहे?" अर्जनने विचारले.

कृपा गुडघ्यावर बसला होता. त्याने वर पाहिले. "मित्रा, ती स्फोटके आहेत. त्याला थोडीशी धग लागली की त्याचा स्फोट होईल आणि किमान दहा लोक तरी त्यात गारद होतील किंवा किमान ते घाबरतील तरी."

"आपण याचे शिक्षण, सराव कधी करणार?"

"दोन दिवसात प्रथम त्यांना शस्त्रास्त्रे बनवू देत, मला कल्कीशीही बोलू देत. त्यांच्या सैन्याला कुठे सापळ्यात अडकवायचे, ते कुठल्या मार्गाने येणार आहेत वगैरे. त्यांना आपण अशा पद्धतीने कात्रीत पकडू की त्यांना परत जाण्याशिवाय पर्याय उरता कामा नये."

"शांबलामध्ये प्रवेश करायला एकच मार्ग होता पण त्याला गर्द जंगलामध्ये अनेक पायवाटा आणि उंचसखल मार्ग होते."

"कल्की कुठे आहे?"

"मी त्याला त्याचा स्वतःचा स्वतंत्र सराव करायला सांगितला आहे त्याला त्याच्यासाठीच वेळ काढायला हवा."

"होय का?" अर्जन शंका मनात ठेवून त्या तथाकथित गुरूपासून दूर गेला. तो वळला तेव्हा तोही अर्जनकडे त्याच पद्धतीने म्हणजे शंकास्पदरीत्या बघत होता.

आता रात्र झाली होती आणि तो गावाच्या वेशीवर उभा होता. ती वेस बांबूच्या साह्याने रक्षित केली होती पण त्याला दरवाजा नव्हता. तो त्याचा मोठा भाऊ व आईजवळ उभा होता. ते काळजीपूर्वक घोड्यावर बसले होते.

"जाताना वाटेत कुठे पडू नको." कल्की हसून म्हणाला त्याने तिच्या

हातात एक भांडे व कपडे बांधलेले एक गाठोडे दिले होते. सुमतीनेही काळजीपूर्वक आपले कपडे घातले होते "बेटा, अशा वेळी हे गाव सोडायची माझी खऱतर इच्छा नाहीय. कृपया मला भरीस टाकू नकोस."

"तुम्ही दोघेही मला भेटायला कधी याल?" सुमतीने विचारले

"जेव्हा हे सर्व संपेल."

"पण किती वेळ? मला नेमके किती दिवस ते सांग."

कल्की आणि अर्जनने एकमेकांकडे पाहिले. "आम्ही ते तुला लवकरच कळवू आणि तुझ्याकडे कबुतरामार्फत निरोप पाठवू."

सुमतीने अविश्वासाने त्यांच्याकडे पाहिले आणि त्यांना घट्ट मिठी मारली. "काळजी घ्या आणि तुफान लढा. मला अभिमान वाटेल असे काहीतरी करा."

कल्कीचे डोळे पाणावले पण अर्जन स्तब्ध राहिला. "बद्रिनाथ आश्रमापर्यंतचा प्रवास चार दिवसांचा आहे. काळजी घे."

"माझी काळजी करू नका आणि एक लक्षात ठेवा. तुमच्या मनात प्रश्न निर्माण होताहेत. शंका होताहेत म्हणजेच तुम्ही योग्य मार्गावर आहात. इन्द्राचे वज्र तुम्हाला साथ देवो, मुलांनो." सुमती हसली. तिने लगाम खेचला आणि ती निघाली.

कल्की आणि अर्जन बरोबरच उभे होते त्यांनी टाच मारली व घोडे पुढे चालू लागले आणि थोड्याच वेळात ते अंधारात दिसेनासे झाले. भीतीने त्यांच्या मनाचा ताबा घेतला होता.

"आपण जिंकू का?" कल्कीने विचारले.

अर्जनला आश्चर्य वाटले. त्या दिवशी त्याने उभे राहून सर्वांना मातृभूमीसाठी लढायला उद्युक्त केले होते. अर्जनला ते नको होते आणि आता त्यालाच नायक होताना भीती वाटायला लागली होती.

"आता आपल्याला दुसरा पर्यायच नाही." अर्जनने प्रतिसाद दिला. आपल्या भावाला दिलासा दिला. त्याने भावाच्या पाठीवर आपले बाहू पसरले.

40

दुरुक्ती फुलांनी भरलेल्या लाकडी चौकटीच्या खिडकीजवळ उभी होती तिथून ती सुर्यास्त पाहत होती. कल्ली कोवळा, सोनेरी डोळ्यांचा मुलगा कधी होता ते तिला आठवतच नव्हते. तो तिचा कायमच हितचिंतक व संरक्षक होता रती जेव्हा पोट भरलंय असं खोटं खोटंच सांगायची त्यादिवशी तोही भूक नसल्याचे सांगायचे. पोट भरलंय असं सांगितलं की तो त्याचे जेवण शांतपणे करील अशा विचाराने.

"हो माझे जेवण झालंय!"

पण त्याच्या बरगड्या दुखताहेत, त्याची कातडी मलूल पडलीय आणि त्याचा चेहरा पूर्णपणे पडलाय या लक्षणांवरून तिला कळत असे की तो खोटं बोलतोय. तो दारोदार नोकरी मिळण्यासाठी भटकत असे. खाणकामासाठी किंवा केवळ मदतनीस म्हणून एखाद्या खानावळीत काम मिळण्यासाठी भटकत असे पण काम मिळणे हे त्यांच्यासाठी फारच कठीण काम झाले होते. ते लोक बरेच वेळा त्याचे लागू झालेले पैसेही न देता त्याला कामावरून हाकलून देत. दुरुक्ती व त्याच्यासाठी सगळे फासे उलटेच पडत होते सारे जग दुष्ट झाले होते, प्रामाणिकपणाला किंमत उरली नव्हती.

आणि मग तेव्हाच तो गुन्हेगारीच्या जगतात पाऊल ठेवता झाला.

कलीचे ग्रह कसे व कधी फिरले हे आठवण्याच्या आधीच तिच्या विचारांना खीळ बसली. दार उघडले. सिमरन भयभीत होऊन आत आली. तिच्या हातात खालीलप्रमाणे गुंडाळी केलेले पत्र होते. दुरुक्तीला पत्र वाचण्याची गरज नव्हती. तिच्या चेहऱ्यावरूनच तिला काय झालंय हे समजले होते.

"त्यांनी आपल्या विनंतीला प्रतिसाद दिलेला नाही." दुरुक्ती म्हणाली.

"त्यांच्या बाजूने विचार करता, दुरुक्तीचा हा विनंती अर्ज नव्हता तर एकतर्फी आज्ञाच होती." सिमरनने प्रतिसाद दिला.

या अशा भावनाहीन आणि अखंड बोलण्याकरता दुरूक्तीने तिला हद्दपारच करायला हवे होते, पण सिमरनचे बरोबर होते. तो विनंती अर्ज नव्हता. ते एका भयानक मनोवृत्तीतून उपजलेले चुकीच्या भाषेत लिहिलेले पत्र होते आणि तेही शांबलाच्या नगरप्रमुखाला, जे कीकतपुर विभागातील भरभराटीस पोचलेले गाव होते. तिला शांबला हे आपल्या मालकीचे गाव आहे, ही तिची इच्छा-आकांक्षा त्यांच्यावर थोपवायची आहे, पण तिला ते चुकीच्या आधारावर खेळले जाणारे युद्ध नको होते तेही त्या अशिक्षित खेडूतांविरुद्ध आणि राजाच्या आज्ञेच्चा उद्धटपणे अस्वीकार करणाऱ्याविरुद्ध.

"मला हे सगळे अगदी सहज सरळपणे व्हायला हवे होते. रक्ताचा एक थेंबही सांडायला नको आहे. त्यांनी आपला प्रस्ताव नाकारला याचाच अर्थ त्यांना युद्धच व्हायला हवे आहे." दुरुक्ती सिमरनजवळ आली "आपल्याला शांबलाची काय माहीती आहे?"

"त्यांच्याकडे कुठलेही सैन्य नाही आणि कुठलीही शस्त्रास्त्रेदेखील नाहीत. खरंतर त्यांनी आपला प्रस्ताव नाकारला याचे मला आश्चर्यच वाटते आहे. ते लोक जेव्हा रक्त किंवा तलवारी पाहतात तेव्हा ते घाबरून जातात. असे ऐकीवात आहे. आपण तिकडे जाऊ आणि त्यांना फक्त घाबरवू या."

"त्यासाठी आपल्याकडे मोठे सैन्य हवे" दुरुक्तीने ओठ दुमडले. मोठे सैन्य म्हणजे मोठा गोंधळ. त्याचाच अर्थ म्हणजे हे कल्लीला कळणार आणि तो ते सर्व थांबवणार. कुठलेही यादवी युद्ध त्याला नको होते आणि केवळ त्याच्या तब्येतीसाठी मोठे रणकंदन आणि मृत्यूचा हाहाकार त्याला नको होता. दुरुक्ती तिच्या भावासाठी साऱ्या जगाचा नाश करायला तयार होती. "मी आता बोलतेच सम्राट..."

एक सावली जमिनीवर पडली आणि तिने विकोकोला पाहिले. तिच्या डोक्यातून घामाच्या धारा वाहत होत्या. तिच्या चिलखतावर रक्ताचे डाग होते.

"दुरुक्तीजी!"

नाही नाही.

विकोको म्हणाली, "तुम्हाला देण्यासाठी माझ्याकडे एक वाईट बातमी आहे."

***

दुरुक्ती किल्ल्याच्या आतच असणाऱ्या रुग्णालयात धावतच गेली. ती आत गेली तिच्या मागोमाग सिमरनही घाईघाईने आत आली. कोको बाहेरच उभा होता. घाबरलेला व विवंचनेत.

"माझ्या भावाला संरक्षण देण्याचे तुझे कर्तव्य होते. हे आता तू काय केलेस? आता तो जर मरण पावला तर मी तुला हद्दपार करेन." दुरुक्ती ताडताड बोलत होती. तिचा रागाचा पारा चढत होता. भावनांचा उद्रेक होता होता, ती मानसिकदृष्ट्या दुखावली होती आणि तिला आतून भीतीही वाटत होती.

"आपली माफी मागतो दुरुक्तीजी..."

दुरुक्तीने हात हवेत उडवले. "तुमच्या शाब्दिक माफीने माझ्या भावाच्या जखमा भरून येणार नाहीयेत."

एका चटईवर मेणबत्त्यांच्या वर्तुळात तिचा भाऊ कल्ली पोटावर झोपलेला होता. त्याची जखम दिसत होती. खोल घावामुळे त्याची हाडेही दिसत होती.

"त्याची तब्येत कशी आहे?"

"तो नशिबवान ठरला आहे." वैद्य म्हणाले. त्याने कल्ली भोवती प्रदक्षिणा घातली नंतर गुडघ्यावर बसून एक रंगहीन मलम त्याच्या जखमांवर लावत होते. "तो घाव त्याच्या पाठीच्या कण्यावर बसला नाही तर कण्याजवळ बसला."

तिला तिची भीतीने घुसमटलेली भावना कमी झाल्याची जाणीव झाली. ती घाबरली नव्हती पण तिला त्याची खूप काळजी वाटत होती.

"हा अशाच अवस्थेत किती काळ पडून राहील?"

"दुरुक्तीजी, मला काही दिवसांचा वेळ द्या." वैद्य थांबले आणि त्यांनी वर पाहिले. "त्याच्या जखमा शक्य तितक्या नैसर्गिक पद्धतीने भरून येऊ द्या. आपण त्यावर कृत्रिमरीत्या त्या बऱ्या करण्याचा प्रयत्न करायला नको."

"मला तुम्हाला काहीतरी विचारायचंय." दुरुक्ती त्या मेणबत्त्यांच्या।

वर्तुळाभोवती चालत राहिली. त्या मेणबत्त्या तिच्या आणि तिच्या नग्नावस्थेतील भावामध्ये एक दिवार होऊन राहिल्या होत्या. “तुम्ही सोमाबद्दल ऐकले आहे का?”

“हो,” म्हाताऱ्या वैद्याने मान डोलवली. “आता नाहीसे झालेले औषधी अमृत सोमा पासून तयार केलेले, उत्तरेकडील पर्वतावर ते सापडत असे.”

“ते नाहीसे का झाले?”

“ह्या जगाचे रहाटगाडगे पुढे पुढे जात असते आणि मागे अनेक नवलाईच्या गोष्टी सोडून ते पुढे जाते.” त्या म्हाताऱ्या माणसाने आपला नाईलाज या शब्दातून व्यक्त केला.

“ते दगडाच्या आत असते असे मी ऐकलेय.”

“प्रत्येक औषधाप्रमाणेच ते वेगवेगळ्या रूपात आढळते. काही त्या दगडात तर काही वनस्पतीत. कुठल्याही रूपात असताना त्यातून ते अमृत बाहेर काढावे लागते.”

दुरुक्तीने प्रदक्षिणा घालणे बंद केले. तिच्या पायताणामुळे तिचा तळवा दुखू लागला.

“त्या दगडातून सोमरस काढणे किती अवघड असते?”

वैद्य थांबले. “अं...प्रथम तुम्हाला ते फोडावे लागतात नंतर ते विरघळावे लागतात...”

“ते किती अवघड असते?” तिने करवादून विचारले.

वैद्यबुवांचे नेत्र विस्फारले आणि त्यांचे ओठ थरथरू लागले. “फार अवघड नसते. मला जर योग्य ती हत्यारे मिळाली तर...पण आता दगड मिळणे दुरापास्त आहे कारण ते सर्व नष्ट झाले आहेत.”

“किती दिवस?” तिचा आवाज कोमल झाला होता. “ते औषध तयार करायला किती दिवसांचा अवधी लागेल?”

“तीन किंवा कदाचित थोडे कमी” वैद्यांनी हळुवारपणे होकार दिला.

“मला ती माहिती तू काढायला हवी आहे.” दुरुक्ती वैद्याजवळ उभी होती. तिची सावली त्याच्या चेहऱ्यावर पडत होती. त्याने तिच्याकडे पाहिले तर त्याला ती खूप अस्वस्थ वाटली. ती बेचैन अवस्थेत कल्लीच्या शरीराजवळ गेली. तिच्या चेहऱ्यावर प्रकाशाचा नाच चालला होता आणि धुपाच्या वासाचा भपकारा तिच्या नाकात गेला. “तू त्याची व्यवस्था केलीस की तुला तुझ्या कामातून पुर्णपणे मुक्त केले जाईल आणि तू

त्याबाबत पुढे कुणाशीही बोलणार नाहीस. आणि जर यदाकदाचित तू बोललास, मग ते हेतुपुरस्सर असेल किंवा अनवधानाने, मी माझ्या हाताने तुझी गर्दन छाटेन." ती त्याला धमकावत असताना तिने स्वतःचे दात आवळले. कदाचित तिला ती काय करणार आहे याची प्रत्यक्ष जाणीव झाली होती आणि त्यामुळे तिला तसे वाटले.

वैद्याने मान डोलवली.

"सम्राटाच्या तब्येतीची वेळोवेळी मला माहिती कळवत राहा."

दुरुक्ती खोलीतून बाहेर आली आणि तिने सुटकेचा श्वास सोडला. कोको आणि विकोको घामेजलेल्या व अस्वस्थ दुरुक्तीकडे पाहत होते तिने स्वतःतील कमकुवतपणा दाखवणे तिला योग्य वाटत नव्हते म्हणून ती कशीबशी स्वतःच्या पायावर अडखळत हनुवटी उंचावून आणि दोन्ही हातांची घडी घालून उभी राहिली.

"पापक्षालन त्यांचे होते जे त्याप्रमाणे वागतात." दुरुक्तीने दोघांकडे बघत बोलायला सुरुवात केली. सिमरन काहीही न बोलता सावकाशपणे पडवीच्या सावलीतून पलीकडे गेली. दुरुक्ती पुढे म्हणाली. "तुमचाच जीव असल्याप्रमाणे तुम्ही माझ्या भावाचे संरक्षण करणे एवढेच मला अपेक्षित नाहीये, तर त्याने जेव्हा तुमचा जीव वाचवला तेव्हा तुम्ही जशी शपथ घेतलीत तसे वागणे अपेक्षित आहे. पण आता तुम्ही माझ्यासाठी एक गोष्ट करण्याची आवश्यकता आहे."

जुळी भावंडं पुढच्या गोष्टीसाठी वाट पाहत होती.

"आता तुम्ही त्याला खोटेच सांगा..." दुरुक्ती म्हणाली. "की त्याची बहीण आत तिच्या खोलीमध्ये आहे आणि तिला आता कोणालाही भेटण्याची इच्छा नाहीये. ती खूप दुःखी आणि शोकात आहे. कारण ती तिच्या भावाला त्या परिस्थितीत नीट सांभाळू शकत नाही. तुम्ही माझ्यासाठी हे असत्य सांगा मग मी तुम्हाला माफ करेन."

दोघांनीही नेत्र मिचकावले त्यांनी कल्लीची सेवा केली होती पण दुरुक्तीला असमाधानी केल्याबद्दल त्यांना दोषी वाटत होते आणि आता तिचा विश्वास पुन्हा कमावण्यासाठी त्यांची काहीही करायची तयारी होती.

"त्याचे मुख्य कारण असे की आता मी काही दिवस इथे असणार नाही. रक्तपाने त्याचे जे सैन्य इथे ठेवले आहे त्यांना बरोबर घेऊन मी जाणार आहे."

दोघांनीही एकाच वेळी मान डोलवली.

"आम्ही सम्राट वासुकीचा शोध घ्यावा असे तुम्हाला वाटते का?" कारण आमच्या सम्राटावर प्राणघातक हल्ला करणारा नाग सैनिक होता? कोकोने विचारले कारण विकोको घामेजली होती व तिच्या मनात अस्फुट भीतीही होती. दुरुक्तीने मान हलवली. "ती एक राजकीय समस्या आहे जी फक्त कल्लीच सोडवू शकेल. आपल्या दृष्टीने तो खडखडीत बरा होणे हे जास्त महत्त्वाचे आहे."

आणि ती जशी त्या दोघांपासून दूर निघाली तशी सिमरन तिच्या मागून पण जवळून चालत गेली. "दुरुक्तीजी, आतमध्ये काय ऊहापोह झाला?"

"सत्याची शहानिशा." दुरुक्तीचा चेहरा निर्विकार होता आणि डोळे पुढच्या पडवीतील अंधारात शोध घेत होते.

"आता आपण काय करायचे आहे? रक्तपाचे सैन्य घेऊन तुमच्या मनात शांबलात जायचा विचार तर आलेला नाही ना?"

"माझा अलबत तसाच विचार आहे." दुरुक्ती वस्तुस्थिती निदर्शक बोलली. सिमरनने हा प्रश्न का विचारला हे तिला समजत होते. दुरुक्ती निर्णय घ्यायला कचरत होती. ती घाबरलेली, अस्वस्थ आणि शंकास्पद वाटत होती. त्याचे कारण अगदी साधे होते ते हे की ती शांबलाला जाईल आणि निष्कारण दुफळी माजेल, जी कली त्याच्या राजकीय दूरहष्टी आणि सौदेबाजी करण्याच्या कौशल्याने सर्वसाधारणत: अलगदपणे सुरळीत करत असे. "सिमरन, माझे शब्द लिहून ठेव. त्या गुहेत प्रवेश करण्यापासून मला कुणीही कधीही अडवू शकत नाही."

41

गेले तीन दिवस प्रचंड जीवघेणा सराव चालू होता. कृपाने माहितीच्या देवाणघेवाणीची पद्धत आपल्या पूर्वजांकडून शिकलेली होती तीच त्याने कल्कीलाही शिकवली. याच पूर्वजांनी सोमरस काढायलाही शिकवले होते. अवतारांचे आत्मे एकमेकांना जोडलेले असतात असे कृपाने कल्कीला सांगितले होते. ते जरी आता या ग्रहावर उघडपणे अस्तित्वात नसले तरी त्यांच्याशी संबंध प्रस्थापित करून गेल्या अनेक पिढ्यांपासून चालत आलेल्या सामान्य अनुभवांचा तो छडा लावू शकतो.

कल्की पश्चात्तापदग्ध अवस्थेत बसला होता आणि ते वाईट होते. तो खूप कंटाळला होता. त्याने डोळे उघडले, तो खाली झोपला व आकाशाकडे पाहू लागला. जेव्हा गोष्टी तुमच्या मनाप्रमाणे घडत नसतात तेव्हा तुम्हाला वेळ फुकट वाया जातोय असे वाटायला लागते. पण आता जे वाटतेय तसे नाही. त्याने खरंतर इतरांप्रमाणेच सराव करायला हवा होता. द्वंद्व युद्धाची अवघड अवघड तंत्रे शिकायला हवी होती. हे आतासारखे पायावर पाय टाकून डोळे बंद करून बसणे अपेक्षित नव्हते. आता तो आज पुन्हा नुसता वाट बघत बसला होता. जवळजवळ तासभर झाला.

आणि त्याच्या आजूबाजूच्या गोष्टी विरघळून जाताहेत असं त्याला वाटू लागलं. त्याचे डोळे मिटले आणि त्याला इथे इहलोकात आहे असे वाटेनासे झाले. त्याने डोळे उघडले आणि त्याला सगळीकडे अंधकारमय झालेले दिसले. त्या अंधारात तो बुडून गेला. त्याच्या नेहमीच्या परिचित जागेवरून तो अंधारी विस्मृतीत गेला. त्याला त्या जागेपासून खूप दूर पळावेसे वाटले आणि तितक्यात त्याला कुणीतरी पुढे ढकलल्यासारखे वाटले.

सारे धुरकट वाटत होते. तिथे एक झोपडी होती. त्यावर एक अजस्त्र उडता पक्षी होता. मग त्याच्या लक्षात आले की तो पक्षी नाही तर त्या मानाने कितीतरी जुने असे एक यंत्र होते. त्यातून एक भरघोस मिशीवाला माणूस त्या यंत्रातून खाली उतरला.

तो पुन्हा कुठेतरी ढकलला गेला ते जंगल होते. कदाचित तेच जंगल जिथे त्याने एक टोकदार केसांचा माणूस बाण उडवताना पाहिले होते.

“छान छान राघव.” तो माणूस राघव नावाच्या माणसाजवळ आला आणि त्याने त्याच्या खांद्यावर थोपटले. कल्की आता एका उजाड जागेवर पडल्याचे त्याला जाणवले.

अंगावर मोरांची पिसे असलेला माणूस, घाईघाईने शेतावर उड्या मारत पळत होता, त्याच्या खांद्यावर बाणांचा भाता होता, जेव्हा त्याने अचानक उडी मारली. जशासतसे उत्तर देण्यासाठी त्याने एक चक्र काढले आणि त्याच्या दिशेने फेकले. ते सरळ कल्कीच्या दिशेने आले आणि भीतिमुळे त्याने डोळे बंद केले. जेव्हा त्याने पुन्हा डोळे उघडले तेव्हा त्याला तो दुसऱ्याच भलत्या जागी असल्याचे आढळले. या वेळी तो बहुधा पर्वतराशींवर थंड प्रदेशात होता.

“खरं सांगायचे तर मी तुला इथे बघून आश्चर्यचकित झालोय.”

कल्कीने आवाजाच्या दिशेने पाहिले. पायावर पाय ठेवून बर्फाच्या लादीवर एक लांब दाढीचा आणि अणकुचीदार केसांचा माणूस मोठी कुऱ्हाड पाठीला लावून बसला होता. त्याने इतर अंगावर व्याघ्राजीन गुंडाळले होते. कल्कीला गारठा जाणवला पण त्या माणसावर थंडीचा काहीच परिणाम झालेला दिसत नव्हता.

“तू अशा वातावरणात क...क...सा राहतोस?” कल्की थंडीने शहारला होता.

“तुला थंडी वाजत नाहीय. तुला थंडी वाजतेय असं तुला फक्त वाटतंय.” ती व्यक्ती बोलली. “हे स्वप्न आहे. हे सगळे काल्पनिक आहे. सर्वच. एका सेकंदात तू जागा होशील. तू ध्यानमग्न योगात आहेस.”

कल्कीला तरीही थंडी वाजत होती. हा माणूस आपल्याला खरोखरी काय सांगायचा प्रयत्न करतोय?

“तू कोण आहेस?”

“तूच” तो पायावर उभा राहत म्हणाला.

कित्येक वर्षांपूर्वी मी ‘तूच’ होतो. तो माझा सहावा जन्म होता.

कल्कीने आपसुकपणे म्हटले, "सम्राट भार्गव राम." आणि तो आदर दर्शविण्यासाठी गुडघ्यावर वाकला.

"छान. झकास, स्पृहणीय. तुझी संपर्क क्षमता छान काम करते आहे."

"मी तुझ्याशी संपर्क करू शकतोय मग इतरांशी का नाही?"

"ती सर्व इतिहासाची फक्त झलक आहे काय घडून गेले आहे याची झलक आहे. ते तुझे मागील जन्म आहेत. आणि तू जर खरोखर प्रयत्न केलेस तर तू त्यांच्याशीही संपर्क स्थापू शकशील. परंतु मी मात्र खराखुरा जीताजागता तुझी प्रत्यक्ष वाट पाहतो आहे."

"तूच कृपाचा सहचर आहेस ना?"

सम्राट भार्गवने मान डोलवली. "मी कुणा चांगल्या व्यक्तीबरोबर नाहीय पण माझ्या आजूबाजूलाही कोणी नाही. मारुतीही मला सोडून कुणाच्या तरी संरक्षणासाठी गेलाय..."

"मारुती?"

"तू कदाचित त्याला सम्राट बजरंग म्हणून ओळखत असशील."

अर्थात कल्कीने त्याच्या संबंधी गुरुकुलात ऐकले होते. त्याने सम्राट राघवला राक्षसांपासून वाचवायला कशी मदत केली होती ते आणि तो त्या काळापर्यंत आदिवासीतच गणला जात होता. आता या काळात त्या सर्वांनाच देवत्व प्राप्त झाले होते.

"मी त्यांच्यापैकीच आहे असे तुला म्हणायचे आहे का?"

"होय तू मोठ्या इतिहासातील एक पात्र आहेस. आणि आपण सर्व सम्राट नारायणाचे अंश आहोत ज्यांनी आपल्या गरजेप्रमाणे आपल्याला शक्ती दिली."

कल्कीने मान डोलवली. "कृपाचार्यांच्या म्हणण्यानुसार आपल्याला सोमरस आपल्या निवडीने मिळाला आणि सम्राट गोविंद म्हणाले की बाकीच्या लोकांना वेड लागू नये म्हणून त्यांनी सोमरसपान थांबवले. त्यांनी म्हटले की हे सर्व विज्ञानाधारित आहे आणि तुम्ही तर म्हणताय की हे सर्व पूर्व नियोजित आहे."

"कृपाचार्यांचा नशिबावर विश्वास नाही. होय व्यावहारिक दृष्टीने आपण सर्व सारखे नाही. आपण या ना त्या मार्गाने, चुकीने किंवा मुद्दामहून सोमरसाला बळी पडलो. पण माझा विश्वास मला सांगतोय की आपण त्याला बळी पडलो त्यामागे त्या वेळी खूप मोठे कारण असणार. केवळ एका माणसाचा विश्वास नाही म्हणून तो इतरांवर

कुठलेही बंधन घालू शकणार नाही. तसा याला अधिकारच नाही." भार्गव हसला. "मग मला सांग, तुझा कशावर विश्वास आहे?"

कल्की शांत होता, गंभीरपणे विचार करत होता. योग्य शब्द काळजीपूर्वक निवडत होता कारण तो एका अशा नवीन माणसाशी बोलणी करत होता जो कदाचित पुढे स्वप्नातही भेटला असता. तो उंच होता, धटिंगण होता आणि कठीण होता. त्याचे बाहू फुरफुरत होते, त्याचे डोळे विस्फारलेले होते आणि छाती फुगीर होती. तो खरंतर म्हातारा होता पण एखादया खडकासारखा दणदणीत होता.

"खरंतर मी ते ठरवलेले नाही."

"त्याचे कारण असे आहे की तू अजून दुनिया बघितलेली नाहीस. तू तुझ्या लहानशा घरट्यात राहतोस. पण एकदा का तू घराच्या बाहेर पडलास की तुला सर्व प्रश्नांची उत्तरे मिळतील. आपल्याला काही बहाल करण्यात आले आहे का आपण चुकीनेच येथे आलोत?"

कल्कीने आपले नेत्र बारीक केले. "आपल्यासारखे जेवढे अवतार होते ते सर्व मरण पावले आहेत. मग तूच कसा काय मेला नाहीस?"

भार्गव गप्प झाले. "तू जेव्हा माझ्याकडे येशील व भेटशील तेव्हा मी तुला ते सांगणे योग्य होईल. ती जी काही उत्तरे आहेत ती तुला, जेव्हा तू शिकशील आणि गमावशील सुद्धा..." त्याचे शब्द तिथेच थबकले जेव्हा त्याने एका स्त्रीची प्रतिमा पाहीली. तेवढ्यात कल्कीच्या थोबाडीत एक चपराक बसली.

आणि तो भानावर आला तेव्हा. तो कुठलीही प्रतिमा बघत नव्हता. हे त्याच्या लक्षात आले आणि तो पुन्हा पूर्व परिस्थितीत परतला... त्याच्या झाडाझुडपांच्या मंडपाखाली सूर्य पूर्णपणे प्रकाशत होता आणि कुठल्याही जीवघेण्या थंडीचा मागमूसही नव्हता. त्याला प्रत्येक गोष्ट खरीखुरी आणि त्याचवेळी खोटीही वाटत होती. त्याची बोटांची पेरं बर्फासारखी थंड पडल्याचे त्याला जाणवले. पुन्हा एक चपराक बसली आणि कल्की त्या बुद्धिभ्रमित करणाऱ्या स्वप्नातून आपले हात बघत जागा झाला.

"तू इथे या शेतात काय करीत आहेस?" लक्ष्मीने आपुलकीने विचारले.

"मी काय करत होतो?"

"तू झोपेत चालत होतास. डोळे उघडे ठेवून. पण काहीही न बोलता. मला तुझी खूप काळजी वाटली." लक्ष्मी त्याच्याइतकी खाली वाकली.

"मी तुझ्या काळजीने वेड्यासारखी व्यग्र झाले होते आणि तू काय करत होतास?"

कल्कीने उच्छ्वास सोडला. त्याला तिला सर्व सांगावेसे वाटत होते. पण तसे सांगितले असते तर खूप गोंधळ उडला असता. "कुणी जर जवळपास आले तर शुकोला मला उठवायला सांगितले होते. ते हे कुठे..." तो घडल्या गोष्टींचा मनाशी आढावा घेऊ लागला तेवढ्यात लक्ष्मीने त्याचा चेहरा आपल्याकडे वळवला. अगदी जवळ अगदी एकदोन इंचावर.

"त्याने मागच्या वेळी जशी लुडबुड केली तशी आता तो करणार नाही असं त्याने मला सांगितले आहे."

"ऊहू." कल्कीला अजूनही भ्रमित झाल्यासारखे वाटत होते. "अच्छा", त्याचे लक्ष नाही हे तिला *कळू* नये म्हणून थोडा खोकला.

"छान, मला खात्री आहे की तो असे बोलला नाही."

"हो. शब्दात नाही बोलला पण मला ते समजलंय आणि तुलाही."

कल्कीने तिच्याकडे पाहिले आणि त्याने स्मित केले. त्याला हसू फुटल्याशिवाय राहिले नाही. तिच्यामुळे त्याच्या जीवनाला कधी नव्हे एवढे स्थैर्य मिळणार होते. तो एका खड्ड्यात अडकला होता आणि तिने त्याला बाहेर काढले होते. तिच्याशिवाय त्याचा या जगात निभाव कसा लागणार होता?

"मला भीति वाटतेय." लक्ष्मीने त्याच्या गळ्यात हाताची मिठी घालत म्हटले. "मला भीति वाटतेय हे तुला माहीत असावे असे मला वाटते. मला इतक्यात मरायचे नाहीय."

"तू नक्की मरणार नाहीस असा मी तुला शब्द देतो." कल्कीने त्याचे हात तिच्या कमरेभोवती आवळले. ते दोघेही जवळजवळ आले होते. इतके की त्याला तिच्या हृदयाचे ठोकेही ऐकू येत होते तसेच तिच्या श्वासाचा मंद सुवासही जाणवत होता. "मीही घाबरलो आहे. मला हे साऱ्या जगाला सांगितले पाहिजे की मी घाबरलो आहे."

"होय मला ते जाणवते आहे व माहीतही आहे."

"तुला ते जाणवणार हे मला माहीतच होते. तसे तुला कायमच कळणार आहे."

"हे बरं झालं की तुलाही कळलं." तिने उत्साहभरित होता मान डोलवली. "आपण भ्यायलो आहोत हे ठीकच आहे कारण ही काही जगाच्या अंताची वेळ नाही. हे चांगले आहे."

"मला हे माहितीय मला कळतंय. मलाही ते जाणवलं असतं तर बरे झाले असते. चांगले आहे. पण मला तसं जाणवत नाहीय."

"मी जर मरण पावले तर काय?" लक्ष्मीने विचारले.

कल्कीने काही तसा विचारच केला नव्हता. कारण ते असं दुःख होतं की ते त्याला सहनच झालं नसतं. "मला त्या घटनेची कल्पनादेखील करायची नाहीय. माझ्या दृष्टीने तू कायमच जिवंत आहेस, डोळ्याच्या प्रत्येक उघडझापीत आणि प्रत्येक श्वासात."

त्यांनी एकमेकांकडे क्षणभर पाहिले आणि एकमेकांना घट्ट मिठी मारली. कल्कीच्या हृदयाचा ठोका चुकला जेव्हा तो पुढे सरकला. त्याला त्याचे ओठ तिच्या ओठावर ठेवायचे होते. तिच्या ओठाशी त्याला रुंजी घालायची होती. तो पुढे काही करणार तेवढ्यात अचानक अनेक प्रकारचे आवाज ऐकू येऊ लागले. शंख फुंकले जात होते, देवळातल्या घंटा वाजू लागल्या आणि त्याला त्याच्या हातातले काम पुढे ढकलणे क्रमप्राप्त झाले. त्यांनी एकमेकांकडे पाहिले, दोघेही गोंधळून गेले आणि दोघंही घाबरले कारण त्या शंखांचा व घंटांचा आवाज काय सूचित करीत होता हे त्यांना चांगलंच माहीत होते.

युद्धाला सुरुवात झाली होती.

214

42

गावाच्या वेशीमधून किती सैन्य येत आहे हे पाहण्यासाठी कल्कीने शुकोला पाठवले आणि तो मदिरा-चषककडे जिथे सगळेजण जमले होते तेथे जाऊ लागला. तिथे इतर ज्येष्ठही जमले होते. काही चिंतातूर तर काहीजण हे युद्ध करायला नको म्हणून गोंगाट करत होते. त्यांच्यात सर्व गावकरी होते व त्यामुळे त्या खाणावळीचा परिसर गजबजून गेला होता. परंतु त्यांनी जेव्हा कल्की व लक्ष्मीला बरोबरच इकडे येताना पाहिलं तेव्हा सारेजण शांत झाले.

कल्की पुढे आला. त्याची शस्त्रे त्याच्याजवळच होती. तर त्याचा निर्विकार चेहरा त्याने सभोवार फिरवला तेव्हा सर्व गावकरी तिथे आलेले त्याला दिसले. ते सर्वजण भयभीत झाले होते. काळजीत होते आणि निराशेमुळे भीतीने चूर झाले होते.

कल्की म्हणाला, “मला तुमच्यावर माझी इच्छा लादायची नाही परंतु तुम्हाला जर आपल्या गावाची कदर असेल, महत्त्व असेल तर गावाबाहेर वेशीपर्यंत आलेल्या राक्षसांना नष्ट करा आणि इन्द्रवनला जा, त्यांच्या गुहांबाहेर उभे रहा आणि त्यांना त्या गुहा नष्ट करण्यापासून परावृत्त करा.”

“त्यांनी जर आपल्याला ठार केले तर?” त्यांच्यातील एकाने विचारले.

“ते तसे करू शकणार नाहीत.” कल्कीने आपल्या कोरड्या ओठावरून जीभ फिरवली. पुढे बोलताना त्याचे हातही थरथरत होते.

“आपण जर सर्वजण एकत्रितरीत्या त्याचा सामना केला तर...”

कुणीतरी आणखी एकजण ओरडला, “आपली जीत होईल का?”

कल्कीने श्वास सोडला. तो खरंतर भीतीदायक प्रश्न होता. त्याला

प्रामाणिकपणे असं वाटत होते की त्यांना सांगावे की ते खरंच फार अद्भुत आहे पण त्याचे हात दुसऱ्या हातांच्या जोडीने घट्ट धरले होते जे खूप उबदार व मऊ मुलायम होते. अर्थातच ते हात लक्ष्मीचे होते आणि तिने त्याला आश्वासक आधार दिला होता.

"होय." कल्कीच्या अंगात ऊर्जेचा लोळ पसरला. "आपण जिंकू या वस्तुस्थितीवर जर तुम्ही शंका घेतली तर आपण नक्की हरू. आपण आपल्यावरच विश्वास ठेवायला सुरुवात करू या आणि तोही अगदी आशावादी मार्गाने. तरच आपण या अंध:कारातून बाहेर पडू आणि आपल्या संस्कृतीवर घाला घालणाऱ्या हैवानांवर विजय मिळवू."

कुणीही एक शब्दही काढला नाही. शांततेचा अंमल सुरू झाला. कल्कीला तो सहन होईना. याचाच अर्थ ते त्याच्यावर विश्वास ठेवायला लागले होते. त्याला तेच हवे होते ना? त्याला त्याच गोष्टीची भीती वाटायला लागली होती का? त्याला ती सारी जबाबदारी घ्यायची भीती का वाटत होती? अनेकजणांचे जीवन त्याच्यावर विसंबून होते. अनेक कुटुंबे व त्यांची मुले त्याच्याकडे आशेने बघत होती. तो हे सर्व करू शकेल हा त्यांना विश्वास होता आणि त्या अपेक्षेचे ओझे प्रचंड होते. मनाच्या कोपऱ्यात कुठेतरी त्याला वाटत होतं की असं चौथऱ्यावर उभं राहून आपलं राजेशाहीबद्दलचं शत्रुत्व उघडपणे जाहीर न करता वेळीच माघार घ्यायला हवी. कारण तो एक साधासुधा गावातला मुलगा होता आणि एका लहानशा गावकुसातून आला होता. कदाचित त्याने फार मोठ्ठे स्वप्न बघितले होते.

नाही!

त्याच्या मनात असे विचार येऊन चालणार नव्हते. त्याने लक्ष्मीच्या हातातील आपले हात घट्ट पकडले आणि आत जाण्यासाठी गावकऱ्यांकडे बघून मान हलवली. वेळ माणसांना बदलते. पण त्यामुळे परिस्थिती सुधारणार आहे की आणखी बिघडणार आहे हे आपण निवडलेल्या पर्यायावर ठरत असतं.

खाणावळीत जे काही घडत होते तो केवळ एक योगायोग होता. अर्धे अधिक लोक मोठे दगड, धोंडे आणि शस्त्रे घेऊन जिन्यावर चढत होते तर राहिलेले आराखडा तयार करत होते. आगीच्या दिव्याजवळ आणि मेणबत्त्यांजवळ उभे होते. घामाच्चा आणि गर्दीचा वास असह्य घमघमत होता. प्रत्येक स्वयंसेवक कल्कीकडे पाहून मान तुकवीत होता. तो

आदराचा व कौतुकाचा आविष्कार होता. अलीकडच्या काळात हा आदर व कौतुक त्याच्या वाट्याला खूप प्रमाणात येत होते. पण ती सर्व खूप तरुण व नवखी मुले होती. ती नीट युद्ध करू शकतील ना?

तो मुख्य खोलीत गेला तेव्हा अरिंदम एका कोपऱ्यात शांतपणे बसला होता. कृपा वाकून टेबलवर मध्यभागी ठेवलेल्या नकाशाकडे बारकाईने पाहत होता. बाला व अर्जनबरोबरच देवदत्तही तेथेच होता. अर्जनकडे धनुष्य व बाण हे नवीन शस्त्र आले होते आणि ते त्याच्यासाठी अगदी योग्य होते. बालाकडे त्याच्यापेक्षाही अधिक जड गदा होती पण तो ती अगदी सहजपणाने वागवत होता. देवदत्तकडे कृपाप्रमाणे कोणतेही हत्यार नव्हते.

त्याने कल्कीला आधीच सांगितले होते की शांबला हे इतके साधे गाव आहे की तिथे कशाचेही विशिष्ट स्तोम माजवले गेलेले नाही. ते एक शेती प्रधान गाव असल्यामुळे शांबलामध्ये कुठलीही शस्त्रास्त्रे नाहीत अर्थात आता परिस्थिती पालटली होती.

"मित्रा, तू कुठे होतास?" कृपा म्हणाला.

कल्कीने लक्ष्मीचा हात सोडला आणि तो टेबलजवळ आला, "हं काय मग? तुम्हाला काय वाटते आहे?"

"तुझ्या पोपटाने काय समाचार आणलाय?"

तो अजून परतला नव्हता त्याला कुणी बाणाने टिपले तर नसेल ना? तसे काही नसावे अशी त्याने आशा केली.

"आम्ही या खानावळीच्या गच्चीवरून पाहिले." अर्जनने इतरांना गप्प करत मोठ्याने म्हटले. "गावाची वेस पूर्णपणे बंद झाली आहे. जंगलात तंबू बांधलेले दिसताहेत आणि त्यांचेकडे सैन्य, आपण जी अपेक्षा केली होती त्याहून खूपच वेगळे आहे."

"त्यांच्या छातीवरील चिलखतावर सापाचे चिन्ह आहे का?" इन्द्रगडच्या रस्त्यांवर नाग सैनिक पहारा देताना त्याने पाहिले होते त्याची आठवण त्याला झाली. कदाचित तेही इतक्या लांब आले असावेत.

"नाही. खरं म्हणजे काहीच चिन्ह नव्हतं. फक्त काही शस्त्रधारी आणि मला वाटतं की त्यातील काहीजणांकडे तीही नव्हती."

जसं काही लक्ष्मीने काहीतरी भयंकर बातमी एकावी अशा तऱ्हेने ती जमिनीवरच एकदम फतकल मारून बसली. कल्की तिच्या जवळ तिच्या मदतीला आला त्याने तिचा हात पकडला.

"काय झालं?"

"कुठलेही चिन्ह नाही म्हणजे ते त्यांच्या देवालाच मानत नाहीत तर." लक्ष्मी म्हणाली, "म्हणजे..."

"राक्षस" कृपाने वाक्य पूर्ण केले त्याचा आवाज गंभीर व खोल गेला होता.

"नाही, नाही" देवदत्तचा श्वास अवरोधला. तो भीतीने भिंतीजवळ सरकला प्रत्येक जण एवढा काळजीत का होता हे कल्कीला समजले. गुरुकुलात शिकताना जर कुठली आकर्षक गोष्ट असेल तर ती म्हणजे आदिवासीबद्दलचा अभ्यास. एकेकाळी त्यासर्व जमाती मानवाबरोबर एकोप्याने/सामोपचाराने राहत असत, परंतु पुढे अनेक वर्षापूर्वी ते स्वतंत्रपणे वेगळे राहू लागले. दक्षिणेकडील इलममधील राजा दशाननने आपल्या अस्तित्वासाठी बंड केले. तो एक महत्त्वाचा माणूस होता. कल्की संमोहनवस्थेत गेला असताना त्याला ती यंत्रामधून उतरताना दिसलेली व्यक्ती म्हणजेच हा दशानन होता.

राक्षस याचा खरा अर्थ पाहता ती नासधूस करणारी माणसे होती. ते कशाचीही काळजी/विचार करत नसत. त्यांना कशाचेही सोयरसुतक नव्हते. ते त्यांच्यातील माणसांना मारून खात असत. त्यांना सदसद्विवेक बुद्धिची चाड नव्हती. ते निशाचर होते आणि ते आदिवासी होते पण ते पिशाच्यांप्रमाणे मूर्ख नव्हते. राक्षस हे खूप हुशार आणि बुद्धिमान होते. ते कोणाच्या हातातील प्यादी नव्हते. ते काळेकुट्ट असत. त्यांचे एक वैशिष्ट्य म्हणजे त्यांची नावे त्यांच्याच पूर्वजांपैकी नेत्याची असत. त्यांचा कुणी देव नव्हता कारण ते स्वत:च्या बळावरच विश्वास ठेवत त्यांचा युद्धावर विश्वास होता आणि त्यांच्या परिणामांवरही. त्यांच्याकडे शस्त्रास्त्रे नव्हती कारण त्यांना त्यांची गरजच वाटत नसे.

"सरपंचजी" कल्की देवदत्ताकडे वळून म्हणाला. "तिथे बाहेर अनेक लोक वाट पाहत आहेत." त्याने त्या म्हाताऱ्या अशक्त माणसाकडे पाहिले. खरंतर त्या माणसाचा त्याला काहीच उपयोग नव्हता. "तुम्ही त्यांना इन्द्रवनाकडे जाण्यासाठी मार्गदर्शन करायला हवे. त्यांना त्या गुहेच्या प्रवेशद्वाराचे रक्षण करण्यास प्रवृत्त करा. त्यांना सम्राट इन्द्राचे संरक्षक कवच वाचवेल."

देवदत्ताने मान डोलवली. "मुला, वज्राची ताकद तुझ्यावर कृपा करो." त्याने सर्वांकडे पाहून मान डोलवली व तो झटकन खोलीच्या बाहेर पडला.

तो बाहेर जाताच, पोपट अर्धवट उघड्या दारातून झेप टाकून आत आला पण तो काहीही बोलायच्या अगोदर अर्जन संतापाने म्हणाला, "तू सर्वांना त्याच जागी पाठवतोस जिथे आपल्या शत्रुलाही जायचेय, तुझ्या लक्षात येत नाही का? या साऱ्या धार्मिक मूर्खपणामुळे तुझे डोके फिरले आहे का?"

अर्जन नास्तिक होता हे कल्कीही माहीत होते पण अर्जनचा राग इतका सात्त्विक होता की कल्कीला त्या कृती मागची/विचारामागची तर्काधिष्टीत उपपत्ति सांगावी लागली. "हो मी त्यांना तिथे पाठवलेय ते तिथे देवाचे जागी नाही तर त्या जागेच्या बाहेर मोठ्या संख्येने उपस्थित राहण्यासाठी. कारण कितीही मोठे सैन्य असेना का, ते त्या पवित्र जागी कुणालाही ठार मारणार नाहीत."

"ते राक्षस आहेत, त्यांना पवित्र/अपवित्र जागा असं काही असत नाही. त्या गोष्टींवर त्याचा विश्वास नाही." अर्जनने स्वत:ला सावरले. कदाचित असं हटवादीपणे रागानं बोलल्याबद्दल शेवटी त्याची त्यालाच लाज वाचली असावी.

"पण त्यांना जो नेता या मार्गावर घेऊन आलाय त्याचा देवावर पूर्ण विश्वास आहे." कल्कीने स्पष्ट केले.

बालाने त्या दोघा भावंडांच्या भांडणामध्ये खाकरून व्यत्यय आणला. "आणि तसा तो कोण आहे? पोपट, हे सोड आणि आता तुझ्या अमर्याद दूर दृष्टीच्या ज्ञानामुळे आम्हाला आनंदित, कर बघू."

पोपटाने सर्वांकडे बघून आवाज काढला. **"स्त्री! स्त्री! उंच स्त्री!"** कल्कीला उत्तर मिळाले.

"त्यांचे नेतृत्व कोण करतेय हे आपल्याला आता समजले आहे." कल्कीने शुकोला खांद्यावर बसवले. अर्जन घुश्श्यातच होता आणि कृपा त्याच्याभोवती चाललेले नाट्य शांतपणे अनुभवत होता.

"मित्रांनो, आज आपण आपल्यातच भांडत बसण्याचा दिवस नाहीय. आपल्याला त्यांच्याशी लढायचे आहे."

कल्कीने मान डोलवली आणि तो नकाशाजवळ आला व शांबलाच्या नकाशाची बारकाईने पाहणी करू लागला.

"हे प्रवेशद्वार आहे." त्याने गावाच्या उत्तर-पूर्वेवर बोट ठेवले. "खांबाने त्याचे दोन्ही शेवट आच्छादलेले आहेत. आपण ते प्रवेशद्वार बंद केले आहे का?"

"नाही! पण धनुर्धारी तिथे दुरून हल्ला करण्यासाठी सज्ज आहेत."

"ते राक्षस आहेत." कृपा म्हणाला. "त्यांची कातडी सर्वसाधारण लोकांपेक्षा जास्त टणक असते बांबूने तयार केलेले बाण त्यांना थोडीशीच जखम करतील. आपल्याला त्यांच्यावर वारंवार सतत हल्ला करणे आवश्यक आहे तरच ते मागे जातील."

बालाचे तोंड कोरडे पडले. त्याने अशी अपेक्षा केली नव्हती.

"हे इकडे बघा." कल्की त्या शंकूराच्या आकाराच्या डोंगरांच्या दिशेने बोट नाचवत बोलला. तिथे दोन लष्करीदृष्ट्या योग्य अशा दोन्ही बाजूला जागा दिसत होत्या. त्या उताराच्या होत्या व खाली पोचत होत्या. "आपण जर दोन मोठ्या शिळा दोन्ही बाजूला ठेवल्या व खाली ढकलल्या तर कसे? ते त्यामुळे चक्रावूनच जातील."

कृपाने ती जागा काळजीपूर्वक पाहिली व कुत्सितपणे हसत म्हणाला, "हं हे ठीक आहे. हे तुझ्या भावाने केलेल्या योजनेनुसारच आहे. पण त्यामुळे फार लोक मरणार नाहीत."

"पण आपण त्यांचा मार्ग तर रोखू शकू. कदाचित..." कल्की म्हणाला. "आणि त्यामुळे इतरांनाही इजा होऊ शकतील."

"हे ऐकायला तरी छानच वाटतंय." कृपा म्हणाला. "पण जे लोक त्या शिळा पार करून येतील त्यांचं काय?" हे बघा, युद्ध काही एका दिवसात संपत नसते. ते बरेच दिवस चालत राहतं. म्हणजेच ते रेटा देऊन पुढे येऊ शकतील आणि आपली फळी तोडू शकतील.

"आपल्याकडे तू तयार केलेली स्फोटके टाकायला माणसे तयार आहेत." अर्जन शांतपणे म्हणाला.

ती सर्व योजना बघत लक्ष्मी पुढे सरसावली. "होय. आपल्या आजूबाजूला तिथे जी झाडे आहेत त्यावरून आपली माणसे त्यांच्यावर स्फोटके मारू शकतील." तिने त्या जागेला ज्या घनदाट झाडांनी वेढले होते त्याकडे बोट केले. "राक्षस उंचीला घाबरतात ना?" "बरोबर."

"ते पूर्वीच्या काळी खरे होते" कृपा खांदे उडवीत म्हणाला. "आता त्यांच्यातील बऱ्याच जणांनी त्या दोषावर मात केलीय आणि त्या भीतिवर काबू मिळवलाय."

लक्ष्मीने ओठ चावले.

"बेचकीसारखे यंत्रही दोन्ही बाजूंनी वापरता येतील." अर्जनने जेथून राक्षस प्रवेश करतील व मुख्य वर्तुळापर्यंत येतील त्याच्या विरुद्ध

बाजूला बोट दाखवत म्हटले. "आपण त्यांच्यावर आगीचे तोफगोळेही टाकू शकू."

कल्की या सर्व कल्पना ऐकत होता. "आपले त्यांच्याशी समोरासमोर युद्ध होणारही नाही हे खरंय ना? मग झाले तर."

"आपल्याला जरी तसे वाटले तरीही ते शक्य नाही. ते संख्येने खूपच आहेत आणि आपण त्यामानाने तुटपुंजे आहोत."

कल्की शुकोकडे वळला. "किती सैन्य आहे?"

"खूप!"

"हे सांगितलेस ते बरे केलेस." बाला क्षोभाने ओरडला.

"ते बेचकी यंत्र कितपत विश्वसनीय आहे?"

"आपण त्याचा फार वापर केलेला नाही." अर्जनने मान्य केले.

"ते जेव्हा येतील अशी अपेक्षा केली होती त्याहून ते फारच लवकर आले."

लक्ष्मी म्हणाली, "आपल्याकडे जी काही सामग्री आहे ती एका दिवसाला, फारतर दोन दिवसांच्या लढाईला पुरेशी आहे."

कल्कीने मान डोलवली. ही समस्या कशी सोडवायची हे त्याला समजत नव्हते. "अर्जन तू जास्तीतजास्त धनुर्धारी पूर्वेकडे तैनात कर आणि काही पश्चिमेच्या बाजूच्या जागेवर. दक्षिण दिशा सोडून देऊ कारण तिकडे फक्त झोपड्या आहेत आणि ते त्याची पर्वा करणार नाहीत. आपले पायदळातील सैनिक दहा-दहाच्या संख्येत प्रत्येक घरापाशी पाठवावेस आणि प्रत्येकजण इन्द्रवनाकडे गेला आहे की नाही याचा शोध घेतील. जर का राक्षसांना आपल्या एखाद्या घरात एकटा-दुकटाच माणूस आढळला तर...अशासाठी मला असे पन्नास लोक हवेत ज्यांच्याकडे कुऱ्हाडी आणि तलवारी असतील. त्यांचे लैला व सागर नेतृत्व करतील, म्हणजे केवळ त्यांना पुढे यायला उद्युक्त करण्यापेक्षा आपल्याला पद्धतशीरपणे आपले काम करायला वाव मिळेल."

"मला असा प्रश्न पडलाय की अजून त्यांनी प्रवेश का नाही केला?" रोशन मित्राने नखे चावत विचारले. कल्की त्याला बघायला वळला. *आता मला पुन्हा विचार करायला हवा.* "ज्या ठिकाणी रक्षक नाहीत तेथे त्यांनी अजूनपावेतो हल्ला कसा केला नाही हा प्रश्न तुम्हाला पडला नाही का? हे थोडेसे खटकत नाही का? म्हणजे मला असं म्हणायचंय की ते तर आता सर्वत्रच आहेत."

त्या खोलीत भीषण शांतता पसरली.

"त्यांची रसद अजून येत असेल." लैला म्हणाली. "आपल्या प्रमाणेच तेही योजना बनवत असतील."

"किंवा"...लक्ष्मीचा श्वास कोंडला. "मी असं पुस्तकात वाचले होते की युद्ध तोवर सुरू होता नाही जोपर्यं..."

तिचे वाक्य पूर्ण होण्याआधीच दारावर मोठा आघात झाला. कल्की डोके हलवून, सर्व विचार तात्पुरते थांबवून दारापाशी गेला. कल्कीने दार उघडले आणि बघतो तर तिथे तीन उंच माणसे ज्यांचे दात वेडेवाकडे होते, कदाचित तुटलेले असतील, असे उभे होते. ते कोळशासारखे पूर्णपणे काळेठिक्कर होते आणि त्यांचे केस कमालीच्या बाहेर ताठ/राठ होते.

कल्की इन्द्रगडमध्ये गेला होता पण त्याने राक्षसजमात नीटपणे निरखली नव्हती कारण मुख्य शहरात तेवढ्या संख्येने ते अस्तित्वातच नव्हते. आणि जे काही थोडे बहुत होते ते सम्राट कल्लीकडे नोकरीला होते. राक्षसांकडे पाहिल्यावर त्याने त्यांच्याबाबत जशी कल्पना केली होती तसेच ते ओंगळ आणि वैचित्र्यपूर्ण होते पण म्लेंच्छांइतके मूर्ख वाटत नव्हते. हे खूप उंच होते. त्यांची सरासरी उंची बाला इतकी असेल, कदाचित जास्तच पण कमी नाही.

"तुमच्यासाठी दुरुक्तीजींनी निरोप पाठवला आहे." निरोप्या म्हणाला, त्याच्या आवाजाला दक्षिणी पद्धतीची फिरकी होती कारण तो इलावर्तीच्या दक्षिणेकडील ईलमचा होता.

कल्कीने तो खलिता उघडला आणि वाचायला लागला. तेव्हा कृपाने त्यावर नजर टाकली आणि मागे सरला. बाला, लैला, सागर आणि इतर सगळ्यांनी रांग धरली होती. त्यांना तो खलीता पुन्हा पुन्हा वाचून तथाकथित 'दुरुक्तीजीं' नी काय लिहीले आहे हे नीट समजून घ्यायचे होते.

निरोप्या त्याच्या घोड्याकडे परतला आणि त्याने त्या खानावळीकडे तुच्छतेने पाहिले. तो आणि त्याच्या बरोबरचे लोकही छद्मीपणाने हसले आणि त्यांच्या भाषेत काहीतरी बोलले. दक्षिणेकडच्या कधीच तिव्रता कमी न करणाऱ्या सूर्यामुळे त्यांची कातडी एवढी काळी झाली होती असे म्हटले जायचे. इतर मात्र म्हणायचे की ते खूप पापी आहेत म्हणून ते काळे झालेत.

परंतु त्यांच्या वरवर दिसणाऱ्या भयानक चेहऱ्याबाबतच्या कथा

खोट्या आहेत, ते अमानवी आहेत वगैरे कथा खोट्या आहेत हे कल्कीला माहीत होते. कारण त्यांची शरीराची ठेवण, चण व शस्त्रे वेगळी असली तरी ते मानवांप्रमाणेच होते. फक्त त्यांची संस्कृती मात्र पूर्णतया वेगळी होती. म्हणजेच ते मर्त्यच होते. कल्कीला त्या विचारामुळे हायसे वाटले. एखादे भूत तुम्हाला दिसेतोपर्यंत तुम्हाला त्याची भीति वाटत असते. दिसल्यानंतर मात्र ती फक्त एक प्रतिमाच असते.

"आम्हाला तुमच्यासारख्या घनचक्कर माणसांना इजा पोहचवायची इच्छा नाही. आम्हाला आशा आहे की तुम्ही योग्य तो निर्णय घ्याल." ते सर्वजण तुच्छतेने हसले नंतर घोड्यावर स्वार झाले आणि त्यांच्या घोड्यांच्या टापांच्या एकसुरी आवाजाबरोबर धूळही उडू लागली.

खलित्यात लिहीले होते, "तुम्ही आम्हाला आताच शरण या किंवा दोन्हीकडील उत्कृष्ठ अशा एकेक व्यक्तींचे द्वंद्वयुद्ध खेळले जाईल आणि जो कोणी जिंकेल त्याने तो निकाल कुठलीही तक्रार न करता मान्य करावा."

"म्हणजे जर ते जिंकले..." लक्ष्मीने गंभीरतापूर्वक वाचले, "तर ते शांबलावर घाला घालतील आणि जर आपण जिंकलो तर ते त्यांच्या घरी परत जातील."

आणि कल्कीला माहीत होते की कोण या द्वंद्वयुद्धात भाग घेईल.

43

दुरुक्ती इन्द्रगडहून शांबलाला प्रवास करून आली तो प्रवास काही साधासोपा नव्हता. ती ज्या रथातून आली तो चांगलाच दणकट होता. विश्रांतीसाठी वाटेत तंबू उभारले होते पण ते उंचसखल आणि खडकाळ भागावर होते. त्यातून जंगली जनावरांचे आवाज तिला जागते ठेवत होते.

या काळात ती राक्षसांच्या अर्धलष्करी सेनेच्या प्रमुखाशी मर्तंजाशी बोलली होती. इतर राक्षसगणाप्रमाणे तो उंच आणि घाबरवणारा नव्हता. तो शांत आणि मृदू स्वभावाचा होता. दुरुक्तीला राक्षसांबाबत या सर्व कल्पना होत्या. ते अस्वच्छ, घाणेरडे आणि मानखंडना करणारे असतात. या अशा प्रकारच्या सर्व कल्पना ती जेव्हा त्यांना प्रत्यक्ष भेटली तेव्हा नाहीशा झाल्या.

सम्राट रक्तपा आणि कल्लीचा जेव्हा करार झाला तेव्हा ती तशी मोठी होती त्यामुळे तिला ती वेळ आठवत होती. इतरांना कल्पना नसेल पण कल्लीने दक्षिणींची मदत घेतली होती. एवढेच नव्हे तर त्यांनी त्याला ईलमपर्यंत जाण्यासाठी एक जहाजही भेट दिले होते आणि त्याने रक्तपाशी खूप महत्त्वाची बोलणी केली होती. त्यासाठी जवळजवळ एक महिना लागला होता. राक्षसांनी इरावतींच्या पठारावर येण्यासाठी कल्लीने बरीच आश्वासने दिली होती.

रक्तपा हा एक शांतिप्रिय माणूस होता. दुरुक्तीसाठी हे आश्चर्य होते कारण तिच्या कल्पनेत राक्षस हे भयंकर हिंसाचारी असतात असेच होते. ते प्रत्यक्षात भगवान शिवाचे उपासक होते. त्यांच्याकडे ईलमच्या उत्तरेला थंड प्रदेशात एक शंकराचे छानसे देऊळही होते. तिथे दरवर्षी खूप मोठी यात्राही भरत असे. काही लोकांच्या म्हणण्यानुसार ईलम ही

राहण्यासाठी सगळ्यात चांगली जागा नव्हती. सूर्य कातडी भाजून काढत असे हे खरेच पण रात्री मात्र समुद्रावरून येणाऱ्या वाऱ्यामुळे वातावरण चांगले असे. थंडीच्या दिवसात ईलममध्ये राहत असताना कधीकधी बर्फ पडलेलाही तिने अनुभवला होता. रक्तपाने सांगितले होते की त्याचा रंग वंशपरंपरागतच काळा होता, उन्हाने तसा झाला नव्हता. अनंत काळापासूनच ते जन्मत: तसेच होते.

गटप्रमुख मर्तंजाकडे पाहिले की तिला रक्तपाची खूप आठवण येत असे. त्याच्या चेहऱ्यावर अगदी खुलेपणाचे हास्य असे. त्याचा चेहराही सज्जन माणसाचा होता. तो मोठाही होता. त्याच्या गळ्यात एक त्रिशुळाच्या आकाराचा एक दागिना लटकत असे. पण त्याच्यातील सगळ्यात वैशिष्ट्यपूर्ण गोष्ट होती ती म्हणजे त्याचा डावा डोळा. तो शिवलेला होता, आता बरा झाला होता. त्यावरची कातडी सोलली गेली होती. पण त्यावरून मर्तंजाने मृत्युला जवळून बघितले होते हे जाणवत असे.

तंबूमध्ये ते जेव्हा शांबलाच्या नकाशाची पाहणी करत होते तेव्हा दुरुक्तीने त्याला विचारले, "तुझ्या सैन्यातील लोक देवाचे कुठलेही चिन्ह अंगावर बाळगत नाहीत पण तू मात्र भगवान शिवाला पूजण्यासाठी गळ्यात तो दागिना घालतोस."

"भगवान शंकराचे आम्ही उपासक आहोत हे आम्हाला ओरडून सांगावे लागत नाही. तुझ्या अंगावरचे हे गोंदणे, देवाच्या नावाने गळ्यातली सोन्याची पट्टी हे सर्व आमच्या दृष्टीने थोतांड आहे. दुरुक्तीजी! आम्ही तसे करत नाही. आम्ही हाडाचे शिवभक्त आहोत आणि हे..." त्याने आपल्या हृदयाकडे इशारा केला आणि त्यावर थोपटत तो हसून म्हणाला, "हेच आमचे प्रतीक आहे. हा दागिनादेखील नाही कारण हे फक्त एक लाक्षणिक चिन्ह आहे, माझ्या आईने मला दिलेले. भगवान शिव आमच्या हृदयात वसलेले आहेत, ते आमच्या आत्म्यात आहेत. ते कुठल्याही भौतिक रूपात नाहीत."

दुरुक्ती ब्रह्मराक्षसांमुळे खूप प्रभावित झाली होती. हे ब्रह्मराक्षस मुख्य असत. बहुतांशी ते जन्माने ब्राह्मण असत व राक्षस गणातले असत. ते खुप बहुश्रुत आणि समृद्ध असत व सगळ्यात कुशलही असत. त्यांना जेव्हा मरण येई तेव्हा तो ब्रह्मराक्षस हा हुद्दा दुसऱ्या प्रमुखाला मिळे, जसा आता मर्तंजाला मिळाला होता. ते शांबलाजवळ पोचले तेव्हा मर्तंजाने तिथली हालहवाल बघितली.

"दुरुक्तीजी, इथे कुणीही नाही ही नवलाईच आहे. इथे सर्व रिकामे आहे."

"ते कुठेतरी लपून बसले असतील." ती म्हणाली. वाऱ्याचा झोत झाडामधून वाहत असल्याने तिचा आवाज त्यात विरून गेला आणि त्यातच सर्व राक्षस प्रशिक्षण घेत होते, त्यांचे भाले, तलवारीचा सराव सारखा चालू असल्याने त्याचाही आवाज होता होता. त्यात तिचा आवाज ऐकू आला नाही. दुरुक्तीने लाल तंबू व घोड्यांचा शोध घेतला. सिमरन जवळजवळ तिच्या कपड्यांचा शेव धरून घाबरत तिच्या मागोमाग येत होती.

ते सोमाच्या जवळ पण होते आणि लांबही होते. ते नुसतीच धाड टाकू शकत नव्हते. समोर कुणीही शत्रू नाही अशा अवस्थेत ते तिथे प्रवेश करू शकत नव्हते. ते त्यांना लज्जास्पद होते. आणि त्यामुळे त्यांची राक्षस म्हणून जी प्रतिमा होती ती नष्ट झाली असती. कारण राक्षस फक्त शौर्यासाठीच, स्वयंरक्षणासाठीच लढत असत अशी त्यांची प्रतिमा होती.

मर्तंजाने आपले दोन सैनिक पाहणीसाठी पाठवले. मंदाग्नीवर उकळलेल्या पाण्यात शिजवलेले अस्वल शेकेटीवर भाजायला ठेवल्यामुळे ते शेकेटीजवळ थांबले. ते सैनिक घोड्यावरून परते येईपर्यंत या लोकांनी ते अस्वल खाऊन त्याचा आस्वाद घेतला.

"साहेब, तिथले अर्धे लोक गुहेजवळ गेलेत आणि उरलेले अर्धे धनुष्यबाण घेऊन तयार आहेत. त्यांच्याकडे काहीतरी स्फोटकांसारखेही आहे. तसेच ते लपून बसले आहेत. काहीजण गावातल्या खानावळीत लपले आहेत." सैनिक म्हणाला.

मर्तंजाने अस्वलांचे मास खाता खाता मान डोलवली.

दुरुक्तीने चमकून सिमरनकडे पाहिले, ती मक्याचे दाणे खात होती "तू तर मला म्हणाली होतीस की त्यांच्याकडे शस्त्रे नाहीत म्हणून?"

सिमरनने नाराजीने खाली मान घातली. ती दमली असल्याने तिने नेहमीचा टोमणा मारला नाही.

"दुरुक्तीजी, आमच्याकडे तलवारीसाठी आम्हाला लोखंड लागत नाही. दक्षिणेकडे आम्ही बांबूचा उपयोग करतो. मला विचाराल तर त्या लोखंडापेक्षाही जास्त मजबूत असतात." मर्तंजा विचारपूर्वक म्हणाला. "दुरुक्तीजी आमच्या हिशोबाने त्यांच्याकडे पाचशे लोक असतील आणि

आपण त्यांच्यावर एकदम एकाचवेळी हल्ला करू शकणार नाही. ती एक नादानपणाची खेळी होईल आणि त्यामुळे आपण तुझ्या भावाचे व आदिवासी लोकांच्या सत्ता प्रमुखांचेही लक्ष निष्कारण वेधून घेऊ. आपल्या दोघांनाही हे सर्व अत्यंत धोरणीपणे व विचारपूर्वक करणे प्राप्त आहे."

दुरुक्तीने संमती दिली. "मला इथे ते रक्ताचे रणकंदन नको आहे. शांबला हे इन्द्रगडच्या दृष्टीने महत्त्वाचे गाव आहे. त्यामुळे सम्राट वेदांत माझा व भावाचा तिरस्कार करेल. पण आपली जीतही माझ्या दृष्टीने गरजेची आहे."

"दुरुक्तीजी, आपण ते चांगल्या पद्धतीने करू. दोन्ही बाजूचा एकेक लढवय्या पुढे येईल आणि लढेल. जो कुणी जिंकेल त्याला त्याची योजना अमलात आणता येईल. तशी मुभा त्याला राहील."

दुरुक्तीने थोडा वेळ विचार केला. या म्हणण्यात तथ्य होते.

"माझी त्यांच्याकडून काही फार मोठी अपेक्षा नाही, पण ते तयारी करत आहेत. आपण जर त्यांना निरोप पाठवला तर ते आपल्याला कळायच्या आत आपल्यावर हल्ला करतील. मला माझी माणसे-सैनिक हकनाक गमवायचे नाहीत." तो एखाद्या भाडोत्री मारेकऱ्यासारखे बोलत होता. या मोहिमेसाठी त्याच्याकडून त्याची इमानदारी व धोरणीपणा खात्रीलायकपणे मिळवण्यासाठी दुरुक्तीने त्याला मोठ्या प्रमाणात सोने व चांदी दिली होती.

"तर मग द्वंद्व युद्धाची कल्पना चांगली वाटतेय ना?" "नक्कीच. आणि इतरही विचार करता त्यांच्या डोक्यात आणिकही इतर कल्पना नाचत असतील." तो म्हणाला. "विद्याधरप्रमाणे" त्याने तिथल्या जादू करणाऱ्या त्या नावाचा उच्चार केला.

"पूर्वी त्यांची स्वतंत्र जमात होती पण आता ते पांगले आहेत आणि केवळ रंगमंचावर किंवा रस्त्यावर ते आपले जादूचे प्रयोग करत असतात आणि आपल्या हातचलाखीने लोकांना मंत्रमुग्ध करतात." "पण यांच्यात आपल्यासारखे शूर योद्धे असणार नाहीत."

दुरुक्तीने राक्षसांची पाहणी केली. ते सर्वजण उंचपुरे व तगडे होते त्यांच्यापुढे दुरुक्ती अगदीच लहान वाटत होती. मानवांची उंची सर्व साधारण होती. तर नाग व राक्षस एखाद्या झाडाच्या आकाराचे होते.

"आपण द्वंद्वयुद्धासाठी कोणाला पाठवू या."

"माझ्याकडे कुंभ म्हणून एकजण आहे." तो म्हणला. "सम्राट दशाननाच्या भावाच्या नावावरून त्याचे नाव ठेवले आहे, दुरुक्तीजी."

"तो तुझ्या सम्राटाच्या भावाप्रमाणे कुंभकर्णी झोप काढत नसावा अशी आशा मी करते." दुरुक्तीने दशाननासंबंधी वाचन केले होते. बरेच जण त्याला विचित्र, एककल्ली व्यक्ती समजत असत. पण प्रत्यक्षात तो शांती प्रिय होता किंवा रक्तपाने त्याचे तसे चित्र लोकांपुढे रंगवले होते. फार वर्षांपूर्वी दशानन आला होता, पण त्याने त्यांना "ईलम" देऊन टाकले होते. एक सुंदर बेट तयार केले होते. तेथे राहण्यासाठी व भरभराटीसाठी.

मर्तंजा हसला. "तो नक्कीच तसा नाही तो चांगलाच उपयुक्त आहे." दुरुक्तीने मान डोलवली. तिचे खाणे संपले होते म्हणून ती उभी राहीली त्याच वेळी सिमरनही उभी राहिली. "ते सर्व ठिक आहे. पण एक गोष्ट चांगलीच लक्षात ठेव." तिच्या अशक्त आणि जखमी भावाची प्रतिमा तिच्या डोळ्यापुढे आली. तो कमजोर करणाऱ्या आजाराने व जखमांनी जर्जर झाला होता. त्याची आठवण होऊन तिचा श्वास कोंडला, त्याच आवाजात ती म्हणाली, "आपल्याला जिंकलेच *पाहिजे.*"

44

अर्जनने डोके हलवले, “ते आपल्याला खेळवत आहेत.”

कृपाने मान डोलवली. “खरंय ते.” तो इतरांकडे बघत पुढे सरकला. त्याचे हात त्याच्या शरीराच्या बाजूस लोंबकळत होते. “हे पूर्वीसारखेच झाले. असंच पूर्वीही व्हायचं. फार लोकांचा बळी देण्यात काहीच अर्थ नाही. ही जी कोण दुरुक्तीजी आहे...”

“सम्राट कल्लीची सख्खी बहीण”, लक्ष्मी म्हणाली. तिला ही माहिती कशी या शंकेने सर्वजण तिच्याकडे पाहू लागले. “माझ्या आत्याने सांगितले ती सरकारी नोकरी करते हे तुम्हाला आठवतंय ना?”

“ते असो,” कृपा पुढे म्हणाला. “तिला रक्तरंजित लढाई नको आहे म्हणून ती थोडा कमी अडचणीचा मार्ग सुचवतीय. या पद्धतीने तीच जिंकेल कारण तिला माहितीय की आपल्याकडे त्यांच्या तोलामोलाचा योद्धा नाही. उलट तिच्याकडे मात्र तगडे आदिवासी आहेत. ती अगदी सहजपणे आपला पराभव करून शहरात प्रवेश करू शकेल. हे दोघांच्याही दृष्टिकोनातून चांगले आहे. आपण जर यदा कदाचित जिंकलोच तर ते इथून निघून जातील.”

अर्जन हाताची घडी घालून उभा होता. “हे ठीक आहे. पण ते तसंच करतील याची काय खात्री?”

“मित्रा, हे युद्ध आहे.” कृपा गालातल्या गालात हसला. “यात कुठलीच खात्री देता येत नाही. यात फक्त शब्दांची देवाणघेवाण आणि वचने असतात जी एकमेकांनी पाळावीच लागतात.”

“ही संधी जर आपण गमावली तर आपल्यावर मृतदेह चिवडत बसायची वेळ येईल त्यापेक्षा हे बरे.” लैला मध्येच म्हणाली.

"आपण याला साफ नकार देऊ आणि आपल्या सर्व शक्तीनिशी आपण लढू."

कृपाने मान हलवली "हा निर्णय अजिबात प्रभावी नाही. सोडून द्या. आपण गांवढळ, कमजोर आणि विस्कळीत आहोत. आतातरी हे द्वंद्वयुद्ध हीच आपली एकमेव आशा आहे."

"मी एक विचारू का? आपण आता जो महाकाय, काळा आणि दणकट माणूस पाहिला. तसाच माणूस हुडकू शकू का?" रोशन मित्राने घसा साफ करत विचारले.

प्रत्येकाने बालाकडे पाहिले त्याने बेफिकीरीने आपली गदा उचलली आणि तो हसला. पण कल्कीने पाहिले की लक्ष्मी आणि कृपा त्याच्याकडे एकटक पाहत होते. मग त्याचे डोळे अर्जनच्या डोळ्यांना भिडले, पण तो बालाकडे पाहत नव्हता, तर कल्कीकडे पाहत होता. त्यांनी एकमेकांकडे बघत मूकपणे त्याला संमती दिली. पण कल्कीला माहीत होते की सम्राट कल्लीच्या बहिणीपुढे तो स्वत:ला उघड करू शकत नव्हता. तो किती बळकट आहे, त्यात किती ताकद आहे हे जर तिला माहीत असले तर सर्वच गोष्टींनी वेगळे कटू वळण घेतले असते.

ते राक्षसांच्या सेनेसमोर उभे होते. कल्कीने द्वंद्व युद्धाला संमती दिली होती पण तो त्याच्या सर्व तयारीनिशी आला होता. त्या डोंगराच्या वरच्या बाजूला लोक उभे होते. ते राक्षसांना व दुरुक्तीजीला दिसत नव्हते. जर संधी आलीच असती तर त्यांना दगडाखाली ठेचायला ते तयारच होते. सर्व धनुर्धारी व तलवारबाज आपापल्या जागी सज्ज होते, काही लोक स्फोटकांनी सज्ज होते. वेळ आलीच तर ती फेकायच्या तयारीत ते होते. कल्कीने त्याचे परिणाम पाहिले होते. त्यांनी राक्षस मेले नसते पण किमान त्यांच्या तोंडावर जखमा झाल्या असत्या किंवा ते आंधळे झाले असते.

लक्ष्मीने बऱ्याच लोकांना गावात पाठवून ते निर्मनुष्य आहे ना हे पाहायला सांगितले होते. इंद्रवनच्या वाटेवर लैला आणि सम्राट पन्नास यार्डांवर थांबले होते. अर्जून आणि कृपा पूर्वेच्या बाजूला होते तर रोशन पश्चिम बाजू सांभाळत होते. काहीही चुकीचे घडले तर बाणांचा वर्षाव

करण्यासाठी ते थांबले होते. राक्षसांच्या तळाजवळच थोड्या अंतरावर काही सैनिक तपासासाठी विखुरलेले होते. काहीजण झाडांवर धनुष्यबाण घेऊन होते. तर इतरजण बैलगाडीत लपून बसले होते. कुठलीही गडबड झाली असती तर ते आपली शस्त्रे घेऊन धावले असते. बरेचसे वृध्द लोक आणि स्वच्छेनं सुध्दात न सामील झालेली अशी माणसे इंद्रवनमध्येच होती. कदाचित ते, जे आपला जीव धोक्यात घालून त्यांचा जीव वाचवत होते त्यांच्यासाठी परमेश्वराची प्रार्थना करीत होते. कल्की व बाला आणखी दोन स्वयंसेवकांबरोबर कुऱ्हाडी घेऊन मागेच उभे होते. ते तयारीने आले नव्हते, पण दुरुक्ती आली होती. तिच्या मागोमाग राक्षसांचा जथा होता आणि ती दुसऱ्या एका स्त्रीबरोबर घोड्यावर बसली होती.

त्या-दोघीतील दुरुक्ती कोण हे त्याला कसे कळणार? ते तिच्या तिथे केलेल्या प्रवेशावरून कळून आले. तिचा दिमाख काही वेगळाच होता. तिची हनुवटी वर खेचलेली होती. पण कल्कीला सगळ्यात जास्त आश्चर्य या गोष्टीचे वाटले की, ती त्याच्याच वयाची होती किंवा कदाचित त्याच्याहून लहानच...आणि ती विलक्षण सुंदर होती. आपल्या शत्रूच्या सौंदर्याची तारीफ करण्याच्या कल्पनेने तो गांगरून गेला. त्याने आपल्या या चालू घडीकडे मन एकाग्र केले. दुरुक्तीने चमकदार सोनेरी व दाट तपकिरी रंगाचे कपडे घातले होते. आपल्या घोड्याचा लगाम धरून ती सर्वदूर नजर फिरवत. कल्लीला काळजीपूर्वक न्याहाळत होती. त्याच्या अंगावरील कपडे मात्र फाटलेले आणि मळलेले होते. त्यांच्यासारखे नव्हते. तिच्या बरोबरची दुसरी स्त्री अर्जनच्या वयाची असावी पण ती दुरुक्तीएवढी देखणी नव्हती. आपण कुणीतरी उच्चकुलीन आहोत असा आविर्भाव तिच्या वागण्यात होता. पण ती गावाकडची किंवा गांवढळ असावी असे तिच्याकडे पाहून वाटत होते. तिच्यात वैशिष्ट्यपूर्ण गोष्ट म्हणायची तर तिला सात बोटे होती. लोक म्हणत की, तशी बोटे असणे हे भाग्यवंतातेच लक्षण असते. पण कल्कीला मात्र तसे वाटत नव्हते. एखाद्या अश्राप गावाला उद्धवस्त करण्याचे स्वप्न पाहणाऱ्या स्त्रीबरोबर असणे यात भाग्य कसले?

"आमची द्वंद्व युद्धाची कल्पना तू मानलीस याबद्दल मी तुझी आभारी आहे. तुम्हाला युद्धच हवे आहे हे ऐकून मी काळजीत पडले होते. परमेश्वर कृपेने आपण दोघेही एका मुद्द्यावर सहमत झालो हे छान झाले." दुरुक्ती हसली. तिचा आवाज खूपच मृदूव होता.

ती नेमके काय करत होती? ती एवढी गोड का वागत होती? त्याच्या मनाला अनेक प्रश्नांनी सतावले होते आणि त्याच्या मनाला टोचणी लागली होती. आपल्याजवळचे लोकही आपल्या पाठीत सुरा खुपसू शकतात या विचाराने तो काळजीत पडला.

"त्याचे नाव बाला." कल्कीने गदाधारी मित्राची पाठ थोपटली. बाला धुसफुसत आणि घुश्शातच पुढे आला.

दुरुक्तीने मान डोलावली. 'प्रमुख मर्तंजा' ती एका-राक्षसाकडे पाहत म्हणाली. त्याच्याच अंगावर फक्त चिलखत होते. "तुमच्या योद्धयाला बोलवा."

मर्तंजाने आपल्या माणसांना खुणावले. कल्कीने त्याच्याहून महा प्रचंड शत्रूची अपेक्षा केली होती. राक्षसांप्रमाणे दिसणाऱ्या माणसांमधून एक हडकुळा, लहानखोर माणूस हातात भाला घेऊन पुढे आला. त्याच्या अंगावर धोतराशिवाय काहीच नव्हते. त्याच्या अंगावर अनेक जखमांचे व्रण होते, त्या अंगावर डोक्यावर थोडेसेच केस होते. पण त्याच्या चेहऱ्यावर मात्र भरघोस दाढी होती.

बालाने कल्कीकडे पाहिले. त्या दोघांनीही याची कल्पना केली नव्हती याची जाणीव दोघांनाही झाली.

"याचे कुंभ असे नाव आहे." दुरुक्तीने निर्विकारपणे सांगितले.

कल्कीने सुटकेचा श्वास सोडला. बाला एक प्रशिक्षित रखवालदार होता. तर कुंभ त्याच्या अर्ध्या आकाराचा होता. बालाने एक चपराक मारली तर पाणी मागण्यासाठीसुद्धा तो जमिनीवरून हलला नसता. बाला आपली गदा परजत त्याला मारण्यासाठी जेव्हा पुढे झाला तेव्हा कल्कीने सुटकेचा नि:श्वास सोडला.

जिथे ते द्वंद्व युद्ध खेळले जाणार होते. त्या जागेसंबंधी लिहिण्यासारखे खास काही नाही. जंगलातील साफसफाई केलेली उंचसखल अशी ती जागा होती. तिच्या एका बाजूला फुलांनी व झाडाझुडपांनी गर्दी केली होती आणि गर्द झाडातून अगदी तुरळक प्रमाणात सूर्यप्रकाश तिथे पडत होता. संपूर्ण जागेत वाळक्या व जळक्या पानांचा व तेलाचा वास पसरला होता. कदाचित त्या राक्षसांनी स्वत:च्या अंगाला तेलाने माखून घेतले होते. त्यामुळे त्याचीही दुर्गंधी येत होती. त्या सर्वांनीच अंगाला तेल रगडले होते. हत्यारे घेतली होती आणि ते ती अंगावर वागवीत होते. यांच्या साध्यासुध्या लोकांपेक्षा त्यांची तयारी जबरदस्त वाटत होती.

"द्‌वंद्‌व युद्धाला सुरुवात होऊ दे," दुरुक्तीने इशारा केला.

हेच ते होते.

येथे जमिनीचा एक तुकडा होता. तिथली वर्तुळाकार जागा ही ज्यांची युद्धाची भूमी ठरली. कल्की कुंभाची प्रत्येक हालचाल बारकाईने पाहत होता. तो साधेपणाने चालत होता तर बाला पायात वाकून त्याच्यावर झेप घेण्याच्या पवित्र्यात होता.

मग बाला कुंभाच्या अंगावर हल्ला करण्याच्या तयारीत होता. पण गदा घेऊन नाही. कुंभविरुद्ध आपल्या पाशवी शक्तीचा पाशवी वापर करण्याचे बालाने ठरवले होते. कुंभने हल्ला चुकवला व तो पलीकडे गेला. सुटला. हे सर्व त्याने पापणी लवायच्या आत केले. तो कुठे गेला हे बालाला कळलेच नाही. तो पुन्हा वळला. कुंभ त्याच्या मागेच होता. तो खुशीत हसत होता.

आता बालाने गदेचा वापर करायचे ठरवल्याचे कल्कीला दिसले, गदेची मूठ फिरवत त्याने ती वर उचलली व तोंडाने भयंकर गर्जना करीत कुंभावर वार केला. पण ती नुसतीच हवेत फिरली. कुंभ पुन्हा सुटला होता आणि तो बालाच्या मागेच उभा होता. त्याला बालाच्या अंगावर सहज उडी मारून त्याच्याजवळील शस्त्राने बालाला जखमी करणे सहज शक्य होते. पण त्याने तसे केले नाही. बालाच्या प्रत्येक हल्ल्याला तो यशस्वीपणे तोंड देत होता.

कुंभ जी हालचाल करत होता ती अगदी काटेकोर होती. हिशेबी पद्धतीची होती. म्हणून ती उत्तम होती. तो एखाद्या सापाप्रमाणे सुळकन व झट्‌कन जलदगतीने व चपळतेने प्रत्येक हालचाल करत होता. इतर राक्षसांप्रमाणे तो महाकायही नव्हता. उलट त्याचे बाहू सडसडीत व पोट एकदम सपाट होते. पण त्याचा चेहरा उत्साहित व ऊर्जामय होता. तो एक गूढ व्यक्तिमत्त्व होता.

बाला पुन्हा पुढे झाला. पण त्याचा प्रत्येक वार चुकत होता आणि त्यामुळे तो जास्त जास्त निराश होता होता. बाला आता खूप अस्वस्थ झाल्याचे कल्कीच्या लक्षात आले. तो बेफाम झाला. त्याच्या घशातून संतापजनक आवाज येत होते. तो रागाने किंचाळला आणि पुन्हा एकदा त्याने कुंभवर हल्ला चढविला.

पण तो पुन्हा हल्ला चुकवून बाजूला झाला.

कल्कीने दुरुक्तीकडे आणि नंतर मर्तंजाकडे पाहिले. ते या सर्व प्रकाराचा आनंद घेत होते.

नाही. तो त्याला दमवत होता, खेळवत होता.

तो बालाला काही गुप्त गोष्ट सांगण्या अगोदर तो सहा फूट नऊ इंचाचा रखवालदार कुंभाला मारण्यासाठी पुढे आला तेवढ्यात त्याने तो हल्ला चुकवला. हवेतच कोलांटी उडी मारली आणि बालाच्या खांद्यावर येऊन बसला. एका हाताने त्याने त्याची गर्दन पकडली व दुसऱ्या हाताने शस्त्र धरले. त्याने बालाला त्याचक्षणी ठार मारले नाही. उलट त्याने त्याला ढकलले जेणेकरून बाला पडला. कारण त्याच्या अंगावर दोघांचेही वजन होते. बालाने चपळाई दाखवली पण कुंभने स्वतःला त्या मोठ्या माणसापासून दूर नेले आणि तो मागे सरकला. कुंभ पुढे आला. बाला आपल्या पायावर उभे राहण्याचा प्रयत्न करत होता. कुंभने उलटी उडी मारली आणि त्याने बालाच्या छातीवर आपल्या भाल्याने टोचले.

त्या व्यतिरिक्त तो काही करू शकला नाही.

आश्चर्यचकित झालेल्या कुंभला कळेना की, आपल्या भाल्याला कोणी अडवले व हे पाहण्यासाठी त्याने वर बघितले.

त्याचा भाला पकडणारा दुसरा तिसरा कोणी नाही तर स्वतः कल्कीच होता. त्याने त्या लोखंडी सळईला पहिल्यांदाच हात लावला होता. प्रचंड शक्ती लावून त्याने तो भाला पिरगळला. बालाच्या अंगावर रक्ताचे थोडे थेंब पडले, त्याला बसलेल्या धक्क्यातून तो सावरला नव्हता. कुंभच्या चेहऱ्यावर बधिर माणसाचे भाव होते. तो कमजोर झाला होता व त्याचा भीतीने थरकाप उडाला होता.

कल्की तो भाला घट्ट धरून पिळत होता. तेवढ्यात त्या भाल्याचे दोन तुकडे झाले. त्याने भाल्याचे टोक घट्ट धरले व प्रचंड शक्ती लावून त्या भाल्याचे लहान टोक कुंभच्या छातीत खुपसले. तो बालाप्रमाणे दूर जाऊन पडला. कल्की पुढे झाला. तो भाला बाजूला उडवून त्याने कुंभला पकडले आणि त्याला चिखलयुक्त जागेवर नेऊन त्याचा श्वास रोखला. कल्कीने त्याच्या पोटावर अनेक ठोसे लावले. कुंभच्या नाकातोंडातून रक्त येऊ लागले. त्यामुळे त्याच्या तोंडावरील मगाचे विजयी हास्य आता लोपले होते. तो कमजोर व भ्याड झाला होता. कल्कीने दुरुक्ती व मर्तंजाकडे पाहिले. ते त्याच्याकडेच एकटक पाहत होते. मंत्रमुग्ध झाले होते आणि कल्की त्यांच्या सगळ्यात उत्कृष्ट योद्ध्याची काय हालत करू शकतो ते पाहून हादरून गेले होते. मग कल्कीने त्याचा गळा सोडला. कुंभचे शरीर जमिनीवर पडले. यातील सत्य हेच होते की, कुंभला सर्वस्वी

अनपेक्षित असलेली चाल केल्यामुळे कल्कीला त्या चपळ योध्दयाजवर मात करण्यासाठीची उसंत मिळाली.

कुंभ जमीनदोस्त झाला होता आणि कल्की त्याला बारीक नजरेने पाहत होता. त्या राक्षसाचे नाक रक्ताळले होते. कल्कीने वर पाहिले. त्याच्या हातावरचे रक्त पुसले. आपल्या कपड्याचा घांदोटा फाडून तो हाताला बांधला. मान वर करून त्याने निराश झालेल्या दुरुक्तीकडे पाहिले.

बाला आपल्या पायावर उभा राहिला व त्याने कल्कीचे तोंड हातात धरले. तो भीतीने थरथर होता. आणि बालासंबंधी ज्यांना माहिती होती त्यांच्यासाठी हे नवलच होते. कदाचित मृत्यूच्या एवढ्या नजीक जाऊन आल्यामुळे जीवनाच्या क्षणभंगुरत्वाचे कोडे त्याला उलगडले होते.

"आपण जिंकलो आहोत." कल्की शांतपणे म्हणाला. मर्तंजा सुन्नपणे बघत राहिला. त्याच्या एका सर्वोत्कृष्ट योद्धयाला एक मामुली दिसणाऱ्या गांवढळ माणसाने चितपट केले. यावर त्याचा विश्वासच बसत नव्हता. परंतु कल्की हा त्याहून काही आगळावेगळा आहे याची त्याला कल्पना नव्हती.

"आता तुम्हाला इथून सोडून गेलेच पाहिजे...तेही आताच."

त्याने आज्ञा सोडली आणि तो तिथून जाऊ लागला. तेवढ्यात त्याला तोच मृदू आवाज ऐकू आला.

"तू या द्वंद्व युद्धात भाग घेणे अपेक्षित नव्हते!"

"हं. तुला काय माहितीय? मी या द्वंद्व युद्धातील एक आश्चर्याचा धक्काच होतो." दुरुक्तीच्या चेहऱ्यावर संतापाची एक झलक झळकून गेली. "तुला हे असंच खेळत राहायचंय का?"

कल्की कलीच्या बहिणीकडे वळला आणि त्याने मान डोलावली.

"ठीक आहे तर मग." दुरुक्तीने मर्तंजाकडे पाहिले. "या मुलाला पकड आणि गावभर धाडी घाला."

कल्कीचे शरीर ताठरले. त्याला कळायच्या आत त्याच्या बाजूला दहा राक्षस येऊन उभे राहिले. त्याने बालाकडे पाहिले आणि त्याला त्याने बरोबर आणलेल्या रक्षकांना घेऊन घाई करायचा इशारा केला. बालाने तसे केले त्याचवेळेस कल्कीने जेवढ्यांना शक्य होईल तेवढ्या राक्षसांना गुंगारा द्यायचा प्रयत्न केला. त्यातील काहींनी बालाचा पाठलाग करायचा प्रयत्न केला.

पण तोपर्यंत त्याचे बाहू व पाय पकडून त्यांना बांधले गेले. तो त्या बंधनातही सुटण्याची धडपड करत होता. त्याचवेळी त्याने आकाशाकडे पाहिले. त्याला तिथे त्याच्या वडिलांची प्रतिमा दिसली. त्याला बांधून नेत असताना त्याच्या पाठीवर सतत आसूड ओढले जात होते. त्याला दुरुक्तीपुढे बळजबरी गुडघे टेकून बसायला लावले गेले. त्याला बालाचा कुठेच आवाजही येईना व तो दिसेनाही. त्याने फक्त एवढीच आशा केली की, त्याचे लोक शूरपणाने लढा देवोत.

"तू त्या कराराचा भंग केला आहेस."

"मी तुमच्याप्रमाणेच वागले आहे." दुरुक्ती हसली. निष्कपट आणि कपटीपणा दोन्ही तिच्या डोळ्यात स्पष्टपणे दिसत होता. "त्याला ठार मारू नका." तिने त्याला धरून ठेवलेल्या राक्षसांना सांगितले.

मर्तंजा आश्चर्यचकित झाला. "दुरुक्तीजी असे का?"

"ज्या गावंढळ व्यक्तीने तुझ्या दहा-दहा माणसांना सळो की पळो केले..." दुरुक्तीने नजर बारीक केली आणि तीक्ष्णपणे त्याच्या मर्जीविरुद्ध जखडून ठेवलेल्या कल्कीकडे पाहत म्हटले, "तो निव्वळ एक फालतु गावकरी नसणार."

कल्कीने वर पाहिले, त्याने आपले बाहु पाठीमागे खेचले. गावकऱ्यांनी मोठ्या शिळा, त्या जागेच्या विरुद्ध बाजूला आणून ठेवल्याचे त्याला दिसत होते.

"आत्ताच!" तो जोरात ओरडला.

दुरुक्ती व मर्तंजा येणाऱ्या संकटांकडे पाहत ओरडले. गावकऱ्यांनी त्या शिळा ढकलल्या आणि ते तिथून पळून गेले. त्या शिळा एकमेकांवर धडकत त्या उंचाडावरून राक्षस आणि त्यांच्या तंबूवर धडकल्या. त्यांचे अन्न व ढालींचा त्यांनी नाश केला. अर्थात त्यामुळे खास असे कोणी मेले नाहीत. पण त्यामुळे मर्तंजाचे पित्त खवळले. कारण आता तो संतापाने काळा-निळा झाला होता.

"त्या मूर्ख वेडपट माणसाला पिंजऱ्यात टाका. प्रत्येक घर आणि घर पिंजून काढा. त्यांच्यावर धाडी धाला आणि त्या गुहा कुठे आहेत ते शोधून काढा!" कल्कीला ओढत-खेचत नेत असताना त्याच्या मनात फक्त एकच विचार घोळत होता *लक्ष्मी सुरक्षित जागी पोहोचली असेल ना?*

45

अर्जनने जे काही घडले त्यातील अगदी थोडेच बघितले होते. धनुर्धारी आपापल्या धनुष्याच्या प्रत्यंचा ओढून मस्त बसले होते आणि त्याच्या आज्ञेची वाट पाहत होते. आतासुद्धा तो दुरून पश्चिमेकडील शेवट जिथे रोशन त्याच्या धनुर्धाऱ्यांबरोबर जय्यत तयार बसला होता तेही पाहू शकत होता. कृपाही तिथेच होता. तो एका खडकाच्या मागे लपला होता. पण काहीही घडत नव्हते.

आणि तेवढ्यात त्या हिरव्या कुरणांच्यामध्ये - पठारावर - त्याला कुणीतरी पळताना दिसले. त्याचे नेत्र विस्फारले आणि त्याने तोंडाचा आ वासला. तो कुणीतरी म्हणजे महाकाय...बाला होता. त्याला तसे वाटले पण बालासारखा माणूस ऐन युद्धातून पळ काढेल असा विचार करणेसुद्धा वेडेपणा ठरला असता.

नाही...पण तो बालाच होता.

तो त्यांच्याकडेच येत होता.

"तुमचा मारा थांबवा." कृपा अर्जनच्या मनातलेच बोलला.

तो त्याला लपवणाऱ्या झाडामधून पुढे आला व त्याच्या मागोमाग दोन सैनिक येताना दिसले. आणि त्यांच्या काही यार्ड मागे राक्षसही होते. ते साधारण वेगाने पळत नव्हते, तर त्यांना पकडण्यासाठी वाऱ्याच्या वेगाने पळत होते. त्यांनी त्या सैनिकांवर झेप घेतली आणि त्यांच्याजवळच्या कुऱ्हाडीने त्यांच्या माना कापून टाकल्या. आता ते बालापर्यंत पोहोचतच होते. पण त्यापूर्वीच कृपाने धनुर्धाऱ्यांना बाण सोडायची आज्ञा केली.

दोन राक्षसांना बाण लागले. बलाने लटपटत अर्जन व कृपापासून काही अंतरावर असलेली धनुर्धाऱ्यांची ओक ओलांडली. तो पाने, गवत

237

धरत अविश्रांतपणे पळत होता. त्याला तहान लागली होती तो पाणी मागत होता. अर्जनने तातडीने त्याला पाणी दिले. दमलेल्या धनुर्धाऱ्यांना लागेल म्हणून जवळच्या तळ्यातून पाच भांडी पाणी भरून ठेवण्यात आली होती. अर्जनने बालाला तो तहान भागवत होता तेव्हा मदत केली. पाणी पिऊन झाल्यावर तो म्हणाला, "ते येताहेत. आता सारं संपलं आहे. त्यांनी...त्यांनी...पकडले आहे..." त्याला श्वास घेताना खूप त्रास होता होता. "त्यांच्या हाती कल्की लागला आहे."

कृपाने अर्जनकडे काळजीयुक्त नजर टाकली.

"मित्रा, आपल्याला त्याला सोडवले पाहिजे," कृपाने अर्जनला तातडी करायला सांगितली.

"द्वंद्व युद्ध कोण जिंकले?"

बालाने मान खाली घातली. तो पराजित झाला होता.

"आपणच. कल्कीने माझे प्राण वाचवले." तो रडकुंडीला आला होता. पण अर्जनने त्याच्या डोळ्यात त्या पलीकडले पाहिले. त्याने त्याच्या डोळ्यात निराशा बघितली. "तो योद्धा...तो खरंतर फारच लहान होता. मी त्याला मारायला हवं होतं..."

कृपा गुडघ्यावर बसला आणि त्याने आपल्या कापडाने गुडघा बांधला. "जाड्या, आता माझे ऐक. तुझ्या मंद डोक्यात हे घुसवून घे." त्याचे बोलणे पूर्णपणे आडमुठ्यासारखे होते. त्याचे नेहमीचे दारू प्यायल्यानंतरचे बरळणे ज्याला माहीत होते त्याला ते अगदी वेगळे वाटले असते. "आता आपण मरणारच आहोत. त्यामुळे तुझे रडगाणे मला ऐकायचे नाहीये. तुझ्या बळाची मला गरज आहे."

"पण...पण...तो...खूपच...लहानखुरा होता."

कृपाने नि:श्वास सोडला. "तुमच्या शत्रूला तुम्ही कधीच कमी लेखता कामा नये. त्याचा आकार लहान किंवा मोठा असला तरी त्याने काहीच फरक पडत नसतो. तुम्हाला जर कुठे वार करायचा, तुमची कमजोरी कशात आहे हे माहीत असेल तर या गोष्टींचा काही परिणाम होत नसतो."

तेवढ्यात त्यांना प्रचंड गर्जना ऐकू आल्या. कृपा पुढे आला आणि अर्जनला जे दिसले त्यावर त्याचा विश्र्वासच बसेना. शत्रुसैन्य कुऱ्हाडी, तलवारी, भाले सर्व घेऊन तिथे प्रवेश करते झाले. अर्जनने आडोसा शोधला. भात्यातून बाण काढून त्याने धनुष्यावर चढवला व नेम साधला. त्याच्यावर धावून येणाऱ्या राक्षसाचा वेध त्याने घेतला.

त्याच पद्धतीने लोकांनी रोशन मित्राच्या बाजूच्या त्यांचा घराचा ताबा घेतला. काहीजण लैलाच्या बाजूला गेले. तिकडे इकडच्यापेक्षा जास्त सैनिक तैनात होते. कदाचित...क्वचितच ती त्यांना थोपवू शकली असती. त्याचवेळी राक्षस त्याच्या भागात प्रवेश करते झाले. धनुर्धाऱ्यांच्या मागील लोक त्यांच्याकडील गोफणींतून स्फोटकांचा वापर करू लागले. त्यांनी राक्षसांवर मारा केला. प्रथमत: ते गांगरले. कारण ते बेसावध होते पण नंतरच्या लहानलहान धमाक्यांना त्यांनी दाद दिली नाही. धनुर्धाऱ्यांनी बाणांचा वर्षाव केला. पण बहुतेकांनी ते हुकवले. काहीजणांच्या मात्र मानेत व कपाळावर ते लागले व ते तत्काळ तिथेच कोसळले.

जे राक्षस मरणातून बचावले ते झोकांड्या खात त्यांच्या जागेवरून उठले. त्यांनी ते बाण उपसून काढले व त्या बाणांनीच त्यांनी धनुर्धाऱ्यांना भोसकले. त्यांनी त्यांना खोलवर जखमा केल्यावर त्यांच्या शरीराचे तुकडे करण्यात आनंद मानला. ज्या लोकांबरोबर राहून अर्जन मोठा झाला होता, त्याच लोकांना अशा रीतीने मरताना त्याला पाहावे लागत होते. ते बघून त्याचा स्वत:च्याच डोळ्यांवर विश्वास बसेना, त्यांचे स्वयंसेवक खूप लढले, काहींनी शत्रूला कंठस्नानही घातले. पण बहुतेक वेळा त्यांनीच उलट मार खाल्ला आणि राक्षसांच्या संतापाला बळी पडले.

अर्जनने झाडाच्या मागे लपलेल्या बालाला पाहिलं. पाया ठेवायला आधार मिळताच चिन्हे बघुन अर्जन त्याच्याकडे धावला व त्याच्या कमरेला पकडून तो म्हणाला, “तू हे काय करतोयस? आम्हाला मदत कर ना! लढ ना!” त्याने एक बाण सोडला व एका राक्षसाच्या डोक्यात तो लागला.

“मी...मी...मला कळत नाहीये...मी काही करू शकेन असे मला वाटत नाही...मी...मी बळकट नाहीये...मी हरलोय.” बालाची बुबुळे भीतीने पांढरीफटक पडली होती.

“शक्ती आहे म्हणून तुम्ही प्रत्येक वेळी जिंकलेच पाहिजे असे नाही. तुम्ही जरी एकदा खाली पडलात तरी पुन्हा उठून उभे राहणे आवश्यक आहे.”

त्याच क्षणी एक राक्षस पुढे आला. अर्जननं आपल्या धनुष्याला बाण लावला व प्रत्यंचा ओढली पण तेवढयात त्या राक्षसाने त्याला धरले व बाजूला फेकले आणि तो बालावर हल्ला करायला सरसावला. खरंतर बाला

उलट पुन्हा हल्ला करू शकला असता, पण त्याने त्याला जोराने लाथ मारली व त्याचा श्वास कोंडला. यापुढे बालाकडून काही अपेक्षा ठेवण्यात अर्थ नाही हे अर्जनला कळले. पण त्याने कृपाकडून वेगळीच विलक्षण कृती झाल्याचे पाहिले. त्याच्या हातातील तलवार त्याने त्याच राक्षसाच्या शरीरात खोलवर खुपसली.

"जाड्या, आम्हाला कल्की जिथे आहे तिथे घेऊन चल."

"आपण सारेजण मरून जाऊ," घाबरून गेलेला बाला म्हणाला.

राक्षसांनी बहुतांशी धनुर्धाऱ्यांना नष्ट केले होते. पण त्यातले तिघेजण अजुन जिवंत होते. ते अर्जनवर हल्ला करण्याच्या तयारीत होते. पण त्याच्याकडील बाण संपले होते. कृपाने त्याच्यासमोर तलवार बाहेर काढली.

ते तिघेही जणू एकत्र जोडलेले असल्याप्रमाणे एकत्रच हसले. त्यातला एकजण अर्जनकडे चालत आला. त्या राक्षसाने अर्जनवर उडी मारली व त्याने मारायला सुरुवात केली. तेव्हा तो अगदी असहाय्य होऊन गेला. कुऱ्हाडीच्या एकेक घावासरशी तो अर्जनच्या डोक्याचा वेध घेऊ इच्छित होता. पण प्रत्येकवेळी अर्जनने तो चुकविला. त्याने त्याच्या गुडघ्याने राक्षसाच्या गुडघ्याच्यामध्ये मारले. खाली पडलेला बाण उचलण्यासाठी त्याने हात गवतावर झाडूसारखा फिरवला व तोच बाण त्याने राक्षसाच्या अंगात खुपसला. पण त्याला हवा तसा परिणाम घडला नाही. त्याने तलवार फेकून मारली. त्या तलवारीचे पाते सूर्यप्रकाशात चमकले तेव्हाच एक महाकाय आकृती त्याच्याविरुद्ध उभी राहिली.

तो बाला होता हे अर्जनने ओळखले. तो राक्षसाच्या अंगावर होता आणि त्याची गदा त्या असहाय, गोंधळलेल्या राक्षसावर प्रहारावर प्रहार करत होती. बालाच्या तोंडावरनं छातीवर रक्ताचे शिंतोडे पडले होते. मग तो सहजपणे कृपाकडे वाईट नजरेने पाहणाऱ्या राक्षसाकडे वळला. बालावर ज्या तिसऱ्या राक्षसाने हल्ला केला होता, त्याचे दोन तुकडे झाले होते. जसे काही बालानं पावाचेच दोन तुकडे केले असावेत असे. कृपावर हल्ला करणाऱ्या राक्षसाने बाकी दोघांची काय अवस्था झाली होती हे पाहिले आणि माघार घेऊन तो झाडामागे भीती वाटून लपायला गेला. बाला पुढे झाला. त्याची गदा दुसऱ्या हाताच्या तळव्यावर आपटत त्या राक्षसाला ठोकायला वाट पाहत राहिला.

तो तसे करणार एवढ्यात कृपाने त्याला थांबवले.

"आपल्याला त्यांच्या तळाची अधिक माहिती मिळवायची आहे."

राक्षसाने डोळे मिचकावत म्हटले, “अगदी खरं सांगतो मला त्याबद्दल काहीही माहिती नाहीये.” त्याचा आवाज घोगरा झाला होता.

“आता तू त्याला मारू शकतोस,” कृपाने आपल्या चेहऱ्यावरील रक्त पुसत खांदे उडवत म्हटले.

बालाने आपले काम पुढे चालू केले तेव्हा अर्जनने त्याला थांबवले.

“तुम्ही मला घाबरवणे थांबवता का?” जमिनीवर लोळण घेत व अक्षरश: भीक मागत राक्षसाने स्वत:चा बचाव करण्याचा प्रयत्न केला. आधी तो जोरात होता त्यामुळे आता ते अगदी केविलवाणे व गमतीशीर वाटत होते. “तुम्हाला हवे असेल तर मला ठार करा पण मला असे लटकवत ठेवू नका...” त्याचा आवाज मंद होता गेला व मग तो भरभर त्याच्या अगम्य भाषेत बडबडू लागला.

कृपाने त्याला मागे खेचले. घाबरलेल्या त्या राक्षसाने विचारले, “तुम्हा सर्वांना माझ्याकडून काय पाहिजे आहे?”

“तुमच्या तळावर किती सैनिक आहेत?”

“खूप, खूप.”

“ही काही संख्या नाही. हुशारी करू नकोस. आत्ता तर नक्कीच नाही.” बालाने अख्खे झाड हालवले.

अर्जनला आनंद झाला की, बाला त्याच्या मूळ स्वरूपात पुन्हा आलाय. त्याला नवल वाटले. क्षणभर आपण कोण आहोत आणि कसे आहोत हेही तो विसरला. तो आता वेगळाच वाटत होता. एखाद्या दणकट माणसालाही मरणाच्या दारातून परत आला की कसे वाटत असावे याचे हे एक वैशिष्ट्यपूर्ण उदाहरणच होते. बालाचे व्यक्तिमत्त्व भव्यच होते. कोणीही त्याला बघितले तर त्याला भीती वाटावी असाच तो होता. पण आता मात्र तो स्वत:च त्या अवस्थेत होता. लढाई एखाद्या माणसाला जीवनाच्या किती वेगवेगळ्या छटा दाखवते. त्यातील एक म्हणजे आत्म्याचे अस्तित्वच धोक्यात आणते. तो स्वत: त्या धक्क्यातून परत आला होता त्यामुळे असेल किंवा अर्जनच्या शब्दांनी असेल, आपल्या मित्राचा प्राण वाचवायचे कर्तव्य बजावण्याचे काम त्याने करून दाखवले होते.

“साधारण...शंभराच्या...आसपास.”

“ठीक आहे.” कृपा म्हणाला. “त्या तळावरील महत्त्वाचे भाग कोणते आहेत?”

कृपाने खाली वाळूवरच एका पिसाने एक कच्चा नकाशा काढला. त्याने आयताकृती काढली आणि त्याच्या आत त्याने तंबूच्याजागी वर्तुळं काढली. आणि चांदणीचा आकार राक्षसांची निदर्शक काढली. "मित्रा, आता मला स्पष्टपणे सांग की, तिथे कोण-कोण आहेत आणि त्यांची रचना कशी आहे?"

"मी...मी...मला ते मारून टाकतील." तो खाकरत म्हणाला, "मी हे तुम्हाला सांगितले तर."

"आणि आम्ही, तू आम्हाला ते सर्व सांगितले नाहीस तर काय करू, असं तुला वाटतंय?" कृपाने मागे जिथे राक्षस मरून पडला होता. तिकडे इशारा केला.

देवाशप्पथ, अर्जन ज्या शौर्यासाठी अजून तयार नव्हता त्यात तो पूर्णपणे बुडून गेला होता. त्याला प्रचंड व सम प्रमाणातील भीती व घाम याशिवाय कुठलीही भावना येत नव्हती. किंबहुना दुसरी कुठली भावना निर्माणच होऊ नये, असे त्याला वाटत होते. त्याचा शांत स्वभाव व व्यवहारीक दृष्टिकोन यांच्या आधारे या द्वंद्व युद्धाच्या भानगडीतून लवकरात लवकर बाहेर पडावे एवढेच त्याला वाटत होते. ज्या-ज्या काही घटना घडत होत्या त्याकडे नीट योजनापूर्वक बघायचे म्हटले तर त्या बहिष्कृत लोकांना पूर्णपणे नेस्तनाबूत करण्याशिवाय दुसरा पर्याय दिसत नव्हता.

"ठीक आहे, ठीक आहे," राक्षसाने नाइलाजाने म्हटले. तो गुडघ्यावर बसला व त्याने तळाची सर्व माहिती द्यायला सुरुवात केली. "तुमच्या मित्राला इथे पिंजऱ्यात ठेवले असावे. पिंजऱ्यात खेचरे व घोडे तिथेच ठेवले जातात. हा आमच्या मालकाचा तंबू आहे..."

"दुरुक्तीचा?"

"हो त्या मूर्ख स्त्रीचा." राक्षसाने शापवाणी उच्चारली. "तिच्यामुळेच मी इथे अडकलोय."

"मालकाचा तंबू त्या पिंजऱ्याजवळ आहे," कृपाने मान डोलवली.

"त्याचा अर्थ प्रचंड सुरक्षाव्यवस्था. त्या तळावर कितीजण असतील?"

"कदाचित वीसजण असतील. अगदी जास्तीत जास्त. अगदीच काही विपरीत घडू नये म्हणून."

कृपाला ती कल्पना आवडली नाही. "तुम्हाला आता त्याचे काय करायचेच ते करा." त्याने बालाच्या खांद्यावर थोपटले.

तो राक्षस पुन्हा पूर्वीसारखीच गयावया करू लागला. तो दीनपणे हात पसरून, तोंड वैगाडून त्यांच्याकडे लाचारपणे दयेची भीक मागत होता. तेवढ्यात बालाने त्याच्या गदेने त्याच्या डोक्यावर जोरात प्रहार केला. तो अनंतात विलीन झाला.

"आता आपण पुढे काय करू या?" अर्जनपुढे होत आपल्या ज्येष्ठ गुरूला म्हणाला.

"आपण निसटून जायला हवे," कृपाने अर्जन व बालाकडे एकाच वेळी पाहिले. "तुझ्या भावाला तिथून बाहेर काढू आणि निघून जाऊ."

"पण मग या शांबलाचे काय?"

कृपा अर्जनपुढे आला व त्याच्या खांद्यावर हात घट्ट ठेवून म्हणाला, "शांबला हा या जगातला एक भाग आहे आणि या जगाला वाचवण्यासाठी आपल्याला त्या लहान भागाचा त्याग करावा लागणार आहे. जरा दृष्टी विशाल करून बघ."

"तुला काय म्हणायचे आहे?"

"तुझा भाऊ, त्याला वाटते त्याहूनही खूप मोठी व्यक्ती आहे." कृपाने स्पष्ट केले. "इतर अनेक लोकांपेक्षाही त्याला वाचवणे हे किती आवश्यक आहे, महत्त्वाचे आहे हे मी तुम्हा दोघांना सांगतो. त्याला मरून चालणार नाही. कारण तसे झालेच तर...तर मग फक्त शांबलाच नाशाच्या भक्ष्यस्थानी पडणार नाही तर अख्ख्या इलावर्तीला आग लागेल."

अर्जनला परिस्थितीच्या गांभीर्याची आता कल्पना आली. पण त्याला याची कल्पना नव्हती की संपूर्ण जगाचे भवितव्य त्याच्यावर अवलंबून असेल. शेवटी तो एक साधासुधा माणूस होता.

"ठीक आहे. आम्हाला आता मार्गदर्शन कर." अर्जनने सांगितले.

कृपा जंगलात जाऊ लागला. बाला व अर्जनही शांतपणे त्याच्या मागे जाऊ लागले. तेव्हा अर्जनने त्याच्या मनात काय चाललेय हे सांगायला सुरुवात केली.

"जरा थांबा. आपण शत्रूच्या गोटात प्रवेश करतोय आणि आपल्याला आपण निसटून जाऊ अशी खात्रीही देता येणार नाही. *आपण* जर इथेच मेलो तर मग?"

एकूण परिस्थिती बघून कृपाने डोके खाजवले. "अं...खरंच. या शक्यतेबाबत या पूर्ण सुटकेच्या योजनेत मी काही विचारच केलेला नाही." त्याने अस्फुट हास्य केले.

परमेश्वरा, मला त्या हास्याचा तिटकारा आहे. अर्जनने विचार केला. पण त्याने त्या दोघांच्या मागे जाणे चालू ठेवले.

46

तिथली परिस्थिती भयानक होती. घोड्यांच्या लीदीच्या दुर्गंधमय वातावरणात बसून, राक्षसांची समोरून ये-जा चालू होती ती बघावी लागत होती. तो ज्या पिंजऱ्यात अडकला होता तिथे आणखी डझनभर माणसे सामावली गेली असती. त्याला तिथे जागा भरपूर होती. पण तरीही त्याला श्वास घेणे मुश्कील झाले होते. कल्कीने त्या पिंजऱ्यापासून सुटण्याचा प्रयत्न केला नव्हता असे नाही. सर्व शक्तिनिशी त्याने दरवाजा उघडण्याचा, तोडण्याचा आणि त्याच्या सळया वाकवण्याचा भरपूर प्रयत्न केला होता. पण त्याचा काहीही उपयोग झाला नव्हता. कदाचित तो तशाच धातूचा बनवला होता. किंवा आता तो अशक्त व कमजोर झाला होता.

अंगावर वारा घेत तो कोरडया पडलेल्या ओठांवर जीभ फिरवून ओलसरपणा आणत होता. कल्कीने तो सैन्याचा तळ आतून बघितला व तो खूपच व्यवस्थितपणे बांधला गेलेला दिसत होता. तिथे एका तंबूत खूप शस्त्रे ठेवली होती. तिथे राक्षस आत जात व एकेक शस्त्र घेऊन येत होते. तिकडे काही खूप मोठेही तंबू होते. त्यात कदाचित दुरुक्ती व मर्तंजा राहत असावेत. तिथे पाणी व दारूने भरलेली भांडीही दिसत होती. आगीची ठिकाणेही होती. तिथे मोठमोठे लाकडी ठोकळे ठेवले होते. त्याला दुसऱ्या बाजुने गळे काढून रडणाऱ्यांच्या व ओरडण्यांच्या आवाजाशिवाय काहीही ऐकू येत नव्हते. पण त्यातील त्याच्या लोकांचा कोणता आणि राक्षसांचा कोणता हे त्याला ओळखू येत नव्हते. *"तुम्ही सत्य काय ते जेव्हा समजू शकत नाही तेव्हा तुम्ही कोणाला सहानुभूती दाखवणार?"*

कल्कीला अस्वस्थ वाटत होते. तो मागे आला व पिंजऱ्यावर ठोसे मारू लागला. त्याचा खडखड असा आवाज येत होता. पण तो तुटत नव्हता. त्याने नखातून रक्त येईपर्यंत पिंजऱ्यावर ठोसे मारले. त्याचे बाहू दुखू लागले. खरंतर ते तात्पुरते का होईना बधिर झाल्यासारखे वाटले. त्या जखमांवर उपाय करण्यासाठी त्याच्याकडे काहीच नव्हते. त्यामुळे तिथे कदाचित पू तयार झाला असता.

"राग चांगला असतो." त्याच्या मागून आवाज आला. "पण त्याचा वापर स्वत: विरुद्धच करू नये." कल्की दुरुक्तीकडे पाहण्यासाठी वळला. तिच्याबरोबर तिची सखी होतीच. निराशाजनक कामात व शस्त्रांच्या मोठ्या आवाजातही दुरुक्ती शांत होती. जसं काही ती ते युद्ध जिंकणारच याची तिला पूर्ण जाण होती.

"या सर्व गोष्टींचा काहीही उपयोग होणार नाही. तुझ्या मताप्रमाणे घडणार नाही याबद्दल मला खात्री आहे."

दुरुक्तीने मान हलवली. "मी तुझ्याशी सहमत आहे." ती थांबली. "शांबलासारख्या छोट्याशा गावातून हा एवढासा पण धाडसी प्रयत्न नक्कीच प्रशंसनीय होता. पण तुम्हा सगळ्यांना हे कळायला हवे होते की, तुमचा सामना प्रशिक्षित लोकांशी होता."

"ते तर आदिवासी आहेत." कल्कीने आपल्या धोतराने रक्त पुसले. "ते आमच्या इतपतच प्रशिक्षित आहेत."

"त्यांना आदिवासी टल्यामुळे काही ते असंस्कृत होत नाहीत. तू माझ्याइतके हे जग बघितलेले नाहीस. मी भरपूर जग बघितलंय आणि त्यावरून एक गोष्ट सांगते. मानव हे सर्वात निर्दय असतात आणि जेव्हा त्यांच्या अस्तित्वाचा प्रश्न येतो तेव्हा ते त्यांच्या त्या वार्ननाचं समर्थन करतात."

"तू कुठल्या जमातीची आहेस?" कल्कीने विचारले. त्याच्या आत संताप उकळत होता.

दुरुक्तीने तिची जीभ एका गालात घोळवली. तिला ही गमतीशीर सवय होती. ते कल्कीला जरा खटकले. कारण ते ऐन युद्धाच्या मध्यावर असताना तिची ही कृती योग्य वाटत नव्हती.

"मी आदिवासी दिसते का?" दुरुक्तीने विचारले. तिची सहचरी गप्प होती. "मी यक्षांसारखी जाडजूड आहे, माझे डोळे नाग लोकांसारखे निळे आहेत का माझी कातडी राक्षसांसारखी काळी कुळकुळीत आहे? कृपा

करून सांग बरं!" तिच्यात तसे काहीच नव्हते. खरंतर प्रत्यक्षात ती गोरीपान होती. सरळ चेहरेपट्टी आणि कमनीय बांधा होता.

"तू कदाचित दुसऱ्या कुठल्यातरी जमातीची असशील जी आम्हाला माहीतच नाहीये."

दुरुक्तीने आपली जीभ अजून तशीच गालात धरली होती व विचारपूर्वक म्हणाली, "असं म्हणतात की, मी व माझा भाऊ, आम्ही असुर जमातीचे आहोत."

ते नाव ऐकून त्याच्या पाठीतून थंड शिळीक गेली. *म्हणजे अजून ती जमात नष्ट झालेली नाही तर?*

"कली," तो पुटपुटला.

"तुझे नाव काय आहे?"

"कल्की."

"घाणीचा नाश करणारा!" ती म्हणाली. "जो स्वत:च घाणीत उभा आहे त्याच्यासाठी हे अगदीच उपरोधिक वाटतंय नाही?" ती बोलायची थांबली. "आणि तुझ्यासाठी ती घाण म्हणजे सम्राट कली आहे."

"या जगात जे स्वत:लाच 'सम्राट' म्हणवून घेतात अशांना मी मानत नाही." कल्की खाली बसला. पायावर पाय टाकून त्याच्या रक्ताळलेल्या हाताला मसाज करू लागला. त्याचा चेहरा निर्विकार होता आणि त्याचा आत्मा मात्र विचार करत होता. आता इथून उडी मारून पिंजऱ्यातून शांबलाला पळून जावे आणि ज्यांना मदतीची गरज आहे त्यांना साहाय्य करावे.

"प्रत्येक देव हा कधी ना कधी माणूसच होता." दुरुक्ती हसली. "आपण त्रिमूर्तीचे उदाहरण घेऊ. विष्णू, ब्रह्मा आणि शिव. ते सर्वजण प्रजापती होते. ते द्रष्टे होते. प्रेषित होते. प्रारंभकर्ते होते, पाहिले मानव होते. प्रत्यक्षात आपल्यात जेव्हा प्राचीन लोक होते तेव्हाही ते त्या ठिकाणी होते. त्यांची नावे वेगळी होती. खरंतर आता आपण ज्या देवांचे पूजन करतो त्यांना त्या वेळी वेगळ्या नावाने ओळखले जायचे."

त्यांची संस्कृति प्राचीन, सम्राट गोविंदालासुध्दा गिळंकृत करणाची प्लेगची प्रलयकारी साथ आली, त्याच्याही आधाची आहे. त्यातील काहीजणांना आज देव म्हवून पूजले जाते.

"आपल्याला वाटते की ते प्रलयापूर्वी जन्मले होते. पण आपण अगदी वेगळ्याच वास्तवतेत राहत आहोत." दुरुक्तीने कल्कीला धक्काच दिला. कारण एवढ्याशा तरुण मुलीला एवढी सारी माहिती व ज्ञान आहे यावर

त्याचा विश्वास बसेना. "ते सर्वजण जगाच्या सुरुवातीपासून होते आणि तू तुझ्याच निर्माण केलेल्या लहानशा जगातच वावरत असतोस त्यामुळे हे सर्व तुला ज्ञात नाही."

कल्कीने खांदे उडवले. "तुझ्याशी बोलून तुझे मनोरंजन करण्यात मला रस नाही. मी आता फक्त राजा वेदान्तशी बोलेन."

दुरुक्तीने ते नाव ऐकताच तिचा चेहरा आक्रसला. "शहराजवळ जेवढी गावे आहेत त्यांचे मला जे वाटेल ते करायचा अधिकार राजानेच मला दिला आहे."

"त्याला जर कळले की तू जे काही करते आहेस ते मूळ नियमांच्या विरुद्ध करते आहेस तर?"

"तू बंडखोर निघालास एवढेच मी त्याला सांगेन. माझ्यावर टीका करायला, माझी शहानिशा करायला त्याच्याकडे काय पुरावा असू शकेल?" दुरुक्ती शेवटी गाल फुगवून हसली. जवळजवळ तिने त्याला चिडवलेच.

कल्की ताठरपणे गप्प बसला. "माझ्याबाबत तू काय करायचे ठरवले आहेस?"

"बहुधा मी तुझा अभ्यास करेन. तुझ्यासारख्या सुंदर, दणकट माणसाला युद्धात मारून मी तुला वाया घालवणार नाही. पण कदाचित तुझे प्रदर्शन मांडेन." ती गालातल्या गालात हसली.

कल्कीने डोके हलवले. "मला तू मारून टाक आणि चालती हो. तुझ्यासाठी व माझ्यासाठी समस्याच उरणार नाही. माझी माणसे तुझ्या माणसांकडून मारली जात असतील तर मला गप्प राहताच येणार नाही." तो म्हणाला. तो पिंजऱ्याच्या शेवटपर्यंत गेला. त्याला अश्रु थोपवणे अवघड जात होते. "त्या सर्वांचे प्राण/जीव माझ्यावर अवलंबून आहेत आणि मी एखाद्या खऱ्याखुऱ्या दोस्ताप्रमाणे त्यांच्यासाठी मरणही पत्करू शकत नाही. मी माझे कर्तव्य नीटपणे पार पाडू शकलो नाही. तुझ्या गुहा नष्ट करण्याच्या निर्णयाला मीच उघडपणे विरोध केला होता."

तिने त्याच्याकडे क्षणभर पाहिले. तिच्या चेहऱ्यावरून चेष्टामस्करी करण्याचा सारा आविर्भाव क्षणात उडून गेला. ती तेथे थोडेशी गोंधळून व दुःखी होऊन उभी राहिली. ती पुढे आली. पिंजऱ्याच्या कड्यापासून काही इंचावर उभी राहिली. "तू ते तसे करायला नको होतेस."

"मी माझे गाव व तुला संरक्षण देण्याचा प्रयत्न करत होतो. त्या गुहांच्या आतमध्ये जे काय आहे त्याला स्पर्श होता कामा नये. त्या

शापित आहेत. ते तसे करणे...तसे करणे योग्य नाही." त्याने मुद्दाम 'सोम' हा शब्द उच्चारला नाही. कारण जर का चुकूनही ते उघड झाले असते तर ते पुढील अधर्माच्या हातात पडले असते आणि तो निश्चितच आदिवासी असता कारण ते जातीचेच दुष्ट होते. त्याला आता ते बंद करायचे होते, कारण अधर्माचा उदय झाला तर तमोयुग सुरू होईल.

"मला माफ कर." तिच्या आवाजात खरेपणा होता. आणि तिची नजर लाजेने खाली गेली. "मला तुम्हा लोकांना दुखवायचे नव्हते. मला फक्त... फक्त त्या खडकांपर्यंत पोहोचणे गरजेचे होते. जर मी तेथे पोहोचले नाही, तर अनर्थ होईल." ती कल्की प्रमाणेच असहाय्य होती. "आणि आपल्या दोघात कोणीही येऊ शकणार नाही. मी मलाच तशी आण घातली आहे."

कल्कीने उच्छ्वास सोडला. "कृपया त्यांना ठार मारू नकोस."

त्याचवेळी मर्तंजाने त्यांच्या बोलण्यात व्यत्यय आणला. लांबूनच त्याने ते दृश्य पाहिले व तो तिथे पोहोचला. तो तेथे अवघडून उभा राहिला. दुरुक्तीने त्याला पाहिले व पुढे बोलावले व बोलण्यासाठी इशारा केला.

"दुरुक्तीजी, माझ्या या छोट्याशा मित्राने तुमचा अपमान केला नसेल अशी मला आशा आहे." मर्तंजा म्हणाला. तो दुरुक्तीसमोर ठामपणे उभा राहिला.

दुरुक्तीने कल्कीकडे आपली बऱ्याच दिवसांची ओळख असल्याप्रमाणे बघितले. "नाही, नाही. त्याने तसे काही केले नाही. आता तो अगदीच शांत आहे." ती थांबली. कल्कीने पाहिले तर ती काहीतरी सांगू इच्छित होती. "तुमच्याकडे आणखी काही खबर आहे का?"

"होय. दुरुक्तीजी. आम्ही त्या गुहांचा माग काढला आहे आणि तिथे जायचा मार्गही खुला केला आहे."

नाही. याचा दुसरा अर्थ असा होता की, लैला व सागर यांचा वध तरी झाला असावा किंवा ते जखमी झाले असावेत. किंवा गुहेकडे जाणाऱ्या मार्गावर अडथळे आणण्याचे काम सोपवलेले स्वयंसेवक त्यांच्या कामात अयशस्वी ठरले आहेत.

"माझी माणसे अजूनही घरात एखादाही कोणी लपून बसलेला नाही ना याची छानबिन करत आहेत. तसेच आपल्या मार्गावरही ते बघत आहेत. कारण आपल्यावर मागून कोणी हल्ला करू नये याचीही खात्री केली पाहिजे." त्याने कल्कीकडे दुष्टपणाने बघितले.

कल्कीने त्याच्या डोळ्याला डोळा भिडवला. मान अजिबात खाली घातली नाही. त्याने दात चावले. त्या काहीही करून इथून सुटका करून घेणे भाग होते.

"किती गावकरी मेले?" "दुरुक्तीजी, खूप जण!"

मर्तंजा हसण्याचा प्रयत्न दाबायचा कसोशीने प्रयत्न करत होता.

"तुझ्या माणसांना सांग की, यापुढे कुणालाही दुखवू नये. त्रास देऊ नये अशी आज्ञा दे. कळलं ना मी काय म्हणतेय ते?"

मर्तंजा बुचकळ्यात पडला. त्याचे नेत्र विस्फारले. त्याच्या न दिसणाऱ्या डोळ्याची जोरात उघडझाप झाली. "दुरुक्तीजी, पण..."

"नाही म्हणजे नाही! शस्त्रधारी माणसालासुद्धा नाही. त्यांना फारतर ताब्यात घ्या पण ठार मारू नका." दुरुक्तीने स्पष्टपणे व करारीपणे आज्ञा दिली.

कल्की त्या मुलीकडे वळला. जी त्या गावातील लोकांसाठी खूपच महत्त्वाची व्यक्ती बनली होती. तसेच राक्षसांच्या निमसैनिकी लोकांकडूनही तिला आदरणीय वागणूक मिळत होती. ती त्याच्याशी सहमत झाली होती. या गोष्टीवर त्याचा विश्वासच बसत नव्हता. त्याने त्याची बाजू सांगितली आणि तिने ती शांतपणे ऐकून घेतली होती. बाहेरच्या एका माणसाचे ऐकून त्यावर विश्वास ठेवण्याइतकी तिची सद्सद्विवेकबुद्धी जागृत होती.

"ठीक आहे दुरुक्तीजी, तुम्ही म्हणाल तसेच होईल." मर्तंजाने किंचितसा मुजरा केला.

"चला तर मग!" दुरुक्तीने बरोबरच्या लोकांना इशारा केला आणि मर्तंजाच्या मागोमाग ती निघून गेली.

कल्कीने त्यांना जाताना पाहिले. पण तेवढ्यात दुरुक्तीची सहचरी परतली. तिचे डोळे विशाल होते. अगदी माशासारखे, तिने आपल्या सात बोटांचा हात पिंजऱ्याच्या कठड्यावर ठेवली. तिच्या ओठावर एक खुनशी हास्य विलसले. "त्याने मला तुझ्याबद्दल सर्व काही सांगितले आहे. ओह, तू एक देखणे व्यक्तिमत्त्वच आहेस, शुभ्राश्व!" तिचे डोळे हसले होते. खरंतर ती दुरुक्तीची एक साधी मोलकरीण होती. पण आता ती अगदी वेगळीच वागत होती.

"कोण?"

"तो येईल. काळजी करू नकोस. ओह, तो नक्की येईल. तू त्याला लवकरच भेटशील." तिचे हास्य आणखी वाढले.

कल्कीने तिची नखाग्रे पकडली त्याच्या रक्ताने तिचे हात खराब केले. तिचा श्वास कोंडला आणि ती मागे सरकली. “तो कोण आहे हे मला समजलेच पाहिजे. माझ्याबद्दल तुला कशी काय माहिती आहे? तो कोण आहे?”

ती मुलगी फिदीफिदी हसली. आता तिचे पिवळे दात सहजच दिसत होते. “तो सत्यव्रत आहे. तो माझ्याप्रमाणे नाही तर तो सगळे इत्थभूत सांगेल. मी अद्याप ते ऐकण्याजोगी झालेले नाही असे त्याला वाटते. तुझ्याबाबतही त्याला तसेच वाटते. मलाही वाटतं की त्याचे बरोबर आहे. तू अजून म्हणावा तेवढा परिपक्व झालेला नाहीस.” ती पुन्हा हसली. तिला थोडासा ठसकाही लागला. आता तो भावनांच्या कल्लोळात पूर्णपणे भंजाळून गेला होता.

“सिमरन!” दुसऱ्या बाजूने आवाज आला.

“आता मला जायला हवे.” सिमरन नावाची मुलगी म्हणाली, “मला त्याची प्यादी बोलवत आहे.”

“त्याचे प्यादे!”

एवढे बोलून ती पळत गेली. कल्कीला त्या पिंजऱ्याचा प्रचंड तिटकारा वाटला. कारण आपल्याला फक्त थोडासाच बाहेरील भाग दिसत होता. कारण मागील बाजू अनेक चिलखते अडकल्यामुळे बंद झाली होती.

त्याच्यापासून थोड्या अंतरावर दोन राक्षस आपसात बोलत उभे होते असे कल्कीला दिसले. ते बराच काळ तिथे होते. तो त्यांच्यावर नजर ठेवून होता. कारण त्यांच्यापैकी एकाकडे पिंजऱ्याची किल्ली दिसत होती.

मला ती किल्ली मिळवलीच पाहिजे. पण कशी?

त्याचवेळी त्याची नजर एका घिरट्या घालणाऱ्या व केकाटणाऱ्या पक्ष्याकडे गेली. तो पोपट होता. त्याचा विचार मनात येऊन कल्कीच्या ओठावर स्मित झळकले. त्याची तो खूपच आठवण काढत होता. आणि तो कसा अचानक गायब झाला होता हेही त्याला आठवले. पण तो आता परत आला होता. “शुको” त्याने सुटकेचा श्वास सोडला.

47

लक्ष्मीने तो रडण्याचा आवाज ऐकला. तिचे डोके गोल फिरवून तिने पाहिले तो तिला भटकणारे राक्षस उंच गवतातून येताना दिसले. लक्ष्मीने बहुतेक गावकऱ्यांना घरातून बाहेर काढून इंद्रवनच्या दिशेने पाठवले होते. परंतु तिथे आणखी काही घरे रिकामी करायची राहिली होती. सुरक्षित राहण्यासाठी झगडत असतानाच तिने पाहिले की, आत येणारे सैन्य बाणांच्या वर्षावाला सामोरे गेले होते. निम्म्या लोकांना बाण लागले होते. पण तरीही ते घरातून आसरा घेण्यात यशस्वी झाले होते. पण घरांचा नाश मात्र झाला होता. लक्ष्मीबरोबरील तलवारबाज काही हलकी हत्यारे वागवित होते. त्यांनी त्याचा प्रतिकार करण्याचा प्रयत्न केला. पण काही उपयोग झाला नाही. कारण राक्षस खूपच चपळ होते. त्यांनी पटकन् उठून अर्ध्या अधिक लोकांना मारून तरी टाकले किंवा जायबंदी केले.

ती झोपडीतून बाहेर आली. दगडाच्या भिंतीमागे तिने लपायचा प्रयत्न केला. आणि तुटक्या खिडकीतून बघू लागली. तिला त्यातून फक्त झाडावर बसलेले स्वयंसेवक दिसले. त्यांनी राक्षसांवर स्फोटके टाकायला सुरुवात केली. काही त्यांच्या तोंडावर फुटली तर बरीच स्फोटके निशाण्यावर बसली नाहीत. लक्ष्मीने पाहिले तर तिला ते राक्षस हसताना दिसले. त्यांनी झाडावर झडप टाकली. स्वयंसेवकांनी उड्या मारल्या पण राक्षसांनी त्यांच्या कपड्यांना धरून पकडले आणि झाडांना बांधून टाकले. आणि आपले भाले त्यांनी त्यांच्या छातीत खुपसले.

"हे तर साक्षात सैतानच आहेत."

या सगळ्यात लक्ष्मीने त्यांच्या चेहऱ्यावर कुठलाच पश्चात्तापाचा किंवा सद्सद्विवेकबुद्धीचा भाव पाहिला नाही. हा शांबलाचा शेवट होता

हे तिला कळत होते. आता तिला कल्कीचा कमालीचा तिरस्कार वाटला की त्याने हा लढण्याचा निर्णय कसा काय घेतला? तो किती मूर्ख आहे? पण अर्थात त्याने तो निर्णय किती चांगल्यासाठी घेतला होता. *आणि एखाद्या उदात्त कारणासाठी मरणे ही घाबरटपणे जगण्यापेक्षा कितीतरी मोठी गोष्ट होती.*

एका स्फोटकामुळे जळलेल्या झाडातून टोकदार काठी तिने तोडली. लक्ष्मी तिथून बाहेर आली. तिची बोटे थंडाव्याने बधिर झाली होती. त्यामुळे ती कदाचित मरेलही पण तिला तसे करणे भाग होते. सरतेशेवटी त्यांनी तिला हुडकून काढलेच असते व तिच्या लपण्याच्या ठिकाणी तिला मारलेच असते. जिवंत राहिलेल्या राक्षसांनी तिच्याकडे पाहिले. आणि समोर नवीन 'भक्ष्य' मिळाल्याच्या विचाराने आनंदाने हसू लागले.

ते तिच्याकडे येऊ लागले. तिच्या मित्रांचे रक्त काहींच्या तोंडावर आणि हातावर पडले होते ते पुसत ते पुढे आले. लक्ष्मीने तिच्या हातातील टोकदार हत्यार घट्ट पकडले. त्याची उंचसखल टोके तिच्या हातात घुसत होती.

"या या, तुम्ही सर्वजण पुढे या." लक्ष्मीने श्वास घेतला. तिचा तो निर्णय मूर्खपणाचा होता. पण आता त्याशिवाय गत्यंतर नव्हते.

बाकीचे राक्षस मागेच होते. आता तिचे काय होतेय हे बघत असतानाच एकजण तलवार घेऊन पुढे सरसावला.

"तुझ्यासारखी सुंदर स्त्री या अशा ठिकाणी असायला नको होती." त्याचा आवाज घोगरा आणि विषयभरीत आणि खर्जातला होता. "आमच्या बरोबर चल, आपण मस्त पिऊ, खाऊ, मजा मारू काय? आम्ही अशी कुठलीही गोष्ट करणार नाही, की त्यातून तुला मजा वाटणार नाही."

तिला पकडायला तो पुढे आला. लक्ष्मी थोडी वळली व झटक्यात तिने फांदीचे टोक राक्षसाच्या छातीत खुपसले. त्यामुळे त्याला मोठी जखम झाली. तो पुढेच पडल्यामुळे रक्ताची चिळकांडी उडाली. तो त्या हल्ल्यामुळे चकित झाला. दुसऱ्या राक्षसाने गोंधळून तिच्याकडे पाहिले. रात्री आत्याने तिला फक्त पुस्तकी किडा बनवले नव्हते तर मानवी शरीरातील कमजोरी कुठे असते त्याचेही ज्ञान दिले होते. शरीरात कुठल्या जागी सगळ्यात लहान नस कुठे असते आणि तिच्यावर किती प्रमाणात प्रहार केला की, ती बंद पडते हे तिला सांगितले होते. तेवढ्यात कुठलीही दयामाया ज्यांच्या डोळ्यात दिसत नव्हती असे दोन राक्षस तिच्या

अंगावर धावून आले. यावेळी तिने टोकदार वस्तू न वापरता तिने एका हातात स्फोटके घेतली. ते दोघे पुढे येताच हवेतच उडी मारली. त्या दोघांनी गोंधळून पाहिले तेव्हाच तिने ते स्फोटक फेकले व दुसऱ्याच्या पायात ती टोकदार वस्तू खुपसली. दुसऱ्या राक्षसाने तलवार बाहेर काढली. पण लक्ष्मीने उलट कोलांटी उडी मारली व तिचा घाव वाचवला. दुसऱ्याने तिच्यावर हल्ला चढवला आणि ती काही हालचाल करणार एवढ्यात चार हातांनी तिला मागून पकडले. ती सुटण्यासाठी धडपड करू लागली आणि मागून आणखी लोक येत आहेत हे तिच्या लक्षात आले.

"त्या चिमुकलीला खेळायचं आहे. आपण तिला खेळवू या." ते हसले.

तिने स्वत:चे हातपाय झाडले. ती रडू लागली. तेव्हा तिला त्यांनी त्यांच्या डोक्याहून उंच उचलले. राक्षस पुढे सरसावले अन् ते तिच्याकडे विस्फारित नजरेने व कौतुकमिश्रित नयनांनी पाहू लागले. "वा वा छान" त्याचे जाड, तेलकट हात तिच्या उघड्या कमरेवरून फिरू लागले.

त्याच वेळी राक्षसाच्या मस्तकात एक तीक्ष्ण बाण सणसणत येऊन घुसला. काय झालं हे त्याच्या लक्षात येण्याअगोदर तो खाली कोसळला. दुसरा राक्षस व लक्ष्मीही पाहू लागले तर इंद्रगडहून कल्कीने व लक्ष्मीने जो रथ आणला होता त्यातून रोशन मित्रा येत होता. त्याच्या रथात दोन धनुर्धारी होते व ते भराभर बाणांचा वर्षाव होते.

राक्षसांनी लक्ष्मीला सोडले, ती तोंडावर खाली पडली. तिची पाठ दुखावली. तिच्या मणक्यांमधुन जीवघेणी कळ गेली. तिला क्षणभर काहीच उमगले नाही की ऐकू आले नाही. तिचे दु:ख कमी करण्यासाठी खोल श्वास घेत आकाशाकडे पाहिले. तिचे लक्ष डाव्या बाजूला गेले तेव्हा तिला रोशन मित्र बाण घेऊन रथात उभा असलेला दिसला. तो शांबलाच्या जंगलातून आला असावा. तो आदिवासी भक्ष्यावर हल्ला करायला तयार होता. तिला ज्या राक्षसाने जमिनीवर आपटले होते त्याने रथावर उडी मारली.

रोशन त्याच्यापासून बचाव करण्याचा प्रयत्न करू लागला. तो खाली पडला. रथाची चाके मोडली व ती लक्ष्मीकडे घरंगळत जाऊ लागली. ते चाक तिने पकडले. त्यातील आरा तिने तोडला व सारी शक्ती एकवटून सरळ उभी राहिली आणि त्याचा उपयोग करायचा तिने ठरवले. रथाचे तुकडे तुकडे झाले होते. तीन राक्षस जमिनीवर पडले होते. त्यांच्या चेहऱ्यावर बाण घुसले होते. त्यातील एकाने एका धनुर्धाऱ्याला ठार मारले

होते आणि आता त्याने रोशनला निशाणा केला होता तो आता जमिनीवर पडला होता.

लक्ष्मीने मार्ग काढला. ती राक्षसाकडे जात असतानाच तिने हल्ला केला. तिच्यासमोरील सर्व अंधुक होऊ लागले होते. हात पिरगळल्यासारखा वाटत होता. तिने डोळे उघडले. तिला दिसले की, राक्षसाच्या हातात एक दंडुका होता. लक्ष्मी जमिनीवर पडली. ती धापा टाकीत होती आणि राक्षस मरून पडला होता.

रोशन घाईने तिच्याकडे आला आणि त्याने तिला शांत करण्याचे ठरवले. कारण लक्ष्मी समोरचे दृश्य बघून पांढरीफटक पडली होती. लक्ष्मी उठून उभी राहिली. ती धडपडत होती पण तिला काही ऐकू येत नव्हते. ते हरले होते. पण तिने बघितले तर राक्षसांचे सैन्य गुहांकडे जात होते.

तुटलेला रथ, मेलेले राक्षस आणि गावकऱ्यांचे अगणित मृतदेह यांनी एकेकाळची शांबलाची पवित्र भूमी भरून गेली होती.

बधिर झालेल्या रोशनला लक्ष्मी म्हणाली, "आपण गावात जाऊ या आणि आणखी घरांचा धांडोळा घेऊ या."

"पण सोमा गुहांचे काय?"

"आपण घरांची पाहणी केल्याशिवाय तिकडे जाऊ शकत नाही."

"पण ते येताहेत." रोशनने लक्ष्मीच्या डोक्यावर सर्व संपले आहे या अर्थी थोपटले.

लक्ष्मीने मागे वळून बघितले. तिथे अनेक राक्षस झोपड्यांकडे जाण्याचा प्रयत्न करत होते. लक्ष्मी तिच्या मित्राबरोबर जात होती. ते खालच्या बाजूला गेले. तिथे उतार होता आणि तिथे आणखी झोपड्याही होत्या.

त्यांच्याभोवती एवढा अंधार असेल अशी कल्पना लक्ष्मीला नव्हती. रोशन जवळच्याच झोपडीत गेला त्यामुळे त्याच्या पायांना विश्रांती मिळाली. त्या घरात शांबलातील एक कुटुंब लपून राहत होते आणि विश्रांती घेत होते. लक्ष्मीने लागलेल्या तहानेकडे दुर्लक्ष केले आणि तिने रोशनचा पाय मोकळा केला. त्या पायावर खूप सूज आली होती.

"ओह नको, नको," रोशनला जोरात कळ आली आणि त्याने मान मागे टाकली. "ही एक प्रकारची आत्महत्याच होती हे मला माहीत होते. हा आत्मघातच होता. माझ्या आईने मला बजावले होते ते बरोबर होते..."

लक्ष्मीनं त्याच्या थोबाडीत एक चपराक मारली. "गप्प बस, एकदम

गप्प बस." तिच्या अंगात दुसऱ्याला थोबाडीत मारण्याइतके धैर्य असेल यावर तिचा विश्वास बसत नव्हता. पण आता तिने ते अगदी सहजगत्या केले होते. ती बेफाम झाली होती. दु:खीही झाली होती आणि तिच्या धमन्यातून वाहणाऱ्या रक्तामुळे तिला गरगरत होते. तिने आपल्या दुपट्टयाचा एक धांदोटा फाडला आणि आपल्या जखमेवर बांधला. "आपण असे हे रक्त..."

मग तिला रडण्याचा आवाज ऐकू आला. तो आवाज झोपडीमधून येत होता. मागच्या वेळेप्रमाणेच तिने खिडकीतून डोकावून पाहिले. राक्षस आत जाण्याची धडपड करत होते. ते फक्त तिघेजण होते. पण ते दहा गावकऱ्यांच्यासाठी पुरेसे होते. लक्ष्मी आणि रोशन जखमी असल्यामुळे त्यांचा सामना करण्याच्या परिस्थितीत नव्हते. त्या दोघांकडेही शस्त्रेपण नव्हती.

"इथेच थांब."

लक्ष्मी दुसऱ्या एका झोपडीत काहीतरी सापडेल या आशेने हुडकू लागली. तिने दिवाणखान्यात पाहिले, काही भांडी तपासली. तिथे तिला जळती भट्टी व स्वयंपाकघरात एक चाकू मिळाला.

तेवढ्यात तिने धब्ब असा आवाज ऐकला.

"नाही."

लक्ष्मी रोशन ज्या खोलीत होता तिथे गेली. तिथे तिने पुन्हा धब्ब आवाज ऐकला. तो आवाज कदाचित स्वयंपाकघरातून येत होता. ती खाली वाकली व तिने कापड दूर केले. तिने तिथे काही सळया भोकावर लावलेल्या व त्या खोल जमिनीत गेलेल्या पाहिल्या. तिने डोकावले. त्या सळया बाजूला करून बघितल्या तर तिथे अंधारात तिला दोघेजण दिसले.

"ते लपून बसले होते."

ते कोण होते हे तिला समजले नव्हते म्हणून त्यांच्याशी संवाद साधण्याचे तिने ठरवले. "माझे नाव लक्ष्मी आहे. मी शांबलामधीलच आहे. कृपया उत्तर द्या."

कोणीच प्रतिसाद दिला नाही.

"तुम्ही घाबरण्याचे कारण नाही. आपल्याला एकत्र राहून इथून बाहेर पडायचे आहे. तुम्ही जर इथेच राहिलात तर तुम्हाला जिवाची मोठी किंमत द्यावी लागेल."

तिने काहीतरी आवाज ऐकला. तो अत्यंत अस्पष्ट होता. "हॅलो?"

"गप्प बस." हे नंतर ऐकू आले.

तिथे दोघेजण होते हे लक्ष्मीला समजले होते.

"तुम्हाला काळजी करण्याचे कारण नाही. इकडे वर या." तिने त्यांना हात दिला.

"सगळे काही ठीक होईल. मी वचन देते."

तिने थोडी वाट बघितली. तिने तो विचार सोडला. तेवढ्यात एका हाताने तिचा हात धरला. घट्ट धरून तिने एकापाठोपाठ एक दोघांना वर घेतले. ती आई व मुलगी होती. त्या दोघीही चिखलातल्या पाण्यात भिजल्या होत्या. अशा पद्धतीची तळघरे सर्वसाधारण प्रत्येक घरातच असतात. ती घरातील सांडपाणी निर्मूलन व्यवस्था होती.

"तुझे नाव काय आहे?" लक्ष्मीने घाबरलेल्या स्त्रीला विचारले.

"आरती." ती स्त्री म्हणाली, "आणि ही पिया."

"हॅलो, पिया!" लक्ष्मीला त्या मुलीकडे पाहून हसताना कष्ट होत होते. ती मुलगी चारेक वर्षाची असावी. तिच्या डोक्यावरचे कुरळे केस नीट बांधलेले होते. "तुम्ही इथे कशासाठी लपून बसला होता?"

आरतीने तिच्याकडे थोड्या संशयाने पाहिले. तिच्या मनात कदाचित आले असावे की ही पण आपल्यासारखीच शांबलातील जिवंत राहिलेली एखादी महिला असावी.

"बोल ना, बाई..."

"मी...मी...घाबरले होते."

"इतर लोकांबरोबर तू इंद्रवनात का गेली नाहीस?"

"मला माझ्या नवऱ्याने...अं...बजावले होते की तू घर सोडून कुठेही जाऊ नकोस."

"तो आता कुठाय मग?" लक्ष्मीने मान हलवली. तो एव्हाना मरून पण गेला असेल. हा विचार मनात येताच तिला हा प्रश्न विचारल्याबद्दल भयंकर अपराध्यासारखे वाटू लागले. सर्वसाधारणपणे तिचे मन चटकन परिस्थिती ओळखायचे पण आता ते सरळपणे विचारच करू शकत नव्हते. तिला वाटले आपण शांत राहून, विचार करून मग योग्य तसे वागायला हवे होते. तिच्या आयुष्यात ती नेहमीच सर्वच बाबतीत तसे वागत असे.

"मला...मला माहीत नाहीय. तो परतलेलाच नाहीये."

तिला वाटले तसेच झाले असावे.

लक्ष्मीला त्या स्त्रीबद्दल खूप वाईट वाटले. तिने खूप सोसले असावे. त्या लहानशा तळघरात आपल्या मुलीबरोबर तिने दिवस काढले असणार.

"तुझ्या झोपडीत काही औषधी जडीबुटी, वनस्पती आहेत का? मला सांग बरं."

ती स्त्री गोंधळात पडली. तिचे नेत्र विस्फारले.

"माझ्या मित्रासाठी! ते बाहेरच आहेतो."

"किती जण आहेत?" आरतीची मती गुंग झाली. "बाहेर किती जण जिवंत राहिलेत?"

तिच्या दृष्टीकडे नजर गेल्यावर लक्ष्मीला योग्य उत्तर देणे अवघड झाले. या बाजूला खूपच कमी जण होते. कदाचित इंद्रवनकडे जाणाऱ्या मार्गावर जास्त जण असू शकतील.

"त्याची तू अजिबात काळजी करू नकोस. पूर्णपणे निर्धास्त राहा. आपण सुरक्षितपणे वाचू, मला खात्री आहे."

"ते लोक बाहेरच आहेत का? मला कधीकधी त्यांचा आवाज ऐकू यायचा. त्यांचा आवाज खूप घोगरा आहे..." ती चाचरत होती. तोंडातल्या तोंडात बोलत होती. पिया तर रडायलाच लागली. लक्ष्मीने मुलीला थोपटले व आईला ठामपणे सांगितले की, "तू अशी भाषा व बोलणे बंद कर. त्यामुळे ही मुलगी घाबरतेय."

"त्या जागी असे अडकून राहताना मनाची काय हालत होते याची तू कल्पनाच करू शकणार नाहीस."

पण ती बोलायची थांबली. तिने मान्यही केले आणि तिला खूप भयंकर वाटले.

आरतीने तिला ती गोळा करत असलेल्या औषधी वनस्पती दाखवल्या. त्या खूपच होत्या. तिने त्या तळघराजवळ ठेवल्या होत्या. तिने त्यांचा वास घेतला. कल्कीच्या जखमा साफ करताना लक्ष्मीला जो वास आला होता तसाच वास यांनाही येत होता. लक्ष्मीसुद्धा प्रथमोपचार करताना स्वत:च्या ज्ञानावर विश्वास ठेवत असे. वैद्याची मदत क्वचितच घेत असे.

"तिथे तुझ्याकडे काही शस्त्रे होती का?" लक्ष्मीने विचारले.

"शस्त्रे? ओह नाही, नाही. आम्ही फक्त साधे कोळी आहोत..."

घराच्या प्रवेशद्वारापाशी काहीतरी गोंधळ गडबड ऐकू येत होती. तिने मान वळवली. लक्ष्मीच्या लक्षात आले की, काहीतरी घोटाळा आहे. तीने तिकडे जाऊ लागली तेव्हा त्तिने आतमध्ये दोन राक्षसांना पाहिले. ते झोपडीत काहीतरी शोधत होते. तिचे लक्ष एकदम रोशन मित्र पडला

होता तिकडे गेले. त्याच्या डोक्यात लहान कुऱ्हाड घुसलेली होती आणि तो निर्जीव नजरेने लक्ष्मीकडे पाहत होता.

भीतीने लक्ष्मीचा श्वास कोंडला व ती आरतीकडे पाहू लागली.

"मला माफ कर." लक्ष्मीच्या डोळ्यांतून अश्रु बरसू लागले.

"तू पुन्हा तिथेच जाऊन लप." लक्ष्मी हळुवारपणे म्हणाली.

आरती व पिया पुन्हा खाली गेल्या. लक्ष्मीला ते सारे खूपच विचित्र वाटले. त्यांना वर बोलावून आणणे हे मूर्खपणाचे होते. आपण राक्षसांना गुंगारा देऊ शकू असे तिला वाटले होते. पण तो विचार तद्दन मूर्खपणाचा होता. त्या दोघी खाली गेल्या. लक्ष्मीने त्या भोकावर सतरंजी टाकली. पण राक्षसांनी त्यांच्या हालचालीचा आवाज ऐकला असावा, त्यामुळे ते खोलीत शिरले.

लक्ष्मीने डोळे मिटून घेतले आणि ती देवीचा धावा करू लागली. तिने डोळे उघडल्यावर वळून बघितले. त्या राक्षसांच्या हातात दुधारी तलवारी होत्या. ते तिच्याकडे भावनाहीनतेने नजर लावून होते. उसासे टाकत होते व जोराने श्वास घेत होते. ते आता पुढे आले. त्यांच्या काही लक्षात येऊ नये म्हणून लक्ष्मी हेतु पुरस्सर सतरंजीवरच उभी होती.

नाही.

"तो आवाज कसला होता?" राक्षसाने कर्कश आवाजात विचारले.

लक्ष्मीने प्रतिसाद दिला नाही.

"कुणालाही ठार करायचे नाही असा आदेश आपल्याला देण्यात आला आहे." एका राक्षसाने दुसऱ्याला सांगितले

"आपल्या सहकाऱ्याच्चा शिरच्छेद करणारी हीच होती ना?" दुसरा म्हणाला. "मरणाची हीच खरी गम्मत आहे की कोण कधी मेलाय हे कधीच समजत नाही."

लक्ष्मीने चाकूचा उपयोग करायचा ठरवले. तिने हवेत उडी मारली, तेवढ्यात राक्षसाने तो वार चुकवला. तिचे मनगट धरले व तिला भिंतीवर फेकून दिले. ती जमिनीवर पडताच तिच्यावर धूळ उडाली व आदळली व तिला उलटी आली. राक्षसाने सतरंजी उचलली आणि त्याखाली असलेल्या सळ्यांचे दार उघडले. तिथे आरती व पिया लपल्या होत्या. ते खाली पाहू लागले.

"वा, छान." राक्षस खाकरला. "तुझ्या मित्रांचे संरक्षण करतीयस का? हं!"

लक्ष्मी काहीच बोलली नाही. दुसऱ्या राक्षसाने तिला धरले व भिंतीवर आपटले. या वेळी त्याच्या जाडजूड मनगटांच्या पकडीला तिने रोखून धरले. त्याला ढकलून द्यायचा तिने प्रयत्न केला. तळघरा जवळ असलेल्या राक्षसाने पट्ट्याला लावलेला एक दगड काढला. "तुझ्या दोस्ताची कृपा."

कृपाने बनवलेला तो स्फोटकाचा गोळा होता.

राक्षसाने तो खाली फेकला लक्ष्मी जोरात किंचाळली तिची छाती भाजून निघाली. भयानक राक्षसी कृत्याते तिला बघावं लागलं त्यात तिचे मन गुंगून गेले. त्या स्फोटकाचा तळघरात स्फोट झाला. त्यातील सगळ्यात भयानक बाब ही होती की तिला खालून ओरडण्याचा, रडण्याचा कसलाच आवाज ऐकू आला नाही.

"परमेश्वरा नको!"

लक्ष्मीला एवढा मोठा धक्का आयुष्यात कधीच बसला नव्हता. तिला स्वतःलाच भयंकर अपराध केल्यासारखे वाटत होते.

"आता आपण तुझे काय करू या?"

"थोडीशी मौजमजा करू या!" दुसरा म्हणाला.

"हं!" पहिला हसून म्हणाला, "तिला बाहेर घेऊन या."

लक्ष्मीचे पाय गळाठले. आता तिच्या बरोबर कसे वर्तन केलं जाईल याचा ती विचारसुद्धा करू शकत नव्हती.

48

शुको काहीतरी करेल या अपेक्षेने कल्की वाट पाहत होता पण तो नुसता इकडून तिकडे राक्षसांच्या वरून फडफडत हिंडत होता. पण तो बरोब्बर रखवालदारांची नजर चुकवत होता. मग मात्र कल्कीला हसू आल्याखेरीज राहिले नाही.

काहीतरी कर रे. चल लवकर.

तेवढ्यात शुको पिंजऱ्याच्या कठड्यापाशी पोचला आणि ओरडू लागला. रखवालदाराने ते पाहिले व त्याचे पटकन पाय पकडले. त्यात तो यशस्वी झाला. शुकोने सुटण्याचा प्रयत्न केला पण तो अयशस्वी ठरला. कल्की घाबरला, तो अस्वस्थ झाला आणि त्याने रक्षकाचे लक्ष वेधून घेण्यासाठी त्याला शिवीगाळ करायला सुरुवात केली.

"एक घाणेरड्या ओंगळ प्राण्या, तुझ्यापेक्षा गायीच्या शेणाच्या गोवरीचा वास चांगला येतो."

ज्या राक्षसाने शुकोला पकडले होते तो दुसऱ्याकडे अविश्वासाने पाहू लागला. खरंतर कल्कीचा स्वतःचाच विश्वास बसत नव्हता की तो असे बोलू शकतो. त्याचवेळी राक्षसाने त्याचा हात अनवधनाने हलवला कारण शुकोने त्यावर घाण केली होती त्यामुळे शुको उडाला.

"तू त्याला सोडून का दिलेस?" दुसरा राक्षस किंचाळला.

"तो माझ्या हातावर शिटला." राक्षसाने हातावरची घाण अंगाला पुसली. "अरे देवा, पोपट शिटला. एक तर माझा आजचा दिवस आधीच वाईट गेलाय त्यात..."

"बेकार?" कल्कीने सुचविले.

"हो, हो, बेकार." राक्षस म्हणाला.

पहिल्याने त्याला टोकले, "तू त्या कैद्याशी सहमत होऊ नकोस. त्याच्याशी बोलायचे नाही असे मुख्याने सांगितलेय"

"मी बोलत नाहीय मी फक्त मान्यता दिली."

"पण ते तू तोंडाने बोलून केलेस ना. मला तुझी तक्रार मुख्याकडे करायला हवी."

कल्कीने घसा साफ केला व मध्येच म्हणाला, "तुला एवढा चुगलखोर व्हायचे कारण नाही कळलं?"

"बरोबर." दुसरा म्हणाला. "तो नेहमीच असे करतो. तो कुठलिही एक गोष्ट साधी, सरळ करू शकत नाही. मला नेहमीच अशा धमक्यांना सामोरे जावे लागते. त्या शिवाय दिवस जात नाही."

कल्कीला ते सगळे गम्मतशीर वाटत होते. त्यांचे लक्ष विचलित करायला त्याला आवडत होते. पण त्याची नजर त्या रक्षकाच्या पट्ट्याला लागलेल्या किल्लीवर खिळून होती. त्याने हलकेच शिटी वाजवून शुकोला इशारा केला

"तू काय करतो आहेस?"

कल्की थांबला, "काय?"

"तो आवाज कसला होता?" दुसरा जो जास्त कडक होता तो म्हणाला. पहिल्याने खांदे उडवले.

"तू असे करणे थांबवशील का?"

"हो. तू पण." कल्कीने कडक रक्षकाच्या विरुद्ध बोलून घेतले.

"तो कुणाला तरी इशारा करत आहे." दुसरा ओरडला.

"कोण इशारा करतोय?" पहिल्याने सगळीकडे पाहिले.

"इथे कोणीही नाहीये. इथे सारी आपलीच माणसे आहेत. म्हणून काळजी करणे सोडून दे. हो हो तूच!" त्याने दुसऱ्याच्या छातीवर चापटी मारली.

"तुला माहितीये याने लागतं." दुसऱ्याने छाती चोळली.

"आणि प्रत्यक्षात तूही कैद्याशी बोलत होतास. मी तुझीही तक्रार करेन."

"मी चौकशी केली म्हणून तू तक्रार करू शकत नाहीस."

"पण चौकशी करणे म्हणजे बोलणे नाही का?"

"ते...ते..." दुसऱ्याला परिस्थितीची जाणीव झाली. आर्ततेने त्याने कैद्याकडे पाहिले.

"आता तूच सांग? माझी विचारणा काही बोलणे होऊ शकते कां?"

कल्कीने खांदे उडवले. "तुझ्या विचारण्यात आवाजाचे माध्यम होते त्यामुळे तू नक्कीच माझ्याशी बोलत होतास."

"हा हा." पहिला गर्वाने म्हणाला. "बघितलंस, गप्प रहा!"

दुसऱ्याने कपाळाला आठ्या पातल्या.

हे सगळे अगदी ओघाओघाने घडले आणि आता त्याचे डोळे फक्त किल्लीवर नजर ठेवून होते. तो थोडा जवळ आला असता कल्कीला किल्ली हातातच मिळाली होती. त्या दोन राक्षसांच्या मध्ये न पडण्याचे ठरवतच होता तेवढ्यात शुकोने खाली झेप घेतली आणि त्याच्या लहान नखांनी त्याने पहिल्या राक्षसाला खरचटले. राक्षसाने पक्ष्याकडे झेप घेतली पण ती हुकली.

"आपण या पक्ष्यांचे काय वाईट केले आहे?" तो कण्हत म्हणाला. त्याने हातावरचे रक्त पुसले.

"त्यांना तुझा तिरस्कार वाटतो." दुसरा हसून व चेष्टेने म्हणाला. पहिल्याने तोंड पुसले.

कल्कीने पुन्हा हळुवारपणे शिटी वाजवली. शुको पुढे आला व त्याने दुसऱ्या राक्षसाच्या तोंडावर खरचटले आणि तो उडून गेला.

"मी त्या पोपटाला ठारच मारतो." दुसऱ्याने कण्हत म्हटले. "मला माझे धनुष्यबाण घेऊ दे."

शुको हळूच किल्लीच्या दिशेने जाताना कल्कीने पाहिले. त्याचवेळी कुठून कुणास ठाऊक एक महाकाय माणूस हातात गदा घेऊन प्रकटला. बाला! मग दुसऱ्या बाजूने कृपा आणि अर्जनही प्रकटले. त्या दोन राक्षसांनी आश्चर्यचकित होऊन त्यांच्याकडे पाहिले.

"घुसखोर!" पहिला किंचाळला.

तो पुन्हा किंचाळायच्या आतच बालाने त्याला पकडले. व त्याची मान मुरगाळली. अर्जनने दुसऱ्याच्या छातीत बाण मारला. तो हेलपाटला व पिंजऱ्याच्याजवळच पडला.

"परमेश्वरा, आभार. तुम्ही येथे पोचलात तर." कल्कीने सुटकेचा नि:श्वास सोडला. तेवढ्यात इतर राक्षस त्यांच्याभोवती येऊ लागलेले त्याने पाहिले. ते पाचजण होते व त्यांच्या हातात लांब भाले होते.

बाला व अर्जन मरून चालणार नाही.

ते हल्ल्याची तयारी करत असतानाच कृपाने त्याची तलवार वापरली

तसेच खाली वाकून व बाजूला होऊन त्यांचा हल्ला चुकवला. तो जरी दारुड्या असल्याचे भासवत असला तरी त्याच्याकडे चाणक्याची हुशारी होती. तो तलवारही फार छान चालवत असे त्यामुळे उलटी उडी मारून तो जमिनीवर आला व त्याने राक्षसाचे अवयव कापून काढले.

दुसरीकडे बाला जास्त रगेल होता. त्याने कुंभकडून पराजय स्वीकारला होता, तरी इथे मात्र ते राक्षस म्हणजे लाकडी पुतळे असल्याप्रमाणे तो त्यांच्याशी लढला होता. एका मागोमाग एक अशा पद्धतीने त्याने एकाचा गळा दाबला व दुसऱ्याला गदेने यमसदनाला पाठवले. पण तेवढ्यात एक भाला त्याच्या पाठीत घुसला. तो चिडून किंचाळला त्याने तो भाला उपसून काढला व त्या राक्षसाच्या डोळ्यात खुपसला. अर्जन फारशा तयारीत नव्हता. फक्त हल्ल्याचा प्रतिकार करत होता. हल्ल्यांचा बिमोड करताना पुन्हा पुन्हा राक्षसांच्या संतापाला त्याला तोंड द्यावे लागत होते.

त्यांच्यावर हल्ला करणाऱ्या राक्षसांची संख्या वाढत होती आणि आपल्या मित्रांचे प्राण वाचवायला हवेत हे त्याला कळत होते. त्याने त्या राक्षसाच्या प्रेताला त्याच्याकडे ओढण्याचा प्रयत्न केला, त्याच्या पट्ट्याला धरण्याचा यत्नही केला. पण ती किल्ली त्याच्या हाती येत नव्हती. तेवढ्यात त्याला समोर दोन पाय दिसले कल्कीने वर पाहिले आणि त्याच्या नजरेला दुसरा राक्षस पडला. त्याने कल्कीच्या हातावर पाय ठेवला पण त्याने त्याचा घोटा पकडला. तो इतका घट्ट पकडला होता की त्याची बोटे राक्षसाच्या कातडीत खुपसली गेली आणि तो दुःखाने ओरडू लागला. त्याचे हात रक्ताने माखले. आणि राक्षस जिवाच्या आकांताने ओरडला. शुकोने राक्षसाला टोचे मारायला सुरुवात केली. शेवटी तो कोसळला तेव्हाच कृपाने त्याची तलवार राक्षसाच्या डोक्यात खुपसली.

कृपाने कल्कीकडे पाहून डोळे मिचकावले. त्याच्या वयाच्या मानाने त्याच्या प्रतिक्षिप्त क्रिया खूपच चपळ व चतुराईच्या होत्या. शुको ओरडत खाली आला. त्याने किल्ल्या काढल्या व कल्कीला दिल्या. कल्कीने त्याला थोपटले व तो कुलपाकडे गेला आणि त्याने ते उघडले. तो बाहेर आला. पोपट हळूच उडत त्याच्या खांद्यावर बसला. तेव्हा त्याने पिंजरा मागे सोडला होता. तो पूर्णपणे पिंजऱ्याबाहेर आला होता. निसर्गानेही सुटकेसाठी त्याचे अभिनंदन करायचे ठरवले होते असे जाणवत होते. कारण सूर्यही ढगातून बाहेर आला आणि छानसे वारेही सुटले. कल्की अर्जनकडे गेला

तो तलवारीचे वार हुकवत होता. त्याने पुन्हा तलवारीचा वार केला पण तो मध्येच थांबला कारण कल्कीने त्या राक्षसाच्या पाठीवर उडी घेतली होती. राक्षसाने गोंधळून मागे पाहिले. कल्कीने राक्षसाला तलवार खाली पाडणे भाग पाडले व एक जोरात ठोसा लगावला आणि तो खाली कोसळला.

त्याने भावाला उचलले व त्याला मिठी मारली. अर्जनचे लहान हात त्याच्या भोवती होते. "मला तुझी खूप आठवण येत होती."

"मला माफ कर." कल्कीने मान डोलवली.

या एवढ्या राक्षसांना ठार मारणे अशक्यच होते पण त्यांना आपण प्रयत्न करणे आवश्यक वाटत होते. कल्कीने त्याची तलवार उपसली, अगदीच अकार्यक्षम पद्धतीने त्याने ती फिरवली असमतोलपणामुळे ती खाली आली व राक्षसाच्या पायावर पडून त्याचे पायाचे बोट तुटले. दु:खावेगाने तो कल्कीच्या मागे लागला, त्याला कल्कीने हुकवले. आता तो अर्जनवर चाल करून गेला. अर्जनने त्याच्यावर बाण फेकला. राक्षसाने कल्कीला मागून पकडले आणि त्याला जमिनीवर आदळले. कल्की शुद्धीवर आला तेव्हा त्याचे पोट तीव्रपणे दुखत होते आणि त्याचा पाठीचा कणा असह्यपणे दुखत होता. दोन मोठ्या हातांनी त्याला उचलले पण कल्कीने त्याच्या पोटात लाथ घातली. राक्षस मागे झाला. कल्की हत्यारासाठी शोध घेत होता. शेवटी त्याला जमिनीवर पडलेला एक भाला दिसला. त्याने तो उचलला व समोरून हल्ला करण्यासाठी येणाऱ्या राक्षसाच्या मानेत खोलवर खुपसला.

बालाने स्वत:वर ताबा मिळवला होता. त्याच्या एका हातात एक राक्षस होता दुसऱ्या हातात गदा. त्याने ती गदा राक्षसाच्या डोक्यावर मारायला सुरुवात केली व त्याचे तुकडे झाल्यावरच थांबला. अर्जनचे बाण संपले होते पण त्याला एक कुऱ्हाड मिळाली. ती त्याने ज्या राक्षसाने त्याला धरले होते त्याच्यावर निर्घृणपणे चालवली.

कल्की आपल्या भावाला वाचवायला पुढे झाला. त्याने राक्षसाची कंबर मागून पकडली. त्याची सर्व शक्ती लावून त्याने त्या आदिवासीला उचलले आणि पाठीवर आपटले. राक्षस ताबडतोब संपला. कृपा दोघांशी एकाचवेळी लढत होता. दोघांनी त्याच्यावर हल्ला केला पण त्याने अचूकपणे दोघांनाही गुंगारा दिला व त्या गडबडीत ते दोघे एकमेकांच्या तलवारीला बळी पडले.

कल्कीचे गुडघे दुखावले होते पण तो उभा राहिला. त्याला जाणवले

की आपण जरुरीपेक्षा जास्त कष्ट करत आहोत. म्हणून त्याने विश्रांती घ्यायची ठरवले. पण त्याला काळजी करायचे कारण राहिले नव्हते. कृपाने राक्षसांना मृत्यूची गाठ घालून दिली होती. नेहमी सारखेच न चुकता त्याने त्यांच्या डोक्यात तलवार खुपसली होती.

अर्जन जखमी झाला होता. अर्जनसारखा मुलगा एवढ्या मोठ्या युद्धाच्या गराड्यात सापडलाय आणि थोड्याफार चुका त्याच्याकडून झाल्याही असतील तरीही त्याने एकूण चांगले काम केल्याबद्दल कल्कीला नवलच वाटत होते. इतर योद्धे जे जे काही करण्यासाठी झगडत होते ते चांगल्या प्रकारे अर्जनने करून दाखवले होते.

जिवंत राहा.

कल्की बालाजवळ गेला आणि त्याला शक्य होती तेवढी घट्ट मिठी मारली. बालाही जखमी होता. इतर कुणाला झाल्या नसतील एवढ्या खोलवर जखमा त्याच्या होत्या आणि तरीही आपल्याला फार काही झालेले नाही अशा आविर्भावाने तो म्हणाला, "भावा, मला माफ कर. मी जरा जास्तच आत्मविश्वासाने सगळे केले."

"नाही नाही. ते सर्व ठीकच होते. आपण दोघेही तितकेच जबाबदार आहोत."

"तू हे सर्व कसे काय केलेस?" बालाने विचारले.

कल्कीने ओठ चावले. ते सर्व पुन्हा कधीतरी सांगता आले असते. तेवढ्यात कृपा आपल्या हातात तलवार घेऊन आला. त्याला बघून कल्कीला आनंद झाला. "मित्रा, मी हे शस्त्र बऱ्याच दिवसात वापरलेले नाही. त्यामुळे जरा वेगळे वाटतेय. अशा वेगवेगळ्या तलवारी ज्यांच्याकडे आहेत असे कुटुंब मला माहीत आहे. मी त्याच घराण्यातला आहे...काही प्रमाणात असं म्हणता येईल."

"आता आपण पुढे काय करायचे?" अर्जनही पुढे आला. आता त्यांनी एक वर्तुळच तयार केले.

"आपण इथे फार काळ थांबू शकणार नाही कारण ते येतच असतील. कदाचित ते सर्वजण गुहेकडे गेले असतील." कृपाने स्पष्ट केले.

"आता मला तरी गेलंच पाहिजे." कल्कीला स्वतःचे प्रथम कर्तव्य आठवले. ते म्हणजे गावकऱ्यांचे रक्षण कुठल्याही परिस्थितीत करणे.

लक्ष्मी तू जिवंत असशील असे मला वाटतंय.

शुकोला खांद्यावर घेऊन कल्की जवळच उभ्या असलेल्या घोड्याजवळ

गेला. त्याने लगाम खेचले व त्या घोड्यावर खोगीर चढवू लागला. कृपाने घसा खाकरला.

"वा. तुला तिकडे जाऊन गावकऱ्यांचे व गावाचे संरक्षण करायचे आहे हे ऐकून छान वाटले, पण आम्हालाही निघायला हवे."

कल्की वळला व गोंधळलाही. "कुठे जायचेय?" त्याने त्याच्याकडे त अर्जनकडे पाहिले. ते आता पेचात पडल्याप्रमाणे खाली बघू लागले.

"ते तुला माहिती आहे."

"मी *आता* जाऊ शकत नाही." कल्कीने दात चावत म्हटले.

"म्हणजे तुला असं वाटतंय का की आम्ही इथे उगाचच आलो?"

कृपाने गुरकावत म्हटले. "तू आता जा. तुला ते समजायचं नाही..."

कल्कीने हात झाडत म्हटले, "मला काही फरक पडत नाही. अजिबात नाही. मला समजू दे नाहीतर न समजू दे." तो गेला त्याने खोगीर घेतले घोड्याच्या पाठीवर करकचून बांधले आणि लगाम घेऊन तो त्यावर स्वार झाला. "पण मला एक समजतं की तुम्हालाच एक गोष्ट अजिबात कळत नाहीये. ते सर्वजण खरीखुरी, जिवंत माणसे आहेत आणि मी सध्याच्या काळातला रक्षणकर्ता आहे असं तुम्हीच म्हणताय. मग मला सांगा, की मी जर माझे गाव वाचवू शकलो नाही तर साऱ्या देशाचे रक्षण कसे काय करणार आहे?" त्याने अर्जन आणि बालाच्या लाजेने चूर झालेल्या चेहऱ्याकडे पाहिले. "मी परत येईन. तुम्ही आता जा आणि जंगलात लपून बसा."

"आम्ही नुसते लपून बसणार नाही." अर्जन अविचाराने म्हणाला.

कल्कीने घोडा फिरवला. ते काय म्हणत होते हे त्याच्या लक्षात आले, "ठीक आहे तर मग तुम्ही इन्द्रवनकडे जा. त्यांना त्यांच्या योजनेपासून परावृत्त करा."

"तू कुठे चालला आहेस?"

"मी गावात तपास करतो आणि मग तुम्हाला येऊन भेटतो." आणि लक्ष्मी अजून तिथेच आहे का नाही याचाही शोध घेतो.

कृपा पुढे आला व त्याने घोड्याला शांत केले. त्याने कल्कीकडे बारकाईने पाहिले. त्याचा आवाज उदासवाणा वाटत होता. "तुम्ही अधर्माचा उदय होणं थांबवू शकत नाही. मी तेव्हा त्या गुहा बंद करण्याचा प्रयत्न करून पाहिला पण आज काय झाले ते तुम्ही पाहताच आहात. तेव्हा तुमचा जन्मही व्हायचा होता. आणि तोही..."

कल्कीने ऐकले नाही. कृपाला काय म्हणायचे आहे याची त्याने काळजीही केली नाही त्याने लगाम खेचला. घोडा पळू लागला. त्याच्या तोंडावर चाबकाचा फटका मारला, त्याचे शरीर पुढे सरकले. आणि त्याच्या डोळ्यासमोर आपल्याला कुठे जायचेय ते स्थान दिसू लागले.

तो येत होता.

49

दुरुक्ती तिच्या घोड्यावर होती. राक्षसांच्या सैन्याच्या मागून ती जात होती. काहीजण चालत होते तर काही घोड्यावर होते. प्रमुख मर्तंजा काळ्या घोड्यावर होता. सिमरन दुसऱ्या बाजूला होती तिने तिचा घोडा जरा अशक्तच निवडला होता. पण तिच्यासाठी तो योग्यच होता. ती नेहमीपेक्षा जास्त आनंदी वाटत होती.

"शांबलाला पाहून आनंद वाटण्यासारखे तिथे काय आहे?" दुरुक्तीने पुढाकार घेत विचारले.

सिमरनने हसू आवरले. "नाही नाही. दुरुक्तीजी तसं काहीच नाही!"

"नाही?" दुरुक्तीने आश्चर्य दाखविले. ती नक्कीच खोटे बोलत होती. कारण शांबलाचे प्रथम दर्शन सुंदरच होते हे कोणीही सांगितले असते. दुरुक्तीने खूप प्रवास केला होता पण तिने इथल्यासारखे सुंदर दृश्य कुठेच पाहिले नव्हते. तिथले तलाव स्वच्छ, नितळ होते व फुलेही सुंदर उमलून आली होती. तिथे आता जरी रक्ताचे पाट वाहिले होते तरीही ते सुंदरच दिसत होते. नकली वाटावी इतकी जंगलातील झाडेझुडपे हिरवीगार होती. घनदाट होती. आणि याच्या अगदी उलट दुसरीकडचे दृश्य होते. सगळीकडे माणसांची प्रेते विखुरली होती. काही कुजायला लागली होती तर काही अजून ताजी दिसत होती. दुरुक्तीच्या कडक आज्ञेनंतरही हा नाश व जिवांचा ऱ्हास झालेला दिसत होता.

ती सोमगुहांच्या जवळ पोचली होती, त्यालाच इन्द्रवन म्हणत असत. दुरुक्तीने भगवान इन्द्राबद्दल खूप वाचले होते. बऱ्याच पुस्तकातून ज्याला भ्यावे किंवा ज्याची पूजा करावी असा तो देव नाही असे वर्णन होते. तर दानव म्हणजे त्यांचेच दुसरे रूप, त्यांनी निवडलेल्या इलावर्तीचा

सूड उगवणारा वेडसर माणूस होता असे ही म्हटले जायचे. ते दोघेही एकाच पूर्वजांचे भांडखोर वंशज होते असेही तिने वाचले होते. एक म्हणजे दानव, ते अक्षरश: राक्षस होते. त्यांचा वंश नष्ट झालेला आहे किंवा ते कुठेतरी लपून बसले असावेत कारण अनेक वर्षात कोणीही त्यांना बघितले नव्हते. त्यांची उंची नऊ फूट असून त्यांचा एक हात दरवाजाच्या आकाराहून मोठा आहे अशी वदंता होती. त्यांचे चुलत घराणे होते 'सुर' ते इन्द्रासारखे होते. दानव हे निरुपयोगी, ओंगळ, मिश्रजातीय, आणि कुप्रसिद्ध होते असे 'सुर' लोक समजत. इन्द्र आणि त्याचे भाऊ यांनी त्यांच्या जवळच्या नातेवाइकांना ठार मारले होते तर इतरांना कुठल्यातरी जडीबुटीच्या साहाय्याने कायमचे झोपवले होते. पण ती कायमची झोप म्हणजे विषप्रयोग होता हे दुरुक्ती जाणून होती.

अर्थात या सगळ्या गावगप्पा किंवा दंतकथाच होत्या. पुराणकथा ही गंमतच होती. काय खरे आणि काय खोटे यावर अनेक वाद होत असत जरी त्यांचे खरे उत्तर काय हे कोणालाही माहीत नव्हते तरी. तो सारा इतिहास कुणी पाहिला होता? तो न बघतासुद्धा जेत्यांना हवा असेल तसा बळवला जात होता.

ऑर्चीडची फुले मलूल झाली होती. क्षितिजापर्यंत सूर्याची प्रभा पसरली होती. तिला निसर्गाचे वेड होते. कदाचित ते तिच्या मनात मुळातच असेल व काही काळाने ते वाढतच गेले होते. कारण तिने पूर्ण इलावर्ती पाहिली होती. आणि या प्रदेशात काय होऊ शकते काय पिकू शकते याची तिला पूर्ण कल्पना होती. तरी प्रलयानंतर तिथली बरीचशी नैसर्गिक क्षमता नष्ट झाली होती. आगीचा व रक्ताचा उग्र वास ताज्या हवेने व रसाळ फळांच्या व फुलांच्या वासाने नाहीसा केला होता. त्यामुळे तिला आनंदाने हसू फुटले व तिची चित्तवृत्तीही प्रसन्न झाली. तिला पक्ष्यांचे कूजन व चिवचिवाट ऐकू येत होता पण त्याची जागा लवकरच रडणे आणि ओरडण्याने घेतली. तिला पटकन काय झालेय हे कळेना म्हणून तिने डोळे बंद केले आणि तिने जेव्हा ते उघडले तेव्हा समोरचे दृश्य पाहून तिला परिस्थितीचे आकलनच होईना. बऱ्याच लोकांचा मोठा जमाव सोमगुहांपुढे उभा होता.

त्या गावाच्या सर्वसाधारण रचनेमध्ये त्या गुहा हा परिणामकारक न ठरणारा भाग होता. आणि इतर कुठल्याही गावाप्रमाणेच यांचा ही पुराणकथा, देव, दंतकथा या गोष्टींवर विश्वास होता त्यामुळे त्यांनी देऊळही बांधले होते. तेथे काही शिलालेख व मूर्तीही होत्या. सम्राट

इन्द्रांच्या बज्राच्या पुजाअर्चेसाठी त्यांची योजना होती. लोकांचा लोंढा गुहेकडे जाणाऱ्या खडकाळ व उंचसखल रस्त्याच्या बाजूला उभा होता. त्या जागी ते एकमेकाला खूपच खेटून उभे होते.

ती आणि मर्तजा त्यांच्या घोड्यावरून उतरले. आणि ते त्या रस्त्याकडे जाऊ लागले. तिने सर्वांकडे शांतपणे बघितले. त्यांनी तो रस्ता अडवला होता. तो त्यांचा तथाकथित नेता असल्यामुळे ती गावंढळ गावकऱ्यांची योजना होती. त्या गावकऱ्यांची त्याच्याबाबत वेगळीच दृष्टी होती. त्यांच्यामते तो सामान्य मुलगा नव्हता. त्याचे वेगळेच कर्तृत्ववान असे रूप तिला माहीत नव्हते. कदाचित तो कमालीचा देखणा, मादक डोळ्यांचा, लांब कुरळ्या केसांचा आणि करारी मुद्रेचा होता म्हणूनही असेल. त्याचे नाव वेगळेच होते. पण या कुठल्याच गोष्टींचा परिणाम होणार नव्हता कारण ही सर्व चमक तिने आणखी एका व्यक्तीत बघितली होती तो म्हणजे कल्की. पण दुरुक्तीने हे तेज कलीमध्ये हळूहळू प्रकट होताना बघितले होते. तर कल्कीमध्ये ते जन्मजात होते. तसेच त्याच्या बोलण्यातून त्याची तुमच्याबद्दलची काळजीही दिसून येत होती. दुरुक्तीने आतापर्यंतच्या आयुष्यात अनेक स्त्रिया व पुरुष पाहिले होते त्यात ते साऱ्या जगाबद्दल आपल्याला खूप काळजी आहे, त्याच्याबद्दल खूप कळकळ आहे असे दर्शवित असत. पण प्रत्यक्षात मात्र ते प्रत्येक परिस्थितीतून आपल्या फायद्याचे काय आहे हेच बघताना तिने पाहिले होते. प्रत्येक गोष्ट तोडून फाडून व आपल्या फायद्यासाठी वाकवून घेऊन त्याचा वापर करताना पाहिले होते. पण हा मुलगा तसा नव्हता. तो अत्यंत निर्मळ मनांचा आणि आपला प्रत्येक शब्द, वाक्य प्रेमभरल्या पद्धतीने उच्चारत होता. तो खरंच फार गोड होता. आणि आत्ताच्या या जगात अशी व्यक्ती मिळणे फारच कठीण होते. म्हणूनच कुणालाही दुखवू नका या विनंतीशी ती सहमत झाली होती. यात फक्त तिला वाटणारी अपराधीपणाची भावना नव्हती तर त्याला त्या गोष्टीची तीव्रपणे आवड होती. त्यामुळे तिला तो निर्णय घेणं भाग पडलं होतं या सर्व विचाराने तिला गांगरून जायला झाले, तिचे गाल आरक्त झाले कारण तिला आपण त्या मुलाबद्दल एवढा विचार करू व त्यात गुंग होऊन जाऊ असे स्वप्नातही कधी वाटले नव्हते. तिने मान हलवून ते विचार दूर केले व तिच्यासमोर उभ्या असलेल्या गावकऱ्यांकडे ती बघत राहिली.

ते सर्व भेदरलेले, घाबरलेले गावकऱ्यांचे चेहरे पाहून तिच्या हृदयातून एक कळ उमटली. तिने त्या सर्वांना दुखवले होते हे तिला पटतच नव्हते. तिने त्या तथाकथित प्रचंड सैन्याला जे एका भडकू मुलाच्या नेतृत्वाखाली त्यांच्या वाटेत येत होते त्यांना तिने तुडवले होते. तिच्या देखत त्यांना विजय मिळाला नव्हता. तो जेव्हा मिळाला तेव्हा ती तेथे नव्हती, परंतु ते सारे भयानक होते. पण आता यापुढे तिला तसे घडायला नको होते. ती खूप थकून गेली होती. अनेक जणांच्या मृत्युचे ती कारण झाली होती. तिला सारे काही सोडून देऊन तिला जे हवंय तेच करायला आवडले असते. दोन्ही हाताचे पंजे एकमेकांवर धरून दुरुक्ती पुढे झाली. सिमरन आणि मर्तंजा तिच्या मागेच होते.

त्या जमावातून एक चेहऱ्यावर सुरकुत्या पडलेल्ला तुरळक केस असलेला पण शहाणासुरता वृद्ध पुढे आला.

“ते सर्वजण मरण पावले का?” त्याचा चेहरा निर्विकार होता पण त्याच्या डोळ्यात अपरिमित दु:ख दिसत होते.

दुरुक्तीच्या चेहऱ्यावर पश्चात्तापदग्ध भाव हाते. “मी तुमची क्षमा मागते.”

“तू इथे आम्हा सर्वांनाच ठार करायला आली आहेस का?” त्या माणसाने विचारले.

“तुझे नाव काय आहे?”

“देवदत्त.” त्याने संथ श्वास घेत म्हटले.

“म्हणजे देवाने दिलेला.” तिने हसून प्रतिसाद दिला.

“मी ‘देवाने दिलेला’ हे सोडून सर्व काही आहे. माझ्यामुळे या गावाला ही विपन्नावस्था आली आहे.”

दुरुक्तीने त्या दु:खी, वृद्ध गृहस्थाकडे पाहिले, पण तिने मान डोलवली. “तू आताच मान्य करायला हवेस. तुमच्या धार्मिक रितीरिवाजांच्या बाजूने उभे राहणे हे महत्त्वाचे आहेच पण निष्पाप लोकांच्या जिवाची किंमत देऊन नव्हे.”

“तू अजून माझ्या प्रश्नाचे उत्तर दिले नाहीस. तू आम्हाला ठार करणार आहेस का?” तो गुडघ्यावर बसला. त्याचे कमजोर पाय दुमडले गेले.

“नाही. मी तसे करणार नाहीय” तिने स्पष्टपणे सांगितले. “मला माझ्या शत्रुंच्या संख्येत वाढ करायची नाहीय. तसेच मी कोणा एकाला, त्यांच्या मित्रपरिवाराला यापुढे दुखवणार नाही असे वचन दिले आहे.”

त्या वृद्धाच्या डोळ्यात एक चमक दिसली, त्यावरून त्याने ती व्यक्ती

कोण हे त्याला समजले आहे अशा रितीने मान डोलवली. "कुणीतरी तुला त्यापासून परावृत्त केले हे ऐकून मला गंमत वाटली." त्याची मान खाली होती त्यामुळे दुरुक्ती त्याच्या चेहऱ्यावरील भाव नीट पाहू शकली नाही. "कारण मला जी व्यक्ती वाटत आहे तीच तुझ्याही मनात असेल तर त्याच व्यक्तीने तुझ्या नाभीत सुरा खुपसायला मला सांगितले आहे."

आणि त्याने झडप घातली. त्याने कुठून कुणास ठाऊक पण एक तलवार काढून हल्ला केला. वयाच्या मानाने तो खूपच चपळ होता. प्रत्येकजणच सावध झाला. मात्र दुरुक्तीने त्याचा अंदाज घेऊन तो वार हुकवला. तिने त्या सुऱ्याची मूठ पकडली. त्या म्हाताऱ्याची मूठ आपल्या हातात पकडून तिने तीच मूठ उलट करून त्याच्या पोटात खुपसली. त्याने स्वतःच स्वतःला भोसकून घेतले व तो भीतीने कोसळला.

दुरुक्तीला स्वसंरक्षणाचे बरेच तंत्र अवगत होते. अचानक होणारा हल्ला ही तिच्या युद्धाची पद्धत नव्हती तिला. हळूहळू यातना देणारा मृत्यु द्यायला आवडत असे. अर्थात ती या प्रकारातही वाकबगार होती. अशा हल्ल्यात बाजू कशी उलटवायची हे तिला चांगले अवगत होते. देवदत्त जमिनीवर कोसळला. त्याचे हात सुऱ्यावर तसेच होते. मात्र त्याचा अंगरखा रक्ताने भरला होता.

दुसऱ्या कुणालाही ठार करणार नाही अशी दुरुक्तीने शपथ घेतली होती. पण हे स्वसंरक्षण होते. त्यामुळे ती तिच्या शब्दापासून तांत्रिकदृष्टीने ढळली नव्हती. ती या वेळी अत्यंत निर्दयपणे, डोळे मोठे करत, भुवया आक्रसून, फुगलेल्या गालांनी आणि रागाने फणफणत पुढे आली. तिने देवदत्तच्या पोटातील सुऱ्यावर पाय दिला. तो सुरा आणखी खोलवर गेला. एक पाय पोटावर व दुसरा पाय जमिनीवर अशा पद्धतीने उभे राहून तिने सगळ्यांकडे पाहिले.

"यापुढे तुम्ही कुणीही मला डिवचू नका. ही माझी तुम्हा सर्वांना विनंती आहे." ती एक सणसणीत आज्ञाच होती. तिचा मऊ मुलायम, आवाज अधिकारवाणीने गर्जत होता. "तुम्ही ही जागा सोडून जा. आमचे काम पूर्ण होईपर्यंत तुम्ही कुठे राहायचे हे प्रमुख मर्तंजा तुम्हाला दाखवतील. पण आम्ही या गुहा आजच खुल्या करणार आहोत. आणि मी सांगत्ये...पुन्हा बजावून सांगते की, यापुढे मला कुणीही अडवू नका."

50

कल्कीने सगळीकडे तपास केला. पूर्ण गाव हादरून गेले होते. झोपड्या नष्ट झाल्या होत्या आणि बऱ्याचशा लुटल्या होत्या. दुरुक्तीने जरी यापुढे काहीही नष्ट करू नका असे बजावले होते तरीही राक्षसांनी हे सर्व केले होते. त्यांनी वरवर तिचे ऐकले आहे असे दर्शवले होते. पण त्यांनी खरेच तसे केले होते का? कल्कीने त्याच्या मित्रांना, आईच्या मैत्रिणींना जिथे एकेकाळी हिरवीगार जंगले होती तिथे अस्ताव्यस्त पडलेले पाहिले आणि त्याला दुःख झाले. त्याने शहरातून आणलेला रथ तिथे छिन्नविछिन्न होऊन पडला होता. हे त्याला दिसले. तो काहीसा नष्ट झाला होता आणि त्याची चाके हरवली होती. पश्चिमेकडे त्याने बैलाचा मृत देह पाहिला. त्याच्या आसपास इतरांच्या प्रेतांचे अवयव पडले होते आणि सगळे संपले होते. त्याने आखलेल्या सर्व उत्तम योजना धुळीस मिळाल्या होत्या. त्याने खूप काही गमावले होते आणि त्यामुळे त्याला दोषी वाटत होते व ते सर्व त्याच्या सर्व जाणिवांच्या आतपर्यंत पोहोचले होते.

कल्की घोड्यावरून संथपणे खालच्या बाजूला जाऊ लागला. तो काही प्रशिक्षित घोडेस्वार नव्हता. त्यामुळे त्याला उतारावरून खाली पोचेस्तोवर वेळ लागला. त्याठिकाणी आणखी झोपड्या होत्या. खूप मोठा सुस्कारा सोडून तो खाली गेला. त्याला तिथे काही एकाकी असलेल्या झोपड्या दिसल्या. तिथेही आणखी प्रेते त्याला विखुरलेली आढळली. पक्ष्यांचा आवाज जाऊन आता त्याला रागारागाने बोलण्याचे आवाज ऐकू आले.

ते आवाज कुठून येताहेत हे त्याला समजले होते. पण ते कोणाचे होते?

त्याने घोडा थांबवला व तो खाली उतरला. एक लढाऊ कुऱ्हाड घेऊन तो पुढे झाला. हळूहळू आणखी पुढे गेला तो त्याला झोपडीच्या मध्ये रोशन मित्र दिसला. त्याचे निस्तेज डोळे कल्कीला न्याहाळत होते. तो प्रवेश द्वारापाशी आला. त्याला तिथे राक्षसी भाषेत रक्ताने काहीतरी लिहिलेले दिसते.

अशा प्रकारचा विध्वंस व नृशंस काम कुठल्या प्रकारचे प्राणी करत असावेत?

"लक्ष्मी." तो ओरडला. तिचा काहीतरी प्रतिसाद येईल अशी त्याला आशा होती. तो आता कशालाच घाबरत नव्हता. कारण घाबरून काही उपयोगच नव्हता. तो आता मेला असता तरी काहीच फरक पडणार नव्हता. त्याला आपण आतून मेल्यासारखेच वाटत होते. तो पुन्हा ओरडला. ती कदाचित गुहेकडे गेली असेल अशी समजूत त्याच्या मनात निर्माण झाली. पण हे असे वाटण्यात काही अर्थ होता का? त्याला नवल वाटले. ती इथेच असायला हवी होती आणि त्याला हे माहीत होते की ती नक्की इथेच थांबेल. तिला जरी स्वतःचा जीव गमवावा लागला तरी ती इथेच असायला हवी होती.

नाही.

कल्कीने लक्ष्मीला पुन्हा हाक मारली.

पण यावेळी त्याला काहीतरी ऐकू आले.

"कल्की..." तिचाच आवाज होता. कल्की आवाजाच्या दिशेने जाऊ लागला. कुऱ्हाडीवरच्या त्याच्या बोटांना घाम आला होता. तिच्यावर कितीही मोठे संकट असेना का, ती आता सुरक्षित होती. कल्की पुढे झाला व त्याने पाहिले. तिच्याभोवती तीन राक्षस होते व त्यांनी तिला जमिनीवर आडवे पाडले होते. तिचे लांब केस धरून तिला ते ओढत होते. एकाने तिचे पाय घट्ट धरून ठेवले होते.

राक्षसांनी एकमेकांकडे पाहिले व मग ते बधिर झाल्याप्रमाणे कल्कीकडे पाहू लागले.

रागाने फणफणत कल्की पुढे झाला. त्याचे पाय जमिनीवर आपटत होते. सारा चिखल उडत होता आणि त्याचा घसा कोरडा पडला होता. त्याने वेग घेतला. राक्षसांकडे शस्त्रे होती पण तरी ते घाबरले कारण अशा वेळी अचानकपणे कुणीतरी तेथे उपटेल याची त्यांनी कल्पनाच केली नव्हती. सूर्याच्या प्रकाशात कल्कीचे शरीर मदपणे चकाकत होते.

त्याच्या डोळ्यांचा रंग बदलला होता. राक्षस पुढे आला. त्याच्या हातात भाला होता. त्याने तो कल्कीच्या दिशेने फेकला.

पण कल्कीचा हात आधीच पुढे आला व त्याने तो तसाच अडवला व त्याची दिशा बदलून त्याच राक्षसाच्या शरीरात तो खुपसला. दुसऱ्या बाजूच्या हो राक्षसाला ओढून त्याने थोपवले. त्याने भाला जमिनीत खुपसला. इतर दोन राक्षस फक्त हे सर्व बघत राहिले.

आता कल्कीला काही करावे लागले नाही. कारण लक्ष्मी ताबडतोब उभी राहिली होती आणि तिने एका राक्षसाला दगडाने ठेचले. कल्कीने कुऱ्हाड तिच्याकडे फेकली. तिने ती मुठीकडून पकडली. तिने ज्या कुऱ्हाडीने राक्षसाचा गळा चिरला. ते दृश्य भयानक होते. राक्षसाच्या छातीवर रक्त पाघळू लागले. तो गतप्राण होऊन खाली पडला.

कल्की लक्ष्मीकडे पाहत होता. एक क्षण शांतपणे ते उभे राहिले. त्याने किमान एकाला तरी वाचवले होते. तो तिच्याकडे गेला. त्याने पाय जलद उचलायचा प्रयत्न केला. जेणेकरून तो तिला मिठी मारू शकेल.

पण तो खूपच संथपणे गेला.

त्याची नजर लक्ष्मीच्या मध्ये आलेल्या सावलीने अडवली. ज्याला दगडाने तिने ठेचले होते तो तोच होता. त्याच्याकडे टोकदार भाला होता तो त्याने लक्ष्मीच्या छातीत खुपसला. कसेबसे हसत ती जमिनीवर पडली. त्या गावच्या जमिनीवर ती पडली त्या गावाबद्दल तिच्या मनात प्रेम व द्वेष अशा दोन्ही भावना होत्या.

काय घडले हे कळायच्या आत त्याचा श्वास कोंडला. सारे जग त्याच्याभोवती फिरत होते. पण त्याला माहीत होते की, पहिल्यांदा तिला वाचवले पाहिजे. त्याने आता कुठलेही शस्त्र वापरले नाही. त्याऐवजी तो त्या खुनी राक्षसावर तुटून पडला. त्याला उचलून जमिनीवर पाडले आणि त्याला तो रक्त ओकेपर्यंत ठोसे मारले पण राक्षस लढा दिल्याविना सोडणार नव्हता. बळकट बाहूंनी त्याने कल्कीला मागे ढकलले. कल्कीला आघात जाणवला. पण त्याने पुन्हा उभे राहायचा जिवाच्या आकांताने प्रयत्न केला. त्याने राक्षसावर धडक मारली आणि त्याला खाली पाडले. राक्षस पुन्हा पडला पण त्याने शक्तीचा वापर करून त्याला वळवले.

"मी तुझ्या तावडीत कधीच सापडणार नाही." राक्षस दात विचकून म्हणाला.

कल्कीने त्याची पकड सोडवण्याचा खूप जोरात प्रयत्न केला. पण

तो राक्षस त्याच्याहून दुप्पट शक्ती व आकाराचा होता. त्याने आजूबाजूला पडलेला चिखल गोळा करून राक्षसाच्या तोंडावर फेकला. त्याच्या डोळ्यात चिखल गेल्याने तो रागाने ओरडू लागला. कल्कीने जोर वापरून त्याला सतत ठोसे मारले. त्याने लक्ष्मीजवळच पडलेली कुऱ्हाड उचलून त्या राक्षसाच्या कवटीत ती घातली. त्याच्या चेहऱ्यावर रक्ताची चिळकांडी उडाली ती त्याने पुसून टाकली. त्याने त्याला ठार मारले पण...नाही...

तो लगबगीने लक्ष्मीकडे गेला. प्रथम त्याने तिच्या छातीत घुसलेला भाला उपसून काढला. त्याने लहानपणापासून आजपर्यंत अनेक वेळा तिला वाचवले होते. ते सर्व प्रसंग त्याच्या डोळ्यापुढून सरकून गेले. ती परत आली. तेव्हा तिला पाहून त्याला खूप आनंद झाला होता. त्या वेळी त्याने तिला मगरीपासून वाचवले होते. नंतर तो इंद्रगडला गेला. तिथे तो संकटात सापडला आणि नंतर तो जेव्हा तिचे चुंबन घेणार होता तेव्हा भयानक शुकोने व्यत्यय आणला होता. आणि आता या क्षणी तिथे व्यत्यय आणणारे कोणीही नव्हते. पण आता त्यांना सगळ्यात जास्त गरज वैद्यकीय मदतीची होती.

पण तिथे जवळपास कोणीही नव्हते.

लक्ष्मी अजूनही शुद्धीवर होती. तिचे डोळे हळूहळू गढूळ होऊ लागले. पण अजूनही ती सावध होती. कल्कीने तिला तिच्या पाठीवरून हात घेऊन छातीशी कवटाळले. ती जखमी होती, दु:खी होती आणि तिच्या खोकल्यातून रक्त येत होते.

नाही. हे घडता उपयोगाचे नाही.

"ठीक आहे. ठीक आहे. आपण याहूनही वाईट परिस्थितीतून गेलो आहोत आणि सावरलो आहोत. आताही आपण काहीतरी करू, ठीक आहे?" त्याने तिला मिठी मारली. तिच्या कपाळाचे त्याने चुंबन घेतले आणि तिला घट्ट धरण्याचा प्रयत्न केला.

"मला...म...ला माफ कर..." तिने कसाबसा श्वास घेतला. "मी साऱ्या लोकांचा हिरमोड केला आहे." तिचा आवाज अगदी क्षीण झाला होता. तू असा का आहेस याचा मी अजून जास्त प्रयत्नपूर्वक शोध घ्यायला हवा होता.

"मला ते सर्व माहीत आहे. आणि मी तुला ते सर्व सांगणारच होतो, लक्ष्मी." त्याच्या डोळ्यातून अश्रु त्याच्याओ गालावर घळायला लागले. "मी सर्वांचा रक्षणकर्ता या रूपात असायला हवे होते."

"रक्षणकर्ता?" एक मंद स्मित तिच्या ओठावर आले. "तू?"

त्याने समाधानाने म्हणाले, "ते बरोबर आहे. हो ना?"

"मला नाही तसे वाटत." "ठीक आहे." त्याने त्याचा जबडा आक्रसला. त्याचे हास्य लोपले. "चल आपण निघू या."

"नको," तिने त्याला थांबवले. तिच्या कमजोर हाताने त्याच्या छातीला स्पर्श केला. "आता तो विचार सोडून दे. मी...अं..." ती कण्हत म्हणाली, "आता मी वाचण्याची शक्यता नाही."

त्याच्या चेहऱ्यावर वेदना झळकली. त्याच्या डोळ्यातून येणाऱ्या अश्रूंचा बांध थांबवायचा त्याने प्रयत्न केला.

"पण या एकाच घटनेवरून तू लोकांचा रक्षणकर्ता नाहीस असा ग्रह करून घेऊ नकोस." ती म्हणाली. "कारण मी कुठेतरी वाचलंय."

"त्या भंगार पुस्तकातून ना?" त्याने कष्टाने चेहऱ्यावर हसू आणले.

"होय त्या जड भंगार पुस्तकातूनच" तीही हसली. "आता मी हेही वाचलंय की, सगळे नायक/वीरपुरुष दु:खांतिकेतून जन्माला येतात."

"मला जर या दु:खी आणि दुर्दैवी परिस्थितीतून मार्गक्रमणा करायची असेल तर मला नायक होण्यात काहीच रस नाही. मला एका मुलीवर जिवापाड प्रेम करणारा साधासुधा मुलगा व्हायचे आहे." त्याने तिला घट्ट कवटाळले. "जगातली कुठलीही काळजी नसणारा शांबलामधील एक मुलगा. मला तसंच मोठं व्हायचं होतं."

तिचा हात हळूहळू त्याच्या गालापर्यंत पोहोचला. "कल्की, हे तुला व मलाही नक्की माहीत आहे की आता असे घडणे कदापी शक्य नाही."

कल्कीने मान डोलावली. पण त्याच्या एका निर्णयामुळे त्याचे सर्वस्व नष्ट झाले आहे यावर त्याचा विश्वास बसत नव्हता. खरंतर आपण 'अवतार' असल्याबद्दल स्वत:चाच संताप आला.

"माझे चुंबन घे ना." ती म्हणाली. "या वेळी त्यात कुठलाही व्यत्यय येणार नाही." ती हसली.

कल्कीने मान डोलावली आणि त्याने तिच्या म्हणण्यानुसार केले. त्याने तिचे हळुवारपणे चुंबन घेतले. दोघांचेही अश्रु एकमेकांत मिसळले. त्याच क्षणी त्याच्या लक्षात आले की, तिचे ओठ थंड पडले व त्यांची काहीच हालचाल होता नव्हती. त्याने खाली बघितले तर तिचे नेत्र मिटले होते.

ती गेली होती.

कल्कीची छाती वर-खाली होऊ लागली. आणि...आणि तो जोरात आक्रोश करू लागला. साऱ्या आसमंतात. जंगलात...तो आक्रोश ऐकू येत होता. तो एवढ्या जोरात रडत-ओरडत होता की, झाडावरचे पक्षीही घरटी सोडून पळाले आणि तो एवढ्या जोरात ओरडला की, त्याच्या शत्रूंनाही कळलं की...तो येतोय.

51

दुरुक्तीने साऱ्या गावकऱ्याना एका बाजूला केले. देवदत्ताच्या घटनेनंतर कुणीही तिच्या व तिच्या उद्दिष्टांच्या मध्ये व्यत्यय आणला नाही. त्या सर्वांना खाली बसवण्यात आले. राक्षस त्यांच्याभोवती गस्त घालीत होते आणि कुणी चुळबूळ करू लागला तर त्याला/तिला भाल्याने टोचत होते.

ती तिच्या उद्दिष्टांच्या जवळ आली होती किंवा त्या शिळांवर उपाय शोधण्याच्चा तिचा प्रयत्न यशस्वी होता होता. मर्तंजाने गुहेवरील खडकांना आकडे (हुक) खोवले होते ते तिने पाहिले. पाच घोड्यांना एकत्र करून त्यांना ते आकड्यांचे दोर बांधले होते. त्याच्यावर राक्षस बसले होते. आता ते त्या दोरांना विरुद्ध दिशेने ओढू लागले. प्रत्येक वेळी तो खडक थोडासा हलायचा पण तो गुहेच्या दाराला घट्ट बसला होता.

मर्तंजा दुरुक्तीकडे धावत आला. ती गुहेकडे जाणाऱ्या रस्त्यावर उभी होती. तो रक्षकांना पार करून तिच्यापर्यंत पोहोचला व क्षणभर थांबून म्हणाला, "दुरुक्तीजी, तो खडक तिथे फसला आहे असे दिसते. आपण आणखी माणसे तो ओढायला वापरू या असे मला वाटते."

"मग तुझी माणसे वापर ना!"

"दुरुक्तीजी, आणखी."

दुरुक्तीने दात चावले. "आणखी माणसे कामावर लावणे शक्य आहे का?"

"प्रयत्न केला तर तशी शक्यता मला दिसते आहे."

खूपच हुशारीने दिलेले ते उत्तर होते.

दुरुक्ती हसली. ती रक्षकांपासून पुढे गेली आणि तिने गावकऱ्यांकडे पाहिले. ते मुसमुसत/रडत बसले होते व एकमेकाला धरून बसले होते.

त्यांच्यासाठी ती त्या दुर्दैवाची निर्माती होती पण तिच्याकडे त्यासाठी सज्जड कारण होते, जे लोकांना समजणारे नव्हते. त्यांनी सर्व देवदेवतांचा धावा केला होता. त्यांचे पूजनअर्चन केले होते. तरीही सर्व मानव प्रलयानंतर नष्ट झाले आहेत हे त्यांना माहीत नव्हते.

“या गावकऱ्यांचा वापर कर.” दुरुक्तीने उत्तर दिले. “त्यांना तुझ्या कामात मदत करायला सांग.”

“ठीक आहे. दुरुक्तीजी.” मर्तंजाने डोळे मिचकावले.

तो निघाला व त्याने त्याच्या रक्षकांना, जे गावकऱ्यांभोवती होते, त्यांना आज्ञा केली तोपर्यंत दुरुक्तीने क्षणभर विचार केला. तिने मर्तंजाला त्या गुहेत काय आहे हे सांगितले नव्हते. त्याने त्यासंबंधी काहीही विचारणा करायची नाही या अटीसाठी तिने त्याला जास्त पैसे मोजले होते. परंतु तो पुरुष होता व तोही राक्षस वंशातला. तो हुशार व चतुर होता. त्या गुहेमध्ये खूप काहीतरी मौल्यवान असणार हे त्याला माहीत होते.

तिथे सोने किंवा पितळच असेल या कारणाने तो गुहेवरील शिळा काढत नव्हता, तर खरे कारण होते त्याची उत्सुकता, त्याची जिज्ञासा. मर्तंजा एक धूर्त प्रमुख होता. दुरुक्ती प्रती तो जरी आदर दर्शवीत असला तरी त्याचा अंतस्थ हेतू वेगळा होता. परंतु आता या क्षणी इतर कुठलाही दुसरा विचार मनात येऊ देता कामा नये आणि गुहेत, खरंच जसे म्हणले जाते तसे काही आहे ना याची काळजी करायला हवी. आता खरंतर तिला भीती वाटू लागली. तिच्यामुळे लोकांना आपली मुले-मुली गमवावी लागली होती. त्यांचे नवरे-बायका तर केवळ तिच्या ध्येयासाठी. आणि आता जर ते ध्येय गाठले गेले नाही तर तो नुसता वेळेचा अपव्यय नव्हे तर ती तिलाच आयुष्यभर माफ करू शकली नसती. तिला स्वत:चाच भयंकर द्वेष वाटला असता. पण त्याहीपेक्षा तिने सिमरनला कधीच माफ केले नसते. कारण तिच्यामुळे हे सारे सुरू झाले होते. तिने जर भरीस टाकले नसते तर दुरुक्तीच्या मनाला सोम गुहांचा विचारही शिवला नसता.

गावकरी मदत करू लागले. कोयत्याने/विळ्याने त्या खडकाच्या बाजूला जे गवत-झुडुपे उगवली होती ती ते कापू लागले. ज्यांनी ते करायला विरोध केला त्यांना राक्षसांनी दोराने बांधून टाकले. हळूहळू ती शिळा तिच्या जागेतरून हलू लागली. गावकरी तिच्या कपारीत खणू लागले. ते सर्व पाहून तिला खरेतर खूप वाईट वाटत होते.

पण आता ती तिच्या उद्दिष्टाच्या अगदी जवळ आली होती. तिला जे हवे होते ते लवकरच मिळणार होते.

"दुरुक्ती!" एक जीवघेणा, तिची हाडे गोठवून टाकणारा आवाज आला व ती चमकली.

आपले डोके जोरात फिरवून ती आवाजाच्या दिशेने पाहू लागली आणि तिला दिसले. रक्षकांच्या बाजूलाच कल्की उभा होता. त्याचे धोतर फाटले होते. त्याच्या हातात कुऱ्हाड होती आणि त्याची छाती धूळ व रक्ताने माखली होती.

तो पळू लागला. घोडे थांबले. मर्तंजाने ताबडतोब आपल्या रक्षकांना ओरडुन त्याला थांबवायला सांगितले. दुरुक्तीच्या भोवती असलेले जवळपास वीस रक्षक त्याला पकडायला धावले. कल्कीने बहुतेकांना ढकलले. न बघताच त्याने लाथा घातल्या, ठोसे मारले, त्याच्या हातातल्या कुऱ्हाडीनं काहीजणांवर वार केले. त्याच्या तिथे असल्याने बहुतेक रक्षकांचा खातमा मोठ्या प्रमाणावर होणार होता.

"हा सुटला कसा काय?"

"तू प्रत्येकाला मारलेस?" तो किंचाळला. त्याला राक्षसांनी मागून घेरले होते.

"आता मी तुम्हालाही ठार करणार आहे!" तो दात विचकत म्हणाला.

"रक्षकांनो," मर्तंजाने आज्ञा सोडली. *"त्या गावंढळ माणसाला ठार करा."*

एक राक्षस कल्कीचे डोके ठेचण्याच्या इराद्याने तलवार हातात घेऊन पुढे झाला.

तिची विपन्नावस्था जवळ आली आहे याची दुरुक्तीला कल्पना आली होती. हल्ला होण्यापूर्वी सिमरन तिच्या कानात म्हणाली, "दुरुक्तीजी, तुम्ही आधीच दुःखी असलेल्या माणसाला आणखी जखमी करू नका. तुमच्या लक्षात असेलच की तो एकदम वेगळा आहे, बरोबर? त्याचा संताप कमी झाल्यावर तो आदिवासींच्या मदतीला येऊ शकेल असे तुम्हाला वाटत नाही का? कारण ते तुमच्या व सम्राट कलीच्या विरोधात गुप्तपणे कटकारस्थान करत आहेत याचीही तुम्हाला कल्पना आहे ना?" दुरुक्तीने भुवया आक्रसल्या.

"थांब!" दुरुक्ती ओरडली. आता सिमरन म्हणाली म्हणूनच नव्हे तर तिला स्वतःलाही गावकऱ्यांना अधिक दुःख द्यायचे नव्हते. त्यांना

नाराज करायचे नव्हते. अर्थात सिमरनचे बरोबरच होते. दंतकथांमध्ये जसे नायकाच्या अंगी प्रचंड ताकद असते असे तिने लहानपणी वाचले होते, त्याप्रमाणे कल्कीमध्येही ताकद होतीच.

मर्तंजा मध्येच घुसत तिच्याकडे धावला. "मला माफ करा, दुरुक्तीजी. परंतु तो माणुस आपली दाणादाण उडवत आहे. आपण त्याला मारून आपण उदाहरण घालून देऊ. त्याने आपली सुटकाही करून घेतली. त्याने तिकडे आपल्या तळावर काय करून ठेवले असावे याबाबत मी साशंकच आहे."

"त्याची शिक्षा तिकडे शहरात त्याची वाट पाहत आहे. इथे नाही." तिने त्याच्याकडे पाहिले. "त्याने तुझी माणसे मारलीत ना? आपल्या कायद्यानुसार त्याला आदिवासींच्या राजासमोर व सम्राट कलीसमोर फाशी दिली जाईल."

तिच्या विनवण्यानुसार कल्की जर तिच्या बाजूला वळला नाही, तर ती त्याला सरळ आपल्या भावाकडे सोपवणार होती. तिला नाही तो कहार तिच्यामागे नको होता.

"मला वाटतं," मर्तंजा खाकरला व हळूच पुढे येऊन म्हणाला, "तुम्हाला हे सारे दूरदृष्टीने व धोरणीपणाने करावयाचे आहे." दुरुक्तीने मान डोलावली.

"बरोबर. आदिवासींच्या विरुद्धच्या बंडखोरांना काय व कशी शिक्षा मिळते हे सर्वांना कळू दे."

मर्तंजाने तिच्याकडे क्षणभर पाहिले. एवढ्या तरुण वयात माणूस एकाचवेळी एवढा शांत व हिशोबी आणि प्रेमळ व हवाहवासा वाटणारा कसा असू शकतो यावर त्याचा विश्वास बसेना. दुरुक्तीने ओठावरून जीभ फिरवली आणि तिलाच तिच्या योजनेचे कौतुक वाटले. "तुम्ही तुमचे काम पुढे चालू ठेवावे असे मला वाटते. तुम्हाला उशीर व्हायला नको. तो मुलगा जर इथेच राहिला तर तो तुमच्या सैन्याला नेस्तनाबूत करून टाकेल."

कल्कीला दोराने बांधले होते. त्याच्या तोंडावर चिकटपट्ट्या लावलेल्या होत्या आणि पाच भाले त्याच्या गळ्यावर निशाणा साधून होते. त्याने जरा जरी हालचाल केली असती तरी त्याच्या मानेत ते भाले आपसूक घुसले असते.

"तुझ्याच भल्यासाठी मी सांगतेय की अजिबात हलू नकोस. मी तुला वाचवायचा प्रयत्न करतेय. तुला ठार मारण्याचा निर्णय मला घ्यायला

लावू नकोस." दुरुक्तीने शांतपणे सांगितले व आपल्या भावना काबूत ठेवण्याचा, शांत ठेवण्याचा बहाणा केला.

कल्कीचे डोळे हजार शब्द बोलत होते. ती त्याच्यावर काही मेहरबानी करत आहे याची त्याला काहीही पर्वा नाही आणि तो मरायलाही तयार आहे असे दाखवण्याचा त्याने प्रयत्न केला. पण त्याचा संताप आणि तिरस्कार त्याच्या नजरेतून दृग्गोचर होत होता. *भावनाप्रधान व्यक्ती ही प्रचंड धोकादायक शक्ती असते.*

दुरुक्तीने तिचे लक्ष त्या पाच घोड्यांच्या गाडीवर केंद्रित केले. ती पुढे आली. तिचा झगा हळूहळू जमिनीवर लोळत होता. तिच्या स्वप्नपूर्तीच्याजवळ ती आली आहे हे तिच्या लक्षात आले. तिचे डोळे हुशारीने चमकले. ती शिळा गुहेवरून बाजुला झाली होती व प्रवेशद्वार खुले झाले. घोडे जोराने चालत होते. गावकरीही खडकाजवळील तण दूर करत होते. मग ती शिळा दूर झाली. सर्वजण आत घुसायचा प्रयत्न करू लागले, काहीजण तर पायदळीही तुडवले गेले.

दुरुक्तीने मर्तंजाला सांगितले, "जा आणि त्यांना रोख. मला आत काय आहे ते बघायचंय." तिला राक्षसांना त्यापासून दूर ठेवायचे होते, म्हणजे तथाकथित सोम त्यांना दिसला नसता. मर्तंजाने नाखुशीने मान डोलावली आणि आपली माणसे तिथून काढून घेतली. त्यातील निम्मे लोक ओरडणाऱ्या कल्कीजवळ होते व ते त्याला गप्प करायचा प्रयत्न करीत होते. तो नीटपणे ओरडू शकत नव्हता. कारण त्याचे तोंड चिकटपट्ट्यांनी बंद केले होते. दुरुक्तीने त्याच्याकडे खेदप्रदर्शन न करता पाहिले. मग ती गुहेकडे गेली तेव्हा तिचे हृदय जोरजोरात धडधडत होते.

"मी आता आतमध्ये काहीतरी अद्भुत बघणार आहे, अशी आशा तू करू शकतेस. नाहीतर..." तिने सिमरनला डोळा मारला. तिने नैराश्याने आवंढा गिळला.

तीन राक्षस तिच्या मागोमाग गेले. प्रवेश द्वारापाशी राक्षसांनी आगीचे दिवे-पलिते-लावले. ते लावल्यावर दिव्यांचा एक विशिष्ट आवाज ऐकू येऊ लागला. तिथे कुजण्याचा किंवा कोंदट हवेचा वास येत होता. तिने तो दिवा भिंतीवर लावला...

तेव्हा तिला काहीही दिसले नाही.

तिने सिमरनकडे पाहिले. ती मागे बघत होती.

ती जशी आत गेली तशी चमकत्या निळ्या रंगातच चकाकणाऱ्या

भिंती तिला दिसल्या. त्यांच्यावर अगम्य लिपीत काहीतरी लिहिले होते. त्यात अनेक चिन्हे आणि खुणा होत्या. तिने त्याला स्पर्श केला. ते चिन्ह 'अनन्त संख्येचे' होते. ते नागमोडी आकाराच्या रचनेत बांधलेले होते.

"मला माफ करा, दुरुक्तीजी. मला सांगण्यात आले होते- मला..."

"तुला हे काय आहे हे माहीत आहे?" दुरुक्तीचा चेहरा निस्तेज झाला होता. तेव्हा तिने तिच्या नादान नोकराणीला विचारले, "हे चिन्ह विष्णूचे म्हणजेच रक्षणकर्त्या चे आहे." ती आणखी दुसऱ्या खुणेजवळ गेली. तिचाही आकार अगम्यच होता. "हा आकार घोड्याचा आहे. पांढरा घोडा." आणि ती शेवटच्या खुणेजवळ आली. "हे चिन्ह विजयाचे आहे."

"दुरुक्तीजी, मला वाटलं की ते..." तिचा आवाज कोंडला होता. दुरुक्तीच्या लक्षात आले.

दुरुक्तीने आपले एक बोट ओठावर ठेवले. जेणेकरून सिमरन गप्प राहिली. ती पुढे गेली. तिथे कुठलेतरी द्रव्य झिरपलेले दिसत होते. तिने त्याला स्पर्श केला. ते निळ्या रंगाचे होते. कदाचित तो भिंतीचा रंग त्यात मिसळला असावा.

"आत पुन्हा सांग." तिने मुलीला सूचना केली.

"हो का?" सिमरन सौम्यपणे म्हणाले.

"मोठ्याने." दुरुक्ती खेकसली. पण ती सिमरनचा आवाज ऐकूच शकली नाही. कारण तिच्या स्वतःच्या आवाजाचाच प्रतिध्वनी एवढ्या मोठ्याने आला की, तिला तो काय आहे हे लक्षात आले.

दुरुक्तीने एक पलिता राक्षसाच्या हातातून खेचला आणि तो पुढच्या भागात फेकला.

"दुरुक्तीजी!" सिमरन ओरडली.

परंतु त्या पलीत्याने जे काही केले ते अघटीत होते. तो तुटला आणि तिथे आग लागली. त्यातून उजेड बाहेर पडला आणि त्यांच्यासमोरील भिंतीतून निळ्या खड्यातून काहीतरी स्त्रवू लागले. गंमत म्हणजे त्या आगीने तिला सोमापर्यंत आणून सोडले.

"हेच आहे ते." ती म्हणाली.

सिमरनचा आवाज उत्तेजित झाला. "हो, बाईसाहेब माझे म्हणणे खरे ठरले."

दुरुक्तीच्या ओठावर हसू असतानाच ती पुढे झाली. त्या निळ्या दगडांना तिने हात लावला आणि बोटांच्या मध्ये पकडून तिने दाबल्यातर

तो दगड फुटला. तो लांबून जरा स्फटिकाप्रमाणे वाटत होता. पण प्रत्यक्षात अगदी मऊ आणि ठिसूळ होता. तिने ते जसे हातात घेऊन दाबले तसा त्यातून निळा रस बाहेर पडला व तिच्या कातडीवर पडला.

तिने त्याचा वास घेतला. पण त्याला कशाचाच वास येत नव्हता.

तिने त्याची चव घेतली तीसुद्धा फक्त द्रव्यासारखीच होती बेचव.

"तुला खात्री आहे का की हे तेच आहे?"

सिमरन हसली. "होय बाईसाहेब. आपल्याला तुमच्या भावावर करायचा उपचार सापडला आहे." आणि तिने जे हास्य केले त्याचा दुरुक्तीला नेमका अर्थ कळला नाही. पण कदाचित तो तिच्या शंकेखोर स्वभावाचा परिपाक असावा. ज्यामुळे तिला तसे वाटले. कदाचित ती आनंदली असावी. आणि तिला हसण्यासाठी खरंच कष्ट पडले. कारण तिला एका व्यक्तीला वाचवायचा मार्ग सापडला होता. पण अनेक प्राणांचा बळी गेला होता.

52

अर्जन ते सगळे बघत होता. राक्षस आणि दुरुक्ती यांचा लवाजमा गेल्यानंतरचा पहिलाच दिवस होता. तोपर्यंत ते जमिनीतून मिळणारी कंदमुळे खात दिवस ढकलत होते. पूर्णपणे दमूनभागून अर्जन शांबलाच्या रस्त्यावर रमतगमत हिंडत होता. लोकांच्या नजरा चुकवत हळूहळू जात होता. कारण जे काही हाडले त्या गुन्हयामध्ये तो, कृपा आणि बाला साथीदार होते. (त्या गुन्हयाला सर्वस्वी जवाबदार होते.)

त्याने त्याकडे लक्ष दिले नाही. सर्व प्रेते उचलली गेली होती व त्यांना चितेवर जाळलेही गेले होते. ते घरी पोहोचले. या सर्व हिंसाचारात घराला कुठेही धक्का लागला नव्हता. अर्जन म्हणाला, "तुम्ही आता मला जाऊ द्यायला हवे."

"आणि तुला त्यांना मारू द्यायचे का?" कृपा म्हणाला. त्याने बालाकडे पाहिले. "तू तुझ्या भावापेक्षाही वेड्यासारखे बोलतोस, मित्रा."

अर्जनला बालाने, कल्कीचे काय झाले हे पाहिल्यावर खेचून नेले होते. अर्जन, बाला व कृपा यांनी पुरेशी शस्त्रे व रसद गोळा केल्यावर ते गुहेच्या दिशेने चालले होते. तेव्हा त्यांनी कल्कीला पाहिले. तो तेथे आधीच पोहोचला होता आणि त्याला अनेक राक्षसांनी घेरले होते. तो हालचाल करू शकत नव्हता. त्याला त्यांनी गुडघ्यावर बसायला सांगितले होते. त्यामुळे तो अगदीच काही करू शकत नव्हता. त्याला बांधलेले होते व त्याच्या तोंडात बोळा कोंबलेला होता. अर्जनला, आपण काहीतरी हालचाल करून त्यांच्यावर हल्ला करावा असे वाटत होते. पण कृपाने त्याला थोपवले.

"तुझीही तुझ्या भावासारखीच अवस्था होईल. राजपरिवारातल्या त्या बाईला तुझा भाऊ आवडतो, पण तू नाहीस म्हणून सावध राहा." कृपाने त्याला सावध केले.

अर्जनने त्या ज्येष्ठ व्यक्तीचे ऐकले नाही. कारण तो नेहमी मूर्खासारखेच बोलायचा. पण बालाला माहीत होते की, हा शेवट आहे. ते कल्कीला वाचवण्यासाठी काहीच करू शकले नाहीत. त्यांना दुसरा काहीतरी प्रभावी मार्ग बघावा लागणार होता.

"लक्ष्मी कुठे आहे?" अर्जनने विचारले. तो आता त्याच्या झोपडीच्या शेजारीच उभा होता.

कृपा आणि बालाने एकमेकांकडे पाहिले.

"ठीक आहे. आपल्या योजनेनुसार काही होत नाहीये." अर्जनने मूठ घट्ट धरली.

"मित्रा, पहिली गोष्ट म्हणजे आपल्यापुढे कुठली योजनाच नव्हती." कृपा म्हणाला, "पण आपण व कल्की, किमान पक्षी जिवंत तरी राहिलोय. एकापरीने तीसुद्धा मोठीच गोष्ट आहे."

अर्जनने मान डोलावली. त्याने गावावर नजर टाकली. निम्म्याहून अधिक गाववाले ठार झाले होते. "आता यापुढे मी येथे राहणार नाही."

"आणि मला वाटतं की, तू राहू पण नयेस...कारण आता..." कृपा बरसला.

"आता काहीही नाही." अर्जन झोपडीत जाता जाता म्हणाला. तिथल्या वस्तूच्या ढिगाऱ्यातून आपले कपडे त्याने वेचले. का कोण जाणे, त्याने घरात प्रवेश केला व त्याच्या आईने त्याचे कौतुक करावे असे त्याच्या मनात येऊन गेले. पण आता त्याचे कुटुंबच नव्हते. आणि अर्जनला आता एका गोष्टीचा आनंद झाला की त्याने त्याच्या आईला आधीच पाठवून दिले होते, कारण नाहीतर इतरांप्रमाणे तिलाही रस्त्यावर यावे लागले असते. या विचाराने त्याच्या मनाला एक प्रचंड धक्का बसला.

"आपण कुठे जायचे ठरवले आहे?" त्या ज्येष्ठ माणसाने अस्वस्थपणे मधेच विचारले. खरे तर तो एक गुरु होता, पण त्याने कुणाही गावकऱ्याला लढाईबाबत काहीही शिकवले नव्हते. ती त्याची एक चूकच होती.

"ते मला काही माहीत नाही. ते ठरलेले पण नाहीय."

अर्जनचे बोलणे थांबवण्यासाठी बालाने त्याच्या खांद्यावर हात ठेवला. तो जड लागत होता. पण तो रक्ताने चिकट झाला होता.

अर्जनच्या लक्षात आले की युद्धानंतर त्याने अद्याप अंघोळही केलेली नाही. कदाचित त्याला तळ्यात डुबकी घ्यावीशी वाटत होती पण त्यात अनेक स्त्री-पुरुषांच्या देहाची राख पसरली होती, आणि महत्त्वाचे म्हणजे त्यांचा या युद्धात नाहकच बळी गेला होता.

"आपल्याला तुझ्या भावाला मदत करायला हवी."

"तो कधीच गेला आहे." अर्जनने एक लांब दुपट्टा त्याच्या छातीला बांधला होता आणि दुसऱ्या दुपट्ट्यात स्वत:चे कपडे बांधून घेतले होते. "आणि त्याचा मृत्यूही झाला आहे."

"मित्रा, आपण तो विषय असाच सोडून देणार नाहीय. तुला खूपच वाईट वाटत असणार...हे मला माहीत आहे..."

"वाईट?" अर्जन पटकन म्हणाला. "फक्त वाईट वाटतेय असे म्हणणे हे खूपच कमी आहे. हे फारच भयंकर वाटतेय. त्याच्या जागी मी मरायला हवे होते असे मला वाटतेय. आमचा, आमच्या पूर्ण कुटुंबाचा तिरस्कार करणारे बरेच लोक आहेत. मी माझ्या आईलादेखील इथे परत आणू शकत नाहीय. शंबला आता पूर्वीसारखे राहिलेले नाही. आता ते सर्व संपले आहे. मानवांचा तारणहार, तो कदाचित एखाद्या तुरुंगात खितपत पडला असेल."

कृपाने खांदे उडवले. "तुझ्या स्वत:च्या भावाबद्दल खूप 'छान' बोलतोयस."

"तो माझाया रक्ताचा भाऊ नाहीय. मी कुणाचाही भाऊ नाही."

कृपाने भुवया आक्रसल्या. "ते मला काही माहीत नाही, पण तुला दुसरीकडे कुठेतरी जावेसे वाटतेय ही कल्पना तद्दन मुर्खपणाची आहे. तू तुझ्या लोकांसाठी तसे करू शकत नाहीस. त्यांचे रक्षण करणे हे तू तुझ्या भावाचे देणे लागतोस."

देणे? तो त्याला काहीही देणे द्यायला बांधील नाही. कुणालाच नाही.

त्याच्या वस्तु घेण्यासाठी तो त्याच्या खोलीकडे गेला. त्याने जड अंत:करणाने तिथल्या ग्रंथांकडे, पुस्तकांकडे पाहिले...त्याच्या पुढील प्रवासासाठी त्यांचा किती तरी उपयोग होणार होता...कुठल्या प्रवासात कुणास ठाऊक? त्या विचाराने त्याला कापरे भरले. पण कदाचित तो त्याच्या आईकडे जाऊ शकला असता. पण मग तिने अनंत प्रश्न विचारले असते, आणि त्याला त्यांची उत्तरे देताना अवघड झाले असते, मुख्यत: कल्की आता इतक्यात परत येऊ शकणार नाही हे तिला सांगणे तर खूपच अडचणीचे झाले असते.

परंतु त्याला खरेच कुठल्या गोष्टीचे एवढे ओझे वाटत होते? त्याच्या लोकांमुळे त्याला तसे वाटत होते की त्याच्या पराभवातील अपरिहार्यता त्याला त्रास देत होती? पराभव होईल याची तर त्याला चिंता वाटत नव्हती? तो जेव्हापासून गुरुकुलात होता तेव्हापासून त्याला जिंकायचीच सवय लागली होती. एवढेच नव्हे तर कल्की बरोबर असताना त्याने म्लेंछांवरही विजय मिळवला होता. या सर्व वेळी 'पराभव' हा फक्त शब्द म्हणून त्याने ऐकला होता, पण आता मात्र 'तो' प्रत्यक्ष समोर ठाकला होता.

त्याच वेळी त्याचे लक्ष कोयत्याकडे गेले. म्लेंचछांचा शोध घेण्यासाठी तो जेव्हा बाहेर पडत होता तेव्हा त्याला त्याच्या आईने तो दिला होता. म्लेच्छांशी लढताना त्याने तो क्वचितच वापरला होता, कारण तो त्यांनी त्याच्याकडून काढून घेतला होता. नंतर त्याने तो त्यांच्या तंबूतून परत घेतला होता, पण त्याचा फारसा विचार त्याने मग केला नव्हता. आता विचार करता त्याला वाटले की धनुष्य आणि बाणाऐवजी त्याने कोयत्याचा वापर केला असता तर त्याला जास्त उपयोग झाला असता.

भित्रे लोक पराभवानंतर सर्व हिंमत हरतात, पण पराभवानंतर जे लोक पुन्हा उठून, उभे राहून जिद्द दाखवतात तेच खरे जेते ठरतात.

कल्कीला शोधायला तो का-कू का करत होता? त्याच्या आईने त्याला कल्कीबरोबरच राहायला आणि त्याला कधीही अंतर देऊ नकोस असेच बजावले होते. मग तो त्या विचारापासून दूर का पळत होता? असे काय झाले होते? तो शांतपणे तिथेच उभा होता आणि त्या संपूर्ण घडामोडीत त्याचा काय अपराध होता त्याचा आढावा घेत होता.

माझ्यावर कशाचा पगडा आहे? कदाचित ती अपराधीपणाची जाणीव असावी किंवा दु:ख आणि पराभवाची खंत असेल.

"हं, तू तुझ्या मनाशीच पुटपुटत राहतोयस हे काही फार चांगले लक्षण आहे असे मी म्हटले तर तो अप्रामाणिकपणा होईल." कृपा हसत म्हणाला. "पण तुझ्या हातात ते काहीतरी घेऊन तू कसला विचार करतोयस हे मी तुला विचारले तर चालेल ना?"

अर्जन मागे वळला. आता पुन्हा बोलाचाली सुरू झाली होती आणि इतका वेळ असलेली शांतता बोलू लागली. त्याने नि:श्वास सोडला आणि तो बोलू लागला, "आपण जर शांबला सोडून गेलो तर इथे काय होईल?"

"मी तुला एक गोष्ट सांगतो." अर्जन ज्या चटईवर रात्री झोपायचा

त्यावर तो आरामात बसला आणि त्याने त्याचे बाहु ताणले. "अनेक वर्षांपूर्वी एक युद्ध–सर्वनाश घडवणारे-म्हण ना, झाले होते. त्या युद्धाची परिणती फार भयंकर झाली होती. अनेक लोकांनी आपले प्राण गमावले, आणि मग बरेच जण ते विसरूनही गेले. ते एक भयानक युद्ध होते..."

"महायुद्धासारखे?" अर्जनने विचारले. त्याला सम्राट अर्जुनाची आठवण झाली, त्याचे नावही त्यावरूनच ठेवण्यात आले होते. एक महान आणि असामान्य धनुर्धारी म्हणून त्याने त्या महायुद्धात फार महत्त्वाची भूमिका पार पाडली होती.

कृपाने नाराजीने आवंढा गिळला. "हं, ते महायुद्ध बराच काळ चालू होते, हो, आणि त्यात बरीच गावे, शहरे, जळून खाक झाली होती. आतापर्यंतचे सर्वात भयानक आणि मोठे असे ते युद्ध होते, त्यामुळे त्याचा लाखो लोकांवर परिणाम झाला. त्यानंतर भूकंप झाला आणि त्याचाही भयंकर परिणाम भोगायला लागला. तो त्या महायुद्धाचाच परिपाक होता." कृपाने डोके हलवले. "पण ते तसे काहीही झाले असले तरीही, मला जो मुख्य मुद्दा तुझ्यापुढे मांडायचा आहे तो हा की ह्या देशाने असे अनेक आघात पचवले आहेत, पण त्यातूनही हा देश तावून सुलाखून निघाला आहे आणि पुन्हा स्वत:च्या पायावर उभा राहिला आहे. ठीक आहे, त्याला जरा काळ जावा लागतो, पण त्या जखमा बऱ्या होतात. तुम्ही जर धीर धरलात तर सर्व काही ठीकठाक होत असते."

अर्जनने मन डोलवली.

"आणि काही वेळा तू किंवा मी काहीच करू शकत नसतो. आपल्यापुढे कुठलाच पर्याय नसतो. आपण ती प्रक्रिया घाईघाईने संपवू शकत नाही. आपण फक्त ते होताना पाहायचे असते." कृपा त्याच्याशी बोलण्याऐवजी स्वत:लाच समजावून सांगतोय असे अर्जनला वाटले. पण तेवढयात त्याच्या तोंडावर हसू उमटले. "असो. हे सगळे अनेक वेळा सांगून आणि बोलून झाले आहे. मला वाटतेय की मला जे काही सांगायचे होते ते सांगून झालेय आणि तसे झाले नसेल तरीही मी प्रचंड थकलेलो आहे हे तुम्ही समजून घ्या, कारण बराच वेळ झालाय, मी झोपलेलो नाही आणि मी दारूही पिऊ शकलेलो नाही. तेव्हा माझ्या मित्रांनो, मी अजिबात प्यायलेलो नाही त्यामुळे मला आता 'मदिरा चषक' मध्ये जायला हवेय..."

कृपा मोठयाने धापा टाकत म्हणाला.

"किंवा तसे नको." कृपा नाराजीने पुटपुटला. "आपला हा ज्येष्ठ, महान मित्र जसे म्हणेल तसे करू या."

अर्जनचा ग्रंथांवर, पुस्तकांवर विश्वास होता, पण त्यात जे काही तो शिकला होता त्याहून प्रत्यक्षात मात्र नेहमी उलटे घडताना त्याने पाहिले होते. एका क्षणी कोणीतरी काहीतरी लिहून ठेवतो आणि दुसऱ्या क्षणी त्याचा अर्थ वेगळाच असतो. ते सर्व असत्य ठरते. राक्षस हे नेहमी दुष्ट, नृशंस, डोके फिरलेले, आणि थेट नरकातून आलेले आहेत असे समजले जाते. पण प्रत्यक्षात बघू जाता ते खूप हुशार असलेले दिसतात. ते धोकादायक असतात हे नक्की, पण त्यांना स्वत:बद्दल एक जाणीव असते. ते नृशंस तर अजिबात नसतात. तो ज्या जगात राहतोय ते पूर्णपणे उलट-सुलट विचारसरणी आणि कृतीने भरलेले दिसते. काय खरे आणि काय खोटे हे त्या त्या माणसाच्या समजुतीवर आणि बुद्धीवर अवलंबून असते.

"मग, आता पुढे काय करायचा तुझा विचार आहे?" अर्जनने विचारले.

"ओह, चला तर मग!" कृपाने लहान मुलासारख्या टाळ्या वाजवल्या. "आता तू कसा सरळ मार्गावर आलास? मित्रा, माझ्याकडे एक अत्यंत अभिनव योजना आहे."

बालाने मान हलवली. "बोल, बोल तोंडाळ माणसा सांग."

"जिथे त्याला ते घेऊन गेलेत त्या इंद्रगडला आपण आता जाऊ. आपण कल्कीला त्यांच्या तावडीतून सोडवू आणि त्याला उत्तरेकडे माझ्या मित्र...नाही मित्र नाही, पण हो, सोमचा शोध लागल्यामुळे झालेल्या एका ओळखीच्या व्यक्तीकडे त्याला घेऊन जाऊ."

"त्यांना काहीही सेवन करताना आपण पाहिलेले नाही..." अर्जनचा अजूनही सोम वगैरे सारख्या दंतकथांवर विश्वास नव्हता. पण कल्कीच्या अंगोपांगावर त्याचा प्रभाव पाहून त्याने स्वत:चे मत गुंडाळून ठेवले होते.

कृपा मध्येच म्हणाला, "अरे, त्यांनी ते नेलेले आहे, कारण तिथे खूप मोठा साठा होता. त्यांनीही भरभरून नेले असणार. आणि एक गोष्ट लक्षात ठेवा, तिथे जर ते निळा द्रव शिल्लक असेल तर आपण खूप मोठ्या संकटात पडण्याची दाट शक्यता आहे, कारण आपल्याला त्यामुळे बऱ्याच वाईट-साईट परिणामांना तोंड द्यावे लागणार आहे. आणि त्यांच्याशी सामना करायला तुझ्या भावाची अत्यंत गरज आहे. त्यासाठी त्याला खूप तयारी करावी लागणार आहे, ती राजस्त्री आणि तिच्याबरोबरच्या पन्नासहून अधिक शिपायांना, अंस उघठयावर सामना

करण्यास उचकवण्याचा मूर्खपणा करता कामा नये. त्याच्यात शहाणपण मात्र नाहीये. पण पिळदार शरीराच्या जोरावर तो तरून जातो."

अर्जनने बालाकडे कटाक्ष टाकला. "ठीक आहे, पण आपली योजना काय आहे?"

"मी तुला आताच सांगितलं ना?"

"आपण जर कल्कीला साहाय्य केले नाही तर काय होईल हे तू स्पष्ट केलेस." अर्जन म्हणाला. "पण त्याला त्याच्या तुरुंगातून आणि मृत्यूदंडातून सोडवण्यासाठी नेमके काय करायचे हे कुठे सांगितलेस?"

कृपाने क्षणभर विचार केला. आता थोडा वेळ शांतता पसरली. "आपण सर्वजण इंद्रगडला जाऊ."

"ठीक आहे." अर्जनने मान डोलवली. बालानेही त्याचे अनुकरण केले. "आणि मग?"

"आणि मग?" कृपा एखाद्या शहाण्या माणसाप्रमाणे हसला. *आपण परिस्थितीवर ताबा मिळवू."*

आणि मग अर्जनने नाराजीनेच मान डोलवली, आणि एक गोष्ट मनाशी पक्की केली.

चला आता पुन्हा प्रयत्न करू या.

भाग दोन

कलीचा उदय

53

त्याने आता इथे असायला पाहिजे होते.

गडद धुक्याने भरलेल्या मध्यरात्री, वेदांतची हाडे प्रचंड थंडीमुळे गोठून गेली होती. तो वाट पाहत होता. इन्द्रगडमधे प्रचंड पाऊस पडला होता. त्यानंतर तिथल्या रहिवाश्यांसाठी ते हवामान खूप प्रतिकूल झाले होते.

त्याला शहराच्या मध्यवस्तीतील, मध्यरात्री होणाऱ्या व किल्ल्याच्या बाहेरच्या या बैठका अजिबात आवडत नसत. त्याला त्याचा तिटकारा होता. वेदांतसाठी या बैठका धोकादायक होत्या. त्याची फुफ्फुसे दूषित झाली होती. पण त्याची घ्राणेंद्रियच आजारीपणाचे कारण नव्हते तर अंधारात दडून बसलेले त्याचे शत्रूदेखील त्याला कारण होते. भिंतीवर रक्ताचे शिंतोडे सुकून गेले होते. त्याला अजूनही राजाचे बिरुद होते पण त्याचे शत्रू काही कमी नव्हते. मुख्यतः कलीच्या म्हणण्याला भरीस पडून त्याने जो अपमानकारक तह/करार केला होता, त्यामुळे तर जास्तच.

यापूर्वी खूनखराबा अगदी सामान्य बाब होती पण आता त्याने जर कुवेराबरोबर काम केले तर त्याला कुणीही धोका पोचवणार नाही असे त्याने वचन दिले होते. शहराच्या त्या मध्यवस्तीत, त्याच्या शहरात येण्याला कोणताही अडथळा येणार नाही, तो सुरक्षित असेल याची त्याने खात्री करून घेतली होती. तसेच त्याची ही पक्की खात्री होण्यासाठी कुवेराने आपल्याबरोबर जास्त माणसे किंवा वेशांतर केलेले सैनिक साध्या कपड्यात आणू नयेत असे त्याला सांगण्यात आले होते.

पण आज तिथल्या सर्व गल्ली बोळात शुकशुकाट होता. कुणीही त्याच्यावर हल्ला करणार नाही याची खातरजमा करून त्याचे रक्षक

त्याच्यापासून काही अंतरावर उभे होते. तसेच त्याचे धनुर्धारीही कुठलाही धोका झाल्यास इमारतींच्या वर त्याचा नायनाट करायला सज्ज होते.

आपणच आपली काळजी घेतली पाहिजे असा विचार त्याने केला.

आज रात्री वेदान्त यक्षांच्या राजाला शिंप्याच्या दुकानानजीक भेटणे अपेक्षित होते. उत्तर इंद्रगडमध्ये तेवढे एकच दुकान होते. शहराचा हा भाग स्वछ व उच्चभ्रूंचा होता. गावकडून आलेले गावकरी मुख्यतः पूर्वेला किंवा पश्चिमेला काम करीत असत. जास्त करून पश्चिमेलाच. तिथे मासेमारी, निर्यात उद्योग आणि व्यापार उदीम चालत असे.

कुवेराबरोबर आपण कधीकाळी भागीदारी करू यावर विश्वासच बसत नव्हता. ह्या दोघांची भागीदारी ही अशक्य कोटीतील गोष्ट होती. पण कुवेराला तेच नेमके व्हायला हवे होते. अशी विरूप जोडीच सर्व संशयांच्या पलीकडील वाटली असती. त्यांच्याकडे पाहून एक आदिवासी आणि एक मानव हे एकत्रितपणे काम करत आहेत यावर कुणीच विश्वासही ठेवला नसता.

आणि वेदांतनेही तोच विचार सर्वप्रथम केला होता. कुवेराबरोबर काम करण्याचा प्रस्ताव त्याला आवडला नव्हता पण यक्षांच्या राजाने एकेदिवशी त्याच्या किल्ल्यात त्याने उपस्थित राहावे अशी मागणी केली होती.

“तुमचा जीव घुसमटला असेल, तुमचा श्वास कोंडला असेल हे मला कळत आहे महाराज.” त्याच्या आवाजात इतरांच्या आवाजात जी गुरकावण्याची भावना असते ती नव्हती. उलट खर्जात तो म्हणाला. त्याच्या शब्दात एक लय होती. त्याला टक्कल पडले होते. आणि त्याच्या गळ्यात एक ओंगळ मुंगूस रुळत होते. वेदान्त जेव्हा जेव्हा कुवेराजवळ जात असे तेव्हा ते गुरगुर करायचे व मग कुवेरा त्याला थोपटायचा. “तुला कुठलेही कायदे कानून, नियम आवडत नाही, आणि तू विश्वास ठेव किंवा नको ठेवू, मलाही ते आवडत नाहीत. हे बघ, कलीच्या प्रयोगात मी एक फक्त गुंतवणूकदार आहे. ती माझी कल्पना नाही. खरं तर मी तुझ्यावर हल्ला करण्याच्या विरोधात होतो. पण कलीच्या आग्रहामुळे मी यात आलोय.”

वेदांतने शांतपणे ऐकून घेतले. त्याचा त्यातील एका शब्दावरही विश्वास नव्हता. पण एखादी खोटी गोष्ट बेमालूमपणे सांगण्याच्या त्याच्या हातोटीसाठी त्याचे अभिनंदन करावे असे वेदांतला वाटले. धादांत असत्य. असो. पण अर्थातच त्याने काळजी केली नाही. कारण

सर्वप्रथम कुवेरा त्याच्याकडे का आलाय हे त्याला माहीत होते. पाठिंबा! आधार!

"फक्त गुंतवणूकदार असणे हे फायद्याचे कलम असेल असाच मीही विचार केला होता." वेदान्त म्हणाला. कुवेराचा चेहरा निस्तेज, फिका पडला होता. "हो ते खरे आहे. मला तो मान्यच आहे. पण कुणालाही मदत लागतच असते. मी ज्या गावातून आलोय...अलक...सुवर्णनगरी..." तो म्हणाला व गप्प बसला.

वेदांतने मान डोलावली. त्याने मध्यवर्ती शहराबद्दल ऐकले होते. काही लोकांच्या मते ती पौराणिक कथा होती. तिथे देवांनी त्यांची सर्व संपत्ति, इलावर्ती सोडताना सोडून दिली होती. पण वेदान्तने त्या गोष्टी पौराणिक दंतकथा असण्याची मनाशी खूणगाठ बांधली होती.

"ती संपत्ति म्हणजे देवांचा खजिना होता." कुवेरानं हसून म्हटले. "आपल्या गावाला अभिमान वाटेल अशी ही गोष्ट आहे. पण आपण प्रामाणिक राहू या. देव हेही माणसेच होती. त्यांच्या भोवती त्यांना मानणारे धर्मवेडे होते. त्यांनी त्यांना धर्माचे राजे बनवले. आपल्याकडे तो खजिना होता त्यासाठी अनेकजण शपथेवर कबुली देतील आणि तो खूप मोठा होता. तो खजिना तिथेच राहण्यासाठी आपण खूप प्रयत्न केले. त्याला इलावर्तींची बँक असेच संबोधले जात होते. माझ्या म्हणण्यात काही अतिशयोक्ती करत असेन असे वाटून घेऊ नका."

यात अजिबात अविश्वसनीय असे काही नाही. वेदान्त दात दाखवून हसला.

"पण हे सर्व म्हणजे मी जे काही सांगतोय त्याची पूर्वपीठिका आहे. माझे नाव 'कुवेरा' हे देवांचा खजिनदार 'कुबेर' यांच्या नावावरून पडले आहे हे सत्य आहे. 'कुबेर' असंच आमच्या ग्राम्य भाषेत म्हणतात. माझ्या वडिलांना वाटले की हे नाव मला अगदी योग्य आहे. कारण मी सोन्याचा चमचा तोंडात घेऊन जन्माला आलो आहे. आणि मरेपर्यंत असाच गडगंज संपत्तीत लोळणार आहे."

य बोलण्यातून 'सत्य' काय ते बाहेर पडेल असे वाटून वेदान्तने वाट पहिली. पण तो उगाचच विषयाच्या आसपासच घोटाळत होता. तो नीटपणे सांगत नव्हता.

"कली माझ्याकडे मदतीची याचना करीत आला होता. एवढेच नाही तर राक्षस, नागलोक व यक्ष यांचे एकत्र सैन्य विकत घेण्यासाठी तो

आला होता. मग पुढे जाऊन त्याने मी व्यक्तिश: त्यात असावे अशी मागणी केली. त्याच्याकडे योजना होती. आणि त्याला त्यासाठी मदत करणे रास्त होईल असा मी विचार केला म्हणूनच मी येथे तुम्हाला 'माझी' योजना सांगायला आलो."

"ती काय योजना आहे?" वेदान्त अधीर झाला होता. "मला एक उत्तर हवे आहे."

"तुला उत्तर दिले जाईल" कुवेरा कावेबाजपणे उद्गारला. "साऱ्या जगावर ज्याला आधिराज्य गाजवायचे आहे अशा माणसाच्या योजनेत मी नुसताच गुंतवणूकदार होणे मला आवडणार नाही. खरंतर माझा त्या घटनेवर विश्वासच नाही. महायुद्धांनंतर जी राज्ये विखुरली आहेत त्यांना पुन्हा एकत्र आणणे ही गोष्ट खूप अवघड आहे. हे कलीचे स्वप्न आहे. पण आता कुणीतरी पुढे येणे आवश्यक आहे."

वेदान्तला या प्रश्नाचे उत्तर माहीत होते. "आणि ते कोण हे मी तुम्हाला सांगतो. ते कोणीतरी म्हणजे तू आहेस."

"नाही नाही सम्राट." कुवेरा कनवाळूपणे हसला. "तो 'तू' आहेस."

"मी."

"हो," तो हसला. "पण अर्थातच यासाठी काही किमत मोजावी लागेल."

आता 'ते' बाहेर आले. कुवेरा त्याचे आता खूप कौतुक व खोटी स्तुति करत होता. त्याला मस्का लावत होता. पण त्याचा अंत:स्थ हेतु काही निराळाच होता. वेदान्तला हे सर्व धडधडितपणे समजत होते पण तो एक शब्दही बोलला नाही. तो वाट पाहू लागला. कारण सहनशीलता, वाट पाहण्याची शक्ती हा एक सद्गुण आहे.

"या करता आपण फक्त दोघेच असू."

"आणि मी त्याला मान्यता दिली तर तू मला काय फायदा करून देशील?" वेदान्तने डोळे बारीक केले.

"प्रचंड संपत्ति, व्यापार उदीम. अलक हे भरभराट पावलेले शहर आहे हे तू लक्षात घे. आणि राक्षसांच्या प्रदेशावर आणि नाग लोकांच्या जमिनीवर मी एकदा का कब्जा मिळवला की त्यातील मोठा हिस्सा मी तुला देईन."

"थांब थांब. तू कब्जा घेणार? ते कसे साधणार?" अलक हे इलावर्तीतील सर्वात श्रीमंत शहर असेलही पण त्यांचे शस्त्रागार कालबाह्य शस्त्रांनी भरलेलं आहे.

"आणि तिथेच तुझा सहभाग येतो. तू मला माणसे दे. मी तुला संपत्ति देतो."

"तुझ्याकडे तो प्रदेश कब्जात घेण्याची काय योजना आहे?"

कुवेराने खोलीची तपासणी केली. शेवटी त्याला एक झाडाची कुंडी वेदान्तच्या अभ्यासिकेत दिसली. तो वृक्षप्रेमी होता. अलकमध्ये त्याच्याकडे अनेक जातीची झाडे होती.

कुवेराने एक फूल तोडले.

"तसे करायची तुझी हिम्मत कशी झाली?" वेदान्त गरजला.

"असेच," तो हसला "त्यांच्या मुळापासुन तुम्ही त्यांना उपटून काढा. कुठलाही प्रदेश हा तिथल्या नेत्यांकडे असतो. तिथे जर नेतेच शिल्लक राहिले नाहीत तर त्यावर शासन कोण करणार?"

वेदान्तने क्षणभर विचार केला, ही कल्पना काही वाईट नाही.

"पण मग कलीचे काय?"

"तो म्हणजे फक्त एक मातीचा गोळा आहे. आपण जो आकार त्याला देऊ तसा तो आकार घेईल. आणि त्याने जर काही अडचणी निर्माण केल्या, त्रास दिला तर त्याला आपण पायउतार करू." तो हसला.

वेदान्तला त्याची योजना समजली. तो आपले सैन्य पैशांच्या बदल्यात देऊ शकत होता. ते सर्व आदिवासींच्या प्रमुखांना ठार मारतील, वेळच आली तर कलीचीहि तीच अवस्था होईल.

"तुझ्याकडे खूप मोठा परगणा जमा होईल पण मग माझे काय?"

"मला वाटलं की तुला आदिवासींच्या भानगडीत पडण्यात काही रस असणार नाही. मग तुझी प्रतिष्ठा काय राहील? सरतेशेवटी ही सर्व योजना माझी आहे. आता कलीच्या ताब्यात असलेला भूप्रदेश तुला परत मिळेल. इन्द्रगड पुन्हा तुला मिळेल आणि तू (आतासारखा) नुसता कठपुतळीसारखा राजा राहणार नाहीस."

त्याची पूर्वीची प्रतिमा, प्रतिष्ठा परत मिळण्याची कल्पना खूपच विलोभनीय होती.

वेदान्त उभा राहिला. "नाही, या अवाजवी योजनेत आपण यशस्वी झाल्यावर तू माझ्या पाठीत सुरा खुपसणार नाहीस याची काय शाश्वती?"

"तुझा माझ्यावर विश्वास नाही का? मी एवढाही विश्वासार्ह तुला वाटत नाही का?" त्याच्या चेहऱ्यावर हास्य होते.

वेदान्तची विचारशृंखला वास्तवात विचार करू लागली. तो विश्वासार्ह

नव्हता हे नक्कीच, पण तो उपयुक्त होता. एकदा का सगळं सुरळीत झाले की तो कुवेरालाही खतम करू शकला असता. ते त्याच्यासाठी फार अवघड काम नव्हते. हे सारं भयंकर होतेच, उलटपक्षी आदिवासींबरोबर काम करणे हे त्याच्या तत्त्वांविरुद्ध आणि समजुतीविरुद्धच होते. पण इतर कट्टर शत्रूंचा खातमा करण्यासाठी एखाद्या शत्रूला मित्र करणे भाग होते. अशा रीतीने ते प्रथम वासुकीकडे जाणार होते. वेदान्तने त्याचा प्रभाव जनसामान्यांवर टाकून वासुकीचा उजवा हात असणाऱ्याला गळाला पकडले होते.

आता या क्षणी त्यांच्यासमोर काही सावल्या पडल्या होत्या. ते यक्ष होते. सामान्य उंचीचे पण असामान्य कर्तृत्ववान. त्यांच्याकडे लांब बाण व बर्चे-टोकदार खंजीर होते. ते त्यांच्या पट्टयातून डोकवत होते. कुवेरा थोड्या वेळात आला. तो त्याच्या मुंगुसाला खाऊ भरवत होता. वेदान्तला डोळ्यांचा इशारा कळला.

"काही माणसांची आज काळजी घेतली," त्याने मुंगूसाकडे नजर फिरवली.

"ते कशासाठी?"

कुवेराने परिस्थितीचा अभ्यास केला. "यापुढे तुला इथे पुन्हा बोलवण्याची वेळ न आणण्यासाठी मला आठवण कर."

"तू कोणाची *काळजी घेत होतास?*" वेदान्तने विचारले.

"अं...काही नागलोकांची."

"नाग? वासुकीने जर..."

"अं, काळजी करू नकोस" त्याने डोके हलवले, ते माझ्यापुढील समस्या नाहीत. मी त्यांची विल्हेवाटही लावली आणि वासुकीला पत्ताही लागणार नाही की त्याची दोन माणसे त्याने गमावलीत म्हणून.

"तू तसे का केलेस?"

"महाराज, मी तुम्हाला त्यासाठीच इथे बोलावले होते. आपण थोडेसे संकटात आहोत. कारण कलीला इतरही शत्रू आहेत."

"शत्रू?" वेदान्त विचारात पडला.

"हो. त्याने त्याचा किल्ला सोडला व त्याच्यावर दुसऱ्या-तिसऱ्या कोणी नाही तर नागांनीच जीवघेणा हल्ला केला. म्हणून मला त्या जागी जाऊन त्यांचे हाल करून यामागे कोण आहे याचा शोध घेणे भाग होते."

"तो वासुकी तर नाही?"

"वासुकीने स्वतःची माणसे पाठवणे हे मूर्खपणाचे ठरले असते. त्याने

दुसऱ्या कुठल्या जमातीची माणसे भाड्याने घेतली असती पण हा जो कोणी आहे तो खूप हुशार असणार. त्याला या हल्ल्याची जबाबदारी नाग लोकांवर टाकायची आहे. तुला असं वाटतं का की त्याच्या पाठीराख्यांपैकीच कुणीतरी त्याच्या विरुद्ध जाण्यासाठी हा हल्ला घडवून आणला असेल?"

वेदान्तने मान हलवली. "आता कली कुठे आहे?"

"बहुधा तो मरणोन्मुख अवस्थेत असावा." तो म्हणाला. "पण घाबरू नका. त्याच्या बहिणीने तुमच्या गावाकडून कोणतीतरी औषधी आणली आहे."

वेदान्त हादरला. "कोणते गाव?"

"शांबला."

वेदान्तने त्याचे डोके हलवले. "मी तिथे नसताना ती तिथे गेलीच कशी?"

कुवेराने वेदान्तला खांद्यावर थोपटले. "शांत व्हा महाराज. तुम्ही कलीला अजिबात जागे करू नका. तो लवकरच बरा होईल. आणि पुन्हा सर्व परिस्थितीवर काबू मिळवेल. कारण त्याने सर्व गावांची जबाबदारी, ताकद त्याच्या बहिणीला दिली होती. आणि त्या कागदावर तुम्हीही सही केली होतीत. आठवतंय ना? मला तुझी दया येते. पण त्या गोष्टीचाही या वेळी आपल्या फायद्यासाठी उपयोग करून घेऊ."

"फायदा?" तो थांबला "तो तू कसा करून घ्यायचे योजले आहेस?"

कुवेराच्या ओठांवर साधे सरळ स्मित पसरले.

"महाराज, तुम्ही अजिबात काळजी करू नका. ते सर्व तुम्ही माझ्यावर सोडून द्या!"

54

तिला प्रेक्षकांना आकर्षित कसे करायचे हे चांगले माहीत होते.

रहदारीचा सतत ओघ असणाऱ्या रस्त्यांमध्ये उभी राहून पद्मा ढोलावर काठीने आवाज करीत सर्वांचे लक्ष वेधून घेत होती. तिचा मित्र व भागीदार आकाशदेखील ओरडून सगळ्यांना ऐकण्याचे आवाहन करत होता.

"ऐका ऐका, लोकं हो जन हो. हीच जागृत होण्याची वेळ आहे. आपल्या राजाने वाईट गोष्टींचा अंगीकार केल्यामुळे, आदिवासींना मान्यता दिल्यामुळे, त्यांच्या बरोबर जाण्यामुळे सर्व काही योग्य व सुरळीत होईल अशी साखरपेरणी केली आहे. परंतु तसे होणार नाहीय. यामुळे आपले काहीही चांगले होणार नाहीये."

त्याचा आवाज घणाघाती होता म्हणून पदमाने त्यालाच बोलायला सांगितले होते. तुम्हाला अशा वेळी खडा आवाजच हवा असतो. पण पद्माचा आवाज असा नव्हता किंवा तिला तसे वाटत होते.

"त्यांनी आपला रोजगार काढून घेतला आहे. आपल्या संधी हिरावून घेतल्या आहेत. त्यांनी आपल्या जागांवर बाजार बांधला आहे. त्यांना मानवांना नकाशावरून हुसकून लावायचे आहे." आता लोकांच्या गर्दीला आकर्षण वाटू लागले व पद्माला आनंद झाला. या महिन्यातील दुसरी वेळ होती आणि लोक त्यांचे म्हणणे ऐकायला जमतही होते. "ऐका, माझ्या प्रिय मित्रांनो! त्यांनी ज्या खोट्या गोष्टी आपल्याला सांगितल्या आहेत त्या विसरून जा. आपल्या शहराची काहीही प्रगति होत नाहीये! काहीही नाही!"

आता गर्दी आणखी वाढली. त्यांनी आकाशच्या म्हणण्याला दुजोरा

दिला. खरंतर तो दिसण्यातही सुरेख होता व आकर्षकही होता. त्याच्यात एक प्रकारची लोकांना आकर्षित करण्याची शक्ति होती. त्याची शब्दांवर पकड होती. त्यामुळे तिला तिच्या दोन नंबरच्या भावाची आठवण होत असे. तिच्या भावाची आठवण झाल्यावर तिने डोळे मिटले आणि प्रेम व विरह यांच्याविषयीचे विचार तिच्या मनात येत राहिले. तिला घडत असलेल्या गोष्टीवर लक्षं केन्द्रित करायचे होते. ती जे काही करत होती तो काही नुसता प्रचार नव्हता. हा एक राज्ययंत्रणेवरचा प्रहार होता आणि लोकांना विचार करायला प्रवृत्त करणारी घटना होती कारण ते खूप महत्त्वाचे होते. एखादा विचार त्यांच्या मनात रुजवणे आवश्यक होते म्हणजे जेव्हा प्रत्यक्ष कृतीची वेळ येईल तेव्हा क्रांति करता येईल.

"या या. सर्वांनी इकडे या. आपल्या राजानी केलेली आणखी काही खरीखुरी कृत्ये ऐका. तुम्हाला माहीतच आहे तो कुणासाठी काम करतो ते..." आता त्याचा आवाज त्याने कुजबुजल्यासारखा काढला "एका बिनडोक माणसासाठी" तो परत गेला आणि त्याने एक चित्र आणले. ते चित्र हाताने काढलेले होते. ते चित्र कलीचे होते हे कळत होते. लांब केस आणि डोळ्यांच्या बारीक फटी. आणि व्यंगचित्रात्मक लांब नाक स्पष्ट दिसत होते.

"लांब नाकाच्या माणसाला काय म्हणतात?" त्याने त्याच्या भुवया गमतीदार पद्धतीने उडवल्या. सर्वजण दात विचकत हसले. ते हे सर्व रस्त्याच्या मध्यात उभे राहून बोलत होते त्यावर कोणाचा विश्वासही बसवला नसता. रात्री, त्यांची रस्त्यातील प्रचाराची प्रमुख, तिने सर्वांना योग्य ठिकाण व वेळ निवडायला सांगितले होते. अगदी पहाटे नाग लोकांची गस्त अगदी कमी असते.

गेल्यावेळीही त्यांनी अशीच एक आकर्षक टूम काढली होती. त्यांनी हाताने काढलेली जाहिरातपत्रे पूर्ण शहरभर लावली होती. वेगवेगळ्या भाषेत ती उपहासात्मक पद्धतीने काढली होती. त्यात म्हटले होते **"तुम्ही एक पराभूत राजवट आहात!"** ती पत्रके सर्वत्र लावली होती. त्यामुळे आदिवासींना काहीच फरक पडत नव्हता. पण नाग लोकांचे लक्ष त्याकडे आकर्षित झाले होते. त्यांनी आकाश व पद्मा यांचा शहराच्या दुसऱ्या टोकापर्यंत पाठलाग केला होता. तिथे त्यांना नदीत उडी मारून पलीकडच्या तीरापर्यंत पोहत जावे लागले होते. ते पश्चिम भागात पोचले होते.

आदिवासींना आधार देणे हे कृत्य चांगले होते असे रात्रीचे म्हणणे होते. पण ते समान तत्त्वावर असावे असे तिचे मत होते. पण जर का त्यामुळे मानवांच्या आयुष्यात काही अडथळे येणार असतील तर मात्र ती समानता व हक्कांचे प्रदान हे ढोंग-बनावट ठरले असते.

एक घुबड हवेतून उडत आले आणि त्याने आपले छोटेसे शरीर पद्माच्या खांद्यावर विसावले. ते तिच्या रुपेरी चमकत्या केसांजवळ बसले. पण ते केस वंशपरंपरागत आलेले नव्हते. तिने काही रसायने डोक्यावर लावली होती. तसे करण्यामागे तिची काही कारणे होती. तिच्या आयुष्यात काही दुःखद घटना घडली होती आणि जर का तिला राजाने ओळखले असते तर तिला त्वरित फासावर लटकावे लागले असते. प्रत्यक्षात तिच्या स्वतःच्या हातून काही अपराध घडला नव्हता पण तिच्या भावाच्या हातून राजाचा प्रमाद घडला होता. आदिवासींना सामावून घेण्याच्या आधीपासूनच ते राजाचे प्रशंसक नव्हते. त्यांना लोकशाही हवी होती. हुकूमशाही नको होती. आणि त्यांच्या दुर्दैवाने ते त्याबाबत फारसे काही करू शकले नव्हते. तिच्या नशिबाविरुद्ध घटना घडू लागल्या आणि त्याचे भयानक परिणाम तिला भोगावे लागले.

तिने त्या घुबडाच्या कानाच्या टोकाचे चुंबन घेतले. त्याने तिच्याकडे पाहून डोळे मिचकावले. तिचे डोळे प्रेमाने बारीक झाले. त्याचवेळी पद्माच्या पायाखाली एक आदेश येऊन पडला होता. एका हाताने ढोल वाजवत असतानाच तिनं तो आदेश उचलला. तिने तो उघडला. एका हाताने उघडताना तिला कष्ट झाले पण तिने ते जमवले आणि काय घडलेय ते तिला कळले.

ते तुझ्या दिशेने येत आहेत. ती नवीन आहे.

– रात्री

तिचे डोळे स्थिरावले. तिने वाजवणे बंद केले. आकाशने तिच्याकडे बघून तिला वाजवणे चालू ठेवायची खूण केली. पण पद्माने मान डोलावली. "आपल्याला गेले पाहिजे."

त्याने जमलेल्या लोकांकडे पाहून उत्साहभरीत हास्य केले व तिच्याजवळ जाऊन कुजबुजला "काळजी करू नकोस. ठीक आहे? सर्व काही ठीक होईल."

“आपण पकडले जाणार आहोत.” पद्मा म्हणाली. “रात्रीने निरोप पाठवलाय.”

त्याने तिला गप्प केले. “त्या नादान वाचनालयात तिला पाठवल्यापासून ती वेडसर झालीय. अजिबात काळजी करू नकोस. ढोल बडवत रहा.”

आणि त्याचवेळी तिने आवाज ऐकला. गरत घालणारे घोडेस्वार येताना दिसले आणि जमाव पांगला. कारण त्यांना ताबडतोब आपण शत्रूच्या कब्जात जाऊ याची जाणीव झाली.

“नाही.”

तिथे चार नाग तिच्यासमोर घोड्यावर बसलेले दिसले. मधल्या घोड्यावर एक काळे कुळकुळीत केस असलेली स्त्री होती. तिचे केस खूपच लांब होते. त्यामुळे त्यांची वेणी तिने घातली होती.

“हे काय चालले आहे? राजाविरुद्ध निदर्शने का?” त्या स्त्रीने विचारले.

ती एक प्रकारची धमकीच होती पण ती चांगल्या शब्दातली होती. कदाचित ती स्त्री नागांसाठी काम करीत असावी. पण ती ज्या पद्धतीने चालत बोलत होती त्यावरून ती नेहमीच्या अधिकाऱ्यांपेक्षा अधिक अधिकार असलेली स्त्री असावी. तिच्यात एक रुबाब होता. तिची हनुवटी वर होती. तिचे नाक बाकदार होते व भुवया कोरलेल्या होत्या.

“त्यांना ठार मारू नका. मला हे दिखाऊ क्रांतिकारी खूप आवडतात.” तिने आनंदाने टाळ्या वाजवल्या.

“हे काय...”

तेव्हाच पहिला नागा तलवारीसकट पुढे आला. तो आकाशपर्यंत पोचला. आकाश अडखळला व मागे पडला. आता पद्मालाही काही हालचाल करणे भाग होते. एक नागा तिच्याकडे येत असताना तिला दिसला. तेव्हढ्या वेळात सारा जमाव क्षणार्धात नाहीसा झाला. नागा जसे जवळ आले, तसे आकाश व पद्मा भिंतीजवळच्या कोपऱ्यात गेले. तिने ढोल फेकून दिला आणि...

पद्माने शीळ घातली. क्षणार्धात तिच्या खांद्यावरच्या घुबडाने नागाच्या चेहऱ्यावर टोचे मारले. तो मागे पडला. नागा उंच होता. राक्षससांसारखा बलदंड नव्हता पण त्याच्या अंगावर सापाचा आकार गोंदलेला होता. आतापर्यंत त्यांनी जो कणखरपणा दाखवला होता त्यापैकी एकाला त्या पक्ष्याने मात दिली होती. दुसरा नागा त्या पक्ष्याच्या

हल्ल्यामुळे गांगरून गेला होता. तोवर पद्माने परिस्थितीचा फायदा उठवला. भिंतीचा आधार घेऊन तिने उडी मारली आणि तसे करताना दोन कट्यारी तिने काढल्या. घाबरलेल्या आकाशकडे एक नागा जात होता. त्यावर तिने तिची कट्यार जोराने फेकली.

आकाश किंचाळला.

पद्माने डोळे गरगर फिरवले. एक तर तो काही मदत करत नव्हता. आणि वर ओरडत होता. हे सर्व अगदी वैतागवाणे होते. दुसरे नागा तिच्या पुढे आले. ती जास्त धोकादायक व ध्येर्यवान वाटत होती. तिने ज्याअर्थी राजाच्या अधिकाऱ्यांना मारले होते त्याअर्थी तिच्याकडे सरकफास किंवा कुऱ्हाड असावी. आणि एका व्यक्तीचा अतिशय क्रूर प्रथेला बळी जाऊ देताना नुसंत पाहणंही किती भयानक आहे हे इतर कोणाहीपेक्षा तिलाच चांगलं माहीन होंत.

तिने नागांना मारले नव्हते हे तिला माहीत होते. तिने तिची कट्यार वापरली नव्हती. पण तिने पितळी नाणी-पनास' खिशातून काढली ती तांबड्या रंगाची व नेहमीपेक्षा जास्त गोल होती. त्याच्यावर इंद्रगडचे मानचिन्ह कोरले होते. ती नाणी तिने नागांच्या पायाखाली फेकली. त्यावरून घसरून जाऊन ते वेडेवाकडे पडले.

पद्मा गालातल्या गालात हसली. ते उठून उभे राहिले तेवढ्यात पद्माने एकाला चाट घातली. तो पुन्हा पडला. दुसरा उभा राहिला व तिच्यावर तलवार घेऊन धावला. तिने तो वार चुकवला. तेवढ्यात तिचे शरीर घरंगळत गेले व ती पाठीवर पडली. तिने गोंधळलेल्या नागाच्या खांद्यावर हाताने चापटी मारली. त्याने मागे पाहिले व त्याची शिक्षा त्याला मिळाली. त्याला एक जोरदार ठोसा बसला.

बाहेर उभा असलेल्या माणसाकडे हत्यार नव्हते. पण तो त्या सगळयांच्यात मोठ्या चणीचा होता. तो स्वत:ची मूठ परजत आला.

“मी आता तुला मारणार आहे.”

“मी चांगले वागून बघितले आहे.” पद्माने तिची दुसरी कट्यार काढली व नागाच्या छातीत वरील भागावर जिथे उघडा भाग होता तिथे खुपसली. त्याने खाली पाहिले व ती कट्यार उपसून काढली. तेव्हाच त्याच्या लक्षात आले की पद्माचा वार मुख्य धमनीवर लागला होता. रक्ताची चिळकांडी उडाली व तो खाली जमिनीवर कोसळला.

“चल जाऊ या.”

आकाशच्या अंगावर पडलेल्या माणसाचे शरीर तिने धरले व बाजूला फेकले व त्याच्या अंगातील कट्यार उपसून काढली. "चल लवकर चल." आकाश उठून उभा राहिला. त्याने आवंढा गिळला. तो थरथरत होता. ते वळले. त्या क्षणी पद्माच्या लक्षात आले की त्यांच्यासमोर आणखी दहा नागा उभे होते. त्या सर्वांच्या हातात भाले होते. आणि ढालींनी त्यांना संरक्षण दिले होते. तिच्यासारख्या सामान्य व्यक्तीशी लढायला ते सज्ज होते. त्यांच्या शस्त्रांनीशी जी अगदी गळ्याशी धरलेली होती. ते उभे राहिले.

"एवढ्या लवकर ते तिथे आलेच कसे?"

"परमेश्वरा! आपण आता मेलोच. मी तुला आधीच म्हणत होतो की आपण इथून जाऊ या म्हणून." आकाश मुसमुसत म्हणाला. "माफ करा, कृपया माफ करा. आम्हाला मारू नका. मला इतक्यात मरायचं नाहीय."

ही तुला काय गंमत वाटते आहे का?

पद्माने डोळे गरागरा फिरवले अन खांदे विस्तारले आणि ती आकाशच्या समोर आली. ती अजिबात घाबरली नव्हती. कारण तिने आयुष्यात मृत्यूहूनही भयंकर असे पाहिले होते व सहनही केले होते.

आणि ते दुःख होते.

"मुली तू खरेच सहन करू शकशील असे तुला वाटते का?" तिने काळ्या घोड्यावरून तिच्याभोवती रिंगण घालताना म्हटले. तेवढ्यात इतर अनेक सैनिक तिच्यामागे येऊन उभे राहिले होते.

"तुझ्या विरुद्ध जणाऱ्यांना तू एवढे कमी लेखू नकोस."

पद्मा एक शब्दही बोलली नाही.

"त्या मुलाला ताब्यात घ्या." तिने आज्ञा सोडली. "त्याला कुठे घेऊन जायचे हे तुम्हाला माहीतच आहे."

"माफ करा, मला माफ करा." आकाशने विनंती केली. पद्माला जमिनीवर ढकलले गेले व आकाशला नाग लोक घेऊन गेले.

आणखीन एक गेला.

खरं सांगायचं तर तिला वाईट वाटले नाही. हेही खरं आहे की तो चांगला मदतनीस होता, पण तो त्याच्या कामात खूपच दिरंगाई करत असे. काळ्या घोड्यावर बसलेली स्त्री खाली उतरली. तिची पावले जमिनीवर टेकताच *छम छम छम* असा आवाज आला. तिच्या घोट्यात एक (राखळी), पैंजण होते. त्या स्त्रीचा एक हात अपंग असून दुसऱ्या हाताने ती सर्व कामे करत होती हे पद्माच्या लक्षात आले.

"जखमींना रुग्णालयात न्या. ते उद्या सकाळपर्यंत ठीक झाले नाहीत तर त्यांना हद्दपार करून टाका." ती स्त्री म्हणाली. त्याचवेळी तिचे लक्ष पद्माकडे गेले. तिचे डोळे निळेभोर होते. अगदी निळ्याभोर आकाशाच्या रंगासारखे.

"मी राजकन्या मनसा. सम्राट वासुकीची बहीण." त्या नागकन्येने पद्माचे नीट निरीक्षण केले. "तुला तुझ्या मित्राबद्दल फार वाईट वाटले नसावे अशी माळा आशा आहे. तो तुझ्या कामात फारशी मदत करत नव्हताच आणि अशा कामचुकार लोकांना बाहेर काढणेच योग्य असते. त्यांनी जिवंत राहूच नये."

पद्माने टाकलेल्या नाण्याजवळ मनसा गेली. "ह्या मुद्रा महायुद्धाच्या वेळी वापरल्या गेल्या होत्या. त्या तुला कशा मिळाल्या?" महायुद्धाच्या वेळी ही नाणी वापरली गेली हे हिला कसं माहीत?

"मी विविध मुद्रा साठवत असते. त्यांचा संग्रह करते." पद्मा म्हणाली. नाण्यांचा संग्रह करण्याची तिला आवड होती. तिची ही सवय वयाच्या सातव्या वर्षापासून होती. मनसाने तिचे नाणे परत केले. नाग राजकन्येच्या औदार्याचे तिला आश्चर्य वाटले. तिने ते नाणे घेतले. तिने ते तिच्या लहानशा बटव्यात ठेवून दिले.

"मला तुझे केस खूप आवडले." तिने तिच्या केसात हात फिरवला. तिची लाल रंगात रंगवलेली लांब नखे तिच्या केसात फिरवली. "हे केस नैसर्गिक आहेत का?"

पद्माने मान डोलावली. तिला क्षणभर त्या भरलेल्या बाजारात आणि नाग रक्षकांच्या मध्ये आपली आईच भेटल्याचा भास झाला.

"मुली तू एक खास मुलगी आहेस." मनसा तिच्याच केसांशी खेळत म्हणाली. त्या केसांचा स्पर्श अनुभवण्यासाठी तिने ते आपल्या मुठीत घेतले. त्याचवेळी पद्माला तिने ती मूठ थोडी हळुवारपणे खेचल्यासारखी वाटली. "अगदी खास. एवढी तरुण, कोवळी मुलगी प्रशिक्षित सैनिकांपासून स्वतःचे रक्षण करते आहे हे चित्र या मागास शहरात कधी काळी बघायला मिळेल का यासाठी मी खूप प्रयत्न करीत होते. नाग लोक उत्तम शिक्षण व युद्धकलेचे प्रशिक्षण देण्यात अभिमान बाळगतात. मानवांचे तसे नाही. गुप्तहेराचे कौशल्याचे काम करणे हे त्यांचे प्रमुख काम आहे आणि त्यात पुरुषांपेक्षा स्त्रियाच जास्त महत्त्वाचा वाटा उचलतात. पुरुष मारे तत्वज्ञानाच्या गोष्टी बोलतात पण त्यांचा शेवट मद्य आणि सुरा

यातच होतो. उलट स्त्रिया माहिती व शांततेच्या द्रष्ट्या असतात. तू मला नाग लोकांची आठवण करून दिलीस."

"तू हे जे काही करत होतीस ते का करत होतीस?"

पद्मा गप्पच होती. राज्याच्या विरोधात काहीही बोलणे राजद्रोह ठरला असता.

"तुला या राज्यकर्त्यांच्या तिरस्कार वाटतो का?"

पद्माने तिच्याकडे वर नजर करत पाहिले.

"ओह छान. या विषयावर आपल्या दोघींचेही एकमत आहे. मीही त्यांचा तिरस्कारच करते." ती सौम्यपणे हसली. "मुली, आपण दोघी जर एकत्र झालो तर आपण खूप काही छानसे करू शकू. तू जर मी म्हणतेय त्याला संमती देण्याचे ठरवलेस तर तू कधीही माझ्या कचेरीत ये." ती म्हणाली.

मग ती साऱ्या शहरातली बंडखोरी संपवण्यासाठी का फिरतेय? राज्यकर्त्यांविरुद्ध असणाऱ्यांची एखादी सेना उभारण्याचे काम तर ती करत नाहीये? पण का? कशासाठी? तिने राजाविरुद्ध असण्याचे कारण काय?

"माझ्या मते तुम्ही हे जे काही करत आहात त्याला अंतच नाहीये. सरतेशेवटी तुमच्या हाती अगदी लहानसे यश मिळेल." तिने तिला हाताला धरले व तिच्या बरोबर नाग लोक जिथे फिरत होते तिथे घेऊन गेली. "आणि मला तर योग्य ते फळ मिळण्यात रस आहे. तुम्ही एवढा वेळ वाट पाहिल्यावर तुम्हाला योग्य न्याय मिळणे आवश्यक आहे. तुम्ही त्यासाठी लायक आहात. काय मी म्हणते ते बरोबर आहे ना?"

पदमाने मान डोलावली. ते नाग तिला घेऊन कुठे चालले होते याची तिला काहीच कल्पना नव्हती. पण कुठे का असेना यापुढे ती या सगळ्याचा एक भाग असणार होती. तसेच आजपर्यन्त सत्ता म्हणजे काय याची तिला काहीच माहिती नव्हती. ती अशी असते हे तिला प्रथम जाणवत होते.

"तू हे जे काही प्रचंड परिश्रम घेत आहेस ते तुला कुठेतरी भलतीकडेच नेणार आहेत. मी जे सांगते आहे तशी तू वागलीस तर आपण दोघीही आपल्याला न आवडणाऱ्या माणसापासून मुक्त होऊ."

"म्हणजे माझ्यासारखे आणखीही कुणी आहे का?"

"मुली तुझ्याशिवाय आजपर्यन्त कोणीही माझ्यावर एवढा प्रभाव

पाडू शकलेले नाही." राजकन्या मनसा म्हणाली. "तुझ्या सोयीसाठी तू म्हणशील ते तुला देण्याची व्यवस्था होईल."

आता ते नागा किल्ल्याच्या जवळ आले होते, हे पद्माच्या लक्षात आले. आदिवासींना सामावून घेतल्यावर, त्यांना योग्य वाटतील असे किल्ले बांधण्यात आले होते त्यालाही मानवांचीच मदत घेण्यात आली होती. बऱ्याच जणांना ती कल्पना आवडली नव्हती. पण तो किल्ला दिसत मात्र सुंदर होता. आपल्याला काय वाटायला हवे किंवा नको हे तिला समजत नव्हते. पण मनसाबरोबर राहण्याने पुढच्या काळात तिचे भले होईल हे तिला कळत होते. एक तर ती मारली जाईल, किंवा तिला चांगले काहीतरी घबाड त्या बदल्यात मिळाले असते. पण तिला पहिला उपायही चालला असता. कारण त्यामुळे वेदान्त विरुद्धच्या लढाईत काहीतरी कमावता आले असते.

किल्ल्याच्या ओसरीतून जाताना पुढे ते एका लहानशा दरवाजापाशी पोचले. रक्षक निघून गेले व पद्माची छाती धडधडायला लागली. ती आता शत्रूच्या शिबिरात होती आणि याच राजसत्तेविरुद्ध ती लढत होती आणि आता ती त्यांच्या ऐन गराड्यात अडकली होती. आकाशला तुरुंगात टाकल्याचा विचार तिच्या मनात येऊन गेला. पण रात्री त्याची तात्पुरती मुक्तता करेल-परत यायच्या बोलीवर त्याला सोडेल असेही तिला वाटले. पण आता या विचारांनी तिच्या मनात पिंगा घालायला नको होता.

ती एका उत्तम खोलीत बसली होती. ती अनेक पुस्तकांनी सजवलेली होती. तिला पुस्तकांचा तीव्र तिटकारा होता. तिने काही पुस्तके/ग्रंथ वाचायचा प्रयत्न केला होता. पण तिला तो छंद तिच्या इतर छंदांमुळे आवडला नव्हता.

"मी काय करावे अशी तुझी अपेक्षा आहे?"

"ओह, मी ते तुला सांगणारच आहे. पण प्रथम..." तिने कपाटाच्या खणातून एक बटवा काढला आणि तो तिच्याकडे फेकला.

पद्माने त्याकडे पाहिले. ती गोंधळली. तिने तो उघडला. त्यात सोन्याची, चांदीची नाणी, मुद्रा, कर्षपनास, सुराष्ट्रा आणि काउरी होती. हसत हसत तिने ती सर्व नाणी उघड्यावर काढली. त्या नाण्यांचा आता विनियोगासाठी काहीच उपयोग नव्हता. पण एखाद्या संग्रहाची ती शान होती.

“मुली मीही असा संग्रह करते. आपल्या दोघींनाही एकच छंद आहे याचा मला आनंद वाटतोय.” मनसा म्हणाली.

पद्‌माने वर पाहिले.

“ही सर्व तू घेऊ शकतेस.”

पद्‌माने बटवा तिथेच ठेवला. ते शेवटी पैसे होते. त्यासाठी काही किंमत मोजावी लागणारच. मुख्य मुद्‌दा हा होता की ‘ती’ ती किंमत देणार का?

“काळजी करू नकोस.”

“त्यासाठी मला तुझ्यासाठी काय करावे लागेल?” पद्‌माने पुन्हा विचारले. यावेळी करारी मुद्रेने विचारले.

“आहे ती एक गंमतच आहे.” मनसाच्या डोक्यात एक चमक दिसली. “तुला हत्यारानिशी तो खेळ खेळावा लागणार आहे.”

“ते मला...ते मला अशक्य आहे.” त्याला नकार देणे सर्वस्वी अशक्य होते. “मी काम करणार नाही...”

“माझ्यासाठी? मुली मी एक साधीसुधी स्त्री आहे. आपण अहिंसा व शांतता यांच्याशी जास्त निगडित आहोत. याची तुला जाणीव असली पाहिजे.” तिने तिचे हात पुढे टेबलावर समोर धरले. तेवढ्यात मागून मोठा आवाज आला. पद्‌माने वळून बघितले तर तिथे एक देखणा, काळ्याभोर केसांचा माणूस उभा होता. त्याचे डोळे निळे होते व एक सहज हास्य त्याच्या मुखावर विलसत होते. त्याने लांब गडद रंगाच्या अंगरख्याने स्वत:चे शरीर झाकले होते. तो पुढे आला. अत्यंत तुच्छतापूर्वक आविर्भावात शाही रुबाबात तो मनसाच्या बाजूला येऊन उभा राहिला.

“ती खरे बोलतीय.” तो फिसकारला.

त्याच्या आविर्भावावरून, गुणांवरुन तो माणूस म्हणजे वासुकी होता हे स्पष्टच होते. तो नागांचा राजा किंवा राजपुत्र होता. नागांमध्ये खरं म्हणजे फार बिरुदे नसल्याने ते कुठल्याही नावाने संबोधत असत. अशीच वदंता होती.

मनसाचा आवाज आपोआपच कर्कश व अशुभसूचक झाला होता. ती म्हणाली, “सरतेशेवटी तुझ्यापुढे हे दोन पर्याय आहेत. एकतर तू मी म्हणतेय तसे कर आणि ही सर्व सुंदर नाणी, माझी तुझ्याप्रती असलेली सद्‌भावना समजून घेऊन जा. या राज्यातील एक मौल्यवान शिपाई म्हणून तसे कर नाहीतर तुला उद्या सकाळीच राज्याच्या एका

अधिकाऱ्यावर हल्ला केल्याबद्दल फाशीवर चढवले जाईल." तिने मूठ कसली. आता तिचे हसू मित्रत्वाचे राहिले नव्हते.

"मुली आता तुला काय हवे ते निवड!"

55

कली पळत होता. तो किती वेळ आणि किती लांबवर पळत होता तेच तो विसरून गेला होता.

त्याने डोळे उघडायचा प्रयत्न केला. तेव्हा ते समोरच्या बाजूल रोखलेले होते. तो नक्षीदार संगमरवरी कटड्यापाशी चालत आला. त्या उथळ पाण्याच्या टाकीमधील पाण्याचे थेंब त्याच्या हाताने चाचपून बघू लागला. तेव्हा त्याला त्या पाण्यात पडलेले त्याचेच प्रतिबिंब दिसू लागले. त्याची काय अवस्था झाली होती ते त्याला जाणवले. त्याच्यात पूर्ण बदल झाला होता. आजारपणात त्याची कातडी पूर्णपणे कोरडी पडली होती. त्याचे शरीर कृश झाले होते. त्याची हाडे वर आली होती. व केस झडले होते. त्याला टक्कल पडले होते. आणि हे त्याला अजिबात आवडत नव्हते. त्याला नेहमीच देखणा पुरुष म्हणून आदरयुक्त प्रेम मिळत असे पण आता पटले की त्याच्यात बदल होत आहेत.

त्याच्या प्रेमळ बहिणीमुळेच तो जिवंत होता. अन्यथा तो कधीच निजधामास गेला असता. आजारपण व तो वर्मी बसलेला घाव, यांच्यामुळे त्याला अपरिमित वेदना होत होत्या. दुरुक्तीच्या मदतीने तो त्या मगरमिठीतून सुटला होता. या गोष्टीवर त्याचा विश्वासच बसत नव्हता. तिने त्याला बेचव, कुठलाही वास न येणारे, नागाच्या डोळ्यासारखे निळ्या रंगाचे द्रव्य पाजले होते. त्याने ते एकाच घोटात पिऊन टाकले होते. काही दिवसांनंतर त्याने आणखी एकदा तो घोट घेतला. त्याला एकदम बरे वाटू लागले.

त्याला फक्त तीन दिवस झाले होते.

आता हळूहळू त्याची शक्ती पुन्हा भरून येत होती. त्याला आजारी

असल्याप्रमाणे वाटत नव्हते. ते द्रव्य काय होते कुणास ठाऊक पण त्याच्या आजाराला उतार पडला होता हे निश्चित.

रक्षक आणि इतर आधिकारी आपली रोजची कामे पार पाडीत होते. ते सर्व किल्ल्यातच होते. त्याने त्याची फिकीर केली नाही. तो ज्या राजकारणाला बळी पडला होता त्यातील काहीच त्याला आठवत नव्हते. तो उभा राहिला. त्याने आपले शरीर थोडेसेच ताठ करून पाहिले. तेव्हाच त्याला त्याचे प्रतिबिंब दिसले. तो पूर्ण बदलला होता. हळूहळू तो पुढे झाला आणि त्याच्या लक्षात आले की तो बदलला नव्हता. पण ते पाणी बदलले होते. ते लाल झाले होते. रक्ताळलेले.

पण ते भडक किंवा अपारदर्शक नव्हते. त्याचे प्रतिबिंब जिथे पडले होते तिथे ते हलक्या रंगाचे होती. आणि तो भयानक दिसत होता. त्याची त्वाचा सुरकुतली होती आणि त्या प्रतिबिंबात तो टकलू व केस नसलेला वाटत होता. त्या सुरकुत्या दिसू नयेत म्हणून त्याने एक विचित्र असा गळपट्टा बांधला होता. त्याच क्षणी त्याच्या डोळ्यासमोर अनेक प्रतिमा जवळजवळ येत असल्याचे जाणवले. त्याला त्याचा अर्थ कळेना. त्याच्या डोक्यातून एक वेदना उमटली. आणि आपण मरणप्राय अनुभवातून जातोय असे त्याला वाटले. त्याला एकदम हलके झाल्यासारखे वाटले आणि तो गुडघ्यावर पडला. त्याचे डोळे त्या रक्ताळलेल्या पाण्यावर स्थिर झाले. आता त्या प्रतिबिंबात आणखी माणसे येत असताना दिसली त्याला खेटून उभी होती. आणि सगळ्यात वाईट गोष्ट ही होती की ती सर्व माणसे भाजून निघालेली वाटत होती.

“भावा, तू आमचे रक्षण करू शकला नाहीस. तू आमचे रक्षण केले नाहीस.” एक जळून गेलेला लहान मुलगा म्हणाला. पण त्याच्या आवाजाचे प्रतिध्वनी जणू कुठल्यातरी दुसऱ्याच जगातून आल्यासारखे वाटत होते. “तू आम्हाला तिथे सोडून गेलास. तू तुझ्या भावांना सोडून गेलास.” ते सर्वजण एकदम बोलत होते. बेफामपणे. त्या पाण्यात बुडबुडे व फेस येऊ लागला.

“हे काय होतंय काय?”

“मी यातून कसा काय सुटू?” तो ओरडायला लागला. “कसा बाहेर येऊ? तुम्ही माझ्या भरवश्यावर आलात आणि आता मलाच कळत नाहीय की मी काय करू?”

"आमचे म्हणणे मान." ते एकदम ओरडले. आता त्यांच्या आवाजाची धार आणखी वाढत चालली.

"म्हणजे काय करू? मी काय करावे असे तुम्हाला वाटते?"

त्या पाण्यातून काही हात वर आले आणि भुतांची जळलेली बोटे बाहेर आली व त्यांनी त्याला खेचले आणि गळा धरून ओढले. त्या पाण्यात बुडेस्तोवर त्याचा श्वास कोंडला. त्याचे नेत्र विस्फारले. त्याला आता जळलेली भावंडे दिसू लागली. त्यांना चेहरा नव्हता, डोळे नव्हते. पण निव्वळ भास होते. ते निव्वळ भासमय होते.

"तुझ्या पूर्वजांचे ऋण फेड. पुन्हा पूर्वजांना शरण जा." पुन: त्या हातांनी त्याला पाण्याबाहेर ढकलून दिले.

तो जमिनीवर पडला. त्या दु:स्वप्नातून बाहेर येताना त्याला जाणवले की आपला श्वास कोंडला आहे आणि आपण त्या पाण्याच्या काठावरच बसलो आहोत. तो ओला झाला नव्हता. ते पाणी निळेशार होते व सगळे काही जागच्याजागी होते. तो संभ्रम होता असे त्याने स्वता:लाच बजावले. पण का? त्याच्या पूर्वजांची माहिती घेण्यासाठी मृतांकडून हा निरोप का मिळाला? हा काही आजारपणाचा प्रभाव नव्हता. ही काहीतरी सूचना होती. संकेत होता. काहीतरी विचित्र संकेत होता हे कलीला जाणवले.

त्याची पूर्वपीठिका, पूर्वज याबाबत सर्वच संदिग्धता होती. आणि ते त्याला माहीतही होते. त्याला त्याचे गाव का जाळण्यात आले याचे कारण अर्धवटपणे माहीत होते. ज्यांनी हे गाव जाळले त्यांना कली कोण आहे ते समजले असावे आणि तो कुठल्या कुटुंबात गुप्तपणे राहतोय हेही त्यांना ज्ञात झाले असावे. तो अनर्थाचे कारण होता. असुर, अत्यंत वाईट. महारोगी तथाकथित सैतान. खरंतर ते अगदी साधे सुधे चांगल्या मनाचे लोक होते. जगभर खून, मारमाऱ्या, अराजक माजवणाऱ्या तमोयुगात असुरांची वाढ होणं अरेक्षित आहे असं तथाकथित भविष्य वर्तवलं गेलं होतं. त्याने दुरुक्तीशिवाय कुणालाही आपण कोण आहोत हे सांगितले नव्हते. ते काही धोकादायक वगैरे होते म्हणून नाही तर इतरांना ते कळले तर त्यांच्याकडे नंतर कुठल्या नजरेने पाहिले जाईल ते त्याला आवडणार नाही म्हणून व तेच चांगले होईल असे वाटल्यामुळे. त्या ते एक रहस्य, गुपितच राहू दे असा त्याने विचार केला होता.

कलीने आपण कुठेही पळून जायचे नाही आणि आपल्या कचेरीतच हळूहळू जायला सुरुवात करायची असे ठरवले. नेहमीसारख लालबुंद,

रसरशीत, आडदांड दिसणारा कुवेरा तेव्हा नेहमीच्या पद्धतीने एका सुंदर सहचारिणीबरोबर व काही यक्षांबरोबर किल्ल्यात शिर ताना त्याला भेटका.

त्याच्या हातात साऱ्या शहराच्या आर्थिक बाबींचा आधिकार होता. तो कुवेरा प्रथम दर्शनी तरी काहीसा विनम्र, मर्यादशील वाटत होता.

"तुझी तब्येत आता सुधारत आहे असे दिसतेय."

"हो, मी शहर समितीच्या बैठकीला येऊ लागेन." कली म्हणाला.

हा इथे काय करतोय? त्याने फारसे प्रश्न विचारले नाहीत. कारण ते नंतर रोखठोकपणे विचारता येतील. कुवेराला गमावून त्याला चालणार नव्हते. कारण इलावर्तीच्या उत्तरेकडच्या उरलेल्या प्रभागावर, आणी कीकतपूरवर ताबा मिळवायला कुवेरानेच सर्वप्रथम अनुकूलता दाखवली होती.

"आपण आता ते घेत आहोत का?"

"आपल्याला घेतलेच पाहिजे."

"मी वेगळाच विषय काढला. मला माफ कर." कुवेरा हसला. "पण आता तुझी पाठ कशी आहे?" त्याने विचारले. त्याच्या प्रश्नात किंचितही कुठे क्षमायाचनेचा सूर नव्हता.

आणि कलीलाही त्याचे फुगीर तोंड फोडण्याची तीव्र लहर मनात येऊन गेली पण त्याने मन आवरले. तो काही कारणाने असंतुष्ट होता. तो सर्वसाधारणपणे शांत व स्थिर असतो. पण आता मात्र त्याच्या बोटांना व छातीत जी एक प्रकारची अशांतता, जडपणा आला होता तो त्याला घालवायचा होता. त्याला थोडी भीती वाटली.

"सम्राट कुवेरा, तुम्हाला खरेतर खूपच माहिती आहे." तो एकाच वेळी अगदी शांत व चिडक्या स्वरात म्हणाला

"मी अत्यंत नम्र व काहीसा उत्सुक असतो. इतकेच." कुवेराने सुरुवात केली. "मी ऐकले की तुझ्यावर हल्ला केलेले नागलोक होते. परंतु देवाच्या दयेने तुझा पुनर्जन्मच झाला म्हणायचा."

कलीने आपले डोके हलवले व तो आपल्या कचेरीकडे जाऊ लागला. वाटेतल्या शिपायांनी मुजरा केला. त्यानेही मानेने तो स्वीकारला. "तुला व सर्वांनाच माहितीच आहे की मी कुठल्याच देवदेवतांना मानत नाही. इथे फक्त माणसेच आहेत."

"होय मला माहीत आहे. तुझी धर्माबद्दलची नास्तिकता मला माहितीये."

कलीला देवळातील पंडे, पुजारी यांच्या विरोधाचा खरंतर कंटाळा आला होता. त्यांना मानव, त्यांचे पूर्वज व घराण्याचे पहिले अध्वर्यू हे राजसत्तेच्या आघाडीवर असायला हवे होते. आदिवासी हे मागासलेले होते. आणि ते यांच्या मानाने कमी पुढारलेले होते. कलीने मंदिराबाबतचा काहीच अभ्यास केलेला नव्हता. कारण त्या जागा ह्या पवित्र पूजेसाठीच होत्या. आणि कुणाला हिंसक प्रतिक्रिया किंवा दंगल धोपा नको असेल तर त्या देवांना स्पर्श करणे योग्य ठरले नसते. ते कचेरीत पोचले तेव्हा कुवेरा बोलू लागला. "तू एक गोष्ट कधीही विसरू नकोस की तुझ्यावर हल्ला म्हणजे माझ्यावर हल्ला. आता नागा लोकांनी तुझ्यावर हल्ला का केला? ते असे बंडखोर का झाले याचा शोध मला घेऊ दे."

कली त्याच्या जागेवर बसला व विचार करू लागला.

"का त्यांनी काहीही बंडखोरपणा केला नाही असं तुला वाटतयं?" कुवेरा पुढे झाला व त्याच्या समोरच्या हाताच्या खुर्चीवर बसला. "ओह नाही हं. त्यामागे वासुकी होता असं तुला वाटत नाहीय नं? खरच नां?"

कलीला कुवेराबद्दल एक नावडती खटकणारी भावना होती. ती ही की कुवेरा या अशा निष्कर्षाप्रत कसा आला असेल. पण त्याचा नाईलाज होता आणि त्याने ते मान्य केले. "विकोको व कोको यांनी याबाबतची चौकशी व तपासणी केली. त्यांनी सांगितले की हे नाग लोक इथले स्थानिक नव्हते. किमान सैन्याच्या तुकडी तले तरी नव्हतेच."

"मग तर ती वासुकीची माणसे नक्कीच नव्हती." कुवेरा निर्विकार चेहऱ्याने मागे सरकला. "म्हणजे मला असं म्हणायचंय की तो बाहेरच्या माणसाला आणून असे कृत्य कारायचा धोका पत्करणार नाही. म्हणून तू त्यांच्यावर संशय घेऊ नकोस. तो असे काही करणार नाही."

कलीने दात चावले. ह्या जाड्याच्या मनात नक्की काय आहे?

"तो वासुकी नव्हता याची मला खात्री आहे. त्याला तू खूप आवडतोस. त्यात माझा पैसाही गुंतलेला आहे. पण त्याचा तसा आग्रह होता..."

कलीने आपला हात टेबलवर आपटला ज्यायोगे त्या यक्षांच्या राजाचे तोंड गप्प होईल. "तक्षकाच्या मृत्यूनंतर त्याने माझ्यावर संशय घेतला होता आणि म्हणाला होता की तो त्याबाबतीत काय करायचे ते करेल. आणि तो जो मार्ग स्वीकारेल तो मला अजिबात आवडणारा नसेल."

कुवेराने निष्कपटीपणाने आपल्या भुवया उचलल्या. "हे परमेश्वरा,

तुलाच त्याने त्याचे लक्ष्य ठरवले होते. मला वाटते की तो तुमच्यातले मतभेदाचे मुद्दे बाजूला ठेवेल आणि एखाद्या चांगल्या सज्जन माणसासारखा तुझ्याशी वागेल. त्याचा आवडता मणी मी त्याच्याकडून का चोरला हे मी तुला कधीही सांगितलेले नाही. मला चकाकत्या गोष्टी आवडतात म्हणून नव्हे तर त्याच्या अहंकाराचा फुगा मला फोडायचा होता म्हणून मी तो चोरला. त्यामुळे तो माझ्याकडे भीक मागत आला आणि मला त्याच्या ह्या कृत्याचा आनंदच वाटला. पायातली वहाण कुठे असावी याची त्याला त्यामुळे जाणीव झाली, हे तुला माहीत आहे का?"

कुवेराच्या गळ्याभोवतीचे मुंगूस घट्ट बसलेले होते. त्याने त्याचे नावही ठेवले होते पण कलीने ते विचारले नव्हते. त्याने कुवेराच्या मुंगूसालाही फार महत्त्व दिले नव्हते. पण ते जनावर आणि वासुकीचा साप यांच्यात एक गोष्ट एकसारखीच होती. प्रत्यक्षात ते दोघेही हाडवैरी होते आणि निसर्गातही-अहि-नकुल वृत्तीचेच होते.

"आपल्याला अजून सत्य काय ते कळलेले नाही." कलीने नि:श्वास सोडत म्हटले. "हे आपले अंदाज आहेत."

"होय, मला जाणीव आहे कली. तू योग्य तेच केलेस असे मला वाटते. मला तू जखमी व्हायला नको होतास. आता तू परत ठीक झालायस आणि तू मजबूतही आहेस आणि तुला तुझ्या आयुष्यात सर्व सुखे-अमाप संपत्ति मिळो असेच मला वाटतंय."

कलीनं जमिनीवर पाय आपटले आणि त्याने लहान लाकडी खोक्यात ठेवलेले दोन फासे काढले. त्याने ते एकमेकांवर घासयला सुरुवात केली, जणू तो आता ते फेकणारच होता. पण त्याने फेकले नाहीत. त्याने ते तसेच खुळखुळवत ठेवले. त्यामुळे त्याचा अस्वस्थपणा आणखीनच जाणवत होता. व तो वाढतही होता.

"ही बाब जर आपल्याला सिद्ध करायची वेळ आली तर त्यासाठी वासुकीच्या विरुद्ध काहीतरी योजना आखली पाहिजे." थोडा वेळ शांततेत गेल्यावर कुवेराने तो विषय हळूहळू पुन: पुढे आणला. आणि कलीला त्याची मजा वाटली. आता कली पुन: नाही असे म्हणायच्या आत दारावर खटखट झाली व कोको त्याच्या अंगावरील आयुधांसह आत आला.

"महाराज, सम्राट वासुकीची बहीण मनासाजींनी रस्त्यावर एका गुन्हेगाराला पकडले आहे." कोको म्हणाला.

कली व कुवेराची क्षणभर नजरानजर झाली. ते ज्या व्यक्तीबद्दल

बोलत होते त्याच्याबद्दल, ज्याला त्या विषयावरील संभाषणाची कल्पनाही नाही तो माणूसही बोलत होता यात काहीतरी संकेत दडलेला असावा.

"त्याने काय गुन्हा केलाय?" कलीने विचारले. खरंतर गुन्हेगार शेकडो होते. त्यांचे भवितव्य ठरवायला त्यांना या उच्चपदस्थांकडे आणले जायचे.

कोको एक कागद घेऊन आत आला. "तो राष्ट्रविरोधी घोषणा देत होता व लोकांना भडकवत होता." तो कागद कलीने सहजपणे उचलला, तो उघडला व कली म्हणाला, "लोक भडकून उठताहेत का?"

"महाराज, मी तिथे त्या वेळी नव्हतो पण माझ्या महितीनुसार तसे काही भडकले नाहीत."

कलीने कागदावर नजर टाकली. त्यावर त्याचेच चित्र काढले होते आणि त्यावर वाईटसाईट मजकूर लिहिलेला होता.

"मी त्याला कष्टप्रद कैदेत टाकू की पन्नास दिवसांची शिक्षा देऊन तुरुंगात टाकू महाराज?"

कलीने डोके खाजवले आणि तो कागद पलित्यावर धरून जाळून टाकला. कुवेराने ते बघितले व त्याला नवल वाटले. कुवेराच्या चेहऱ्यावर नाराजीची एक छटा उमटलेली पाहून कलीला आनंद झाला.

"कुठाय तो?"

"बाहेरच आहे महाराज." कोको म्हणाला.

कलीने दार उघडले. कुवेरा व कोकोबरोबर तो बाहेर आला. विकोको तिथे उभी होती. बाजूलाच दोन मानव सैनिकांनी त्या गुन्हेगाराला धरले होते. तो अगदी कोवळा पोरगा होता. नुकताच विशीत आला असावा. त्याचा चेहरा देवदूतासारखा सुंदर होता. त्याच्यासारखा मुलगा कली व त्याच्या लोकांबद्दल विरोधी मतप्रसार करतोय हे बघून कलीला नवल वाटले. या अशा लोकांचा त्याला भयंकर संताप येत असे कारण त्याला या अवस्थेपर्यंत येण्यासाठी किती कष्ट उपसावे लागले असतील याची त्यांना कल्पनाही नसणार.

कली पुढे झाला. खाली बघत उभा असलेल्या मुलाला त्याने न्याहाळले. त्या मुलाला खरोखरीच पश्चात्ताप होता असावा आणि कलीने माफ करावे असे त्याला मनापासून वाटत असावे. अन कलीच्या मनात त्याच्या मनसुब्यांच्या फुग्याला टाचणी लागावी असे होते. कली स्वत:ही एक शब्द बोलला नाही व त्याने त्या मुलालाही बोलयला दिले नाही.

त्या मुलाच्या छातीला टोचणारा भाला त्याने राक्षसाच्या हातून काढून घेतला. कलीने मुलाचे वजन त्या भाल्याला झेपेल, सहज उचलता येईल अशा पद्धतीने त्याने त्याला भाल्यावर घेऊन उचलला व तो चालू लागला. ओसरीतून बाहेरच्या अंगणात जिथे सूर्य प्रकाश होता तिथे आला. मनगटाला एक झटका देऊन त्याने भाल्याचे एक टोक जमिनीत खुपसले आणि त्याचे दुसरे टोक सूर्याला झाकोळता येईल इतके उंच ठेवले. या मुलाचे शरीर त्या भाल्याच्या वरच्या टोकावर तडफडत होते. तो भाला त्याने आणखी खोल खोचला. त्या मुलाचे मांस त्या काठीवरून ओघळू लागले.

त्या किल्ल्यावर असणारे सर्व उच्चपदस्थ, स्त्रिया यांनी ते दृश्य बघितले. भयंकर असे दृश्य पाहून ते एकमेकांच्या कानात कुजबुजू लागले. त्याने कोको, विकोको आणि कुवेराकडे यांच्याकडे आपला चेहरा वळवला. ते दृश्य पाहून ते तिघेही सुन्न झाले होते. त्याला स्वत:लाही नवल वाटत होते पण त्याला आनंदही झाला होता.

"ऐक," त्याने कोकोला शांतपणे सांगितले. "एखाद्या चित्रकाराला बोलाव व याचे एक चित्र काढून घे. आणि त्याच्या प्रती साऱ्या शहरभर वाटून टाक. जो कोणी राजाच्या विरोधात जाईल, त्याची हीच अवस्था होईल. मी या लोकांच्या या त्रास देणाऱ्या प्रवृत्तीला कंटाळलो आहे." कलीने जांभई दिली. तो कुवेराकडे वळून म्हणाला, "मला वाटतं की मी आता विश्रांति घ्यावी."

कुवेराने त्याच्याकडे क्षणभर अविश्वासाने पाहिले. "अं:" तो थोडासा मंदपणे खाकरला. "हो हो मलाही तसचं वाटतयं. तू नक्कीच...अं:...दमला असशील, होना!"

कलीने स्वत:वरच खूश होत मान डोलावली. तो कुवेरापासून दूर झाला. त्याच्या मागोमाग ते छिन्नविछिन्न प्रेतही नेण्यात आले. त्याकडे साऱ्या लोकांचे लक्ष होते पण त्याचे गालावरील हसू कमी झाले नव्हते. आता बाकी सर्व आदिवासी राजांसाठी काही योजना करायचे त्याने ठरवले. वासुकीसाठीदेखील त्याच्या मनात योजना तयार होती पण त्यासाठी थोडा काळ जाणे आवश्यक होते. ज्या अर्थी कुवेरा स्वत: जातीने आला त्याअर्थी त्याचा समितीतील कोणावरही विश्वास उरलेला नव्हता. आता त्याला स्वत:चाच आधार होता आणि त्याचा ज्यांच्यावर विश्वास होता त्यांचाच फक्त.

या सर्व घडामोडीत त्याच्या डोक्यात एक गमतीशीर विचार तरळला. त्याचा अस्वस्थपणा संपला होता आणि तो का हेही त्याला उमगले होते.

56

सम्राट राघव कल्कीच्या कानात शांतपणे म्हणाला, "ते धनुष्य तुझ्या बोटांनी धरू नकोस. ते तुझ्या हातातच राहू दे." राघव त्याच्याभोवती फिरला. त्याची गोरी कातडी, त्याचे तेजस्वी डोळे असेलेला चेहरा, कल्कीला न्याहाळत होते. त्याने त्याला त्याचा एक पाय मागे व दुसरा पुढे ठेवायला सांगितले. "एक गोष्ट नेहमी लक्षात ठेव. धनुष्याच्या वर हात ठेवताना नेहमी पंचेचाळीस अंशापर्यन्त हाताची पकड असली पाहिजे."

कल्कीने मान डोलावली. त्याने धनुष्य जेवढे घट्ट पकडता येईल तेवढे घट्ट धरले होते. त्यावर बाण चढवून त्याने ते आकाशाकडे रोखले होते तेव्हा त्याच्या गालावरून घामाचे मण्यासारखे थेंब ओघळले.

"आता तू जेव्हा तो बाण सोडशील." राघवचा आवाज सहज आणि खोल होता. "तेव्हा धनुष्य धरलेला हात निशाणीच्या दिशेने पुढे ने."

"मी कशावर नेम धरू?" कल्कीने स्वत:शीच म्हटले. "त्या समोरच्या हरिणावर नेम धरू का?" त्याने गवत चरत असलेल्या हरणाकडे पाहिले. त्याला या झुडुपांच्या मागे उभ्या असलेल्या दोन व्यक्तींचा पत्ताच नव्हता.

राघवने नकार दिला. "आपल्याप्रमाणेच प्राण्यांमध्येही आत्मा असतो हे कधीही विसरू नकोस." त्याने बाणाची दिशा झाडाच्या फांदीकडे नेली. "ते बघ तिथे मार आणि त्यावरून खाली ढलपी पाड."

कल्कीने मान डोलावली. आपण एक प्राणी मारणार होतो त्याबद्दल त्याच्या मनात वेदनेची भावना निर्माण झाली. परंतु राजाने नीट समजावल्यामुळे कल्कीच्या मनात आधीच त्याच्याबद्दल असलेला आदर आणखी वाढला. तो अशा हिरव्यागार वातावरणात, कर्कश आवाज करणाऱ्या बेडकांच्या आणि घूत्कार करणाऱ्या घूबडांच्या सान्निध्यात,

घों घों करणाऱ्या वाऱ्यांच्या प्रदेशात कधी काळी येईल यावर त्याचाच विश्वास बसला नव्हता. इथे सर्व गोष्टी इतक्या सुंदर होत्या की कधीतरी ते खोटं आहे का असं वाटावं. कारण सरते शेवटी त्याची प्रतिमा त्या माध्यमातून [दिव्य अनुभूतीच्या संपर्कातून] निर्माण झाली होती. त्याला भार्गवरामांना भेटता आले नव्हते. परंतु त्याला त्या माध्यमांच्याबाबत थोडीफार माहिती झाली होती. आणि त्याच्या पूर्वजन्मीच्या अवतारांशी कसा संपर्क साधायचा हेही त्याला कळले होते. ते काळाचे प्रतिबिंब असते. आपल्या सुप्त मनात ते वास करीत असतात. त्यामुळेच युद्धाचे प्रसंगी कोणती विशिष्ट कला आपल्याला उपयोगी पडेल हे शिकायला मिळते.

कल्कीने बाण सोडला. त्याचा सूं सूं आवाज होत तो वेगाने हवेतून प्रवास करत झाडाच्या ढलपीवर आपटला पण योग्य तो परिणाम झाला नाही. बाण खाली पडला.

कल्कीने जमिनीवर पाय आपटत मनातला राग व्यक्त केला.

राघव बाण पडला तिथे गेला व त्याने बाण उचलला. "कधीही नाराज व्हायचे नाही." तो कल्कीकडे आला व त्याने पुन: बाण त्याला दिला. "कारण जे काही खाली पडते ते पुन: उचलून घेता येते."

कल्कीने मान डोलावली. त्याने बाण घेतला पण मग त्याची निशाणी हलू लागली. त्याला वाटलं की त्याच्या कानात एक मंद आवाज घुमू लागला.

"माणसा, माणसा." तो आवाज त्याच्या कानात घोंघावू लागला. तो एकदम भूतकाळात गेला.

त्याचे शरीर थरथरले. आणि त्याच्या लक्षात आले की आपण पुन: तुरुंगात परतलोय. ती अंधारकोठडी होती. दुर्गंध आणि मेलेल्या उंदरांचा वास येत होता. गलिच्छ वाटत होते व तिथल्या भिंतीतून काळे पाणी वाहत होते. जिथून तो आवाज येत होता तिकडे जाण्यासाठी त्याने त्याचे पाय सोडवण्यापूर्णी तो पश्चात्तापदग्ध अवस्थेत बसला होता. तो आवाज त्याच्या शेजारच्या खोलीतून येत होता. त्याच्यासारख्याच एका भोकात असलेल्या दुसऱ्याचा तो आवाज होता.

"तुला इथे कशासाठी डांबले आहे?"

"खुनासाठी," कल्कीने उत्तर दिले.

"तू एक गावांढळ व लहानश्या खेड्यातून आलेला दिसतोयस नं?"

कल्कीने होकार दिला. "ते कुठले गाव आहे अं?"

"शांबला."

तो त्याच्या सोबत्याचा चेहरा पाहू शकत नव्हता. पण त्याने त्याला, त्यांना जेव्हा पिंजऱ्यात ठेवले होते व खटल्याच्या वेळी शहराच्या मध्यवर्ती भागात नेले होते तेव्हा बघितले होते. त्यांना साक्षीदार करण्यात आले होते. का ते माहीत नाही. पण कल्कीला ते माहीत होते. कुणीही बंड केले तर त्यांना ठार मरण्याची शिक्षा मिळेल याची भीती मनात बसावी याकरता त्यांना तसे करावे लागत होते.

त्या सोबत्याला काहीही 'नाव' नव्हते आणि जरी ते असले तरीही त्याला ते आठवत नव्हते. तो विसरून गेला होता. त्याची दाढी खुरटली होती. त्या खुरटलेल्या दाढीने त्याचा चेहरा भरलेला होता. त्याला टक्कलही होते. सर्व गोष्टी जरी सारख्या होत्या तरी त्याला कृपाची आठवण झाली नाही. कृपाच्या डोळ्यात एक दुष्टपणाची झाक असते पण हा माणूस फक्त दु:खी आणि थकलेला होता.

"तू इथे कसं काय आलास?" कल्कीने विचारले.

"कारण मी निरपराध आहे."

"आपण सारे तसेच तर आहोत ना?"

"मला तुझ्याबद्दल माहीत नाही. पण मी जो गुन्हा केलेला नाही, त्याचा आळ माझ्यावर घेतला गेलाय." तो म्हातारा माणूस गालातल्या गालात हसला. "हं. तसेच."

"हं."

"तू तर शांतिप्रिय माणूस वाटतोयस."

"मी तसा झालोय."

"जे लोक गप्प बसतात त्यांच्यासाठी एक खास तुरुंग नरक असतो." तो हसला व त्याने टाळ्या वाजवल्या. कल्की फक्त हसला. "जेव्हा मतभेद होतात तेव्हा."

"पण इथे तर काहीच भांडण, मतभेद नाहीत."

"पण ते भांडण, झगडा नेहमीच अवकाशासंबंधीच असावं लागत नाही." (त्याला काही खास कारण लागत नाही.) तो बोलायचा थांबला. त्याच्या श्वासाचा घरघर आवाज येत होता.

"तुझे कुटुंबातले लोक बाहेर आहेत का?"

"मला माहीत नाही पण कदाचित हो." अर्जन व बाला सुरक्षित आहेत की नाहीत याबाबत कल्कीला काहीच माहीत नव्हते.

"तुला या शहरात कुणी ओळखतं का?"

तसे स्पष्टपणे नाही. पण त्याला रात्री; लक्ष्मीची आत्या माहीत होती.

"माझ्याकडे एक छोटीशी युक्ती आहे. तुला बाहेरचे कोणी माहीत असले, त्याची माहिती हवी असेल तर मला सांग. ठीक? मी तुला मदत करीन. मी त्याची किंमत घेऊन तशी मदत करतो, पण तुझ्यासाठी...मी ते काम फुकट करीन."

कल्की हसला. "तुझी माझ्यावर एवढी मेहेरबानी का?"

"तू एक छानसा मुलगा वाटतोयस. सध्याच्या काळात अशी मुले दुर्मीळ झालीयेत."

तो हसला. त्याचवेळी बुटांचा आवाज...टक टक...ऐकू आल्यामुळे त्यांचे संभाषण त्यांना थांबवावे लागले. रक्षक बाजूला झाले. ते कल्कीच्या कोठडीवर पहारा करत होते. त्यांनी दार उघडले. त्यांनी कल्कीला बेड्यांनी बांधले व त्याला बळजबरीने वाकायला लावले.

ती दुसरी तिसरी कुणी नव्हे तर दुरुक्ती होती. ती नेहमीसारखीच रुबाबदारपणे उभी राहिली. अर्जनप्रमाणेच तिलाही विचार करीत असताना तोंडावरून हात फिरवण्याची किंवा ओठावर बोटे वाजवण्याची सवय होती. कल्कीने दुरुक्तीकडे तिरस्काराने न पाहण्याचा प्रयत्न केला. पण ती इथे एक आदरणीय स्त्री होती. आणि ती जिथे जायची तिथे तिच्या डोळ्यात एक दु:खाची झाक दिसायची. ती तिरस्कारणीय नव्हती तर तिची दया यायची.

"तू त्याचा काही विचार केलास का?"

दररोज ती हीच मागणी घेऊन यायची की तिच्या बरोबर काम कर. आणि कल्की नकार द्यायचा व म्हणायचा "माझे घर जिने नष्ट केले तिच्याबरोबर काम करण्यापेक्षा मी मरण पत्करेन." हे अगदी योग्य उत्तर होते. एका मूर्ख प्रश्नाला दिलेले. तो तिच्यासाठी काही काम करेल असे तिला का वाटावे? तिच्यामुळे त्याला बाहेर पडण्याची संधी मिळाली असती तरी त्याला त्याबद्दल स्वत:चा तिरस्कार वाटला असता. त्याला त्याच्याच मार्गाने/त्याच्याच जिवावर बाहेर पडायचे होते.

"नको. मी आभारी आहे."

दुरुक्तीने त्याच्या सोबत्याकडे पाहिले. त्याची नजर पुढच्या बाजूच्या कठड्याकडे लागली होती. दुरुक्तीने पाय जमिनीवर वाजवला. लागलीच नाग रक्षक त्या दुसऱ्या कोठडीपाशी आले आणि त्याला दुसऱ्या बाजूला ओढले. त्यांनी त्याच्या गळ्याला तलवारीचे टोक लावले होते.

"त्याला आणखी त्रास देऊ नका." कल्की उद्गारला. "त्याने आधीच खूप काही सोसले आहे."

दुरूस्तीने तिच्या रक्षकांना त्याला सोडून द्यायला सांगितले.

दुरूस्ती गुडघ्यावर बसली आणि तिच्या डोळ्यावाटे तिने त्याचे प्रथमच आर्जव केले. "हे बघ. कृपया मला तुझी याचना करायची नाहीय. पण त्यानेच तुझे समाधान होणार असेल तर मी तेही करायला तयार आहे." ती इतक्या हळू आवाजात बोलत होती की तिच्याशेजारी उभ्या असलेल्या नाग सैनिकांनाही काही ऐकू गेले नाही. "जर माझ्या भावाला कळले की मी 'तुला' इथे अटक करून ठेवले आहे तर तो तुला नक्कीच ठार मारेल आणि मला ते नको आहे."

कल्कीने डोळे बारीक केले. "ते का?"

ती क्षणभर तटस्थ राहिली. पण तिने मनात आलेला विचार हद्दपार करीत डोके हलवले आणि म्हणाली, "तुझा मला पुढे उपयोग होईल."

"आणि त्या बदल्यात मला काय मिळेल?"

"मृत्युपासून सुटका."

"तुझ्यामुळे मला आधीच खूप सोसावे लागले आहे." त्याच्या डोळ्यापुढून लक्ष्मीच्या प्रतिमा सरकून गेल्या. तिच्या विचाराने त्याच्या छातीत कळ आली. त्याला तिचे विचार डोक्यात यायला नको होते. पण त्याला काही पर्याय नव्हता.

"मृत्यूपासून कोणाचीच सुटका होता नसते. जीवनापासून सुटका होऊ शकते."

"मी माझ्या भावाला वाचवण्यासाठी जे काही करता येईल ते केले. तो माझे जग आहे. सर्वस्व आहे. तो माझ्यासाठी काय आहे याची तुला कल्पनाही करता येणार नाही." ती थांबली. तिने अश्रु थोपवले. "मला तो फक्त बरा व्हायला हवा आहे...."

कल्कीने डोळे बारीक केले. "तू त्याला ते दिलेस का? सोमरस?"

"हो." तिच्या भुवया आक्रसल्या. "पण का?"

"त्याच्यावर त्याचा काही विपरीत परिणाम झाला का?"

"तुला काय म्हणायचंय?"

या प्रश्नाचे उत्तर 'नाही' असेच होते. सोमरस फक्त दोघेच जण घेऊ शकत होते. धर्म आणि अधर्म. त्याच्या रोमरोमात त्याला ताठरलेपणा जाणवला.

"नाही. तसे होणे शक्य नाही." कल्कीने मूठ आवळली. "तू तो रस आणि कोणाला दिलास का?"

दुरूस्तीने डोके हलवून म्हटले. "नाही."

"कृपा करून मी जर तुझ्यासाठी काम करावे असे तुला वाटत असेल तर इतर कुणालाही त्याला स्पर्शही करून देऊ नकोस. आणि आणखी एक कर. यापुढे तुझ्या भावाला तो रस अजिबात पुन: देऊ नकोस. काहीही झालं तरी." कल्कीचे आणि दुरुक्तीचे डोळे एकमेकांना भिडले.

दुरूस्तीने त्याच्याकडे पाहिले आणि मान डोलावली. "पण त्याची तब्येत पुन: बिघडली तर?"

"सोमरसाचा लोकांवर काय परिणाम होतो हे तुला माहीत नाहीय."

"त्याचा काय परिणाम होतो?"

"असं म्हणतात की, त्यामुळे लोक वेडसरपणाच्या टोकापर्यंत पोचतात. कारण त्याची ताकद एखाद्या सामान्य माणसासाठी खूप प्रचंड आहे." पण कली सामान्य व्यक्ति आहे का? जर दुरूस्ती असुर असेल तर कलीही असुरच असणार. तसं झालं तर ते भविष्य, ते भविष्य खरे ठरेल. या जगात गोंधळ गडबड माजवण्यासाठी असुरांचा जन्म झाला आहे. हे सर्व अगदी पद्धतशीरपणे, स्पष्टपणे त्या कोड्यातील उत्तरात पक्के बसतेय.

दुरूस्ती उभी राहिली. "तुझ्या म्हणण्याला काही अर्थ नाहीय. माझा भाऊ खूपच ताकदीचा, आशावादी आहे. आणि तू जे काही ऐकले आहेस त्या निव्वळ गावगप्पा आहेत. दुसरे काही नाही. मी ते त्याला देण्यापूर्वी वैद्यांकडून पाहणी करून दिले आहे आणि ते कुणालाही त्रासदायक नाहीय. मी त्याच्यासाठी थोडा सोमरस काढून ठेवला आहे. भविष्यात जर त्याला लागला तर म्हणून. आणि त्याला तो घेण्यापासून कोणीही थांबवू शकत नाही. त्यामुळे तू हे सगळे सांगणे बंद कर..."

आणि कल्कीने त्याच्या बेड्या उचलल्या. त्याच्या शरीराला बेड्यांचा परिणाम जाणवत होता. तो तिच्याकडे बघत असताना त्याला त्याचे स्नायू नेहमीपेक्षा जास्त ताणले जात आहेत असे जाणवले. "तू मूर्ख आहेस. तुला सत्याची जाण नाही. विज्ञानाने तुझ्या मेंदूवर वाईट परिणाम केला आहे."

बस्स एवढेच. दुरुक्तीच्या तेजतर्रार डोळ्यांवरून त्याला समजले की तिला या विषयावर आणखी संभाषण नको आहे. कल्कीने तिला पिंजऱ्याबाहेर जाताना पाहिले. नंतर दार बंद झाले.

"त्याला अंधारकोठडीत टाका आणि जोपर्यंत तो क्षमा मागत नाही आणि मला भेटायची इच्छा व्यक्त करत नाही तोपर्यंत त्याला बाहेर काढू नका. मला त्याने इथून बाहेर जायला हवे आहे."

कल्कीला अंधारकोठडीचा अर्थ पूर्णपणे माहीत होता. काळ्याकुट्ट खोलीत, पाण्याने भरलेल्या हौदात गळ्यापर्यंत त्याला बुडवले जाणार. सर्व हाडे थंडगार पडणार. कल्कीला त्यातले काही आवडत नव्हते.

"तो जर काहीच बोलला नाही तर काय दुरुक्तीजी?" त्या नागाने चाचरत विचारले.

तिने त्याच्याकडे क्षणार्ध पाहिले. तिच्या चेहऱ्यावरचा थंडपणा रागाने पुन: उत्फुल्ल झाला. "त्याला ते सर्व सहन करू दे. मला त्याची पर्वा नाही." पण तिला त्याची नक्कीच काळजी होती. तिच्या चेहऱ्यावर तशी एक छटा दिसलीसुद्धा. मग ती निघून गेली. त्याच क्षणी कल्की त्याच्या सोबत्याच्या कोठडीजवळ आला. त्याचा आवाज घुसमटलेला होता.

"रात्री म्हणून जी सरकारी नोकरी करणारी आहे तिला निरोप द्यायचाय."

नाग सैनिक पुढे आले. त्यांनी त्याला गळ्यापाशी पकडले आणि त्याला खेचले. तो मागे पडला.

"मी तिला काय निरोप देऊ?" सोबत्याने विचारले.

"तिला सांग" त्याला कोठडीतून बाहेर ओढत होते. मग त्याने आवाज वाढवला. तेव्हा त्याला ते दोन नाग सैनिक त्याच्या कोठडीकडे ओढत होते. "तिला सांग की कदाचित...कदाचित कली, जो इन्द्रगडचा सर्वेसर्वा आहे, तोच 'अधर्म' आहे. **आणि तसे असेल तर तमोयुग येऊ घातलेय!**"

कल्की पूर्ण काळोखात बुडून गेला. प्रकाशाचे बारीकसे कवडसे नाहीसे झाले आणि त्याच्या सोबत्यांची जातानाची प्रतिमा त्याच्या मनात पिंगा घालू लागली.

57

अर्जन इंद्रगड्ला कधीच गेला नव्हता. कल्कीला मात्र तिथे जाण्याची संधी मिळाली होती. अर्जनला तेथे जायची मुळात परवानगीच नव्हती. आणि त्याहून महत्त्वाची गोष्ट म्हणजे त्यालाही तिकडे जायची इच्छा नव्हती. खरंतर तो घरचा ऐषाराम सोडून जाण्याच्या मन:स्थितीतच नसे. पण त्याचे हे वागणे त्याच्या इच्छेच्या अगदी विरुद्ध होते. कारण दुसरीकडे त्याची ठिकठिकाणी प्रवास करून जग पाहायचीही मनीषा होती. इकडे कल्कीचा जीव शांबलासारख्या ठिकाणी गुदमरत होता तर अर्जनचे शांबलावर प्रेम होते. अर्थात याचा अर्थ असा नव्हता की त्याला त्याचे सारे आयुष्य इथेच घालवायचे होते. त्याला कीकतपूर पलीकडे असलेल्या देशांचीही पाहणी करायची होती.

आणि आज जेव्हा अर्जन शहरात आला तेव्हा त्याला तिथल्या रक्षकांनी त्याचे कुठलेही असे काम त्या शहरात नसल्याचे पाहून वेशीवरच अडवले. कृपाने त्याची दुसऱ्याला पटवून देण्याची बुद्धी वापरली. त्याने काही नाणी त्या अडवणाऱ्या नाग रक्षकाच्या खिशात सरकवली. आणि त्याला म्हणाला, “मित्रा, अरे आम्ही अगदी निरुपद्रवी गावाकडचे लोक आहोत. आम्हाला फक्त शहरात असलेला चकचकाट आणि वैभव बघायचे आहे.” त्याने त्याचे हात जोडले. “कृपा करून आम्हाला आत सोड.”

नाग सैनिकाने संमती दिली. अर्जनच्या मते ही पैशाची उधळपट्टी होती. एक तर त्यांच्याकडे आधीच अगदी तोकडे पैसे होते. त्यांना इंद्रगडमधील गुरु वसिष्ठांकडून मदत हवी होती. म्हणून ते इतका प्रवास करून आले होते. ते गुरुकुलात थांबले होते. अर्जनला या गोष्टीचे नवल वाटले की वसिष्ठांना, कुठल्याही गुरुकुलात कृपाला पाहिल्याचे आठवत

नव्हते. सर्वच आचार्य-गुरुजन हे कुठून न कुठून एकमेकांशी संबंधित असत. पण सम्राट राघवांच्या काळापासून प्रसिद्ध असलेल्या गुरूंच्या नावावरून वसिष्ठांचे नाव ठेवले गेले होते. त्यांनाही याबाबत काहीच पूर्व कल्पना नव्हती.

अर्जनने या कुठल्याच गोष्टींकडे फारसे लक्ष दिले नाही. तो जमिनीवर हात फिरवत होता. आणि दगडांना स्पर्श करत होता. त्याच वेळी कृपा त्याच्या शेजारीच बसलेला त्याला दिसला. अर्जन एक शब्दही बोलला नाही. पण बालाच्या ठावठिकाण्याबद्दल त्याच्या मनात गोंधळच होता. कदाचित त्याला रसद मिळत असावी.

"मला एक बहीण होती." कृपा म्हणाला. "तिचे नावही माझ्यासारखेच होते. कृपी. ती माझे सर्वस्व होती." तो पुढे म्हणाला, "आम्ही दोघेही शांतिप्रिय होतो हं. खेळकर होतो. मग आम्ही जसजसे मोठे झालो तसे आमच्या आवडीचे क्षेत्र आम्ही निवडले. आणि आमची युद्धे आम्हीच लढलो."

"कुठली युद्धे?"

तो काहीच बोलला नाही. त्याने शांत राहणे पसंत केले.

"मी तुला हे सर्व सांगत आहे कारण मला तू चांगलाच माहीत आहेस मित्रा!" त्याचे पिंगट डोळे सूर्यप्रकाशात चमकले. "तो तुझा सख्खा भाऊ नसावा...बहुतेक..."

"मला तसे म्हणायचे नव्हते." अर्जनने त्याला मधेच थांबवले.

"हो हो, मला माहीत आहे. संतापाने फक्त गरळ ओकले जाते. पण आपण एक गोष्ट कधीही विसरू नये की विषाने झालेल्या जखमा कधीच भरून येत नाहीत." तो म्हणाला. पण त्याच्या मनात कुठल्यातरी स्मृतीने कळ उमटली.

अर्जनने मान डोलावली. "आता तुझी बहीण कुठे आहे?"

"त्याने गोंधळून खाली पाहिले. "ती वारली" माझ्यासारख्या लोकांच्या शिव्याशापांमुळे." तो खेदपूर्वक हसला.

"तुझ्यासारखे?" अर्जनने गोंधळून भुवया आक्रसल्या. पण त्याने काही प्रश्न विचारायच्या आत कृपा बोलू लागला. "मित्रा तुला वाईट वाटले असणारच. मी असे वाईट वाटून घेणारे खूप लोक पाहिलेत आणि तुला एक सांगतो, त्या गोष्टीला तर्कात किंवा परिणामात बसवता येणार नाही. त्याबाबत कोणीही काळजी करत नसतात. आपण राहतो ते जग

असेच आहे." तो उभा राहिला व त्याने बाहू ताणले. "एखाद्याचे कुटुंब किंवा त्यातील व्यक्ती मरते तेव्हा लोक दु:ख प्रदर्शित करतात पण ते मनापासून नसते. कुणी जखमी होतो, दु:खी होतो तेव्हाही लोक काळजी व्यक्त करतात. पण त्यात काही अर्थ नसतो. असो. हे माझे म्हणणे एक दु:खी विचारच आहे."

"मग आपण आशावादी का असतो आणि अशा लोकांसाठी आपण का लढतो?"

कृपा थांबला, "कारण मला असे वाटते की या लोकांच्या सर्व काळ्या बाजूमध्ये काही रुपेरी कडाही असतात. आणि माझ्या आयुष्यात मी त्या प्रत्येक क्षणाचा पुरेपूर अनुभव घेतला आहे. म्हणून हो, आपण त्या किंचितशा चांगुलपणासाठी जगत असतो. पण मला वाटतं की जोपर्यंत संघर्ष आहे, तोपर्यंत हा चांगुलपणाही शाश्वत राहील. मी वरवर निष्ठुर वाटत असेन पण माझा या सर्वांवर विश्वास आहे. मित्रा, मला त्यामुळे आनंद वाटतो. आपण या अशा जगात जगतोय आणि आपण आनंदी असणेही गरजेचे आहे. तुमच्या अस्तित्वाचा आनंद घ्या. कधीतरी का होईना, घ्या. त्यात काहीच वाईट नाही."

अर्जन हसला. "सकारात्मकता ही अगदी विरळा असते. तो तुमच्या व्यक्तिमत्वाचा चांगला गुण असतो. मला वाटते की तुला काहीतरी डाचतंय. अशी कुठली गोष्ट आहे ती तुला त्रास देतेय?"

"मी खूप भावनाप्रधान आहे. अगदी खरं सांगतो. आतापर्यंत मी फक्त एकदाच संतापलोय...खूप वर्षांपूर्वी...आणि त्या भरात मी अजिबात करायला नको असे कृत्य करून बसलो." त्याने आवंढा गिळला. "माझ्यावर माझ्या रागाने काबू मिळवला व त्याचा परिणाम माझ्या हातून घडलेल्या कृत्यावर झाला."

"असे तुझ्या हातून काय घडले?"

कृपाच्या डोळ्यात अश्रु उभे राहिले आहेत असे अर्जनच्या लक्षात आले. ही घटना अविश्वसनीय होती.

"तू संतापला होतास हे मला कळले." त्याने अर्जनने विचारलेल्या प्रश्नाला वाटेला लावले. "तू पराभूत झालास म्हणून तू संतापला होतास. लोकांना खाली पाहायला लागले म्हणून तू क्रोधित झाला होतास. पण जर का तू त्याच्या दृष्टीकोनातून पाहिले असतेस तर तुझ्या लक्षात आले असते की तो चांगल्यासाठीच ते सर्व करीत होता. या जगातून जर

सर्व संताप, क्रोध संपवायचा असेल तर दुसऱ्याच्या दृष्टीकोनातून त्या समस्यांकडे पाहिले जाणे आवश्यक आहे."

गुरु वसिष्ठांच्या आश्रमाकडे येताना, त्याला कल्की खरा कोण आहे, तो काय करू शकतो, तो किती अचाट कृत्ये करू शकतो याबाबत समजले होते. आजच्या काळात आणि दिवसात असे सर्व करणे किमान शक्य आहे यावर त्याचा विश्वास नव्हता. ही सर्व अद्‌भुत अशी अशक्यताच त्याला वाटत होती.

आता या क्षणी अर्जन इन्द्रगड शहराच्या गडबड गोंधळात प्रवास करीत होता. लोकांचे धक्के खात होता व आपोआप पुढे लोटला जात होता. याबाबत बालाला काही अडचण नव्हती. कारण त्याला बघून लोकच त्याला हुकवत होते किंवा त्याच्या बाजूने निघून जात होते. बाला हा माणूस आहे की नाही असा प्रश्न अर्जनच्या मनात येऊन गेला. कदाचित तो दानव कुळातून आला असावा. दानव ही खूप मोठी जमात होती...पण आता ती नामशेष झाली होती. काही लोकांना वाटत होते की त्यांचे वंशज इथे-तिथे आहेत म्हणून. अजूनही ते फिरत असतात म्हणून. पण त्यासाठी कुठलाही निर्विवाद पुरावा उपलब्ध नव्हता. दोन शब्दांना प्रत्येकजण घाबरत होता...दानव आणि असुर...इलावर्तीवर सम्राट इंद्राचे राज्य होते तेव्हापासून...म्हणजे पुरातन काळापासून-त्या जमाती अस्तित्वात होत्या.

अर्जन दमुनभागून मुख्य रस्त्यावर आला. तिथे दोन्हीकडे खूप गलबला ऐकू येत होता. नाग सैनिक कोपऱ्यात उभे राहून सर्वांवर नजर ठेवत होते. प्रत्येक इमारतीवर लांब रुंद चकचकीत झेंडे फडकत होते. रस्त्यावरील हवेत मसाल्याचा किंवा कसलातरी दुर्गंध पसरला होता. अर्जन त्याच्याशी परिचित नव्हता. सर्वदूरपर्यंत पलिते लावलेले दिसत होते.

"लक्ष्मीच्या आत्याचे घर बहुधा हेच असावे." नागाच्या खिशातून चोरलेल्या शहराच्या नकाशात कृपा पहात होता. कृपा जगात काहीही करणारा असेल पण तो चोर असेल असे त्याला कधी वाटले नव्हते. ते त्या इमारतीत शिरले व त्यांनी दारावर टकटक केले.

दरवाजा उघडला पण तो कोणी उघडला हे त्यांना समजले नाही. त्यांनी खाली खोकण्याचा आवाज ऐकला तेव्हा त्यांना ते दिसले. त्यांची नजर एका लहानखोर माणसावर पडली. तो एका यक्षासमोर होता. त्याला

पाहून त्याला गंमत वाटली. त्याने आतापर्यंत यक्ष बघितला नव्हता. नाग लोक दिसायला देखणे होते. बहुतेकांची चेहरेपट्टी रेखीव व बांधा बळकट असतो तर उलट यक्ष अगदी बुटके व घाणेरडे होते. अर्थात आता हा दरवाजा उघडणारा तसा नव्हता.

"तू कोण आहेस?" तो म्हणाला त्याचा आवाज किरटा होता. "आणि तू इथे या राक्षसाबरोबर का आला आहेस?" त्याने बालाकडे इशारा केला.

अर्जन हसला. "आम्ही रात्रीजींना हुडकत आहोत." त्याने आत डोकवायचा प्रयत्न केला. पण यक्षाने दार बंद करून घेतले.

अर्जनने पुन: दार ठोठावले.

"मी ते दार तोडू का?" बालाने मागून विचारले. "ते सोपे आहे. आपण त्या बारक्याला बाहेर फेकून देऊ आणि आत जाऊ."

"हं, अं आणि मग तिच्याकडून काही मदत मागण्याची आशा सोडून देऊ."

आता दार थोडे किलकिले झाले. "काय आहे? कोण आहात तुम्ही?" त्या यक्षाने पुन: विचारले.

"माझे नाव अर्जन हरी आहे. हा कृपाचार्य आणि हा बालचंद्र."

"ते ठीक आहे." यक्षाने मान डोलावली. "आणि तुम्ही सर्व कोण आहात याची मी का काळजी करू?"

"तू आम्हाला आम्ही कोण आहात हे विचारलेस म्हणून..."

"ते विचारण्याचे कारण हे की रात्रीजींशी तुमचा काय संबंध?" त्याने नि:श्वास सोडला. "मला तुमची नावे माहीत नव्हती आणि ती काय आहेत यात मला रस नाही. तुम्ही माझ्या दृष्टीने नगण्य आहात. खरंतर तुम्ही त्याहूनही वाईट आहात माझ्यासाठी. माझ्या मते तुम्ही अस्तित्वातच नाही. त्यामुळे कृपा करून तुम्ही..."

"मी दार तोडतोच" बालाने पुढे येत म्हटले.

यक्ष घाबरला. तेव्हढ्यात आतून एक कोमल आवाज ऐकू आला. **"कुमार."**

"जी बाईसाहेब."

"कोण आहे तिकडे?"

"अर्जन हरी नावाचा कोणीतरी आहे."

"हरी?" त्या आवाजात थोडी उत्सुकता होती. पुस्तके खाली पडल्याचा

आवाज आला. तेवढ्यात यक्ष व एक स्त्री दरवाज्यात दिसली. "मला एक सांग. तू कल्की हरीशी संबंधित आहेस का?"

"होय बाईसाहेब, तो माझा भाऊ आहे." अर्जन हसून म्हणाला.

रात्री पुढे झाली व तिने अर्जनचा गळा धरला. तिच्या मनगटात नाजुक बांगड्या किणकिणत होत्या. तिच्या डोळ्यात सुरमा घातला होता आणि तिने आपले कुरळे केस रुमालाने डोक्यावर बांधले होते. तिच्या संपूर्ण अंगावर सोनेरी रंगाचे कपडे होते व तिने शाल अंगावर पांघरली होती व त्यावर एक चांदीची साडीपीन लावली होती. पण अर्जनचे या सर्व गोष्टींकडे लक्षच गेले नाही कारण तिने आपली मूठ त्याच्या चेहऱ्यावर आणली होती. आणि त्याला त्याचे कारण कळत नव्हते.

"तुझ्या भावाने माझ्या भाचीला फसवून तिला शस्त्रे आणायला भाग पाडले. कुठाय तो? आणि तीसुद्धा कुठे आहे?"

तिने गळ्यावरचा हात काढेस्तोवर अर्जन तसाच स्थिर उभा राहिला. "बाईसाहेब, मला तुम्हाला एक दु:खद खबर द्यायची आहे."

अर्जनने मान डोलावली. अशी दु:खद बातमी देण्याची वेळ त्याच्यावर आल्याबद्दल त्याला कसेसेच वाटत होते.

आतमध्ये बसून तिने दिलेले पेय अर्जन पित होता. ती सुरा [दारू] नव्हती त्यामुळे कृपाला ते आवडले नव्हते. त्याने अर्जनला सांगितले की आता बराच काळ त्याने दारू प्यायली नसल्यामुळे त्याला ती आता आवडली नव्हती.

रात्रीचे घर पुस्तकांनी भरले होते. एखाद्याला ते वाचनालयच वाटले असते. अर्जनला ते पेय आवडले होते. मधल्या काळात तिने त्यांच्यासाठी खाण्याचे काही पदार्थही आणले होते. अर्जनला हवे तेवढे त्याने खाल्ले. त्याने त्यातले काही निवडक पदार्थ घेतले आणि त्यातले काही मागून घ्यावे असेही त्याला वाटले. पण आता रात्रीला काहीही बोलावेसे किंवा करावेसे वाटत नव्हते. तिला रडूही येत नव्हते.

"तिला माझ्यासारखे व्हायचे होते." रात्रीने शांततेचा भंग करीत म्हटले. "तिला वाचनालयात काम करायचे होते."

अर्जनने मान डोलावली.

"तू तिला पाहिले होतेस का? तिचे अंतीम क्रियाकर्म तरी झाले का?"

"आम्ही ते करू शकलो नाही. आम्हाला तिथून जबरदस्तीने निघावे लागले." कृपाने खोटेच सांगितले. "सर्व गावकरी मृतदेह गोळा करीत होते. आणि त्यांनी आम्हाला शहरात पाठवले. शहरातील कारभारविषयक यंत्रणेची माहिती घेण्यासाठी, तसेच या लोकांनी जे एकतर्फी शिरकाण केले होते त्यासंबंधी कार्य करणाऱ्या मंडळींकडून काय करता येईल याची चौकशी करण्यासाठी आम्हाला पाठवले गेले."

रात्रीने मान डोलावली "ते असो. मी त्याबाबतीत काहीच करू शकणार नाही. तुम्हाला हवे असेल तर मी काही मार्गदर्शन करू शकेन. आता मला सेवाखात्यातून वाचनालयात कामासाठी पाठवण्यात आले आहे. त्यामुळे मला काहीच करता येणार नाही. मला माफ करा."

"अं...ते ठीक आहे. आम्हाला फक्त तुम्हाला ही बातमी सांगायची होती." अर्जन पुढे वाकला. "या आदि..." त्याने कुमार पाहिले. त्याच्या लक्षात हा तोंडातून चुकून बाहेर पडलेला शब्द आला नव्हता. "या शाही लोकांना सामावून घेण्यामुळे परिस्थिति बदलली आहे. जास्त शासनकर्ते म्हणजे जास्त भीती."

"होय एवढेच काय वेदान्तदेखील इंद्रगडचा शासनकर्ता असून-त्याची कर्तव्ये विसरला आहे." रात्री दात दाखवत म्हणाली, "या लढाईतून तुम्ही तरी कसे काय वाचलात?"

"आम्ही...हं...हुशारीने...बाईसाहेब." कृपा हसला.

"तू तर एक घाणेरडा, विचित्र माणूस दिसतोयस. तू खरोखरीच आचार्य आहेस का?" रात्रीने विचारले.

"खुनाचा अपराध." कृपाने उभे राहून मुजरा केला. "पण ही तुलना खरी नाहीय."

रात्रीने तिच्या हातातील पेय मागे ठेवले. ती उभी राहिली व तिने म्हटले, "तुम्ही सुरक्षित राहण्याच्या योग्यतेचे आहात तर. तुमच्या भावाला सोडवण्यासाठीच तुम्ही इथे आला आहात अशी माझी खात्री आहे. तुमचे गाव त्यांनी नष्ट केले असूनही तुम्ही आला आहात. तुम्ही माझ्याबरोबर काम केलेत तर तुम्ही दोन्ही गोष्टी साध्य करू शकाल. पण त्यासाठी थोडा काळ वाट पहिली पाहिजे. आणि धीरही ठेवला पाहिजे."

"अं, मला वाटत नाही की तुम्ही हे सर्व त्याच्यासमोर बोलले पाहिजेत म्हणून..."

"कुमार?" रात्रीने त्याच्या खांद्यावर मित्रत्वाने थाप मारली. "तो एक खूप चांगला माणूस आहे. तो माझ्याशी एकनिष्ठ आहे. कुवेराशी नाही."

"ते कसे काय?" कृपाने विचारले.

"त्याचं असं आहे वृद्ध माणसा", कुमार म्हणाला. त्याने रात्रीचा हात सोडला व कृपाकडे रागाने व तिरस्काराने पाहत त्याच्याजवळ आला. "सर्वच आदिवासी त्यांच्या राजाबद्दल फाजील अभिमान असलेले नाहीत. काही जणांना स्वत:चे व्यक्तिमत्त्व आणि विचार आहेत."

रात्रीने टाळ्या वाजवल्या. "हे ठीक झाले. मस्तच झाले आता. आपला एक समूह झाला."

"आता आपण काय करणे अपेक्षित आहे? आपण आता त्या नागांची मस्तके फोडू या का?" बालाने डोके खाजवत म्हटले.

"हिंसा हे त्याच्यावरचे उत्तर नाही." रात्री म्हणाली. "सम्राट गोविंदाने देखील महायुद्धाचे प्रसंगी शक्तिपेक्षा युक्तिनेच सर्वांना हरविले होते."

अर्जन हसला. "मला माहीत नव्हते की तुम्ही एवढ्या धार्मिक असाल म्हणून."

"नाही, नाही. मी तशी नाहीय. पण याचा अर्थ असा नाही की तुम्ही या पुराण कथांमधून शहाणपण आणि स्फूर्ति घेऊ नयेत." रात्री हसून म्हणाली व तिने त्याच्या म्हणण्याला पाठिंबा दिला.

"रात्रीजी, हे सर्व ठीक आहे. पण आपली पुढची योजना काय आहे? हे सारे शहर आपल्या विरुद्ध आहे, तसेच त्यांची संख्याही खूप मोठी आहे. आणि आपण तर..." कृपा चाचरत म्हणाला, "आपण त्यांना कसे काय रोखू शकू?"

"माझ्याकरता एक मुलगी काम करते. ती मदत करू शकेल. आता ती कुठे आहे मला माहीत नाही. हल्ली हल्ली ती जराशी हळुबाई झालीय." रात्री विचार करू लागली. "पण तुम्ही काळजी करू नका. आपण आपले काम बरोबर करू. आपल्या राज्यकर्त्याविरुद्ध मतप्रवाह पसरवायचा आहे आणि एकदा का आपण ते संशयाचे बीज मनात रुजवले की आपण क्रांति करण्याचे काम हाती घेऊ."

मतप्रचार. अर्जनने त्यासंबंधी वाचले होते. लोकांना सत्य सांगणे, ते चुकीच्या नेत्याच्या मागे जात आहेत हे त्यांच्या मनात ठसवणे. पण आताचा जमाना रानटीपणाचा होता आणि या काळात हा उपाय योग्य तो परिणाम साधेल का हे माहीत नव्हते. पण त्याच्या डोक्यावर छत

होते. गरम पेयाचा कप हातात होता आणि समान विचारांची माणसे अवतीभोवती होते. सध्यातरी या योजनेवरच काम करणे योग्य होते. त्याच्या मनात कल्कीला सोडवायचे व दूर पर्वतावर निघून जायचे ही दुसरी योजनाही डोक्यात होती.

अर्जनने कृपाला बाजूला घेतले. बाला लहानशा उशीवर अस्वस्थपणे बसला होता. “हे सर्व ठीक आहे. पण तू म्हणतोस तसे सोम जर बाहेर काढले गेले असेल तर ‘अधर्मांची’ परिस्थिति चालून येत आहे असे म्हणावे लागेल. बरोबर ना?”

“हो. पण मला वाटते की ते एवढ्या जलदीने...येणार नाही...पण...”

त्याच क्षणी दार ठोठावले गेले. अर्जनने दुर्लक्ष केलं. कुमार दुडुदुडु धावत प्रवेशद्वाराशी गेला.

“आपण दुसरी काही चांगली योजना आखेस्तोवर आपण या रात्रीची मदत घेऊ या. ती सोबत असताना आपल्याला रस्त्यावर निर्धास्तपणे फिरता येईल. कल्कीला सोडवण्यासाठी आपल्याला कोणती माहिती घ्यायला हवी हेही शोधता येईल.”

“तुझ्या डोक्यात आता कुठलीच योजना नाही का?” अर्जनने दात चावत म्हटले. कृपाने मान डोलावली.

“माझ्याकडे एक योजना आहे पण त्यासाठी आपल्याला तुरुंगाची जागा व सोम कुठे आहे ती जागा कळायला हवी.”

“तुला सोमाचा उपयोग करून घ्यायचा आहे का?”

“हो, थोडासा.” कृपा उद्गारला.

“आपण त्याच गोष्टीपासून तर पळ काढण्याचा प्रयत्न करत होतो.” तो थांबला. “आपल्याला तिथेच का जायचे आहे?”

“कारण आपल्या सुधारित योजनेत तसेच ठरले आहे.”

“ती जर तू केली असशील तर ती सुधारित कशी असेल?” अर्जनने त्याला खरे काय ते दाखवले.

“ठीक तर मग नुसती योजना असे म्हणू.” तो हसला.

अर्जनने डोके हलवले. ते काहीही असो. कृपाच्या डोक्यात जे काही होते ती चुकीची कल्पना होती. परंतु सध्यातरी अर्जनकडे दुसरी चांगली योजना त्याला विरोध करण्यासाठी नव्हती.

रात्री परत खोलीत आली तेव्हा तिच्या हातात एक चर्मपत्र होते. “अर्जन, तुझ्या भावाकडून एक निरोप आलाय.”

अर्जन पुढे आला. त्याचे हृदय जोरात धडधडत होते. “हे तुला कुणी दिले?”

“एका लहान मुलाने.”

“त्याच्यावर विश्वास ठेवायचा का?”

“अधर्म म्हणजे काय आणि तमोयुग म्हणजे काय?” मी त्याबद्दल थोडेफार वाचले आहे कुठेतरी. ती विचार करू लागली. त्याचवेळी ती त्या चर्मपत्रातील मजकुराचा अर्थही लावू लागली.

अर्जनने कृपाकडे पाहिले व तो कुजबुजला. “ठीक आहे. आता तुझी जी काही योजना आहे ती ठीक आहे पण आपल्याला लागलीच अमलात आणायला हवी. हे जे काही चालले आहे ते काही फार बरे चाललेले नाही.”

58

जेव्हा काही काम नसेल आणि किकतपूरच्या विरुद्ध कोणी काही कारवाई करत नाही असे असेल तेव्हा वेदान्त त्याची मुलगी उर्वशीला तिच्या बिछान्याशेजारी बसून तिला अनेक नायक व खलनायकांच्या गोष्टी सांगत असे. परंतु आता तो जेव्हा पलिता घेऊन तिच्या शयनगृहात आला तेव्हा ती झोपी गेली होती. काही वेळा पलिता घेऊन त्याच्याबरोबर रात्री एखादा रक्षक येई पण तो जेव्हा उर्वशीकडे येई तेव्हा मात्र रक्षक बरोबर नसे. तिचे शिक्षण घरीच होत होते. तसेच किल्ल्याच्या भिंती तिचे रक्षण करत असत. दहा रक्षक तिच्या खोलीबाहेरही पहारा देत असत.

आणि तिला कोणीही दुखवण्याची हिम्मत करत नसे. याचे अर्धे श्रेय तो कलीला देत असे व त्याचे कारण होते उर्वशी. ती त्याची लहानशी राजकन्या होती. तिचा चेहरा सुंदर व हृदय सोन्याचे होते. अगदी तिच्या आईसारखे. त्याच्या अहंकारामुळे त्याला तिचे आयुष्य बरबाद व्हायला नको होते. म्हणूनच कलीशी भांडण करण्यापेक्षा व हरण्यापेक्षा त्याच्याशी जमवून घेणेच आधिक शहाणपणाचे होते. तुम्हाला तुमचे राज्य परत मिळवता येते. पण मुलगी एकदा का गमावली की मग कशाला काही अर्थच उरत नाही.

आज ती आधीच झोपी गेली होती. तो आत आला व हसत उभा राहिला. कदाचित आज तिला गोष्ट ऐकायची नसावी. किंवा ती थकली असावी. तो तिला फक्त पुस्तकी विद्या देत नव्हता तर तिला युध्दकलाही शिकवत होता. घोड्यावर बसणे व तलवारबाजीदेखील. या जगात तग धरून राहणे जास्त महत्त्वाचे होते. शाही रुबाब चंचल गोष्ट होती. एखादे बिरुद आणि त्याबरोबर येणारे फायदे येतात आणि जातातही. उद्या

जर वेदान्तने हे सर्व काढून घेतले तर? उर्वशीला घराबाहेर पडून व योध्यासारखे लढून ते परत मिळवता आले पाहिजे.

"बाबा?" एक नाजूक आवाज किणकिणला.

"मी तुझ्या झोपेत उगाचच व्यत्यय आणला. मला वाटलं की तू अजून जागी असशील म्हणून मी आलो."

ती मध्येच म्हणाली, "मी तुमचीच मुलगी आहे. माझी तुम्ही माफी मागायची काहीच गरज नाही." ती वेदान्तकडे वळून म्हणाली. ती फक्त तेरा वर्षांची होती. मेणबत्तीच्या मंद प्रकाशात तिचा चेहरा चमकत होता. आणि वेदान्त जिच्यावर जिवापाड प्रेम करत होता, तिच्यासारखी दिसत होती.

"तुझ्याकडे बघितलं की मला तुझ्या आईची खूप आठवण येते."

ती ओढूनताणून हसली. "मला तिच्याविषयी काही सांगा न!"

वेदान्तने डोके हलवले. "लाडके पुन: कधीतरी."

"तुम्ही नेहमी तसेच म्हणता." ती फुरंगटली. "तुम्ही नेहमीच पूर्वी घडलेल्या गोष्टीपासून सुटका करून घ्यायला बघता. बाबा. तुमचे वास्तव आणि भविष्य यांच्यावर तुमच्या भूतकाळातील अपयशाचे सावट पडू देत नाही." ती उठली व पलंगाच्या कठड्यावरून वाकून पाहिले.

"तू हे सर्व कुठे शिकलीस?"

"तुम्ही ज्या गोष्टी मला सांगता त्यातूनच."

वेदान्त विचारात पडला. तो स्वत:च्याच शब्दांच्या जाळ्यात फसला. त्याने डोके दुसरीकडे वळवले. कुठल्यातरी वनस्पतीचा वास त्याच्या नाकात घुसला. तो कसला हे त्याला माहीत होते. तो उठला व त्या झाडाजवळ गेला. ते खिडकीजवळच होते. त्याच्या पाकळ्यांचे कमळात रूपांतर होता होते. त्याचा रंग फिकट हिरवा होता. तो त्याला नाजूकपणे स्पर्श करत होता. "तू *चुकूनही* हे झाड गमावले नाहीस याचा मला आनंद वाटतोय." त्याने दिलेली बहुतेक झाडे तिने वेंधसळेपणाने वाढू दिली नव्हती. तो काही मूर्ख नव्हता. तिला भेट/बक्षीस दिलेले आवडत नाही हे त्याला माहीत होते. त्यांची किंमत तिला कळत नव्हती. पण म्हणून तो सर्व दोष तिला एकटीला देत नव्हता.

"होय, ह्याचा वास मागच्या वेळेच्या झाडाइतका वाईट नाहीय."

"त्यामुळे दुष्ट आत्म्यांचा नायनाट होतो असे म्हणतात." वेदांतने झाडाला प्रेमाने हात लावला.

"तुमचे अशा लहान गोष्टींवरील प्रेम मला भीतीदायक वाटते." उर्वशी हसली.

"जसं काही तुला स्वत:च्या अशा काही वेगळ्या आवडीनिवडी नाहीतच." वेदान्तने, तिने बारक्या चाकूने लाकडातून तिच्या आवडीची कोरलेली एक आकृती दाखवून म्हटले, "आपल्या प्रत्येकालाच काही ना काही आवड असतेच. त्यातूनच तुमचे व्यक्तिमत्त्व दिसते. आपण वास्तवात कसे आहोत हे दिसते."

तो खुर्चीजवळ गेला. "हे झाड तू नष्ट होऊ देऊ नकोस मुली. मी ते काही विशिष्ट हेतूने आणलेले आहे. आता आपण ऐषोआरामात राहत नाहीय. खरंतर आपण एका झंझावातग्रस्त काळात राहत आहोत. आपण काळजी घेतली पाहिजे. आपले प्रत्येक पाऊल आपण विचारपूर्वकच टाकले पाहिजे."

उर्वशीने होकार दिला. "तुम्ही काळजी करू नका. तुम्ही म्हणताय तसेच होईल. मी काळजी घेत आहे. तुमची आता त्या आदिवासींपासून कधी सुटका करून घ्यायची योजना आहे?"

"लवकरच." आदिवासींच्या समावेशामुळे तो कसा नाराज झाला आहे यासंबंधीच्या शंका त्याने तिला बोलून दाखविल्या होत्या. पण तो आता त्यातल्याच एकाबरोबर काम करीत आहे हे त्याने तिला सांगितले नव्हते. "तू अगदी तुझ्या आईसारखेच प्रश्न विचारतेस."

"ती गेल्यापासून या किल्ल्यातील 'माणसांची' कुणीतरी काळजी घेणे आवश्यक आहे ना?"

वेदान्त हसला. त्याने तिला घट्ट मिठी मारली. तिनेही त्याच्या शरीराभोवती आपले हात आवळून घेतले. ते काही काळ तसेच उभे राहिले. तेवढ्यात दरवाज्यावर टकटक झाली.

"कुणीही असू देत पण आता नाही." वेदान्त गर्जला.

"महाराज..." भीतीयुक्त स्वरात कुणीतरी कुजबुजले.

वेदान्तने नि:श्वास सोडला. त्याने उर्वशीकडे पाहिले व तोंडाने "माझे तुझ्यावर प्रेम आहे." असे म्हटले. आणि अत्यंत नाइलाजाने चेहऱ्यावर कडवटपणा आणून तो बाहेर आला. बाहेर आल्यावर त्याने पाहिले की थरथरत व घामाने थबथबलेला एक माणूस तिथे होता. तो पूर्णपणे गांगरून गेला होता. पण सगळ्यात वाईट म्हणजे त्याचे चिलखत रक्ताने माखले होते. "काय झाले?"

"महाराज" रक्षकाचे नेत्र विस्फारले. रक्तपात झाला आहे.

वेदान्त रक्ताचे शिंतोडे पसरलेल्या जमिनीवर उभा होता. तो एका वेश्यागृहात आला होता. ते रात्रीच्या वेळी कार्यरत असे व दिवसा एखाद्या सामान्य खानावळी सारखे वाटत असे. वेदान्तने सगळीकडे पाहिले तर गळे कापलेल्या अवस्थेत सर्व ओळखीचे चेहरेच इतस्तत: पडलेले दिसत होते.

तिथला व्यवस्थापक वेदान्तच्या मागे तो जिथे जाईल तिथे रडतरडत जात जोता. वेदान्त प्रत्येक खोलीत गेला. सगळीकडे तेच गळे कापलेल्या अवस्थेतील प्रेतांचे चित्र दिसत होते. सर्व गाद्या-उशा रक्ताळलेल्या होत्या. जमिनीवर सगळीकडेच तिथल्या वेश्यांच्या पायाचे रक्ताने भिजलेले ठसे दिसत होते आणि तिथे येणारा दुर्गंध कमालीचा होता. वेदान्तने त्याच्या नाकाभोवती शाल ओढली होती व तशा अवस्थेत पाहणी करत होता.

ते लोक कोणी सामान्य माणसे नव्हती. त्यात त्याचे मंत्री, सेनापति सर्वच होते. आता त्यातले कोणीच जिवंत नव्हते. किमान प्रथमत: त्याच्या मनात तसा विचार चमकून गेला. तशा विचाराला त्याने मनात थारा दिला नाही. त्याने दार बंद केले व नाकावरची शाल काढून मोठा श्वास घेतला.

"ते सर्वजण या भयानक वेश्यागृहात कसे काय आले होते?" ते रक्तरंजित वेश्यागृहात का होते? त्याने त्याच्या रक्षकांना विचारले. व्यवस्थापक एका बाजूला होता, त्याच्या पायाच्या घोट्यावर मागे व पुढे हालचाल करण्याशिवाय काहीही बोलत नव्हता, अजूनही धक्क्या तून सावरला नव्हता. "ते या जागेवर काय साजरे करीत होते?"

त्याने त्याच्या रक्षकांना विचारले. तिथला व्यवस्थापक म्हणाला.

"महाराज, ते माझ्या इथे नेहमीच जथ्या जथ्याने मेजवान्या झोडायला आणि माझ्या इथल्या मुलींबरोबर मौजमजा करायला येत असत."

त्याचे मंत्रिगण इथे अशा कायद्याच्या विरोधी कृत्य करायला येत असत यावर त्याचा विश्वास बसेना. त्याने समाजात ज्या उच्च

नीतीतत्त्वांचा उद्‌घोष कायम केला होता त्याच्या विरुद्ध हे वर्तन होते. अशा अनितीच्या गोष्टीमध्ये वेळ घालवायचा व पळवाट काढायची असती तर त्याने सम्राट विष्णु, सम्राट शंकर व सम्राट इंद्राची देवळे कशाला बांधली असती? त्या विचारामुळे तो मुळातूनच हादरला होता. त्यांच्या केवळ मृत्युचे त्याला दु:ख नव्हते. आजपर्यंत त्याच्या नियमांविरुद्ध वागून त्यांनी जो अप्रामाणिकपणा दाखविला त्याबद्दल त्याला अतीव दु:ख झाले. त्यांनी असे कृत्य करून, त्यांना वेदान्तबद्दल एक शासक म्हणून, त्यांच्यालेखी काहीही किंमत नाही, हेच प्रथम दर्शनी सिद्ध केले होते. दाखवून दिले होते.

"मुली? वेश्या? त्यांच्यापैकी कुणीही हे सर्व कोणी केले हे बघितले नाही का?"

"महाराज, ते मी त्यांना विचारले नाही. कारण त्या अजून त्या भीतीदायक धक्क्यातून बाहेर आलेल्या नाहीत."

इकडे पाच मंत्री गेले होते आणि तो तिकडे भीतीने गळाठलेल्या वेश्यांच्या फिकिरीत होता. त्याच्या गचांडीला धरून वेदान्तने त्याला आपल्याकडे खेचले. "आता तू सर्वांना बोलव आणि माझ्यापुढे एका ओळीत त्यांना उभे कर. मला त्यांच्यातल्या प्रत्येकीला बघायचंय आत्ताच्या आत्ता."

व्यवस्थापकाने ताबडतोब मान डोलावली व तो तसाच पळत गेला. शांतपणे वाट बघत वेदान्त पाच रक्षकांबरोबर पुढे झाला. सर्व वेश्या एका ओळीत उभ्या राहिल्या. त्या अत्यंत अपुऱ्या कपड्यात होत्या. त्यांनी आपल्या अंगावर पांढरे कापड घेतले होते. त्यातून त्यांचे वक्षस्थळ अगदी कमी प्रमाणात झाकलेले दिसत होते. त्याने आतापर्यंत आपल्या बायकोव्यतिरिक्त कोणाचेही एवढे उघडे अंग पाहिले नव्हते. ती एकच अशी व्यक्ति होती जिच्यावर त्याने जिवापलीकडे प्रेम केले होते.

तो हळूहळू पुढे चालत गेला. त्या प्रत्येकीला अगदी जवळून व बारकाईने तो न्याहाळत होता. त्या मुलींच्या चेहऱ्यावरील बारीक सारीक हालचाली व भावनांचा तो अभ्यास करत होता. आणि तो एकीपाशी थांबला.

"तू काय बघितलेस?" त्याने तिला विचारले.

"मी...अं..." त्या मुलीच्या चेहऱ्यावरील लबाड भाव त्याने पहिलं. ती तो प्रश्न टाळण्याचा कसोशीने प्रयत्न करीत होती. तिच्याबददल काहीतरी वेगळेच वाटत होते.

वेदान्तने त्या मुलीचे केस पकडत डोके हलवले. व्यवस्थापकाचा श्वास कोंडला. ती चक्क फसवणूक होती. त्याने त्याला जमिनीवर आपटले. त्याच्यासमोर एक वेषांतर केलेला माणूस उभा होता. "तुला हव्या त्या कुठल्याही पद्धतीने तू पेश येऊ शकतोस, ती तुझी निवड असेल. पण एखाद्या स्त्रीचा वेष धारण करून हे असे करायला तुला लाज कशी वाटली नाही?"

त्याने यापूर्वी प्रवास करताना इतर शहरेही पहिली होती. त्याच्यासारखे शासक एखाद्या मुलीला घेऊन यायला सांगत पण त्याजागी एक माणूसच आला. अशी तक्रार ते करत असत हे त्याने अनुभवले होते. आणि अशा व्यक्ति ज्या स्वता:ल अशा स्त्रीच्या वेषात पेश करत तो त्यांचा स्वत:चा प्रश्न असे. हे परमेश्वराच्या नियमांविरुद्ध होते पण ते नियम खूप पूर्वी लिहिले गेले होते. त्यावेळची गोष्ट वेगळी होती. आणि त्यासाठी वेदान्तला त्याचे आता काही वाटलेही नसते. पण कीकतपुरमध्ये वेश्याव्यवसाय हा अजूनही बेकायदाच होता.

"माझे मंत्री एकापाठोपाठ एक असे मारले जात असताना तुम्ही ढिम्मासारखे नुसते उभे राहिलात आणि तुम्ही म्हणताय की तुम्ही काहीही पाहिले नाहीत म्हणून." त्याचा आवाज पूर्णपणे भावनाविरहित होता. आणि इतरांच्या मनात धडकी भरवणारा होता. "आता तुम्ही एकतर धडधड बोला नाहीतर हे वेश्यागृह बंद होईल व तुम्हा सर्वांना सार्वजनिक ठिकाणी पुरुषांशी लैंगिक वर्तन केल्याच्या आरोपावरून तुरुंगात खितपत पडावे लागेल." त्यांनी सर्व काही खरं सांगितले असते तरी तो तसे करू शकत होताच. पण आता त्या गोष्टींचा आधार घेऊन त्याला हवे ते त्यांच्याकडून वदवून घेता आले असते.

तो व्यवस्थापक गळा काढून रडू लागला होता. तो दलाल होता पण तरीही तिथे एक प्रकारची टाळाटाळ चालू होती. वेदान्त एका मुलीजवळ जाऊन उभा राहिला. "हं...बोल, तुला काही सांगायचंय?"

"हे सर्व आम्ही त्यांच्याजवळ झोपलो असताना घडले." ती स्त्री घाबरलेली होती. पण तिच्या शब्दातून तसे जाणवत नव्हते. "असं वाटतंय की आम्ही झोपायचीच तो माणूस वाट बघत होता." "तुम्ही सर्वजण एकदम झोपत होता?"

"हो. झोपलेलोच होतो." सर्वजण एकदम म्हणाल्या.

वेदान्तने डोळे बारीक केले. त्याच्या मंत्र्यांना अत्यंत चतुरपणे

मारण्यात आले होते. कदाचित त्यांना अंमली पदार्थ दारूत मिसळून पाजल्यामुळेच काम सोपे झाले होते.

"तुम्ही कुणीही त्याला चुकून तरी पाहिले का?"

एक हात वर आला. वेदान्त तिथे चालत गेला.

"हं? बोल?"

त्या स्त्रीचे डोळे निळे होते. कदाचित ती नागवंशी असावी. "मला वेळेच्या आधीच जाग आली. त्या वेळी मी एक आकृती बघितली."

ह्यात काहीतरी आहे.

"हं, कृपा करून सांग मला." तो बोलायचा थांबला. उत्सुकतेने तो उतावळा झाला होता.

"त्या माणसाने मला पाहिले...हं...अं...आणि तो त्या खिडकीतून पळाला."

"त्याने कोणता पोशाख केला होता?"

"त्याच्या साऱ्या चेहऱ्याभोवती त्याने शाल घेतली होती."

"त्यात काही वैशिष्ट्यपूर्ण होते का?" वेदान्त काही वेळ थांबला. ती स्त्री एकाग्र होऊन प्रयत्न करीत होती. तिचे डोळे बारीक झाले व ती खूप विचार करून म्हणाली.

"होय," तिने सुस्कारा सोडला. तिचे डोळे विस्फारले. वेदान्तचे हृदय धडधडू लागले. आता त्याला शोधण्यासाठी काहीतरी हाती लागेल असे त्याला वाटले. त्यावरून आपण त्या अपराध्याला शोधू. "तो माणूस-जो कोण होता-तो अत्यंत घाईत होता. त्याने जेव्हा खिडकीतून उडी मारली, त्यावेळी वाऱ्यामुळे मी त्याचे उडलेले केस पाहिले."

"हं? मग?"

"मी त्याचे फक्त केस पाहू शकले."

"पण त्यात वैशिष्ट्यपूर्ण काय होते?"

"महाराज." ती म्हणाली, "त्यांचा रंग रुपेरी होता. आणि आपल्या सर्वांना हे माहीतच आहे की या शहरात रुपेरी केसांच्या व्यक्ती फारशा नाहीत."

59

सेनाप्रमुख मर्तजाला शोधून काढणे ह्याची सम्राट कलीला फारशी काळजी नव्हती. इतर राक्षसांप्रमाणेच तो आपल्या घरात बसून असेल किंवा त्याच्या पद्धतीने तो रस्त्यात काम करीत असेल म्हणजे सैनिकांना कवायत घडवत असेल. पण जास्त करून तो त्या खानावळीतच सुरा [दारू] पीत जीवनातल्या लहानसहान गोष्टींची मजा घेत असेल.

कलीने तिथे प्रवेश केला तेव्हा त्याला दारूचा भपकारा आला. एखाद्या राक्षसासाठी ही नवलाईची गोष्ट होती. राक्षस हे दक्षिणेकडून आलेले अत्यंत शिस्तशीर माणसे होती व त्यांचे काम उत्तम रीतीने करणारे होते. ते अगदी असामान्य असे होते आणि इकडे त्यांचा रक्षकांचा निम्न सैनिक प्रमुख इथे या अवस्थेत होता. आणि नक्की, रक्तपाने जर त्याला असे पाहिले असते तर मर्तजाला या अवस्थेची योग्य कारणमीमांसा देणे अत्यंत अवघड गेले असते. रक्तपांचे मर्तजाप्रमाणे वाईट दिवस नसत. त्यांचे वाईट दिवस हे चांगले दिवस असत. आणि चांगले दिवस उत्तम असत. कदाचित मर्तजाला त्याचा एक डोळा त्रास देत असावा.

जखमी माणूस त्याच्या स्वत:त जखमी न झालेल्या माणसापेक्षा जास्त दोष बघत राहती.

कलीच्या बुटांचा आवाज ऐकून मर्तजा चुळबुळ करू लागला. पण तो अर्धवट झोपेत असल्यासारखाच झोपून राहिला. कलीने त्याच्या रक्षकांकडे पाहिले. ते पीत नव्हते पण त्याच्यामागे गुडघ्यावर बसले होते. कलीला असा आदर दाखविलेला आवडत असे. कारण त्यामुळे तुमचा आत्मविश्वास वाढतो. आणि त्याला स्वत:लाही चांगले वाटे.

कली, पायावर पाय टाकून समोरच्या खुर्चीवर बसला. तो काही न

करता समोरच्या माणसाकडे टक लावून पाहत राहिला. दारू एखाद्या बलदंड माणसाचे कीव करण्याजोगे रूप बनवते. म्हणूनच त्याच्यात इतर अनेक दुर्गुण असूनही त्याने स्वत:ला दारूपासून दूर ठेवले होते.

कोको पुढे झाला व त्याने मर्तंजाला हलवले. तो क्षणभर बधिर झाला होता. मग त्याच्या लक्षात आले की आपल्याला कलीचा वैयक्तिक रक्षक उठवण्याचे दु:साहस करत आहे. तो धडपडत उभा राहिला. त्याने कलीला पाहिले त्या गडबडीत त्याच्या समोरील दारू खाली सांडली.

"मला...माफ करा..." तो कष्टाने डोळ्याची उघडझाप करत म्हणाला. "मी...अं..."

"ठीक आहे. ठीक आहे." कलीने त्याच्याकडे मित्रत्वाने हात हलवला व हसलाही. "चीयर्स, काही हरकत नाही. आपल्या सर्वांनाच विश्रांतीची गरज आहे. बरोबर ना?"

मर्तंजाने त्याच्याकडे क्षणभर पाहिले. सम्राट कली ज्याने इन्द्रगड बळकाविले आहे त्याने खरोखरीच हे-असेच शब्द उच्चारले का अशा अर्थाने पाहिले.

"मी-आजारी होतो-काही काळापूर्वी. म्हणून मी विश्रांति घेतली आणि आता मी ठणठणीत आहे."

"तुझ्या केसांचे असे काय झाले आहे?"

कलीला त्याच्या आतमध्ये संतापाची लाट आल्यासारखे वाटले. त्याच्या केसांबद्दल कोणी काही बोलता कामा नये असे त्याला वाटत असे. मग तो एका नादान आदिवासीचा फालतू प्रमुख का असेना. त्याच्या डोक्यावर कुठे विरळ तर कुठे झुपक्याने केस वाढत होते. आणि त्याचा चेहरा मात्र दिवसेंदिवस निस्तेज होता चालला होता. "अं...तो...माझ्या आजारपणामुळे तसे झालेय. दुसरे काही नाही. मी लवकरच पूर्ण बरा होईन."

मर्तंजाला त्याची असुरक्षितता जाणवली असावी म्हणून तो पुढे वाकला.

"तुला काय झालंय त्यासंबंधी मी ऐकले होते. हे तुला माहीत असेलच."

"अफवा म्हणजे विषच असतात हे तुलाही माहीत असेल?"

"पण ते जर खरे असेल, की त्या अफवा होत्या तर महाराज, मी नक्कीच म्हणू शकेन की तुम्हाला विषबाधाच झाली होती." मर्तंजा

नादानपणे हसला. त्याने कलीकडे पाहिले. "आता मी यातून काही दुसरे दाखवू शकत नाही महाराज." तो वेगळ्याच पद्धतीने बोलत होता. त्याचे शब्द स्पष्ट येत नव्हते. अर्धवट ऐकू येत होते. सुसंगती नव्हती. कलीने अशा तऱ्हेचे बोलणे कधी ऐकले नव्हते. "पण तू तुझ्या आजूबाजूला कायम लक्ष ठेवत जा. इलममध्ये एक म्हण आहे. ती अशी जेत्यांच्या नेहमीच पाठीत बाण बसतात आणि तेही त्यांच्याकडून ज्यांच्यावर ते सर्वात जास्त प्रेम करत असतात."

कलीने मान डोलावली. "हो, ती म्हण मी पण ऐकली आहे. म्हणूनच मी त्यांना बाळगून आहे." त्याने कोको व विकोकोकडे इशारा केला. त्यांच्या राजाने त्यांचा उल्लेख केल्यामुळे ते 'सावधान' स्थितीत उभे राहिले.

"इमानदार," मर्तंजाने संमतीखातर मान डोलावली. "महाराज, मी असे काय केले म्हणून तुम्ही स्वत: जातीने इथे आलात? मी काही चांगले केलेय की वाईट?"

कलीने आपल्या कपड्यातील खिशातून एक लहानशी कुपी काढली. त्यातील औषध त्याने प्यायले. "खरंच हे काय आहे?" त्याने कुपीकडे इशारा केला.

मर्तंजाने ती निळे द्रव्य असलेली कुपी घेतली. "आणि तुम्ही माझ्यासारख्या नम्र राक्षसाला का विचारात आहात महाराज?"

"कारण," कली आपली बोटे एकत्र आणत पुढे सरकला. त्याचा चेहरा त्या खोलीच्या अंधारात अर्धाच दिसत होता. "मला तुम्ही दोघांनी काय काय केलेत याची माहिती हवी आहे. आणि जे काही केले ते चांगले नव्हते. दुरुक्ती ही भावनावश होणारी स्त्री आहे. तिला भीती वाटते व ती लागलीच त्यावर उपाय हुडकते. तिने तिच्या भावाला मरणोन्मुख स्थितीत पाहिले आणि ती ताबडतोब मदत करायला धावली. तिने मागचापुढचा विचार न करता कृती केली. पण प्रश्न तोही नाही, नव्हता. तिने त्याकरता जो उपाय शोधला त्याची जागा हा आताचा खरा प्रश्न आहे." त्याने ती कुपी उचलली आणि त्यातील निळे द्रव्य न्याहाळाले. "हे काय आहे याची मला माहिती हवी आहे कारण मला त्याचा उपयोग होतोय. तिने सांगितले की तो एका वनस्पतीचा अर्क आहे. पण माझा त्यावर विश्वास नाही. मला वाटतय की ते दुसरेच काहीतरी आहे. हे या जगातले नाहीच."

मर्तंजाने चिडून विचारले, "मग तू तुझ्या बहिणीलाच का नाही विचारत?"

कल्ली विचारू शकत नव्हता. तिच्यावर संशय घ्यायला त्याला

अडचणीचे वाटत होते. तिच्यावर संशय घेतल्यासारखे झाले असते. तिला त्याकरता त्याचा तिरस्कार वाटला असता. प्रथमपासूनच त्यांच्यातील प्रेमभावना ही वादातीत आणि कुठल्याही अटींविना होती. आणि त्यांच्या दोघात आतापर्यंत काहीही वितुष्ट आलं नव्हतं. तो आणि ती विरुद्ध सारे जग असेच त्यांचे संबंध होते.

"महाराज, तुम्ही तिच्याबाबत फारच भावानवश आहात. का कुणास ठाऊक पण ती फक्त एक स्त्री आहे. तुम्ही तिच्याबाबत एवढे भावुक का आहात?"

"ती माझी बहीण आहे."

"त्यामुळे आपल्या जगण्यात, संस्कृतीत काही फरक पडत नाही." मर्तंजाने खांदे उडवत म्हटले. "आपल्या दृष्टीने पत्नी, बहीण, वेश्या हे सर्व सारखेच असतात."

राक्षसांच्यात स्त्रियांशी असलेले संबंध हे अगदी उघड असत. कारण त्यांचे पूर्वजही त्याच पद्धतीने संबंध ठेवत. कुणीही कुणाशीही शारीरिक संबंध ठेवण्याची त्यांच्यात रीत होती.

"महाराज, आपल्यात पुरुषांनाच साऱ्या दुनियेचा भार वाहावा लागतो." तो हसला.

"ते तो भार अगदी सहजपणे पेलू शकतात. अगदी तुझ्याप्रमाणेच."

मर्तंजाने आपले हसू आवरले आणि कलीला काळजीपूर्वक न्याहाळले. "हे काय आहे हे तुला जाणून घ्यायचे आहे का? ही या जगातील वस्तु नाही. आणि माझ्या लोकांच्या म्हणण्यानुसार ती देवांनीच दिलेली आहे. हे योग्य प्रमाणात घेतले तर अमृत आहे. चुकीच्या प्रमाणात घेतले तर लोक वेडे होतात. तुझ्यावर त्याचा काही परिणाम झाला नाही?"

"तुला हे सर्व कसे काय माहीत आहे?"

"जो माणूस कुणालातरी मदत करतो, त्याला सर्व माहिती हवीच न? कोण मदत करतेय आणि तो कशासाठी मदत करतोय वगैरे." मर्तंजाने स्पष्ट केले.

"तू काही ते घेण्याचा विचार केला नाहीस का?"

मर्तंजा हसला, "ते मला माहीत नाही. मला त्याची परवानगी आहे का याचा मी विचारच कधी केला नाही."

"तुला त्यापासून कुणी व केव्हा परावृत्त केले होते?"

तो हसला. "महाराज, तुम्हीच फक्त मला पुरेपूर ओळखता."

"तू ते वापरले नाहीस कारण दुरुक्तीने ते दुसऱ्या कुणाच्याही हाती पडू नये याची खातरजमा केली होती. तिने ते शहरात कुठेतरी लपवून ठेवले होते आणि तुला त्याबाबत काहीच माहिती नव्हती. तू त्या 'परीसाचा' शोध घेण्याचा भरपूर प्रयत्न केलास पण तुझ्या प्रयत्नांना अजिबात यश आले नाही आणि शेवटी तू इथे पोचलास. इथे तुला जाणवलं की सुरा म्हणजेच तो परिस आहे आणि तू ते पीत बसलास." कलीने स्पष्ट केले. "तिने ते कुठे ठेवले आहे त्या जागेची मला माहिती आहे असं मी तुला सांगितले तर?"

"ते तुला कसे माहीत?"

"माझे खबरे तुझ्या खबऱ्यांपेक्षा जास्त चाणाक्ष आहेत." कलीने त्याच्या दोन्ही सेनापतींना इशारा केला.

मर्तंजा त्यांच्याकडे हर्षभरीत होऊन पाहू लागला. "तुम्हाला हे माहीत आहे का, तुम्ही सर्वजण एकत्र कसे काय आलात हे जाणून घ्यायला मला खूप आवडेल. मला खात्री आहे की ती एक फारच सुरस कथा असेल."

"आपण सारेच जण त्या कथेचे भाग आहोत. प्रमुख" कली हसला.

भांडाराच्या आत मातीचा व पुरातन अवशेषांचा वास येत होता. तिथे उभा राहून कलीने त्याच्या प्रवेशद्वारापाशी रक्षकांना उभे केले होते. 'सोम' असे त्याला म्हटले जात होते ते दुरुक्तीच्या नकळत इथेच साठवले होते. प्रत्येक खडकाचे बाह्यरूप ओबडधोबड होते पण त्याच्या आत निळे द्रव्य होते. त्यामुळे भिंतीवर चकाकत्या विविध आकाराच्या प्रतिमा पडल्या होत्या.

मर्तंजा त्या खडकांना स्पर्श करीत पुढे चालू लागला. कली हात मागे घेऊन तिथेच उभा राहून, सापडलेल्या त्या खजिन्याचा आनंद मर्तंजा घेत होता ते बघत होता.

"इथे येऊन मला खूप आनंद झालाय."

"तुला आनंदी झाल्याचे पाहून मलाही आनंद झालाय." कलीने प्रतिसाद दिला.

मर्तंजाने डोळे मिचकावत वळून पाहिले. "महाराज, आपण हे सर्व का करीत आहात?"

कलीचा चेहरा निर्विकार होता. "माझी शक्ति परत मिळवायला

मला या खडकांचा खूप उपयोग झालाय. मला वाटलं की तुझ्या डोळ्यांसाठीसुद्धा त्यांचा उपयोग होऊ शकेल."

"ओह, ते कायमचे गेले आहेत."

"एखादी लहानशी जादूही असा प्रश्न सोडवू शकते."

"तुम्ही जादूबिदूवर आता विश्वारा ठेवता का?"

कली पुढे झाला. "मी अनेक गोष्टींवर आता विश्वास ठेवू लागलोय. या गोष्टींमुळे माझ्यासाठी सारे जग आता खुले झालेय. आता देव-देवतांवर माझा पूर्ण विश्वास बसलाय. आता त्यांच्या नसण्यापेक्षा त्यांच्या अस्तित्वावर माझी जास्त श्रद्धा आहे."

"महाराज, हे सर्व खूपच आश्चर्यचकित करणारे आहे. पण तुमच्या शब्दात जो प्रामाणिकपणा अपेक्षित आहे तो मला दिसत नाहीय. फक्त चांगुलपणामुळे तुम्ही माझे डोळे मला परत मिळण्यासाठी एवढे सारे करीत आहात यावर विश्वास ठेवणे खूप अवघड आहे."

"हल्लीच्या दिवसात चांगुलपणा इतका दुर्मीळ झालय की कोणी तसे दाखवू लागला की भीतीच वाटायला लागते की कोणी आपल्याला फसवणार तर नाही ना?"

"कसं बोललात?" मर्तंजाने रुकार दिला, "तर मग आता खंरच सांगा. माझ्याकडून तुम्हाला नक्की काय हवे आहे?"

कली आणि मर्तंजा दहा मिटरचे अंतरावर उभे होते. त्यांचे चेहरे समोरासमोर होते आणि ते एकमेकांचे डोळ्यांच्या पापण्या न मिटता निरीक्षण करत होते. मर्तंजा उत्तराच्या प्रतिक्षेत होता. कलीला कसलीही घाई दिसत नव्हती. तो निव्वळ चांगुलपणासाठी हे करत नव्हता, हे मर्तंजाला चांगलेच माहीत होते. कारण तो काही हे धर्मादाय म्हणून करत नव्हता पण ते कारण तो स्पष्टपणे सांगण्याची शक्यता नव्हती.

"ठीक आहे. रक्तपा आता इथे नाही आणि मला पाठिंबा हवा आहे. मला इथे अनेक शत्रू आहेत आणि अशा वेळी माझ्या विश्वासाचे कोणीतरी मला हवे आहे. तू मला जी मदत देशील त्याबदल्यात मी तुला 'परीस' देईन तसेच माझ्या खजिन्यातील सोनेही देईन."

"आता कसं!" तो पुढे येत हसला. "नक्कीच. तू माझ्यावर विश्वास टाकू शकतोस. मला जे हवे ते मिळेस्तोवर मी इथे तुझ्या बाजूलाच आहे."

"तुला जे हवे आहे ते मी तुला आताच दिलेय."

राक्षसाच्या चेहऱ्यावर कावेबाज हसू फुटले "ठीक आहे तर मग. मी तुझ्याबरोबर आहे."

कली हसला. त्यांनी हस्तांदोलन करून त्या करारावर शिक्कामोर्तब केले.

"आता तू माझ्यावर विश्वास टाकलाच आहेस तर सांगतो. तुझ्या बहिणीने ज्या कैदयाला पकडून आणले आहे त्याच्यापासून सावध राहा."

कैदी? भुवया आक्रसून कलीने आपले तोंड आवळले.

"अरे बापरे! तिने तुला हेही अद्याप सांगितलेले दिसत नाही." मर्तंजाने कलीचा खांदा थोपटला. "मला वाटते की तिच्याबरोबर सविस्तर व चांगले संभाषण करणे आवश्यक झाले आहे. कारण तिला तो गावंढळ मुलगा आवडायला लागला आहे."

60

तिच्या चेहऱ्यात काहीतरी खास होते. आग-दिव्याच्या प्रकाशात तो
उजळून निघत असे. तिच्या डोळ्यात तिने सुरमा घातला होता. तिच्या
चेहऱ्यावर लावलेल्या पिवळसर रंगाच्या मलमामुळे तिचे खानदानी
सौन्दर्य आणखीनच उजळून निघत असे. कली तिच्या शयनगृहाबाहेर
क्षणभर घुटमळला. पण नंतर न घाबरता तो आत शिरला. त्याला ज्या
भीतीने घेरले होते तिच्यावर मात करणे आवश्यकच होते. त्याला आपण
तिचं खूप काही देणे लागतो असे त्याला वाटत होते पण सत्यात तसे
नव्हते. तीचं त्याच्या ऋणात होती. त्याने तिला, त्याच्या इतर भावंडांचा
आगीत बळी देऊन, त्या आगीपासून वाचवले होते.

तिने लांब असा रात्रीचा पेहेराव केला होता. त्या अर्धवट प्रकाश,
अर्धवट अंधार असलेल्या खोलीत, तिने डोळे उघडले व तिला तो दिसला.
तिचा आविर्भाव बदलला हे कलीच्या लक्षात आले. ती वळली नाही.
त्याच्या येण्याने तिला आनंद झालाय हे दाखविण्यासाठी ती चकचकीत
पितळी थाळीकडे पाहून हसली.

कली चालत पुढे आला. त्याने आपल्या बोटांनी तिच्या खांद्यावर
दाबून मसाज केला. नंतर त्याने ती पकड घट्ट केली व म्हणाला, "तुझा
आजचा दिवस कसा काय गेला?"

"फारच मजेशीर," ती म्हणाली.

दोघांनीही एकमेकांकडे चोरून पाहिले. जसे काही त्यांना एकमेकांकडे
पाहण्याची भीती वाटत असावी. त्यांच्या मनातील खऱ्याखुऱ्या भावनांना
सामोरे जाण्याची त्यांना भीती वाटत होती.

"जेव्हा आपण उपाशी असायचो, आपले घर नव्हते, तेव्हा तू मला

355

सांगितले होतेस की तू आपल्यासाठी देवाची करुणा भाकली होतीस."

तिच्या चेहऱ्यावर आश्चर्याची एक लकेर उमटली. "खरंच? मी? इतर सर्व लोकांना सोडून?"

कली हसला. "हो, हो, तूच!" तो थांबला. "त्यावेळी तू आस्तिक होतीस. मला वाटतं की आपण लहान असतांना सगळेच आस्तिक होतो. आपण जसजसे मोठे होऊ लागतो तसे आपला विश्वास डळमळायला लागतो."

"मी काय व कशाची प्रार्थना करीत असे?" तिने तिच्या हाताला एक मलम लावले. त्याच्यावर ज्या बाजारात हल्ला झाला त्याच बाजारातून घेतलेले ते खूप महाग असे मलम होते हे त्याला माहीत होते. तो भविष्यवेत्ता कोण होता हे कळू शकले नाही याबद्दल तो खजील झाला. तिच्यात कलीला खूप घाबरवण्यासाठी कोणतीतरी शक्ति होती. पण तिने त्याला एक गोष्ट सांगितली होती. अशी एक शक्ति आहे व त्याने तिच्या अंकित होता कामा नये. कदाचित सोमरसामुळे प्राप्त होणारी ती शक्ति असावी. आणि त्याबद्दल ती म्हातारी स्त्री बोलत असावी. आणि कदाचित, त्या स्त्रीने जे सांगितले की तुझ्याजवळचेच कुणीतरी तुला फसवणार आहे. विश्वासघात करणार आहे. ती व्यक्ति म्हणजे हीच तर नाही ना?

नाही, नाही. तसे होणार नाही. ती आपल्याशी खूप प्रामाणिक आहे. पण तसे म्हटले तर प्रत्येकजणच चंचल असतो, सारखा बदलणारा असतो.

"त्या कैदयापासून सावध राहा."

तो गावंढळ मुलगा तिला आवडायला लागला आहे.

तो मुलगा कोण याची त्याला काहीच माहिती नव्हती. पण त्याचा विचार मनात येताच त्याच्या मनात एक तीव्र विचार चमकून गेला. त्याच्या छातीत कालवाकालव व्हायला लागली. आतापर्यंत असे कधीही वाटले नव्हते. तसे त्याला वाटू लागले.

मत्सर!

आणि म्हणून, ती भावना, वेदना नाहीशी करण्यासाठी त्याने ते मलम तिच्याकडून जवळजवळ हिसकावून घेतले. त्याने ते तिच्या हातावर चोळायला सुरुवात केली याचे तिला प्रचंड आश्चर्य वाटले. तिच्या चेहऱ्यावर गोंधळल्याची छटा चमकून गेली आणि त्यानंतर तिला अस्वस्थ वाटू लागले.

"काय झालं?"

कलीने ऐकले नाही. जसजसे तो ते मलम चोळू लागला तसे त्याचे नेत्र विस्फारले. त्याची बोटे तिच्या कातडीवर हळुवारपणे फिरत होते. "तू आपल्यासाठी प्रार्थना केलीस, आपलं सर्व चांगलं व्हावं म्हणून. आपल्याला जे हवे ते आपल्याला मिळावे ते म्हणजे उत्तम आयुष्य, मिळावे म्हणून तू करुणा भाकलीस. मग मी तुला सांगितले की या प्रार्थना करण्यात काहीच अर्थ नाही. आणि जर तुला खरंच कुणाचं ऐकायचं असेल तर जी व्यक्ती तुझ्यावर प्रेम करते, त्याचं ऐक. तेव्हा तू म्हणालीस की अशी व्यक्ति 'मीच' आहे."

दुरुक्तीच्या भुवया ताणल्या गेल्या. "मला वाटतं एवढे मलम बस्स आहे!"

कलीने तिला खांद्याला धरले. ती उभं राहायचा प्रयत्न करीत होती पण त्याने तिला बळजबरीने खाली बसवले. तिचा जबडा विचकला. तिचे नेत्र विस्फारले. त्याने तिचे डोके चोळायला सुरुवात केली. त्याचे डोळे तिच्या डोळ्यांना भिडले. त्याचे दात विचकले. मग हळूहळू त्याचे हात तिच्या गळ्यावर आले. त्याने गळा आवळला तेव्हा तिचा श्वास रोखला गेला. मग तिच्या लांब केसातून फिरले व पुन: तिच्या कपाळावर आले.

"थांब, ताबडतोब थांब." त्याने तिचा चेहरा आपल्या हातात घेतला व दुसऱ्या हाताने कमरेला धरले. नंतर हळूहळू त्याने हात तिच्या वक्ष:स्थळावर नेला. "काय..." त्याची बोटे तिच्या तोंडात होती पण ती त्याला चावली नाही. कदाचित तिला ते आवडले असावे. कदाचित तिला अस्वस्थ वाटले असावे. तो जे करतोय ते योग्य नाही हे त्याला कळत होते पण त्याला तसे करणे आवश्यक होते. ते एखाद्या भावाने आपले कर्तव्य बजावल्यासारखेच होते.

त्याने तिचा चेहरा सोडला व त्याचे हातांनी तिचा गळा पकडला. "तू मला न सांगता गेलीस आणि माझ्यासाठी औषध घेऊन आलीस, त्याबद्दल मी तुझ्यावर प्रेम करतो. परंतु तू एका गावकऱ्याला घेऊन आलीस. तू पूर्ण गावच्या गाव नष्ट केलेस आणि हे सर्व मला अजिबात न सांगता केलेस. मग ज्या औषधाने मला वाचवले ते औषध लपवून ठेवलेस. ही दुहेरी चाल कशासाठी? तुला असं वाटतंय का की तू सतत माझ्याशी खोटं बोलत राहू शकशील..?" त्याच्या अंगातून संतापाची थंड लहर येऊन गेली. "आणि तू माझी बहीण आहेस म्हणून मी त्याकडे दुर्लक्ष करीन असे तुला वाटले का?"

तिने आपले अंग ताठ करून त्याला विरोध करायचा प्रयत्न केला. तिने काहीतरी पकडण्याचा प्रयत्न केला पण तिच्या हातात काहीच आले नाही. तिचा चेहरा लालबुंद झाला. कली पुढे आला. तिच्या खांद्याला त्याचे डोके लागले. त्याने तिच्या खांद्याचे हलकेच चुंबन घेतले. आणि आरशात तिच्याकडे पाहिले. "तू हे काही करशील त्याला मी माफ करेन, असा, माझ्या प्रेमाचा तू चुकीचा अर्थ लावलास. पण माझा शांतपणा म्हणजे माझा दयाळूपणा असे समजू नकोस. कारण मी आता पूर्ववत झालोय आणि तूसुद्धा माझ्यापासून काहीही लपवू शकणार नाहीस. यापुढे माझ्यापासून काहीही लपवायचा विचारही करू नकोस." तिचा श्वास कोंडत होता. तिचे डोळे संतापाने भरून आले होते. पण त्याने त्याची अजिबात पर्वा केली नाही. "असे घडल्यास तू माझी बहीण आहेस हे मी लक्षात घेणार नाही."

त्याने तिचा गळा सोडला.

ती जमिनीवर कोसळली. खोकत आणि घरघरत. कली तिच्या बिछान्याजवळ गेला आणि स्वतःचे शरीर सहजपणाने ताणले. तिकडे तिला श्वास सावरायला वेळ लागत होता. तिच्या कपाळावरच्या नसा फुगलेल्या होत्या. तिने सावरल्यावर संतापाने त्याच्याकडे एक कटाक्ष टाकला. पण तो त्याला दिसू नये याचाही खूप प्रयत्न केला.

"तू...तुझा...माझ्यावर विश्वास नाही का?" तिने आपली मान चोळली.

कलीने खांदे उडवले. "खरं सांगायचं तर सध्याच्या काळात माझा कुणावरच विश्वास नाहीये. त्यामुळे तूही ते फार मनाला लावून घेऊ नकोस."

"मी त्या मुलाला आपल्यालाच मदत करण्यासाठी वापरणार होते..."

कलीने बोटे उंचावली. "तू त्याला आपल्या बाजूने वळवायचा प्रयत्न करू नकोस. मी तुला कधीही तह करायला सांगितलेले नाही."

"आपल्या मित्रांचे शत्रूत रूपांतर होता असताना आपल्याला एखाद्या बळकट सैनिकाची गरज पडू शकते. फक्त असा मी विचार केला."

"अगं, लपवालपवी करण्याहून वाईट ते काय असते. तुला कुणाची तरी मदतीची गरज आहे असा विचार केलास, पण माझ्यासारखा समर्थ भाऊ असताना असा विचार तुझ्या मनात का आणलास?" कली खोलीबाहेर जाताना म्हणाला.

पण तो कुठे चाललाय हे त्याला माहीत होते.

तो त्या गावंढळ मुलाला भेटायला चालला होता...

तो तुरुंगाच्या ओसरीतून चालत होता. बरेचसे कैदी एवढ्या मध्यरात्री कोण आलंय हे पाहायला बाहेर आले. आणि कली आलाय हे त्यांना जेव्हा समजले तेव्हा ते हादरले व मागे गेले. एकजण तसाच उभा राहिला. त्याने कलीला निवडक गाळीव शिव्या दिल्या.

कली त्याच्याजवळ गेला. त्याच्या गळ्यात एक विचित्र अशी साखळी होती. त्याची जीभ बाहेर लोंबत होती. "अरे बाहेरवाल्या, मी तुला घाबरत नाही. तुझ्यामुळे मी इथे आहे." त्याने त्याला वेडावून दाखवण्यासाठी जीभ बाहेर काढून दाखवली.

मग कलीने अशा वेळी कोणीही करेल अशी कृती केली.

त्याने त्याची जीभ खेचली व ती ओढून काढली. कलीने ती फेकून दिली. तो माणूस खाली पडला व मरणप्राय वेदनेने किंचाळला.

कोकोने आवंढा गिळल्याचे व विकोकोने त्याला खांदा देऊन उठवण्याचा प्रयत्न केल्याचे कलीने ऐकले.

"महाराज, आपण...त्याला रुग्णालयात पाठवायचे का?"

कलीने त्या रडणाऱ्या अर्धवट माणसाकडे पाहिले. "नाही, नाही. त्याला तसाच राहू दे." पुढे चालताना तो हसला.

तुरुंगाचे पहारेकरी थंडपणे हे पाहत होते. मग कलीला ते अंधारकोठडीकडे घेऊन गेले. इंद्रगडमधल्या साध्यासुध्या गल्लीबोळांपेक्षा तुरुंगातील ओवऱ्या नागमोडी वळणाच्या व गोंधळात टाकणाऱ्या होत्या. वेदान्तने त्या तशा कशा काय केल्या होत्या ते एक नवलच होते. कली सत्तेवर येईपर्यंत व त्याने बदल करेपर्यंत वेदान्त फाशीची वगैरे शिक्षा देत नसे कारण त्याचा कैद्यांच्या पुनर्वसनावर विश्वास होता. त्याने खूप लोकांना भरपूर भ्रष्टाचार करताना पाहिले होते. अशा लोकांना तुरुंगवास वगैरेसारख्या शिक्षांनी काहीच फरक पडत नाही, असे त्याचे मत होते. अशा कैद्यांना एकदा शिक्षा झाली म्हणून पुन: ते तोच गुन्हा करणार नाहीत असं नसतं. तो करणारच. हे असेच असते, ते सर्व तसेच असतात.

त्या तथाकथित गावंढळ मुलाला ज्या कोठडीत ठेवले होते तिथे तो पोचला. त्या मुलात असं काय होतं, ज्यामुळे दुरक्तीला तो आवडला

होता? या जगात असं कोणीही नव्हते ज्याकडे दुरुक्ती एवढ्या प्रेमाने बघेलं? त्याच्यात असं काय वैशिष्ट्य होते? त्याच्या अंतर्मनात मत्सर आणि असुरक्षितता यांनी एकाच वेळी कळ उमटली. तो काय एकदम देखणा होता की उच्चकुलीन होता की खूपच सालस होता? पण वाईट हे होते की कलीला मत्सर वाटत होता तो योग्य होता का? एक भाऊ म्हणून त्याने तिचा रक्षणकर्ता असायला हवे होते. तसं तो मत्सरही नव्हता. ती एक वेगळीच भावना होती. पण त्याने ती झटकून टाकली.

कोठडीचा दरवाजा उघडला. त्याच्या समोर एक मुलगा एका पाण्याच्या हौदात थरथरत, नग्न अवस्थेत बसला होता. नाग सैनिक पुढे झाला. त्याने त्या मुलाला बाहेर काढले. त्याचे हात व पाय लोखंडी बेडीत अडकले होते. त्या बेड्या अनेक होत्या. जसं काही एकच साखळीची बेडी त्याला अपुरी पडली असती. हे असं का? एखाद्या गावकऱ्यासाठी ते विचित्र होते. त्याला पुढे आणले गेले. त्याच्या गुप्तांगावर कापड गुंडाळलेले होते. त्याला प्रचंड वेदना होता असाव्यात. कारण तो जराही वर बघू शकत नव्हता आणि त्याने जेव्हा वर बघितले तेव्हा कलीला काही वेगळेपणा जाणवला नाही. अर्थात हे खरे होते की त्याचे शरीर पिळदार होते. तो कलीपेक्षाही उंच होतं. पण त्याच्यात असं काय वैशिष्ट्य होते?

“सर्वजण ज्याच्याविषयी बोलत असतात तो तूच आहेस तर.” नागांनी त्याला साखळीने धरले होते तर एकाने त्याचा गळा धरला होता. कलीने त्याच्याभोवती चकरा मारल्या.

तो मुलगा काहीच बोलला नाही.

“तुझे नाव काय आहे?”

मुलाने काहीच उत्तर दिले नाही.

“काही हरकत नाही. मला ते लवकरच समजेल.” कलीनं हसू दाबून म्हटले. “माझी बहीण, तिला तू खूप आवडलायस. आणि तिला वाटतंय की तू आम्हाला मदत करशील.”

त्याच क्षणी त्या मुलाने डोके वर केले. त्याने त्याच्या चेहऱ्यावर आलेल्या ओल्या केसातून पाहिले. “तू कली आहेस का?”

कली पुढे आला. त्याचे हात मागे होते. त्याने भुवया किंवा जे काही होते ते उंचावले. “ओह, तुला माझे नाव माहीत आहे तर.” तो थांबला. स्वता:शीच हसला. “तुझे गाव बेचिराख केल्यानंतरसुद्धा तू आमची मदत करशील असे माझ्या बहिणीला वाटते आहे. हे अगदीच हास्यास्पद आहे.

परंतु आज ती ज्या वयात आहे त्यानुसार त्यात काही वावगे नाही. ती तरुण आहे, ती वयात आलेली आहे, बरोबर. तिला तुला, काहीही करून, या खटल्यातून सोडवावयाचे आहे."

त्याने निर्विकारपणे त्या मुलाकडे पाहिले. "पण तुला फाशीच्या शिक्षेपासून कुणीही वाचवू शकणार नाही. उलट मी तर ठरवलंय की तुझला सर्व लोकांसमोर फाशी देण्यात येईल. जेणेकरून माझ्या बहिणीला तिची चूक कळेल. आणि तिला वाटेल तो माणूस आवडायचा तिला अधिकार नाही हे समजू दे. आणि मी खोट्या खटल्यातसुद्धा अडकवेन. तुझ्यावरही खटला चालेल. जर तू जे काही केलेस ते म्हणजे राज्याच्या वरिष्ठ अधिकाऱ्यांना का मारलेस यांची सयुक्तिक कारण मीमांसा केलीस आणि ती जर मला पटली तर मी तुला सोडून देईन. मग तू तुला हवे ते करायला स्वतंत्र असशील. हा तुरुंग तुझ्यावर खूपच परिणाम करतोय हे मला दिसतंच आहे."

त्या मुलाने त्याच्या हाताला झटका दिला व त्याला ज्या नाग रक्षकाने धरून ठेवले होते त्याला धक्का देऊन पाडले. जमीन हादरली. हौदातले पाणी सांडले तसं तो मुलगा पुढे आला. त्याच्या बाहुवरील नसा फुगीर झालेल्या होत्या व त्याच्या चेहऱ्यावरील नसाही दिसू लागल्या.

"तू खरंच अगदी वेगळा आहेस." कली त्या मुलापासून काही इंचावर उभा राहिला. ते जवळ होते. खूपच जवळ होते. पण तो मुलगा कलीच्या जवळ येऊ शकला नाही. तो बंधनात होता. "खरंच, मला ते आवडले. आणि तू हे कसे काय केलेस?"

"कली मी येतोय. तुझा समाचार घ्यायला येतोय." मुलगा ताडकन म्हणाला. "तू माझ्यावर खटला चालवूच शकणार नाहीस. कारण तुझ्यासारख्या मर्त्य माणसांमध्ये खटला चालविण्याची हिंम नसते. फक्त सम्राट विष्णुला तो आधिकार आहे आणि तोच आपल्याला माफ करू शकतो."

कली उपहासाने हसला. "धर्मवेडा देखील? तुला एवढा माझा तिरस्कार वाटावा एवढे मी तुझे काय वाईट केले आहे? मी ते समजून घ्यायला उत्सुक आहे. कृपया मला सांग ना. सर्व देवांचा देव तुझ्यावरील खटला चालवू दे...कदाचित तू वर स्वर्गात जाशील किंवा नरकात जाशील तेव्हा. पण तोपर्यंत तरी तू इथेच असशील." कलीचे स्मित विरले. "आत्ता तरी मीच तुझा देव आहे आणि तुझा सम्राट विष्णुही आहे." तो संतापाने उद्गारला. "आणि ते कसे ते तू आता बघशीलच."

त्याने बोटांनी इशारा करत नागांना सांगितले, "त्याला गुडघ्यावर बसवा."

त्या मुलाला खाली पाडले गेले. त्याने तसे न करण्यासाठी खूप प्रयत्न केला पण त्याला सतत चाबकाचे फटके पडत होते. त्यामुळे त्याला ते जे काही म्हणतील ते करण्याशिवाय पर्याय राहिला नाही.

"बघितलंस?" कलीने मुलाच्या डोक्यावर चापटी मारली. तो मुलगा त्याच्याकडे बघत कुत्र्यासारखा गुरगुरला. कली हसला. त्याला निरपराध लोकांना छळायला खूप आवडायचे. त्या मुलाला बहुधा कोणीतरी चुकीची माहिती दिली होती. कदाचित त्याला चुकीचा मार्ग दाखवला होता. कली कसा होता, कसा आहे याबाबत त्याला चुकीची माहिती मिळाली होती. त्यामुळे निव्वळ तिरस्कार शिल्लक होता.

"त्याला पुन: तुरुंगात डांबा. तो जर असाच राहिला तर तो खटला उभा राहिस्तोवर जिवंतच राहणार नाही. पण मला तो तिथे बाहेर यायला हवा आहे. दुरुक्तीला पाहू दे, की तिच्या आवडलेल्या माणसाचा कसा अंत होणार आहे तो. तिने हे बघावे आणि त्याबद्दल तिला दु:ख वाटू दे. तिच्या भावाच्या विरुद्ध तिने जाऊ नये हे तिला समजू दे." तो हे दुसऱ्या कुणी ऐकावे म्हणून नाही तर स्वत:शीच बोलत हो. स्वत्ता:च्याच विचारात तो गुंग झाला होता.

तो जसा दाराकडे जाऊ लागला, त्याने साखळ्यांचा खळखळाट ऐकला. कलीने मागे वळून पाहिले. त्या मुलाने स्वत:चे केस मागे झटकले होते. आता त्याचे कपाळ दिसत होते व त्याचे डोळे गडद आणि धुरकट दिसत होते.

"मी...तुझ्याकडे...तिथेच...बघेन..." तो म्हणाला.

त्या मुलाच्या डोळ्यात भीती ऐवजी दुसरेच काही होते. त्यात आशेचा किरण दिसत होता. आणि मग त्या मुलाने एक गोष्ट अनपेक्षितपणे केली.

तो त्याच्याकडे पाहून हसला.

61

वेदान्त अजूनही वाट बघत होता. पण आता तो किळसवाण्या गल्लीत उभा नव्हता. ही गल्ली त्यामानाने खूप चांगली होती. पण ती तीच खानावळ होती जिथे वेदान्तच्या माणसांना मारण्यात आले होते. आता सर्व साफ केले गेले होते तरी त्याने त्या मालकाला बजावले होते की रक्ताला स्पर्श करू नये. त्याला ते सर्वांना दाखवायचे होते. ते कुवेराला दाखवायचे होते की त्याच्या योजनेमुळे त्याच्या माणसांचे काय झाले होते. आणि कुवेराने त्याबद्दल योग्य पद्धतीने त्याची माफी मागितली पाहिजे अशी त्याची अपेक्षा होती.

आता ती घटना घडून गेल्याला बरेच दिवस झाले होते पण त्याचे मन त्यातून बाहेर आले नव्हते. त्याचे मन ते विसरू शकत नव्हते. तो स्तंभित झाला होता तसेच संतापलाही होता. त्याला भीती वाटत होती. सोनेरी केसांच्या त्या मुलीने त्याचा गळा धडापासून वेगळा केल्याचे स्वप्न त्याला पडत होते. त्याच्या खोलीत दोन रक्षक, त्यांच्या पायाला घंटा बसवलेल्या अवस्थेत होते. व त्यांनी एक क्षणभर विश्रांति घ्यायची नाही अशी त्यांना आज्ञा होती. ते जेव्हा दमतील व हलतील तेव्हा घंटा वाजतील आणि वेदान्त जागा होईल व त्यांना रागवेल. त्या घंटा म्हणजे कुणीतरी आल्याची सूचना होती. तीही नको असलेली व्यक्ति. उर्वशीच्या खोलीवर पाच जणांचा पहारा होता.

"कुणीतरी महाकाय व्यक्ति माझ्या खोलीत माझ्यावर पहारा करत असल्यामुळे मला खूप अस्वस्थ वाटते." ती म्हणाली होती. पण तिला एकूण परिस्थितिच्या गांभीर्याची कल्पना नव्हती.

इंद्रगडही आता अधिकृत युद्धभूमी झाली होती. त्याला स्वतःपेक्षाही

363

उर्वशीला सुरक्षित ठेवणे महत्त्वाचे असल्याने त्याला ही परिस्थिति अजिबात आवडली नव्हती. तिला दक्षिणेकडे दक्षिणींच्या जवळ पाठवावे असे त्याच्या मनात येऊन गेले. त्याचे काही मित्र तेथे होते. त्यातील बिभीषण हा एक चांगला माणूस अशा मित्रांना मदत करायला तयार असे आणि वेदान्तचा त्याच्यावर विश्वासही होता. पण त्याचवेळी आणखी एक विचार त्याच्या मनात येऊन गेला. दक्षिणेकडे वेदान्तला आणखी काही शत्रूही होते. त्या बाजूची काही राजघराणी खूप अयोग्य होती कारण यापूर्वी वेदान्तच्या त्या लोकांशी व्यापार व भू प्रदेशांबद्दल लढाया झाल्या होत्या. म्हणून त्याला काळजी घेणे भाग होते.

आत तो त्या खानावळीत उभा होता. तिथल्या स्त्री-पुरूषांना त्याने तुरुंगात पाठवून पद्धतशीरपणे त्यांचा बंदोबस्त केला होता. त्याने एक नवा व्यवस्थापक तिथे नेमला होता व त्याच्या देखरेखीखाली ती जागा आदर्श करण्याचा त्याचा विचार होता. पण ज्या खोल्यातून खून झाले होते त्यांना मात्र त्याने वगळण्याचे ठरवले होते.

मध्यरात्रीच्या सुमारास वेदान्त यक्षांच्या राजाची वाट पाहत होता. तेव्हा त्याला व्यवस्थापक भेटला. तो म्हणाला, “महाराज, इथे एक उतारू आला होता. मी त्याला विरोध करत होतो तरी त्याने तिथली एक खोली त्याच्यासाठी घेतली...”

“तू त्याला *‘त्या’* खोल्यांमधील एखादी दिली नाहीस ना?”

“नाही, नाही, महाराज,” व्यवस्थापक गयावया करत म्हणाला, “अजिबात नाही” (कदाचित त्या रक्ताच्या खुणा त्याला अस्वस्थ करत असाव्यात).

“ठीक आहे. त्याला राहू दे. फक्त रक्षकांना सांगून ठेव की तो त्या बाजूला गेला तर आपल्याला कळले पाहिजे.” वेदान्तने आज्ञा दिली.

त्याला खाजगी व्यवसायाबद्दल आदर होता पण अवैध व्यवसायांबद्दल नाही. इंद्रगडसारखे धार्मिक शहर त्याच्या वडिलांनी त्याला दिले होते आणि तो देवांचा देव सम्राट विष्णु आणि त्रिमूर्तीतील मुख्य यांची पूजाअर्चा करेल याचे वचन त्याच्याकडून घेतले होते. वेदान्त, उर्वशीसह त्याच्यापुढे गुडघे टेकून-दर आठवड्याला पूजा व प्रार्थना करीत असे. त्याने गावाच्या मध्यवर्ती भागात त्याची सोन्याची एक मोठी मूर्ति उभारली होती. गावातील प्रत्येकजण तेथे जाऊन पूजा-अर्चा करीत असे. अर्थात आता आदिवासींच्या आगमनामुळे अनेकांना

वाटले होते की वेदान्त आता नास्तिक झाला असावा पण ते असत्य होते.

वेदान्तला आता कळले होते, त्याला समजले होते की त्यांची संस्कृती वेगळी आहे. रीतिरिवाज, परंपरा स्वतंत्र आहेत. आणि त्या मानवांप्रमाणेच आहेत. ते सर्वजण विश्वासाच्या एकाच चाकोरीत बद्ध आहेत. फक्त ते बहिष्कृत आणि समाजापासून दूर गेल्यामुळे तसे झाले आहेत. तेसुद्धा ते बऱ्याच युगांपूर्वी युद्धात पराभूत झाल्यामुळे.

पण आता त्याला त्याच्या मुख्य उद्देशावर एकाग्र होणे आवश्यक होते. सूड, हाच तो उद्देश. त्या कृत्यामागे कुणीही असो, कुवेरा, वासुकी किंवा कली, तो आता त्यांच्यापर्यंत पोचणारच होता. पण सध्यातरी त्याचा कुवेरावर विश्वास होता. त्याने हे केले नसावे. कारण त्यामुळे त्यांच्या संबंधांवर जबरदस्त आघात झाला असता.

त्याची प्रतीक्षेची वेळ संपली होती. फुलांचा उग्र वास आला. यक्षांचा राजा रस्त्यावर आला. त्याने खूप गडद रंगाचे भपकेदार कपडे घातले होते व अंगावर सोन्याचे व रत्नांचे अनेक दागिने दिखाऊपणे अक्षरशः लादले होते. तो मागच्या खेपेपेक्षा दमलेला दिसत होता व त्याची सर्व ऊर्जा, उत्साह संपलेला होता.

"मला कशाकरिता पाचारण केले आहे?" त्याने तारस्वरात विचारले.

वेदान्तही नवलाने का असा विचार करू लागला. पण त्याने त्याच्यावर प्रश्नांचा भडिमार केला. त्याने प्रत्येक खोलीकडे नेलं व एकापाठोपाठ ती उघडली. "साऱ्या गाद्या-उशा लाल झालेल्या तुला दिसल्याच असतील."

"हं, मी एक अद्ययावत पद्धतीचे कपडे घालणारा आहे महाराज. पण मला केवळ मनात येतील तशा रचना, दाखवण्याची गरज नाही कारण या क्षणी आपण राजकीय तंटे व भांडणांना सामोरे जात आहोत."

"ह्या रचना, किंवा आकार नाहीत." वेदान्तने त्याला जवळ जाऊन निरीक्षण करण्याची सूचना केली.

कुवेराने तसे केले अन त्याचा श्वास रोखला. त्याने वाळलेल्या रक्ताला स्पर्श केला. कापडाला स्पर्श केला. तो वळला. त्याचा चेहरा पांढराफटक पडला होता. त्याने दीर्घ श्वास घ्यायचा प्रयत्न केला.

"मला रक्ताची घृणा आहे हे तुला माहीतच आहे."

"तुला तक्षकाच्या रक्ताची घृणा आली नाही का?"

"अं...ते नागांचे रक्त आहे. त्याचा वास वेगळा येतो."

नागांच्या रक्तात काही वेगळेपणा असतो यासंबंधी वेदान्तला काहीच कल्पना नव्हती. त्याने ते बघितले होते. त्याचा रंग तर सारखाच होता. अर्थात त्याने कुवेराप्रमाणे त्याचा वास घेण्याचा प्रयत्न केला नव्हता.

"हे मानवांचे रक्त आहे. निर्विवादपणे." तो अविचाराने बोलला. "पण गृहस्था, तू मला ते रक्त का दाखवतोयस?"

"हे रक्त माझ्या माणसांचे आहे." त्याने स्पष्टीकरण देत म्हटले, "माझ्या मंत्र्यांचे आणि सेनापतींचे."

"महाराज, यात माझा काहीही हात नाहीये. आपण जे जे काही केले ते पूर्ण विचारानी आणि शहाणपणाने केले."

"पण आता ते स्पष्टपणे आपल्यावरच उलटलं आहे."

"तुम्ही याचा शोध घेण्याचा काही प्रयत्न केला का?"

वेदान्तने मान डोलावली व त्याला त्या खोलीत नेले जिथे तो रुपेरी केसांचा खुनी दिसला होता. "तो माणूस वेगळ्या रंगाच्या केसांचा होता, रुपेरी."

"मी ही माहिती घेऊन माझे खबरे संपूर्ण शहरात पाठवून शोध घेईन." तो बोलला. "हा केसांचा रंग एकमेव पद्धतीचा असल्याने त्याला कुणीतर नक्कीच पाहिले असणार. आपण चौकशी करू या."

वेदान्तचा चेहरा तिरस्कारपूर्ण होता. पण कुवेराकडे खबऱ्यांची उत्तम फौज होती. ते हेरगिरी व वेषांतराच्या कामावर खूप भरवसा ठेवत.

"तीन खोल्या. याचा अर्थ कुणाला तरी तुमच्याबद्दल खूपच असूया वाटतेय." वेदान्तने दार उघडायच्या आतच कुवेरा म्हणाला.

"तुला काय म्हणायचंय? तो खुनी आहे."

"होय, पण खुनी माणूस हा असा पसारा मांडणार नाही. तो किंवा ती आपल्या सावजावर हल्ला करेल व सरळ निघून जाईल." कुवेराने स्पष्ट केले. "कट्यारीने, बाणाने किंवा विषप्रयोगाने. पण हे त्या पद्धतीने घडलेले दिसत नाही. तिने प्रथम अमली पदार्थांच्या नादी लावले व मग सर्व मुलींना बाहेर काढून त्यांना मारलेले दिसते. म्हणूनच, आपला शत्रू, जो कोणी असेल तो, त्याने प्रथम तुझा ज्या व्यक्तिला तिरस्कार वाटतोय अशा व्यक्तीला शोधलेले दिसतेय. तुम्ही आता तुमच्या बरोबर ज्यांनी गोमांस खाल्ले आहे अशा लोकांना हुडका. अशांपैकी कुणी एकतरी तुम्हाला आठवताहेत का?"

वेदान्तला आठवत नव्हते. कारण आतापर्यंत त्याने फक्त इतरांना मदतच केली होती. "दक्षिणी माणूस कदाचित?"

"नाही, नाही एखादा दक्षिणी असता तर त्याने मोठा तमाशा केला असता." कुवेराने नेत्र बारीक केले. "आणि तो आताच असे का करेल? त्याला तुम्हाला असे अपंग करायचे कारण नव्हते. ते लोक सरळ युद्ध पुकारतील आणि तुमची मानखंडना करतील."

"हं, तेही बरोबर आहे." वेदान्तने 'हुं' आवाज काढला. असे हे सर्व करणारा कोण असावा याच विचाराभोवती त्याचे मन घोटाळत होते. त्याने जेव्हा घुसखोरांना किंवा चोरांना त्याने ठार मारले तेव्हाचे लोक असतील का? त्याने कीकतपूरच्या जंगलात काही लोकांना मारले होते पण ते म्लेच्छ होते. मग माझ्याबद्दल एवढा तिरस्कार कोणाला वाटत असावा? त्याने दरवाजा उघडला. ती खोली रिकामी असायला हवी होती त्याऐवजी त्याने एक सडपातळ अनाकर्षक माणूस उभा असलेला पहिला. पण तो पाठमोरा होता. त्याने घट्ट अंतर्वस्त्र घातले होते. त्याच्या अंगावर दोन कट्यारी आणि चमकत्या वहाणा होत्या. त्याचे केस खुरटे व पुंजक्यात होते. आणि कातडी आजारी माणसाची होती. तो रक्ताने भरलेल्या उशीकडे पहात होता.

तो वळला. त्याचा चेहरा विचित्र होता. त्यात देवदूतची झाक होती व जखमांतून पू येत होता.

"तुमच्या गप्पात व्यत्यय आणल्याबद्दल मला माफ करा." कली हसत म्हणाला. "तू दारूदेखील देतोस हे पाहून मला आनंद वाटला." तो कुवेरा व वेदान्तजवळ गेला. दोघेही पुतळ्याप्रमाणे स्तब्ध झाले होते व मागे सरकू लागले. "मला घाबरू नका. मलाही तुमच्याप्रमाणेच शांतीच हवी आहे."

"तू आम्हाला कसे काय हुडकलेस?" वेदान्तने चेहरा निर्विकार ठेवण्याचा प्रयत्न करत म्हटले.

"माझ्या प्रिय मित्रांवर नजर ठेवण्यासाठी मी माझ्या अधिकाऱ्यांची संख्या वाढवली आहे." त्याने हळूहळू कुवेरा व वेदान्तच्या गळ्याभोवती आपले हात टाकले. "ते काय करताहेत ते बघण्यासाठी. जेव्हापासून तुम्ही दोघेही माझ्याशी विचित्रपणे वागू लागला, मुख्यत: तू वेदान्त, ज्याला आदिवासींचा सहवास अजिबात आवडत नव्हता, तेव्हापासून अशा सेवेची मला गरज पडू लागली. यातली गमत ही की ते सर्व मला ठार मारण्यासाठी होते."

कुवेराने कलीचा हात खांद्यावरून काढण्याचा प्रयत्न करीत विचारले, "तुला काय हवंय तरी काय?"

"तुम्हा दोघांना काय हवंय तेच." कली म्हणाला, "आपण सारेजण एकच काम करू या कारण आता आपला सर्वांचा शत्रू एकच आहे."

"खरंच तो तोच होता?" वेदान्तने विचारले.

कलीने वेदान्तकडे पाहिले. त्या गोष्टीचे महत्त्व त्यालाही वाटते का हे बघण्यासाठी त्याने तसे पाहिले. "तो 'तोच' असायला हवा." कली म्हणाला. "आणि जर तसे नसेल तर मग आपली ती एक प्रामाणिक चूकच म्हणावी लागेल."

वेदान्तच्या डोळ्यापुढे त्याच्या मृत बायकोची व मुलीची प्रतिमा झळकल्याशिवाय राहिली नाही. कली त्यांच्यात बळजबरीने घुसला आणि वेदान्तला आता त्याची मदत घेतल्याशिवाय दुसरा पर्याय शिल्लक राहिला नाही.

62

कृपा आणि बालाने मोठयाने व्याख्याने देणे, ढोल वाजवणे आणि ठिकठिकाणी जाहिराती चिकटवणे व जिल्ह्यातील लोकांपर्यंत ते पोचवणे हे काम करण्याचे निश्चित केले तर अर्जनने वेगळा मार्ग स्वीकारला. मतप्रचार वगैरे फक्त रात्रीला खूश करण्यासाठी होता. ते तुरुंग फोडणार आहेत हे तिला सांगणे शक्यच नव्हते. एक सफरचंद हातात घेऊन तो तुरुंगाभोवती त्या इमारतीचा अभ्यास करत फिरत होता. इमारतीच्या बांधकामातील गुंतागुंतीची पाहणी करत होता. मग एका जागी बसून त्याने जे जे काही बघितले त्याची एक कच्ची रूपरेषा तयार करत होता.

त्याने एकदा बाजारातून हिंडताना शुकोलाही पाहिले होते. तो त्या पक्ष्याला जवळजवळ विसरलाच होता. शुकोने कल्कीबद्दल विचारले. अर्जनने त्याला प्रामाणिकपणे सर्व काही सांगितले. त्याने शुकोला उडून जाण्याऐवजी, त्याच्याजवळच राहण्यासाठी सांगितले.

कृपा व बाला त्याच्या बाजूला बसलेले असतानाच शुको दही खाण्यात दंग होता. अर्जनने स्पष्ट केले, “तुरुंग ही शहरातील एकमेव व उत्कृष्ट गोल इमारत आहे.” त्याने एक वर्तुळ काढले. “त्याला कडांवर एक बाक आहे. हे तुमच्या लक्षात येईल.”

“ते कशाने बनवले आहेत?” बालाने विचारले. त्याने हाताची घडी घातली होती.

“लोखंडाचे, असे मला वाटते. मी त्याला स्पर्श करू शकलो नाही.”

“ठीक आहे मित्रा. पुढे सांग.” कृपाने कागदाला स्पर्श केला.

“तर हो...” अर्जनने तुरुंगाच्या मुख्य प्रवेशद्वारासमोर काही चिन्हे काढायला सुरुवात केली.

"ते काय आहे?" बालाने निराशेने विचारले.

कृपाने त्याचे नेत्र मिटले. आणि ते काय आहे याचा स्वतःच विचार करायचा प्रयत्न केला. "ते एखाद्या कीटकासारखे दिसतेय. मित्रा. कीटकाचे चित्र का काढतोयस?"

"ती बाजारातील टपरी आहे, मूर्खा."

"ती टपरीसारखी दिसत नाहीय. ते काहीतरी भयंकर दिसतेय."

अर्जनने खांदे उडवले. "हे बघा, मी कसलेला चित्रकार नाही. म्हणून दोघांनी जरा माफ करा." त्याने ती टपरी खोडली. शहरात एकूण पाच बाजारपेठा आहेत. आणि ही सर्वात मोठी आहे. आणि गंमत म्हणजे ती तुरुंगाच्या समोरच आहे.

"आपल्यासारख्या घुसखोरांचे जीवन आणखी अडचणीचे करण्याकरता." कृपाने स्पष्ट केले. "ठीक आहे. अजून काही?"

"तिथे जवळच एक कबुतरांमार्फत चालणारे डाकघर आहे." अर्जन म्हणाला. "आणि तिथे हा एक माणूस आहे. खूप विश्वासू आहे. तो दररोज खाद्य घेऊन येतो आणि दररोज आत जातो."

"कैद्यांसाठी अन्न." कृपाने मान डोलावली. "त्या मार्गाने आपण आत प्रवेश करायचा."

"पण तो एकच माणूस आहे. आणि कुणी जर पाहिलं तर..."

कृपा पटकन म्हणाला, "आपण चौकस असले पाहिजे. तुरुंगाच्या दुसऱ्या बाजूस काय आहे?" तो थांबला. "म्हणजे ती वैकल्पिक सोय होईल."

"तो खाण मार्ग, तसेच त्याला म्हणतात. तेथे दारूगोळा तयार करतात."

"म्हणजे तिथे काय आहे?" कृपाने विचारले. त्याने अर्जनने तुरुंगाबाहेर काढलेल्या वर्तुळाकडे बोट दाखवून म्हटले.

"तारा, संपूर्ण तुरुंग टोकदार तारांनी व करवतीसारख्या तारांनी वेढलेला आहे. त्यामुळे त्यातून जाणे अशक्यप्रायच आहे." अर्जन उतरला.

कृपाने बालाला दाखवले. "मला ते तोडण्यासाठी काहीतरी हवे आहे. ते त्या खाणमार्गावरून आण. आणि आपल्या तिघांना कोणी ओळखू नये म्हणून आपल्याला मुखवटेही घेऊन ये."

"तुरुंगामागून आत जाण्यासाठी काय योजना आहे? कारण तिथे दरवाजा नाहीय."

कृपा हसला. "मित्रांनो, मग आपल्याला दार पाडावे लागेल."

<hr>

कृपा काय म्हणतोय ते अर्जनला त्या दिवशी लक्षात आले नाही पण आतली रचना कशी आहे ते कळण्यासाठी आत जाण्यासंबंधी तो काही योजना करत आहे एवढेच त्याला कळले. कृपाने तेच त्याला करायला संगितले होते. आणि हे सर्व करताना मरू नकोस हेही त्याने बजावले. कारण नाहीतर एक माणूस कमी झाल्याने ते खूपच मोठ्या अडचणीत सापडले असते.

आणि कृपाला किती काळजी आहे ते अर्जनला जाणवले.

वरवर पाहता, ज्याची इतर लोक धास्ती घेतील अशा आचार्यची गूढ योजना सोपी वाटत होती पण तरीही ती गुंतागुंतीची होती. त्याला तुरुंगाच्या अंतर्भागाची रचना जाणून घ्यायची होती आणि मागील बाजूच्या दरवाजातून प्रवेश करायचा होता पण मुळात मागे दरवाजा नव्हता. अर्जनला कळत नव्हते की कृपाने ती योजना नीटपणे सविस्तर समजावून दिल्याशिवाय तिला अत्युत्कृष्ट कसे म्हणायचे. तो म्हणाला, त्यांनी त्या सोमाच्या साठ्यापाशी जायला हवे व तो हस्तगत करायला हवा.

"आपण तो असाच हस्तगत करू शकत नाही."

"हो मला समजतंय. मी त्यासाठी दुसरा कुठलातरी मार्ग शोधतोय."

अर्जन नाराज झाला. पण त्याच्याकडे वैयक्तिक योजना नव्हती. "ज्या सोमाने आपला सर्वनाश केला आहे तो सोम घेऊन आपण काय करणार आहोत?"

"त्यापासून बॉम्ब बनवू." कृपा हसून म्हणाला.

बाला व अर्जनने एकमेकांकडे पाहिले.

"तो कसा तयार करतात हे तुला माहीत आहे का?" अर्जनने विचारले.

"मी माझ्या पुतण्याला तो कसा करतात हे शिकवले होते पण तो प्रयोग यशस्वी होऊ शकला नाही." कृपाला तो प्रसंग आठवला. "पण मला ते माहीत आहे. हो. तो करायला आपल्याला थोडेच पैसे लागतील. महायुद्धाचे वेळी बऱ्याच जणांनी सोम-मिश्रित बॉम्ब तयार केले होते. त्यांना सामान्यपणे अस्त्र म्हणत. आपण त्यांचा वापर मागच्या बाजूला करू या.

तिथे बॉम्ब फोडू या. तुरुंगात प्रवेश करू या. कल्कीला बाहेर काढू या आणि त्यानंतर ताबडतोब पळून जाऊ." तो म्हणाला. आणि क्षणभर शांतता झाली. मग अर्जन सुरू झाला.

"ते यशस्वी झाले नाही तर?"

"ती योजना जर सफल झाली नाही तर..." "असे होण्याची अगदीच शक्यता आहे." कृपा म्हणाला. "पण हो, ते तसे जर घडले नाही तर आपण तर मरूच, पण आतले कैदीही मरतील."

अर्जनने वैतागून आपले केस धरले. "इतरांचे प्राण जाणार नाहीत यासाठी तू काय करणार?"

"तो बॉम्ब योग्य जागी पेरणार आणि त्यासाठी तुला तुरुंगात जावे लागेल व आपण तो बॉम्ब कुठे पेरू शकू ती जागा बघावी लागेल."

आणि आता तो पुन: तुरुंगाच्या बाहेर सफरचंद खात उभा होता. त्यांनी केलेली योजना अत्यंत अव्यवहारी होती. वेडगळपणाची होती आणि बरीचशी जर तर स्वरूपाची होती. कृपा हा वेडसरपणाचा कळस होता आणि अशा अव्यवहारी कल्पनांना जन्म देणारा होता. देव काही निवडक योद्धयांनाच ही अस्त्रे देत असत. पण कृपाच्या म्हणण्यानुसार तसे काहीही नव्हते. अर्जनच्या मते त्यांना आणखी एकाची गरज होती. आणि त्याने रात्रीबरोबर काम करणाऱ्या व्यक्तिला हेरलेही होते. ती एक गोंडस, रुपेरी केसांची मुलगी होती. त्याने तिला रात्रीच्या घरातील ओसरीवर शिक्षणाचे वेळी पाहिले होते. ती अत्यंत जलद गतीने, उत्साहाने सर्व गोष्टी करत होती.

"तिचे नाव पद्मा आहे." अर्जनला तिच्याकडे टक लावून पाहत असतांना रात्रीने पकडले होते. "मी जेव्हा तिला स्विकारले तेव्हा ती अनाथ पोर होती. तिची सर्व भावंडे तिच्यादेखत मारली गेली होती."

हे थोडेसे चमत्कारीक होते. कारण रात्री खूप खिन्नतेने ही बातमी सांगत होती. अन्यथा ती एक भावनाशून्य व्यक्ति म्हणून ओळखली जात होती. "ते कृत्य कोणी केले?"

"ती ते सांगतच नाहीय. मी तिला त्यावरून खूप वेळा छेडले आहे."

अर्जनचे कुतूहल जागे झाले. खरंतर त्याला मुलींच्या गोष्टीत काही

रस नव्हता त्यामुळे त्याला तीही 'त्या' दृष्टीने तितकीशी आवडली नव्हती. पण ही जरा वेगळी होती. तिच्यात योध्दया आवश्यक असणारे गुण ठासून भरले होते आणि त्यानंतर ती बराच काळ गायब झाल्याबद्दल आणि ती कुठे गेली होते हे न सांगितल्यामुळे रात्री तिच्यावर ओरडतानाही त्याने पाहिले होते.

"मला हे अजिबात चालणार नाही. तू काय करते आहेस याचा पत्ताही तू मला लागू देत नाहीस. हे मला आवडत नाही. आता मला जर कळले आणि माझ्या नावडीचे ते कारण असेल तर मी तुला लाथ घालून घराबाहेर हाकलून देईन."

पद्मा शांत होती. नंतर ती शांतपणे म्हणाली, "तुला ते कारण माहीत आहे. तू त्या इतर लोकांना आपल्या या कार्यात सामील केले आहेस."

"ते आपल्याला मदतच करताहेत."

"ते पूर्णपणे नादान व मूर्ख आहेत."

ती तिला न शोभणारी भाषा वापरत होती. पण तिचे म्हणणे खरेही होते.

मात्र आता अर्जनला त्या मुलीची काळजी करण्याचे कारण नव्हते. त्याचे सारे लक्ष गाडा घेऊन शहराकडे जाणाऱ्या माणसाकडे लागले होते. त्याच्याकडे सर्व प्रकारचे खाद्यपदार्थ होते. अर्जनने खांद्यावर बसलेल्या शुकोला शीळ घातली. शुकोने मान डोलावली व त्या माणसाकडे झेप घेतली. त्याच्या लहानशा चोचीने त्याने पावाचा तुकडा उचलला. तो माणूस घाबरला आणि त्याने वेडावून दाखवणाऱ्या शुकोचा पाठलाग करायला सुरुवात केली.

आता हीच ती वेळ होती.

अर्जनने मोठ्या ढांगा टाकत गाडा पकडला. अंगाभोवती शाल लपेटून व तोंडावरही ती घेऊन तो बाजाराच्या दिशेने निघाला. खांद्यावरून मागे बघितल्यावर त्याला कळले की तो माणूस जिवाच्या कराराने त्याचा गाडा हुडकत होता. अर्जनला हसू फुटले. तो तुरुंगाच्या दाराजवळ पोचला. बाजारातून जाताना फुलांचे व अन्नपदार्थांचे वास दरवळत होते. अनेक आवाज येत होते. ओरडण्याचा आवाज येत होता. खरेदी व विक्री करणाऱ्यांमुळे प्रचंड गर्दी उसळली होती. विविध धान्यपदार्थ व भांडी विकायला ठेवली होती.

तुरुंगाचा दरवाजा नाग सैनिकांनी रोखून धरला होता. त्यांच्याकडे तलवारी होत्या. अर्जनला बघून त्यांनी दार उघडायला सुरुवात केली, पण ते थांबले. क्षणभर अर्जनला आनंद झाला. पण तेवढ्यात त्यांचे लक्ष दुसरीकडे वेधले गेले. अर्जन थांबला. व खोकल्याचे नाटक करू लागला. तेवढ्यात तो नाग समोर उभा ठाकला. अर्जनने त्याचा पूर्ण चेहरा शालीने झाकला होता.

"तू कोण आहेस?"

अर्जन खोकला. "मी नेहमीचाच आहे." तो पुन: खोकला. "मी आजारी आहे मित्रा. मी आज खूप आजारी आहे." त्याचे हृदय धाडधाड करत होते. आणि हाताची बोटे थंड पडली होती. त्याने घोगरा आवाज काढायचा प्रयत्न केला, जेणे करून रक्षकाला संशय येऊ नये.

"मग तू नाही आलास तरी चालेल."

"काय करणार बाबा, माझे कर्तव्य तर केलेच पाहिजे ना?"

"तुझा आवाज असा का येतोय?"

अर्जन शिंकला व त्याने आपले नाक नागाच्या छातीवरील चिलखताला पुसले. तो घाबरला. "ओह! पुन: तस करू नकोस. त्याला आत जाऊ दे. हं. वैताग आहे नुसता." नागाने खांदे उडवले व चिलखतावरची घाण पुसली.

शालीमध्ये गालातल्या गालात हसत तो हळूहळू पुढे जाऊ लागला. अर्जनची व त्या माणसाची ऊंची जवळजवळ सारखीच होती. याचा त्याला आनंद झाला. तो आत येताच इतर कैद्यांना तो भेटला. ते इकडे तिकडे हिंडत होते. नाग लोक मात्र शांतपणे उभे होते व आतील बाजूचे रक्षण करत होते. अर्जनला आता आत जाणे आवश्यक होते.

आतल्या अंगणात कैदी त्यांना हवे ते अन्नपदार्थ घेत होते. काहींनी फळे घेतली. काहींनी दुधाचे पेले. अर्जन पुढे झाला. ओवरीतून पुढे सरकला. त्याचे डोळे इमारतीच्या आतल्या बाजूचे निरीक्षण करत होते. पण त्याला तुरुंगाच्या मागील बाजूस जाण्यासाठी कुठेच रस्ता दिसेना. सर्व काही पुढील भागातच होते. ते कैदी अंधारातून खूप आरडाओरडा करत होते. अर्जनला आतमध्ये उघडणाऱ्या बऱ्याच खिडक्या दिसल्या.

तटबंदीने बांधलेली जागा खूपच गोंधळात टाकणारी होती. अर्जनने बऱ्याच काळोख्या ओवाऱ्या ओलांडल्या. अनेक नागांना चुकवून, ज्या खिडकीतून तो बाहेर पडू शकेल अशा खिडकीपाशी पोचला. त्याने त्या

खिडकीतून बाहेर पाहिले. तिथे तुरुंगाची मागची बाजू दिसत होती. खाणमार्गाच्या पलीकडचे दिसत होते. ते ठिकाण कोणते हे त्याने ओळखण्याचा प्रयत्न केला पण त्याच्या ते लक्षात येईना.

अर्जनला एक कल्पना सुचली. त्याने आयत्या वेळी आणीबाणीच्या प्रसंगात उपयोगी पडावे म्हणून एक शस्त्र बाळगले होते. त्याने ते शस्त्र खिडकीच्या छज्जावर ठेवले. म्हणजे तो जेव्हा बाहेर असताना इकडे पहील, तेव्हा त्याच्या ते ठिकाण लक्षात आले असते. या जागीच ती स्फोटके ठेवायला हवीत.

अर्जन गाड्याजवळ आला आणि त्या कैद्यांना काहीतरी वेगळे घडते आहे हे वाटू न देण्यासाठी त्याने अन्नपदार्थ प्रत्येक कोठडीच्या जवळ नेऊन द्यायला सुरुवात केली. ते बाहेर पडेस्तोवर त्याला ते सोंग वठवणे आवश्यक होते. या भागात व पुढेही नागांची संख्या कमीच होती. त्याच्या लवकरच लक्षात आले की एका विशिष्ट कोठडीच्या ठिकाणी नाग लोकांचा वावर जास्त होता. तो त्यांच्याजवळ गेला तेव्हा त्या नागांनी काही केळी व सफरचंदे त्याच्याकडून हसत हसत घेतली.

"अरे म्हाताऱ्या, इथे उकाडा नाहीय तरी तू ते असे कपडे का घातले आहेस?" नागाने विचारले.

अर्जनने घोगरा आवाज काढत आपले हसू आवरले. त्याने नागा उभे असलेल्या कोठडीचा दरवाजा ठोठावला.

"तो काहीही अन्न खात नाही."

अर्जनने तिथे कोण असेल ते ओळखले. कल्कीशिवाय दुसरे कोण असणार? तो पाठीवर झोपला होता. त्याची दाट दाढी त्याच्या चेहराभर वाढली होती. आणि कधी नव्हे एवढे त्याचे केस लांब वाढले होते. तो गेल्या वेळेपेक्षा जास्त अशक्त आणि आजारी वाटत होता. अर्जनच्या पोटात भीतीचा व सुटकेचा गोळा आला.

अर्जनने खूप खोल आणि हळुवार आवाजात बोलायला सुरुवात केली "तिकडे बाहेर तुम्हा दोघांच्या नावाने कोणीतरी हाक मारत आहे. रक्षकांची मेजवानी वगैरे असं काहीतरी म्हणताहेत."

"मेजवानी?" एका नागाने दुसऱ्याकडे पाहिले, "आमच्याशिवाय ते मेजवानी वगैरे करूच शकत नाहीत."

"पण ते करताहेत. नक्की!"

"म्हाताऱ्या तू त्याच्यावर नजर ठेव. आम्ही हे आलोच."

अर्जनने हळूच मान डोलावली, "हो, हो नक्की. तुम्ही तिकडे जा. मी इथे आहे."

दुसरा नागा जरा नाखूश होता व त्याने पहिल्याला विचारले, "पण आपल्याला इथून कुठेही हालायचं नाही अशी सक्त ताकीद आहे."

"ताकीद? हं!" अर्जन गुरगुरला. दुसऱ्या नागानेही तसेच केले. "सर्पानो, जा जरा मजा करून या!"

"हो, हो, मजा करू या!" पहिला नागा खांदे उडवत म्हणाला. "आम्ही इथे अंधारात सतत उभे राहून खरंच जाम वैतागलोय."

अर्जनने काही प्रतिवाद केला नाही.

दुसरा नागा थोडेसे हसला. पण तो तसा साशंकच होता. पण तरीही त्याने मान डोलावली. पहिला रक्षक त्याला त्या खोट्यानाटया मेजवानीसाठी घेऊन गेला. आता अर्जन पुढे झाला. त्याने कोठडीचे खांब धरले व त्याने कल्कीकडे पाहिले. क्षणभर त्याला त्याची दया आली. पण त्याच्याकडे अजिबात वेळ नव्हता ह्याची त्याला कल्पना होती.

"शुक, शुक."

"काय आहे?" कल्की कण्हत म्हणाला. तो कदाचित गुंगीत होता.

"जा इथून." त्याचा घोगरा आवाज आला.

"अरे, मी अर्जन...आहे..." अर्जन कुजबुजला.

कल्कीने डोळे उघडले. क्षणभर सारे शांत झाले. तो भुवया आक्रसून उभा राहिला. तो पुढे आला तो त्याचे हात थरथरत होते. नेत्र विस्फारले होते. त्याला एखादे स्वप्न पाहिल्यासारखे वाटत होते.

"अर्जन?" त्याने आपले हात बाहेर काढले व त्या दोघांनीही खांदे एकत्र आणून लोखंडी जाळीतून एकमेकांना मिठी मारली.

"आता सर्व काही ठीक होईल."

"मला वाटले की तू कुठेतरी पळून गेला असशील. किंवा बहुधा मारला गेला असशील." कल्कीच्या डोळ्यात पाणी आलेले त्याने पुसून टाकले. तो खूपच थकलेला दिसत होता. जवळजवळ मरणोन्मुख अवस्थेत होता.

"मला कृपाने इथे आणले." अर्जन म्हणाला, "आम्ही आता तुला इथून बाहेर काढू."

"तुला माझा संदेश आला म्हणून इथे आलास का?"

"होय," अर्जन बोलायचे थांबला. "आपलं आयुष्य आता बदललं आहे

हे तुक्ष्या लक्षात आलं असेल. तुला बाहेर काढता आलं की आपल्याला ताबडतोब पर्वतांकडे बिघून जांव लागेल."

"तो काल माझ्याकडे आला होता."

"कोण?"

कल्कीने आजूबाजूला पाहिले. त्याचे डोळे तिरस्काराने चमकत होते. "कली."

"मग काय झाले?"

"त्याला वाटतेय त्याच्या बहिणीला मी आवडतो!"

अर्जनने खांदे उडवले. "प्रत्येक मुलीलाच तू का आवडतोस? माझ्यात काय कमी आहे?" कल्कीने त्याच्याकडे पाहिले व त्याच्यातील पूर्वीचा उमदेपणा एकदम चमकून गेला. "तो एकतर अति काळजी करत असावा. त्याला माझा मत्सर तरी वाटत असावा. त्याला वाटतेय, मी तिचे हृदय चोरले आहे आणि तो स्वत: राजांचा राजा असल्याचे सिद्ध करण्यासाठी तो सर्व लोकांसमक्ष व तिच्यासमक्ष मला फाशी देणार आहे."

"कुठलाही खटला न चालवता?" अर्जनला नवल वाटले. त्याने शहरातील न्यायपद्धतीबद्दल वाचले होते. फाशी हा सर्वात शेवटचा पर्याय होता. आणि तेसुद्धा अलीकडच्या काळातील तत्त्वज्ञान होते. न्यायमंडळ बसणार आणि त्याचे भवितव्य ठरवणार. आपण जे काही केले ते आत्मसंरक्षणार्थ होते असे कल्की प्रतिपादन करणार. पण अर्जनला माहीत होते की कली त्या सगळ्या गोष्टींना आपल्याला हवे त्या पद्धतीने स्वरूप देऊन हरताळ फासणार.

"त्याच्यासाठी हा खटला-बिटला ही एक औपचारिकता आहे. तो त्याला हव्या त्याच मार्गाने या सगळ्याचा शेवट करणार." कल्की म्हणाला. तो रागावलेला स्पष्टपणे वाटत होतं. पण तो त्याच्याभोवतीच्या सगळ्याच गोष्टींवर संतापला होता.

"तुम्ही सुटकेसाठी काय योजना करताहात?"

"तुला ती योजना आवडणार नाही." अर्जनने ओठांवरून जीभ फिरवली आणि मग त्याने ती बॉंबगोळयाची कल्पना सविस्तर सांगितली. कल्कीने खांदे उडवले.

"तुम्ही ते बॉम्ब कुठे उडवणार याची जागा पक्की केलीत का?"

"मला वाटते मी ती केलीय?" अर्जनने मान डोलावली

"त्या सर्व गोष्टींवर चांगला विचार करा." कल्कीने त्याचे खांदे

पकडले. “आणि खूप काळजीपूर्वक सर्व गोष्टी करा. तुझे आयुष्य पणाला लावण्यापेक्षा मी आनंदाने मरण पत्करेन.”

अर्जनने डोके हलवले. “मलाही तसेच वाटतेय. त्या तमोयुगाचा मी एकटा नायक नाही. तूही आहेस. तुलाही तिकडे जायचंय आणि संरक्षण करायचेय. आणि जर तू मेलास किंवा जर कलीला कळलं की तू त्याला समाप्त करणार आहेस तर तो तुला त्याच क्षणी ठार करेल. आता तो तुझ्याकडे फक्त एक खेळणे म्हणून पाहत आहे.”

कल्कीने विचारपूर्वक हुंकार भरला. “आता मी त्याच्याकडे फक्त ‘अधर्म’ म्हणून पाहात नाहीय.”

“का?”

“का कोणजाणे मला तसे वाटतेय खरं”

“पण मला वाटतं की...”

“मला माहितीय, मी तुला तो ‘तोच’ आहे असं सांगितलंय. पण मी जेव्हा त्याला भेटलो तेव्हा मला तसं वाटलं नाही.”

अर्जनने मान डोलावली. त्याच्यासाठी आता सर्वच बदलले होते. पण तो काहीच म्हणाला नाही. कारण तेवढ्यात तुरुंगातील धोक्याच्या घंटा वाजू लागल्या होत्या.

“या धोक्याच्या घंटा आहेत.” कल्कीने अर्जनच्या खांद्यावार थोपटले. “मला वाटतं की त्यांना आता तू इथे आलेला कळले आहे. पळ...”

आता जोरजोरात पळणाऱ्या पावलांचे आवाज व कोणीतरी आत घुसला आहे अशा आरोळ्या ऐकू येऊ लागल्या. शेवटची मिठी मारून अर्जनने परतायचा प्रयत्न केला पण त्याला जाता येईना. सर्व खिडक्यांना जाळ्या मारल्या होत्या व सर्व ओवाऱ्या गुंतागुंतीच्या वाटतं होत्या. त्याने शाल फेकून दिली. आणि त्या ओवरीच्या शेवटी गेला तेव्हा त्याच्या लक्षात आले की तो आता खुल्या अंगणात पोचला होते. त्याने पाहिले की सर्व कैदी त्याच्याकडे बघत होते आणि नागा त्याच्यामागे लागले होते.

अर्जनला कळत होते की आपण आता काहीतरी केले पाहिजे. त्याच्याजवळच्या कोयत्याने, एका चपळ हालचालीने तो भिंतीवर चढला. नागा जमिनीवर होते. ओरडत व त्याच्याभोवती कडे करत उभे होते. अर्जन वरवर जात होतं. त्याचा कोयता त्याला चांगली साथ देईल व त्याला पळून जायला मदत करेल असे त्याला वाटतं होते. तो मरणाच्या अगदी जवळ पोचला होता हे त्याला जाणवत होते. त्याने कोयत्याचा एक

वार केला व त्याचा हात कोयत्यावरून सटकतो आहे असे त्याला वाटले. त्याचे वजन त्या कोयत्याला पेलत नव्हते. मागून त्याने दगडाच्या कडा पकडल्या. तेवढयात त्याच्या दिशेने एक बाण आला. त्या बाणाने आपले निशाण साधले नाही पण दगडी चिपेवर आघात केला. त्याने त्याच बाणाला धरून आणखी वर जाण्याचा प्रयत्न केला. त्याचा एक बाण हुकला पण दुसरा नाही. तो त्याच्या घोट्यात बसला. तो हादरला. आणि जवळजवळ पडणारच होता पण कोयत्याने हात दिला.

"चल, चल." तो घामेजलेला होता. त्याने खाली बघितले नाही कारण त्याला माहीत होते की जर त्याने खाली बघितले तर त्याला भीती वाटेल व त्याची भिंतीवरील पकड सैल पडेल. सरतेशेवटी तो भिंतीवर पोचला. ते नागा ओरडतच होते. तो वर आला. त्याला हसू आले. पण त्याच्या घोट्यातून कळा येत होत्या व त्यामुळे त्याचा तोल गेला व तो कोसळला. तो खाली पडतोय हे त्याला जाणवले. त्या धक्क्याने त्याचे केस उभे राहिले. त्याने तोल सावरला. तो खाली खाली जात असताना कुठल्यातरी मऊ वस्तूवर पडला. त्याला शेतकऱ्याच्या गवताच्या गाडीने वाचवल्याचे त्याच्या लक्षात आले. शेतकरी त्या धक्क्याने ओरडू लागला. पण अर्जनने तोंडातून काही शब्द उच्चारले. ती गाडी बरोबर तुरुंगाच्या समोर उभी राहिली.

हा सर्व एक चमत्कारच म्हणायचा.

त्याने खोलवर श्वास घेतला. त्या गवताच्या गाडीतून उतरला. आणि त्याने शेतकऱ्याला आभार प्रदर्शक मानवंदना दिली आणि तो रात्रीच्या घराकडे निघाला. त्याला आता काहीतरी केलेच पाहिजे असे लक्षात आले. कल्कीचे बरोबर होते. त्यांना योजनेवर खूप विचार करणे भाग होते आणि त्यांना त्या सोमापर्यंत पोचणेही गरजेचे होते. तेही खटला सुरू होण्यापूर्वी-म्हणजे ते त्याला मदत करू शकले असते. आता त्याच्या मनात अनेक विचार फेर धरून नाचत होते. पण त्यात एक प्रमुख विचार त्याला सारखा डाचत होता तो हा होता की कल्कीला असे का वाटतं होते की कली हा अधर्म नाही आहे.

63

पद्‌माला कळून चुकले होते की रात्रीबरोबरचे तिचे संबंध संपले आहेत. ती एक स्वतंत्र विचारांची स्त्री होती व तिचा आता विश्वास राहिला नव्हता. म्हणून पद्‌माने तिला सोडून जायचे ठरवले होते. तिला मनसाला पण सोडावेसे वाटत होते. तिला कुठल्यातरी लांबच्या गावी जाऊन निवांत राहावेसे वाटत होते.

रात्रीबद्‌दल तिच्या मनात एवढा तिरस्कार ठासून का भरला होता?

कारण पूर्ण माहिती न घेता आपल्या घरात कुणालाही ठेवून घ्यायचं. हा खरंतर मूर्खपणा होता आणि यात कुठलेही व्यावहारिक शहाणपण न वापरणे तद्दन नादानपणाचे लक्षण आहे अशी तिची कल्पना होती...तिने तिची मर्जी संपादन करण्यासाठी कित्येक वर्षे खर्ची घातली होते. आणि आज अचानक हे तीन कोण कुठले येडे येतात काय, ज्यांना मतप्रचारासंबंधी काहीही ज्ञान नाही अफवा व त्यांचे नियमन यांचा गंध नाही. त्यांना ती क्षणार्धात आपल्या घरात थारा देते काय. ते तिथे केवळ त्यांच्यासाठीच आले होते. रात्रीने सांगितले होते की ते तिच्या भाचीचे मित्र होते आणि तिला लक्ष्मीचा जेवढा सहवास ती इथे असताना मिळाला होता त्यावरून तिला लक्ष्मी आवडली होती. पण त्याच लक्ष्मीच्या मरणानंतर तिच्या मित्रांना इथे थारा देणे ही घटना तिच्या पचनी पडली नव्हती.

मृत्यू ही पद्माच्या दृष्टिने आता एक सर्वसाधारण गोष्ट झाली होती. कारण तिच्या भावांना फाशी देऊन त्यांना याच राजाने जाळून टाकले होते. आज त्याच राजाला पुन: राज्यकारभारपदी कायदेशीर मार्गाने बसवण्यासाठी प्रत्येकजण, उत्सुक होता. प्रत्येकजण, पद्‌मा सोडून सर्व.

रात्रीने जेव्हा लक्ष्मीच्या बेपत्ता होण्यासंबंधी व त्यानंतर रीतसर तिच्या मृत्युची बातमी सांगितली त्याचे पद्‌माला अजिबात आश्चर्य वाटले नव्हते. पद्‌माला मृत्यूचे काहीच सोयरसुतक नव्हते. ती त्याबाबत निगरगट्ट झाली होती. प्रत्येकजणच मरणार हे तिला माहीत होते. वास्तवात ती अशा एका परिस्थितीत राहत होती, जिथे हे सारे जगच सर्वनाशाच्या काठावर उभे होते. हा एक नैराश्यपूर्ण विचार होता हे तिला माहीत होते पण काय करणार? ती अशाच विचारात लहानाची मोठी झाली होती.

एवढंच काय पण आकाशचे नाहीसे होणे ही तिच्या दृष्टीने कुठली मोठी गोष्ट नव्हती. तिला जेव्हा सम्राट कलीच्या किल्ल्यात झालेल्या 'त्या' सोहळ्याची सारी हकीकत कळली तिथे झालेल्या गदारोळाची माहिती मिळाली तेव्हाही तिला नवल वाटले नाही. पद्‌माने जेव्हा तिथे चोरून बघितले तेव्हा तिला तिचा भूतपूर्व सहकारी-आकाश-दिसला. तो छिन्नविछिन्न अवस्थेत व अत्यंत निर्घृणपणे मारला गेला होता. तिला वाटत होते की कली हा कीकतपूरचा अत्यंत सुयोग्य व प्रागतिक विचारांचा राजा आहे. पण आता तोही अनाकलनीय गोष्टी कतोय हे तिच्या लक्षात आले होते. त्याच्या त्या निर्विकार चेहऱ्याच्या जुळ्या सेनापतींना पाहून तर ती पूर्णत: निराश झाली होती. हादरली होती.

तिने तिचे केस बुचडयात बांधले होते व त्यावर रुमाल गुंडाळला होता. ती त्या खोलीत पोचली जिथे तो खेळ होणार होता. कठपुतळ्यांचे किंवा जादूचे प्रयोग सहसा खुल्या बाजाराच्या परिसरात होतात पण नाट्‌यगृह हे अगदी वेगळे दालन होते. राजाला शोभेल अशा भव्य जागेत. शहरातले सर्व लब्ध प्रतिष्ठित असामी बसले होते. तो खेळ आच्छादित क्रीडांगणावर व दगडी रंगमंचावर होणार होता.

वासुकीने हुकूम दिला होता म्हणून पद्‌माला तिथे प्रवेश मिळाला होता. त्याने राखून ठेवलेल्या जागेवर तो तंबाखू चघळत एकटा बसला होता. तिथे पद्‌मा गेली व तिथेच बसून पद्‌माने खेळ पाहिला. त्या खेळात प्राण्यांची कातडी पांघरून स्त्री-पुरुष काम करीत होते. त्यांनी मुखवटेही धारण केले होते. वातावरणात सुगंध भरला होता. त्यात भर म्हणजे अनेक वाद्‌यांतून कर्कशय आवाज येत होता.

पद्मा पायऱ्या चढून वर गेली. त्यातल्या त्यात कमी प्रतीचे उच्चपदस्थ खाली बसले होते. ती अगदी वर पोचली. उच्चपदस्थ व अमीर उमाराव मंडळींच्या अलीकडे जांभळ्या रंगाचा पडदा होता. त्यामुळे ती मंडळी संपूर्णपणे दिसत नव्हती. दोन नागा रक्षक तिथे उभे होते. त्यांनी तिची तपासणी केली व मग प्रवेश दिला. तिच्याकडे कट्यार होती तरीही तिला प्रवेश मिळाला. कदाचित तिच्याकडून काही धोका नाही असे वासुकीने सांगितले असावे.

ती आत आली तेव्हा वासुकीची तिच्याकडे पाठ होती. त्याने आधीच बोलायला सुरुवात केली होती. "तू त्या वेश्यागृहात जे काही केलेस ते एक चांगले काम होते." पद्माला त्याचा चेहरा दिसत नव्हता. पण तो हसत असणार हे तिला माहीत होते. "तू त्याचा गवगवा करू शकली असतीस.

पण तसे तू केले नाहीस." तर ते हे कारण होते तर. मनसाने तिला इष्टस्थळ सांगितले होते व आज्ञा केली होती की तिला सोपवलेले काम तिने कुठल्याही पद्धतीने करावे, त्याचे तिला पूर्ण स्वातंत्र्य होते. पद्माने हिंसाचाराचा मार्ग निवडला होता.

"बस" वासुकीने एका लहानशा स्टुलाकडे इशारा केला.

तिने तसे केले. वासुकीने इथे एका महत्त्वाच्या कामासाठी बोलावले होते किंवा किमानपक्षी तिला पाठवलेल्या चिठ्ठीवरुन तिची तशी कल्पना झाली होती.

"तू तुला दिलेले एक काम उत्तमरीत्या पार पाडले आहेस." तो वळला. पान खाल्ल्यामुळे त्याचे ओठ लाल झाले होते. "पण म्हणजे ते काही शेवटचे काम नव्हते. आता कलीची पाळी आहे."

ती थोड्याच वेळेपूर्वी, त्याचाच विचार करीत होती म्हणून तिला नवल वाटले.

"मी त्याला ठार करावे अशी तुमची इच्छा आहे का?"

"नाही, नाही," त्याने ते विधान उडवून लावले. "मनसाच्या म्हणण्यानुसार तो जर खूप अशक्त झाला असेल तर त्याचा उपयोग करून घेता येईल. पोपटाला झुलवणे सोपे होईल. खरंय ना?"

"पण म्हणजे मी नक्की काय करायचे आहे?"

"माझ्या बहिणीने..." त्याने एक चिठ्ठी पद्माला दिली. "काही मुलांना शहरात फिरते ठेवले आहे. ते त्या बैठकीमधील इत्थंभूत बातम्या लिहून ठेवतात. योगायोगाने त्यांना समजले की कलीची तब्येत भरभर

सुधारण्याआधी खूपच बिघडली होती. हे नवलच आहे नाही? त्याला एका वनस्पतीचा किंवा कशाचा तरी खूप उपयोग झाला. आणि तो या जागी वारंवार जात असतो. त्याने कागदावर बोट ठेवले. "त्या जागेवरील औषध घेण्यासाठी, त्या जागी ते किती आहे याची मला काहीच कल्पना नाहीय."

पद्माने चिठ्ठी उघडली. तो एक नकाशा होता. अत्यंत घाईघाईने बनवलेला. पण त्यावरून तिला नेमके कुठे जायचेय हे समजत होते. "तिथे आत जाऊन मी नेमके काय करणे अपेक्षित आहे?"

"ते सर्व जाळून टाकायचे." त्याचे तांबडे दात दाखवून तो हसला. "शेवटचा काही भाग शिल्लक ठेवून सर्व काही जाळून टाकायचे. शेवटी राहील ते घेऊन माझ्याकडे द्यायचे. खरं सांगायचं तर मला माझ्यावर त्याचा प्रयोग करून पाहायचा आहे." त्याने विजयी हास्य केले.

"पण मग वेदान्तचे काय?"

"आपण त्याचे नंतर पाहू."

"मला तो पण हवा आहे. तू आता मला मदत करणारच आहेस तर त्याच्या किल्ल्यात जा आणि..."

वासुकीने तिला थांबण्यासाठी हाताने खूण केली. "याबाबतीत मनसाने थोडा धीर धरायला संगितले आहे. तिने त्याची माणसे तुला दिली आहेत. बरोबर ना? तू त्या आधीच पांगळे केले आहेसच. त्याला मारून प्रश्न सुटणार नाही असे मनसाचे म्हणणे आहे. जर आपल्याला त्याच्यावर सूड उगवायचा असेल तर त्याला आवडत्या व्यक्तिला आपण ठार केले पाहिजे."

"अशी कोण व्यक्ति आहे?" "त्याची काळजी करू नकोस. मनसा ही माहिती लवकरच मिळवेल व तुला सांगेल." डोकं किंचित हलवून वासुकी म्हणाला. त्याचा चेहरा पूर्णपणे निर्विकार होता.

आतापर्यंतच्या बोलण्यानुसार ही सर्व कल्पना छानच होती. पद्माने मान डोलावली. "मला जे काही करता येईल ते मी पाहते." नंतर ती तिथून निघण्यापूर्वी तिने त्या नाटकातील पात्रे व रंगरंगोटी खूप रस घेऊन पाहिली व ती हसली.

"मुली, तू आतापर्यंत नाटक कधीच बघितले नाहीस ना?" वासुकीने सौम्य आवाजात विचारले.

पद्माने नकार दर्शवला.

"हे खूप छान आहे ना?"

पद्मा हसली. ती बऱ्याच वर्षांनी अशी चांगल्या मनःस्थितीत हसत होती. "होय तर!" नाटकात खेचराचे कातडे पांघरलेल्या मुलीला तो मुलगा ओढून घेऊन जाताना तिने पाहिले. "याची कथा कल्पना काय आहे? ते असे सतत नृत्य का करीत आहेत?"

"नृत्यकला हे एक सर्वात उत्तम असे मन:चक्षूंनी विचारांचे आदान प्रदान करण्याचे साधन आहे." वासुकी म्हणाला. "मन लावून पाहा म्हणजे सारी कथा तुझ्यापुढे आपोआप उलगडत जाईल."

पद्माने रंगमंचाकडे बघितले, "तुम्हाला हे सर्व कसे काय माहीत आहे?"

"माझे वडील एक विलक्षण माणूस होते. अशा कलांचे सादरीकरण करणारे होते. आणि आम्ही सर्वांनी आपली परंपरागत कला व संस्कृती यांचा अभ्यास केला पाहिजे. त्यांची माहिती आत्मसात केली पाहिजे असे त्यांचे मत होते. त्यांनी यातले मला खूप शिकवले. त्यांचा आवाज पुरुषी नव्हता तर खूप खोल होता."

"त्यांना काय झाले होते?"

"खून, मी फक्त सोळा वर्षांचा होतो तेव्हा त्यांचा खून झाला." तो म्हणाला, "तुला जाणवले असेल की एखाद्या जमातीचा प्रमुख होण्यासाठी मी अगदीच लहान होतो. त्यावेळी यादवी युद्ध होण्यासाठी हेच कारण घडले. माझ्या वडिलांचे आणि माझे तख्त आणि राज्य गमावण्यामागे काही लोकांचा जमाव मनसा व माझ्याविरुद्ध होता." त्याने निःश्वास सोडला. कदाचित त्याच्या डोळ्यापुढून त्यावेळचे दु:खद प्रसंग तरळून गेले असावेत. त्याने खोल श्वास घेतला. "मी जरुरीपेक्षा जास्तच बोललो याबद्दल मला माफ कर. मी असाच नेहमी माझ्या आयुष्याच्या विचारात वाहवत जातो."

पद्मा त्याच्या पुढ्यातच बसली होती. तिच्या मागच्या पडद्यामागे ते दिसेनासे होत होते. ती नाटक बघत होती. "आणखी पुढचे नाटक बघण्यासाठी मी इथे बसू का?"

"नक्कीच, मुली, मी नेहमीच सर्वांना असे अनुभव घेण्यासाठी प्रोत्साहन देत असतो." तो उत्तरला. तिने त्याच्याकडे पुन: पाहिले नाही.

काही कारणाने त्याच्या वडिलांचा अंत व तिच्या भावांशी असलेले तिचे संबंध यात तिला काही साम्य वाटले. तिने त्यांच्याकडून धंनुर्विद्या आणि तलवारबाजीचे शिक्षण घेतले होते. त्यांनी त्यांच्याप्रमाणे तिलाही

एक शिपाई-सैनिक म्हणून वाढवले होते. तिचे तीन मोठे भाऊ वेदान्तचे वैयक्तिक रक्षक होते व चौथा धाकटा भाऊही तेच स्वप्न पाहत होता. त्यांच्याप्रमाणेच पद्मालाही चळवळीत भाग घ्यायचा होता व पहिली स्त्री सेनापति बनायचे होते. पण ती दु:खांतिका घडली आणि...

"यातले तुमच्या वडिलांनी काही शिकपले होते का?"

"हो. हे...हा कचरा खाणं," त्याने तोंडात असलेली पाने दाखवली. "मी हे खाणे सुरू केले..." तो एकदम बोलायचे थांबला.

पद्मा त्याच्याकडे वळली. तो आपले वाक्य पूर्ण करू शकला नव्हता, तेव्हाच तिच्या लक्षात आले की त्याचा गळा चिरण्यात आला आहे आणि त्याच्याच रक्तात त्याचा श्वास कोंडला होता आणि त्याचे तोंड एखाद्या यंत्रासारखे उघडझाप करत होते. त्याचे निस्तेज डोळे तिच्यावर खिळले होते व चेहऱ्यावर आश्चर्याची एक लहर दिसत होती.

तिने डोळे बंद केले. कलीच्या जुळ्या सेनापतींपैकी कुणा एकाने ते कृत्य केले होते हे तिच्या लक्षात आले. ती स्त्री होती. सोनेरी केसांची व वासुकीच्या मृत शरीरावर तिने कट्यार धरली होती. आणि तिच्या चेहऱ्यावरचे क्रूर हास्य हेच दर्शवीत होते की ती आता पद्माकडे येत होती.

64

पद्माने तो हल्ला चुकवला.

दोघींच्याही कट्यारी एकमेकींवर आघात करत होत्या. विकोको तिच्यावर वारंवार वार करीत होती. शेवटी पद्मा पडली. आणि तिने आपली कट्यार पकडली. झटकन एक लोळण घेऊन पद्मा आपल्या पायावर उभी राहिली पण तसे झाले नाही तिला एक धक्का बसला व ती भिंतीवर फेकली गेली.

विकोकोने पुन: हल्ला केला. तिची कट्यार पद्माच्या डोक्यात बसणारच होती तेवढ्यात तिने तो हल्ला चुकवला. ती चपळ होती. त्या दोघींच्याही कट्यारी एकमेकीला भिडत होत्या. त्यांची डोकी जवळ येत होती व त्यांचे डोळेही एकमेकींना बघत होते. मग पद्माने आपल्या वाकलेल्या गुडघ्याच्या जोराने उडी मारली आणि विकोकोला चकित केले. ती विकोकोच्या पाठीशी आली व कट्यारीच्या मुठींनी तिने तिच्या डोक्यावर प्रहार केला. त्यामुळे ती खाली पडली पण तो काही शेवट नव्हता. पद्माने तिच्यावर वार करण्याचा प्रयत्न केला. तेव्हा विकोकोने तिला ढकलून दिले. पद्माचा तोल गेला व ती खाली पडली. पण तिच्याहून भारी असलेल्या स्त्री बरोबर एका ठरावीक काळानंतर लढणे अशक्य होते हे तिला समजत होते.

लटपटत तिने तिचा मार्ग काढला तेव्हा विकोको उठण्याचा प्रयत्न करत होती. बाहेरच्या बाजूला अनेक नागा लोकांची प्रेते ओळीने ठेवलेली असणार हे पद्माला समजले. मृत शरीरे एकावर एक अशी रचून ठेवली होती. पद्मा पुढे पळत होती तर विकोको तिचा पाठलाग करत त्या गर्दीने भरलेल्या प्रेक्षागारातून धावत होती. तिचा केसांचा बुचडा भिंतीवर

आपटला आणि तिचे रुपेरी केस मोकळे झाले. तिने आता लवकरच काहीतरी करायला हवे हे तिला समजत होते. ती जलद गतीने पळू शकत होती. ती पायऱ्यांवरून रक्षकांना चुकवत खाली आली. विकोको तिला पळत जाताना शांतपणे पाहत होती.

पद्मा काहीतरी ताहन मिळतंय का हे पाहत असतानाच विकोको आपल्या घोड्यावर स्वार झालेली तिने पाहिले. तिने स्वतःचा घोडा का आणला नाही या विचाराने ती स्वतःवरच चिडली. पद्मा पुढे पळत होती. त्या अति पळण्यामुळे तिच्या छातीत दुखू लागले. ती थोड्या अंतरावर एका वर्तुळात पोहोचली, नशिबाने विकोको तिचा सैनिकांच्या संपूर्ण तुकडीने पाठलाग करत नव्हती.

वर्तुळ सोडत अरुंद गल्लीसाठी वाट काढत पद्माने तिला श्वास घेण्यासाठी जागा शोधण्याचा प्रयत्न केला. पण खुरांच्या आवाजाने ती शांत राहिली नाही. पद्मा एवढी कधीच घाबरली नव्हती. ती एक ना एक दिवस मरणार आहे हे तिला माहीत होते. पण वेदान्तला मारण्याच्या आधी नाही. आता तिचे ईप्सित पूर्ण होण्याआधीच तिला मरावे लागणार होते. ह्या अशा मरणाचे तिला खरेच भय वाटले. अन्यथा ती कितीही मोठे संकट आले तरी अविचल राहून त्याला सामोरी जाणारी होती. मरणाच्या कल्पनेला ती घाबरणारी नव्हती.

विकोकोचा घोडा व तिची तलवार तिच्यापासून काही इंचावर आली होती. ती जीव खाऊन पळत होती. तिने तलवारीचा वार केला. तलवार हवेत फिरली. तिने तिचे केसांचे काही पुंजके कापले. पद्माच्या डोक्यावर एक वेणीची गाठ होती. ती पळतच होती. आता जर तिने काही केले नाही तर त्या एकाकी रस्त्यावर तिचे मरण ओढवणार आहे हे तिच्या लक्षात आले.

तेवढ्यात तिच्या डोक्यात एक कल्पना आली.

पद्मा जेवढे शक्य तेवढी जलद गतीने पळत होती. विकोकोलाही तिचा घोडा तेवढ्याच वेगात पळवावा लागत होता. आणि पद्मा एकदम थांबलीय हे लक्षात येईपर्यंत तो पळत राहिला. पद्मा श्वास घेण्यासाठी धडपडत होती. तिची छाती उसासत होती. तिने विकोकोकडे पाहिले. ती घोड्याला घट्ट पकडून वळण्याचा प्रयत्न करीत होती. स्वतःच्या श्वासावर नियंत्रण आल्यावर पद्माने कट्यारी काढल्या.

आता खडाखडीची वेळ आली होती.

घोडा व पद्मा एकमेकांकडे पळत जात होते. पद्माने पायावर जोर देऊन हवेतच कोलांट उडी मारली आणि तिने विकोकोला जोरात लाथ मारली. ती घोड्यावरून पडली. पण तेवढ्यात विकोकोने पद्माच्या कातडीवर तलवारीने घाव घातला. विकोको जमिनीवर पडली. घोडा मात्र पळतच राहिला. पद्मा आता घोड्यावर उभी होती. तिच्या चेहऱ्यावर हसू होते. विकोको शांतपणे उभी होती. तिचा घोडा आता पद्माकडे होता. व ती रात्रीच्या घराकडे जाऊ लागली. विकोकोने पाठलाग केला नाही. तिची तलवार तिच्या हातातच होती आणि तिच्या चेहऱ्यावर धडधडीत तिरस्कार दिसत होता.

पद्माच्या अंगावरील घाव बराच खोलवर होता आणि ती रात्रीच्या घरी पोहोचेस्तोवर खूप रक्त वाहून गेल्याचे तिच्या लक्षात आले. तिने घोडा थांबवला नाही. विकोको कदाचित तिचा पाठलाग करत इथेही येईल असे तिला वाटले तरी ती दौडतच राहिली. जरी ती धोक्याच्या बाहेर आली तरीही पळतच राहिली. रात्रीच्या घरापाशी उतरताना तिला आणखी लागले कारण तो घोडा सर्वसामान्य घोड्यांच्या आकाराहून खूप मोठा होता. पद्माने काही पावले टाकली, तिचे पाय थकले होते, आणि ती जमिनीवरच कोसळली. तिने थोडा वेळ डोळ्यांची उघडझाप केली आणि तिची शुद्ध हरपायच्या आधी तिने तिच्यासमोर एक पक्षी आलेला पहिला-कदाचित तो पोपट होता-तो कर्कशपणे ओरडायला लागला. पेंगुळलेल्या डोळ्यांनी तिने त्या पक्षाला हटवण्याचा प्रयत्न केला पण त्याचा काही उपयोग झाला नाही. आणि सर्वदूर काळोख पसरला.

पद्मा जागी झाली तेव्हा तिला जाणवले की आपल्या जखमांवर मलमपट्टी केलेली आहे आणि तिचा बटणे लावलेला कपडा अंगावरून काढलेला होता. तिच्यासमोर बाला नावाचा महाकाय माणूस उभा होता. त्याच्या हातात सुपाचा वाडगा होता. वाचनालयापाशी अर्जन नावाचा मुलगा उभा होता. तिला तिच्या धाकट्या भावाची आठवण आली आणि शेवटी तिची नजर ज्याने दु:स्वप्न दाखवले, म्हाताया माणसा पडली.

“तू माझ्या अंगावरचे कपडे काढलेस का?”

“फक्त तुझे उत्तरीय. तेवढेच शक्य होते.” तो म्हातारा माणूस म्हणाला. “तुझी अवस्था अगदी वाईट झाली होती. त्याचा जरा विचार कर.”

पद्माला सारे आठवले. हे सर्व विकोकोमुळे घडले होते. तिला तिच्या कसबाचे व ठामपणाचे कौतुक वाटले. तिने पद्माला जिवे मारायचे लक्ष्य अजिबात विचलित होऊ दिले नव्हते. ती विकोकोवर नक्कीच विजय मिळवू शकली नसती हे तिला माहीत होते. तिचा चपळपणा व कसरतबाजीमुळेच ती वाचली होती. त्याचीच मदत तिला झाली होती.

"धन्यवाद" पद्माने शांतपणे म्हटले. "मी कदाचित मेलेच असते." तिने अर्जनकडे आता बघितले. "रात्रीला हे सारे माहीत आहे का?"

त्याने डोके हलवले. "तिला कदाचित तुझे हे आदिवासींच्या राजाला भेटायला जाणे आवडले नसते असे आम्हाला वाटले." तो पुढे आला व त्याने वर सापाचे चिन्ह असलेली वासुकीची ती चिठ्ठी तिला दिली. "आता आम्हाला तू आज रात्री कशी संकटात सापडली होतीस याची कल्पना आली. पण आम्ही तुझ्या गुप्त कामाचा आदर करतो."

पद्मा बोलायच्या आधी बालाने सर्वांना गप्प केले. "थोडेसे सूप घे ना. तुला त्यामुळे बरे वाटेल." वासुकीकडून अशी चिठ्ठी का मिळाली याचे सयुक्तिक उत्तर देण्याआधी तिने मान डोलावली. तिला ते कारण शोधणे आवश्यकच होते. तिने सूप घेतले व वाडग्याच्या एका कडेने त्याचा घोट घेतला. "मी तुम्हाला सांगते."

"कृपा करून तू आम्हाला तुला हवी ती स्पष्टीकरणे दे परंतु त्याचा आमच्यावर काहीही परिणाम होणार नाही." कृपा म्हणाला, "कारण तुझ्याप्रमाणेच आम्हीही खोटारडे आहोत. आम्ही त्या आदिवासींना थोपवण्यासाठी आलेलो नाहीय. आणि तुम्ही जे काही राजकारण करत आहात त्यासाठीही नाही."

"मग तुम्ही रात्रीशी खोटे का बोललात?"

"लपण्यासाठी फक्त", कृपाने उत्तर दिले. "तू जसे आदिवासींना मदत केलीस तसेच."

पद्माने डोके हलवले. "तुम्हाला नीट समजले नाही. तुम्हाला वाटतंय त्याहून ते गुंतागुंतीचे आहे. माझ्याकडे एक खूप महत्त्वाची कामगिरी आहे व मला ती पूर्ण करायचीय."

"आमच्या बाबतीतही तसेच आहे." अर्जन म्हणाला.

पद्माने पुन: एक घोट घेतला. "आता मला अंदाज करू दे. तुम्हाला त्यासाठी माझी मदत हवी आहे ना?"

"मदत असंच काही नाही" अर्जन म्हणाला. त्याने तिच्याकडे दिलेली चिठ्ठी परत घेतली. "ही जागा कोणती आहे? संपूर्ण शहराच्या नकाशामध्ये मी शोधले आहे आणि मी ही जागा कुठेतरी पाहिली आहे. कोणती जागा आहे ही? त्यावर लिहिलेले दिसतेय की कलीची गुहा."

पद्‌माने सुस्कारा सोडला. तिला त्यांना मदत करायची नव्हती. पण तिला आता 'कोणासाठी' म्हणून काम करायचे नव्हते. किमान मनसाला तिच्या भावाचा खून झाला आहे हे कळेस्तोवर तरी. "या ठिकाणी तो ती वनस्पति ठेवतो ज्यामुळे त्याला बरे होता आले."

"तू वनस्पती असे म्हणालीस. होय ना?" पद्‌माने या जगातले हे रहस्य आता पहिल्यांदाच त्याला सांगितले आहे अशा आविर्भावात तो आनंदाने हसला. "धन्यवाद. एवढंच ना. आम्ही तुझे मनस्वी आभारी आहोत."

पद्‌माला जाणवले की हे काहीतरी वेगळे आहे.

"तुम्ही लोक इथे नेमके कशासाठी आला आहात?"

"त्याच्याशी तुला काही देणे-घेणे नाहीय. जसे तू काय करतेस याच्याशी आमचा संबंध नाही तसेच."

"तुम्ही लोक एक समजून असा." पद्‌माने सुरुवात केली, "मी रात्रीला सोडून देणार होतेच. त्यामुळे तुम्ही मला काढून टाकणार आहात त्याचा माझ्यावर काहीच परिणाम होणार नाही. पण एक गोष्ट लक्षात ठेवा की इथे तुमच्या काय उचापती चालल्येत याची बित्तंबातमी, मी जाण्यापूर्वी तिला देउनच जाईन."

अर्जनने कृपाकडे "काय मूर्खासारखे बोलतोयस" अशा आविर्भावात नजर टाकली. मग त्याने पद्‌माकडे सौम्य दृष्टीने बघितले.

"आम्ही इथे माझ्या भावाला स्वतंत्र करायला आलोय."

"गप्प बस मुला!" कृपा भडकून म्हणाला.

"नाही, आता आपण तिची मदत घेऊ शकतो." अर्जन पटकन म्हणाला. "आपल्यापेक्षा तिला या शहराची खडानखडा माहिती आहे. आणि तिथल्या सर्वच भांडारांचीही. ती आपल्याला मार्गदर्शन करू शकेल."

"हो, हो म्हाताऱ्या, ती लवकरात लवकर सूपही संपवेल." बाला म्हणाला. तिच्या हातून तिने तो वाडगा घेतला. "छान, छान बारक्या!"

कृपा शरण जात गुरगुरला.

"भाऊ? कोण भाऊ?"

"कल्की."

तिने ते नाव यापूर्वी कधीही ऐकले नव्हते. असा अर्जनने अंदाज केला.

"म्हणून आम्ही इथे या जागी आलो आहोत." त्याने चिठ्ठीकडे इशारा केला. "याचा उपयोग करून आपण त्याच्यापर्यंत पोहोचू शकू."

"या जागेत खास असे काय आहे?" पद्‌माने विचारले.

कृपा मधेच बोलला, "त्याजागी अशी वस्तु आहे जिचा वापर करून आपण एक बॉम्ब तयार करू शकतो...आता खूश आहेस?"

अशा प्रकारची स्फोटके अस्तित्वात असतात हेदेखील पद्‌माच्या गावी नव्हते. कुलपी गोळे. नक्कीच. स्फोटके ही वस्तु वैशिष्ट्यपूर्ण होती आणि त्यासाठी ज्ञान आणि अनुभवाची गरज होती. त्या सर्वात हे सर्व होते हे ती पाहतच होती. पण मग तिला एक कल्पना सुचली. "हे बॉम्ब, स्फोटके कोण तयार करणार?"

"माझ्यासारखा दोषी माणूस." कृपाने त्याचा हात वर केला. तो घाईघाईने जमिनीवर चालत गेला. तो एवढी माहिती उघड झाल्यामुळे खूप अस्वस्थ झाला होता.

"काय, हा देखील ते बनवू शकतो?"

"तो एक आचार्य आहे." अर्जन म्हणाला.

"आचार्य मंडळी गुरुकुलात असायला हवीत ना?"

"मी आचार्य नाहीये! खूश?" कृपा गुरगुरला.

अर्जन पद्‌माजवळ आला. तिच्या डोळ्यात सरळ डोळा घालीत म्हणाला, "मी खोटे सांगत नाहीये. तो खरंच चांगला आहे. माझा त्याच्यावर विश्वास आहे."

"ठीक आहे. ठीक आहे. मी तुम्हाला त्या साठवणुकीच्या भांडारापाशी प्रवेश करून देईन. तुम्हाला जे हवे ते घेऊन देईन. आणि मग निघून जाईन." पद्‌मा म्हणाली. दोन्हीकडून काम करून ती एका दगडात दोन पक्षी मारणार होती.

"पण मला त्याबदल्यात काहीतरी मिळाले पाहिजे."

कृपाने सर्वांना थांबवले, "आपण ते ऐकून तरी घेऊ या."

"मला दोन स्फोटके हवी आहेत. माझ्याच उपयोगासाठी."

"तू त्यांचा काय व कसा उपयोग करणार?" कृपाने भुवया उंचवल्या. "तुझ्या लक्षात आलेय ना? तो काही पोरखेळ नाहीय? तू जर त्याचा योग्य प्रमाणात वापर केलास तर अख्खी इमारतदेखील उडू शकते."

पद्माने तिच्या भुवया उंचावल्या. ती स्वत:वरच खूश होत म्हणाली, "म्हणूनच तर मला त्या गोष्टीचा वापर करायचाय."

65

कोको आणि विकोको या जुळ्या सेनापतींच्या शेजारी उभा राहून कली वासुकीचे और्ध्वदेहिक बघत होता. त्याच्या दु:खी चेहऱ्याच्या मागे त्याच्या चेहऱ्यावर एक गूढ हास्य विलसत होते. त्याने काळे धोतर नेसले होते आणि आजच्या दिवशीही त्याच्या जखमी शरीराभोवती लांब कापड गुंडाळले होते. त्याने आरशासमोर उभे राहून आपले केस कापले होते. त्याच्या टकलावर काही केस चुकून उगवल्याचे दिसत होते. कोको जरी त्याला 'देखणा' आहेस असे म्हणत असला तरी आपण मुळात कुरूप आहोत हे त्याला समजत होते. त्याला तसे वाटत नव्हते. जखमांवरील खपल्यांनी व लोंबत्या कातडीमुळे आपण आपला चेहरा लपवला पाहिजे असे त्याला वाटत होते. त्याचे केस त्याला आवडत असत. परंतु आजारपणामुळे ते वैभव त्याने गमावले होते.

अंत्यविधी संपले. तिथे सर्व उच्चपदस्थ हजर होते. वेदान्त अजूनही कलीच्या कह्यात होता हे कलीला आवडत असे कारण त्यामुळे मानवाच्या मनात अजूनही भीती आहे त्याचे समाधान त्याला मिळत असे. कुवेराही आनंदात होता किंबहुना सर्वात जास्त आनंदी होता. त्याच्या चेहऱ्यावर अस्पष्टसे हास्य होते. तथाकथित गुप्त बैठकीच्या जागी तो पोचला तेव्हा काय काय घडले हे सर्व कलीला तपशीलवार आठवत होते.

"तुला काय हवे आहे?" वेदान्तने विचारले होते.

"तुला जे हवेय तेच. माझ्या पश्चात ज्या ज्या व्यक्तींनी-अगदी-

वासुकीसकट सगळे-जे काही केले त्या सर्वांना मला ठार करायचे आहे." कलीने प्रत्युतर दिले. त्याच्या शब्दातील गर्भित धमकी त्यांच्या लक्षात आली नाही.

इतर सर्वजण दृष्टीने कलीला वेड लागले आहे, असं समजतास हे कलीला माहित होते. वासुकीचा ज्या सफाईने निमिषर्धात अंत झाला या घटनेने वेदान्त आणि कुवेरा आश्चर्यचकित झाले होते. कारण वासुकी इंद्रगडमधील आख्ख्या पोलिस दलाशी संधान बांधून होता. वासुकीमुळेच सर्व कायदा व सुव्यवस्थेची यंत्रणा सुरळीतपणे चालली होती. पण त्या कशाचाही विचार न करता कलीने त्याला संपवला होता.

सर्व आदिवासी जमातींना एकत्र आणून एक जबरदस्त ताकदीचे राज्य निर्माण करून मानवांच्या विरोधात उभे राहायचे असे स्वप्न कलीने पाहिले होते. त्याचे संपूर्ण गाव व त्याचे भाईबंद यांना बेचिराख करणाऱ्यां विरूद्ध त्याच्ये ते युद्ध होते. त्याच्या पालकांच्या मृत्यूनंतर त्याच्या कुटुंबीयांसाठी तोच एकमेव आधार होता. पण त्यांचा अंत अत्यंत निर्घृण पद्धतीने झाला होता. ही केवढी दु:खद घटना घडली होती असाच विचार त्याच्या मनात नेहमी येत असे. जर का युद्धाला उत्सुक असलेल्या दोन्ही बाजूंकडील असंतुष्ट लोकांमुळे इतर सर्व लोकांचा नाश होणार असेल तर तो स्वत:ची द्वेषबुद्धी विसरायला तयार होता. म्हणूनच त्याने त्यांच्यात तह घडवून आणला होता.

आता त्या तहाचे तीनतेरा वाजले होते. आता त्याच्या कल्पनेपेक्षाही सर्व गोष्टी गुंतागुंतीच्या झाल्या होत्या. आता त्याला दुसरा काहीतरी उपाय शोधायला हवा होता. हिंसाचाराने गोष्टी थोडा काळ दाबल्या गेल्या असत्या. त्याला दुरुक्तीची आणि तिला त्याने दिलेल्या वाईट वागणुकीची आठवण झाली. कदाचित त्या वेळी ते चुकीचे होते पण तसे करणे आवश्यक होते. तिला तिच्या जागेची जाणीव करून देणे भाग होते. आणि त्यासाठी त्याच्याकडे योग्य कारणेही होती. त्याचे पालक विश्वासघातामुळे मेले होते आणि त्याला तोच मार्ग अनुसारायचा नव्हता. इलावर्तीमध्ये 'असुर' लोकांची जमात लुप्त झाली होती.

तुझ्या परंपरेचा विचार कर.

त्याला तसे करणे क्रमप्राप्त होते. असुरांच्या देशातील सर्वात जुन्या पूर्वजांचा त्याला अभ्यास करणे आवश्यक होते. त्यांची खरी भाषा, संस्कृती, जी बहुधा संपूर्णपणे विस्मरणात गेली होती, तिचा अभ्यास

करायला पाहिजे होता. तो स्थलांतरितांचा वंशज होता. कारण त्याच्या पालकांना त्यांच्या मातृभूमीतून हाकलून देण्यात आले होते. तो तेव्हा लहान असल्यामुळे त्याला अगदी अंधुकसे आठवत होते. पण त्याच्या वडिलांनी त्याला बऱ्याचशा गोष्टी सांगितल्या होत्या.

शाबलातून आलेल्या एका गावंढळ मुलाचे आयुष्य आपण का नष्ट करायचे याचा विचार जेव्हा कली करत असे तेव्हा आपण हे फक्त दुरुक्तीच्या कारणामुळेच करतोय असे त्याला वाटत नव्हते. पण त्याला तसा एक धडा घालून द्यायचा होता. फाशीची शिक्षा ही अत्यंत कमी वेळा दिली जात असे. पण त्या मुलाची शिक्षा लोकांपुढे देण्यात येणारी एकमेव अशी घटना ठरली असती. तसे करणे हा त्याचा हाताचा मळ होता. शहारवासियांच्या मनात एक भीती बसली असती. त्यांचा जीव घाबरा झाला असता आणि त्यांनी कलीपुढे सपशेल शरणागती पत्करली असती. त्या मार्गाने त्याने राजकीय लोकांचे खून आणि बेईमानी थांबवली असती. दांभिकता ही प्राणघातकच ठरते. आणि कली आता त्याच मार्गाने चालला होता. पण हे राजकीय लोकांचे खून थांबवायचे असतील तर अशा प्रकारची तीव्र आणि ठाम पावले उचलायला हवीच होती. म्हणून वासुकीचा वध हे त्या दिशेने टाकलेले पाऊल होते. स्वसंरक्षणासाठीची खबरदारी होती. हा कलीच्या व्यक्तिमत्त्वाचा पायाभूत ढाचा होता.

अंत्यविधी संपला. इतरांप्रमाणे वासुकीच्या शरीराचे दहन केले गेले नाही. त्याचे प्रेत नाणी, दागदागिने आणि नागाच्या पुतळ्यासमवेत जमिनीत पुरण्यात आले. त्याने नाग लोकांच्या विधींचा अभ्यास केला होता.

ते मृत्यूनंतरच्या जीवनावर विश्वास ठेवत असत. कली या असल्या फालतू गोष्टींवर विश्वास ठेवत नसे. त्याच्या मते आता आपण जे काही आहोत तेच जीवन आहे. आणि त्यातच जे काही करायचे ते केले पाहिजे.

मनसाचे अश्रु थांबत नव्हते. तिने तसेच सर्वांकडे पाहिले. तिचा निर्जीव हाता हलला जसे काही त्यालाही तिच्या भावाच्या वियोगाचे दुःख सहन होत नव्हते. मग ती तिथून निघून गेली.

कुणीही एक शब्दही काढला नाही. कारण शब्दांवर नियंत्रण ठेवता येते, कृतीवर नाही.

कलीने तिला जाताना पाहिले. ती नजरेआड होताच कुवेराने कलीपुढे उडी मारली.

"सरसेनापती, ती एक मोठी अडचण होणार आहे आपल्यापुढची. ती संतापलेली आहे आणि ती काहीतरी भयानक कृती करू शकेल. तिला कायमची झोपवली पाहिजे. नाहीतर, आम्ही काहीतरी करतो."

कलीने कुवेराकडे पाहिले. तो त्याच्यापुढे नेहमीच एक समस्या म्हणून उभा असे. "मी तिच्याशी बोलेन." कली म्हणाला.

"तिच्याशी बोलून काही उपयोग होईल?" वेदान्तने गोंधळात पडल्याप्रमाणे विचारले. "कुवेरा म्हणतोय तसे काहीतरी आपण करू."

"तिला मारण्याने नागांच्या बंडाला आमंत्रण देण्यासारखे होईल. आणि आजमितीला ते शहरातील सर्वात महत्त्वाच्या जागी आहेत. तुमच्या बुद्धीवर सैतानाला स्वार होऊ देऊ नका. कमकुवत मनाच्या माणसाचे हे लक्षण आहे." कलीच्या तोंडावर वैतागाची प्रतिक्रिया उमटली. तो त्या मंदमतीच्या लोकांना सोडून निघाला.

त्याला काहीतरी करणे भाग होते हे त्याला माहीत होते.

पण कुठलीही गोष्ट करण्याअगोदर थोडा धीर धरणे आवश्यक होते.

त्याच्या अभ्यासिकेत बसून जुन्या पुस्तकांमधून तो त्याच्या पूर्वजांच्या असुरांच्या संबंधी माहिती घेत होता. त्याने वाचनालयातूनही अनेक ग्रंथ आणले होते. त्यावेळच्या समजाविषयी माहिती मिळवण्याचा प्रयत्न चालला होता. पण एकही पुस्तकात असुरांविषयी सविस्तर व सखोल माहिती मिळत नव्हती. बहुतेक माहिती दुय्यम किंवा तिसऱ्या दर्जाची होती. तो खूप निराश झाला. काही जणांनी असुरांना दुष्ट प्रवृत्तीचे ठरवले होते तर काही जणांनी त्यांना नरकातले पिशाच्च म्हटले होते. पण त्यातले कुठलेच वर्णन प्रामाणिकपणे केलेले वाटत नव्हते.

त्याने सोमची कुपी उचलली व खूप सारा रस पिऊन घेतला व सुरुवातीला त्याला त्या रसाची काहीच चव लागली नाही पण थोड्याच वेळात हळूहळू त्याला त्याच्या सर्वांगात उबदार वाटू लागले व त्याला एकूणच छान वाटायला लागले.

मग त्याने हातात धरलेल्या पुस्तकांचे बहिरंग बदलू लागले आणि त्यातील पाने भराभर पलटू लागली व त्याच्या चेहऱ्यावर आपटू लागली. त्याने पाहिले तर ती पाने पलटायची थांबली व त्यांनी स्वतःचा आकार

बदलायला सुरुवात केली पण कसला ते त्याला कळू शकले नाही. त्या पानांचे रूपांतर एका चेहऱ्याच्या आकारात झाले.

"तुझ्या पूर्वजांचा धांडोळा घे." त्याने कलीला सुनावले. *"त्यांना विसरू नकोस. त्यांच्यामुळेच तुझे पापविमोचन होणार आहे."*

त्याने पुस्तक जमिनीवर फेकून दिले. आता हे सर्व त्याच्या सहनशक्तीच्या पलीकडे जात होते. त्याच्या चेहऱ्यावर घामाचे थेंब दिसू लागले आणि ते जे काही सांगत आहेत ते ऐकल्याशिवाय आपल्याला दुसरा कोणताही पर्याय नाही हे त्याला समजले. हे सर्व त्याच्याबाबतीत का घडत होते? हा असा संभ्रम का निर्माण होत आहे? त्याला असे वेडपटासारखे वागून चालणार नाही.

पापापासून मुक्ती? तो आवाज कुठल्या पापांबद्दल इशारा देत होता?

कली त्या पुस्तकापाशी पोचला व त्याने ते उचलून घेतले. त्याला आता ते अगदी नेहमीसारखेच साधे पुस्तक वाटले. त्यातून कुठलाही चेहरा निर्माण होऊन त्याच्यापुढे येत नव्हता. आता सर्व ठीक होते. कलीने नि:श्वास सोडला. पुस्तक बंद केले व त्याने घाम पुसला.

त्याचवेळी दारावर टकटक झाली. कलीने त्या व्यक्तीचे स्वागत केले. व कोकोने त्या ओळखीच्या व्यक्तीला आत येऊ दिले.

ती व्यक्ति दुसरी-तिसरी कोणी नव्हे तर मनसा होती.

तिने भपकेदार कपडे घातले होते. दुबळा हात घेऊन ती शांतपणे क्षणभर उभी राहिली. कली टेबलाच्या दुसऱ्या बाजूपर्यंत चालत गेला व वेताच्या खुर्चीवर बसला. त्याची बोटे त्याच्या कपाळावर विचारपूर्वक नाचत होती.

"तू मला का बोलवलेस?" मनसाचा आवाज करारी व थंड होता.

"हो. मी बोलावणे पाठवले होते." कली म्हणाला. "कृपा करून खुर्चीवर बस."

मनसा बसली...पण ती बळजबरीने बसल्यासारखी वाटत होती. तिच्या सर्व हालचालींवर नाराजीचे सावट होते.

"तू हे शहर सोडून जाणार नाहीस अशी मला आशा आहे."

मनसाने कसलाच प्रतिसाद दिला नाही. ती शांत राहिली पण थोड्याच वेळाने तिने हसत हसत मान डोलावली. पण त्या हास्यात रागाची छटा जाणवत होती. "माझ्या भावाप्रमाणेच माझ्या वडिलांचाही वध असा गळा कापूनच झाला होता हे तुला माहीत असेलच. विश्वासघाताने अगदी समान कार्यपद्धती."

कलीने मान डोलावली. त्याच्या आविर्भावातून सहानुभूती जाणवत होती. त्यातून त्याला दिलगिरी व्यक्त करायची होती हे मनसाला जाणवू द्यायचे होते. "मी तुझ्या वडलांबद्दल ऐकून आहे. ते फारच चांगले होते."

"मी हे शहर सोडून जायच्या विचारात नाही लाडक्या." तिने थंडपणे व दु:खभरीत डोळ्यांनी त्याच्याकडे पाहिले. "मी अगदी इथेच, याच जागी, जिथे, माझी आवश्यकता आहे तिथेच राहणार आहे. आणि वासुकीलाही तेच हवे होते."

तिच्या मनात काहीतरी वेगळी योजना खदखदत होती व कलीला त्याची जाणीव होती. ती अत्यंत हिशोबीपणाने पावले टाकीत होती. "वासुकीला हा असा मृत्यू कुणी दिलाय तेच मला कळत नाहीय."

"ओह, हे कुणी केले ते मला माहीत आहे." तिने त्याच्याकडे भेदक नजरेने पाहिले व तत्काळ कलीच्या लक्षात आले की तिच्या चेहऱ्यावर एक कडवटपणाची लहर झळकून गेलीय म्हणून. "आता तुझी तब्येत कशी आहे? तुझ्यात खूपच सुधारणा दिसते आहे. तुझी तब्येत खूप झपाट्याने खालावत होती. पण आता ही तर एक जादूच वाटतेय. (असे काहीजण म्हणत होते.)"

"माझी दुरुक्तीने खूप देखभाल केली." दुरुक्तीच्या आठवणीने कलीने ओठ पुसले. त्याने तिची माफी मागायला हवी हे तो विसरून गेला होता. ती त्याच्यावर भयंकर संतापलेली असणार. गरमागरम बैठकीनंतर ताबडतोब तिच्याकडे जायला हवे. "वासुकी मला भेटायला आला होता."

"कली, तुला त्याने धमकावले हे मला माहीत आहे." ती मात्र त्याला त्याच्या उपाधीने संबोधत नव्हती. एवढेही तिच्या मनात त्याच्याविषयी सौजन्य नव्हते. ती अगदी उद्धट आणि स्पष्टवक्ती होती. त्यामुळे कलीलाही बरेच वाटले. चला, किमान एकतरी अत्यंत प्रामाणिक व्यक्ति होती तर. "आणि तुझ्यावर नंतर लगेचच नागांनी हल्ला केला. पण ते आम्ही नव्हतो. पण मला जर कुठूनही कळले की, वासुकीच्या मृत्यूमध्ये तुझा सहभाग होता तर मी तुझी कातडी जिवंतपणी सोलेन कारण तुझ्यावर विश्वास ठेवून आम्ही सर्वनाश ओढवून घेतला असे होईल."

कलीने मान डोलावली. "तुला तो गुन्हेगार सापडेलच. मला खात्री आहे. खरंतर तू कोको व विकोको या माझ्या तपास अधिकाऱ्यांना मदतीला घे. तेही यात लक्ष घालतील."

"मित्रा, मी त्या तपासासाठी माझी माणसे आधीच कामाला लावली

आहेत. माझ्या सारख्यांची तुला काळजी करण्याचे कारण नाही." तिचा रोख कलीच्या तब्येतीकडे होता. हे उघड होत होते कारण तीच नजीकच्या भविष्यात धोक्याची पूर्व सूचना ठरणार होती.

"ठीक आहे." कली त्याच्या घशात काहीतर अडकल्याप्रमाणे खोकला. कदाचित तो सोमाचा परिणाम असावा. त्यामुळे त्याच्या घशात फक्त उबदार जाणिवच झाली नाहीतर त्याचा प्राण कंठाशी आल्यासारखे त्याला वाटले. पण क्षणार्धात त्याला पुन: पूर्ववत झाल्याचे जाणवले.

"आता शहरात जे नवीन खटले सुरू होणार आहेत त्यासंबंधात मी तुला बोलावणे पाठवले आहे. यापूर्वी न्यायाधीशांच्या यादीत वासुकीचे नाव होते. पण आता ते नसल्यामुळे ते पद तुला द्यायला मला आवडेल."

मनसाने त्याच्याकडे शोधक नजरेने बघितले. कली तिच्याकडून काहीतर काढून घेण्याचा प्रयत्न करतोय असे तिला जाणवले. पण कलीने कुठलीच भावना प्रकट केली नाही. तो जर असे करू शकला तर नागांच्या दृष्टीने एक वैर आणि साशंकता दिसली असती. मनसाने अगदी मिळेल त्या पहिल्या क्षणी जर त्याच्या पाठीत सुरा भोसकला असता तरी मनसाने व्यवस्थापन हाती घेत त्याला स्थैर्य मिळवून द्यावे असे त्याला वाटत होते. तिला खूश करण्यासाठी नाही तर मनसाला अजूनही काही किंमत आहे हे दर्शवण्यासाठी त्याला तसे हवे होते. अन्यथा त्याच्या दृष्टीने तिची त्याला काहीच काळजी नव्हती.

"तुला मी तुझ्या निकालपत्रासाठी मदत करायला हवी का?"

"सर्वसाधारणपणे पंच मंडळी निकाल पण तयार करतात. पण आपण ते स्वीकारू शकतो किंवा नाकारूही शकतो."

"कुणी खास व्यक्ति आरोपीत आहेत का?"

कलीने खांदे उडवले. त्या लोकात तसे कोणी नाही हे दर्शविण्यासाठी त्याने तसे केले होते. "नाही, नाही, त्यात काही गावंढळ साधारण माणसे आहेत. फटके मारण्याचे असो की चटके देण्याची शिक्षा असो कुठली शिक्षा द्यायची याचा आपण निर्णय घ्यायचा असतो. एका दिवसात अनेक खटले चाललेले असतात. हे सर्व स्वेच्छेने करायचे असते. त्यासाठी तुला यायचे नसेल तर कुठलीही जबरदस्ती नसते."

मनसाने मान डोलावली. "या नगराच्या कुठल्याही कामात सहभागी होणे हे आनंदाचेच काम आहे."

कलीला नवल वाटले पण त्याने ते दर्शवले नाही. त्याचा चेहरा पूर्णपणे निर्विकार होता. त्याने दुष्टपणे तिच्याकडे पाहिले.

"वासुकीच्या मृत्यूनंतर मला या नगराच्या कारभारात हस्तक्षेप करण्याचा पूर्ण अधिकार मिळाला आहे. मी फक्त फालतू न्यायाधीश एखाद्या फालतू आणि महत्त्व नसलेल्या खटल्यात नेमत नाही तर या नगरातील नागांचे प्रमुख कोणी व्हावे हेही ठरवतो. मी व्यक्तिश: रक्षकांची संख्या वाढवणार आहे म्हणजे मग किमान माझ्या लोकांच्या बाबतीत तरी अशा घटना घडणार नाहीत."

मनसा कुजबुजत उभी राहिली. "कली, तू चुकीच्या प्राण्याला जागवत आहेस. आता तू बघच तुझ्या भोवतीचे सर्व जग कसे आगीच्या वणव्यात जळते ते!" एवढे बोलून ती तिथून दार धाडकन बंद करून भरकन निघून गेली. त्यानंतर त्या खोलीत भीषण शांतता पसरली.

कली खुर्चीत बसून होता. त्याने खरेच चुकीच्या प्राण्याला चेतवले होते का? पण मग त्याला स्पर्धेला तोंड द्यावे लागले असते. या सर्वांतून झगडा झाला नसता तर काय मजा होती? ती आली असती आणि कधीच परत गेली नसती. कलीने तिला कचाट्यात पकडले होते. त्याच्या सर्व विरोधकांवर कशी मात करता येईल हे त्याला बघायलाच हवे होते.

आणि विरोधक म्हणजे फक्त तो सोडून सर्वच!!

६६

अर्जनला वाटले की त्याला यापुढे कुणीच आश्चर्यचकित करू शकणार नाही कारण तसे करण्याची शक्यताच संपली होती. त्याने खूप जग पाहिले आहे अन त्याला आता आपल्या घरी जाऊन शांतपणे बिछान्यावर पडून कायमची चिरशांतता अनुभवायची होती.

मेणबत्त्या जळत होत्या व खोलीत मंद प्रकाश पसरला होता. ते सर्वजण रात्रीच्या घरातील एका खोलीत उभे होते आणि तिच्याकडून खूप काही माहिती मिळवत होते. अर्जन बोटे ओठावर ठेवून एका कोपऱ्यात उभा होता. त्याच्या कमरेच्या पट्ट्याला कोयता लटकला होता. त्याला माहिती होते की राक्षसांविरुद्ध लढणे ही कल्पना सोपी नव्हती. भीतीदायकच होती. ते काय करू शकतात हे त्याने अनुभवले होते. शांबलामधील रक्तरंजीत, भयानक दृश्ये त्याच्या नजरेसमोर येऊन त्याचे शरीर गारठले होते.

"आपल्याला आणखी मदत हवी आहे." पद्मा म्हणाली. ती जे काही बोलते आणि ज्या पद्धतीने बोलते त्याला एक वेगळी धार होती. तिची बोली भाषा अर्जनच्या सवयीची नव्हती. त्याला दक्षिणेकडचे राक्षस जसे बोलतात त्याची आठवण झाली. पण राक्षसांच्या बोलण्यात चढ उतार असतात.

"आपण ते गुप्त रीतीने मिळवले तर?" बालाने विचारले.

"गुप्ततेने भागणार नाही." पद्माने डोके हलवले. तिने भांडाराचा नकाशा दाखवला. अर्जनने कच्चा आराखडा पाहिला. तो खूपच छान पद्धतीने काढला होता. त्याचे त्याला नवल वाटले. पद्माचा त्यातला हात चांगला होता. मग अर्जनने डोके हलवले. त्याला त्या मुलीने जे काही केले होते किंवा बोलली होती ते आवडायला लागले होते.

तो नकाशा भांडाराची रचना दाखवत होता. एखाद्या तुरुंगासारखेच ते सर्व बाजूंनी बंद होते. त्याच्यावर तक्तपोशी नव्हती. त्याला खांबांचा आधार होता आणि त्यावर चोवीस तास रक्षकांचा पहारा होता. शुकोने पद्मा व अर्जनला सांगितल्यानुसार आतमध्ये एक घुमटाकार आकाराची रचना होती. कदाचित त्यातच सोम ठेवले होते.

"बहुतकरून तिथेच ते असणार. पण आपल्याला आणखी शोध घ्यावा लागेल. आणि आपल्याकडे जर आणखी माणसे नसतील तर आपल्याला तो शोध घेणे अवघड होईल."

"आपण रात्रीकडे चौकशी करू." बाला पुन्हा: म्हणाला.

रात्रीचा उल्लेख झाल्यावर बाला आरक्त झालेला अर्जनने त्याच्याकडे रोखून बघितल्यावर त्याच्या लक्षात आले. अर्जनने बाला आणि रात्रीला एकत्र बोलताना पाहिले होते. त्यामुळे तेव्हा त्याला ते विचित्र वाटले होते. कारण बाला काही खास प्रेम-बिम करणारा, मानणारा असावा असे त्याला वाटत नव्हते. पण नंतर त्याला जाणवले की तो स्वत:च अशा गोष्टीत अडकला होता, त्यामुळे त्याच्या अवतीभोवतीच्या गोष्टींकडे त्याचे लक्ष गेले नव्हते.

बालाने पुढे म्हटले, "आपण प्रत्येकजणच तिच्यापासून बऱ्याच गोष्टी लपवत आहोत."

"आता बघा, कोणाला आपण दोषी आहोत असे वाटतेय ते." कृपाने डोळे गरगर फिरवले. "आणखी कुणाला असे वाटतेय का फक्त त्याला एकट्यालाच तसे वाटतेय?"

तिला सर्व सांगावे असे अर्जनला वाटले होते. पण त्याने फारसा काही फायदा होणार नव्हता. "तुला काय वाटतेय?" अर्जनला विचारले. तेवढ्यात पद्माने एक सुवर्णमुद्रा, जी जरा जुनाट वाटत होती, ती काढली आणि हातावर घासू लागली.

"आपण भाड्याने माणसे आणू." तिने म्हटले.

"मुली, अशी कोण माणसे असतील?" कृपाने विचारले. "राक्षसांइतकी दणकट माणसे मिळणे अवघड आहे असे मला वाटते."

पद्माने मान डोलावली. "आपण तसे नाहीत. पण आपण त्यांना न घाबरणारी माणसे मिळवू शकू." ती थांबली. एक मोठा श्वास घेऊन सारे बळ एकवटून ती पुढे म्हणाली, "म्लेंच्छ!"

अर्जन क्षणभर गारठून उभा राहिला. ती जे म्हणाली तेच आपण

ऐकले ना असे त्याला वाटून गेले. त्याने कृपाकडे पाहिले. तोही अवाक झाला होता. तर बालाने फक्त डोके हलवले. त्याने खांदे उडवले व तो खाली बसला. त्याच्या उर्वरित आयुष्यात म्लेंछाचा उल्लेख पुन: तो ऐकेल असे त्याला कधी वाटले नव्हते.

"अं...न...नको...बाकी कोणीही चालतील पण हे नकोत." अर्जनही कृपाकडे पाहताना अवाक झाला. "असुरांना सोमापासून दूर ठेवण्यासाठी दुसरी काही योजना तुझ्याकडे नाही का?"

"मित्रांनो, एवढे परिणामकारक दुसरे काही नाही." कृपाला अजूनही त्या कल्पनेत दम वाटत होता.

"हे सर्व काही योग्य मार्गाने जात नाहीय." अर्जन बालाजवळ बसला.

पद्‌माने त्यांच्याकडे अविश्वसनीय पद्धतीने पाहिले. "तुम्हाला म्लेंछाबरोबर काम करण्यात काय अडचण आहे?"

"त्या बोक्यांनी आमच्यावर हल्ला केला होता." बाला उद्‌गारला. "एवढेच नाही, त्यांनी अर्जनच्या वडिलांना देखील ठार केलं आहे."

पद्‌माच्या डोळ्यात दु:खाची किंचितही निशाणी नव्हती. "हो, आणि माझ्या भावांनाही त्यांनीच मारलेय. आणि तेव्हापासून मी त्यांच्यावर सूड उगवायचे बघते आहे. आणि आज मी कुठे आहे पाहा. घाबरटपणामुळे दु:खात आणि पूर्वग्रहात अडकून पडले आहे."

तिने अर्जनकडे काळजीपूर्वक पाहिले. मग गुडघे टेकून त्याच्याजवळ बसली. "तुला म्लेंछांबद्‌दल मनात भीती आहे हे मला माहीत आहे. हो आणि हेही मान्य आहे की ते व्यक्तिशः चांगले नाहीत पण आता आपल्याला आपल्या बाजूने साध्यासुध्या माणसांची गरजच नाहीय. सैतानाशी सैतानी पद्धतीने लढणारे आपल्याला हवेत."

"आपल्याला असे म्लेंच्छ कुठे मिळतील असे तुला वाटतंय?"

"खानावळीत ते नेहमी तिथे दारू पिण्यासाठी व मौजमजा करण्यासाठी येतात." तिने खेळत असलेली सुवर्णामुद्रा त्याला दाखवली. "आपण ही मुद्रा जुन्या वस्तूंची खरेदी विक्री करणाऱ्या दुकानात विकू या. त्याचे खूप पैसे आपल्याला मिळतील. त्याआधारे आपण म्लेंछांना कामावर ठेवू या.

अर्जनने क्षणभर विचार केला. त्याला ती कल्पना अजिबात आवडली नव्हती. तो क्षणभर इतर शक्यतांचा विचार करत राहिला. पण त्यातली कुठलीच शक्यता त्याला योग्य वाटली नाही. तुरुंगात सरळसरळ प्रवेश केला तर नागा कंठस्नान घालतील हे त्याला माहित होतं. ते खूपच

निर्दय होते हे त्याने गेल्या खेपेला पाहिले होते. त्याची घोट्याची जखम अजूनही त्रास देत होती व नाजूक होती.

अर्जनच्या चेहेऱ्यावरचा व्रण दिसतच होता. केशवनंदने त्याचा तुकडाच पाडला होता, आणि त्याच्या दु:खाचा व मनाच्या समतोल वृत्तीचा त्या जखमेने अंत पहिला होता. त्याच क्षणी अशी व्यक्ति आपल्या पक्षातही हवी असे त्याला वाटून गेले होते. राक्षस हे म्लेंछाइतकेच निष्ठुर, निर्घृण होते.

“ठीक आहे.” अर्जनने मान डोलावली.

अर्जनने त्या खानावळीत प्रवेश केला तेव्हा त्याने म्लेंछाला लांबूनच ओळखले. ती जागा मंदिराच्या एवढी अंधारी रंगहीन असेल असे त्याला वाटले नव्हते. अर्जनने ज्या टेबलवर सर्व मद्याचे पेले तयार करत होते त्यावर नजर टाकली. पण तो नवलाईचा भाग नव्हता. ते प्याले तयार करणारा व्यक्ति गंधर्व होता व ही बाब आश्चर्य वाटायला लावणारी होती. गंधर्व गोरेपान होते व त्यांचे डोळे निस्तेज आणि पिंगट जांभळे होते. त्यांचे चेहरे रेखीव नाक सरळ आणि शासनकर्त्यांना आवडणारे असे ते होते. इतिहासात असे लिहिले होते की मूळ गंधर्व हे इंद्राचे नोकर होते आणि ते त्याची सर्व कामे करत असत.

अर्जनने तिथे अप्रतिम सौन्दर्य प्राप्त झालेल्या व मोहिनीविद्येत प्रवीण असलेल्या स्वर्गीय अप्सरांना चालताना बघितले. त्या खानावळीत इतर पुरुष व स्त्रियांना त्या भुरळ पाडत होत्या. त्यांना गंधर्वांइतके महत्त्व नव्हते. पण त्या तितक्याच आकर्षक होत्या. त्याने त्यांच्याकडे दुर्लक्ष करण्याचा प्रयत्न केला पण त्या सर्वजणी अर्जनजवळ आलेल्या होत्या. असे अर्जनला समजले. त्यांचे कोणी प्रतिंनिधी नव्हते. नेते नव्हते. त्या इतर आदिवासींबरोबर दरवर्षी ठिकठिकाणी हिंडत असत.

“तुला ह्या स्त्रियांमध्ये काही रस नाही का?” पद्माने हसून विचारले. एवढे बोलून ती जिथे बरेच लोक हातात दारूचे चषक घेऊन ‘गंजीफा’ हा खेळ खेळत होते त्या टेबलापाशी गेली. ते सर्वजण मोठमोठ्याने ओरडत व बोलत होते. त्याला एकदम त्याने खेळलेला डाव आठवला व याच गंजिफाने त्याला मृत्यूच्या दारात नेले होते पण

तेथून तो कसाबसा बचावला होता, त्याची आठवण झाली व त्याचे सारे अंग गोठून गेले.

"नाही, मला त्यांच्यात रस नाही. आवड नाही." अर्जन म्हणाला.

"मग माणसांमध्ये? ते फार कमी आहेत."

कमी कशाने? शांबलामध्येसुद्धा समलिंगी लोक होतेच, पण त्यांना ते इतर लोकांसमोर कबूल करायला संकोच वाटत असे. अर्जनला त्याला स्वत:ला कुठल्या लैंगीकतेची आवड आहे हे माहीत होते परंतु तो सतत ज्या भीतीदायक घटनांमधून जात होता, त्या वेळी त्याला कधीच त्यासंबंधी काही करण्याला वेळ मिळाला नव्हता.

पद्मा म्लेंछापाशी पोचली तेव्हा अर्जन मागे उभा राहून तिच्यावर नजर ठेवत होता. म्लेंछाने तिला पाहिले पण त्याने दुर्लक्ष केले. पण पद्मा पुन: एकदा खोकली व तिने त्याचे लक्ष वेधून घेतले.

"मुली, तुला काय पाहिजे आहे?" एकाने विचारले. त्याला काळी व घनदाट दाढी होती. "आम्हाला तुझ्यात काही रस नाहीये."

पद्मा काहीच बोलली नाही. पण तिने नाणी ठेवलेला बटवा टेबलवर फेकला. प्रत्येकजण थबकला. काहींनी माना इकडे वळवल्या तर अप्सरांचे डोळे पांढरे झाले व विस्फारले. त्यातील मुख्य माणूस उभा राहिला. "दत्तात्रय!" त्याने पद्माशी हात मिळवले.

"पद्मा, आणि हा माझा मित्र अर्जन."

दत्तात्रय पुढे झाला व त्याने त्याचे हात पुढे केले. "दत्तात्रय" तो पुन: म्हणाला. अर्जनने हात मिळवले नाहीत. असे करणे मूर्खपणाचे आहे हे माहीत असूनही तो तसा वागला. त्याला त्यांच्याशी खरंतर मैत्री करायची होती पण त्याचे अंतर्मन 'नको' म्हणत होते.

"मुला, तुला काय अडचण आहे?"

"सोडा ना त्याला." पद्मा मध्येच म्हणाली, "त्याचा तुझ्यासारख्याच एका माणसाबरोबरचा अनुभव वाईट होता म्हणून..."

"तुझे गाव कोणते आहे?" दत्तात्रयाने निर्बुद्धपणे हसत विचारले. त्याला त्याच्या वाईट कृत्याचे काहीही देणेघेणे नसल्याप्रमाणे तो हसला. पण तो एखाद्या माशासारखी दारू प्यायलेला होता.

"शांबला!"

"अर्रर..." दत्तात्रयाने मान डोलावली. व तो जिथे त्याचे मित्र पद्माने दिलेले पैसे मोजत होते तिथे गेला. "एक माणूस इथे आला होता." तो

म्हणाला. "वयस्कर आणि अस्वच्छ. त्याच्या मित्राबरोबर आला होता. त्याला शांबला नावाच्या गावावर आम्ही हल्ला करायला हवा होता. पण आम्ही त्याला नकार दिला होता."

अर्जनने डोळे बारीक केले. आता कोण वयस्कर माणूस होता ज्याला शांबला हस्तगत करायचे होते?

"तुम्ही तसे केलेत का?" पद्‌माने विचारले.

"छे, छे. अगदी कमी पैशांत खूप मोठे काम करायचे होते. आम्ही सहज मिळणाऱ्या पैशांवर जगतो व खून करतो. पण तुम्ही आता जेवढे पैसे दिले आहेत तेवढ्यासाठी आम्ही काहीही करू. अगदी मरा म्हटलात तरी मरू. मुली."

"हे छान झाले. तुम्हाला अगदी तेच करायचे आहे."

"तुमचे काम कुठे आहे?"

"इथेच इंद्रगड मध्ये."

दत्तात्रयाच्या चेहऱ्यावरचे रंग फिके झाले. "इथे?" खरंतर तसा प्रश्न आम्ही विचारू शकत नाही. पण...पण आम्ही ते करू शकणार नाही." दत्तात्रय नेहमीच्या भाषेत बरळला. आणि ओरडला. ते पैसे गोळा करून घ्यायला त्याने सांगितले व म्हणाला, "हे खूपच कमी पैसे आहेत."

"का? इथे का नाही? यात चूक काय आहे?"

"इंद्रगड आमचा विरोधक आहे. आम्ही जर पकडले गेलो तर आम्ही देशोधडीला लागू. आमच्यावर तशी वेळ आली तर सुटल्यावर आमच्याकडे पुरेसे पैसे असले पाहिजेत."

पद्‌माने अर्जनकडे पाहिले व ती पुटपुटली, "माझ्याकडे याहून आधिक पैसे नाहीत." तिच्याकडे आणखी सुवर्ण नाणी आहेत हे त्याला माहीत होते. व तिने तिच्यासाठी ठेवली होती. ती स्वार्थी होती आणि तिने आता दिलेत त्याहून आधिक पैसे तिने दिले नसते. अर्थात अर्जनने तिला दोष दिला नसता. शेवटी आज ती त्यांना पैसे देऊन उपकृत करत होती. ते तिला पैसे देत नव्हते.

पण आता सर्व काही झाले होते. तो जास्त पैशांची काळजी करत नव्हता. कारण दत्तात्रय म्हणाला होता की कोणीतरी तो उपलब्ध करून देऊ शकेल. त्या विचाराभोवती अर्जन फिरत होता. तो कोणीतरी स्वत:च्या श्रेष्ठत्वाची भ्रामक कल्पना करणारा असावा. एवढेच अर्जनला कळत होते. तो त्या गुन्हेगाराच्या विचारात गर्क होता तेव्हा त्याने

वळून पाहिले. त्याला एक परिचित दिसणारी आकृती खांबामागे लपताना दिसली. अर्जनने त्याला ओळखले. तो कुमार होता हे त्याच्या लक्षात आले.

तो पुढे जात असताना अर्जन थांबला नाही. तेव्हाच कुमारला कळले की आपण पकडले गेलोय कुमार त्या लोकांमधून भरभर जात होता. त्याची लहानखोर चण इतरांना मागे टाकीत होती. अर्जनने समोरून येणारा गाडा हुकवला. त्याच्या घोट्याला त्यामुळे हिसका बसला. पण तो कुमारवर झेपावला. कुमार बाहेर पळायचा प्रयत्न करत होता. त्याच्या पायाला अर्जनने पकडले व त्याला भिंतीवर फेकले व त्याच्या डोळ्यात डोळा घालून त्याला म्हणाला.

"तू इथे काय करतो आहेस?"

"पण तू इथे काय करतोयस?" कुमारने विचारले.

"तू माझा पाठलाग का करीत होतास?"

रात्रीचा प्रामाणिक व निष्ठावंत कुमार अविश्वासाने पाहत होता. "कारण रात्रीला तुम्ही सर्व कशासाठी येथे आला आहात हे महितीय आणि तुम्हाला एका मर्यादेत ठेवायला हवे असे तिला वाटतंय."

रात्रीला सर्वच माहितीय?

"ते कसे काय?"

"तुमच्या तथाकथित मित्रांबरोबर तुमच्या एवढ्या मोठमोठ्या व इतक्या वेळांच्या बैठका होत आहेत, ते का, हे न कळण्याइतकी रात्री मूर्ख व अज्ञानी नाहीय. आणि तुमच्या मित्राला एवढीही अक्कल नाहीय की त्यासंबंधी सगळीकडे बडबड करत तो फिरत असतो."

बाला.

अर्जनने डोके खाजवले. आणि तो त्या रस्त्यातच बसला. "तिला सांग की मला त्याबद्दल पश्चाताप झालाय."

"तिला तुझ्या माफीनाम्याची गरज नाही. तिला निर्दोष अशी योजना हवी आहे. तुझ्याकडे अशी योजना आहे? तो महाकाय माणूस म्हणतोय की त्यात स्फोटकांचा समावेश आहे. त्यामुळे ती घाबरली आहे. त्याने जरी तिची समजूत काढली तरी ते अवघड आहे."

बाला असा त्यांच्या पाठीत वार करेल अशी अर्जनने कल्पनाही केली नव्हती. आणि ते कशासाठी? तर केवळ तिच्या मोहापायी?

"तुला काय म्हणायचे आहे?"

"ती मदत करेल." कुमारने त्याच्या पाठीवर थोपटले व तो हसला. "तुम्ही त्या लुटारुंबरोबर जाण्याची योजना कराल त्यासाठी. (तुम्हाला पकडून देण्यासाठी ती पैसे देणार आहे.)

"आणि ती असे का करणार आहे?"

"तिला दुसरा काही पर्याय नाहीय." कुमार म्हणाला, "आणि दुसरे म्हणजे लक्ष्मीसाठी."

अर्थात!

पद्मा बाहेर पळाली हे अर्जनने पाहिले. कदाचित अर्जन खांनावळीतून बाहेर जाताना तिने पाहिले असावे. कुमारला समोर पाहून पद्मा ताबडतोब गांगरून गेली. ती एक शब्दही बोलली नाही आणि कुमार तिच्याकडे तिरस्काराने बघत आहे हे अर्जनने पाहिले.

"आपले सर्व काम एकदा का पार पडले की सर्व रहस्यांचा भेद होईल." अर्जन म्हणाला.

"काय चालयेय काय?" पद्माने विचारले.

अर्जनने त्या तरुण यक्षाच्या पाठीवर थोपटले. "त्याने आपला सावकार आपल्याला मिळवून दिलाय."

67

कल्की त्या ओसाडवाडीच्या (Wasteland) मध्ये उभा होता. इथे उभा असतानाच त्याला एकदम महायुद्धाची आठवण झाली. कारण ही जागा अगदी त्या जागेसारखीच होती आणि त्याला एकदम भय वाटू लागले. शेकडो एकर उजाड जमीन. रक्ताळलेल्या प्रेतांचा खच. किरमिजी रंगाचे वाळलेले रक्ताचे डाग, धुराने व धुक्याने भरलेले आकाश आणि छिन्नविछीन्न झालेले रथ. ते सारे दृश्य इतके भयावह होते की कल्कीला त्याच्या दु:खाची दया आली. ही जागा दु:खित आणि शापित असावी असे त्याला वाटले.

"बहुतेक सारी युद्धे महत्त्वाकांक्षेच्या उद्रेकातून लढली जातात." त्याच्यामागून एक आवाज आला.

कल्कीने मागे वळून पाहिले तर एका हातात एक मुरली व पिवळे पागोटे घातलेला एक वेगळाच अनोळखी माणूस उभा होता. त्या पागोट्यावर मोराचे पीस लावलेले दिसत होते. तो सहजपणे चालत आला. त्या शरीरावर कुठलाही व्रण किंवा खरचटल्याच्या खुणा नव्हत्या.

"हे काय आहे?" कल्कीने सम्राट गोविंदला विचारले. प्राचीन युगातला तो शेवटचा अवतार होता.

"हे काय दर्शवते?" गोविंद हसला नाही. त्याच्या चेहऱ्यावर एक उपरोधिक छटा दिसत होती तरी. "काहीच नाही. अगदी काहीच नाही."

कल्कीच्या हे लक्षात येत नव्हते की आता तो परत जाऊन सम्राट राघवच्या साहाय्याने काही योजना करता येईल का असा मनात विचार करत असताना गोविंद इथे का आले होते. पण कल्कीने ते सम्राट गोविंदांना विचारायचे धाडस केले नाही.

"मला इथे का आणण्यात आलंय?"

"कारण हे असे सारे घडायचे होते म्हणून." गोविंदाने जिथे प्रेतांचा खच व रक्तरंजित धडे पडली होती तिकडे पाहिले. त्याच वेळी त्याच्या डोळ्यात तिरस्काराची झाक दिसून आली पण ताबडतोब ती नष्टही झाली. "आणि तू तिथे असणार आहेस!"

कल्की थांबला व म्हणाला, "पण मी काय करणे अपेक्षित आहे?"

कल्कीच्या प्रश्नाला उत्तर न देता गोविंद दुसऱ्या बाजूला गेले. कल्कीच्या लक्षात आले की गोविंद गुढघ्यावर बसून एका शरीरापाशी बसले आहेत आणि त्या व्यक्तिला तहान लागली आहे. गोविंदांनी हवेत हात फिरवून हवे तेवढेच पाणी गोळा केले. त्यांनी ते नेमकं कसं केलं ते कल्कीने पाहिले. तिथे रक्त सांडले होते. त्याने ते गोळा करून हवेत फेकले आणि गोविंदांनी डोळे मिटून काही मंत्र म्हटले. त्या रक्ताच्या चेंडूचे पाण्यात रूपांतर झाले. मग त्यांनी चिखल उचलला व त्याचा पाण्याचा तांब्या केला व ते पाणी त्यात ओतून त्यांनी तो त्या शरीराला मांडीवर घेऊन त्याच्या ओठांशी आणून त्याला पाणी पाजले. क्षणार्धात तो माणूस निजधामास गेला. त्याचे पाय आणि हात थंड पडले.

गोविंदांनी त्या माणसाचे डोळे बंद केले व कल्कीकडे पाहिले. "आपला अहंकार आपल्याला स्वानंद देतो पण दुसऱ्याला मदत करण्याने आपण इतरांनाही चांगले काम करायला प्रवृत्त करत असतो हेच आपल्याला समजत नसते."

ते उभे राहिले व कल्कीकडे पाहून म्हणाले, "जेव्हा तुझ्यावर वेळ येईल तेव्हा तू काय करशील? तुला धीर धरला पाहिजे व शिकायला पाहिजे. कुठलेही काम करताना घाई करू नकोस. अन्यथा तू मध्येच अडखळशील. जे काही घडत असते ते चांगल्यासाठीच होत असते हे कायम लक्षात ठेव. मी जे काही सांगतोय ते आज तुला कदाचित हास्यास्पद किंवा अविश्वसनीय वाटेल पण काही वर्षांनी तुला पटेल की आपण आपल्या आयुष्यातला प्रत्येक क्षण अन क्षण, संपूर्ण जीवन चांगल्याच पद्धतीने भोगलंय म्हणून."

"मी माझ्या गंतव्य स्थानावर पोचण्याआधीच त्यांनी मला ठार मारले तर?"

गोविंदजी कल्कीजवळ चालत आले व त्याच्या समोर उभे राहून म्हणाले, "तुला त्वरा केली पाहिजे. हे कायम लक्षात ठेव." आणि क्षणात

हाताची झटकन हालचाल करून त्यांनी कल्कीला ठोसा मारला. त्यांनी काय केले हे कळण्याआधीच कल्की आश्चर्यचकित झाला.

"तसेच तुला चलाख होणे गरजेचे आहे. शब्द हे तलवारीपेक्षा जास्त प्रभावी असतात हे लक्षात ठेव. त्यांचा योग्य व शहाणपणाने वापर कर म्हणजे तू आहेस त्याहून आधिक चांगला योद्धा होशील."

कल्कीने मान डोलावली. हे खरेतर अगदी विलक्षण होते. एका वैराण जागी उभे राहून, स्वत:च्याच मनाचा आविष्कार मानवरूपात पुढे उभा होता. त्यांन जे बोलवं असं कल्कीला वाटत होतं तेच तो बोलत होता. त्या प्रतिमा घडलेल्या इतिहासाशी सुसंगत होत्या पण कल्कीने त्यांची गुणक्ता वाढवून त्यांना नरच्या पातळीवर नेले.

आणि तेवढ्यात तो एका खोल खड्ड्यात खेचला गेला. त्याची पाठ सडकून निघाली. तो फरशीवर कोसळला होता. आणि त्याच्या डोळ्यासमोर त्याला इंद्रगडच्या तुरुंगातील खोल खड्डा दिसला. कल्कीच्या शेजारच्या कोठडीतील माणूस पळून जाण्यात यशस्वी झाला होता त्याचा कल्कीला आनंद झाला व थोडा मत्सरही वाटला. अर्जन, कृपा व बाला कुठे आहेत? त्याने त्यांच्यावर भरवसा ठेवला होता पण त्यांच्याकडून अद्याप काहीच झाले नव्हते.

दिवस जात होते.

त्याच्या लांब नखांनी तो जमिनीवर रेघोट्या काढत होता आणि स्वत:चा कंटाळा या ना त्या मार्गाने कमी करायचा प्रयत्न करत होता. तेवढ्यात त्याने बुटांचे आवाज ऐकले व त्याला एकदम काळजी वाटू लागली. त्याला त्या दाराच्या मागे कोण दिसले असेल? तर ती साक्षात दुरुक्ती होती. त्याच्याकडे विस्फारित नेत्रांनी बघत होती. पण तिच्याबरोबर एकही रक्षक नव्हता. दाराजवळ जो उभा होता त्याला तिने रजा दिली.

"बाईसाहेब", सम्राट कलींनी आम्हाला बजावले आहे की काहीही झालं तरी इथून हलायचं नाही म्हणून." त्यांच्यातला एक जण म्हणाला.

दुरुक्ती म्हणाली, "मी कोण आहे हे तुला माहीत आहे का?"

"अं, होय, दुरुक्तीजी."

"मग तुला हेही माहीत असेलच की माझ्यापुढे उलट उत्तर दिलेस म्हणून मी तुझे शिर धडावेगळे करू शकते. आता इथून बऱ्या बोलाने निघून जा. मला या कैदयाबरोबर एकांतात बोलायचे आहे."

नागा भीतीने चळचळा कापू लागला. आणि मान झुकवून तो बाहेर

गेला. दुरुक्ती कोठडीच्या दुसऱ्या बाजूला बसली. तिचे ओठ थोडेसे सुजले होते. डोळे मोठे व चमकत होते तर तिचा चेहरा मात्र नेहमीपेक्षा खूप निस्तेज दिसत होता. दुरुक्ती बावरली होती. ती तिचा संताप आणि भीती दोन्ही लपवीत होती हे कल्कीच्या लक्षात आले.

आजपर्यंतच्या ज्या भेटीगाठी झालेल्या त्या साऱ्या विसरून तो तिच्याकडे सरकला. तिची नजर आपल्याकडे जावी म्हणून त्याने प्रयत्न केला पण तिने त्याकडे बघितले नाही.

“मी जे काही झाले त्याबद्दल तुझी क्षमा मागते.” ती म्हणाली. तिचे ओठ नीट न उघडता ती तसं म्हणाली.

“ठीक आहे.” कल्की तिच्याबद्दलची मनातली अढी मनात ठेवू शकला नाही पण तिच्या भावाबद्दलची अढी मात्र त्याने मनात बाळगली होती. प्रत्येकालाच त्याचा त्याचा मार्ग असतो. त्याची म्हणून निवडीची संधी असते. आणि तिच्या निवडीमुळे तिला परिणामांना तोंड द्यावे लागत होते यात तिचा काहीच दोष नव्हता. या किंवा त्या पद्धतीने आपण सारेच चांगलेही असतो आणि वाईटही असतो. दुरुक्तीने प्रत्येक वेळी युद्ध वाचवायचा आटोकाट प्रयत्न केला होता पण दर वेळी कल्कीने मध्ये येऊन तिची मानखंडना केली होती तरीही आता ती त्याची क्षमा मागत होती.

“मी तुझे त्या वेळी ऐकायला पाहिजे होते. आता कली पूर्ण वेडा झाला आहे. त्याने आतापर्यंत मझ्यावर कधीच हात उगारला नव्हता. अगदी मी जरी बहुतेक वेळा एक आदर्श बहीण म्हणून त्याच्याशी वागले नसले तरी. परंतु काही दिवसांपूर्वी त्याने तेही केले. तुझ्यासारख्या एखाद्या गावंढळ मुलाला काहीही कारण नसताना ठार मारण्यासारखा अविचारी निर्णय त्याने कधीच घेतला नव्हता. पण आज तो तसे करीत आहे. त्यासाठी त्याने दोन कारणे दिली आहेत पण आता त्याच्या वेडपटपणाला काही घरबंधच राहिला नाहीय.”

कल्की व कलीच्या दरम्यान जे काही झाले त्यावरून कल्कीला त्याच्या वागण्याचा खरा अर्थ समजला होता. कलीने कल्कीचा धसका घेतला होता. आणि त्यामुळे ही शारीरिक व भावनिक गुंतवणूक झाल्याचे वाटत होते. त्याला कुणीतरी कल्कीविषयी सावध केले असावे. आणि त्या धसक्यामुळेच कलीने कल्कीचा वध करण्यासारखा अंतिम निर्णय घेतला असावा. सोमाचा त्याच्या डोक्यावर झालेला परिणाम असावा

किंवा तो ते सोम जास्त प्रमाणात घेत असावा आणि त्यामुळेच तो ही आत्मवंचना करत होता.

"तू काहीही काळजी करू नकोस." त्याने तिच्या हातावर थोपटण्याचा प्रयत्न केला पण त्याची बेडी दारावर आपटली व बारीकसा आवाज झाला. त्याने नाइलाजाने हात मागे घेतला. "तो गाड्यावर खटला भरणार आहे."

"ते मला माहीत आहे." तिने नाराजीनेच मान डोलावली. "मला वाटते की याबाबत आपण काहीतरी करायला पाहिजे." ती थांबली. "मी माझ्या हातून जे काही घडले त्यासाठी क्षमा मागते, प्रत्येक गोष्टीसाठी क्षमा मागते. मी तुझ्या गावात आले, तुला दुखावलं, तुमची सारी घरे पाडली. मी हे असे करायला नको होतं. मला वाटलं तरी मी मलाच त्यासाठी माफ करू शकणार नाही. मी माझाच त्यासाठी धिक्कार करते. मला फक्त माझ्या भावाला वाचवायचे होते. तेच माझे ध्येय होते. म्हणून मी कसलीही काळजी केली नाही. मी माझ्याशीच, माझ्या भावाच्या प्रती असलेल्या माझ्या प्रेमासाठी असे वागले. यावर माझाच विश्वास बसत नाही. ते सर्व चुकीचेच होते. मला महितीय. मला याचीही लाज वाटतेय की मी...तुझी केवळ लोकांच्या मनोरंजनासाठी धिंड काढणार होते...असा विचार केला होता. तसं मी करायला नको होते. मी तुझी चेष्टा-उपहास करीत होते. का? असं बऱ्याच वेळा होतं की लोक दुसऱ्याशी खूप भयानक वागतात. पण खरंतर तसं त्यांच्या मनात नसते. त्यांना फक्त समोरच्या व्यक्तीची प्रतिक्रिया पाहायची असते. आणि कदाचित मलाही तुझ्याकडून तेच हवे होते. मी खरंच तसं वागायला नको होतं. मी तुला तिथेच सोडून द्यायला हवे होते." ती दीर्घ श्वास घेण्यासाठी थांबली. "त्याला वाटतंय मला तू आवडतोस. अर्थात ते खरंच आहे. मला तू आवडतोस पण ते प्रेमपात्र म्हणून नाही. मला तुझी तीव्र भावना, तुझी एकनिष्ठता, तुझी तुझ्या लोकांप्रती असलेली काळजीची भावना हे सर्व आवडते. मला या सर्व गोष्टी ज्याच्या स्वभावात आहेत अशी व्यक्ति पाहायची होती, पण हे सर्व अशक्य आहे, असा माणूस प्रत्यक्षात अस्तित्वातच नसतो. प्रत्येकजण स्वार्थी असतो. तू तसा नव्हतास. तुला सगळ्यांची काळजी होती. खरंच होती. मग माझ्या मनात आलं की अशी व्यक्ति माझ्या परिवारात असली तर? म्हणजे मी निःस्वार्थाच्या शोधात स्वार्थी झाले होते. मी किती ढोंगी झाले आहे?"

कल्की काही वेळ काहीच बोलला नाही.

"कल्की बोल ना?"

कल्कीने योग्य शब्दांच्या शोधात आवंढा गिळला." "ठीक आहे दुरुक्ती, जे काही झाले ते होऊन गेले. पण आता मला इथून सुटायचं आहे."

"हो, हो, मला माहितीय." दुरुक्तीने वळून अश्रू पुसले व त्याच्याकडे पाहून म्हणाली.

"तुझ्या डोक्यात काही कल्पना आहेत का?"

एक क्षण दुरुक्तीने कां कुं केले व मान डोलवून म्हणाली, "होत्या". ती उभी राहिली. ती कुलपाकडे वळली. ते दार उघडेच होते. आता त्याच्या बेड्या काढायला हव्या होत्या हे त्याच्या लक्षात आले. पण दुरुक्तीने एक लहान करवत आणली होती. त्याच्या साहाय्याने ती बेड्या कापू लागली. तिने खूप प्रयत्न केले पण तिच्या नाजूक हाताला ते काम पेलण्यासारखे नव्हते.

"मला प्रयत्न करू दे." तो म्हणाला. वेळ खूप महत्त्वाचा होता आणि तिला तर उशीर होता होता. तिने त्याच्याकडे लटक्या रागाने पाहिले.

"दुसऱ्याच्या स्वतंत्र करण्याच्या प्रामाणिक प्रयत्नांचा अपमान करू नये. नाहीतर ती व्यक्ति तुम्हाला पुन: बंदिवानसुद्धा करू शकते."

सरतेशेवटी तिने साखळ्या तोडल्यावर कल्की हसला. एका ठिकाणची साखळी सैल झाल्यावर बाकीच्या साखळ्या त्याने स्वत:च काढल्या. मग त्याच्या गळ्यापासचे गोल कडेही तिने बाजूला करून काढले. कल्की तिच्याकडे वळला. तिच्या निस्तेज गालावरचे अश्रू वाळले होते. तिच्या डोळ्यातला सुरमा फिसकटला होता. पण ती कल्कीच्या सामर्थ्यामुळे प्रभावित झाली होती.

आता ते झाले होते. बऱ्याच काळानंतर त्याला आपले घोटे व मनगटे खऱ्या अर्थाने मोकळी झाल्याचे जाणवले. त्याने ते चोळायला सुरुवात केली तेव्हा त्याला हसू आले.

"आता काहीतरी आणखी घडण्याआधी आपल्याला निघायला हवे." दुरुक्ती म्हणाली.

ती दाराकडे जाऊ लागली तसे कल्कीने तिचे हात धरले व तिला आपल्याकडे ओढले आणि तिला घट्ट कवेत घेतले. त्याच्या या कृतीमुळे क्षणभर तिचे शरीर गारठले. पण नंतर त्यात ऊब आली आणि तिच्या हाताने तिने त्याच्या उघड्या पाठीवर हात फिरवयाला सुरुवात केली.

त्यालाही तो स्पर्श चांगला वाटला. पण त्याला लागलीच आठवले की हे तेच हात आहेत ज्यांनी त्याच्या लक्ष्मीचा बळी घेतला होता. कल्कीने स्वत:ला तिच्यापासून दूर केले. चेहऱ्यावर हसू आणण्याचा प्रयत्न केला. तिने त्याच्याकडे गांगरून पाहिले.

"मी तुझा खूप आभारी आहे." त्याच्या आताजात हे मनापासून आतून म्हटल्याचा भाव होता.

दुरुक्तीने मान डोलावली व ती बाहेर पडण्यासाठी तिथून निघाली. बाकीचे कैदी दारावर खळखळ आवाज करू लागले. कल्कीकडे पाहून ओरडायला लागले. कारण त्याच्यावर खटला होण्याआधीच तो सुटून चालला होता. स्वत:च्या पायाने चालणे खूप छान वाटत होते. नाहीतर इतर वेळी त्याला जमिनीवरून बळानेच खेचत आणले जायचे.

लोखंडी जाळीच्या दरवाजाकडे जाण्याऐवजी दुरुक्तीने जिथे नाग सैनिक रक्षक म्हणून उभे होते त्या जागेकडे नेले. त्यांना हुलकावणी देत दुरुक्तीने त्याला मोकळ्या मैदानात आणले. ती अगदी तुरुंगाच्या दारासमोर आली तेव्हा ती भीतीने गोठूनच गेली.

तिचे असे का झाले हे कल्कीने खाली बघितले तेव्हा लक्षात आले. त्यांच्यासमोरच दिवे घेऊन, चिलखते चढवून, हातात कुऱ्हाडी व भाले घेऊन उभा असलेल्या मर्तंजाला कल्कीने पाहिले. तो गेल्या वेळच्यासारखा दिसत नव्हता. त्याच्या डोळ्याची इजा जादुई पद्धतीने भरून आलेली दिसत होती. त्याच्यातून सामर्थ्य दृग्गोच्चर होत होते. मर्तंजाने कुपीतून एक घोट घेताना कल्कीने पाहिले. कल्कीला समजले की त्यात सोमरस होता.

ते सर्व पुन: घडत आहे.

एक दुष्टपणाचे हास्य मर्तंजाचे चेहऱ्यावर पसरले. त्याने शीळ घातली. राक्षसांचे सैनिक दोन्ही बाजूंनी पुढे झाले. आणि तिथे एक आकृती प्रकटली. व ती दुरुक्तीच्या समोर आली.

ती आकृती म्हणजे तिचा भाऊ होता.

"काय कसे काय?" तो करवादला.

कल्कीने मागच्या वेळी त्याला पाहिले तेव्हापेक्षा आता त्याच्या डोक्यावर अजिबात केस नव्हते. तिथे पूर्ण टक्कल पडले होते. आणि त्याची कातडी काळीठिक्कर पडली. त्याचे घारे डोळे खूपच भयानक दिसत होते.

"पकडा त्यांना आणि त्या मुलाला मारू नका." कलीने आपल्या तांबड्या पडलेल्या डोळ्याने त्याच्याकडे पाहिले. "त्याच्यावरचा खटला उद्या सकाळी आहे."

आणि कल्कीला उमजले की त्याचा अपयशी ठरलेला सुटकेचा प्रयत्न त्याला मरणापाशी घेऊन आला होता.

68

चिमण्यांचा चिवचिवाट सुरू झाला होता व सारी घुबडे झोपी गेलेली होती तेव्हा सकाळच्या वेळी अर्जनला, आज आपल्या भावाला फासावर चढवून त्याचे तुकडे तुकडे करणार असल्याचे समजले.

या बातमीचे स्वागत कसे करायचे हेच त्याला कळेना. त्याला बधिर झाल्यासारखे वाटत होते आणि अशा परिस्थितीत आपण कल्कीला काहीही मदत करू शकत नाही याचीही त्याला जाणीव झाली होती. त्यामुळे अत्यंत जड अंत:कारणाने तो, जिथे सोम ठेवले होते त्या भांडाराभोवती कुठल्याही उद्‌देशाविना घिरट्या घालत होता. त्याला काहीतरी करणे भाग आहे हे कळत होते. कृपा, पद्‌मा आणि बाला त्याच्याबरोबरच होते. दुसरीकडे दत्तात्रेयाने सांगितल्यानुसार म्लेंछ शांतपणे उभे होते. त्यांची हत्यारे तयारीत ठेवून ते फक्त इशाऱ्याची वाट पाहत होते. त्याला तिथे फक्त एक दार होते आणि त्यावरच हल्ला करायचा होता.

अर्जनने त्याचा कोयता काथ्याच्या दोराने बांधला होता. त्याने तो तलवारीप्रमाणे धरला होता.

भांडारावर एक राक्षस त्याचे बाण रोखून होता. कदाचित कोण हल्ला करताहेत का याची तो वाट बघत होता आणि ते करणार होतेच.

"खटला सूर्यास्ताच्या वेळेस सुरू होईल." अर्जनने त्यांना सांगितले. "आपल्याला ठरल्याप्रमाणे अत्यंत जलद गतीनं सर्व करायचे आहे आणि त्यात यशस्वीही व्हायचे आहे."

"आपण करणारच." कृपाने ठामपणे सांगितले. "आणि आपण जर तसे करू शकलो नाही तर आपण सर्व शहीद होऊ...अं..." त्याने गोंधळून

गेलेल्या अर्जनकडे पाहिले व पद्माच्याही. "अर्थात तशी वेळ येणारच नाही. अशीच आपण आशा करू या."

अर्जन भांडाराजवळ जाऊ लागला तसे म्लेंछ ही पुढे झाले. काहीच घडलेले नाहीय अशा आविर्भावात अर्जन पुढे झाला तिथे एक सफरचंदाची गाडी उभी होती त्याकडे तो बघत होता. भांडाराच्या एका कडेला एका घंटागाडीत माणसे उभी होती. प्रथम त्यांनाच संपवायचे होते म्हणजे मग इतर कोणी मदत मागवू शकले नसते.

अर्जन निःश्वास सोडत असतानाच काहीही घडण्यापूर्वीच दत्तात्रयाला सामोरा झाला.

"ही योग्य योजना नाही. अं....तू म्हणाला होतास रात्री उशिरा, सकाळी सकाळी नाही."

"ते मलाही माहीत आहे. पण आपण जर उशीर केला तर तिकडे माझा भाऊ मरेल ना! आणि मला तसे व्हायला नकोय." अर्जनच्या डोळ्यातील अंगार पाहिल्यावर दत्तात्रय एक पाऊल मागे गेला. तसं पाहिलं तर दत्तात्रयाचे म्हणणे बरोबर असले तरीही अर्जनच्या मनात त्याच्याविषयी पूर्वीपासूनच राग होता. या अशा अचानक हल्ल्यात, काहीही योजना नव्हती की योग्य पद्धत नव्हती. हे म्हणजे आत जायचं, मारायचं आणि बाहेर पडायचं. जर आपले प्राण त्यांनी घेतले नाहीत तर. हे म्हणजे कुठलीही परस्पर सहकार्याची योग्य काळजी न घेता.-कुठलीही सुसूत्रता न आणता केवळ आत्महत्या करण्याजोगा कार्यक्रम होईल.

"तू माझ्याबरोबर येणार आहेस का नाहीस?" अर्जनने विचारले.

दत्तात्रयने कां कुं केले. डोळे व तोंड विचारपूर्वक वाकडे केले. अर्जनने खांदे उडवले व तो कृपा व पद्माकडे गेला. या वेळी तो भाला घेऊन पुढे झाला. दरवाजावरचा रखवालदार आणि दोन राक्षस आपल्या लांब तलवारी घेऊन पुढे आले.

"मुला, तू इथे काय करतोयस? काही वाईटसाईट होण्याआधी इथून निघून जा."

अर्जन पाय रोवून उभा राहिला. तो अजिबात हलला नाही. खरंतर क्षणभर तो हलूच शकला नाही. त्याने स्वत:लाच पुढे ढकलले.

एक राक्षस पुढे आला. कृपाकडून शिकल्यानुसार अर्जनने आपला भाला परजला आणि त्याच्या अंगात खुपसला. त्याचे तोंड फुटले. त्या अनपेक्षित हालचालींमुळे प्रत्येकजण सावध झाला. तेवढ्यात दुसरा राक्षस

त्याच्यासमोर प्रकटला. तो अर्जनवर हल्ला करायला सरसावला. आणि अर्जनवर एकापाठोपाठ एक घाव घालत त्याला परावृत्त केले. शेवटी अर्जनने भाल्याचा उपयोग केला व त्याच्या डोक्यात घाव घातला. त्यामुळे त्याची कातडी सोलून निघाली.

अर्जनवर बाणांचा वर्षाव झाला. त्याने राक्षसाच्या प्रेताचा आधार घेत त्यांना हुकवले. राक्षसाच्या पाठीत ते बाण घुसले. बाणांचा वर्षाव थांबल्याचे त्याच्या लक्षात आले. आणि आता पायांच्या टाचांचा, ओरड्याचा व कण्र्याचा आवाज ऐकू येऊ लागला. आता म्लेंछांची सर्व पलटणच्या पलटण दरवाजापाशी आलेली व त्यांनी राक्षसांवर हल्ला केल्याचे अर्जनने पाहिले. काहींनी भांडाराच्या दिशेने बाण फेकले व रक्षकांना गारद केले. घंटागडीचा माणूस सगळ्यात पहिल्यांदा त्याच्या डोक्यात घाव घातल्याने ठार झाला.

दाराच्या आत जाण्यासाठी अर्जनला दत्तात्रेयने मान डोलवून दरवाजापासून मागे खेचले. पद्मा व कृपा त्याच्याबरोबर असलेले अर्जनने पाहिले.

"छान, छान." पद्माने स्वत:वरच खूश होत म्हटले.

बालाने त्या घुमटाचा दरवाजा तोडण्यात पुढाकार घेतला. पण द्वाररक्षकांनी त्यांच्यावर अचानक हल्ला केला. एका त्याच्या त्याच्या एवढ्याच राक्षसाला बालाने एका हाताने धरले व दुसऱ्या हाताने आणखी एकला पकडले. त्याने दोघांनाही हातात कुठलेही शस्त्र न घेता, गळा दाबून मारून टाकले. हे करताना त्याला कुठलीही यातना झाली नाही. यासाठी अर्जनने, बालाने रात्रीला त्यांच्या योजनेबाबत सर्व काही सांगितले होते आणि त्यांना त्रास झाला होता यासाठी माफ करून टाकले. पण हे सर्व बालाने रात्रीसाठी व आपल्या चांगुलपणासाठी केले होते. कारण सरतेशेवटी तिनेच त्यांच्या योजनेला संमती दिली होती व म्लेंछांना देण्यासाठीच्या पैशांची तजवीज केली होती.

बाला दाराजवळ आला व त्याने आपल्या गदेने त्यावर घाव घालायला सुरुवात केली. शेवटी ते लाकडी दार मोडले. त्याच्या फळ्या निघाल्या. आतील रस्ता जिन्यावरून खाली जात होता. आजूबाजूच्या परिस्थितीचा अभ्यास करता अर्जनच्या लक्षात आले की, म्लेंछ जवळजवळ पराजित होत आहेत. त्यांची संख्याही कमी होत आहे. आणि ते राक्षसांना पुरेशा प्रमाणात थोपवू शकत नाहीत. परंतु त्यांनी, अर्जनला त्याच्या पिशवीत

होता होईल तितके सोम गोळा करून घेता येईल व तिथून निघून जाणे शक्य होईल, तोपर्यंत राक्षसांना थोपवून धरणे गरजेचे होते.

त्या अंधाऱ्या जागेत प्रथम जाण्यासाठी बाला तयार होता. त्याला पलित्यांच्या अपुऱ्या प्रकाशात जावे लागणार होते. पद्माने त्यातील एक पलिता लोखंडी कडीतून काढून हातात घेतला. जिन्यातल्या पायऱ्यांवर मेलेल्या उंदरांचा व सांडपाण्याचा घाण वास येत होता. थोड्या वेळापूर्वीच्या त्या गदारोळातून आता ते एका अंधाऱ्या व भीषण शांततेच्या जागी आले होते, पण त्या शांततेचा त्यांच्यावर चांगलाच परिणाम झाला होता. काही क्षण तो आंधळ्यासारखाच चाचपडत होता. थोड्या वेळाने त्याच्या लक्षात आले की तो जिना एका रुंद ओसरीत जात आहे आणि त्याचे छत अगदी खाली आहे. बालाला त्याचे जाड गुडघे वाकवून आणि जवळजवळ रांगतच पुढे जावे लागत होते.

त्या ओवरीत पाणी व तेल गळत होते. त्यांच्यापुढचे पाच राक्षस त्यांच्यावर हल्ला करायला टपून बसले होते. पद्माने हवेतच कोलांटी उडी मारली व ती एका राक्षसाच्या पायाखाली गेली. त्याच्या पाठीवर चढून त्यावर हल्ला केला. आता कृपा तलवारीने त्यांच्यावर तुटून पडला. आपले हस्तकौशल्य दाखवत. मनगटाने एक सुंदर करामत केली. आता त्याने सरळ मार्ग सोडून घावावर घाव घातले व बाजूला झाला. त्यामुळे राक्षस भांबावून गेले. आता अर्जनने आपले असामान्य कौशल्य दाखवले. खाली वाकून त्याने त्याचा वक्राकार कोयता बाहेर काढला व राक्षसांच्या मध्यभागावर घाव घातला. त्याचे गुप्तांग कापून बाहेर पडले. तो घाव भयंकर होता म्हणून अर्जनला किळस आली. दुसरा आणखी एक त्याच्यावर धावून आला व त्याला भिंतीवर ढकलले. तेवढ्यात बालाने त्याला गदेने बुकलून काढले.

राक्षसांचा खातमा करून ते त्या ओवरीत आले तेव्हा त्यांचे सर्वांग व कपडे घामेजून गेले होते. आता राक्षसांनी त्यांच्यावर एकदा हल्ला केल्यामुळे त्यांना त्यांची कमजोरी, दुर्बलता लक्षात आली होती. राक्षसांवर समोरासमोर युद्ध करण्यापेक्षा त्यांच्यावर अनपेक्षित हल्ला करणे चांगले हे त्यांना समजले होते. हे शांबलामधल्यासारखे नव्हते. तिथे त्यांच्याकडे प्रशिक्षित पुरुष व स्त्रियाच नव्हत्या. आता हे पाचही जण आपापले हत्यार चालवण्यात निष्णात झाले होते. एवढेच काय अर्जनसुद्धा. त्याच्या कोयता चालवण्याच्या कौशल्यावर विश्वास न बसण्याइतका

तो स्वत:वरच फिदा झाला होता. तो आता एक नैपुण्य प्राप्त झालेला भालाईत झाला होता.

त्या ओवरीच्या दुसऱ्या टोकाला मेणबत्त्या होत्या. त्यांच्या मंद प्रकाशावरून तिकडे दुसरे दार असावे. ते खडकांचे होते व त्यात काहीतरी लपवले होते. बाला प्रथम तिकडे गेला, त्याने झटका देऊन तो खडक बाजूला करायचा प्रयत्न केला. पण त्याचा उपयोग झाला नाही. अर्जननेही मदत केली. कृपा व पद्मा त्यासमोर उभे होते. तो खडक निघताच दुसऱ्या एका राक्षसाने पद्मावर उडी घेतली. तिच्या खांद्याला धरून त्याने जमिनीवर फेकले आणि त्याच्या तलवारीचे पाते त्याने तिच्या गळ्याशी धरले.

"अजिबात हलू नको!" राक्षस ओरडला. "ही मुलगी हकनाक मरेल."

"खरं सांगू का?" कृपा कदाचित दमल्यामुळे बरळला, "आम्हाला मुली अजिबात आवडत नाहीत. मित्रा तुला ही हवी असेल तर खुशाल घेऊन जा." राक्षसाच्या चेहऱ्यावार अविश्वास दिसत होता. पण मग तो हसला.

"म्हाताऱ्या, तू खोटे बोलतोयस, तू घाबरला आहेस हेच यावरून सिद्ध होतेय."

"तुला काय हवाय?" अर्जन पुढे झाला.

"मला जायचं आहे." राक्षस म्हणाला. पद्माने ताबडतोब त्याची कमजोरी बघितली आणि तिने त्याला गुडघ्याने मारले. तो किंचाळला आणि पुना: हल्ला करणार तेवढ्यात बालाने गदा परजली व त्याला जोरात मारली. तो ओवरीत फेकला गेला आणि पाठीवर पडला. तो नक्कीच बेशुद्ध पडला असावा कारण तो काहीच हालचाल करत नव्हता.

"मी तुला वाचवतच होतो." अर्जन स्वसंरक्षणार्थ म्हणाला.

"हो, हो, नक्कीच." पद्माने खांदे उडवले आणि जिथे सोम ठेवले होते तेथे ती गेली.

अर्जनही तिथे गेला. त्याने तिथली लहान खोली बघितली. ती खोली निळ्या रंगाच्या द्रव्याने काठोकाठ भरलेल्या राखीव खडकांनी भरली होती. त्यांचे आकार वेगवेगळे होते. क्षणभर कृपा त्याच्याशेजारी अवाक होऊन उभा राहिला. "मत्प्रिये. आपण पुन: भेटलोच." तो कुजबुजला. अर्जनला मात्र त्याच्या म्हणण्याचा अर्थ कळला नाही. पण तो ताबडतोब पुढे झाला व त्याने ते खडकांचे आकार फोडायला सुरुवात केली.

"तर ही ती शाश्वत भेट आहे तर..." अर्जनने बालाला कोपराने

डिवचले. तो पद्मापुढे हे सर्व अजिबात विचार न करता बोलत होता. पण ती अजून त्या धक्क्यातच होती.

"प्रत्यक्ष ही ती वनस्पती नाही." दुसऱ्या कुणाशीतरी तिचे त्याबाबत बोलणे झाले होते तो संदर्भ घेऊन ती म्हणाली. "हे काय आहे?"

"हा त्या मिश्रणातील एक घटक आहे. मुली मी तुला सांगितलं होतं?" कृपा खाली वाकून म्हणाला.

"ते एवढे बंदोबस्तात ठेवण्याचे काय कारण आहे?" पद्माने विचारले. तिच्या हातात एक पलिता होता.

"जर त्यांचा वापर काळजीपूर्वक केला गेला नाही तर त्यापासून खूप धोका निर्माण होऊ शकतो. विध्वंस होऊ शकतो." कृपाने निःश्वास सोडला व मान डोलावली. त्याने काळजीपूर्वक त्या खडकाची एक लादी ओढून काढली. आणि जमिनीवर ठेवली. त्याने पिशवीचे बंद बांधले आणि अर्जन मान डोलावून म्हणाला, "आपले काम झाले आहे."

त्याच वेळेत अर्जन गुडघ्यावर बसला व त्याने खडकाखालील पाण्याची चव घेतली. ते तेल होते.

"मला हे कळत नाहीये की यात तेल कुठून गळतेय?"

"कारण मित्रा, ते खडक साधेसुधे नाहीत." कृपा म्हणाला."ते धूर आणि तेलापासून बनले आहेत. त्यातून तेल का गळतंय याची मला पक्की माहिती नाहीय. पण तसे होते व त्यामुळे ते भयंकर ज्वालाग्राही बनते."

"आणि बाकीचे सर्व खडक इथे कलीपाशीच सोडून द्यायचे?" अर्जन म्हणाला,, "ते मला अजिबात मान्य नाही." बाला हाताची घडी घालून उभा होता व त्याची गदा त्याच्या पट्ट्याला लटकली होती. "म्हाताऱ्या, भाऊ बरोबर बोलतोय. आपण यात काहीतरी करायला हवे."

"मित्रांनो, आपण ती काळजी नंतर करू. आता आपण आपल्याला जे आत्ता करायचंय त्याचाच फक्त विचार करू या." कृपा गुरगुरला व तो दरवाजाकडे गेला. "तुम्ही इथून परतण्याचा काहीच विचार करत नाही आहात. म्लेंछ काही सदासर्वकाळ आपल्याला वाचवू शकणार नाहीत. म्हणून आता इथून चला. बाहेर पडा."

त्यांच्यापैकी कुणीही तसूभरही हलले नाहीत.

अर्जन ओरडला. "आपल्याला काहीतरी निर्णय घेतला पाहिजे."

"म्हणजे नेमकं काय?" कृपाने कपाळावर आठ्या घातल्या.

आणि मग पद्माने एक अनपेक्षित गोष्ट केली. तिने तो दिवा फेकून दिला. तेल व आगीचा मिलाफ होऊ दिला. त्यामुळे ते सोम खडक भगव्या आगीच्या लोळात चमकू लागले.

"हे असं!" पद्मा म्हणाली. एक सूडाची स्मितरेषा तिच्या चेहऱ्यावर दृग्गोच्चर झाली.

कृपाचे नेत्र विस्फारले. तर अर्जन पुढच्या बाजूला पळाला. कारण आता त्या खोलीत कुठल्याही क्षणी बॉम्बसारखा स्फोट झाला असता. अर्जन ओरडला, "आपण ही खोली बंद करायला हवी. अन्यथा आपण सर्वजण जखमी होऊ आणि आग वरपर्यंत पोचेल."

बाला कोपऱ्यापर्यंत दुडुदुडू धावत गेला. आणि मगाशी त्याने जी लादी काढली होती ती तिथून हलवू लागला. अर्जनने मदत केली पण ती गरम जळणारी लादी त्या खोलीतून उडून गेली. त्यातील एक जळती फरशी कृपाच्या बाहुलाही लागली. तो त्या खोलीच्या समोरच उभा होता. "मी आतापर्यंतच्या आयुष्यात असे दृश्य कधीही पाहिलेले नाही."

"ते असो. आता त्याची काळजी करू नकोस आणि आम्हाला मदत कर." अर्जनने खडक ढकलायाला सुरुवात केली. पद्मानेही त्याला मदत केली पण कृपा मात्र एकाच जागी खिळून होता.

"मी हे सर्व कित्येक वर्षांपूर्वी करू शकलो असतो. पण मी ते केले नाही." तो स्वत:शीच बोलला. त्याचा आवाज कुजबुजल्यासारखा होता. "मी तेव्हाच असं का केलं नाही? कदाचित तसं करण्यासाठी मी घाबरलो असेन की तसे केल्यास हे सर्व नष्ट होईल म्हणून. कदाचित मला ते इथे इलावर्तीत आणायचं असेल..." त्याचा आवाज मानवी वाटत नव्हता. "मला कदाचित त्यांचा उपयोग सर्व लोकांकरता झाला पाहिजे असं वाटलं असावे. जेव्हा हे अंधारयुग संपेल तेव्हा त्यांना त्याचा उपयोग होईल असं वाटलं असावे. कदाचित मी फारच आशावादी होतो." तो थांबला. "पण आता तिथे थोडे तरी शिल्लक राहिले असेल का?"

आणि ती लादी पुन: पूर्वीच्या जागी ठेवण्यात आली. अर्जनने नि:श्वास सोडला. त्या गरम हवेत त्याचा श्वास कोंडत होता पण त्याने खूप परिश्रम घेतले होते. त्याला क्षणभर काहीच दिसेनासे झाले. त्याची मती कुंठित झाली. त्याने मान डोलावली व तो उभा राहिला. पुढे होऊन त्याने कृपाला गदागदा हालवले. "हे काय चालले आहे?" अर्जनने त्याच्या डोळ्यात खोलवर पाहून म्हटले. त्या ज्येष्ठ माणसाला अनेक गुपिते

माहीत होती पण ती अर्जनला माहिती नव्हती आणि त्याला ते आवडतही नव्हते. आता त्याला समजले की रात्रीला आधी कसे वाटले असेल ते.

कृपाने त्याच्याकडे पाहिले. त्याचे घारे डोळे गोंधळले होते. "मला माहीतच नव्हते. कदाचित माझ्या वागण्याचे हे समर्थन असावे."

त्या खड्ड्यातून बाहेर येताना अर्जनला प्रेतांचा खच व रक्ताचे डाग त्यांच्या भोवती त्या घुमटाखाली पडलेले दिसले. तो त्या सांडलेल्या रक्तावरून चालत गेला. त्याची आतडी पिळवटून आली व त्याने येणारी दुर्गंधी टाळण्यासाठी नाकाला कापडाने झाकले होते. तो बाहेर आला आणि त्याला दत्तात्रेयाचे अवयव तुटल्या अवस्थेत दिसले आणि त्याचे डोळे बाहेर आले होते. तो जिवंत नव्हता. आणि आता अर्जन काहीच करू शकत नव्हता. फक्त त्याच्यासाठी त्याला खूप वाईट वाटत होते.

मृत्यूने आपल्याला त्याच वेळी राग आणि दुःख जाणण्याची अनुमती दिली. त्याला असे वाटले नव्हते की त्याला म्लेच्छांबद्दल वाईट वाटेल आणि तरीही या वेळी त्याला असेच वाटले.

"भाऊ, आपल्याला बरीच कामे आटपायची आहेत." बालाने त्याच्या खांद्यावर थोपटत म्हटले.

अर्जनने मान डोलावली व त्याच्या मित्रांबरोबर तो चालू लागला. त्याने भांडार सोडले. त्यांच्याकडे त्या रक्तरंजित घटनेतून वाचल्याबद्दल लोक आश्चर्याने पहात होते. मग त्याने पाहिले तर सूर्यास्त झाला होता आणि बरेच लोक शहराच्या दुसऱ्या भागात होणाऱ्या खटल्याचे कामकाज बघण्यासाठी घाईघाईने निघाले होते. त्यांना उशीर झाला होता. पण अर्जनच्या हे लक्षात येत नव्हते की ते फारच कमी वेळ त्या भांडारात असूनदेखील सूर्यास्त इतक्या लवकर कसा झाला होता. पण काळ कुणासाठीही थांबत नसतो. कलीच्या अधिकाऱ्यांना कदाचित खटला झाल्यावर, त्यांच्या सोमाला काय झालेय हे कळले असते.

"आपल्याला उशीर झालाय." अर्जन सूर्यास्तकडे पाहून म्हणाला. बाला व कृपाने एकमेकांकडे पाहिले. पद्माने मात्र काहीच काळजी केली नाही.

"मित्रा, ते मला कळलेय." कृपाने पद्माकडे पाहिले. "मला तुझी आणि

तुझी मदत लागणार आहे." त्याने बालाकडेही पाहिले. "मला तुझी मदत लागणार आहे, अर्जन." मला एवढेच कळतेय की मला प्रत्येकाकडून जेवढे मिळेल तेवढे साहाय्य हवे आहे. मला जे काही करायचे ते करण्यासाठी तुमच्या साहाय्याची गरज आहे. म्हणूनच आपण तिकडे जात आहोत..."

"जरा थांब. तुम्ही म्हणजे?" पद्मा गोंधळात पडली. "मी तुमच्याबरोबर फक्त इथपर्यंतच येणार होते."

कृपाने दात विचकून वर पाहिले. "मुली, तुझ्या रक्तात जी काही इच्छाशक्तीची सखोलता आहे त्यासाठी मला तुला खूप खूप महत्त्वाची बाब सांगायची आहे. तुझ्यावर जी काही संकटे गुदरली आहेत ती आमच्यावरच्या संकटांपेक्षा खूपच लहान आहेत. सर्व जगाच्या रक्षणकर्त्याला आम्ही वाचवत आहोत."

ज्याला या मंडळींची पार्श्वभूमी व परिस्थिति माहीत नाही, त्यांना हे हे सर्व आढयतेखोर पणाचे वाटले असते.

"स्वतःला वाचवण्यासाठी दुसऱ्यांची गरज पडणारा हा कसला 'रक्षणकर्ता'? माझा जीव 'त्यांन' वाचवलेला मला मुळीच चालणार नाही." पद्माने हरकत घेतली.

"त्याची कदाचित तयारी नाहीय." कृपाने स्पष्ट केलेलं. त्याने ती पिशवी कडेपर्यंत आणली. त्याला ती जास्त वेळ उचलायला अवघड जात होते. अर्जनने पद्माच्या खांद्यावर हात ठेवला व तिला समजावून घेण्याची विनंती केली. पद्माने नाराजी व्यक्त केली व मग मान्यतेची मान डोलावली. तिचे बालाकडे पाहिले व मान्यता दिली. त्याने तिचे प्राण राक्षसाने हल्ला केला तेव्हा वाचवले होते.

"आता मला काय करायला हवे?"

"हो ना, आता आपण काय करायचे?" अर्जनने विचारले.

कृपा हसला. "जे आपण नेहमी करतो तेच. आपल्याला *त्वरित हालचाल करायला हवी.*"

६९

हा खटला रक्तरंजित घटनांवर मुख्यत: आधारित होता. यात वाट बघितली जात नाही. तसंच त्यासाठी तुमची वेगळी सुनावणी वगैरे घेतली जात नाही. त्यांनी तुम्हाला आधीच आरोपित केलेले असते व आता तुम्ही फक्त एका प्रदर्शनीय मनोरंजनात्मक गोष्ट असता. पण इथे वातावरणात एक तणाव भरलेला होता हे जसे न्यायाधीश येऊ लागले तसे ते कलीच्या लक्षात आले. पूर्वेला न्यायमंडळ बसले होते. एका चौथाऱ्यावर ते सर्वजण दाटीवाटीने बसले होते. सर्व नागरिक, शहरातले निवासी मुख्य व्यासपीठापासून थोडे दूर बसले होते. तिथेच आरोपींच्या बसण्याची तसेच त्यांच्या बाजूने लढण्यासाठी जागा होती. न्यायमंडळ निर्णय घेणार होते व न्यायाधीश त्याची पूर्तता करणार होते.

चार नागा सैनिक कल्कीच्या गळ्यावर तलवारी रोखून उभे होते. तो एकटाच तिथे होता. इतर कैदी आपले पिवळे व वेडेवाकडे दात विचकत इतरांची पर्वा न करता या सगळ्या गोष्टींचा आनंद घेत होते. तो अगदी खालच्या थरातील लोकांमध्ये उभा होता व त्याचा त्याला प्रचंड तिरस्कार वाटत होता. कैद्यांची मोठी रांग आपआपल्या खटल्याची वेळ येण्याची वाट बघत होते काहींना मारहाण केली जाईल तर काहींवर दगडफेक केली जाईल. ज्यांनी बलात्कार, लूटमार व खून केले होते, त्यांना फाशीची शिक्षा दिली जात होती. पण अशा प्रकारचं कोंणतंही तर्कसंगत कारण नसताना कल्कीला सुनावण्यात आलेली पूर्वनियोजित फाशीची शिक्षा अप्रस्तुत ठरत होती.

एक निळ्या डोळ्याची अपरिचित स्त्री, एका नागाच्या आकाराच्या सिंहासनावर बसली होती. तिच्या बरोबर एक टक्कल पडलेला आणि

गळ्याभोवती मुंगूस गुंडाळलेला जाड माणूस बसला होता. तिथे वेदान्तही होता. त्याच्या पुतळ्यावरून त्याने त्याला ओळखले. तोच या कठपुतळयांच्या खेळाचा राजा होता. त्यानंतर तेथे मर्तंजा होता. तो दुरुक्तीजवळच बसला होता आणि तिला जे काही चालले होते त्याचे नीट निरिक्षण करायला आग्रहाने सांगत होता

त्याच्या आधीचा माणूस मध्ये आला आणि त्याने त्याच्यावर दया करण्याची क्षमायाचना केली गुडघ्यावर बसून व दोन्ही हात जोडून तो भीक मागत होता. "ती लहान मुलगी आहे हे मला माहीत नव्हते. त्याची मला अजिबात कल्पना नव्हती. मी माफी मागतो. महाराजांचे महाराज, मी राज्यविरोधी आणि तुमच्यासारख्या देवतासमान लोकांचा अपमान केला आहे, पाप केले आहे." तो अत्यंत कळकळीने रडतभेकत होता.

कल्कीला, त्याने काय गुन्हा केला आहे हे माहीतही नव्हते व त्याच्या शब्दातूनही ते कळत नव्हते.

न्यायमंडळाच्या सभासदांनी कलीकडे पाहून मान डोलावली. तो म्हणाला, "मी माझ्या आयुष्यात अनेक पापकृत्ये बघितली आहेत पण त्यांची नेमकी व्याख्या मला कधीच समजू शकलेली नाही. पाप म्हणजे काय? आपण पापी लोकांच्या देशात राहतोय यावर माझा विश्वास नाही. जादा हाव म्हणजे पाप असे आपण समजतो पण मग जादा पैसा मिळवणे हीसुद्धा जादा हावच नाही का? आपण वासनेला पाप समजतो, तर मग सारे जगच वासनामय नाहीये का? कारण आपण आपल्या मनातील खोलवरच्या इच्छा आकांक्षा पूर्ण करण्यासाठीच झगडत नसतो का? आपण ढोंगी आहोत. पाप वगैरे काही नसते यावर माझा विश्वास आहे. आपण सर्वजण सारखेच आहोत. आणि आपण या माणसासारखेच इतरांशी वागत असतो. तू स्वतंत्र आहेस, गृहस्था. पण सम्राट वेदान्तच्या सैन्यात तू पाच वर्ष काम केले पाहिजे आणि मग तू एक आरोप विरहित व्यक्ति म्हणून जगू शकशील. सोडा त्याला."

त्या क्षणी तो माणूस प्रचंड आनंदी व खूश झाला. त्याला नाग सैनिक घेऊन गेले.

कल्कीच्या मागे असलेला माणूस त्याला म्हणाला, "त्याला सोडून दिलेय यावर माझा विश्वासच बसत नाही. सम्राट आज चांगल्या मनःस्थितीत दिसताहेत. तू नशीबवान आहेस."

"पण त्याने काय गुन्हा केला आहे?" कल्कीने मागे कोण आहे ते

पाहिले नव्हते पण आताच जो कैदी खटल्यासाठी उभा राहिला होता त्याच्याबद्दल विचारले.

"लहान मुलीवर बलात्कार." कैदी म्हणाला. "अशा लोकांना स्वर्गातही नाही आणि नरकातही जागा मिळणार नाही. त्याला इथेच फक्त जागा मिळेल."

कल्कीने दात चावले. "त्यांचे गुन्हे का सांगितले जात नाहीत?"

"का ते माहीत नाही, बाबा."

मग कल्कीचे नाव पुकारले गेले. कल्की मध्ये बसला होता. तो समाधानाने पुढे झाला आणि हसला.

कल्की जमिनीवर उभा राहिला. सर्व न्यायाधीश, राज्यातील कायद्याचे तथाकथित रक्षणकर्ते त्याच्याकडे पाहू लागले. आकाश अंधुक झाले होते व संध्याकाळ होऊ लागली होती. सर्व तारे धुरकट ढगांच्या जाड थरामध्ये झाकले गेले होते.

कैदया, तू तुझ्या बचावाचे भाषण करण्याअगोदर मला सर्व न्यायमंडळाला सांगायला आवडेल की त्यांनी या माणसावर आपल्या कृपेची छाया अजिबात टाकू नये. त्याला अजिबात दया दाखवू नये. त्याने सम्राट रक्तपाच्या अनेक लोकांना कंठस्नान घातले आहे. त्याने राज्याच्या विरोधात केलेल्या बंडामध्ये महत्त्वाची भूमिका बजावली होती व सम्राट वेदान्तच्या विरुद्ध बंडही केले होते.

राजाने कोणतीही प्रतिक्रिया दिली नाही. तो कंटाळला होता व आपण कुठेतरी दुसरीकडे असायला पाहिजे होते असे त्याच्या चेहऱ्यावरून दिसत होते.

"या बंडखोराला सर्वात कडक शिक्षा मिळायला हवी. जेणेकरून राज्याचा चांगुलपणा जाहीर होईल." कली म्हणाला.

त्याचवेळी निळ्या डोळ्यांच्या स्त्रीने मधेच तोंड घातले, जसे काही ती कलीचे बोलणे संपायचीच वाट पाहत होती आणि तो जेव्हा बोलायचे थांबेना, तेव्हा ती वैतागलेली दिसत होती. "त्याच्यावर कोणत्या कारणांच्या आधारावर आरोपपत्र दाखल झालेले आहे याची माहिती करून घ्यायला मला आवडेल." ती सम्राट वासुकीची बहीण मनसा होती. निशाणी धारकाने प्रत्येक न्यायाधीशाची ओळख करून दिली. प्रत्येक सभासदच्या निशाणा वर त्यांच्या स्वतःची मुद्रा/खूण होती. त्याचा संबंध त्या त्या जमातीच्या संदर्भातील होता. फक्त कलीच्या निशाणावर एक वेगळीच खूण होती.

त्याच्या झेंड्यावर घुबडव रक्ताच्या रंगात काढलेल्या सूर्याची खूण होती. कल्कीला याचा अर्थ कळला नाही.

"आधार?" कलीने डोळे बारीक केले. "आधार असेच म्हणालीस ना? माझ्या शब्दांना मी पुराव्याने शाबीत करू शकतो. माझ्या प्रिय बहिणीला इथे बोलवा."

मर्तंजा एक सुईच्यासारखे शस्त्र दुरुक्तीच्या अंगावर हलकेच टेकवून तिला घेऊन येत होता हे कल्कीच्या लक्षात आले. ती पुढे आली. तिचा चेहरा ओढलेला, कंटाळवाणा वाटत होता कारण तिने अख्खी रात्र झोपेविना घालवली होती. कल्की व तिला कलीने कसे पकडले होते, तो तिच्याबाबत कसा निराश झाला होता याची आठवण कल्कीला झाली. राजद्रोहासाठी दुरुक्तीला देहदंडाची शिक्षा मिळाली असती. पण त्याने तिला माफ केले होते. तिला खोलीत बंदिवान केले होते आणि कल्कीने त्याच्यावर प्राणघातक हल्ला करूनही पुन: फक्त तुरुंगात टाकले होते. दहा राक्षसांनी कल्की ला थांबवले होते आणि त्याला पुन: कोठडीत टाकले होते. कल्कीवर काबू मिळवण्यात मर्तंजाने मोठी भूमिका वठवली होती कारण त्याच्यात प्रचंड शक्ति होती. कल्कीपेक्षादेखील आता ती जास्त होती आणि त्याने त्याला जोरदार तडाखा दिला होता. कल्कीला आपली सारी शक्तीच हिरावून घेतल्यासारखे झाले होते.

"बोल," कल्लीने आज्ञा केली.

मनसाने सौम्य आवाजात सुरू केले, "घाबरून जाऊ नकोस. बोल. तुला काय वाटते ते बोल." ती थांबली. आणि कल्कीला क्षणभर वाटले की ती आपल्याच बाजूने आहे पण का असेल? तिची स्वत:ची काही कैफियत असेल का?

कली तुच्छतेने हसला.

दुरुक्तीने कल्कीकडे क्षणभर पाहिले आणि दोघांनाही अर्थबोध झाल्यासारखे वाटले. दुरुक्ती योग्य तेच करेल हे कल्कीला वाटत होते. कदाचित ती असे काही बोलेल ज्याने त्याची बाजू कलीपुढे उचलली जाईल.

"होय, कल्की हरी हा खुनी आहे." तिने दीर्घ श्वास घेत म्हटले. कल्कीच्या हृदयाच्या ठिकऱ्या ठिकऱ्या झाल्या. "त्याने शाही फौजांविरुद्ध बंड केले आणि तो पकडला गेला. तो अनेक वर्षे राजद्रोहाची आखणी करत होता आणि शांबलातील; सर्व गावकऱ्यांच्यावर वाईट दबाव आणत होता."

सर्वांनी धिक्कार केला. त्यांनी कल्कीवर सफरचंदे व दगडांचा मारा

केला. त्याने डोळे बंद केले. आणि डोके हलवले. आता इथून बाहेर पडायचा काहीच मार्ग नव्हता.

"लाडके, हे सर्व बरोबर आहे ना?" मनसा सौम्यपणे म्हणाली. व तिने स्वत:ला सत्यापासून दूर नेले होते.

"हो" प्रत्येक शब्दावर जोर देत म्हटले गेले. "मला खात्री आहे."

कलीने टाळ्या वाजवल्या. "आता कसं बोललीस? आपल्याला अत्यंत विश्वासार्ह साक्षीदार मिळालाय. बंडखोरांविरुद्ध कीकतपुरमधील भांडारप्रमुखाने साक्ष दिलीय. न्यायमंडळाने काय ठरवले आहे? आपण याचे काय करायचे आहे?"

कल्कीला बोलायचे होते. पण त्याच्या हातातील बेड्या व आताची भयंकर परिस्थिति यामुळे तो बोलू शकला नाही. कलीला त्याचे फक्त मरण नको होते, कारण ठार काय तो तुरुंगातही करू शकला असता. मर्तंजाने त्याला भोसकून मारले असते आणि कोणालाच कळलेही नसते.

नाही.

त्याला कल्कीचा अपमान करायचा होता. मानखंडना करायची होती. दुरुक्तीने त्याचा विश्वासघात करायला हवा होता. आणि हे सर्व त्याला साऱ्या लोकांपुढे व्हायला हवे होते व ती स्वादिष्ट चव त्याला चाखायची होती. हे केवळ सत्तेचे प्रदर्शन नव्हते. त्याला कुणीतरी धमकावलेय असे त्याला वाटत नव्हते. उलट तो स्वत:च एक धमकी आहे हे त्याला दाखवून द्यायचे होते. आणि ते असे सर्वांपुढे दाखवण्याहून आणखी चांगला मार्ग कोणता होता? अतिक्रूरपणाला मर्यादा नसते आणि असल्या तरी त्याने त्या सर्व पार केल्या होत्या.

"त्या मुलाला स्वत:च्या बचावात काही बोलायचे असल्यास त्याला बोलू द्यावे. तसा नियमही आहेच." मनसाने मध्येच तोंड घातले.

कुवेरा आणि वेदान्त चमत्कारीकपणे बसले होते तेव्हा कुवेरा म्हणाला, "मला वाटतं की सर्व आरोप बरोबर आहेत. आपल्याला आता 'ते' ऐकण्यात..."

कलीने हात वर केला, "बरोबर आहे. त्या ओंगळ माणसाला बोलू द्या." लोकांकडून सर्व बाजूंनी जोरदार आरोळ्या, आरडाओरडा ऐकू येऊ लागला.

"शांतता पाळा." तो ओरडला. त्यामुळे अगदी चुळबुळया व्यक्तींपासून सर्वजण शांत बसले. "छान, बोल काय बोलायचे आहे ते."

कल्कीने मनसाकडे पाहिले. तिचा अपंग हात एका घाणेरड्या जांभळ्या

कापडात गुंडाळलेला होता. तो काही बोलेल याची ती वाट पाहत होती. त्याने त्यालाच मदत होईल असे बोलणे आवश्यक होते. "माझे वडील काही महिन्यांपूर्वी वारले." कल्कीने सुरुवात केली. "त्यांच्यावर हल्ला झाला व त्याला म्लेंछांनी पळवून नेले. मी त्यांना सोडवले पण त्याचा काही उपयोग झाला नाही. कारण माझा म्लेंछांवरचा विजय हाच त्यांच्या मरणाचे कारण ठरला. त्यालाच तुम्ही लोक नशीब म्हणता. कारण त्यांचे मरण दैवाने लिहिलेलेच होते. मी त्यांना वाचवले असते किंवा नसते तरी ते मरणारच होते. तेच सर्व इथेही घडणार आहे. मी माझा काय बचाव करतोय किंवा मी काय सांगतोय त्याचा न्यायमंडळाच्या निर्णयावर काहीही परिणाम होणार नाहीये." त्याने लोकांना हाताने इशारा केला. ते दाटीवाटीने गर्दी करून बसले होते. "कारण की त्यांना सम्राट कलीने खरेदी केलेले असेल, त्यांना लाच दिली असेल किंवा त्यांना धमकावले असेल." त्याने उपहास केला व तो थुंकला. त्याचे स्नायू ताठरले होते आणि त्याच्या शरीरावरचे जखमांचे व्रण दिव्यांच्या मंद प्रकाशात चमकले. "मला माहीत नाही की मी माझे पूर्ण आयुष्य जगलोय की नाही ते पण मी या जगात अनेक संकटांना तोंड दिले आहे. त्यामुळे या जगात काय बदल घडणे आवश्यक आहेत ते मला समजले आहे."

"बाष्कळ बडबड," कली कुरकुरला, "त्याला मारून टाका." त्याने रक्षकांना आज्ञा दिली.

कल्कीच्या शरीरावरील बेड्यांना धरून नागांनी त्याला खाली खेचले. त्याच्या समोरच दुरुक्तीचा जीव खालीवर झाला आणि ती मर्तांजासून दूर होऊ लागली. पण त्याने तिला हलू दिले नाही. कल्की गुडघ्यावर बसला व त्याला सारे आकाश काळवंडलेले दिसू लागले. त्याने सम्राट विष्णूचा धावा केला. त्याने परशुधारी व्यक्तीच्या पावलांचा कानठळ्या बसवणारा आवाज ऐकला. त्या माणसाच्या हातात मरण देणारे हत्यार होते.

"तू त्याला इथेच मारणार आहेस?" मनसाने विरोध दर्शवला. "हे योग्य नाही. बाकीचे न्यायमंडळातील सदस्य कलीने जे वाईट मत करून घेतलेय त्याबद्दल काहीच का बोलत नाहीत?" पण कुणीही चकार शब्द काढला नाही. कल्कीने बघितले. बहुतेक सगळ्यांनी आपली शेपटी दोन पायात घातली होती.

कल्कीचे डोके ऐरणीसारख्या एका अवजारात धरण्यात आले. व बरोबर त्याच्या मानेवर वरील कुऱ्हाडीचे पाते पडेल अशी त्याची मान

ठेवली गेली. ते पाते त्याच्या कातडीवर पडेल त्याची काही वेळा रंगीत तालीम घेतली गेली व शेवटचा घाव घालण्याची तयारी पूर्ण झाली. त्याचे मरण तो आता समोर पाहत होता.

आता ते पाते वरुन खाली आले, आता ते निर्दयीपणे त्याच्या मानेत घुसणार इतक्यात...

ते जागेवरच थांबले.

कल्कीने डोळे उघडले. त्याचे हृदय धडधडत होता. त्याने वर पाहिले तर तो कुऱ्हाडधारी माणूसही वरच बघत होता व दुरुक्तीनेही लढणे बंद केले होते आणि तीही वर बघत होती.

आकाशाच्या मध्यावर, काळ्या ढगांनी आकाश व्यापले होते. एक पक्षी उडत उडत त्यांचेकडे झेप घेऊन येत असलेला कल्कीने पाहिला. सारे लोक 'आ' वासून ते दृश्य पाहत होते. कल्कीने डोळे विस्फारून पाहिले. त्याने आतापर्यंत कधीही पाहिला नव्हता एवढा मोठा तो पक्षी होता.

तो एक रथ होता आणि तो त्याच्याकडेच येत होता.

पण तो सगळ्यात आश्चर्याचा भाग नव्हता. कारण त्या रथाला घोडे बांधलेले नव्हते. तर त्याला दोन मोठे पंख होते. सर्वसाधारणपणे ते पंखे फिरते असतात व ते जमीनीवरील मोठ्या संख्येतील शत्रुंवर हल्ला करण्यासाठी वापरले जातात. परंतु इथे आता ते रथ चालवण्यासाठी वापरले होते.

मग त्याचे लक्ष त्याच्या मित्रांकडे गेले. अर्जन पुढे होता. बाला व कृपा मागे होते. त्यांच्या हातात अनुक्रमे धनुष्य बाण व भाले होते.

70

तो बाण त्याच्यासाठी नव्हता. तो नागावर रोखलेला होता. ज्याने कल्कीला साखळीने बांधून धरले होते. त्या बाणाने नागाचे मस्तक भेदले व तो त्याच जागी मरून पडला. रथ हवेतच फिरला व त्यातून सुटलेल्या दुसऱ्या बाणाने दुसऱ्या नागाला भेदले. कल्कीच्या साखळ्या सैल झाल्या आणि त्याला आपण पूर्ववत ताकदवर झाल्याचे जाणवले. त्यामुळे त्याने तिसऱ्या नागाला खेचले व त्याला जोरात ठोसा मारला. आता त्याला कोणीच धरायला नसल्यामुळे त्याने साखळ्या तोडायचा प्रयत्न केला. पण त्यात त्याला यश आले नाही.

त्याची नजर थांबलेल्या रथावर पडली. तो रथ सोमामुळे उडत होता. आजपर्यंत सांगोवांगी असलेल्या निळ्या ज्योती त्या रथाच्या मागून येत होत्या. व त्यातून ऊर्जा फेकली जात होती. एक शिडी त्यातून बाहेर आली. ती कल्कीने पकडली. त्याच वेळी त्याच्या लक्षात आले मर्तंजा त्याच्याकडेच पूर्ण वेगाने येत होता.

"त्याला ठार मारा!" कली त्याच्या जागेवर उभा राहून सांगत होता. "आणि त्या देखण्याला माझ्याकडे आणा."

रथावर बाणांचा वर्षाव होता होता. पण त्याचा काहीच परिणाम होता नव्हता. एका बाणामुळे त्याची पुढील बाजू मोडली पण तो रथ खाली पडला नाही. आता मात्र कल्कीने शिडीची एक कड धरून ठेवली होती पण मर्तंजा अगदी जवळ आल्याचे त्याला जाणवले.

"जलदी करून वर ये. सोमामुळे जरी हवेत असलो तरी ते कायमचे राहू शकणार नाही." अर्जन रथातून ओरडला.

"तू हे सर्व कसे काय केलेस?" कल्की ओरडून म्हणाला, "आणि आता देवाचे नाव घे आणि पुढे चल."

“कृपा याला विमान म्हणतो. हे सोम इंधनावर चालते. सोमचे खडे रथामध्ये भरून ते जाळले. त्याला एक छिद्र ठेवून त्यातून सारी ऊर्जा रथाला पुरवली जाते. आम्हाला फक्त घोडे नसलेला रथ उडवावा लागला. आणि मग तो उडवायचा होता.” अर्जन हसला. “पण आम्हाला ते उडवता आले नाही.”

कल्कीने काहीच केले नाही पण तोही हसला. साखळ्यांमुळे रथ खाली खाली जात होता. त्याच्या अंगावर अजूनही असलेले ते धातूचे वजन त्याला खाली टाकणे आवश्यक होते.

“मला खाली जायला हवे. नाहीतर रथ पुढे जाणार नाही. एक क्षणभर इथेच थांब.” कल्की खाली जमिनीवर उतरला व नागाचे एखादे हत्यार मिळतेय का ते बघू लागला. तो एका मेलेल्या नागाजवळ त्याचे हत्यार घ्यायला आला तेव्हाच त्याला मर्तंजा दिसला.

“अरे गावंढळ!” राक्षसांचा नेता ओरडला, “ही कसली जादू म्हणायची?”

कल्कीला समजेना की हे सारे त्याला कसे समजावून द्यावे. पण ते सांगायला त्याच्याकडे सवडच नव्हती. कारण मर्तंजा त्याच्या हातात एक दुधारी तलवार घेऊन पुढे आला. त्या तलवारीच्या खूप पात्यांवर धार लावलेली होती. तो ती तलवार कल्कीच्या कुऱ्हाडीवर आपटू लागला.

कल्कीने मागे कोलांटी उडी मारली. त्या साखळ्या त्याची ऊर्जा व शक्ति नष्ट करत होत्या. तो वळला तेव्हा ते लांब पाते कल्कीच्या तोंडापुढे आले. एका चपळ हालचालीत त्याने त्याची कुऱ्हाड मर्तंजाच्या गुडघ्यावर मारली. मर्तंजा पडला पण तो पुन: उभा राहिला. त्याने रक्त पुसले. ते त्याने इतक्या चपळपणे केले की कल्की त्याचे डोके उडवू शकला नाही.

माझी कमतरताच माझे बळ होणे आवश्यक आहे.

त्याने त्या साखळ्याच इतक्या जोरात फिरवल्या की त्यांना प्रचंड गती प्राप्त झाली मग त्याने त्या साखळ्या मर्तंजाच्या चेहऱ्यावर फेकल्या. एक जोरदार झटका दिल्यावर त्यांनी त्याच्या चेहऱ्यावर जबरदस्त आघात केला. तो मागे पडला व जमिनीवर कोसळला.

कल्कीने कुऱ्हाडीने लोखंडी साखळ्यांवर आघात केले.

आणि त्याने कलीची किंकाळी ऐकली. “त्याला जाऊ देऊ नकोस.” कल्कीने मागे वळून पाहिले. सारे न्यायमंडळ व न्यायाधीश उठून उभे राहिले होते. एवढेच नव्हे तर नागरिकही मोठयाने ओरडत होते. ते चकित

झाले होते व या गडबडगोंधळाचा आणि करमणुकीचा आनंद घेत होते. कल्कीने साखळीचा एक भाग सोडवला मग दुसराही. पायातील साखळीही सोडवली. मार्तंजा उठून उभे राहण्याचा प्रयत्न करत होता हे

ही त्याने पाहिले.

"मलाही तिथे घे." कल्कीची नजर खाली गेली. ती दुरुक्ती होती हे त्याला कळले. ती त्याच्याकडे आली होती. "कृपा करून मला उचलून घे."

क्षणमात्र कल्कीच्या मनात कलीची जुलूमशाही आली आणि त्याने त्याच्या संतापापासून तिला बाजूला कसे काढले हेही आले. लक्ष्मीच्या मृत्यूला तीच करणीभूत होती तसेच शांबलातील इतर लोकही तिच्यामुळेच धुळीला मिळाले होते. तो तिथे असण्याचे कारणसुद्धा तीच होती.

पण तिला दोष देणे त्याला थांबवायला हवे होते.

कल्कीने त्याचे डोके हलवले. "कलीची मते बदलू शकेल अशी तूच एकमेव व्यक्ती आहेस. त्याला वाचव आणि त्याच्यात बदल घडवून आण...जर तुला शक्य असेल तर..."

"तू मला इथेच सोडून जाऊ शकत नाहीस. कृपा कर." तिने हात जोडून भीक मागितली. "तो मला एक तर मारून टाकेल किंवा मला काहीतरी करेल. मला माहीत नाही. तो माझे काय करेल हे मला माहीत नाही."

कल्कीने तिचा चेहरा हातात घेतला आणि तिच्या डोळ्यात पाहिले. "मी परत येईन. तू जे काही केलेस त्याबद्दल आभार." त्याने तिच्या गालाचे चुंबन घेतले आणि शिडीकडे पळत जाऊन ती धरली. दुरुक्तीचा चेहरा पाहाण्यासाठी त्याच्याकडे वेळ नव्हता. तो जेव्हा वळला तेव्हा त्याच्या लक्षात आले की मर्तंजाही शिडीकडे येत होता.

रथ व्यासपीठ सोडून पुढे गेला. मर्तंजाने एका झटक्यात उडी मारून त्या व्यासपीठावरुन शिडीचे टोक पकडले. त्यामुळे रथ थोडा डळमळला. पण तो पुढेच जात होता. जिथे खटले चालले होते जी जागा सोडून बाहेर पडला व उत्तरेकडे जाऊ लागला.

कल्की वर चढण्याचा प्रयत्न करत होता पण मर्तंजा जास्त जलद गतीने जात होता. त्याने लाथेने तुडवायचा प्रयत्न केला पण ते जमले नाही. त्याने त्याचा पाय पकडला व त्याच्या जखमेवर आपली नखे रोवली. कल्की दु:खाने विव्हळला. आणि त्याने उरलीसुरली शक्ति लावून त्याला खाली ढकलले. नशिबाने उडता रथ एका उंच इमारतीवरून चालला होता. मर्तंजा त्यावर पडला व गडबडा लोळत गेला.

कल्की व मर्तंजाने एकमेकांकडे तिरस्काराने बघितले पण तो त्याच्या हत्यारानिशी तिथेच राहिला.

"वर ये" अर्जनने बोलावले. कल्कीने दात विचकले.

"मला हे सारे संपवलेच पाहिजे." "हत्यार माझ्याकडे फेक."

"का?"

"फेक तर."

कल्कीने वर पाहिले. अर्जन तलवार फेकत होता.

कल्कीने ती पकडली. तलवारीला संरक्षक कवच होते त्यामुळे पात्याने त्याचा हात जखमी झाला नाही.

"नीट पकड."

"हा रथ इथेच असू दे. त्याला जरा थांबव."

"थांबवायचे?" अर्जनचा आवाज चिरकला. "तुला याला थांबवण्याचे कारण काय? तुला कुठे जायचे असं वाटतंय?"

कल्कीने ओठावरुन जीभ फिरवली. "मला याचा शेवट करायचा आहे."

अर्जनने विरोध दाखवत त्याचे डोके हलवले. पण कल्कीने शिडीवरून मर्तंजा ज्या इमारतीवर होता तिच्यावर उडी मारली. कल्कीने लोळण घेत तलवार म्यानातून बाहेर काढली. त्याचे डोळे खाली रोखलेले होते आणि केस कपाळावर आले होते. त्याने म्यान खाली टाकले. मर्तंजाही तयारच होता.

"अरे घाबरटा, तू परत का आलास?" मर्तंजा हसला. त्याचे दात पिवळे धमक पडले होते. आणि त्याच्या डोळ्यातून अंगार फुलले होते. दुरुक्तीला पाहिल्यावर त्याला नाराजी येत असे तसे झाले.

"तू माझ्या लोकांना मारलेस."

"हो मी मारले. मला त्या टवळीने सांगितले होते म्हणून."

"तिने तुला थांबायला सांगितले होते पण तू थांबला नाहीस."

मर्तंजाने खांदे उडवले. "अं, मुला मी माझे कर्तव्य बजावत होतो. तूहे तेच करत नव्हतास का? माझ्या लोकांना त्यांच्या स्वत:चा विचारही होता. तू त्यांना दोष देऊ शकत नाहीस." त्याने कल्कीवर अचानक हल्ला केला. कल्कीने त्याच्या तलवारीने तो परतवला. मर्तंजा मागे हटला. त्याने चपळतेने त्याचे पाय हलवले. "आणि आता जर मी पुन: त्या गावी गेलो तर मला जे हवे आहे ते मिळवण्यासाठी मी त्या गावातील प्रत्येकावर बलात्कार करीन व त्यांना मारून टाकीन."

सोम!

"मला वाटतं की तुझ्या मनात त्यांनी विष कालवलंय!" कल्की पुढे आला. आणि त्याने आपली तलवार त्याच्या तलवारीवर आपटली. पण त्याचा काहीच उपयोग झाला नाही. तोसुद्धा चपळ होता.

"नाही नाही मला त्यामुळे आणखी बलदंड केलंय!" मर्तंजा म्हणाला. त्याने पुढे उडी मारत कल्कीवर हल्ला केला.

पण कल्कीला कुठे थांबायचे हे माहीत होते आणि त्यांने तेच केले. त्याने तो वार चुकवला. दोन्ही तलवारींचा एकमेकांवर हवेत आपटून आवाज होत होता. मर्तंजाने कल्कीवर तलवारीने कुरघोडी करण्याचा प्रयत्न केला. शेवटी कल्कीनेच त्याला गुडघ्यावर बसायला भाग पडले. मर्तंजा पाठीवर पडला. कल्की पुढे झाला व त्याने मर्तंजाच्या शरीरावर तलवार खुपसली पण त्याने तो थांबला नाही तर त्याने तलवार दोन्ही हातांनी पकडली.

"आता तुझ्या लक्षात आले असेलच की मी आता साधासुधा राहिलेलो नाही."

"अगदी स्पष्टपणे." कल्कीने तलवार उपसून काढली तसे मर्तंजाने हातावरील रक्त चाटून टाकले. "माझे पूर्वज म्हणायचे की आपल्या रक्तात असे काही महत्त्वाचे गुण असतात ज्याने फक्त योद्धेच तयार होतात."

"म्हणून तुम्ही हे असे चित्रविचित्र दिसता का?" कल्की हसला.

"असले फालतू विनोद करून तू वस्तुस्थितीपासून पळून जाऊ शकत नाहीस. आता तू इथे माझ्यासमोर अडकला आहेस."

कल्कीने पाय फाकवत तलवार चालवली. "तू चुकतोयस. माझ्यामुळे तू अडकला आहेस." मग मर्तंजावर कल्की चालून गेला. त्याने त्याच्या शरीरात खोलवर तलवार घुसवली. त्याच वेळी मर्तंजाने त्याला मागून पकडले. त्याची नखे कल्कीच्या अंगात घुसली आणि ते दोघेही त्या इमारतीच्या कडेवरून खाली पडले.

कल्कीला डोक्यावरील केसात जोरदार वाऱ्याचा प्रभाव जाणवला व त्याला जाणवले की आपण एका झोपडीवर पडलोय. त्याने मर्तंजाकडे पाहिले तर तो उभा राहून त्याच्यापासून दूर पळून जाण्याचा रडतखडत प्रयत्न करीत होता. त्याचा पाय मोडला होता. त्यामुळे तो स्वतःशीच रागाने पुटपुटत पळत होता. कल्की उभा राहिला. त्याच्या शरीराचा प्रत्येक भाग ठणकत होता. त्याला आपल्याला किती लागलेय याची कल्पना येत नव्हती.

कल्की वळला आणि त्याची नजर स्थिर झाल्यावर त्याला कळले की मर्तंजाची स्वत:चीच तलवार त्याच्या अंगात घुसली होती. त्याला नीट चालताही येत नव्हते. आणि तो रस्त्यावरील लोकांचे लक्ष वेधून घेत होता. लोक त्याच्याकडे संतापाने व किळसवाण्या नजरेने पाहत होते. मर्तंजा बरे होण्यासाठी कदाचित स्वत:च्या किल्ल्याकडे जात होता.

पण आता थांबून चालणार नव्हते.

कल्कीने शस्त्रास्त्रांच्या दुकानदाराकडे पाहिले. ते दुकान त्यानेच नष्ट केले होते. "दोस्ता, मला माफ कर." तो त्याला म्हणाला. त्याने त्याच्याकडे संतापाने बघितले.

कल्कीची नजर धनुष्य बाणावर पडली. ते साध्या बांबूपासून बनवले होते, त्याला रक्त लागले होते. सम्राट राघवाचे स्वप्न बघताना जे त्याने पाहिले होते तसे ते नव्हते. पण शांबलाच्या युद्धात वापरल्याप्रमाणे ते होते.

"मी हे वापरू शकतो का?"

तो दुकानदार गडगडाटी हसला.

कल्कीने फारसा विचार केला नाही. त्याने धनुष्य बाण उचलले. तो रस्त्यावर येऊन स्थिर उभा राहिला. त्याचे बाहू सरळ रेषेत होते व एक डोळा बंद होता. त्याने मन स्थिर करण्यासाठी खोल श्वास घेतला.

सम्राट विष्णूचे स्मरण करून व काही मंत्र म्हणून कल्कीने बाण सोडला. तो सरळ जाऊन मर्तंजाच्या कवटीत बसला. त्याचे डोके फुटले व तो खाली कोसळला.

कल्की त्याच्या जखमांचा अंदाज घेत शक्य तितक्या जलद गतीने चालत मर्तंजाजवळ गेला. तो गटाराजवळ पडला होता. त्याच्या तोंडातून रक्त वाहत होते. डोळे निष्प्राण झाले होते. पडल्यामुळे (एक खड्डा पडला होता) त्यावर चंद्रप्रकाश पडला होता.

त्याने एक खोल श्वास घेतला तेव्हा त्याला जाणवले की आपण आतापर्यंतची जिंकलेली अशी ही पहिलीच लढाई आहे.

71

वासुकीचा मृत्यू ही नागपुरी तील प्रतिष्ठितांसाठी प्रमुख तील काही बनण्याची संधी आहे व त्यासाठी त्यांच्यात लट्ठालट्ठी होणार हे मनसाला माहीत होते. म्हणूनच तिथे परत जाऊन वासुकीचा मान राखणे तिला आवश्यक वाटत होते.

आता तिने त्यासाठी लढा द्यावा की आधी तिने सूड उगवावा? ह्या विचाराने तिला गोंधळात टाकले. जेव्हा तिने एक आवाज ऐकला तेव्हा तिने कपाळावरचा हात काढून घेतला व विचारांना विराम दिला. धूळ आणि विटा पडण्याचा तो आवाज होता. तिची नजर स्थिर झाली व हात तिच्या कमरेला लटकलेल्या कट्यारीच्या मुठीकडे गेला. खिडकीतून शत्रू आत आलेला दिसला तेव्हा तिने ती कट्यार म्यानातून काढून त्याच्यावर रोखली. अगदीच किस्कोळ, हडकुळ्या शरीरयष्टीच्या त्या व्यक्तीने तिचा चेहरा व तिची ओळख उघड करणारे रुपेरी केस ज्या शालीमध्ये लपवले होते ती शाल तिच्या ओळखीची होती. ती व्यक्ति म्हणजे दुसरी कोणी नाही तर तिची गुप्तहेर आणि खुनी पद्मा होती. तिने रुपेरी केसांचा बुचडा बांधला होता आणि तिच्या सोन्याचा मुलामा दिलेल्या बटाव्यात जुनी नाणी होती. तिच्या कमरेला व मांडीवर म्यान केलेल्या कट्यारी लटकत होत्या.

"तू येत आहेस हे सांगण्यासाठी तू मला एक चिठ्ठी पाठवली असतीसं तर. तुला असं लपून छपून आत यावं लागलं नसतं, प्रिये." मनसा बघून क्षीणपणे हसली.

"मी सराव करत आहे."

कशासाठी, हा खरा प्रश्न होता. पद्माचा निर्धार पक्का होता. मनसाला ती जेव्हा अशीच तरुण आणि एक योद्धा होण्यासाठी धडपडत

होती त्याची आठवण झाली. राक्षस मंडळी त्यांच्या स्त्रियांना घाबरट ठेवत असते तर नाग लोकांकडे समानतेचे वातावरण होते. त्यांच्या मते स्त्री व पुरुष दोघांनीही ही युद्धकला शिकून घेतली पाहिजे. पण मनसाच्या अपंगपणामुळे तिच्या उत्साहाला थोडे बंधन आले होते.

मनसाने निःश्वास सोडला. पद्मा बुचकळ्यात पडलेली पाहून ती म्हणाली, "काय झाले काय?" "काल खटला चालू होता तिये मी होते." पद्मा म्हणाली.

"मी तुला पहिलंच नव्हतं. तू तुझ्या या केसांनीशी कोणाच्याही नजरेला पडता कामा नये." मनसाने तिच्या असाधारण केसांकडे पाहून म्हटले.

"मीच तो रथ चालवत होते." ती म्हणाली.

रथ हा विज्ञान आणि जादूचा एकत्रित कुशल आविष्कार आहे. हे सर्व कसे काय घडते याची तिला काहीच माहिती नव्हती. पण असं दिसत होते की पद्‌माला याबाबत काहीच बोलायचे नव्हते.

"हे सर्व खूपच धक्कादायक आणि चांगले झालेय हे बरोबर आहे पण तो माझा विषय नाही. मला फक्त एवढेच सांगायचेय की तू मला जे काही करायला सांगितले होतेस ते सर्व मी केलेय." पद्‌मा म्हणाली

"काय?"

"मी कलीचे भांडार जाळून टाकलय. जिथे त्याने ती वनस्पति ठेवली होती तेच."

मनसा पद्‌माच्या बोलण्यामुळे खूश झाली व उभी राहिली. तिला पद्‌माला मिठी मारावीशी वाटत होती पण तिचा पेहेराव खूपच खराब झाला असल्यामुळे तिने तसे केले नाही.

"लाडके, हे तू खूपच चांगले केलेस. छानच!"

खटला व त्या दुर्घटनेनंतर कलीचा संताप प्रचंड प्रमाणात वाढला होता. अनावर झाला होता. त्याच्या आवडीच्या गोष्टीबाबत शहराच्या दुसऱ्या बाजूला काहीतरी घोळ झाला होता हे त्याला समजले होते. काय ते नक्की माहीत नव्हते पण त्याची पावले जलद पडत होती आणि त्या गोंधळाबाबत काहीही न बोलता तो तेथून चलता झाला होता. वेदान्त व कुवेरा एकमेकांशी काहीतरी बोलले पण तेवढ्यात मनसाने त्याला डोळ्याने इशारा केल्यामुळे, कुवेरा परत फिरला आणि त्या वेळी त्याच्या चेहऱ्यावर विजयी पण तापदायक हसू नव्हते. तो संतापला होता आणि घाबरलाही होता.

ती कलीला कितीही तिरस्कारणीय, ओंगळ व चिडलेला समजत असली तरी, ती त्याला कुवेराला योग्य रीतीने घाबरवल्याबद्दल त्याचे अभिनंदन करणार होती.

"पण तिथे वनस्पति नव्हती. ते खडक होते." तिच्या भुवया आक्रसून ती म्हणाली. ती विचारपूर्वक पावले टाकत होती. "ते निळे होते अगदी मणी किंवा नीलासारखे होते."

"नागमणी?"

"ते काय असते?"

"सम्राट शिवाच्या आशीर्वादाने शक्तीशाली झालेला खडक." मनसा म्हणाली. "ते अगदी क्वचितच आपल्या लोकांना प्राप्त होतात. आपल्याला मिळालेला असा एक खडक आपण मंदिरात ठेवला आहे."

पद्माने गोंधळून गेल्याप्रमाणे डोके हलवले. "मला ते काही माहीत नाही. मी तुला ते सर्व सांगितले पाहिजे कारण ते माझे कर्तव्य आहे."

"अधिक सुवर्णमुद्रा मिळाव्यात म्हणून?" मी आणल्या आहेत..." मनसा त्या घेण्यासाठी पुढे आली तेवढ्यात पद्माने तिला मधेच टोकले.

"छे, छे मला असल्या फालतू सुवर्णा मुद्रा नको आहेत. मला दुसरे काही हवे आहे."

मनसाने तिचे डोके हलवले, "हो का लाडके?"

"वेदान्तला सगळ्यात जास्त काय आवडते ते मला माहीत करून घ्यायचे आहे."

मनसा अंदाज घेत तशीच उभी राहिली. पद्माने हे सारे, काही हेतु मनात ठेवून केले होते तर. तिला वेदान्त हवा होता. हे तिने स्पष्टपणे सांगितले नव्हते व आतासुद्धा तसे ती सरळ सरळ विचारीत नव्हती.

"ते आता तुला कळून तरी काय फायदा?" मनसाने तिला टोकले..

"ते माझे मी बघेन!" ती निर्विकारपणे म्हणाली.

मनसाला माहीत होते की ती पद्माला वाटेला लावू शकत होती आणि ती यशस्वी झाली असती तर तिने वेदान्तला पूर्वीप्रमाणेच पुन: परावलंबी केले असते.

"ठीक आहे." मनसाने मान डोलावली. "तिचे नाव उर्वशी आहे. ती त्याची एकुलती एक मुलगी आहे."

पद्मा खिडकीतून बाहेर जायच्या आधी मनसाकडे पाहून हसली. ते हसू समजूतदारपणाचे होते. तिला तिची योजना ऐकण्यात रस नव्हता.

आणि परमेश्वर कृपेने जर ती यशस्वी झाली असती तर मनसाची एक समस्या आपोआपच संपली असती आणि नसती झाली तर मनसाला आणखी एक नवी गुप्तहेर हुडकावी लागली असती.

मनसाला रात्री खूप उशिरा मंडळाच्या बैठकीला बोलावणे आले. तिच्या झोपेच्या वेळी आता तिला काम करावे लागत होते हे जरा विचित्रच होते. सरकारी इमारतीत बैठक होत असे. तिथे न्यायला तिच्याबरोबर दोन नागा सैनिक आले होते. दरवाजा उघडला तिथे खूप दिवे लावलेले होते पण तिथे एकहीजण दिसत नव्हता. तिला नवल वाटले. ती पुढे गेली. एक खडक टेबल म्हणून वापरत होते.

ती खोली पूर्णपणे रिकामी होती. निर्मनुष्य होती.

हे काय चाललाय काय?

तिने मागे वळून पाहिले. तिच्या दोन्ही रक्षकांच्या छातीत तलवारी घुसल्या होत्या. आणि त्यांची मुंडकी धडावर नव्हती. ते अगदी अचानक घडले होते. (ते भीतीदायक दृश्य पाहून) तिला उसंत घ्यायलाही वेळ मिळाला नाही. तिचे कपडे जमिनीवर लोळत होते. तिच्या लक्षात आले की ज्यांनी त्या दोघांना मारले ते दुसरे तिसरे कोणी नाही तर खटल्यातून ज्यांना सोडून दिले होते तेच ते होते. ते आता राजा वेदान्तच्या सेवेत होते.

आता हा आणखी एक पेच होता.

मग मानवांच्यापैकी एकाने मनसाच्या दिशेने एक कट्यार फेकली. आता तिला कुठेही जाता येणार नव्हते. कुठेही सुरक्षितपणे लपता येणार नव्हते म्हणून तिने तिचे हात पुढे केले. तिची कत्तल रोखण्याचा तिने प्रयत्न केला.

पण काहीही घडले नाही. सैनिक गोंधळून गेले. मनसाने डोळे उघडले. ती त्यांच्याकडे बघत असतानाच तिच्या लक्षात आले की ती कट्यार तिच्या अपंग हाताला लागली होती. ज्याला काहीही संवेदना नव्हत्या.

ताबडतोब तिने तीच कट्यार उपसली व जिथून आली होती तिकडे फेकून मारली. ती एका मानवाच्या डोळ्यात घुसली. दुसरा तिच्यावर चालून आला तो मोठमोठयाने ओरडत होता पण मनसाने लोळण घेतली त्यामुळे रक्षक गोंधळून गेला. तिने सर्पाकृती कट्यार काढली आणि ती

त्याच्या पाठीत खुपसली व जोरात फिरवली. मनसा उभी राहिली. तिच्या हृदयाचे ठोके पूर्ववत होईपर्यंत ती थांबली व अगदी सहजपणे ती दारातून बाहेर गेली. ती बाहेरच्या रेखीव ओवरीत उभी राहिली व तिने ओवरीच्या दुसऱ्या शेवटाकडे पाहिले. तिथे कोको, विकोको आणि इतर काही मानव उभे होते आणि ती तिथून बाहेर पडणार नाही याची काळजी घेत होते.

कली तिला मारण्याचा हरएक प्रयत्न करीत होता.

कदाचित हा खटल्याचा परिणाम असावा आणि मनसाने प्रत्येक वेळी स्वत:चे संरक्षण केले होते. त्याचाही परिणाम असावा. तिने कुवेरा व वेदान्तप्रमाणे वागावे असे त्याला वाटत होते.

गुलामासारखे व आज्ञाधारक.

पण ती याला बळी पडणार नव्हती. हळूहळू त्या अंधारात ती ओवरीत अजिबात आवाज न करता जात होती व बाहेरच्या मार्गावर सरकली. कोको व विकोकोला, तिने तिच्या मारेकऱ्यांना हरवले आहे हे समजत होते पण तिला तिथून बाहेर जाण्यासाठी असलेले, इमारतीतील इतर मार्गही माहीत असतील याची कल्पना नव्हती. पण ती बाहेर जाण्याच्या दुसऱ्या मार्गावर आली तेव्हा तिने पाहिले तर त्या दरवाजाला कुलूप लावलेले होते.

तेवढ्यात तिला वरच्या मजल्यावर शिपायांच्या बुटांचे आवाज आले. कदाचित तिला हुडकण्यासाठी ते पांगत होते. आता तिला काहीतरी करणे भाग होते. ती जांभळ्या रंगाचे व जाडजूड पडदे लावलेल्या खिडकीपाशी आली. तिने खिडकीच्या कडेवर हात ठेवला व खाली पाहिले. तिथून तिला इंद्रगड शहराचे विहंगम दृश्य दिसले. तिच्याच सैनिकांच्या कडक पहाऱ्याखाली असलेले खालच्या पाण्यावर हवेमुळे लाटा लहरत होत्या.

"ती इकडे आहे." सैनिक ओरडला.

"ओह, परमेश्वरा!"

मनसाने खिडकीतून उडी मारली. ती एखाद्या धान्याच्या पोत्यासारखी पाण्यात पडली. एक क्षण तिला असहाय्य झाल्याचे जाणवले. मासे व घाणीने तिच्या डोळ्याने ती पाहू शकली नाही. तिचे डोळे त्या घाण पाण्याने चुरचुरु लागले. तिने डोके पाण्याबाहेर काढले. ती श्वास घेण्यासाठी धडपडत होती.

ती पोहायला लागली. कोको व विकोको तिथे नव्हते. सैनिकांनी तेलात बुडवलेले कापड बाणाला लावून व त्याला आग लावून तिच्या

दिशेने फेकले. एक बाण अगदी तिच्याजवळ पडला. पण तिने तो चुकवला व जोरात पोहत ती किनाऱ्याला लागली. ती किनाऱ्यावरच विश्रांतिसाठी थांबली. तिचे केस तेलकट व घाण पाण्यामुळे जड झाले होते.

ती तिथे थांबू शकत नव्हती हे तिला माहीत होते. कुठेतरी पळून जाणे जिथे ती सुरक्षित राहु शकेल हाच सर्वोत्तम उपाय होता. कलीला डिवचल्यामुळे आणि विरोध केल्यामुळे स्वाभाविकपणे तिच्यावर ही पाळी आली होती. पण तो एवढ्या उघडपणे हे करेल असे तिला वाटले नव्हते. एवढे धैर्य त्याच्यात असेल असे तिला वाटले नव्हते. त्याच्यात बदल झाला होता व तो वाईट पद्धतीचा होता.

तिच्या शहरात-नागपुरी मध्ये काय चालले आहे याची तिला काहीच माहिती नव्हती कारण बरेच दिवसांपासून ती दूरच होती. *तिकडे सर्व ख्यालीखुशाली असावी अशी आशा करते.* तिथे तिची हेटाई करणारे बरेच लोक होते पण प्रेम करणारेही खूप होते.

तिला आता पुढे कशी वाटचाल करायची याची कल्पना होती. ती श्वास घेण्यासाठी थोडी थांबली. तिच्या कपाळावर आठ्या पडल्या. ती पुना: इंद्रगडला येणारच होती. आणि आता या वेळी मात्र एकटी येणार नव्हती.

72

पद्माने प्रथम वेदान्तच्या किल्ल्यात जायचा विचार केला पण नंतर ती रात्रीच्या घरी गेली. नाहीतरी त्या दोघी एकमेकींच्या सहकारी होत्या. तिच्या मनात ज्या काही योजना होत्या त्यावर विचार करण्यासाठी तिला थोडा वेळ हवा होता. त्यातली वाईट गोष्ट ही होती की ती उर्वशीला तोंडदेखलं ओळखत होती. तिने तिला तिच्या रक्षक आणि मित्र-मैत्रिणीबरोबर बाजारात हिंडताना पाहिले होते. त्यामुळे तिला दुखवण्याचा प्रयत्न करणेदेखील तिच्यासाठी थोडे वैयक्तिकदृष्ट्या अडचणीचे होते.

ती जेव्हा रात्रीच्या घरात शिरली तेव्हा ती कुमारबरोबर काहीतरी चर्चा करीत होती. बाला तिच्याकडे आला व त्याने तिची पाठ थोपटली. आणि कदाचित त्याचा गुन्हा तिने विसरून जावे असे सांगत असावा.

पद्मा त्या ओवरीत लांबवर चालत आली. तिथे तिला कृपा भेटला. तो सुरा पित बसला होता. तो पद्माकडे बघून हसला.

"तू अगदी आनंदात दिसतोयस." पद्माला हसू आले. तो जरा विचित्र होता पण तिला हसवण्याचा तो प्रयत्न करीत असे.

"जीवनात थोडा आनंद निर्माण करतोय, मुली." कृपा म्हणाला "आणि थोडीशी जरी दारू प्यायली तरी आनंद मात्र खूप मोठा मिळत असतो." त्याने पद्माकडे चोरटा कटाक्ष टाकला. "तू तुझी जाण्याची तयारी केली नाहीस? आम्ही आता थोड्या वेळाने किंवा मध्यरात्री किंवा पहाटे निघू कदाचित."

जाण्याची तयारी? तिने या गोष्टीचा कधी विचारच केला नव्हता तिला इथेच काम होते. तिला आता इथेच राहणे भाग होते. पण सूड

उगवल्यानंतर काय करायचे, कुठे जायचे याचा तिने काहीच विचार केलेला नव्हता.

"मी इथेच, याच शहरात राहणार आहे."

कृपाने डोळे बारीक केले. "मुली, तू वेडी आहेस? तू आमच्यासाठी योग्य वेळी चांगली ठरली आहेस म्हणजे मला असं म्हणायचे आहे की, तूच आमच्यासाठी रथाची तजवीज केलीस त्यात दोन भोके पाडून त्यात खडकाचे तुकडे घालून त्याच्या इंधनाचीही व्यवस्था केलीस. तुला तर सर्व माहीतच आहे."

"पद्मा उत्साहाने हसली, "तुम्हाला आता माझ्याविना राहायची सवय केली पाहिजे. ते अवघड आहे. मला माहितीय. पण ते आवश्यक आहे. आणि तू तयारीचं म्हणालास, तुला तर काही घाई दिसत नाहीय."

"मला ह्या भौतिक गोष्टींमध्ये अजिबात रस नाही मुली." तो मद्याचा घोट घेत हसून म्हणाला.

पद्मा हसून, त्याला तिथे सोडून तिच्या खोलीत गेली व निघायची तयारी करू लागली-कदाचित-शेवटच्या वेळी-तेवढ्यात दुसरा ओळखीचा चेहरा-अर्जनचा तिथे प्रकटला. उंच आणि पिळदार शरीरयष्टीचा, अर्थात कल्कीइतका नाही. त्याच्या चेहऱ्यावरचे व्रण भरून आले होते. आता फक्त तांबडे चट्टे दिसत होते पण तो जेव्हा हसत असे तेव्हा त्याच्यातल्या बालिशपणाच्या छटा दिसत असत. आता ते दिवस संपले होते.

"तू कुठे जायचा विचार करत आहेस?" त्याने शांतपणे विचारले.

"त्यानी काही फरक पडणार आहे का? मी तुला मदत केली त्याबद्दल तू विचार केला पाहिजेस." अर्जनच्या ओठावर स्मित प्रकटले. त्याला कल्कीला म्हणजेच एका रक्षणकर्त्याला वाचवल्याबद्दल आनंद वाटत होता. पण तिला त्याबाबत जाणून घेण्यात काही रस नव्हता. तिला असल्या फालतू गोष्टींवरही विश्वास नव्हता.

"तुला कृपाशी बोलताना मी पाहिले. तुला आमच्याबरोबर यायची इच्छा नाही काय?"

"रात्री पण येणार नाहीय. तुला माझीच एवढी काळजी का वाटतेय? तू तिलाही जाण्याबद्दल का विचारत नाहीस?"

"कारण", तो थांबला. "रात्री गेली तर एक समस्या निर्माण होईल. आणि तिच्याकडे नजरा रोखल्या जातील. संशय निर्माण होईल. आणि तसेही तू आमच्यातील एक महत्त्वाची व्यक्ती आहेस. चल आमच्याबरोबर.

"त्याबदल्यात मला काय मिळेल?"

अर्जनकडे त्याचे उत्तर नव्हते. त्याने ओठावरुन जीभ फिरवली आणि तो खाली पाहू लागला. "जीवनात प्रत्येक गोष्टीबाबतच अशी साटयालोटयाची, देण्या-घेण्याची भाषा करता येत नसते पद्मा."

आपण अशी देवघेवीची भाषा वापरली हे योग्य केले नाही. याबद्दल तिला वाईट वाटले. तिने तिच्या पेटीत कृपाने, उरलेल्या सोमपासून तयार केलेली स्फोटके घातली. त्यांचा वापर अगदी अत्यावश्यक वेळीच करायला त्याने तिला बजावले होते. त्यांचा वापर कसा व केव्हा करायचा याचा विचार तिने आधीच केला होता.

"तू त्या स्फोटकांचा कसा वापर करणार आहेस हे मला माहीत नाही आणि ते विचारायचा माझा आधिकारही नाही. पण मला फक्त तुला हे सांगायचे आहे की तुझे काम किंवा काय जे आहे ते होईपर्यंत आम्ही थांबू शकतो. आम्ही वाट पाहू."

"मग कली तोपर्यंत तुमचा माग काढू शकेल."

"तो रात्रीची अजिबात पर्वा करीत नाहीय. कारण सरतेशेवटी त्याच्या दृष्टीने ती फक्त एक वाचनालयची व्यवस्थापिका आहे."

पद्माने उसंत घेतली. "माझे नाव पद्मावती आहे." तिने त्याला पूर्ण नाव का सांगितले हे तिचे तिलाच कळेना. कारण तिने आतापर्यंत रात्रीलाही काही सांगितले नव्हते. कदाचित त्याच्या सौम्य आणि नाजूक डोळ्यांचा, तो ज्या आदराने व बुद्धीचातुर्याने बोलत असे त्याचा परिणाम असावा. कदाचित त्याच्याबद्दल तिला काहीतरी खास भावना असाव्यात ज्या इतर कुणाहीबाबत नव्हत्या.

अर्जनने भुवया आक्रसल्या "हे नाव तर दक्षिणी वाटतय."

तिने मान डोलावली. "मी दक्षिणेकडचीच आहे."

"तुला तुझ्या पूर्वजांबद्दल, संस्कृतीबद्दल काही माहिती आहे का?"

त्याला सांगावे असे तिला वाटले पण ती बोलली नाही. गप्पच राहिली. "आम्ही म्हणजे मी आणि माझे भाऊ, दक्षिण व उत्तरेकडील जमातींचा जो तह झाला तेव्हा स्थायिक झालो." ती वेळ खूपच नैराश्यजनक होती व वेदान्तच्या मूर्खपणामुळे तिच्या भावांना अडकून ठेवले होते.

"मी तुला यायला सांगतो आहे कारण त्याला योग्य पद्धतीने काबूत ठेवण्यासाठी तुझ्यासारख्या कोणाची तरी गरज आहे. तू काही वेळा तोंडाळ मुलगी आहेस पण सर्वसाधारणपणे तू एक हुशार मुलगी आहेस."

पद्माने निःश्वास सोडला. “तुमचा कुठे जायचा विचार आहे?”

“उत्तरेकडे. दंडकाकडे आणि तिथून महेंद्रगिरीकडे.”

“तो तर बर्फाळ प्रदेश आहे.”

“हो.”

तिला बर्फाळ प्रदेश आवडत नव्हता. तिने तोंड वाकडे करीत मान डोलावली. “मी ते काय ते बघीन. पण का?”

“कल्की हा एक रक्षणकर्ता आहे हे आम्ही काही गमतीत किंवा चेष्टेने म्हणत नाही. तो खरंच तसा आहे. तू बघितलेस.”

त्याने मर्तंजाला ज्या सफाईदार पद्धतीने आपल्या साखळ्यांनी मारले त्यावरून तिला कल्पना आली होती पण तरीही या गोष्टीला काहीतरी तर्कशुद्ध कारण असणार आणि तिला तेच शोधून काढायचे होते.

“अर्जन, ते मी बघेन.”

अर्जनने तिच्या पाठीवर थोपटले आणि तो बाहेर पडला. जाताना त्याने एकदा शेवटचे म्हणून तिच्याकडे पाहिले. “तुझ्याकडे स्फोटके आहेत. मला खात्री आहे की तुझ्यापुढे एखादे निश्चित ध्येय असणार. पण मी जे काही तरी थोडेफार अनुभवलेय त्यावरून सांगतो, त्यांचा वापर सारखा सारखा करू नये. मला महितीय की तुला जे योग्य वाटतंय अशाच कारणासाठी तू त्यांचा वापर करशील. माझ्या वडिलांची हत्या म्लेंछानी केली म्हणून दत्तात्रेय भेटेस्तोवर मी सर्व म्लेंछांचा द्वेषच केला. त्याच्यासारख्या माणसाबद्दल कधी दया वाटेल असं मला कधीही वाटलं नव्हता. पण मला करावी लागली. एवढेच काय ज्या दुरुक्तीने आमच्या मातृभूमीचा नाश केला तिच्याबद्दलसुद्धा मला दयाच वाटली.”

तो स्वतःशीच हसला. “एखाद्याचा द्वेष करणे सोपेच आहे. पण त्याला माफ करणे खूप अवघड आहे. जर जास्तीतजास्त लोकांनी समोरच्याला माफच करण्याचे ठरवले तर? आपण खूप शांततामय जगात राहू शकू.” असं म्हणून त्याने ती खोली सोडली. खूप जड अंतःकरणाने पद्माने पिशवी उचलली व खांद्याला लावली. आता आपल्याला काय व कसं वाटायला पाहिजे हे तिला ठरवता येईना. खूप विचारांती तिने स्वस्थ राहायचे ठरवले. तिला विचार करायला हवा होता व मग कृती करायला हवी होती. विचार आणि मग कृती. विचार आणि....

73

अर्जनने आयुष्यात पहिल्यांदाच अगदी थोडीशी दारू प्याय होती. त्याच्या संवेदना शांत झाल्या होत्या. तो छतावर आगीच्या प्रकाशात पडणाऱ्या सावल्या बघत होता. दोन वेळा डोळ्यांची उघडझाप केली. तो ज्या वस्तूवर बसला होता ती हलल्याचा भास झाला. कल्की त्याच्या खोलीतून जागा होऊन हळूच उठत असताना त्याने बघितले. त्याने दारूचा पेला बाजूला ठेवला. कल्की त्याच्या बरगड्या धरून होता तेव्हा अर्जन त्याच्या मदतीला आला. तो खूप जलद गतीने परिपक्व झाला होता. कल्कीच्या चेहऱ्यावरची दाढी अस्ताव्यस्त वाढली होती. डोळे खूप थकलेले वाटत होते आणि डोक्यावरचे केस विचित्र तऱ्हेने वाढले होते. त्याच्या साऱ्या शरीरावर व्रण उमटले होते.

हे सारं अगदी काल घडल्यासारखे वाटत होते. ते शेतात बसतात, सूर्यास्त बघताहेत, विनोद करून एकमेकांना कोपराने ढोसताहेत आणि गोष्टी सांगताहेत, ते रक्ताचे भाऊ नव्हते. पण प्रेमाने एकमेकांशी बांधले गेले होते. शांबला एक लांबचे स्वप्न होते व तो परत तिथे जाईल असे त्याला वाटतं होते पण अर्जनला माहीत होते की ते सारे संपलेले आहे. किमान आता तरी. अर्जनने त्यांच्या आईला ख्यालीखुशालीचे पत्र पाठवले होते. ती मंदिरात गेली होती. पण ते कुठे आहेत हे मात्र त्याने कळवले नव्हते. नाहीतर तिला खूप काळजी वाटून राहिली असती. आजपर्यंत आपल्या पालकांशी कधीच खोटे बोलले नव्हते पण त्याला तेही करावे लागले. परिस्थितीला शरण जाणे भागच होते.

तुम्ही ज्याची अपेक्षा केलेली नसते तेच तुमच्या वाट्याला येते. निष्कपटी, निरुपद्रवी लोकांनाच सर्व संकटांना सामोरे जावे लागते. आणि

449

त्यांनाच सैतानाशी लढावे लागते. पैसेवाला माणूस पटकन भ्रष्टाचारी बनतो. विनयशील, नम्र माणसेच मोठेपणा मिळवतात आणि मोठी होतात.

"मी छान आहे." कल्की म्हणाला.

"तूच बरा दिसत नाहीयेस."

"मी घेतलेल्या दारूचा वास येतोय का?"

त्याने तुटकपणे विचारले. अर्जन गांगरून मागे जात म्हणाला, "मी... अं..."

"मलाही थोडी देतोस का?"

अर्जन हसला व त्याने त्याच्यासाठीही एका पेल्यात दारू ओतली. कल्कीने थरथरत तो हातात घेतला व एकाच घोटात त्याने ती संपवली व पेला अर्जनकडे दिला.

"लक्ष्मी...मला...नेहमी सांगत असे...की..." कल्की म्हणाला. तो वर न बघता स्वत:च्याच, काळाच्या ओघात खरखरीत झालेल्या तळव्याकडे बघत होता. "ती आता मेलीय हे मी विसरूच शकत नाही आणि मान्यही करू शकत नाही." तो थांबला. "पण एकदा आई म्हणाली होती की ते मेलेले आहेत म्हणून आपल्यात नाहीत. आपल्या आसपास नाहीत असे समजण्याचे कारण नाही." तो या विचाराने हसला.

अर्जनने त्याच्या मोठ्या भावाच्या डोक्यावर थोपटले व तो त्याच्यासमोर बसला. आपल्या सुंदर झालेल्या भावाकडे बघत म्हणाला. "तू सर्वच बाजूंनी खूपच मोठा झाला आहेस. हे मला मान्य करावेच लागेल."

"असं कोण म्हणतंय?" कल्की स्वत:वरच खूश होत म्हणाला, "इतर सर्वांपेक्षा तू असे म्हणणे बरोबर नाही. तू तो उडता रथ घेऊन खटल्याच्या ठिकाणी आलास."

"ती कृपाचार्यांची कल्पना होती."

"तो एक...चमत्कारिक माणूस आहे." कल्कीने दारातच घोरत झोपलेल्या कृपाकडे वळून पाहिले.

अर्जनने अंगावर बोटे नाचवली. "मी असे म्हणू शकतो पण मला भीती वाटते. मला इतर लोक फार त्रास देताहेत अशी माझी कल्पना होता राहते."

"पण पहिल्यांदा सहज प्रवृत्तीने मनात जे उमटते ते कधीच खोटं नसतं" कल्की म्हणाला.

"ठीक आहे." अर्जनने मान डोलावली. "मी म्लेंछाला भेटलो." कल्कीचे डोळे चमकले म्हणून तो पुढे म्हणाला, "त्याने मला सांगितले की एक म्हातारा माणूस त्यांना शांबलावर हल्ला करण्यासाठी भरीस पडत होता."

"म्हातारा माणूस?" "तुला असं म्हणायचंय का की कृपाने माझ्या वडिलांना मारण्यासाठी गाणरो भाड्याने घेतली होती म्हणून?"

"कदाचित. किंवा फक्त त्यांना पळवून नेण्यासाठी. त्यांना मारणे त्याला कदाचित भाग पडले असेल." त्याच्या भावाला वाचवण्यासाठी ज्याने मदत केली त्याच्यावर आपव हा खुनाचा आळ घेतोय. यावर अर्जनचा विश्वास बसेना.

कल्की निर्विकार राहिला. "कदाचित तसे नसेलही. आपल्याकडे काहीच पुरावा नाहीय. कृपाला कोणी ओळखू शकेल का?"

"तो आपल्याला वाचवता वाचवता मरण पावला आहे."

कल्की या विचित्र योगायोगावर हसला. अर्जनही. त्या खोलीत विचित्र आवाज घुमत राहिले. हे जग किती विचित्र योगायोगांचे व असुरक्षित आहे." आपण फक्त एकमेकांवर विश्वास ठेवू शकतो....कदाचित."

"हो. आणि बाला व ती नवी मुलगी."

"नवीन मुलगी?" कल्की विचार करू लागला. त्याच्या भुवया उंचवल्या. "होय, होय."

अर्जनने नि:श्वास सोडला. "तिचे नाव पद्मा आहे. ती एक पट्टीची योद्धा आहे आणि तिचे हृदय मात्र सोन्याचे आहे. मला माहीत आहे."

"मला खात्री आहे. माझा तुझ्या निर्णयशक्तीवर विश्वास आहे. मी कृपाचा शोध घेतो. आपण त्या म्हाताऱ्यावर विश्वास ठेवू शकत नाही."

"तुझे बरोबर आहे. पण त्याचे एक म्हणणे बरोबर आहे. तुला पर्वतांच्या मार्गे जावे लागेल. अवतारांसंबंधी माहिती घेण्यासाठी ते आवश्यक आहे." अर्जन म्हणाला "तू इथे बसून राहू नकोस. तुला कलीला हरवायचे आहे. तो हाताबाहेर जाऊ लागला आहे. व तसा जास्त मर्यादेबाहेर तो जाऊन उपयोगाचे नाही."

अर्जनला समजत होते की कल्की गहन विचारात गुंगून केला आहे. शांबलातल्या एका तरुण मुलाला मूर्तिमंत सैतानाशी लढायचे नव्हते. त्याच्या जीवनातील लहान लहान सुखांचादेखील त्याला आस्वाद घ्यायचा होता.

"शांबलाचे हालहवाल कसे आहेत?"

"ते पूर्ण उध्वस्त झालंय" अर्जनने डोके हलवले. "तुला वाचवण्यासाठी आम्ही शांबला सोडले."

"आपण पुन्हा जाण्यासारखी तिथे परिस्थिती आहे का?"

"हो, मला तसे वाटतेय. सर्व काही सुरळीत झाले की आपण तिथे परतु."

कल्की तो प्रश्न टाळत होता, हे स्पष्टच होते. अर्जन पुढे वाकला. "ऐक", तो पुढे म्हणाला. "मी आता जे काही सांगणार आहे, ते तुला कदाचित लागेल, पण तू मला एक वचन द्यायला हवेस."

"ते कोणते?"

"मला तू असे वचन दे, असा शब्द दे तुला हे कळतंय की आपण खूप कठीण काळातून आणि धोक्यातून वाटचाल करत आहोत. म्हणून तू एक पूर्ण विचारपूर्वक योजना बनवशील, ती पूर्ण करायचा प्रयत्न करशील आणि तरीही सुरक्षित राहशील. आपण आपल्या सुखासीन आयुष्याचा त्याग करायला हवा. आपण खुल्या जगात वावरायला हवे. आणि आपण सर्वांनीच तशी आपल्या मनाची तयारी करायला पाहिजे."

"ते कशासाठी?"

अर्जनने डोळे मिचकावले. "जर यदाकदाचित मला काही झाले तर, अगदी काहीही, तरी मला वचन दे की तू पुढेच चालत राहशील. तू पुढे शिकशील. तुला आयुष्यात जे काही बनायचे आहे ते बनशील. त्याचीच कास धरशील. शांबलामध्ये जसे मागे तुम्ही हटलात तसे आता मागे हटणार नाही. तुम्ही पराजित झालात तरी चालेल. एका माणसाला गमवून जर अख्खे जग सुरक्षित राहणार असेल तर ते योग्यच होईल."

"पण तो माणूस हेच तुमचे जग असेल तर?"

अर्जन जवळ ह्याचे उत्तर नव्हते. कल्कीचे त्याच्या परीने बरोबर होते. "काहीही होवो तुला मला एक वचन द्यायला हवे. अजिबात थांबू नका. नाहीतर पुढे तुम्हाला कायम पश्चात्ताप करायची वेळ येईल. तुमची पूर्ण तयारी झाली की परत या आणि अधर्माविरुद्ध युद्ध करा."

"तू कुठल्यातरी अद्भूत गोष्टीविषयी बोलतोयस यावर माझा विश्वासच बसत नाहीये."

"विश्वास ठेव. मी अशा अनेक गोष्टी प्रत्यक्ष पाहिल्या आहेत."

कल्की गालातल्या गालात हसला. "ठीक आहे. मी तुला वचन देतो. पण मी तुला काहीही होऊन देणार नाही."

अर्जन पुढे आला आणि त्याने आपल्या भावाला मिठी मारली. ते काही वेळ तसेच राहिले. मग अर्जन खिडकीजवळ गेला आणि त्याने दारूचा पेला भरला. “मी त्या व्यक्तीचे चुंबन घेताना तुला पाहिले जिने आपले गाव नष्ट केले. ते काय होते?”

“भावा, ते एक भावशून्य चुंबन होते.” कल्की गांगरला. “आणि ती एका श्रेष्ठत्वाच्या भ्रामक कल्पनेच्या आहारी गेलेल्या माणसाच्या जाळ्यात अडकलेली चुकीच्या मार्गाला लागलेली बाई आहे. मला तिला वाचवायचे होते पण मी त्यात यशस्वी झालो नाही.”

“कारण की तिने तुला दु:खी केले होते?”

कल्कीने त्याच्याकडे गोंधळून पाहिले. तो स्वत:देखील दुग्ध्यात पडला होता. “आणि ते खरेच होते. किंवा कदाचित तीच एकमेव अशी स्त्री होती जिने कलीला माणसावळेले होते.”

“भावा, काहीतरी चांगले करताना तू तिचे आयुष्य बरबाद तर केले नाहीस ना?” अर्जनला कलीच्या बहिणीसाठी काहीच दयामाया नव्हती. पण कल्कीला तिची माहिती होती. आणि तिची बाजू ऐकून घेतल्याशिवाय तसे करणे अर्जनला बरोबर वाटत नव्हते.

कल्की खूप गंभीर विचारात पडला होता तेव्हाच अर्जनची नजर शहराकडे गेली, तिथे त्याला एक काळी आकृती शाल गुंडाळून फिरताना दिसली. अर्जनला ती कोण होती ते माहीत होते–पद्मा.

ती निघून गेली होती. त्याने तिला इशारा देऊनही ती गेली होती.

“हा मी आलोच.” अर्जनने दारूचा पेला कल्कीला दिला. “मस्त मजा कर आणि दिलेला शब्द पाळ.”

कल्की हसला. त्याला खोलीत सोडण्याआधीच अर्जननेही आपला ग्लास उंचावला.

अर्जनचा कोयता त्याच्या कमरेला लटकत होता. आणि तो अंधारलेल्या रस्त्यावरून खाली जात होता. धूसर प्रकाशात, घुबडांच्या आवाजाच्या नादात, वाघुळे हिंडत होती. अर्जनच्या मनावर त्या कशाचाच काहीच परिणाम होता नव्हता. तो चालला होता. त्याने काही अंतरावर पद्माला भरभर चालताना पाहिले, तिच्याहून मोठ्या गोष्टी जगात अस्तित्वात

आहेत हे ही मुलगी कधी शिकणार? पण त्याला तिचा पूर्वेतिहास काहीच माहीत नव्हता आणि अशा अवस्थेत तिच्याबदल काही ग्रह करून घेणे चुकीचे नव्हते का?

कदाचित ती एक आवश्यकता असावी, अशी अर्जनने कल्पना करून घेतली. आता तिने रात्रीच्या गस्त घालणाऱ्याना चुकवायला सुरवात केली. गंमत म्हणजे ते नेहमीचे नाग सैनिक नव्हते. जास्ती करून मानव आणि यक्ष होते.

अर्जनने खोल श्वास घेतला. दुसऱ्या गल्लीत शिरला. ती मुख्य रस्त्यापासून बाजूला होती. ती आता शाही किल्ल्याकडे जात आहे असे त्याच्या लक्षात आले.

तो वेदांतचा किल्ला होता. ती अत्यंत चपळतेने आणि एकाद्या कसरतपटुसारखी भिंतीवर चढून दुसऱ्या बाजूला गेली.

अर्जनदेखील पटकन भिंतीपर्यन्त पळत गेला आणि विटांच्या भिंतीवर चढला. त्याचा घोटा दुखत होता तरी तो तिथे पोचला. त्याने त्याचा कोयता भिंतीत खुपसून त्याच्या साहाय्याने स्वतःला वर नेले आणि तो पलीकडे उतरला. झुडुपांमधून वर पोचल्यावर त्याने एक मोठे घंटाघर पाहिले. त्यावर शस्त्रधारी सैनिक गस्त घालीत होते. पुन्हा एकदा दीर्घ श्वास घेत त्याने तिचा पाठलाग केला. तो हे सर्व का करत होता हे त्यालाच कळत नव्हते, परंतु त्याला तिला वाचवायचे होते आणि तिची नेमकी काय योजना हेही त्याला बघायचे होते.

जर का ती पकडली गेली असती तर तिला त्याच्या बरोबर पळून जाण्याची संधी होती, तिचा उपयोग झाला असता, आणि त्याला जे काही लक्षात आले होते त्यानुसार अशी उपयुक्त माणसे अशी घाईघाईत गमावून चालत नसते. हे जर कल्कीला कळते तर त्याने याला कधीच संमती दिली नसती. खरेतर, आता त्याने इथे असण्याची असंख्य कारणे होती आणि त्यातील बऱ्याच कारणांना काही अर्थही नव्हता. कृपाने नेहमीच त्याच्या अंगावर शहारे आणण्याचे प्रसंग आणले होते, पण पद्‌माने तसे कधीच केले नव्हते. ती निर्घृण आणि त्याच वेळी प्रामाणिकही होती. या जगात असे त्याने कुठेच पाहिले नव्हते.

आणि आता ती एका मुख्य गोलाकार बुरूजावर चढली आणि प्रकाशापासून लपत तिथे पोचली. अर्जन तिथेच थांबला. ती खिडकीतून आत गेली. त्याला खरेतर तिथून निघून जायचे होते पण

झुडुपांमध्ये लपून त्याने एका रक्षकाला येताना पाहिले. तो स्तब्ध राहिला.

आपण पकडले जाऊ नये म्हणून त्याने परमेश्वराची करुणा भाकली.

74

बालाची कुणावर चटकन काही छाप पडली नसती. खरेतर त्याच्यात काहीच छाप पडणारे गुण नव्हते. आणि तरीही तिला तो खूप दयाळू वाटला होता. तो रात्रीपेक्षा जवळजवळ दहा वर्षांनी लहान होता हे तिला माहीत होते, पण तिच्या मनात त्याच्याविषयी कुठलीही प्रेम भावना नव्हती. उलट कुमारप्रमाणेच तिचा तो मित्रच झाला होता. पण घरातील बऱ्याच जणांना ते दोघे नवरा-बायको असल्यासारखे वाटत होते पण ती गोष्ट अगदी हास्यास्पद होती. आणि खरेतर तो सारा बालाचा दोष होता की तो सारखा तिच्या भोवती पिंगा घालत असे. कदाचित त्याला ती आवडत असेल किंवा तिलाही तो देखणा वाटत असेल पण ते एकमेकाला प्रोत्साहन देत नव्हते. तिला जीवनात खूप साऱ्या चांगल्या आणि जास्त महत्त्वाच्या गोष्टी करायच्या होत्या, मुख्यतः आता शहरात जे काही चालले आहे ते बघू जाता त्याचेच जास्त महत्त्व तिला होते.

तिच्या अपरोक्ष ते सारे काही योजना आखत होते हे जेव्हा तिला कळले तिला खूपच राग आला व वाईटही वाटले. तिच्या डोक्यात बऱ्याच नवीन योजना होत्या, पण इतरांना त्यात काहीही रस वाटत नव्हता. त्यांना फक्त त्यांच्या सहकाऱ्याला सोडवायचे होते. तो खरेतर एक निष्फळ प्रयत्न होता जो सरतेशेवटी त्याच्या सुटकेशिवाय बाकी काही करू शकला नाही आणि तो फरारी माणूस आता तिच्या घरात राहत होता. त्याला घरात शिरताना कोणी पाहिले असते तर तिचा देहांत ठरलेला होता.

पण तिने त्यांना मदत करायचे ठरवलेले होते.

पण का?

कारण त्यांच्याकडे पाहून तिला लक्ष्मीची आठवण येत होती. तिच्यात एक दयाळू अंतःकरणाचा, धाडसी आत्मा वास करून होता, पण ती स्वत:चे सोडून कुणाचेही ऐकत नसे. आणि ते सारेही अगदी तसेच होते. ते काही वाईट नव्हते. त्या प्रत्येकाचा काम करण्याचा मार्ग वेगवेगळा होता. आणि ती त्यांना त्यावरून पारखत नव्हती. फक्त म्हातारा आचार्य प्रत्येक बाबतीत अप्रामाणिक, मंद बुद्धीचा, घाणेरडा, बेडौल, आणि भयंकर होता. ती अशा आचार्याचा द्वेष करत असे कारण त्याला अगदी कमी माहिती असे आणि ती माहिती वापरुन तो गावातल्या गरीब लोकांना आपापली मुले त्याच्या शाळेत पाठवायला सांगत असे आणि थोडेसे पैसे मिळवायला शिकवत असे. शिक्षण हे असे झाडाखाली मिळत नसते.

रात्रीने काही अधिकाऱ्यांना पत्रे लिहिली होती तर बऱ्याच लोकांना वाचनालायच्या उद्घाटनासाठी निमंत्रण दिले होते, एवढेच नव्हे तर काही आदिवासींनाही तिने आमंत्रण दिले होते. तिला चांगले वागणे भाग होते व आपण सर्वांना समान वागणूक देतो हेही तिला दाखवायचे होते. मेणबत्तीच्या प्रकाशात तिने काही नावे कागदावर खरडली, काही कागदांवर सह्या केल्या तेवड्यात तिने बुटांचा आवाज ऐकला. तिने वर पाहिले तो कुमार नव्हता तर बाला होता. त्याच्या उंच, जाड शरीरयष्टीने खोलीतली बरीचशी जागा व्यापली. एखादा मानव मव्यतेच्या बाबतीत राक्षसांच्या समतुल्य असू शकतो हे बघून रात्रीला नवल वाटले. त्याच्याकडे दुर्लक्ष करून तिने काम पुढे चालू ठेवले. तो पण तिथेच उभा होता, त्याच्या हातातील गदा जमिनीवर घासून आवाज येत होता.

“अं, मी तुझा सर्व गोष्टींसाठी आभारी आहे.”

रात्रीने मान डोलवली. “ठीक आहे, ठीक आहे. लक्ष्मीच्या मित्रांसाठी काहीही करायला मला आवडेलच.” नाहीतर तिने त्यांना कधीच घराबाहेर फेकून दिले असते.

“मला आशा आहे की आपण पुन्हा भेटू म्हणून.”

कुमारने रात्रीला, हे पाहुणे त्यांच्या पुढच्या ठिकाणावर, कुठले ते कुणास ठाऊक, पण जायला निघणार आहेत, हे सांगितले होते. रात्रीनेही विचारले नव्हते. त्यात तिला रस नव्हता.

“मलाही तसेच वाटतेय. मी तशी आशा करते.” तिने ओढून ताणून चेहऱ्यावर हसू आणले. “तुम्ही सर्व माझ्याशी प्रामाणिकपणे वागलात

याचा मला आनंद आहे." पण तोही का? इतरांप्रमाणे तोही खोटे बोलू शकला असता.

"हो, मला क्षमा कर." त्याचा आवाज घोगरा होता पण त्याला मृदूपणाची किनार.

"इतरांच्या बाबतीत म्हणशील तर ते सर्व तुला सांगायला घाबरत होते."

तिने आपले लिहिणे थांबविले. "आणि तू मला घाबरत नव्हतास?"

"बऱ्याच जणांना माहीत नाहीय, पण मी माणसाला पहिल्या नजरेत ओळखतो. आणि मला तुझ्याकडे पाहून असे वाटले की तू आम्हाला खूप व कायम मदत करशील आणि त्यासाठी तुला फार काही वेगळे वाटणार नाही."

तिच्या चेहऱ्यावर कुठलीही भावना नव्हती. पण त्याने तिला बरोबर ओळखले होते हे तिला आवडले होते.

"हो. बरोबर आहे. पण मला माझ्या मर्यादाही आहेत."

"अगदी खरे. आणि आम्ही त्या मर्यादा ओलांडण्याआधीच आम्ही इथून जायचे ठरवले."

"मला छान वाटले, आनंद झाला." ती म्हणाली आणि तिने पुढच्या पत्रांवर सह्या करायला सुरुवात केली.

"आणि ते हे म्हणजे..."

"तुला ते स्पष्ट सांगायची गरज नाही." रात्रीच्या गालावर रक्तिमा उजळला. छे!

"तुला खात्री आहे?" त्याचा आवाज घोगरा झाला. तो निराश झाला.

"मी खरेच सांगतीय. विश्वास ठेव."

आजपर्यंतच्या आयुष्याचा प्रवास तिच्या डोळ्यापुढे उभा राहिला म्हणून तिने डोके हलवले. तिने आतापर्यंत बालाबरोबर घालवलेला वेळ हा एकाद्या झंझावातासारखा गेला होता. ती एखाद्या निष्काळजी मूर्खासारखी वागली होती. तिचे अलीकडे दारू पिण्याचे प्रमाणही खूप वाढले होते. कदाचित स्वतःचे कुटुंब नाही, एका यक्षाबरोबर राहायला लागत होते आणि लक्ष्मीच्या मृत्यूचे दुःख विसरण्यासाठीही तसे झाले असावे. तिला कोणीही प्रियकर नव्हता. अर्थात हे तिनेच ठरवलेले होते, पण कधी कधी तिच्याशी तिचे ग्रह-तारे संवाद साधत असत. आणि तिला जाणवत असे की ती भ्रमिष्ट होत चालल्येय. अशाच एका रात्री

बालाने तिला पाहिले होते. ती गच्चीच्या अगदी काठावर पोचली होती. आणि ती पडून जायबंदी होण्याआधीच बालाने तिला पकडले आणि त्याच्याकडे ओढले. त्या घाईत तिला कळण्याआधीच चुकून तिने त्याच्या छातीचे चुंबन घेतले आणि तिच्या ओष्टरंगाची (लिपस्टिक) खूण त्याच्या छातीवर उमटली. तिने मूर्खासारखी उचकी दिली व फिदिफीदी हसली. बालाने तिला पकडले आणि तो तिला तिच्या खोलीमध्ये घेऊन गेला व त्याने काळजी घेतली प्रेम केले. तो दांडगट असल्याने त्याने तिला स्वतःचे चुंबन घेऊ दिले नाही.

"तू दारू प्यायली आहेस त्यामुळे तू नीट विचार करू शकत नाहीयेस." त्याने स्वतःची बाजू छान मांडली.

आणि मग सकाळी त्याने तिला एक वाडगा भरून सूप करून दिले. त्यामुळे तिला आलेला शीण जाईल आणि बरे वाटेल असे त्याने सांगितले. हा उपाय त्याने वापरला आणि परिणामकारक आहे अशी त्याने ग्वाही दिली.

"माझ्या हातून काय गैर झाले?" तिने आपले डोके चेपत आणि तिला काहीच आठवत नाही असे सोंग घेऊन विचारले. वास्तविक तिला सर्व चांगले आठवत होते. ते सर्व जरा गोंधळात टाकणारे आणि विचित्र झाले होते. तिच्या वयाच्या स्त्रीने असे वागणे योग्य नव्हते.

"तू खूप गांगरून गेली होतीस. आता तू व्यवस्थित झाली आहेस." तो छानसे हसला. आणि त्यानंतर जेव्हा जेव्हा त्यांना फावला वेळ मिळे तेव्हा तो तिला भेटायला येई आणि ते बोलत बसत. आणि त्या गप्पा फालतू नसत. तो त्याला वाटणाऱ्या असुरक्षिततेसंबंधी बोलत असे. रात्रीही त्याबाबतच सांगत असे. या गोष्टी त्याच्याबरोबर बोलायला तिला काही गैर वाटत नसे. जणू काही त्या रात्रीच्या तिच्या मद्यधुंद अवस्थेनंतर त्यांच्यात एक भावबंध निर्माण झाला होता.

"रात्रीजी, तुम्ही ज्या पदावर आहात तिथे तुम्ही कशा काय पोचलात?" त्याने विचारले.

त्याबद्दल तिच्या मनात फार वाईट आठवणी होत्या. "मी काही पहिल्यापासूनच अबोल आणि गंभीर प्रकृतीची नव्हते. माझी एक बहीण, लक्ष्मीची आई, शांबलामध्ये होती. पण मला शिक्षणाची आवड असल्याने मी नेहमी मुलांचे कपडे वापरत असे आणि गुरुकुलात जात असे. त्या काळी मुलींना शिक्षण देण्याची पद्धत नव्हती. एवढेच काय आजच्या

काळातही मुलींना समान वागणूक मिळत नाही. मी त्याची पर्वा करत नसे. माझे केस मी कापून टाकी, छातीवर पट्टे आवळायची, आणि तिथे जात असे. आणि तिथेच मी बरेच काही शिकले."

"इतका सुंदर मुलगा त्या इतर मुलांमध्ये होता याचे आश्चर्य कुणाला वाटत नव्हते याचेच मला नवल वाटते." बाला विनोदाने म्हणाला.

"खरेतर ते आणखीच वाईट झाले," तिने जमिनीकडे बघत नि:श्वास सोडला. "गुरुकुलात शेवटी शेवटी फार वाईट दिवस आले. एकदा मी स्नान करत असताना तिथल्या आचार्यांनी मला पकडले. आणि म्हणाले की माझे शरीर मुलासारखे नाहीय, तर मुलीसारखे आहे. मला तिथून निघून जाण्यासाठी फर्मान निघाले. मी त्यांची खूप विनवणी केली. त्यांनी मला तिथे राहायची परवानगी दिली. पण...मला...ते...करायला..." तिने तिचे डोके हलवले. "मला त्यांना 'ते' सुख द्यावे लागले." ती रडवेली झाली होती. बालाने तिला धीर देऊन त्या जुन्या आठवणी विसरण्यासाठी तिला घट्ट मिठी मारली. "मी गोंधळून गेले होते आणि उध्वस्त झाले होते. त्याने माझ्यावर बळजबरी केली आणि मी तिथे राहिले. त्यानंतरच्या रात्री माझ्यासाठी खूपच दु:खदायक होत्या. आणि आता मला परत घरी जायचे होते. परंतु आता जर मी मध्येच परतले तर मी जे शिक्षण सुरू केले आहे ते अर्धवट सोडावे लागले असते. मला शहरात जाऊन एकाद्या विद्वानाकडे पुढील शिक्षण घ्यायचे होते."

बालाच्या भुवया उंचावल्या. तो थोडासा काळजीत पडला व त्याला थोडा रागही आला. "मला माफ कर. मग तू पुढे काय केलंस?"

"मग मी एके रात्री त्याच्या झोपडीत शिरले आणि त्याने जेव्हा अनावर विषयसुखाच्या आशेने मला खूण करून जवळ बोलावले तेव्हा मी त्याचे गुप्तांग कापून टाकले." तिला त्या विजयाची आठवण झाली व तिला आनंद वाटला.

"हे फारच कडक काम झाले." तो गुडघ्यावर हात आपटत हसला.

"हो त्या वेळी तरी तसेच मला वाटले. पण आता मी जेव्हा त्या प्रसंगाचा विचार करते तेव्हा वाटते की ते फारच भयंकर झाले."

"रात्रीजी, मीही आता शहाणा झालो आहे..."

"मला फक्त रात्री म्हण."

सौम्य नजरेने पाहत बाला म्हणाला, "आपण एका हिंसक जगात वावरतोय जिथे आजूबाजूला सगळे स्त्री-पुरुषसुद्धा हिंसकच आहेत आणि

ते सर्वजण हिंसक कृत्येच करण्यात मश्गुल आहेत हे आता मला समजून चुकलय. हे सर्व खूपच भीषण आहे, रक्तरंजित आहे आणि आता मला त्याची सवय झालीय."

"म्हणूनच तू त्यांच्याबरोबर आहेस का?" तिने त्याच्या सहकाऱ्यांकडे बोट दाखवले. ते सर्व बाजूच्या खोलीत एकमेकांशी बोलत होते.

"नाही," त्याने डोके हलवले. "हे जग रक्तरंजित असेलही, पण त्यात अजूनही आशेला जागा आहे आणि तीच आशा त्यांनी मला दाखवली आहे. उद्याचे जग सुंदर असेल असे त्यांनी मला वचन दिले आहे. आणि अशा बिनभरवशाच्या जगात आशावादी असण्यात मला चांगले वाटतेय."

आणि मग तो पुढे वाकला, "मला तुम्ही गोंधळून जायला नको आहात. पण सगळ्या गोष्टी समजून घ्या, प्रयत्नपूर्वक त्या आत्मसात करा. म्हणजे त्या लपवायचा आमचा उद्देश नव्हता पण ह्या काही गोष्टी आम्हाला तुम्हाला सांगणे, महत्वाचे आहे की..."

आणि त्यानंतर त्याने सर्व योजना तिला खुलासेवार विदित केली, कारण त्याचा तिच्यावर विश्वास होता. आणि असा कुणी तरी विश्वास टाकायला हवाच मग तो एक खानावळीचा रखवालदार का असेना...तिने कुमारला त्यांच्यावर पाळत ठेवायला सांगितले होते. त्यांच्या पुढील हालचाली काय आहेत हे तिला कळायला हवे होते म्हणजे त्यांनी कुठलीही मूर्खपणाची चूक करायला नको होती. तिला कुठलाही धोका तिच्यापर्यंत पोचायला नको होता. पण त्याचवेळी बाला कुठल्याही अडचणीत पडायला तिला नको होता.

कुणाबरोबर तरी अशाया छान गप्पा मारायला आवडतच असते, पण यापुढे तो तिच्या आसपास नसणार होता.

"मी तुला कवेत घेऊ का?"

"तू फार जास्ती कशाची तरी अपेक्षा धरतोयस असे तुला वाटत नाही का?"

"पण पाहिले चुंबन तूच घेतले होतेस हे तुला आठवतेय ना?"

"पण त्यावेळी मी नशेत होते."

तो हसला. "म्हणजे ते तुला आठवतेय तर. तू एक फार वाईट अभिनेत्री आहेस."

रात्रीने तिचे डोके हलवले आणि ती पुढे आली आणि तिने त्याला मिठी मारली. तिची नखे त्याच्या कातडीत रुतली आणि त्याच्या केसांचा मंद मधुर सुवास तिच्या नाकपुड्यांना सुखवून गेला. त्याच्या मिठीत

तिला आपण खूप बारीक असल्याचे जाणवले. "तुझ्यासारखा मित्र मिळणे हे माझे भाग्यच म्हणायला हवे." ती मिठीतून बाहेर पडताना म्हणाली.

तो नेहमीप्रमाणे रक्तवर्णी झाला होता. "मला हे नेहमीसारखेच वाटतेय. मी परत येईन अशी मला आशा आहे आणि आपण नंतर नेहमीपेक्षा खूप गप्पा मारू."

"मी तुला इथले रंगमंदिर दाखवते."

"ते कंटाळवाणे आहे का? आणि मला त्यातले काही समजेल का?"

रात्रीने त्याचा हात पकडला. "माझ्याबरोबर असताना तुला सर्व काही समजेल."

आणि त्याच वेळी दारावर टकटक झाली. कुमारला भोकातून येताना बघून रात्रीने हात सोडला. आणि ती दार उघडायला गेली. शीळ वाजवून रात्रीने कुमारला दार ताबडतोब उघडू नकोस असा इशारा केला. तिने बालाला शांतपणे खूण केली आणि तो मागच्या मागे हळूच निघून गेला. जाताना त्याने कल्कीला त्याच्या खोलीतून उठवले, कृपाला ओसरीतून जागे केले आणि ते जिन्याने खाली गेले.

रात्री दाराजवळ आली, तिने ते उघडले आणि तिला एक ओळखीची आकृती तिच्याकडे पाहताना दिसली. टक्कल, खोल गेलेले डोळे, आणि काळा कुळकुळीत रंग, कमरेभोवती काळे धोतर, आणि अंगावर काळा बुरखा अशा वेशात अंगावर व्रण एक ओंगळ, अशी ती आकृती होती. तो दुसरा तिसरा कोणी नव्हे तर शहराचा मुख्य होता.

"हॅलो," कली करकरीत आवाजात म्हणाला. त्याने हातातील पत्र दाखवले आणि तो त्याच्या दोन रक्षकांपुढे उभा राहिला.

"मला तुझे निमंत्रण पत्र मिळाले. मी आत येऊन तुझ्याशी बोलू शकतो का?"

75

सोम खडकांपासून तयार केलेली अस्त्रे आणि स्फोटके कापडामधे गुंडाळून ठेवलेली होती. त्यातून बाहेर आलेल्या वातीला आग लावणे जरुरीचे होते म्हणजे ती आग स्फोटकापर्यन्त पोहोचून त्यांचा स्फोट झाला असता. त्यामुळे तिला ती योग्य ठिकाणी टाकून पळ काढता येणे शक्य झाले असते. मग थोड्या वेळाने त्यांचा स्फोट झाला असता.

पण एका छोटया मुलीला जाकून मारल्याचे ओसे तिला स्वतःबरोबर बाळगावे लागले असते. पण तिला वेदांतची खोली सापडली नाही, कदाचित तो किल्ल्यावर नसेलसुद्धा. तिला उर्वशीची खोली सापडली. तिच्या खोलीच्या सज्जावर ती उभी राहिली. तिला अस्पष्ट आवाज ऐकू येऊ लागला.

"तू इथून निघून जा," ती कुणाला तरी म्हणाली.

"पण राजकन्ये, राजांनी तसे करायला मला मनाई केली आहे."

"ते काही मला माहीत नाही." एक बालिश आवाज आला. "तू तिथे बाहेर जाऊन उभा रहा. मी झोपलेली असताना इथे कुणी माझ्याकडे टक लावून पाहत बसलेले मला आवडत नाही."

"पण मी तसा नाही वागलो तर महाराज माझी गर्दन उडवतील." शिपाई म्हणाली.

"तू जर इथून गेला नाहीस तर मीही तेच करीन."

मग थोडासा झोंबाझोंबीचा आवाज आला. "मग मी किमान त्या खिडक्या तरी बंद करून घेऊ का?"

"मला वारा आवडतो. या उकाड्याने मी तुला मरायला हवी आहे का?"

"नाही, नाही, राजकन्ये मला तसे नक्कीच म्हणायचे नाही." तो एकदम म्हणाला.

"छान, तर मग निनी येथून."

दार बंद झाल्याचा आवाज आला. पद्मा तशीच अवघडत उभी होती. तिच्या बोटांना रग लागली होती. पण ती तशीच थांबून राहिली. सुमारे एक तासाने तिला मंद घोरण्याचा आवाज ऐकू आला. मग ती वरच्या बाजूला आली व तिने अजिबात आवाज न करता खोलीच्या आत उडी मारली. मेणबत्या तिच्या बिछान्याभोवती तेवत होत्या. तिथेच अनेक पुस्तके पसरली होती. तिचा पलंग उंचावर ठेवला होता. पद्मा श्वासाचाही आवाज येणार नाही अशा रितीने उर्वशी जवळ पोहोचली. तिचे केस कुरळे होते, ती दिसायलाही सुंदर होती व आता झोपेत असताना ती एखाद्या परीसारखी दिसत होती. पद्माप्रमाणे तिला या जगाचे चटके सहन करावे लागले नव्हते. तिला तिचे बालपण छान उपभोगायला मिळाले होते. ते पद्माप्रमाणे नव्हते.

जसा तिचा हात अस्त्राकडे गेला तसा, एखाद्या मधमाशीच्या डंखाप्रमाणे, तिचा मत्सर जागा झाला. तिने ते स्फोटक तिथेच पेटवून देऊन निघून जावे का? खरेतर त्यासाठीच ती तिथे आली होती. वेदांतला सगळ्यात जास्त प्रिय असलेली गोष्ट नष्ट झाली असती तर तो आतूनच पूर्णपणे खचला असता, उध्वस्त झाला असता. मरणापेक्षाही क्रूर शिक्षा त्याला भोगावी लागली असती. तो खूप रडला असता, त्या भरात त्याने स्वतःचाही अंत करून घेतला असता. या विचाराने पद्मा सुखावली. कारण तिच्या घराची धूळधाण त्यानेच केली होती. तिच्या कुटुंबीयांनाही त्यानेच देशद्रोही ठरवून फासावर लटकवले होते व जाळले होते. तिच्या भावांना ज्याप्रमाणे त्याने ठार मारले होते त्याप्रमाणे तीही त्याला शिक्षा देईल असे तिने स्वतःलाच संतापापोटी वारंवार बजावले होते.

पण त्यानंतर बऱ्याच गोष्टी बदलल्या होत्या. ती अनेक लोकांना भेटली होती व तिने अनेकांना गमावलेही होते. तिला तिच्या धाकट्या भावाने, सूर्याने, जेव्हा पहिल्यांदा शिकार करायला शिकवले त्या प्रसंगाची तिला आठवण झाली. सूर्याला सैन्यात भरती व्हायचे होते. इंद्रगडच्या अवतीभवती बरीच जंगले होती. आणि ते तिथे लांडग्याची शिकार करायला आले होते. पद्माने धनुष्य बाणाचा उपयोग न करता भाल्याने त्याच्यावर हल्ला केला होता. पण त्याचा उपयोग झाला नव्हता. लांडग्याने हल्ला चुकवला व तो जिवाच्या आकांताने पळू लागला. पद्माने बरेच बाण सोडले तरी तो थांबला नाही. शेवटी तिला विजय मिळाला.

तो लांडगा तिथेच पडला होता आणि तो जिवंत होता. पद्मा व सूर्या त्याच्याजवळ गेले. बाण त्याच्या पायाला लागले होते."

"हं, हे ठीक झाले." सूर्याचा मधाळ आवाज आला. "तू त्याला ठार केलेले नाहीस."

पद्मा खाली बसली व तिने कट्यार काढली आणि ती वार करणार एवढयात त्याने तिचा हात धरला.

"नाही, त्याला सोडून दे." तो म्हणाला.

"तुला वेड-बीड तर लागले नाही ना?" पद्मा म्हणाली. "आता थंडीचे दिवस येतील, तेव्हा आपल्याला त्याचे कातडे उपयोगी पडेल."

"मला ते माहीत आहे. पण हे बघ, अन्न, कपडे हयाहून महत्त्वाचे असे काही, आपल्या बहिणीला शिकवणे जास्त जरुरीचे आहे." सूर्या म्हणाला, "तुझ्या रागामुळे हे जनावर धारातीर्थी पडले आहे पण यात तुझा विजय झाला असे समजू नकोस."

"मी जिंकले नाही? पण मी तर त्याला जमिनीवर लोळवले आहे ना? वाः"

"हो. ते बरोबर आहे. पण तो पडला म्हणून तुझी जीत नाही होत. या जगाने आपल्याला नेहमी हेच शिकवले आहे की तुम्हाला जर आयुष्यात पुढे जायचे असेल तर तुम्ही कुणाचा तरी पराभव केलाच पाहिजे. पण मी त्याकडे तशा नजरेने बघत नाही." त्याने त्या लांडग्याचा अंगातला बाण ओढून काढला. लांडगा अजून श्वास घेत होता. सूर्याने एका कपडावर जंतुनाशक औषध शिंपडले व ते त्याच्या जखमेवर लावले. "या जगाला भूतदया आणि प्रेम यांचीच सगळ्यात जास्त गरज आहे."

लांडगा उठून उभा राहिला. व पद्मा आणि सूर्या यांच्यावर उलट हल्ला न करता तो सूर्याजवळ आला आणि त्याला जिभेने चाटू लागला, एखादा पाळीव कुत्रा करतो तसेच. सूर्याने त्याला थोडे खायला दिले ते त्याने त्याच्या हातूनच खाल्ले. "बघ, भूतदया कायम परतफेड करतेच."

पद्मा आता खोलीच्या मध्यभागी उभी होती व अस्त्र परजत होती. ती गुडघ्यावर बसली आणि त्या मेणबत्या पेटवायचा विचार करत होती. इकडे विचार तिच्या मनात कोलांटयाउड्या मारतच होते. तिचे हात थरथरत होते. आता ती अस्त्र परजणार आणि घाव घालणार तेवढयात त्या गुलीने झोपेतच कूस बदलली. पद्मा हळूच मागे सरली. अर्थात ती काळजीत होतीच. तिच्या चेहऱ्यावर धर्मबिन्दु उमटले. उर्वशीने कूस

बदलल्यामुळे तिला पाहायला ती पुढे झाली. पद्‌माने खोलीभर नजर टाकली तेव्हा उर्वशीच्या हाताखाली एक छानपैकी कोरलेली लाकडी मूर्ति दिसली. तिचे नाक व तोंड बरोबर कोरले होते. पद्‌माला जशी जुनी नाण्यांचा संग्रह करायची आवड होती तशी तिला मूर्ति जमवायची होती असे तिच्या लक्षात आले.

दुसऱ्याचा तिरस्कार करणे सोपे आहे पण त्याला माफ करणे फार अवघड असते.

ती मागे वळली आणि तिला अर्जन दिसला. ती एकदम दचकलीच. अर्जनने तिच्या ओठावर आपला हात ठेवला.

हा इथे काय करतोय?

"कोण आहे रे तिकडे?" उर्वशीचा आवाज खोलीत घुमला. तिने हळूच डोळे उघडले तर तिच्या नजरेला पद्‌मा आणि अर्जन पडले. "तुम्ही कोण आहात?" ती पलंगाच्या एका टोकाला गेली. तिचा झगा अस्ताव्यस्त झाला होता. एक खेळणे शस्त्रासारखे धरून ती धीर एकवटून म्हणाली, "तुम्हाला काय हवंय?"

एकदम तिला काय सांगावे हे पद्‌माला कळेना. अर्जनही गोंधळून गेला होता. "तुम्ही मारेकरी आहात ना?"

"तुमच्यासारख्या लोकांबद्‌दल माझ्या वडिलांनी मला खूप सांगितले आहे. पण तुम्ही आहात तरी कोण?"

पद्‌माने अर्जनकडे पाहून हसून म्हटले, "आपल्याला निघायला हवे."

"रखवालदार!" उर्वशी ओरडली.

पद्‌माच्या हृदयाचे ठोके वाढले. तिने खाली पडलेले अस्त्र उचलले आणि ती अर्जनसह खिडकीजवळ गेली. आणि...आणि तिथून दोघांनी काहीही विचार न करता मरणाच्या दारात उडी मारली. अर्जन व ती हातातील कोयत्याचे साहयाने भिंतीत खरवडत जमिनीवर पोचले. व पळू लागले.

"तू माझा पाठलाग का करीत आहेस?"

"तुझ्या हातून एखादी मूर्खपणाची चाल होता नाही ना हे बघण्यासाठी."

अर्जन तिच्या जवळूनच पळत होता.

"पण मला अशी चूक करण्यापासून वाचवताना तू एखादी तशी चूक केली नाहीयेस ना?" ती गोंधळून गेली होती. दमली होती. त्यामुळे तिच्या तोंडातून शब्द थांबून थांबून येत होते.

ते किल्ल्याच्या मागील बाजूच्या भिंतीजवळ जात होते. पण आता सर्वत्र धोक्याचा घंटा वाजू लागल्या होत्या. आणि शिपाई त्यांचा पाठलाग करत होते. घोड्यांच्या पागेतून घोडेस्वार येताना त्यांना दिसले. पद्मा अगदी सहजपणे भिंतीवर चढली आणि एका बाजूला पाय सोडून बसली. अर्जनला तर ओढायला ती वाकली. त्याने उडी मारायचा प्रयत्न केला पण त्याला ते जमेना. त्याने कोयत्याच्या उपयोग करून तिचा हात धरला. त्याचवेळी त्याच्या चेहऱ्यावर वेदनेची कळ उमटली.

तो खाली पडला. त्याला उभेही राहता येईना. तो वळला आणि पद्माने त्याच्या अंगात एक बाण शिरताना बघितला. तिच्यावरही अनेक बाण डागले गेले. पण तिने बरेचसे हुकवले.

"चल, ये लवकर."

अर्जन वर येण्याचा प्रयत्न करत होता. तेवढयात आणखी एक बाण त्याच्या पायात घुसला. "मला येणे शक्य नाहीय" त्याने वर पाहिले. त्याचा चेहरा पांढरा फटक पडला होता. आणि तो रडवेलाही झाला होता. "तू पुढे हो."

"मी जाणार नाही. तुला घेतल्याशिवाय मी जाणार नाही."

"तू जर थांबलीस तर..." आता त्या कुत्र्यांचा आवाज जवळ येत होता. "तर ते तुला व मलाही ठार करतील. आपल्यापैकी कोणीतरी कल्कीजवळ हवे."

"मला कल्कीशी काही देणे-घेणे नाही. मला तुझी जास्त काळजी वाटते."

अर्जन हसला. "तुला जर तसे वाटत असेल, माझी जास्त काळजी वाटत असेल तर तू जा आणि त्याला वाचव. कृपा करून त्याच्याजवळ थांब आणि त्याला जिकडे जायचेय तिकडे घेऊन जा. कृपा कर आणि मला वचन दे." त्याने त्याचा हात पुढे केला.

पद्माने मान हलवली. त्याचा हात तिने पकडला. आता मात्र शिपाई तिथे पोचले. एक शिकारी कुत्रा अर्जन जवळ आला पण आपल्या हाताच्या फटक्याने त्याने त्याला ठोसा दिला व त्याला फेकून दिले.

"तू आता निघ!मी त्यांना थांबवायचा प्रयत्न करतो." मग आणखी एक बाण त्याला जखमी करून गेला. तो खडकाळ भिंतीशी कोसळला. त्याच्या तोंडातून रक्त येऊ लागले. व त्यामुळे त्याच्या अंगातले कपडेही भिजले.

पदमाने, कदाचित शेवटचे त्याच्याकडे पाहिले. या जगाचा अनुभव घेतलेला एक लहान मुलगा, त्यानेही पद्माप्रमाणेच जग पाहिले होते. पण आता तो मरणाच्या दारात उभा होता. पद्मा मात्र नव्हती. त्याचे काही हे मरण्याचे वय नव्हते. तिचे होते. आता ती भिंतीवरून जेवढया जलद जाता येईल तेवढया वेगात पळत होती. असंख्य बाणांचा वर्षाव तिच्यावर होता होता.

कित्येक दिवसानंतर तिच्या डोळ्यात दुसऱ्या कुणासाठी तरी अश्रु जमा झाले होते.

76

रात्रीने कलीला तिच्या घरी नेले. पण कलीने तिथे बाहेरच फिरण्याचे ठरवले. त्याने आजूबाजूचे बारकाईने निरीक्षण केले. रात्रीच्या लक्षात आले की तो एखाद्या बहिरी ससाण्याप्रमाणे वास घेत होता. त्याचे कान पुढे-मागे होऊन चाहूल घेत होते. जणू काही तो त्या जागेचा अंदाज घेत होता. रात्री त्याला तिच्या अभ्यासिकेत घेऊन गेली. पण कलीने कोको आणि विकोकोला इतर खोल्यांची पाहणी करायला माघारी पाठवले.

"मला माफ कर," त्याचे शब्द अगदी हळुवार आणि हिशेबी पद्धतीने तोंडातून बाहेर पडले. "अनेक लोकांची मला ठार करायची इच्छा आहे. अशा वातावरणात मी वाढलो आहे. त्यामुळे सावध राहणे व सतत शंका घेणे हीच पद्धत माझ्या अंगवळणी पडली आहे. कृपा करून कुठे जायचे आहे ते मला दाखव."

रात्रीने तसे केले. तो व ती तिच्या अभ्यासिकेत समोरासमोर बसले. "तुझ्या हाताशी एक सुंदर यक्ष कामासाठी उपलब्ध आहे." त्याने यक्षाचे डोके थोपटले. "मला पाणी देण्यासाठी धन्यवाद. पण मी ते घेणार नाही." कुमार स्वत:शीच पुटपुटत परत गेला.

कल्की खोलीत बघत असताना रात्रीही त्याच्याकडे सतत बघत होती. ती शांतता तिला असह्य होता होती. एक बरं होतं की तिच्या घरात एक तळघर होते ज्यातून ती घराबाहेर ये-जा करू शकत होती. ते आणीबाणीच्या काळातील वापरासाठीच होते. कारण ती जे प्रचाराचे काम करीत असे त्यामुळे ज्या दिवशी धनुर्धारी व तलवारबाज सैनिक तिच्या घराला वेढा घालतील तेव्हा त्याचा वापर करणे तिला भाग पडणार होते. आता ते गेले असतील कारण कोको आणि विकोको रिकाम्या हाताने

परतले होते. आणि कलीनेही सुस्कारा सोडला असेल. कोको आणि विकोकोने सारे शहर आपल्या ताब्यात घेतल्यापासून तेही प्रसिद्ध झाले होते. ते सगळीकडेच हजर असत. आणि बरेच लोक त्यांच्या उंचपुऱ्या देहाला आणि त्यांच्या क्रौर्याला घाबरून होते.

"माझी व तुझी कधीकाळी गाठ पडेल असे मला कधीच वाटले नव्हते."

"का बरे? म्हणजे मला असे म्हणायचेय की वेदांतने मला तुझ्याबद्दल बरेचसे सांगितले होते. त्याने सरकारदरबारी असलेली तुझी जागा बळकावून फक्त 'वाचनालय प्रमुख' असे फक्त भरदार नाव असलेले पद तुला दिले. पण आपल्या दोघांनाही हे माहिती आहे की ते केवळ त्याला तुझ्यापासून सुटका करून घेण्याच्या उद्देशाने त्याने दिले आहे."

रात्री बळेबळेच हसली. *या माणसाला नेमके काय सुचवायचे आहे?* खोलवर विचार केल्यावर तिच्या लक्षात आले की त्याच्या नसा त्याच्या कातडीतून फुगीर झालेल्या दिसत आहेत. त्यामुळे तो वेगळाच दिसत असे. *रेखीव चेहरा, लांब केस, आणि सुरेख आश्वासक हास्य. वेदांतने त्याचे नाव नवीन उभरता नेता याअर्थी घेतले त्या वेळी तरी तिला तो तसा वाटला नव्हता. आणि त्या वेळी इतर उच्च लोकांबरोबर तिनेही टाळ्या वाजवल्या होत्या व जयजयकारही केला होता.*

तो आता खूप बदलला होता. पण तो असा का झाला होता हे त्यालाच माहीत.

"वेदांतने तुझ्याबाबत खूप पक्षपात केला आहे म्हणून त्याच्या जागी दुसरे कोणीतरी नेमणार आहे."

"कोण ते?"

ते कोण; हे स्वाभाविक आहे अशा अर्थी तो हसला.

"ओह," रात्री स्वतःशीच हसत म्हणाली. "तुला!"

"हो! काही गोष्टींच्या प्रभावामुळे मला आता 'राजा' होणे भाग पडले आहे. मी स्वतंत्रपणे काहीही करू शकत नाही उलट त्याच्या हो ला हो करावे लागत आहे. सरकारमधील बऱ्याच जणांना तसे वाटत आहे. आम्ही ते सिद्ध करून पाहिले आहे."

"मग मला का बोलावले नव्हते?"

"मी वेदांतला तसे विचारले होते पण तो म्हणाला की त्याने काहीच फरक पडणार नाही."

तिला हे नक्की वाटत होते की वेदान्त असे खचितच म्हणाला नसणार.

कदाचित हे सर्व ठरवणाऱ्या मंडळींना लाच दिली असणार, त्यांना बळजबरीने तसे करायला भाग पडले असणार किंवा ते सगळंच खोटे असेल.

"आता मी या शहराचा एक स्वतंत्र व खंदा नागरिक आहे व यापुढे असे घडणार नाही असे मनापासून वाटणारा एक आहे. म्हणून तुझेही मत घ्यायला मी आलो आहे. तुला काय वाटते? मी एक सशक्त व समर्थ 'राजा' होऊ शकेन असे तुला वाटते का?"

त्याचे वागणे विचित्र वाटत होते. त्याच्यासारखा माणुस एका सामान्य कर्मचाऱ्याकडे केवळ त्याच्या राज्यकारभाराबाबत तिचे मत काय आहे हे जाणून घेण्यासाठी येईल हे मनाला पटत नव्हते.

"तुझे गप्प राहणे हा माझ्यासाठी अनुकूल कौल आहे असंच मी मानतो." त्याने मान डोलवली. "चल, मला खूप आनंद झालाय आणि हो, तुझ्या आमंत्रणासाठी मन:पूर्वक धन्यवाद." त्याने बाहेर गेलेल्या रक्षकांना मोठ्या आवाजात बोलावले. "तू हे सर्व करायला अगदी योग्य व्यक्ति आहेस. ग्रंथवाचन हा स्वर्गीय आनंद देणारा मार्ग आहे यावर माझी दृढ श्रद्धा आहे. आणि जेवढे जास्त लोक याचा उपयोग करतील तेवढयांना तो आनंद मिळत राहील. तू एक फार सुंदर आणि उत्कृष्ट साहित्यिक परंपरा निर्माण करीत आहेस." त्याने मान डोलवली. त्याचे रक्षक मोठी तेराकोटाची भांडी घेऊन आत आले. "मी आता शहरात केव्हा काय घडते याकडे बघतो तेव्हा मला कायम मी ज्या खेडेगावात काही दिवस राहिलो त्याची आठवण होतेय. तिथे एक शिंप्याचे लहान दुकान होते. तिथे मी काम करीत असे. मी एक सामान्य मदतनीस होतो. तुला माहितीय का, मदतनिसाचे काय काम असते ते?"

रात्रीने डोक्याने नकार दर्शविला.

"ते सगळ्यात हलके आणि कंटाळवाणे काम असते." कली म्हणाला. "शिंपी तुम्हाला कापड देतो. ते तुम्ही एका मोठ्या रिळाला गुंडाळायचे आणि ते नीट बांधून ठेवायचे. एवढेच!" असो. तर आम्ही एका गोदामात काम करायचो. एके दिवशी एक ग्राहक आला व आम्हाला म्हणाला की मी दिलेले उसने पैसे परत करा. तुला सांगतो, आम्ही त्याच्याकडून फक्त काही नाणी घेतली होती. आम्ही त्याला 'का' म्हणून विचारले. त्याने त्याचे कपडे दाखवले, ते फाटलेले होते. ते विचित्र होते. आम्ही त्याची नाणी परत केली व तो गेला. तो गेल्यावर आम्ही इकडेतिकडे पाहिले आणि आम्हाला काय मिळाले असेल?"

रात्री शांतच होती.

"तिथे उंदीर होते. त्या संपुर्ण गोदामात ते लपून बसले होते. आम्ही त्यांना पकडायचा प्रयत्न केला पण ते हाती लागेतना. आम्ही त्यांच्याकडे दुर्लक्ष करायचा प्रयत्न केला पण त्यांनी आमचे सारे नवे कपडे फाडून टाकले. आणि आम्ही आमचा धंदा गमावू लागलो. लोक म्हणत, आम्ही आमची कामे नीट करत नाही. आता आमची नोकरी जायची वेळ आली. तेव्हा आमच्या मालकाला शिंप्याला—एक युक्ति सुचली. तेव्हा माहितीये त्याने काय केले?"

"नाही. काय केले त्याने?"

"त्याने ते गोदामच जाळून टाकले."

"पण मग नोकरांचे काय झाले?"

"त्याने गोदाम पुन्हा बांधून काढले. पण तो त्या उंदरांना नष्ट नाही करू शकला. पण अख्खे गोदाम नव्याने बांधू शकला असता. म्हणून त्याने गोदाम पुन्हा बांधून घेतले. ती खरंच फार चांगली युक्ति होती." तो थांबला. "मला त्या वेळी कळून चुकले की काहीतरी मिळवताना काहीतरी गमवावे लागते. कुछ खोया, कुछ पाया!"

रात्रीने ओठावरुन जीभ फिरवली. तिने त्या रक्षकाच्या हातातील भांड्यांकडे पाहिले. आणि तिच्या सर्व काही लक्षात आले.

"हे काय चालले आहे?"

कली उठून उभा राहिला व म्हणाला, "हे मला तुझ्याबद्दल वाटणाऱ्या आदराचे प्रतीक आहे!त्याने कोको-विकोकोला खूण केली. त्यांनी सगळीकडे पाणी शिंपडले."

"मी तुला या पवित्र तीर्थाने आशीर्वाद देत आहे." तो खूश होत म्हणाला. पण येणारा वास खूप उग्र होता. रात्री उभी राहिली आणि तिने टेबलाखाली लपवलेला एक सुरा काढला.

"हे तर तेल आहे."

"म्हणूनच ते पवित्र आहे. मी जिथे वाढलो तिथेही आग होती व तुम्ही जिथे मरता तिथेही आगच असते."

"तू हे सारे का करीत आहेस?" तिने हातातला सुरा त्याच्या दिशेने फेकला. पण कली सावध होता. त्याने त्या आधीच तिचा गळा धरला आणि तिला भिंतीकडे ढकलले.

कोको-विकोकोने खोलीतले पलिते घेतले व जिथे तेल ओतले होते

472

त्यावर टाकले. ती भिंतीशी होती, तिथूनच तिला तिच्या घराला लागलेली आग दिसत होती. लाकूड व कागद जळाल्यामुळे निर्माण झालेले वास तिच्या नाका-तोंडात शिरले.

"या शहरात अनेक डोंबकावळे आहेत, ते माझ्याशी बोलत असतात, माझ्या कानात कुजबुजतात. माझ्याशी गद्दारी करणाऱ्यांविषयी ते मला माहिती देतात. आत्ता इतक्यात त्यांनी मला कुणाबद्दल खबर दिली याची तुला काही कल्पना आहे का?" तो तिच्या कानात कुजबुजला. त्याचा कर्कश आवाज येत होता.

"तुझ्याबद्दल."

"डोंबकावळे?"

"हो. म्हणजे गुप्तहेर, खबरे!"

पण कोण? पद्मा. ती आहे का? नाही. मग, कल्की? ओह, तो नक्कीच नाही. ते इथे येताना कल्लीने त्यांचा पाठलाग केला असेल का? हो ते शक्य आहे.

"महाराज, आपण येथून निघु या." विकोको, एक धमाक्याचा आवाज ऐकून म्हणाला.

त्याचवेळी कुमार हातात तलवार घेऊन तिथे आला. त्याने हल्ला करायचा प्रयत्न केला व तो त्यात यशस्वीही झाला. त्याच्या तलवारीच्या घावाने विकोकोचा पाय कापला गेला. कोको विकोकोकडे आला आणि त्याने यक्षाचे मुंडके उडवले. रात्री घाबरून ओरडली. तिच्या नाका-तोंडात-छातीत धूर भरून राहिला होता. म्हणून ती रडत व खोकत होती. विकोको थोटी झाल्यामुळे तिच्या अंगावर ओरडली. तिने कुमारचे डोके लाथाडले. व ते खोलीबाहेर जाऊन पडले.

"हे नेहमीच असा मूर्खपणा करतात." कलीने तिला भिंतीकडे ढकलत निःश्वास सोडला. तिच्या डोळ्यापुढे अंधारी आली. रात्रीने जमिनीवर पडलेली कट्यार उचलली व कलीच्या मानेत खुपसली.

कली थांबला. त्याने कट्यारीला हात घातला व ती कट्यार उपसून काढली. त्यावरील रक्त पाहिले व मानेवरील जखम चाचपली. फारसे काही झाले नव्हते.

"मुली, छान प्रयत्न होता. कदाचित पुढील जन्मी तुला कळेल की परमेश्वरावर असा तलवारीने घाव घालत नसतात." त्याने तिला त्या आगीतच सोडून देऊन डोळे मिचकावले.

ती जमिनीवर कोसळली. त्या खोलीत सर्वत्र पसरलेल्या आगीतून तिने स्वत:ला वाचवायचा प्रयत्न केला. खोलीतली स्वच्छ हवा कमी कमी होत जाऊन आता रात्रीच्या फुफ्फुसात आगीची धग जाणवत होती. ती मृतवत होण्याअगोदर तिला तिच्या शेजारी दोन पाय जवळ आल्याचे जाणवले. पण कुमार तर आधीच मरण पावला होता!

नाही, ते दोन पाय बालाचे होते. तो तिला सोडवायला आला होता. "काय झालेय काय?" तो तिच्यावर ओरडला. पण तिच्या तोंडून एक शब्दही बाहेर पडला नाही.

"तू परत का आलास?" रात्री क्षीणपणे हसली. बालाने आगीच्या लोळातून तिला घेऊन बाहेर पडायचा व सुरक्षित स्थळी जाण्याचा प्रयत्न केला.

"मला यावेच लागले. माझ्या आयुष्यात आलेल्या सगळ्यात चांगल्या व्यक्तिला मरायला सोडून मी जाऊ शकत नाही." तो थांबला. "अं, ते तळघरातील दार बंद आहे." आता त्या घराचे छत कोसळले. आणि तिला अंधुकसे आठवले. ती आता आकाशतील तारे बघत होती. तिने वळून पाहिले तर तिचे पूर्ण घर आगीच्या भक्ष्यस्थानी पडले होते. आता सारे काही संपले होते. तिच्या मालकीचे म्हणून जे काही होते ते म्हणजे तिचा सहकारी, कुमार...

आणि आता तिच्या अवस्थेत आणि परिस्थितीतही फरक पडला होता. बालाच्या बाहुतील शक्ति संपत आली होती. ती जमिनीवर पडली. तिने वर पाहिले तर बालाच्या छातीत दोन बाण घुसले होते. कली, कोको आणि विकोकोच्या बाजूलाच होता. ते धनुष्यावर बाण चढवत होते. बालाने गदेच्या साहाय्याने बाण काढले. त्याच्या छातीतून रक्ताचे पाट वाहत होते.

"तू आता पळ."

कलीने जांभई दिली. तो पुढे झाला. कोको व विकोकोला त्याने विश्रांती दिली. तो रात्रीकडे येताना त्याच्या डोळ्यावर झापड येत होती. रात्री अजून जमिनीवरच पडली होती. "मी तुला आधीच सांगितले होते की घराला आग लागली की प्रथम उंदीर बाहेर पडतात. आणि मग ते मरतात." तो तिच्याजवळ तलवार घेऊन आला. तेवढयात बाला तिच्यावर आडवा पडला.

रात्री किंचाळली. बालाला तिला सांगायचे होते की कलीवर कुठल्याही

शस्त्राचा किंवा तलवारीचा काहीच परिणाम होता नाही. बालाने गदेचा वार केला पण ती कलीला लागण्यापूर्वीच त्याने बालाचे बलदंड व जाडजूड हात अगदी सहजपणे पिरगाळले आणि खांद्यातून उचकटून काढले. त्याचवेळी कलीने त्याची तलवार त्याच्या मानेत खुपसली. त्याबरोबर त्याचे डोळे निष्प्राण झाले. त्याने तलवार तशीच वर नेऊन त्याचे डोके फोडले. बालाचे शरीर, गतप्राण अवस्थेत रात्रीच्या समोरच जमिनीवर कोसळले. तिच्या डोळ्यातून अश्रु वाहू लागले. ती पुढे झाली. कलीच्या संतापाच्या उद्रेकामुळे बालाचा चेहरा छिन्नविछिन्न झाला होता.

हे असे होता कामा नये.

आता ती त्वेषाने वळली. तिच्या डोळ्यातून अंगार फुलला होता. तिने बालाची गदा उचलली तेवढयात कलीने तिच्या पाठीत त्याची तलवार व्यवस्थित खुपसली व तिला जमिनीवर पटकली. तिला उलटी झाली आणि ती निपचीत पडली. तिला काहीही दिसेनासे झाले.

77

कल्की त्या घरातून बाहेर पडल्यानंतर त्याने आग लागेस्तोवर सर्व काही पाहिले होते. त्या भुयारातून ते काही अंतरावर गेले आणि त्याला त्या ओंगळ, पाजी कलीपासून दूर गेल्याचा आनंद झाला. पण मग त्या घराला आगीने घेरले. कल्कीने खूप प्रयत्न केला पण बाला परत जाण्यापासून परावृत्त झाला नाही.

"भावा, मला जायलाच हवे." त्याने म्हटले होते.

कल्कीचे सर्वांग ठणकत होते. त्याची ऊर्जा संपली होती. त्याने डोके हलवले. "नको जाऊस. तू गेलास तर तो तुला ठार मारेल."

"पण मी रात्रीला मरू देणार नाही."

आता कल्कीला बालाच्या भावना समजल्या. त्यालाही लक्ष्मीला मृतावस्थेत पाहून, शांबला सोडताना, तसेच वाटले होते. त्याला ती भावना चांगलीच ज्ञात होती पण बाला तिकडे परत गेला तर तो मोठ्या संकटात पडेल हेही त्याला समजत होते.

"काळजी घे आणि सुरक्षित राहा. स्वतःला जप."

बालाने हसून मान डोलवली आणि म्हणाला, "भावा, माझा तुझ्यावर विश्वास आहे. मला तुझ्या झगड्याचे कारण माहीत आहे. सगळे काही नीट मार्गावर आण." जोरात पळत तो माघारी गेला.

कल्की तिथेच उभा राहिला. आगीने सारे घर घेरले होते. पण अर्जन कुठे आहे? ती नवी मुलगी पद्मा कुठे आहे? असे काय भयंकर घडले आहे?

आता सुमारे तासभर झाला. ते जेथे राहत होते त्या घराची राखरांगोळी झाली होती. सारे लोक त्या घराभोवती जमले होते. पण त्याचे कारण कल्कीला कळत नव्हते. कल्की मन्दपणे पावले टाकत जात

होता. त्याच्या खांद्यावर शुको होता. तेवढयात त्याला कृपाने जमिनीवर लोळवले.

“तू कुठेही जाऊ नकोस. भार्गव आपली वाट पाहत असेल. चल, आपण जाऊ या.”

“मला कुणा पर्वतात राहणाऱ्या माणसाची पर्वा नाही. माझे कुटुंब हेच आहे.” कल्कीने दात विचकले. तो पुढे निघाला. तो सपाटीवरून पुढे आला. व समोरचे दृश्य पाहून तो गळाठून गेला. काही लोकांनी त्याला पाहिले. उडत्या रथातून पळून गेलेला तो हाच हेही त्यांनी ओळखले. कल्कीच्या पुढ्यात छिन्नविछिन्न झालेली दोन प्रेते पडली होती. त्यातील एक चेहरा अजिबात ओळखू येत नव्हता.

तो बाला होता. व रात्रीच्या पाठीत एक तलवार घुसली होती.

कृपाने कल्कीला सावरले. तरीही तो जमीनीवर कोसळलाच. त्याच्या डोळ्यातून अश्रुधारा बरसू लागल्या व त्याने त्वेषाने मुठी आवळल्या. कृपाचा श्वास कोंडला. त्याने पुन्हा कल्कीला सावरले.

“तू ते दृश्य पाहूच शकणार नाहीस.”

“मी त्याला ठार करणारच. मला त्याला मारणे भागच आहे.” तो म्हणाला. त्याने जेव्हा बालाबरोबर पळण्याची शर्यत खेळली होती त्या प्रसंगाची आठवण त्याला झाली. लक्ष्मीच्या आत्याला त्याच्यामुळेच मरण प्राप्त झाले होते. त्यासाठी लक्ष्मीला कल्कीचा तिरस्कार वाटला असता. सर्वच मृत्युंचे ओझे त्याच्यावर पडणार होते.

“मित्रा, तू ते करशीलच. पण तुला सर्वजण ओळखतात म्हणून तू माझ्याबरोबर चल.”

त्याने त्याला गर्दीपासुन दूर ढकलले. कल्कीने त्या ज्येष्ठाला बाजूला घेतले. “तू काही करू नकोस. त्याला मीच ठार करायला हवे.”

कृपा हालचाल न करता तिथेच उभा राहिला. “आणि नंतर काय? गेल्या खेपेसारखे पकडले जायचे? तेव्हा तू मारे फुशारकी मारत दुरुक्तीपुढे गेला होतास? तुला पुन्हा कैदेत जायचे आहे का? त्याच दुर्दैवी फेऱ्यात पुन्हा अडकायचे आहे का? आणि तुला सोडवण्यासाठी आम्ही पुन्हा प्रयत्न करायचा का?”

“आता यापुढे ‘आपण’ हा शब्द काढायचा नाही.” मागून एक आवाज आला.

“ओह, परमेश्वरा!” कृपा कुरकुरला।

कल्कीने वळून पाहिले. त्याला एक धूर्त व चाणाक्ष डोळ्यांची आणि रुपेरी केसांची मुलगी दिसली. ती रडत होती हे ती पुढे आल्यावर त्याच्या लक्षात आले. "हे असे घडायला नको होते. ती एक वाईट कल्पना आहे हे मी त्याला सांगितले होते. पण त्याने माझे ऐकले नाही." पद्मा म्हणाली.

"तुला काय म्हणायचे आहे?" कल्की उत्कंठित झाला होता.

"अर्जन माझ्या मागोमाग वेदांतच्या राजवाड्यात आला होता." तिचा आवाज अगदी शांत होता.

"नाही," कल्कीचा श्वास कोंडला. त्याला पडलेली स्वप्ने खरी होऊ पाहत होती.

"त्याचा पण शेवट झाला का?"

"ते...ते...मला ठाऊक नाही." ती पुन्हा रडायला लागली.

कल्कीने तिच्या खांद्याला घट्ट धरले व ते जोराने दाबले. ती कळवळली.

"तो मेलाय का नाही हे तुला कसे काय माहिती नाही?"

"मी ते बघितले नाही..." तिचा श्वास कुंठित झाला होता.

"तिला सोडून दे." कल्कीचा हात धरुन कृपा ओरडला. कल्कीला त्याच्या हातातला जोर जाणवला.

त्याने पद्माला सोडले. ती जमिनीवरच शांतपणे पडून राहिली. कल्कीने वर पाहिले. त्याला लांबवर प्राण्यांच्या खुरांनी उडवलेली धूळ दिसली. ते मानव शिपाई होते.

"आपल्याला इथून ताबडतोब निघायला हवे." कृपाने त्वरा दर्शविली.

"मी येऊ शकत नाही. अजूनही त्याच्यात धुगधुगी आहे का हे मला तपासायचे आहे."

"तो मेलाय" कृपा ओरडून म्हणाला. "ठीक आहे? अर्जन मेलाय, बाला मेलाय आणि रात्रीही मरण पावलीय. आणि आता आपण जर आणखी काही वेळ इथे थांबलो तर आपलीही तीच गत होईल. आता मला हे माहीत आहे की, आम्ही कुणीही तुला आवडत नाही पण तरीही आपल्याला निघणे भाग आहे. मित्रा, आपणा सर्वांनाच निघायला हवे, तुला कलीला ठार करायचे आहे हे मला ठाऊक आहे. त्यानेच हे सर्व केले आहे, यासाठी मी तुझ्याशी सहमत आहे." त्याने कल्कीचा चेहरा ओंजळीत धरला. क्षणभर कल्कीला वाटले की, तो आपल्याकडे, त्याच्या स्वतःच्या मुलाकडे पाहावे तसे बघत आहे. "पण आता तू दुरुक्तीच्या वेळी घडले तसे पुन्हा घडू देऊ नकोस. तू तिथे जाऊच नकोस. पुन्हा

पकडला जाऊन तुरुंगात खितपत पडू नकोस. तू बहुमोल असे धडे घेऊन अधर्माचा पाडाव करू शकशील. पण त्याकरिता आत्ता आपल्याला निघायलाच हवे.”

मला काहीही झाले तरी तू पुढेच जायला हवे, असे अर्जन त्याला म्हणाला होता.

नाही. अर्जन अजून जीवंत आहे. आणि चांगल्या परिस्थितीत आहे असा विश्वास कल्कीने मनाशी बाळगला. तो कुठेतरी व्यवस्थितपणे जिवंत असेल. शुको त्याचे पंख गोंधळून फडफडवत होता. कल्कीला त्याचा संताप जाणवला. त्याने त्याला शांत केले. शुको पुन्हा त्याच्या खांद्यावर बसला.

“तू आमच्याबरोबर येणार आहेस का?” कृपाने पद्‌माला विचारले.

तिने होकार देण्याअगोदर कल्कीने तिच्याकडे पाहिले. दोघांच्या डोळ्यात एक विषाद आणि अडचणीत पडल्याची भावना चमकली. तिने आपले अश्रु पुसले. कल्कीलाही अगदी क्षणभरच तिला दुखवल्याबद्दल वाईट वाटले.

“मी तुमच्याबरोबर येतेय.”

ती म्हणाली. कल्कीने संशयाने तिच्याकडे पाहिले. पण तो काही बोलला नाही. दु:ख आणि संतापाने तो वेडापिसा झाला होता.

मानवचे सैनिक जवळ येत असताना सारे नागरिक पाहत होते.

“चल लवकर.” कृपाने त्याला हात दिला.

“आपण कसे...” तो शब्द हुडकत होता. “आपण सुटल्यावर कसे जाणार आहोत?”

“मी माझ्या मित्रांमार्फत काही घोड्यांची व्यवस्था केला आहे. ते आपली वाहनाची सोय करतील.”

कल्कीने त्याचा हात धरत मान डोलवली आणि त्याने त्याच्या नवीन पण अपुऱ्या लोकांच्या संचाकडे बघितले. तो ज्याच्यावर विश्वास ठेवू शकत नव्हता व जिने त्याच्या भावाला मृत्युच्या खाईत लोटले होते त्यांच्याकडे पाहिले. ज्यांच्याबरोबर तो निघाला होता पण त्यांच्याबरोबर जाण्याची त्याच्या मनाची तयारी नव्हती.

पण...त्याच्यापुढे दुसरा पर्याय पण नव्हता.

78

दुबळ्या व विश्वासघातकी माणसांचा अंत होणे हा त्यांच्या सुटकेचा एकमेव मार्ग आहे.

कलीच्या बाबतीत तो स्वत: त्याची अजिबात काळजी करत नव्हता. ते लोक किड्यामकोड्यांपेक्षा किंवा गटारातील घाणीपेक्षा घाणेरडे होते. त्यांनी खूप भोगले होते आणि तसेच अपेक्षित होते. तो त्यांचा दु:स्वास करी. कल्कीच्या सहकाऱ्यांबाबत त्याने जे केले होते ते रास्तच होते. त्यांची तीच लायकी होती आणि त्याच्याकडे अधिक वेळ असता तर त्याने त्यांची अवस्था आणखीच वाईट केली असती. पण आता त्याला तिथून जाणे आवश्यक होते. कारण आजूबाजूला लोक जमा होऊ लागले होते. आणि त्यांचा राजा हा एक रस्त्यावर खून करणारी व्यक्ति आहे अशी त्याची प्रतिमा होणे श्रेयस्कर नव्हते. त्यांच्यामध्ये त्याला आदर असणे जरुरीचे होते.

दुरुक्तीचेही असेच व्हायला हवे होते. पण सरतेशेवटी ती त्याची बहीण होती. त्यांच्यातील एकाच रक्ताच्या धाग्याने त्याला तसे करता आले नव्हते. सिमरनच्या साहाय्याने त्याने तिच्यावर काबू मिळवला असता, कारण सिमरन जरी तिची सहचरी होती तरी प्रथम ती कलीची गुप्तहेर होती. त्याने तिला भरपूर सोने भेट म्हणून दिले होते. त्यामुळे दुरुक्ती जेव्हा केव्हा त्याच्या दृष्टीने त्रासदायक वागे किंवा काहीतरी वेगळे करू जाई तेव्हा सिमरन त्याला सावध करीत असे.

परंतु तिच्यातील कोमलता व कोवळेपणा यांच्यावर त्याची दृष्टी पडली की तो विरघळून जात असे. आता जेव्हा तो तिच्या खोलीत बसला होता तेव्हा त्याने तिला विचारले, "तू राज्याभिषेकाला येणार आहेस ना?"

वेदांतकडुन त्याचा राजमुकुट हिसकावून घेणे हे काही फार अवघड काम नव्हते. सर्व नाग नेते मरण पावले होते. फक्त मनसा अजून जिवंत होती पण तिच्या मृत्युविषयी त्याने आधीच खोटेनाटे पसरविले होते. ती आता माघारी येणे खात्रीपूर्वक शक्यच नव्हते. वेदान्त घाबरलेला होताच त कली त्याच भीतीचा फायदा घेणार होता.

दुरुक्ती खिडकीच्या कठड्यावर बसून आकाशातील तारे बघत होती. "तुझ्या छातीवर हे रक्त कसले आहे?"

कली विचारात इतका बुडून गेला होता की त्याने त्याच्या अस्ताव्यस्त केसांविषयी व कपड्यांविषयी कसलीच काळजी घेतली नव्हती. "मी काही गोष्टींची वासलात लावत होतो."

"तू त्याला मारले आहेस का?" तिने विचारले.

ती नक्कीच त्याच्याबद्दल म्हणजे कल्कीबद्दल बोलत होती. शांबलातील गावंढळ मुलाबाबत. फक्त त्याच कारणासाठी कलीला ते गाव नेस्तनाबूत करायचे होते. पण नंतर त्याला तेवढेच कारण पुरेसे वाटले नव्हते.

"हो," तो खोटे बोलला.

ती मागे वळली. तिच्या डोळ्यात कुठलीही सहानुभूतीची भावना नव्हती.

"छान!"

"तुला काय झालेय काय?"

"मला वाटत होते की तो वेगळा आहे म्हणून. पण तसे नाहीय."

कल्की तिच्याजवळ चालत आला. अगदी जवळ, व त्याने तिच्या हातांची ओंजळ धरली. तिने त्याच्याकडे कठोरपणे पाहिले. तिच्या भुवया वर उचलल्या गेल्या. "मी मागच्या वेळी जसे वागलो त्याबद्दल मला माफ कर." कलीने सुस्कारा सोडला. "मी खूप दुखावला गेलो होतो व मला खूप रागही आला होता. मर्तंजा लोकांवर वेगळ्याच पद्धतीचा प्रभाव टाकत असे. तू त्याच्यावर प्रेम करतेस, असे त्याने मला खात्रीपूर्वक पटवून दिले होते."

"तू माझ्यापेक्षा या शहरावर जास्त लक्ष ठेव. या नगराची जास्त काळजी घे."

"पण मला तुझ्या आयुष्याची जास्त चिंता व महत्त्व आहे." कलीला तिला मिठी मारण्याची तीव्र इच्छा झाली. पण तो थांबला. ते दोघेही वेगवेगळ्या परिस्थितीत लहानाचे मोठे झाले होते. पण त्यांचे एकमेकांवर

प्रेम होते, जीव होता. आणि तीही त्याच्यावर दुःस्वास असूनही प्रेम करते हे तो जाणून होता.

"तुला झालेय तरी काय."

"काहीजण तुमच्यातील वाईटपणालाच आवाहन करतात." तो कल्कीसंबंधात बोलत होता. तो कलीप्रमाणेच स्वतःही बळकट होता कदाचित ते सोमामुळेही असेल. "आपल्या प्रत्येकाच्याच जीवनाला एक काळी बाजूही असते आणि ती वेळोवेळी उघडी होते. ते बुद्धिपुरस्सर होत नसते." त्याने तिच्याभोवतीचे हात घट्ट केले. "पण काही लोक मात्र तुमच्या चांगुलपणाला आवाहन करीत असतात. आपल्यातील अलीकडच्या बेबनावावरून मला तुला गमवायचे नाहीय. तुला जे हवे ते करायचा तुला हक्क आहे."

दुरुक्तीने दात चावले आणि त्याच्या मुस्कटात एक जोरदार थप्पड ठेवून दिली. कलीने शांतपणे तिचा स्वीकार केला व श्वास घेत तो म्हणाला, "मला वाटते की हे आवश्यक होते. माझी तीच पात्रता आहे."

"तू काही माझा मालक नाहीस की मी तुझी मालमत्ता नाही. दादा, तू त्यालाच पात्र आहेस."

"याचा अर्थ मी असा घेऊ का की तू मला माफ केले आहेस?"

तिने क्षणभर त्याच्याकडे पाहिले. कली पुढे झाला व त्याने तिला कवेत घेतले. क्षणभर तिने काहीच प्रतिक्रिया दिली नाही. पण नंतर तिनेही त्याला मिठीत घेतले. तो तिच्याकडे लाघवी, आशादायी नजरेने बघत मागे आला.

"तू माझ्या राज्याभिषेकाला येणार आहेस का?"

"मला दुसरा काही मार्ग आहे का?"

तिला बरे वाटण्यासाठी काय म्हणायचे हे कलीला माहीत होते. "हो. आहे तर. तुला जर तिथे हजर राहायचे नसेल तर तू येऊ नकोस."

ती हसली. हसल्यामुळे तिचे गाल वर आले. "मग मी येईन."

तिला खरोखर तसे वाटतंय का याबद्दल तो साशंक होता. किंवा कदाचित बाकी सर्व गोष्टी नेहमीप्रमाणे सुरळीत झाल्या असाव्यात. पण किमान वरकरणी तरी तसे वाटत होते. तो त्या आनंदात फार काळ राहू शकला नाही कारण मागून आवाज आला.

"महाराज, त्या गोदामातून दवाखान्यात गेलेली आपली माणसे परतली आहेत आणि ते तुमची वाट बघत आहेत." तो कोकोचा चिरपरिचित आवाज होता.

'गोदाम' या शब्दाने दुरुक्ती चमकली. "मी तुझ्यासाठी जे औषध आणले होते त्याचे तू काय केलेस?"

"प्रिय भगिनी," त्याने कुशलतेने त्याची बोटे तिच्या गळ्याभोवती फिरवली. "ते नुसते औषध नव्हते तर तो परीस होता आणि दुर्दैवाने त्या सर्वाचा नाश झाला आहे."

तिने भुवया उंचावल्या. "मग आता तू काय करायचे ठरविले आहेस? ते आणखी मिळण्यासाठी शोध घेणार आहेस का?"

कलीने त्याचा विचारच केला नव्हता. त्याच्या शरीरातील प्रत्येक अवयव अन अवयव पूर्वीपेक्षा छान तंदुरुस्त वाटत होता. त्याला त्याच्या अख्ख्या आयुष्यात एवढेडे छान कधीच वाटले नव्हते आणि त्यामुळेच त्याचा आणखी शोध घ्यावा हा विचार त्याच्या मनात चमकून गेला. पण त्याला त्याची खरेच गरज होती का? त्याने काही भाग, त्याचा आजार, जर पुन्हा उफाळला तर लागेल म्हणून राखून ठेवला होता. पण आता तो समाधानी होता.

"प्रिय भगिनी, मी एक राजा आहे. त्याहून कितीतरी मोठ्या व महत्त्वाच्या गोष्टींची काळजी करणे हे माझे कर्तव्य आहे." त्याने तिच्या गालाचे हळुवार चुंबन घेतले. "तू जे जे करीत आहेस त्या सगळ्यासाठी मी तुझा आभारी आहे. तुझ्याशिवाय माझी किंमत शून्य आहे."

तो कुजबुजला आणि खरेच त्याला हे मनापासून वाटत होते. कली त्या खोलीतून बाहेर पडला. आत येणाऱ्या सिमरनकडे त्याने पाहिले त्यांनी एकमेकांकडे पाहिले व तो कोको आणि विकोकोबरोबर बाहेर पडला. बागेजवळच्या मुख्य खोलीत त्यांच्याबरोबर आला. तिथे त्या प्रचारकाला बांधून ठेवले होते. तो तिथे पोचला. तिथे पाच माणसांना जखमी अवस्थेत पण त्यांच्यावर मलमपट्‌टी करून आणले होते. ते उभेच होते. त्यांच्या पाठीवर त्यांची शस्त्रे होती. त्यांच्यामागे आणखी रक्षक उभे होते. व ते सर्व काळजीत वाटत होते.

ती सर्व मर्तंजाची राक्षस मंडळी होती. त्यांच्यावर सोम खडकांचे रक्षण करण्याची जबाबदारी होती.

"तुम्हाला आठवते आहे का...की..." त्याने बोलायला सुरुवात केली. त्या सर्वांची शरीरे भव्य पण जखमी अवस्थेत होती. तो पुढे-मागे चालत त्यांच्याकडे पाहत होता. "ते आरोपी कोण होते?"

सर्वांनी नकारार्थी डोकी हलवली.

"त्यांच्यापैकी कुणी परत आले तर तुम्ही कुणाला ओळखू शकाल का?" तो आपल्या बोटांच्या नखाकडे पाहत, त्यांना एकमेकावर टेकवत म्हणाला.

त्यांच्यातील एकाने मान डोलवली.

"पुढे येऊन उभा राहा."

राक्षस पुढे आला.

"मुला, तुझे नाव काय?"

"प्रद्म."

"प्रद्म," कलीने मान डोलवली. त्या माणसाच्या छातीवर मोठी जखम होती व त्यात पू झाला होता. "ते परत समोर आले तर तू त्यांना ओळखू शकशील का? त्यांचे चेहरे तू नीट बघितले आहेस का?"

"हो, महाराज." प्रद्म म्हणाला.

"छान." काली इतरांकडे वळला. "कोको, विकोको या सर्वांना मारून टाका."

प्रद्मचा श्वास कोंडला. कोको व विकोकोने त्यांची मुंडकी उडवली. काही जणांनी प्रतिकार केला पण कलीच्या इतर रक्षकांनी त्यांना भोसकले आणि त्यांची शरीरे कापून काढली. प्रद्मने घाबरून ते सर्व बघितले. कली दुसरीकडेच बघत होता. "काळजी करू नकोस. ते सर्व निरुपयोगी होते. रक्तपाने, तुमच्या मुख्याने त्यांना, ते जर असे हात हलवित आले असते तर यापूर्वीच खतम केले असते. मी तुम्हा सर्वांवर उपकारच केलेत."

प्रद्मचा थरकाप उडाला. तो तसा लहानच होता. आता कलीबद्दल त्याला आणिकच भीती वाटू लागली.

"आता तू कुठेही जाणार नाहीयेस. काळजी करू नकोस. तू आता इथेच माझ्याजवळ रहाणार आहेस. राहशील ना?"

प्रद्मने मन डोलवली.

"छान, आता तू या शहरातील सर्व राक्षस सेनेचा नवीन प्रमुख आहेस. आता मी रक्तपाला तुझ्या नेमणुकीसंबंधी व झाल्या परिस्थितीबद्दल चिठ्ठी पाठवतो."

"पण मी तर एक साधा शिपाई आहे." त्याच्या आवाजात भीती होती.

मला तेच तर हवे आहे.

"मुला, तू त्याहून खूप काही अधिक आहेस." त्याने त्याची छाती थोपटली व त्याला त्या छिन्नविछिन्न झालेल्या राक्षसात सोडून देऊन तो

निघून गेला. "आणि हं!" त्याने प्रद्मकडे न पाहताच म्हटले की, "उद्या माझा राज्याभिषेक आहे. त्यावेळी तू तिथे हजर रहा."

वेदान्त पुढे आला तसे कलीही उठून उभा राहिला. त्याने राजमुकुट कलीच्या डोक्यावर ठेवला तेव्हा त्याच्या चेहऱ्यावर उसने हसू होते. त्याने फक्त राजमुकुट दिला नाही तर इतर अनेक दागिने, अंगठ्या मनगटी, गळ्यातील हार, अशा इतर गोष्टीही दिल्या. कलीच्या गालावर गर्भित हसू होते. त्याने मलमल व लोकरीचे कपडे परिधान केले होते. वेदान्त टाळ्या वाजवत वळला. मग शहरातील इतर मान्यवर, उच्चभ्रू, अमीर, उमरावमंडळींनीही त्याचे अभिनंदन करण्यासाठी रांग लावली.

कली त्याच्या उजवीकडे वळला. वेदान्त त्याच्या मुलीणीबरोबर हळूहळू टाळ्या वाजवत होता. ती मुलगीण त्याला प्रथम दर्शनी एक संकटच वाटली होती. तिला टाळ्या वाजवण्याचा साधा शिष्टाचारसुध्हा पाळता येत नव्हता. उलट तिच्या चेहऱ्यावर थोडा तिरस्कारच दिसत होता. कलीला तिच्या असभ्यपणाचा जरादेखील राग आला नाही. शेवटी काही झाले तरी ती एक लहान मुलगी होती, एवढेच काय त्याने कुवेरालादेखील अत्यंत कृत्रिम व नाटकीपणाने हसताना बघितले. कलीने त्याचा मुख्य शत्रू म्हणजे नागांचा पडाव केला होता याचा त्याला परमानंद झाला होता. तर आज इकडे दुरुक्ती तिच्या बाजूला असलेल्या सिमरन बरोबर होती व तिच्या चेहऱ्यावर खुशी दिसत होती. कलीच्या मागे कोको व विकोको विरुद्ध दिशांना उभे होते. ते अत्यंत आज्ञाधारक व एकनिष्ठ सेवकांप्रमाणे स्तब्ध उभे होते. प्रद्म राक्षस रक्षकांबरोबर समोरच होता व गुडघ्यावर बसून नवीन राजाला मानवंदना देत होता.

कली भाषण करण्यासाठी उभा राहिला. "साऱ्या नागरिकांचा शेवटचा राजा वेदान्त याने माझ्यावर या महान कर्तव्याची जबाबदारी टाकली आहे. माझ्याकडे असलेल्या नवनवीन, प्रागतिक व चांगल्या कल्पनांना पूर्ण करण्यासाठी त्यांनी मला ही थोर संधी दिली हा त्यांचा मोठेपणाच आहे." खरेतर त्याने उर्वशीच्या सुरक्षिततेबद्दल धमकी देऊन हे मिळवले होते.

"मी नाग लोकांना या शहरातून हाकलून लावले आहे." बरेच लोक त्याचा जयजयकार करू लागले. त्यांना कलीला शांत करायला लागले.

"मी त्यांना त्यांच्या मूळ जागी जायला भाग पडले आहे." वास्तविक हे धादांत खोटे होते. खरेतर मनसाने त्यांना एका जागी बोलवण्याचे फरमान काढले होते असे सांगून त्याने त्यांना बाजूला काढले होते व नंतर प्रत्येकाला हुडकून हुडकून ठार मारले होते. "आता आपण अधिक मानव धनुर्धाऱ्यांना व सैनिकांना कामावर ठेवले आहे आणि सारे काही पूर्वीप्रमाणेच किंबहुना अधिक चांगले वातावरण प्रस्थापित केले आहे."

सर्वांनी टाळ्या वाजवल्या. त्याने आताच इतर नागाबरोबर युद्ध छेडले होते. पण तो आता त्याची काळजी करणार नव्हता. त्याने स्वतःच केलेला तह मोडला होता पण त्यांच्यातील वितुष्ट संपवण्याचा तोच एकमेव उपाय होता.

"आता सर्वांनी खूप खा, खूप प्या, आणि हो. अर्थातच स्त्रियांच्या सहवासाचा आणि उपभोगाचा आनंद लुटा."

आता अप्सरांनी रंगमंचावर प्रवेश केला. त्यांनी केलेला पेहेराव अत्यंत पारदर्शक आणि त्यांच्या कमनीय अंगप्रत्यंगाचा प्रत्यय देणारा होता. कलीने पाहिले तर दुरुक्तीला लाज वाटत होती तर वेदान्त उर्वशीचा हात धरून तिथून निघून चालला होता. हा सारा प्रसंग अगदी बघण्यासारखा होता.

कली सिंहासनावर बसून होता. त्याचे हात सिंहासनावर फिरत होते. तो अगदी निष्काळजीपणे तिथे बसला होता. त्याच्या मनात शहराच्या सुधारणेसंबंधी मोठी योजना होती पण तो तिथेच थांबणार नव्हता. तो इतर शहरांकडेही जाणार होता. आता तो पुन्हा बलशाली व पूर्वीसारखाच झाला होता.

कोको पुढे झुकला. कलीने पाहिले तर सारे अमीर-उमराव त्या वेश्यांच्या सौंदर्याचा आस्वाद घेत होते. "महाराज?"

"हं, काय?"

"सम्राट वेदान्त निघून गेले आहेत."

"मला माहीत आहे." कलीने तो विचार सोडून दिला.

"आता आपण जसे आपले रक्षक त्या किल्ल्यावर नेमले आहेत, त्यापैकी एकाने 'त्या' माहीत असलेल्या कैदयाला तिथे पाहिले अशी माहिती मिळाली आहे."

"त्या माहीत असलेल्या कैदयाला? असे तू म्हणालास?" कलीने भुवया उंचावल्या.

"मग त्याला इकडेच बोलाव." "जी हुजूर!"

आणि काही क्षणातच कैदयाला आणण्यात आले. त्याचे डोके पिशवीत बांधले होते. आणि हात दोराने बांधलेले होते. कलीने दारूचा पेला संपवला व ती पिशवी काढण्याचा इशारा केला. पिशवी काढल्यावर एक चिरपरिचित आकृती दिसली.

त्याच्या अंगावर असंख्य जखमा झाल्या होत्या. तो मुलगा तोच होता ज्याला त्याने खटल्याच्या वेळी, कलीच्या उडत्या रथात त्याला मदत करताना पाहिले होते.

प्रद्म तिथेच उभा होता. तो कलीकडे धावत आला व त्याने मान हलवून म्हटले, "महाराज. हाच आहे तो, त्यांच्यातीलच हा एक जण आहे."

कलीने निश्वास सोडला. हेलपाटत चालत येताना त्याच्या हातातील दारूचा पेला हिंद्कळला व दारू सांडली. तो कैदयाच्या जवळ आला. "माझी मालमत्ता नष्ट करणे ही चांगली कल्पना आहे. असा तू विचार केला होतास का?"

प्रद्म मध्येच म्हणाला. "महाराज, मी याच्या देहाच्या खांडोळ्या करू का?"

"नको, ते फारच सोपे मरण होईल." त्याने मुलाकडे पाहिले. त्याच्या खांद्यावर थोपटले. "आता आपण सर्वजण जरा मजा घेऊ या ना! ठार मारणे ही अगदी झटकन व सहजपणे मिळणारी शिक्षा असते. मुला, तुझे नाव काय आहे?"

मुलाने उत्तर देण्याऐवजी तो कलीच्या अंगावर थुंकला. कलीने ती थुंकी पुसली व तेव्हाच त्याला त्या मुलाच्या तोंडावरचा मोठा व्रण दिसला.

"माझे नाव अर्जन आहे." मुलगा बोलू लागला. "आणि तुला जर आणखी काही दिवस जगायचे असेल तर मला ताबडतोब मारून टाक."

कलीला तो मुलगा आवडला. आता नव्हे तर त्याला तो पहिल्यापासूनच आवडला होता. तो अगदी चित्तवेधक होता.

"मुला, आपण ते नंतर बघू या. नक्कीच बघू या."

79

तो मेला नव्हता.

कल्कीसारखा मुलगा, एवढा बलशाली शक्तीशाली माणूस इतक्या सहजपणे मरूच शकत नव्हता हे दुरूक्तीला माहीत होते. एखादा नायक येऊन आपल्याला वाचवेल ही आशा मुळातूनच तिच्या मनातून घालवण्यासाठी, तिचा तसा असलेला विश्वास नष्ट करण्याचा कलीचा विचार होता. पण दुरुक्तीला अशा कोणा नायकाची गरज नव्हती. तिला फक्त काळजी घेण्याची गरज होती. कल्कीने तिला एका पिसाटासारख्या व्यक्तीकडे सोडून दिले होते ज्याला एकेकाळी ती तिचा भाऊ मानत होती तरीही तिचा कल्की राग नव्हता की ती त्याचा तिरस्कार करत नव्हती. तिला, ती कल्कीचा दुस्वास करते असे कलीला भासवायचे होते, त्यामुळे कलीचा तिच्या बाबतचा संशय फिटला असता. आता तो पूर्वीचा माणूस राहिला नव्हता. तो आता वेगळ्याच पद्धतीने वागत होता. तो वाटतही

वेगळाच होता आणि सगळ्यांत वाईट म्हणजे तो दिसतही वेगळाच होता. एकेकाळी कुरळ्या केसांचा असलेला, सोनेरी डोळ्यांचा मुलगा आता एक टकल्या आणि कोळश्यासारखा काळ्या रंगाचा झाला होता. हा त्या सोमाचा परिणाम तर नाही ना?

कल्की तिला नक्कीच सोडवू शकला असता, असा विचार तिच्या मनात येऊन गेला. तिला त्याला थोड्या प्रमाणात थोबाडावे असेही वाटत होते. पण आता तिचा आणि त्याचा मार्ग पूर्णपणे वेगळा झाला होता. ती तिचा मार्ग त्याच्यावर लादू शकत नव्हती.

या क्षणी कलीला कुणी मदत करू शकत असेल तर ती व्यक्ति फक्त तूच आहेस. त्याला वाचव.

कल्कीने तिला म्हटले होते. आता परिवर्तन हे निरुपयोगी होते. कलीच्या मनात गोंधळाने उच्छाद मांडला होता. वेदांतने जर मुकाट्याने राजसिंहासन सोडले नाही तर उर्वशीला मारण्यात येईल अशी धमकी त्याने दिल्यामुळेच ते सिंहासन सोडायला त्याला भाग पडले होते. सत्तामदाने त्याचा पूर्ण ताबा घेतला होता. एकेकाळी त्याला सर्वत्र शांतता नांदावी असा ध्यास लागला होता. पण आता तो कसलीच काळजी करत नव्हता. त्याला त्याची काही पर्वाच राहिली नव्हती. आता त्याच्या वाटेत येणाऱ्या कुणाचाही खातमा करायची व कुणालाही उलथवण्याची त्याची तयारी होती. त्याने एकेकाळी ज्यांच्याबरोबर करार-तह केला होता त्यांचा देखील त्याने विश्वासघात केला होता. स्वतःच्या बहिणीबाबतही तो दुष्टपणे वागू शकला होता. दुरुक्तीला आपण दोषी असल्याचे वाटत नव्हते. तिने काहीही चुकीचे केले नव्हते किंवा किमान तिला तरी तसे वाटत होते. पळून जावे असे वाटत होते पण तो उपाय पुरेसा नव्हता. शांत असल्याचा आव आणून स्वतःला हवं तेच करून घेणारे त्रास्त काळ तग धरून राहतात. व तीला आता तेच करणार होती. आणि हो, ती शांत राहून त्याला बदलाण्याचा प्रयत्न करणार होती. आणि ते खरे होते. त्याला अशा अवस्थेत बघून तिला वाईट वाटत होते. त्या काळजीने ती रोज तिळ तिळ तुटत होती. तिला पुन्हा पूर्वीसारखे कलीकडे जावेसे वाटत होते. तो पुन्हा पुर्वीसारखा व्हावा, या सर्व गदारोळापासुन दूर जावे, व आनंदात राहावे असे तिला वाटत होते, पण ते आता दुरापास्त होते.

आकाश डहुळले होते. तारे लुकलुकत नव्हते. तिच्या अंगावरून हलकेच वारे वाहत होते. मेणबत्ती पूर्णपणे जळल्यावर तिच्या लक्षात आले की तिने तिचे कपडे सिमरनला धुवायला दिले होते. कारण तेच कपडे तिला उद्या वापरायचे होते. ती सिमरन कुठे आहे हे बघायला तिच्या खोलीच्या बाहेर आली. सिमरन अलीकडे तिची विश्वासू मैत्रीण आणि मदतनीस झाली होती. सोम घेतल्यापासून, तिनेच सुचवि कलीमध्ये पूर्ण बदल होऊ लागला होता. पण ते ल्याप्रमाणे किती प्रमाणात व कसे झालेत हे तिला कळले नव्हते.

ती अंधाऱ्या ओवरीतून सहजपणे चालत गेली. राज्याभिषेकापासून तिने सिमरनला पाहिलेच नव्हते.

ओह, किती भयानक राज्याभिषेक होता तो!आनंद झालेले अगदी कमी लोक होते उलट कलीचा तिरस्कार करणारे उघडपणे तसे बोलत होते. त्याने आज अनेक नवीन शत्रू नव्याने निर्माण केले होते.

तिने काही मानव सैनिकांना पाहिले. ते उभे राहून घोळक्याने, नवा राजा आणि त्याच्यामुळे राजकारण कसे विस्कळीत झाले आहे, यावर चर्चा करताना तिने पाहिले. दुरुक्तीला पाहून ताबडतोब गप्प झाले.

दुरुक्तीने त्या अनिर्गल गप्पांकडे दुर्लक्ष केले आणि ती मुद्यावर आली. "तुम्ही माझ्या मदतनिसाला पाहिलेत का?"

"अं...दुरुक्तीजी, आम्ही तिला शेवटचे पाहिले तेव्हा ती तिच्या खोलीत होती." एकाने खाखरत उत्तर दिले.

दुरुक्तीने मान डोलवली. ती सिमरनच्या खोलीकडे जाऊ लागली. ती मुख्य इमारतीपासून दूर व कलीच्या किल्ल्यातच होती. दुरुक्ती तिथल्या ओवरीत पोचली. नवल म्हणजे तिथे एकही रक्षक हजर नव्हता. तिथल्या भिंती खडबडीत दगडांनी बांधलेल्या होत्या. आणि ओवरीच्या दोन्ही बाजूला लावलेल्या दिव्यांच्या सावलीत खालची जमीन दिसत होती. ती शेवटी सिमरनच्या खोलीजवळ पोचली. तिथे तिने काहीतरी आवाज ऐकला. तिथे बोलाचाली सुरू होती. त्यातला एक आवाज सिमरनचा नक्की होता. पण दुसरा...तो नवखा आवाज होता कुणा पुरुषाचा होता.

एवढया रात्री?

सिमरन्ने तिच्या आयुष्यातील कुणाही माणसाबद्दल एक अक्षर कधी काढले नव्हते. आणि तरीही...

ती थांबली नाही. तिने हळूच दार उघडले. ती आत डोकवली. तिथे फक्त दोन मेणबत्यांचा अंधुक उजेड पडला होता. बाकी सर्वत्र अंधार होता. खिडक्यांना पडदे लावले होते. त्यातून फारसे काही दिसत नव्हते. फक्त गुडघे टेकून बसलेली सिमरन दिसत होती. तिचे हात एकमेकात गुंफलेले होते. दुरुक्तीने दरवाजा आणखी उघडला नाही. नाहीतर सिमरनला तिचे आगमन कळले असते. सिमरनच्या चेहऱ्यावर उजेड पडला होता. तिच्या लांब बोटांची सावली तिच्या फिकट चेहऱ्यावर नाचत होती. त्या माणसाच्या किंवा काय जे होते त्याभोवती वलय होते.

त्यातून एक ऊर्जा किंवा बल बाहेर पडत होते. दुरुक्तीला ते जे काय होते ते बघायचे होते आणि तो तिचा अधिकारच होता पण तिला प्रथम त्यांच्यात काय संभाषण चालले आहे तो ऐकायचे होते.

"मुली, छान काम केलेस." आवाज आला. तो म्हाताऱ्याचा वाटत होता पण त्यात तालबद्ध चढ-उतार व तारुण्य जाणवत होता.

"महाराज, मी धन्य झाले." सिमरन नतमस्तक झाली. "सगळे काही आपल्या योजनेनुसार पार पडले. पांढरा घोडा तुमच्या काकांबरोबर उत्तरेकडे रवाना झाला आहे."

"ठीक, ठीक." खरखरीत आवाज आला. "ते सोंगट्यांसारखे असते. तुम्ही एकावरच नेम धरता पण त्या बरोबरच इतर सोंगट्याही आपली जागा सोडतातच."

"माझ्या तथाकथित वडिलांची, व ते त्यांच्या बायकोसाठी औषध कसे हुडकत होते, ही गोष्ट, तुम्ही मला दुरुक्तीला विदित करायला संगितले होते, त्याप्रमाणेच हे होते."

"हो, ते योग्य पद्धतीने झाले, हो ना?" तो थांबला. "अर्थात ती फक्त एक गोष्ट नव्हती."

"पण तिने काम केले." ती हसली. "महाराज, तो माणूस कोण होता?"

"दुसरे कोण? ते कल्कीचे वडील होते."

"तुम्ही त्यांना भेटला आहात?" तिच्या आवाजात कंप होता.

"अर्थात." सावली हलली. "त्या गुहेतील सोम घ्यायला मीच त्यांना प्रवृत्त केले होते."

सिमरन्‌ने आवंढा गिळला. आता ती काहीतरी अप्रिय गोष्ट सांगणार आहे हे दुरुक्तीला दिसले. "महाराज, मला भीती वाटतेय." सिमरन सांगू लागली. "मला वाटतं की मी जेव्हा ते भविष्य बाजारात सांगितले, तेव्हा कलीने मला पाहिले नसावे."

"तू काळजी करू नकोस. तू वेषांतर छानच केले होतेस." तो म्हणाला. "पण पुढच्या वेळेस तू नियुक्त केलेला मारेकरी नीट पारखून घे. त्या नागाला कोणी कामावर ठेवले होते हे त्याने सांगण्याच्या आधीच त्याचा खातमा झाला होता हे आपले भाग्यच म्हणायचे."

"पण ते सर्व आपल्या भल्यासाठीच झाले. त्या सर्व गैरसमजुतीचा बळी वासुकी ठरला."

तो आवाज पुन्हा करकरला. "कुणाच्या मृत्यूबद्‌दल उत्तेजित होऊ नकोस. सिमरन, आपण जे काही करतोय ते एका फार मोठ्या कारणासाठी, उद्‌देशासाठी करत आहोत."

"महाराज, तुम्ही तुमच्या काकांना फक्त मदत का करीत नाही?

कारण शेवटी तुम्हा दोघांनाही एकच गोष्ट साध्य करायची आहे ना?"

"नाही." त्याच्या आवाजात दु:खाची छाया जाणवत होती. "या युगात त्याला गेल्या खेपेसारखे युद्ध व्हायला नको होते. पण मी ते केले. पण माझ्यापुढेही दुसरा कुठलाच पर्याय शिल्लक नव्हता आणि आता मी हे सुरू केले आहे तर त्याला नको असतानादेखील त्याला ते करण्याशिवाय गत्यंतर नाही."

सिमरनने हळुवार मान डोलवली. "तुम्ही खरेच फार कष्टपूर्वक कार्य करीत आहात. महाराज, तुम्ही जेव्हापासून कलीला विष देऊन आजारी केलेत त्यामुळे दुरुक्तीला त्याच्यासाठी सोम आणण्याशिवाय दुसरा पर्याय शिल्लक राहिला नाही."

"पण त्यापूर्वी बराच काळ..." तो थांबला. त्याचा आवाज मंद झाला. "मी त्या दोघांनाही वेगळ्याच मुशीत बांधले होते. त्यांना अर्थातच ते माहीत नव्हते असे तू म्हणू शकतेस."

"पण तुम्हाला कली म्हणजेच अधर्म आहे हे कसे माहीत होते?"

"मी ब्रह्माच्या नजरेतून तसे पाहिले होते. मी भूतकाळ, वर्तमानकाळ आणि भविष्यकाळ पाहू शकतो. आणि कुठली परिस्थिति उद्‌भवायची आहे हेही मी जाणू शकतो. असे माझ्याशिवाय फक्त अधर्मच करू शकतो." तो म्हणाला. "मुली, मला माफ कर. मी तुला यापूर्वीच हे सर्व सांगू शकलो नाही कारण आपल्याकडे अगदी कमी वेळ होता आणि तू हे सर्व तुझाजवळच ठेवू शकशील याची मला खात्री नव्हती."

"नाही, कृपा करून तुम्ही माझी माफी मागू नका. महाराज, माझी विनंती आहे. जरी माझे डोळे..." सिमरनचे डोळे प्रखर प्रकाशामुळे दिपले. "ते कुठे आहे, महाराज?"

"ते माझ्याजवळ नाही. मी आता त्या पांढऱ्या घोड्याची वाट पाहतो आहे. मी खूप पूर्वी म्हणजे प्रलयाच्या वेळी त्याचा वापर केला होता. सर्व काही योग्या तऱ्हेने चालले आहे ना? प्रत्येक गोष्ट जागच्या जागी आहे ना? हे बघण्यासाठी मी त्याचा वापर केला होता. भविष्यात धर्म कोण होईल व अधर्म कोण असेल याची अंधुक जाणीव करून घेण्यासाठी मी त्याचा किंचित वापर केला होता."

"महाराज, काळजी घ्या." तिने म्हटले.

"तू काळजी करू नकोस."

आता दुरुक्तीला राहवेना. ज्याने प्रत्येकाला दु:ख दिले होते, सर्व

गोष्टींचे प्रयोजन केले होते त्या व्यक्तिला तिला पाहायचे होते. तिने हळू हळू दार उघडले. आपला चेहरा नीट रोखून, मान वळवून, तिने ज्या माणसामधून दिव्य प्रकाश फाकत होता त्याला बघायचा प्रयत्न केला. पण तिला त्या माणसाचा अगदी थोडासाच भाग दिसत होता. ते नक्कीच प्रतिबिंब होते. पण ते आपल्याशी संपर्क कसं काय प्रस्थापित करत होते? हा काय जादूटोणा होता?

आणि त्याचवेळी तिला ते दिसले. त्यात स्पष्टपणा नव्हता पण दुरुक्तीला एक गोष्ट मात्र स्पष्टपणे दिसली व तिच्या सर्वांगातून एक थंड वेदना जाणवून गेली.

त्याच्या कपाळावर एक व्रण होता.

पुढे चालू...

सत्य योद्धा

कल्की

ब्रम्हाचा डोळा

दोन वैशिष्ट्यपूर्ण प्रकरणे वाचा...

भाग तीन

इंद्रगडमधील बंड

1

तो कोसळला.

त्याला फारसे काही दिसले नाही. पण त्याला जाणवले मात्र खूप. मोठे व जड असे खडक त्याच्या अंगावर पडले आणि त्यामुळे त्याच्या अंगावरील कातडी मात्र फाटुन निघाली. आणि काट्यांमुळे त्याचे घोटे व बोटांचे सांधे सडकून निघाले. त्याला कुठेतरी पाण्याचा आवाज ऐकु आला. तो संततधार पाण्याच्या प्रवाहाचा एकसुरी आवाज होता. त्याच्या अंगावर खरचटण्याच्या, जखमांच्या खुणा होत्या. आणि त्याचे धोतरही फाटले होते.

त्याने बाहुंनी जमिनीवर जोर देऊन उठायचा प्रयत्न केला.

"कल्की!" कोणीतरी त्याच्या नावाचा पुकारा केला. तो मुलीचा आवाज होता. कुणीतरी ओंगळ, चिडखोर मुलगी वाटत होती. तो तिच्याशी एक शब्दही बोलला नाही पण तरीही ती त्याला हाका मारत होती. पण तो तिचा दोष नव्हता. तो डोंगराच्या उतारावरून त्याच्या घोड्यावरून खाली पडला होता.

कल्की खडकामागून वाकला आणि त्याने आच्छादलेल्या आकाशाकडे पाहिले. त्या आवाजाचा प्रतिध्वनि येत होता पण त्याने त्याची काळजी केली नाही. तो शांतच राहिला. त्याला त्यांच्यापासून दूरच राहायचे होते, त्यामुळे आपण पडलोय ही एका अर्थी त्याला इष्टापत्तीच वाटली. त्याने ते घनदाट जंगल व वृक्षराजी पाहिली. पण आता त्याला सर्व वाईट गोष्टींपासून, शांबलापासून, इंद्रगडपासून, जिथून त्या सर्व घटनांना सुरुवात झाली त्यापासून सुटका करून घ्यायची होती.

"कल्की!" आता एका पुरुषाचा आवाज येऊ लागला. कृपा! काय हे?

काय चाललेय काय. फक्त एक बरे होते की त्याने आता दारू पिणे बंद केले होते.

"अरे गृहस्था!" आणखी दुसरा आवाज आला. आणि तो परिचित आवाज नव्हता. आणि प्रत्यक्षात तो अगदी जवळून आला होता.

त्याने कानांना ताण दिला. डोंगराच्या उतारावरच्या एका लहान गुहेतून एकजण डोकावून बघत होता.

"अरे गृहस्था?"

कलकीने डोळे बारीक केले. "अं" त्याने मागे पाहिले. कृपा आणि पद्मा डोंगराच्या उतारावरून त्यांच्या घोड्यावरून खाली उतरत होते. रस्ता खडबडीत व उंचसखल होता. त्यामुळे उतरताना त्रास जाणवत होता. त्यांनी चटकन खाली यावे असे कल्कीला वाटत होते कारण त्याच्या समोर असलेला प्राणी माणसाळलेला वाटत नव्हता.

"अरे गृहस्था?"

कल्की त्याच्या जागेवर गोठल्यासारखा उभा होता. "हं, बोल," त्याने प्रतिसाद दिला.

"गृहस्था," त्याने मान डोलवली.

तो कल्कीला दिसला. त्याने सिंहाजिन पांघरले होते. त्याच्या मानेभोवती विचित्र मऊ लव होती आणि त्याची छाती केसाळ दिसत होती. त्याचे शरीर वाकलेले होते. त्याच्या पाठीवर एक कुबड होते, आणि तो ओबडधोबड दिसत होता. तो भुकेला वाटत होता. आणि तो आता कल्कीवर हल्ला करायच्या बेतात होता. तो एखाद्या चतुष्पाद प्राण्याप्रमाणे चार पायांवर चालत होता. पण तो जेव्हा सरळ उभा राहिला तेव्हा तो कल्कीहून उंच वाटत होता.

"मी, सिंह."

"सिंह?" कल्कीने ते नाव कुठेतरी ऐकले होते.

"दारुडा सिंह," त्याने टाळ्या वाजवल्या. त्याच्या चेहऱ्यावर एक वेडगळ छटा होती. "गृहस्था, तूच" त्याने कल्कीला डिवचले. त्याची नखे खूपच टोकदार होती त्यामुळे त्याच्या डिवचण्याने रक्तच निघाले.

"दारुडा हं?" वेगळेच नाव होते. त्याच्या तोंडावर मोठ्या मिशा होत्या. कल्की कुठल्यातरी चुकीच्या प्रदेशात आला होता.

"दारुडा." तो त्याच्या पायावर हलकेच उड्या मारू लागला आणि स्वतःच्या छातीवर हात मारून कर्कश ओरडूही लागला.

“मित्रा, तुला एवढे उत्साहित होण्याचे आणि आनंद व्यक्त करण्याचे काहीच कारण नाही.” कल्की हलकेच हसून म्हणाला. त्याला आदिवासी कधीच आवडत नव्हते, कधीच नाही. त्यांनी त्याचे गाव नष्ट केले होते, त्याचा जीव की प्राण असलेली प्रिय व्यक्ती त्यांच्यामुळेच त्याच्यापासून हिरावली गेली होती, आणि त्याचे मित्रही मरण पावले होते. त्याला मानवांचीही चीडच होती, पण ती ह्या आदिवासींइतकी नव्हती. आणि तरीही आता त्याच्या पुढ्यात एकजण त्याच्याशी मैत्री करायचा प्रयत्न करीत होता.

“काही खायला?” दारूडाने विचारले. “भुकेला?”

“हं,” कल्कीलादेखील भूक लागली होतीच. अरे परमेश्वरा, आपणही यापूर्वी कधी काहीतरी पोटात ढकलले होते हे त्याला आठवेना. कदाचित काही काळापूर्वी आपण सफरचंद खाल्ले होते. पण त्यानी काही फार वेळ भूक भागत नाही.

“आतमध्ये मटण आहे.”

“मित्रा, मी मटण खात नाही.” कल्की म्हणाला.

दारुडाने असमाधानाने खांदे पाडले. “मटण तब्येतीला चांगले असते.”

“मला माहीत आहे.”

“चल,” त्याने गुहेकडे इशारा केला. “अन्न.”

“मी माझ्या मित्रांसाठी थांबणार आहे.” त्याने दारुडाला पद्मा व कृपाकडे इशारा करत म्हटले. ते अगदी योग्यवेळी समोरून येताना त्याला दिसले. त्यांनी कल्कीचा घोडाही बरोबर आणला होता.

“अरे देवा! इतका कसाल्या गहन विचारात गढला होतास की घोडयावरून पडलास?” तू एक अवतार आहेस, पण तू मेला नाहीस यासाठी तूसुद्धा स्वतःला नशीबवान मानले पाहिजेस.” कृपा त्याच्यावर ओरडला.

तेव्हड्यात दारुडा किंचाळला आणि गुहेच्या प्रवेशद्‌वाराजवळ घाईघाईने गेला. कृपा खाली उतरला. त्याने कल्कीला थोपटले. “ह्याचे काय काम आहे?”

“दारुडा सिंह.”

“मित्रा, मी तुला त्याचे काय काम हे विचारले, तो कोण आहे हे नाही?”

“तुझ्या ओरडाआरडीमुळे तो घाबरला असेल.”

कृपा ओरडला.

"तो सिंह आहे हे मला ठाऊक आहे." तो पुढे म्हणाला.

सिंह. त्याला ते नाव खूप परिचित वाटत होते त्यामुळे उत्सुकतेने त्याने कान टवकारले. "मी हे नाव कुठे ऐकले आहे?" मग त्याला आठवले. त्याने ते नाव गुरु वशिष्ठांकडे, जिथे तो प्राचीन आदिवासींचा इतिहास शिकला, तिथे ऐकले होते.

आता एव्हाना पद्मा खाली पोचून त्या प्राण्याकडे बघू लागली. ती एक लहानखुरी स्त्री असून अत्यंत ओंगळ आणि भयानक दिसत होती. खरेतर ती कल्कीच्या संतापामुळे त्याला तशी दिसत होती. प्रत्यक्षात ती उंच आणि सडसडीत प्रकृतीची असून तिचा चेहरा रेखीव होता. तिने डोळ्यात सुरमा घातला होता आणि तिचे केसही छोटे आणि रुपेरी रंगाचे होते.

"तो आदिवासी जमातीचा दिसतोय." ती म्हणाली.

कलीने तिच्याकडे तिरस्काराने दुर्लक्ष केले. पद्माच्या ते लक्षात आले, पण ती काही बोलली नाही. त्याला ती आवडली नव्हती. आणि तसे वाटण्याचा त्याला अधिकारही होता. कारण तिच्यामुळेच अर्जनचे अपहरण झाले होते आणि कदाचित त्याचा मृत्यूही झाला असावा. त्याचे काय झाले होते त्याचा कल्कीला पत्ता नव्हता. आणि त्या विचाराने त्याच्या मनात संतापाचा प्रचंड उद्रेक झाला आणि त्याच्यात भावनांचा कल्लोळ उठला.

"हो! तो तसाच आहे. सिंह." कृपा आनंदाने म्हणाला. "ती एके काळी सुपर्णासारखी मोठी जमात होती. सिंह हे तेव्हा माहिती नव्हते पण ते नायकासारखे असल्याचा त्यांना अभिमान होता. एका दंतकथेनुसार नरसिंहाने असुरांना हरवले होते. असुरांना तोपर्यंत कोणीही पराजित करू शकले नव्हते. पण सिंह हे सिंह जमातीला शरण होते आणि ते त्याचेच कातडे अंगावर घेत असत आणि त्यांच्यासारखेच तोंडावर केस वाढवत असत. त्यांच्यातील बरेचजण काही काळाने परागंदा झाले आणि त्यांचा वंश संपला असेच समजले गेले."

"त्यांचा वंश संपला अशी समजूत का बरे झाली असावी?" कल्कीने विचारले.

"मानवांच्या बरोबर झालेल्या लढाईत अनेक जमातींचे, आदिवासींचे नामोनिशाण शिल्लक राहिले नाही. त्या नष्ट झाल्या. पण हे सारे महायुद्धाच्या दरम्यान झाले."

"सिंह इतके जुने आहेत का?" पद्माने विचारले.

"आताच्या मानाने ते खूपच पुरातन आहेत. त्या काळी सर्वजण एकमेकांशी लढत असत, आणि नंतर प्लेगने सर्व भूमी ओसाड केली, त्याला प्रलय म्हणतात. त्याला महायुद्धाचे दुष्परिणाम म्हणतात."

आता कल्कीला सारे काही स्पष्ट झाले. पण त्यामुळे कृपा किती म्हातारा असावा या विचाराने त्याला नवल वाटले. कारण तो नेहमी सांगत असे की त्याचे वय शंभर वर्षे आहे. पण महायुद्ध तर त्यापूर्वी झाले होते, अर्थात हा सारा कृपाने लावलेला घटनाक्रम होता. आणि तो त्याच्यावर तेवढा विश्वास ठेवत नव्हता. इतिहास हा कायम गुंतागुंतीचा आणि गोंधळ निर्माण करणारा असतो आणि तो त्यावर फारसा विसंबून राहत नव्हता; कारण नाहीतर त्याला डोकेदुखीच लागली असती.

"खरे आहे." त्याने मान डोलवली. "ते योद्धे होते, सूर्योपासना करणारे होते, आणि आता पाहा, ते पूर्णपणे वेडे झाले आहेत. हा नक्की त्यांचाच वंशज असणार." त्याने दारुडाकडे इशारा केला. "तो त्यांचा इतिहास, परंपरा, वारसा सगळे विसरला असणार. गरीब बिचारा."

कल्कीने विचारले, "त्यांना वेड का लागले?"

"महायुद्धाचे वेळी तिथे अणुपासून उत्सर्जित झालेल्या प्रभावी किरणाचा वापर झाला होता..."

"प्रभावी किरण?"

"बॉम्ब," त्याने पद्माकडे नजर टाकली. "जे तू तुझ्या वैयक्तिक कारणाकरिता घेतला होतास."

कल्कीने तिच्या पिशवीकडे पाहिले, कदाचित त्यात आताही ते असावेत.

"त्यांचा खूप मोठ्या प्रमाणात वापर केला गेला. मुली, मी तुझ्याकडे जे दिले ते अगदीच किरकोळ होते. महायुद्धाचे वेळी जे वापरले गेले ते फार म्हणजे फारच भयानक शक्तीचे होते. त्यांच्या वापरामुळे अनेकजण वेडे झाले. नंतर बरेच राजे झाले पण त्यातील कुणीही जगू शकले नाहीत. एवढेच नव्हे तर ज्यांनी युद्धात भाग घेतला तेही दूर डोंगर दऱ्यात निघून गेले आणि त्यांचा शेवटही भयंकर पद्धतीने झाला."

हे सर्व जर पूर्वी ऐकले असते तर कल्कीला ते कठोर आणि अविश्वसनीय वाटले असते पण आता त्याला या सर्वांची सवय झाली होती. "मग आता आपण यापुढे काय करायचे?" कल्कीने दारुडा

संबंधात विचारले. या जगात अनेक कटु गोष्टींचा अनुभव त्याने घेतलेला असणार.

"काय करायचे? आपल्याकडून जी अपेक्षा आहे की आपण उत्तरेकडे जावे तसेच आपण करू या." कृपा घोड्यांकडे गेला व त्याने त्यांना वळवून जिकडून ते आले होते त्या बाजूला जाण्यासाठी त्याने सिद्ध केले.

"त्याचे काय करायचे?"

"आता पाऊस पडायला लागला आहे," पद्मा मधेच म्हणाली.

कल्कीने तिच्याकडे दुर्लक्ष केले.

"आपण माघारी जातोय." कृपा म्हणाला. "मित्रा, आपण काही जो कोणी येडा वाटेत भेटेल त्याला मदत करायचा मक्ता घेतलेला नाही हे तुला माहीत आहेच."

"तुम्ही प्रत्येकाला मदत करायची काही योजना करत आहात का मला महान योद्धा बनवण्यासाठी प्रत्येकाचा बळी घेणार आहात?" कल्की एकदम अविचाराने म्हणाला.

"खूप मोठा पाऊस पडणार आहे." पद्मा पुन्हा मध्येच बोलली. कल्कीनेही ढगांचा मोठा गडगडाट ऐकला.

कृपाने नाकपुडया फुगवल्या. "म्हणजे तुला नेमके काय म्हणायचंय?"

"मला काय सुचवायचेय ते तुला चांगले माहिती आहे." कल्की पुढे होत म्हणाला. "अर्जनने निघण्यापूर्वी, त्याने काय ऐकले होते, ते मला सांगितले आहे."

"त्याने काय ऐकले होते?"

आता पावसाचा जोर खूपच वाढला होता. पण त्याचा कल्कीवर काहीच परिणाम झाला नाही कारण तो कृपाच्या समोर येऊन त्याच्याकडे बघत होता.

"तुम्ही दोघे!" पद्मा ओरडली. "अरे, खूप पाऊस पडतोय. आपल्याला निवाऱ्याची गरज आहे."

"आपण पावसातच निघू या." कृपाने जाहीर केले. तो एक म्हातारा माणूस होता. त्याच्या त्याच्या कातडीमधून फुगीर झालेल्या सर्व नसा दिसत होत्या. त्याच्या तोंडाला दुर्गंध येत होता आणि त्याचे काळे केस तेलकट आणि टोकदार दिसत होते.

कल्कीने डोके हलवले. "नाही, आपण इथेच राहतोय. दारुडा बरोबरच राहतोय."

"मी त्या येड्याबरोबर राहणार नाही."

"अन्न, काहीतरी खायला द्या." दारुडा कोपऱ्यातून पुढे आला.

पद्माने त्या दोघांनाही गुहेकडे ढकलले. "तुम्ही दोघेही अर्धवट माणसे भांडताहात, तोवर मी इथे या निवाऱ्यात विश्रांति घेते. हॅलो, दारुडा," ती हसली. पावसापासून वाचण्यासाठी तिने घोड्यांनाही गुहेत नेले.

कल्की तिथेच थांबला आणि त्याने खांदे उडवले. "तू जसे दाखवतो आहेस त्याहून तू बराच वेगळा आहेस हे आपल्या दोघांनाही माहीत आहे. आचार्य, मला उत्तरे नको आहेत. पण मला योद्धा ठरवण्याच्या नादात तुम्ही कुठल्या मर्यादेपर्यंत जाऊ शकता हे मला जाणून घ्यायचे आहे." असे म्हणून त्याने त्या ज्येष्ठाला पावसातच सोडून दिले. त्याला शेवटच्या अवताराने वरदान दिल्यामुळे तो जरी पावसात भिजला किंवा थंडीने गारठला, तरी त्याला मरण प्राप्त होणार नव्हते. तो अमर राहणार होता.

कल्कीही, त्याला ज्याला हवे त्याला अमरत्व बहाल करू शकत होता पण त्याला त्यामुळे पुढे होणाऱ्या परिणामांना सामोरे जायला नको होते. कुणालाही अमरत्व मिळाल्यामुळे तो एक तर शाप वाटू शकतो किंवा वरदानही वाटू शकते, आणि आताच्या या अवस्थेत कृपाला तो निश्चितच शापच वाटत होता. तो दारुडाप्रमाणेच वेडा झाला होता पण एक बरे होते की सिंह दिसायला तरी चांगला वाटत होता.

शुको त्याच्या खांद्यावर बसून बोलत होता." पिशाच्च, पिशाच्च" त्याचा अर्थ कल्कीला कळत नव्हता. त्याने खरेतर त्या पक्ष्याला पुढे काही धोका नाही ना हे बघायला पाठवले होते. पण आता तो पक्षी काहीतरी अगम्य बोलत होता. कल्कीने गुहेत पाउल टाकले, त्याला प्रवेशद्वाराशीच पद्मा थंडीने काकडत असताना दिसली. त्याने तिच्या काळ्याभोर मोठ्या बुबुळात पाहिले, त्यात त्याला काहीतरी हरवल्याचे जाणवले. त्याने गुहेत वर पाहिले, ती कुठल्याही पर्वतावर असणाऱ्या गुहेसारखीच होती. रिकामी, भयाण, उध्वस्त आणि धूळ व चिखलानी भरलेली.

आणि तरीही इतर गुहेत नसणारी एक गोष्ट इथे होती. इथे खरीखुरी दोराने बांधलेली माणसे होती, त्यांच्या तोंडात बोळे कोंबलेले होते. ते स्फुंदत व रडत होते, त्यांच्या डोळ्यातून अश्रु वाहत होते. त्यांच्या गुडघ्यावर आणि शरीरावर जखमा आणि खरचटल्याचे दिसत होते.

त्यांच्यातील दोन स्त्रिया आणि तिसरी एक टक्कल असलेली व्यक्ति होती. त्याच्या डाव्या डोळ्यावर बाणाच्या आकारात गोंदलेले होते. कदाचित तो मानव असावा, पण कल्कीला ते स्पष्टपणे कळले नव्हते.

"अन्न," दारुडा सिंह उड्या मारू लागला. टाळ्या वाजवू लागला, आणि स्वतःची छाती पिटू लागला.

"त्यांना खाणार?" कल्कीने आवंढा गिळला.

"नाही," कल्की त्याला आतापर्यंत नीट समजू शकला नव्हता याअर्थी त्याने डोके हलवले.

"तुला."

2

जगात आपण काहीही होऊ शकू, पण आपण कधी एखादा कुस्तीगीर होऊ असे अर्जनला कधीही वाटले नव्हते. आणि आता इथे तो एक प्रदर्शनीय वस्तु झाला होता. त्या अमीर-उमरावांपुढे व त्यांच्या मांडीवर बसलेल्या बायकांपुढे तो एक मनोरंजनाची वस्तु झाला होता. ती मंडळी उत्तमोत्तम दारू व रुचकर मटणाचा आस्वाद घेत होते. हास्यकल्लोळ करत होते. समोर दोघा जाडजूड व आडदांड देहाच्या व्यक्तींच्या युद्धाची मजा लुटत होते.

अर्जनलाही ते करायचे होते याची त्याला जाणीव होती. त्याने कबूल केल्याप्रमाणे तो इतर कैद्यांबरोबर ती कुस्ती बघत होता. ते कुस्तीगीर एकमेकांचे खांदे पकडून खडाखडी करत होते. स्वत:चा तोलही सांभाळत होते आणि एकमेकांना उपडेही पाडत होते. एकजण यशस्वी झाला, त्याने दुसऱ्याची मान मोडली. या कुस्तीत कोण मरतोय आणि कोण जिवंत राहतोय याची काहीच पर्वा केली जात नव्हती. अर्जनला अजून आताच तिथे जायचे नव्हते म्हणून त्याने सुटकेचा सुस्कारा सोडला. आता त्याला थांबून प्रथम त्या लढाईचे तंत्र शिकायचे होते.

तो सर्व परिसर लोकांनी तुडुंब भरलेला होता. आणि त्यात सर्वात पुढे आपल्या रक्षकांसमवेत कली बसला होता. तो हसत आणि कुस्तीगीरांना प्रोत्साहन देत होता. त्याच्या मांडीवर एक अप्सरा बसली होती आणि तो मजा घेत होता. त्या तिथे जमलेल्या अमीर-उमरावांनी कोण जिंकेल यावर पैजा लावल्या होत्या. त्यांचे केस पिंजरलेले दिसत होते आणि ते सर्वजण हिंस्र दिसत होते.

असल्या गलिच्छ वातावरणात अर्जनला ओकारी येण्याची भावना

होत होती. हे इंद्राचे शहर समजले जात होते आणि इथे पावित्र्याचे प्रतीक म्हणुन विष्णूचा भला मोठा पुतळाही उभारला होता. पण कलीला या कशाचीही काडीइतकीही किंमत वाटत नव्हती. आताशा जीवन आणि मृत्यु यांचा जुगार खेळणे ही नवीन आणि आधुनिक जीवनपद्धती झाली होती.

"श्श," मागून आवाज आला.

अर्जन त्या दु:खी आणि निर्विकार चेहऱ्यांच्या माणसांमध्ये मधोमध उभा होता. त्या दरिद्री लोकांनी पायात काहीच घातले नव्हते. त्यांच्या पाठीवर जखमांच्या आणि खरचटल्याच्या खुणा होत्या. प्रशिक्षक आणि तुरुंगाधिकारी मास्टर रंगा याच्या आधिपत्याखाली ते तिथे आले. अर्जन त्यांच्याकडून फार काही शिकला नव्हता कारण आपली शरीरयष्टी बघता आपल्यावर ही वेळ येईल असे त्याला कधीच वाटले नव्हते.

अर्जनने वळून मुलाकडे बघितले. तो वयाने थोडा मोठा पण मोठ्या डोळ्यांचा होता. त्याचे केस त्याच्या कपाळावर रुळत होते आणि इतरांच्या मानाने तो थोडा फोफसा (गुबगुबीत) दिसत होता. अर्जनला थोडे नवल वाटले, कारण तुरुंगातले अन्न जेमतेमच पुरेसे असते आणि तिथल्या दुधाला तर चेटकिणीच्या घामाचा वास येत असे.

"माझे नाव विक्रम आहे," तो म्हणाला, मित्रा तू कसा काय आहेस?"

तो हे मनापासुन विचारत होता?

"मी तुला त्या विमानात पाहिले होते. त्या वेळी मी माझा खटला कधी लागतोय याची वाट पाहत होतो." त्याचे डोळे चमकदार व हसरे होते आणि त्याला कदाचित तो इथे दिसल्यामुळे थोडेसे नवल वाटल्यासारखे भासत होते. ते फारच सुंदर दृश्य होते. मित्रा, ते तू कसे काय चालवत होतास? तुला माहितीये, मला ते जाणून घ्यायची खूप उत्सुकता आहे. म्हणजे मी जेव्हा मुक्त होईन, तेव्हा एखाद्या कारखान्यात जाऊन नवीन शोधांवर काम करीन."

"खरेतर मला असे धाडकन टाकून बोलायला आवडत नाही, पण आपण आपला मृत्यू समोर बघत आहोत आणि तुला त्या विमानाची काळजी लागून राहिली आहे?"

"ओह, ते आपल्याला फक्त भीती वाटावी म्हणून इथे आणून ठेवतात." विक्रमने आपला साखळदंडात बांधलेला हात वर उचलला. त्यांना फक्त अटीतटीची लढाई बघण्यात रुची असते, कंटाळवाणी, रटाळ कुस्ती कोण बघणार? आणि या मधल्या वेळेत आपण फक्त त्या

समोरच्या कुस्तीतून काही तरी शिकायचे असते आणि फक्त इकडेतिकडे फिरायचे नसते एवढेच. हे तुला माहितीये का?"

"आता सर्व गोष्टी लवकरच बदलतील अशी मला खात्री आहे." अर्जनने दात विचकले. त्यालाही तसे जाणवू लागले. जेव्हापासून कली गादीवर बसला तेव्हापासून त्याने सर्व नागांना काढून टाकल होते, आणि ते एकाएकी एका रात्रीत कुठे तरी गायब झाले होते. त्यांच्या जागेवर मानव तुरुंगाधिकारी आणि इतर अधिकाराच्या जागांवर बसू लागले होते. त्याने शेवटच्या राजाचा किल्लाही काबीज केला होता. त्याच्या जागी आज जर वेदान्त असता, तर आतापर्यंत रुपेरी केसांच्या मुलीबरोबर बेकायदेशीरपणे घुसल्याच्या गुन्हयासाठी, अर्जनचा केव्हाच खातमा झाला असता. तसे वेदान्तच म्हणाला होता. पण त्याला कलीसमोर गुन्ह्याच्या चौकशीसाठी आणले गेले, कारण त्यानेच तशा स्वरूपाचा फतवा काढला होता.

आता ती कुस्ती संपली होती आणि कली पुढे आला. त्याने विजेत्याचे नाव घोषित केले त्याबरोबर टाळ्या वाजल्या, आणि एका बाजूने आरोळ्या ऐकू येऊ लागल्या. त्या लोकांनी त्याच्यावर पैसे लावले होते. कुस्तीगीराचा चेहरा निर्विकार आणि कठोर होता, व त्याचे अवयव थोराड आणि काळे कुळकुळीत होते. त्याच्या डोळ्यात संताप भरला होता, आणि ते निष्ठुर होते आणि त्याची कातडी कोळशासारखी काळी होती. तो दिसायला देखणा होता. अर्जनच्या पोटात कालवाकालव झाली पण त्याने तिकडे दुर्लक्ष केले. त्याला त्या कुस्तीगीराच्या बाबत तो कसा आहे, काय आहे यापेक्षा ती कुस्ती किती लवकर संपेल त्यात रुची होती. पण त्याला ही गोष्टही चांगलीच लक्षात आली की याच्याशी आपली कुस्ती झाली तर आपला पूर्णपणे खातमा होणार हे निश्चित.

त्याचे नाव रुद्र होते, ते सम्राट शिवाचे एक नाव आहे.

"हा आपला सर्वात उत्कृष्ट कुस्तीगीर आहे." कली हळूच म्हणाला. "त्याला कुणीही हरवू शकत नाही. आणि यापुढेही कोणी हरवू शकणार नाही." त्याने रुद्रचे बाहू पकडले. "मुला, तू आज माझ्याबरोबर शाही जेवण घे." त्याने रुद्रची पाठ थोपटली. अर्जन जिथे उभा होता, तिथे इतर हौशी कुस्तीगीरांकडे जाताना, रुद्रने हुंकार भरून मान डोलवली.

कलीच्या सोनेरी डोळ्यांना तो दिसू नये असे अर्जनला वाटत होते त्यासाठी त्याने देवाची करुणा भाकली. पण कली पुढे येत म्हणाला, "तुम्हा सर्वांना सम्राट जरासंधाचा वारसा पुढे चालवण्यासाठी खूप

मेहनत व सराव करायला हवा." प्रलयापूर्वीच्या आर्यावर्तच्या आपण अजिंक्य असल्याच्या भ्रमात वावरणाऱ्या आणि अहंमन्य राजाच्या प्राचीन कारभाराचे त्याने वर्णन केले. सम्राट गोविंदच्या युक्तिमुळे, वृकोदराबरोबर त्याच्या झालेल्या युद्धात त्याचा भयानक अंत झाला. जरासंध मरण पावला नाही, कारण तो असुर होता. ती जमात आता नष्ट झाली आहे. तो मेला नाही कारण त्याने सोमाचा वापर केला होता, किंवा असेही असेल की कृपाने ही गोष्ट इंद्रगडकडे जाताना प्रवासात सांगितली होती. कृपा या घटना अशा पद्धतीने सांगे, जसे काही तो त्या वेळी तिथे हजरच असे. शेवटी जेव्हा जरासंधाच्या शरीराचे दोन भाग करून ते दोन विरुद्ध बाजूला फेकले तेव्हा तो मरण पावला. कारण ते दोन्ही भाग पुन्हा कसे जोडायचे हे त्याला ज्ञात नसल्याने तो मेला.

अशा घटना पुन्हा घडल्या नाहीत, पण त्यानंतर त्याने कल्कीला पाहिले.

कली अर्जनच्या बाजूला थांबला. त्याने त्याच्याकडे प्रथम बारीक नजरेने आणि मग मोठे डोळे करून पाहिले. अर्जनला त्याचा श्वास जाणवत होता. पण त्याने तो घाबरला किंवा संतापला आहे हे अजिबात दर्शवले नाही, कारण कलीला तेच दिसायला हवे होते म्हणून अर्जनने काहीच प्रतिक्रिया दाखवली नाही. पण त्याने स्वत:वर ताबा मिळवला.

"तू?" त्याने अर्जनचे खांदे पकडले आणि त्याला त्या गर्दीतून ओढून बाहेर काढले.

अर्जनला बळजबरीने बाहेर काढले गेले, आणि त्याला सर्व जुगाऱ्यांच्या मध्ये ढकलले गेले, ज्यांनी त्याला घेरले. अर्जनचे हात अजूनही बांधलेले होते म्हणून त्याने नापसंती व्यक्त केली. त्याला ज्या गोष्टीचे शिक्षण मिळाले नव्हते तिथे त्याला का आणले आहे हेच त्याला समजत नव्हते. तो इतरांसारखाच एक साधा कैदी होता. रुद्र अर्जनकडे पाहत स्थिर उभा होता. आणि एक शब्दही न बोलता त्याच्याकडे भेदक नजरेने बघत त्याला घायाळ करत होता. जवळून पाहता तो काही एवढा देखणा नव्हता.

"तू तर खूपच अशक्त आहेस!"

"तुम्ही एवढा नवखा माणूस का पाठवता आहात? प्रथम त्याला प्रशिक्षण द्या!."

"त्याचे स्नायूदेखील अजिबात पिळदार नाहीत!"

सगळीकडे गदारोळ होता होता, कोण काय म्हणत आहे हे अर्जनला कळत नव्हते.

कली दोन कुस्तीगीरांमध्ये आला. अर्जनचे खांदे पकडून त्याने त्याला घट्ट धरले. ज्याने फार युद्धे खेळली नव्हती असा तो राजा होता, पण तो चांगलाच बळकट होता, त्याचे बाहु अर्जन पेक्षा जाड होते, आणि त्याचे सारे शरीरच ग्रॅनाइटमध्ये खोदून काढलेल्या एखाद्या शिल्पासारखे होते.

"पण आपण जरा गंमत करू या ना? काय?" कली हसला. "आपण आपल्या रुद्रला, जो आपला मुख्य लढवय्या आहे त्याला, एकदम नवख्या, ज्याला काही शिक्षण मिळालेले नाही, त्याच्याशी कुस्ती खेळायला लावू या ना?"

अर्जनचे हृदय जोरजोरात धडधडू लागले.

नाही, नाही.

मास्टर रंगा हळूहळू चालत पुढे झाले व हळू आवाजात बोलू लागले. "महाराज, या मुलाला स्वसंरक्षण करण्याची काहीच माहिती नाहीय, हे युद्ध समसमान योध्यात होणार नाही, हे योग्य नाही."

त्याने काहीतरी ओद्धत्यपुर्ण वक्तव्य केले आहे अशा नजरेने कलीने त्याच्याकडे पाहिले. "मला त्याच्याशी काही घेणे-देणे आहे असे तुम्हाला वाटतेय का? आपल्याला स्पर्धा हवी आहे, चुरस हवी आहे, ती योग्य आहे का नाही याचा काहीच संबंध नाही."

प्रत्येकजण टाळ्या वाजवू लागला व ओरडायला लागला.

"महाराज, रुद्रला भिडू शकतील असे बरेचजण माझ्याकडे आहेत. त्याच्याशी खेळू शकतील असे याच्याहून बळकट आणि साजेसे खूप कुस्तीगीर आहेत." तो थांबला. त्याला विचारले नसताना तो हे बोलला याची त्याला भीती वाटू लागली. "मी त्याला प्रथम चांगले शिकवतो, त्याला पारंगत करतो मग तुम्ही त्याचे काय करायचे ते करा."

कली मास्टर रंगाजवळ आला. रंगा मागे सरकला. "ताबडतोब नीघ," तो शांतपणे करवादला. आणि तुरुंगाधिकारी हळूच मागच्या मागे पळाला.

लोकांनी हसून टाळ्या वाजवल्या. त्या गर्दीत कुवेरा व वेदान्त दिसत नव्हते हे अर्जनच्या लक्षात आले.

"आपण एक स्पर्धा घेऊ." कली ओरडला. "कोण जिंकेल असे तुम्हाला वाटतेय?"

सर्वांनी रुद्रच्या नावाचा घोष केला. त्या प्रश्नावर रुद्र गालातल्या गालात साला, त्याने अर्जनकडे पाहिले. अर्जन शांतपणे आणि काहीही हालचाल न करता उभा राहिला. तो त्याला पराभूत करण्याच्या इतर

मार्गांचा विचार करू लागला. इतर कुस्तीगीरांशी लढताना त्यांच्या चढाईत कुठे आपल्याला फट मिळाली होती का हे आठवू लागला. रुद्र प्रतिस्पर्ध्याला कैची घालत असे, त्यांची मान पकडून ती वळवून मोडत असे. नाहीतर कधीतरी त्यांना धोबीपछाड घालून जमिनीवर आपटत असे आणि मग त्यांची हाडे मोडत असे.

अर्जनने विक्रमकडे मान वळवली, तो चिंतेने आवंढा गिळत होता. याच गुबगुबीत माणसाने त्याला सांगितले होते की फक्त उत्तम यो द्ध्यांच्यातच लढाई होते. आह, पण अर्जनला ही जाणीव होती की कली त्याच्यावर थुंकल्याचा, त्याचे सोमा चोरण्याचा, ते जाळल्याचा आणि नंतर कैद्यांची सुटका करण्याच्या कृत्यांचा सूड उगवणारच. कुणी विचारच करायचा ठरवलं तर, त्याला सिंहांच्या तोंडी न देता तो, त्याच्यावर उपकारच करत होता. पण आता रुद्रकडे पाहिल्यावर मात्र अर्जनच्या पाठीतून थंड शिरशिरी येऊन गेली.

मानव सैनिक पुढे आले, त्यांनी त्याच्या बेड्या काढल्या, आणि त्याला जमिनीवर ढकलून दिले. अर्जनला जमिनीवरच्या चिखलाची जाणीव झाली, त्याने खुल्या आकाशाकडे पाहिले. तशी ती जागा लहानच होती, पण खुर्च्यांची रचना अशी खुबीने केली होती, जेणेकरून जास्तीत जास्त लोक तिथे मावतील.

अर्जन उभा राहिला, त्याने अंगाला ताण देऊन हाडे मोकळी केली. रुद्र समोरच उभा राहून गालातल्या गालात हसत होता. अर्जनने कलीकडे पाहिले. तो पुन्हा जागेवर बसला होता. कलीने नाक खाजवले आणि हात वर घेऊन खाली घेतला. कुस्ती सुरू करण्याचा तो इशारा होता. कुठूनतरी एक तुतारी वाजली. अर्जनच्या डोळ्यापुढे अंधारी आली. आणि त्याला पुन्हा शुद्ध येईस्तोवर त्याला जमिनीवर आदळले गेले, आणि त्याच्यावर ठोशांचा वर्षाव होऊ लागला. त्याची पाठ जमिनीवर जोरात आदळली. त्याला बाणांनी झालेल्या जखमा अजूनही त्रास देत होत्या. त्यामुळे होणाऱ्या वेदनांमुळे त्याच्या डोळ्यातून अश्रु येऊ लागले.

रुद्रने त्याचा गळा धरला आणि त्याला भीतीने घेरले. पण अर्जनने त्याला हुलकावणी दिली आणि त्याच्या बळकट हातांनी त्याने रुद्रच्या बाहुंना झटका दिला. रुद्र पुढे येई, अर्जन त्याचा हात झटके, आणि ठोसा देई. शेवटी रुद्रने त्याच्या पायांना आपल्या पायांनी मिठी घातली. आणि त्याचे वरचे शरीर दुसऱ्या बाजूला केले, आणि अर्जनचे पुढील

शरीर जमिनीवर आपटले. रुद्र सहजपणे पुढे झुकला, आणि त्याने त्याची कातडी चावायला सुरुवात केली, आणि म्हणाला, “तुला ही एवढी आवडलीय का?”

अर्जनने त्याच्या भुवया उंचवल्या. त्याच्या बोलण्याने तो गोंधळून गेला होता, पण सारी शक्ति एकवटून त्याने स्वतःला जमिनीपासून वर उचलले आणि रुद्र खाली पडला. रुद्र उभा राहत असताना क्षणभर सारे लोक उपहास करत होते, तो आता बंद पडला. त्याच्या खांद्याचा स्नायु आखडल्याप्रमाणे वाटत होते.

“तू छान लढतोयस,” रुद्र हसला, “पण मला माफ कर, मला जिवंत राहायचे असेल तर तुला ठार मारणे मला भाग आहे.”

रुद्र त्याचा पाठलाग करत येत असताना, अर्जनचे पाय गोठून गेले, त्याच्या मुठीचा ठोसा समोरून येताना अर्जनने त्याला थोपवले. आता ती कुस्ती राहिली नव्हती. आता तो ठोसे, लाथा आणि बळकट बाहुंचा लढा झाला होता.

“मित्रा, मी दिलगीर आहे. आता तुझ्या सुटकेचा कुठलाच मार्ग शिल्लक राहिलेला नाही.”

आणि खरेच तिथून सुटायचा कुठलाच मार्ग दिसत नव्हता. अर्जन जसा सुटण्यासाठी चुळबुळ करू लागला तशी रुद्रने त्याच्या नाकावर ठोसा लावला जेणेकरून त्याचे नाक फुटले. त्याच्या नाका-तोंडातून रक्त वाहू लागले. त्याचे दुःख त्याच्या डोक्यात भिनले आणि त्याची दृष्टिही मंदावली. त्याचे हृदय थाड थाड उडू लागले.

रुद्रने त्याचा श्वास रोधला. अर्जन श्वास घेण्यासाठी तडफडू लागला. रुद्रला उलथून देण्याचा प्रयत्न करत होता, पण ते शक्य होता नव्हते. आता त्याच्या डोळ्यापुढे अंधःकार पसरू लागला. प्राणवायूविना हळूहळू त्याचा श्वास कोंडु लागला. आणि अंधाराला आत थारा देऊन डोळे मिटले.

जमाती

राक्षस - हुशार आणि माणसासारखे दिसणारे, ईलमच्या बेटावर दक्षिणेला जन्म घेतलेले होते. ते युद्धात खूप निष्णात होते. इतर जमातींच्या मानाने त्यांची कातडी टणक होती. त्यांची सरासरी ऊंची सहा फुटाहून जास्त असे. त्यांच्याकडे कुटुंबपद्धती अस्तित्वात होती. त्यांच्यात पुरुषसत्ताप्रधान पद्धती होती, आणि त्यांची संस्कृती ते कितीही बेफामपणे जगत असले तरीही मागासलेलीच होती. त्यांच्यातील बरेच जण सम्राट शिवाचे उपासक, तरीही इतर लोक त्यांना नास्तिक समजत असत. त्यांचा वर्ण काळा आणि केस तेलकट असत.

नागा - यांची राहणी ऐषारामी आणि उच्चकुलीन असे. नागपुरी या शहरात ते राहत. हे शहर एका तळ्यावरती वसलेले होते. नाग लोक विष्णु आणि शेषाची पूजा अर्चा करत असत. हे योद्धयापेक्षा जास्त करून मुत्सद्दी म्हणून ओळखले जात असत. पण कालांतराने त्यांनी त्यांची स्वत:ची सैनिकी व्यवस्था निर्माण केली होती. त्यांच्या संस्कृतीत स्त्रियांना मान आणि आदर दिला जात असे. त्यांचे डोळे निळे आणि वर्ण गोरा असतो असे समजले जात होते.

यक्ष - हे उंचीने खुजे आणि खोडकर असत. ते शांत प्रवृतीचे पण समृद्ध, पैसेवाले असत. ते फक्त त्यांच्या राजाची पूजा करत, इतर कुठलाही देव ते मानत नसत. त्यांच्यात सैनिकी किंवा राजकीय कौशल्याचा अभाव होता. यक्षिणींची, म्हणजेच यक्षांच्या स्त्रियांची संख्या यक्षांपेक्षा कमी होती. वाळवंटाच्या मध्यावर अलकापुरमध्ये ते राहत असत. इतर जमातींपेक्षा ते खूप श्रीमंत असत.

असुर - आता ही नामशेष झालेली जमात आहे. त्यांच्याबद्दल फारशी माहिती कुणालाच नाही. या जगातील सर्व वाईटसाईट गोष्टी यांनीच इथे आणल्या असा समज आहे. लोकभ्रमामुळे आणि भ्रामक समजुतींमुळे त्यांच्यातील अनेक स्त्रिया, पुरुष एवढेच नव्हे तर मुलांना देखील इतरांनी बळी दिले, त्यांची निर्घृण हत्या केली, त्यांना कापून काढले. काहीजण त्यातून वाचले आणि ते इतस्तत: भटकत राहिले. ते नास्तिक आहेत.

दानव - हे असुरांचे भाईबंद आहेत. ते झाडाइतके उंच आणि डोंगरासारखे आडदांड आहेत. ते देवांचे कट्टर हाडवैरी आहेत. ते चालायला लागल्ले तर भूकंप होतील म्हणून ते कायम झोपेत असतात असा समज आहे. त्यांच्यावर अनेक दंतकथा आहेत आणि त्यांच्या या कथा मुलांना झोप येण्यासाठी सांगितल्या जातात. प्रलयानंतर त्यांना कुणीही पाहिलेले नाही.

पिशाच्च - नरमांसभक्षक. हे दलदलीच्या जागी राहतात. ते फक्त बलशालींना मानतात. त्यांचा कर्मावर विश्वास आहे. त्यांनी केलेल्या प्रत्येक गुन्ह्याचे चित्र ते अंगावर गोन्दवून घेतात. ते मनोरुग्ण आणि अस्थिर मनोवृतीचे समजले जातात आणि फक्त मूर्ख लोकच त्यांच्याशी संबंध ठेवतात असाही समज आहे.

वानर - ते दंडकारण्यात राहतात. ते खूप गोष्टीची माहिती बाळगून असतात असा समज आहे. ते केसाळ असल्यामुळे तो त्यांचा एक दोष आहे असेही समजतात. ते आता गुप्तच झाले आहेत आणि ते त्यांना भेट देऊ इच्छिणाऱ्यांशी मित्रत्वाचे संबंध ठेवू इच्छित नाहीत. ते त्यांचा रक्षणकर्ता सम्राट बजरंगाची पूजा करतात. हा देव अमर आणि त्यांचा राजा आहे असे ते समजतात.

टीप - या व्यतिरिक्त इतरही जाती-जमाती आहेत, पण त्यांच्यावर अजून संशोधन करून त्यांची शहानिशा करून त्यांची व्यवस्थित नोंद करावयाची आहे.

– वेद व्यास

ऋणनिर्देश

कुठलेही पुस्तक हे एकट्या लेखकाच्या परिश्रमातून तयार होता नसते, तर त्याला अनेकजणांचा हातभार लागत असतो. आणि ज्यांनी या प्रकल्पात मला मदत केली, आणि हे पुस्तक निर्माण करण्यास ज्यांची मदत झाली, त्या सगळ्यांचा उल्लेख इथे करायला आवडेल. हे माझे चमत्कृतीप्रधान विषयावरील पाहिलेच पुस्तक आहे.

मी माझ्या पालकांपासून सुरुवात करतो. माझ्या वडिलांचा अथक पाठिंबा व त्यांचे माझ्यावरील प्रेम या कारणामुळेच हे पुस्तक तुमच्या हातात पडत आहे. या प्रकल्पातील प्रत्येक क्रियाशील निर्णयांसाठी आम्ही अनेक वाद घातले आणि त्या वादविवादांमुळेच हे पुस्तक इतक्या सुंदर पद्धतीने तुमच्यापुढे सादर होऊ शकले. माझी आई ही एक कट्टर ख्रिस्ती महिला आहे, पण तिचा मुलगा एका हिंदु देवावर पुस्तक लिहीत आहे ही कल्पना तिने स्वीकारली, आणि स्वत:च्या भावना, विश्वास या गोष्टींना तिने दुय्यम स्थान दिले. तिच्या या मान्यतेने आणि तिच्या पाठिंब्याने मलाही कळले की प्रत्येकाने सर्व प्रथम एक माणूस असले पाहिजे आणि धर्म वगैरेचे स्थान दुय्यम असले पाहिजे.

माझे संपादक अथकपणे दररोज आठ-आठ तास संपादन, पुनर्लेखन आणि लेखनातील सौन्दर्य जपण्यासाठी अहर्निश काम करत होते. त्यांना मन:पूर्वक धन्यवाद घायाला मला आवडेल. त्यांनी ते लेखन मुशीत घालून तावून-सुलाखून काढले त्याबद्दल मी त्यांचा कायमच ऋणी राहीन.

कलामोस लिटररी सर्विसेसमार्फत हे पुस्तक बाजारात आले त्याबद्दल अनुज कुमार यांचे मी आभार मानतो. आपल्या प्रकाशनातर्फे हे पाहिलेच पौराणिक चमत्कृतीवर आधारित पुस्तक प्रकाशित करायला ते उत्सुक होते. अर्थट स्टुडिओने या पुस्तकाचे हे मोहक मुखपृष्ठ चितारले त्याबद्दल त्यांचे आभार मानायला मला आनंद होतोय. त्याबद्दल त्यांचेही आभार. अजिताभ बोस यांनी या मुखपृष्ठावर आकर्षक लिपि आणि शैली वापरली. माझे PR डिंपल सिंह आणि सीमा सक्सेना (जश्न इवेंट्स) यांनी मला सतत पाठिंबा दिला आणि तेच या पुस्तकासाठी जास्त उत्सुक होते.

गगन काबरा यांनी जाहिरातीसाठी विशेष रंजकतापूर्ण साहाय्य केले

त्यांचेही आभार. त्यांनी माझ्याहीपेक्षा जास्त मेहनत घेतली आणि हा प्रकल्प यशस्वी केला.

आणि सरतेशेवटी माझ्या वाचकांचे आभार मानायला मला खचितच जास्त आनंद होतोय. तुमच्यामुळेच हे सर्व आहे आणि मला आशा आहे की हे पुस्तक तुमचे चांगले मनोरंजन करेल.

केविन मिस्सल हे एकवीस वर्षांचे सेंट स्टीफेन कॉलेजचे पदवीधर आहेत. त्यांनी नुकतेच कल्की शी संबंधित तीन पुस्तकांच्या संचातील, *धर्मयोद्धा कल्की: विष्णूचा अवतार*, हे त्यांचे पाहिलेच पुस्तक बाजारात आणलेय. त्या पुस्तकाला *मिलेनियम पोस्ट* आणि *संडे गार्डियन* या वृत्तपत्रांनी, "2017 मधील पौराणिक अभूतपूर्व घटना" या बिरुदाने गौरविले आहे.

केविनला वाचन, सिनेमा बघणे आणि कथा लिहिण्याची आवड आहे. ते दिल्लीत राहतात आणि त्यांना या पत्यावर आपण लिहू शकता.

– kevin.s.missal@gmail.com.